சின்ரன்

பிரித்தானிய–சீன எழுத்தாளராகிய சின்ரன், பத்திரிகையாளரும் பொதுநல ஆர்வலரும் கூட ஆவார். 1997இல் அவர் லண்டனுக்கு குடிபெயர்வதற்கும் முன்னர், சீனாவின் பல்வேறு பகுதிகளையும் சேர்ந்த பெண்களை பேட்டிகண்டு, மிகப்புதுமையான வானொலி நிகழ்ச்சியொன்றை தொகுத்து வழங்கினார், 'இரவின் மென்காற்றில் மிதந்துவரும் சொற்கள்' எனப் பெயரிடப்பட்ட அந்நிகழ்ச்சியில் சீனப்பெண்கள் தம் வாழ்வில் சந்தித்த இன்னல்களையெல்லாம் நேரலையில் பகிர்ந்துகொண்டனர். அவ்வாறு பகிரப்பட்டச் சில கதைகள் சின்ரனின் முதல் புத்தகமான *'சீனாவின் நன்மகளிர்'* நூலிலும் இடம்பெற்றன. 2002இல் வெளியான அப்புத்தகம் உலகளவில் பெரும் வரவேற்பைப் பெற்றதோடு, முப்பதுக்கும் மேற்பட்ட உலக மொழிகளில் மொழிபெயர்க்கவும் பட்டுள்ளது. *'குமாரி. உண்குச்சிகள்'* எனும் ஒரு புனைவு நூலையும், *'வான் அடக்கம்'*, *'சீன சாட்சி'*, *'பெயரறியாத சீனத் தாயிடமிருந்து வந்த செய்தி'*, *'வானை வாங்கித்தாருங்கள்'* எனும் நான்கு அபுனைவு நூல்களையும் அவர் எழுதியுள்ளார். 2003 முதல் 2005 வரை *'கார்டியன்'* இதழில் வெளிவந்த சின்ரனின் *'சீனர்கள் எதையெல்லாம் உண்ண மாட்டார்கள்'* எனும் தலைப்பிலான பத்திகளனைத்தும் தொகுக்கப்பட்டு, 2006இல் புத்தகமாக வெளியாகியது, சீனர்களின் உணவுகள், பாலியல் கல்வி, சீன மகள்களைத் தத்தெடுத்த பிரிட்டிஷ் தாய்மார்களின் அனுபவங்கள், சீன மக்கள் கிறிஸ்துமஸ் கொண்டாடுவார்களா? தம் இல்லங்களில் நீச்சல்குளங்கள் கட்டிக்கொள்வார்களா? போன்ற பலவகையான விஷயங்களையும் அத்தொகுப்பு பேசியது. *'வாக்குறுதி'* அவருடைய எட்டாவது நூலாகும்.

சீனப் பெண்கள் குறித்தும், சீன வரலாறு குறித்தும் மட்டுமல்லாது புத்தகங்கள் எழுதுவது குறித்தும் சின்ரன் பல சொற்பொழிவுகளையும், விரிவுரைகளையும் ஆற்றியுள்ளார். சீனாவிற்கும் மேற்கத்திய நாடுகளுக்கும் இடையே புரிதலை வளர்த்தெடுக்கும்பொருட்டு, 2004இல் 'தாய்மார்களின் அன்புப்பாலம்' எனுமொரு தொண்டு அமைப்பையும் அவர் துவங்கினார். சின்ரன் லண்டனில் வசித்தபோதும், சீனாவிற்கு அவ்வப்போது வந்துசெல்வதையும் வழக்கமாகக் கொண்டுள்ளார்.

சின்ரனுக்கான புகழுரைகள்

"கல் மனதையும் கரைய வைத்துவிடும் எழுத்து."

– 'பெயரறியாத சீனத் தாயிடமிருந்து வந்த செய்தி' நூல் குறித்து *Economist.*

"முன்மாதிரி நூல்... எதிர்ப்புக்குரலைப் பதிவுசெய்வதோடு, மனதிற்கு நெருக்கமான நேரடியான உரைகளைக் கொண்டுள்ள ஒவ்வொரு கதையும் நிகழ்ந்தேறிய சம்பவங்களின் சாட்சியங்களாக விளங்குகின்றன."

– 'சீனாவின் நன்மகளிர்' நூல் குறித்து *The New Yorker.*

"சமகால சீனா குறித்த விறுவிறுப்பான, திகைப்பூட்டும், சொல்வன்மைமிக்கதொரு ஆய்வுப்பயணம்."

– 'வானை வாங்கித் தாருங்கள்' நூல் குறித்து ஹிலாரி ஸ்பர்லிங், *Spectator.*

"பொது உரையாடல்களின்போதோ அல்லது தனிப்பட்ட பேச்சுகளிலோ சீனர்கள் தமக்குத் தாமே இன்றுவரையிலும் கூட வரையறுத்துக் கொண்டுள்ள எல்லைக்கோடுகளை இந்நூலில் காண்கிறோம். இத்தனை அதீத தெளிவையும், மிகப்பெரும் உண்மைத்தன்மையையும் இவரது பாணியைத் தவிர வேறெந்த வகை எழுத்தாலும் வெளிப்படுத்தியிருக்கவே முடியாது."

– 'சீன சாட்சி' குறித்து ஆலிவர் ஆகஸ்ட், *The Times.*

"அசாதாரணமானதொரு பெண்ணொருவர் எழுதியிருக்கும் அசாதாரணமானதொரு பெண்ணொருவரின் இக்கதை நீங்கள் புத்தகத்தை மூடி வைத்தபிறகும் உங்கள் மனதைவிட்டு அகலாது."

– 'வான் அடக்கம்' நூல் குறித்து கிறிஸ்டியன் லேம்ப், *Sunday Times.*

"அறிவாற்றல், நேசம் மற்றும் பொருளாதாரத்தின் மிக நேர்த்தியான சமநிலை சின்ரனின் எழுத்தில் பேணப்படுவதோடு, பெருமிதம், முக்கியத்துவம், முன்னோக்கியப் பார்வை, நினைவேக்கம், துக்கம், கோபம், நம்பிக்கை என அனைத்தையும் ஒரே சமயத்தில் அவரால் வெளிப்படுத்த முடிகிறது."

– 'சீனர்கள் எதையெல்லாம் உண்ண மாட்டார்கள்' நூல் குறித்து *New Statesman.*

"விளக்கமான, நினைவிலேந்தக்கூடிய தகவல்களின் வழி, தனது கதாபாத்திரங்களின் மீது ஏற்படக்கூடிய பச்சாதாபத்தைக் கொண்டு, நவீன சீனாவின் பல அடுக்குகள் கொண்ட கலாச்சாரங்களையும், பழக்கவழக்கங்களையும் சின்ரன் வெளிப்படுத்துகிறார்."

– 'குமாரி உண்குச்சிகள்' நூல் குறித்து *Guardian.*

வாக்குறுதி

நவீன சீனாவில் காதலும் இழப்பும்

சின்ரன்

சீன மொழியிலிருந்து ஆங்கிலத்திற்கு

வில்லியம் ஸ்பென்ஸ்

ஆங்கிலத்திலிருந்து தமிழுக்கு

சசிகலா பாபு

எதிர்
வெளியீடு

வாக்குறுதி
நவீன சீனாவில் காதலும் இழப்பும்
சின்ரன்

தமிழில்: சசிகலா பாபு
முதல் பதிப்பு: பிப்ரவரி 2021

எதிர் வெளியீடு,
96, நியூ ஸ்கீம் ரோடு, பொள்ளாச்சி – 642 002.
தொலைபேசி: 04259 – 226012, 99425 11302.

விலை: ரூ. 499

The Promise
Love and Loss in Modern China

Author: Xinran Xue
Copyright Notice: © Xinran Xue, 2018

Translated by: Sasikala Babu
First Edition: February 2021

Published by
Ethir Veliyeedu, 96, New Scheme Road. Pollachi – 2.
email: ethirveliyedu@gmail.com
www.ethirveliyedu.in

ISBN: 978-81-949371-1-1
Cover Design: Santhosh Narayanan
Printed by: Jothy Enterprises, Chennai.

All rights reserved. No part of this book may be reprinted or reproduced or utilised in any form or by any electronic, mechanical or other means, now known or hereafter invented, including Photocopying and recording, or in any information storage or retrieval system, without permission in writing from the Publisher.

என் அன்புக் கணவர் 'டோபி ஈடி'க்கு சமர்ப்பணம்

(28 பிப்ரவரி 1941 – 24 டிசம்பர் 2017)

நாங்கள் இருவரும் இணைந்து வாழ்ந்த இந்த இருபது வருடங்களில், காதலுடன் வாழ்வதன் மெய்யானப் பொருளைக் கண்டடைந்துள்ளோம். எனது அன்பிற்கினிய டோபி, நீங்கள் மட்டும் இல்லாது போயிருந்தால், என்னைப்போன்ற பல சீன எழுத்தாளர்களும் மேற்கத்திய இலக்கிய மண்ணில் வேரூன்ற முடியாத விதைகளாக புதைந்தே கிடந்திருப்போம். நீங்கள் மட்டும் இல்லையெனில், தனிமையில் தவிக்கும் ஒரு அனாதை ஜீவனாகவேதான் நான் இருந்திருப்பேன், ஆனால் இன்று உங்களுடைய அன்பு மனைவியாகவும், காதலை உணரவும் புரிந்துகொள்ளவும் கூடிய ஒரு பெண்ணாகவும் வாழ்கிறேனெனில் அதன் முழுக் காரணமும் நீங்கள் மட்டும்தான்.

மிக்க நன்றி, என் அன்பு டோபி. நீங்கள் என் ஆத்மார்த்தமான இணையர், பெரும் அறிஞர், நீங்கள் எனக்களித்த காதல் வாக்குறுதிதான் நான் இப்புத்தகத்தை எழுதியதற்கானப் பெரும் தூண்டுகோள் என்பேன்.

"சொர்க்கலோகம் பழமையடைவதில்லை, போலவேதான்
உனக்கான என் காதலும்.

ஆயிரமாயிரம் நூலிழைகளால் பின்னிப்பிணைந்திருக்கும்
மீன்பிடிவலையைப் போலே,

நம் இதயங்களும் இறுக இணைந்திருக்கின்றன"

எனும் நமக்கு மிக விருப்பமான கவிதையை இந்நொடியில் நினைவுகூர்கிறேன்.

சசிகலா பாபு

1980 ஆம் வருடம் பிறந்த சசிகலா பாபு தற்போது ஆசிரியராகப் பணிபுரிகிறார். இவருடைய கவிதைத் தொகுப்புகள் "ஓ.ஹென்றியின் இறுதி இலை", மற்றும் "மறையத் தொடங்கும் உடல்கிண்ணம்" ஆகியவை ஆகும். 'வார்த்தைகளில் ஒரு வாழ்க்கை', 'பெர்சியாவின் மூன்று இளவரசர்கள்', 'சூன்யப் புள்ளியில் பெண்', 'பாஜக எப்படி வெல்கிறது?' மற்றும் 'குளிர்மலை' ஆகிய நூல்களை இவரது மொழிபெயர்ப்பில் எதிர் பதிப்பகம் வெளியிட்டுள்ளது.

பொருளடக்கம்

வாக்குறுதிகளும் 'காதற்பேசுதலும்':
இப்புத்தகத்திற்கான என் அகத்தூண்டுதல்கள் — 09

சீன வரைபடம் — 17

முக்கியத் தேதிகள் — 18

ஹான் குடும்ப மரம் — 20

பாகம் 1 — போர்களாலும் அரசியல் இயக்கங்களாலும் சிதைந்த காதல் — 23
  முதல் சகோதரி – செந்நிறத்தாள்.

பாகம் 2 — கம்யூனிசக் குடும்பமரம் — 125
  இரண்டாம் சகோதரி – பச்சையாள்.

பாகம் 3 — கலாச்சாரப் புரட்சியில் முகிழ்த்த ஒரு பறவையின் காதல் — 227
  பச்சையாளின் மகள் – நாரையாள்.

பாகம் 4 — பலவகைக் "காதலர்கள்" — 331
  முப்பரிமாணத் தலைமுறையினர்: லிலீ, யோயோ, வூகென்.

பின்னுரை – வாழ்க்கைக் கதவின் உள்ளும் புறமும் — 420

வாக்குறுதிகளும் 'காதற்பேசுதலும்':
இப்புத்தகத்திற்கான என் அகத்தூண்டுதல்கள்

2012ஆம் ஆண்டு பிப்ரவரி மாதத்தின் ஒருநாளின் அதிகாலையில், கென்சிங்டன் பூங்காவைச்சுற்றி நானும் என் கணவர் டோபி ஈடியும் நடந்துகொண்டிருந்தோம். வீசும் தென்றல் வசந்தகாலத்தின் வருகையை அறிவித்துக்கொண்டிருந்தது. காலைச்சூரியனின் இளம் ஒளிக்கீற்றுகள் மரங்களில் நடனமாடின, பனியில் நனைந்த மலர்மொட்டுகள் ஆழ்துயில் கொண்டிருந்தன. நிலமெங்கும் விளைந்து கிடந்த புற்கள் தம் பசுமையை பறைசாற்றிக்கொண்டிருந்தன. பச்சைக்கிளிகளோ தம் அண்டை அயலார்களான காகங்களையும், அவ்வப்போது வருகைதரும் கடற்பறவைகளையும் வரவேற்று விளையாடிக்கொண்டிருந்தன. எங்களைச் சுற்றியிருந்த அனைத்துக் காட்சிகளிலும் உயிர்ப்பும் துள்ளலும் மிகுந்திருந்தன. பறவைகளின் அமைதியைக் கலைத்துவிடக்கூடாதெனும் எச்சரிக்கையுணர்வோடு, நானும் டோபியும் ஒருவரோடொருவர் கைகோர்த்தபடி அமைதியாக அங்கிருந்த பாதையில் நடைபோட்டோம்.

எனக்குப் பறவைகளை எப்போதுமே மிகப்பிடிக்கும். நான் சிறுமியாக இருந்தபோது, எனது பாட்டி வீட்டின் கொல்லைப்புறத்திலிருந்த பழமரங்களைத்தேடி பல்வேறு வகையானப் பறவைகள் வருவதை விழிகள் விரியக் கண்டுகளித்திருக்கிறேன். மிக உயர்ந்த கிளைகளில் சில பறவைகள் கூடுகள் கட்டியிருந்தன. ஆனால் சுற்றிலும்

மனித இரைச்சல் அதிகமானதும் அவையெல்லாம் எங்கோ சென்றுவிட்டன. 1980களில் ஒரு பத்திரிகையாளராக கிராமப்புறங்களில் நான் பணிபுரிந்துவந்த காலத்தில்தான் மீண்டும் பறவைகள் என் கவனத்தை ஈர்த்தன. ஆனால் இம்முறை அவை விவசாயிகளின் உணவுப் பாத்திரங்களில் கொதித்துக்கொண்டிருந்தன. ("அரசு வழங்கும் உணவுப்பொருட்கள் எங்களுக்குப் போதுமானதாயில்லை. எவையெல்லாம் எங்கள் கையில் கிடைக்கிறதோ அதையெல்லாம் தின்றால்தான் நாங்கள் உயிர்பிழைத்திருக்க முடியும்" என்றனர் அம்மக்கள்.)

உண்மைதான். சீனாவின் சமையல் குறிப்புகளிலும், தேவதைக்கதைகளிலும், மிக அழகானப் பழங்கால ஓவியங்களிலும்தான் உங்களால் பறவைகளைக் காணமுடியும்.

கென்சிங்டன் மாளிகையின் முன்புறமிருந்த குளத்தினை எனக்கே எனக்கான "அன்னப்பறவை ஏரி"யாக நான் கற்பனித்துக் கொண்டிருந்தேன். அங்கிருக்கும் அன்னப்பறவைகள், விக்டோரிய மகாராணியின் பெயரன்கள் மற்றும் பெயர்த்திகளுடன் கலந்து உறவாடி வழிவழியாக அங்கு வாழ்ந்து வந்துள்ளன. இரவுவேளைகளில், மெழுவர்த்திகளின் ஒளியில், உலகின் பல்வேறு பகுதிகளிலிருந்தும் வருகைபுரியும் மாண்புமிகு விருந்தினர்களுக்கு அரச குடும்பத்தினர் விருந்துகள் படைப்பர்; அதிகாலையிலோ, அன்னங்களையும் ஏனைய இடம்பெயர் பறவைகளையும் வரவேற்று அந்த ஏரி அலைகளெழுப்பி குதூகலிப்பதைக் காணலாம். ஒருவருடைய குணநலன்கள் அவர் வாழும் சூழலோடு இணைபிரியாமல் பிணைந்திருக்குமென சீனர்கள் கூறுவர். இது பறவைகளுக்கும் பொருந்துமென எண்ணுகிறேன்.

மிகச்சிலப் பறவையினங்களை மட்டுமே என்னால் அடையாளம் காணமுடிந்தது என்பதைக் கூச்சத்துடன் கூறிக்கொள்கிறேன். அன்னப்பறவைகள், மாண்டரின் வாத்துகள், கடற்பறவைகள் தவிர அங்கிருந்தப் பறவைகளில் எனக்குப் புறாக்களை மட்டுமே தெரிந்திருந்தது – பன்னெடுங்காலமாக எங்கெங்கும் நிறைந்திருக்கும் பறவைகளாக, எப்போதும் காதலைத்தேடியபடியே இருக்கும் பறவைகளாகவே எனக்குப் புறாக்கள் தோன்றுகின்றன.

காலைக்குளியலுக்காகவும், உணவுக்காகவும் குளத்திற்கு வருகைதந்திருந்தப் பறவைகளைப் பார்த்தபடியே நாங்கள் அன்று நடந்துகொண்டிருந்தோம். அவற்றுள் மூன்று புறாக்கள் என் கவனத்தைக் கவர்ந்தன. ஓர் 'இளம்பெண்' கரையோரத்தில் உணவுதேடியபடி இருக்க, இரு 'இளைஞர்கள்' பதட்டத்தோடு அவளைப் பின் தொடர்ந்தபடியே இருந்தனர். அந்தப் பெண்புறாவை துளி நேரம் அவர்கள் நிம்மதியாக இருக்கவிடவேயில்லை.

"அவை நம்மைப்போலில்லை அல்லவா? புறாக்களில் ஆண்கள்தான் பெண்களுக்குத் தொல்லைகொடுப்பவர்களாக இருக்கிறார்கள்" என டோபியிடம் கூறினேன்.

என் முன்நெற்றியில் முத்தமிட்டபடியே, "அவை காதலைப் பேசுகின்றன" என்றார் டோபி.

" 'காதற்பேசுதலா?' இப்படியொரு சொல்லாடல் ஆங்கிலத்தில் உள்ளதா என்ன?"

"நாங்கள் ஆங்கிலத்தில் 'காதற்விருப்பம்' என்றோ 'காதற்கலவி புரிதல்' என்றோதான் கூறுவோமே தவிர, 'காதற்பேசுதல்' என்பதில்லை. ஆனால் மொழிக்கென எவ்விதப் பிரத்யேக விதிமுறைகளும் கிடையாது, நாமென்ன கூறுகிறோம் என்பதும் நாமென்னப் புரிந்துகொள்கிறோம் என்பதும்தான் அதில் முக்கியத்துவம் பெறுகிறது. 'காதற்பேசுதல்' குறித்து சீனத்தில் அப்படியென்ன விசேஷமுள்ளது சொல்?"

அவரது அந்தக் கடைசிவரி என்னை உலுக்கிவிட்டது; அதைக்கேட்டதும் பேச்சடைத்துப் போனேன்.

5000 ஆண்டுகாலச் சீன நாகரிகத்தின் வரலாற்றில், கடந்த நூற்றாண்டில்தான் பல கிளர்ச்சிகள் உண்டாகின. போர்களாலும் கலாச்சார மாற்றங்களாலும், மக்கள் ஒருவர்மீதொருவர் கொண்ட காதலை வெளிப்படுத்திய விதங்களிலும் கூட பல மாற்றங்கள் உண்டாகின. டோனியின் முதல் கேள்விக்கு நான் இன்னமும் பதில் கூறாதது குறித்து அவர் ஏதும் சொல்லவில்லை; மற்ற கேள்விகளை நோக்கி அவர் நகர்ந்துவிட்டார். நாங்கள் இருவரும் கடந்த இருபது வருடங்களுக்கும் மேலாகத் தோழமையுடன் இருக்கிறோம், ஆனால் இப்போது அவர் கேட்ட கேள்விகளெல்லாம் சீனா குறித்த எல்லையேயில்லாத கேள்விக்கடலினுள் என்னைத் தள்ளிவிட்டதோடல்லாமல்,

வாக்குறுதி | 11

நான் அதுவரைப் பெற்றிருந்த அறிவுத்திறனையெல்லாம் கேள்விகேட்பதாயும் அமைந்திருந்தது.

வீடு திரும்பியதும் அன்றைய மாலைவேளை, 'காதற்பேசுதல்' எனும் வார்த்தையின் சீன அர்த்தத்தையும், காலப்போக்கில் அதன் அர்த்தம் எவ்வாறெல்லாம் மாற்றமடைந்தது என்பதையும் ஆராயத்துவங்கினேன்.

காதலில் ஆணுக்கும் பெண்ணுக்கும் இடையே உடற்தொடர்பு தடைசெய்யப்பட்டிருந்த ஒரு கலாச்சாரத்தில், 'காதற்பேசுதல்' என்பது நவீனச் சொற்பிரயோகமாகும், சீன அகராதியின்படி அதன் பொருள் பின்வருமாறு உள்ளது:

> 'காதற்பேசுதலென்பது ஒருவகையான சமூக நடத்தையாகும். இது, காதலை வளர்த்தெடுக்கவோ அல்லது காதலின் அடிப்படையில் பழகவோ வழிவகுக்கும் செயல்முறை. இருவரிடையே நிகழும் பரிமாற்றம் அது. பொதுவாக, இந்தப் பரிமாற்றம் வெற்றிகரமாக இருக்கும்பட்சத்தில் இருவருக்கும் திருமணம் நிகழும், அவர்கள் இணைந்து வாழ்ந்து அடுத்த தலைமுறையை ஈன்றெடுத்து வளர்ப்பர். 'காதற்பேசுவதற்கான' தார்மீகத் தேவைகள் மூன்று உள்ளன, முதலாவதாக, மனித சமத்துவம் மதிக்கப்பட வேண்டும்; இரண்டாவதாக, அதற்கான முழு பொறுப்பையும் மனதார ஏற்றுக்கொள்ள வேண்டும்; மூன்றாவதாக, இருவரும் ஒருவரையொருவர் பணிந்து அன்பு செலுத்த வேண்டும்."*

பொதுமுறையில் கூறப்பட்டுள்ள இந்த விளக்கம் உணர்ச்சியற்று, வெறுமையாக இருப்பதாக உணர்ந்தேன். காதலுணர்வே 'காதல் பேசுதல்' என்பதன் அடிநாதமாக உள்ளது, காதல் உண்டாக்கும் உணர்ச்சிகளோ மிக உயிர்ப்பானவை, ஆனால் மேற்கூறப்பட்டுள்ள இந்த அதிகாரப்பூர்வமான விளக்கமோ எவ்வித உணர்வுகளுமில்லாமல் வெறுமையாக உள்ளதேன்? இதை யோசித்தபடியே கணினியின் முன் நான் அமர்ந்திருந்தபோது, 'காதற்பேசுதல்' எனும்

★ ஹான்யூ டா சிடியன் எனப்படும் 'விரிவான சீனச்சொற்கள் அகராதி'யில் இருந்து இவ்விளக்கம் பெறப்பட்டுள்ளது. ஆக்ஸ்போர்ட் ஆங்கில அகராதிக்கு நிகராக மிக விரிவானதொரு சீன அகராதியாக இந்நூல் கருதப்படுகிறது.

வார்த்தை ஒரு மந்திரக்கோலைப் போல் என் மனதினுள்ளே இருந்த புதிர்க்குகையொன்றை திறந்துவிடுவதைப்போல பகற்கனவொன்று கண்டேன். சீனாவில் கடந்த நூற்றாண்டைச் சேர்ந்த நான்கு தலைமுறையினரின் காதலும் நேசமும் எப்படி முறிக்கப்பட்டது, எப்படி கடந்துபோனது, புழுதி மூடி எப்படியெல்லாம் மறக்கடிக்கப்பட்டது என்பதைக் கண்டேன். அவர்களின் கேவல்களாலும் சப்தமற்ற அழுகைகளாலும் நிரம்பிய துயர்மிகு வரலாற்றால் அந்தக் குகை மூடப்பட்டுள்ளது.

அடுத்துவந்த நாட்களிலெல்லாம், பூங்காவில் நடைபோட்டபடியே நானும் டோபியும் எங்கள் முன்னோர்களின் காதற்வாழ்வு குறித்து மிக விரிவாக உரையாடினோம். டோபி தன் குடும்ப வரலாற்றை மிகத் தெளிவாக அறிந்துவைத்திருந்தார், ஆனால் என் பெற்றோர்கள் மற்றும் பாட்டி பாட்டனார் குறித்த என் புரிதலோ வெற்றுத்தாளைப் போலவே இருந்தது. டோபியின் தாயாரான எழுத்தாளர் மேரி வெஸ்லி, அடுத்துவரும் தம் தலைமுறையினர் அனைவரும் அறிந்துகொள்ளும்படியாகத் தனது குடும்பவரலாறு குறித்தும், மரபொழுங்கிற்கு இணங்கிப்போகாத தனது உயர்வர்க்க பொகிமிய காதற்வாழ்வு குறித்தும் மிக நேர்மையுடனும் தைரியத்துடனும் பதிவுசெய்திருந்தார். ஆனால், எனது பாட்டி பாட்டனாருக்கு எப்படித் திருமணம் நிகழ்ந்தது, எனது பெற்றோர்கள் எவ்வாறு சந்தித்துக் கொண்டனர் போன்ற விபரங்கள் எதுவுமே எனக்குத் தெரிந்திருக்கவில்லை. என்னிடமிருந்த கொஞ்சமே கொஞ்சம் தகவலும் கூட எனது அதிகாரப்பூர்வ அரசியல் கோப்பில் இருந்து பெறப்பட்டவையே, இத்தகவல்களை அனைத்துச் சீனர்களும் கண்டிப்பாக வைத்திருப்பர். உண்மையைக் கூறுவதானால் என்னுடையதை விடவும் மற்றவர்களின் தனிப்பட்ட வாழ்க்கை விபரங்கள்தான் என்னிடமிருந்தன, கடந்த முப்பதாண்டுகளாக சீனப்பெண்களை நான் கண்ட பேட்டிகளையும், என் ஆராய்ச்சிகளின் வாயிலாக மிகப் ‘பிரத்யேகமான’ சீனத்தகவல்களையும் அதிகளவில் சேகரித்து வைத்திருந்தேன். இந்தத் தகவல்களெல்லாம் உண்மையென எனது ஆராய்ச்சிகளின் மூலம் அறிந்துகொண்ட பின்னரும் கூட அவர்கள் கூறிய பல கதைகளை இன்றுவரையும் என்னால் நம்பமுடியவில்லை.

எனது மனவோட்டத்தை டோபி படித்துவிட்டார்: "என் தாயார் எழுதிய புத்தகங்களின்மூலம் எனது குடும்ப வரலாற்றை என்னால் அறிந்துகொள்ள முடிந்தது என்பது உண்மைதான், அதேசமயம் அவருடைய புத்தகங்களில் காணப்பட்ட தனிமையுணர்வும், குடும்பத்தில் நிலவிய நிசப்தமும் தம் வாழ்விலும் இருந்ததாகப் பலரும் வருந்திக் கூறியுள்ளனர் என்பதையும் அறிந்துகொண்டேன். இருளில் மறைந்துகிடக்கும் சீனக் காதற்கதைகளை, அவற்றில் பொதிந்துள்ள உணர்வுகளை நீதான் கண்டுபிடிக்க வேண்டும், இதன்மூலம் வரலாற்றின்மேல் உன்னால் புது ஒளி பாய்ச்சமுடியும். அப்போதுதான் மனித இனத்தின் யாரும் எதிர்பாராததொரு அழகிய பக்கத்தை இன்றைய சீன இளைஞர்களும் உலகமும் காண முடியும்." என்ற டோபி எப்போதும்போல் என்னைத் தூண்டும்படி பேசிக்கொண்டே போனார், "சீனா பொருளாதாரத்தில் அடைந்திருக்கும் உயர்வு குறித்தும், அதன் அரசியலிலுள்ள கடுமையான உண்மைகள் குறித்தும் மட்டுமல்லாது சீனாவின் உணர்வுப்பூர்வமான பக்கத்தையும் உலகம் அறிந்துகொள்வது அவசியமாகிறது. உன் தாயின் தலைமுறையைச் சேர்ந்தவர்கள் மறைந்துபோவதற்கும் முன்னர் நீ அவர்களின் கதைகளை பதிவு செய்துவிட வேண்டும்." என்றார்.

2012இல் 'வானை வாங்கித்தாருங்கள்' நூலை எழுதிமுடித்ததுமே, இந்த நூலை மிகுந்த உற்சாகத்துடன் துவங்கினேன். இந்நூலுக்கானப் பயணத்திற்காய் நான் அந்தப் புதிர் நிறைந்த குகையின் ஆழங்களுக்குள் செல்லப்போகிறேன் என்பதும், என்னிடமோ என் சகோதரரிடமோ கூடக் கூறாத ஒரு வாழ்க்கையை என் தாய் வாழ்ந்திருக்கிறார் எனும் உண்மையையும் அறிந்துகொள்ளப் போகிறேன் என்பதும் அப்போது எனக்குத் தெரிந்திருக்கவில்லை. என்னிடம் பேட்டி அளித்தவர்கள் கூறிய கதைகளைக் கேட்டதும் ஏற்படும் அதிர்ச்சியில் உடனே அதன் உண்மைத்தன்மையை சரிபார்த்துக்கொள்ள என் அம்மாவை அழைத்துப் பேசுவேன், அவரோ மிகச் சர்வசாதாரணமாக பதிலளிப்பார்:

"ஆம், உண்மைதான். அப்படித்தான் எங்களின் இளமைக்காலம் இருந்தது.

இதையெண்ணி வருந்துவதற்கு ஏதுமில்லை. நாங்கள் கொண்ட கொள்கைகளுக்காக எங்கள் குடும்பம், காதலர், குழந்தைகள்,

ஏன் எங்கள் வாழ்வையும் கூட விட்டுத்தரத் தயாராகவே இருந்தோம்.

உங்களுக்குத் தெரியாது என்பதாலேயே அவையெல்லாம் நடந்திடவில்லை என அர்த்தமாகாது. எங்கள் காலங்களிலெல்லாம், ஆணும்பெண்ணும் தங்களின் புரட்சிகர எண்ணங்களின் பொருத்தத்தை அடிப்படையாகக் கொண்டே திருமணம் செய்துகொண்டனரே தவிர காதலுக்காகவோ நேசத்துக்காகவோ மணமுடித்துக் கொள்ளவில்லை.

பாலியல், உணர்ச்சிகள், காதல் குறித்த எங்களது புரிதல்களெல்லாம் உங்களிடமிருந்தும், இன்றைய இளைஞர்களிடமிருந்தும் வெகுவாய் மாறுபட்டிருந்தன. எங்கள் தலைமுறையைச் சேர்ந்த காதற்ஜோடிகள் பலரும் காதலைப் பேச மட்டுமே செய்தனரே தவிர அதை அனுபவித்ததோ அது தொடர்பாய் எச்செயலையும் மேற்கொண்டதோ இல்லை" என்றார்.

என் தாயின் வார்த்தைகளைக் கேட்டு நான் மீண்டுமொருமுறை வாயடைத்துப்போனேன்.

முன்னூற்றுக்கும் மேற்பட்ட சீனப்பெண்களிடம் நான் கண்ட பேட்டிகளையெல்லாம் அடிப்படையாகக் கொண்டே எனது முந்தைய ஏழு புத்தகங்களையும் எழுதியிருந்தேன் எனும்போதும் பாலியல், உணர்ச்சிகள் மற்றும் காதலுக்கு இடையேயான வேறுபாடுகள் குறித்த புரிதல்கள் சீனப்பெண்களிடையே எப்படி காலந்தோறும் மாறிவந்துள்ளது என்பதை இப்புத்தகத்தை எழுதும்போதுதான் அறிந்துகொண்டேன். வெறும் இரு தலைமுறைகளின் கால இடைவெளிக்குள், அதுநாள்வரை உருவாகியிருந்த கலாச்சாரப்புரிதல் மொத்தமும் எப்படித் தலைகீழாக மாறிப்போனது? போர்களாலும் அரசியல் மாற்றங்களாலும் கடந்த நூற்றாண்டு முழுவதும் சீனா பெரும் கொந்தளிப்புகளுக்கு ஆளாகியிருந்தபோதும், இப்போதும் எங்கள் கலாச்சாரம், வேர்கள் மற்றும் மூதாதையர்கள் உறவுவழியென எதுவுமே மாற்றமடையவில்லை. ஆனால், பாலியல், உணர்ச்சிகள், காதல் குறித்த ஒட்டுமொத்தக் கலாச்சாரச்சார் விழிப்புணர்வையும் இத்தனைக் குறுகிய காலத்தில் எப்படி மாற்றியமைத்திருக்க முடியும்?

இவை தொடர்பான எனது சந்தேகங்கள், ஆர்வங்கள் மற்றும் ஆழ்ந்த அக்கறையையும் என்னோடே சுமந்துகொண்டு பீஜிங்கிற்கு 2013இல் வந்து சேர்ந்ததும் இந்தப் புத்தகத்தை எழுதத் துவங்கினேன். நான்கு வருடக் கடின உழைப்பிற்குப் பிறகு, ஒரே சீனக் குடும்பத்தைச் சேர்ந்த நான்கு தலைமுறையினரின் கதைகளையும் சேகரித்திருந்தேன். இந்தப் புத்தகத்தை எழுதத் துவங்கியதும் என் தாயோடு மேலும் நெருக்கமானதைப் போல் உணர்ந்தேன். ஆற்றின் இந்தக்கரையில் தான் நின்றுகொண்டிருக்கிறேன் எனும்போதும், என் தாயின் வாழ்வைப்பற்றிய ஒரு நிழற்படத்தை முன்னெப்போதையும் விட மிகத்தெளிவாக என்னால் இப்போது காணமுடிந்தது. என் தாய்க்கு அரசியல் நம்பிக்கைகள் கொடுத்திருந்த வாக்குறுதிகள் அவரைக் கைவிட்டிருந்தன, உண்மையான காதலைப்பற்றியோ அவர் அறிந்திருக்கவேயில்லை.

சீனாவிற்கான அந்தப் பயணத்திற்குப் பின்னர், நாங்கள் நடை பயிலும் பாதையோரம் துளிர்த்து நிற்கும் மரங்களிடையே மேலும் மேலும் பல இளம் பறவைகள் துள்ளிக்குதித்து மகிழ்வதை இப்போதும் நாங்கள் காணவே செய்கிறோம்.

சின்ரன், மே மாதம் 2018, லண்டன்.

RUSSIA
MONGOLIA
KAZAKHSTAN
KYRGYZSTAN
XINJIANG
INNER MONGOLIA
GANSU
QINGHAI
TIBET
NEPAL
BHUTAN
BANGLA-DESH
INDIA
MYANMAR
THAILAND
LAOS
VIETNAM
YUNNAN
SICHUAN
Chengdu
GUIZHOU
GUANGXI
HAINAN
HUNAN
GUANGDONG
Guangzhou
South China Sea
JIANGXI
FUJIAN
ZHEJIANG
HUBEI
HENAN
SHAANXI
NINGXIA
SHANXI
HEBEI
Beijing
Chengde
Tianjin
SHANDONG
Liaocheng
Qingdao
ANHUI
Nanjing
JIANGSU
Shanghai
LIAONING
JILIN
HEILONGJIANG
NORTH KOREA
SOUTH KOREA
Yellow Sea
Sea of Japan
JAPAN
East China Sea
TAIWAN
PHILIPPINES

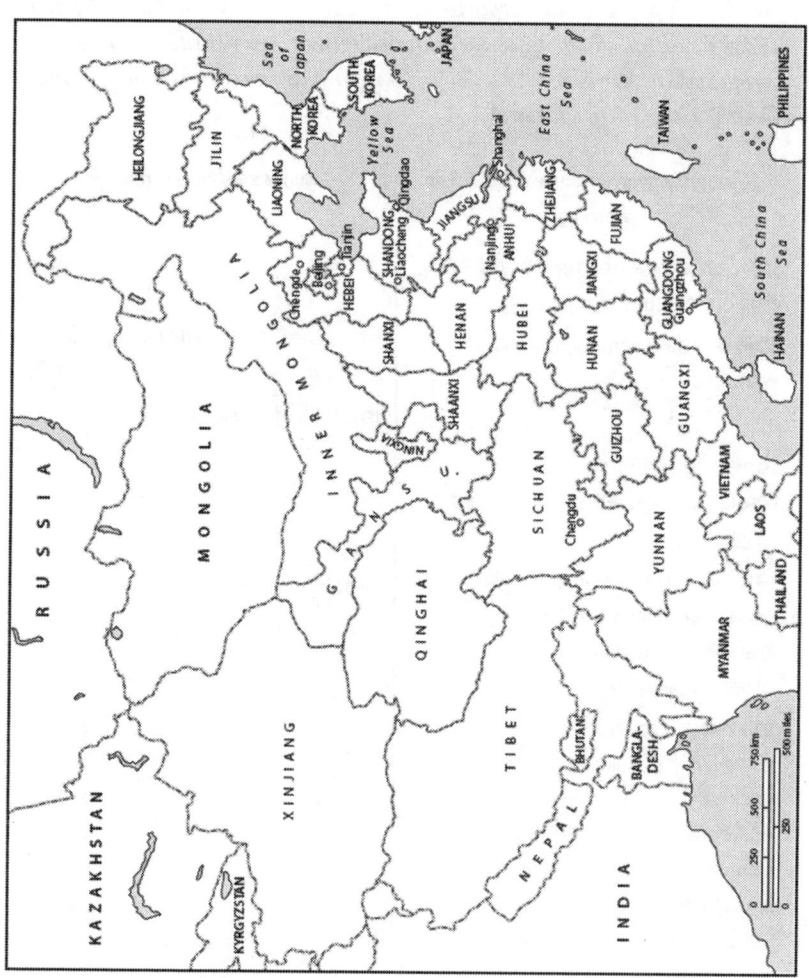

முக்கியத் தேதிகள்

(வரலாற்று நிகழ்வுகளுக்கான மூலாதாரங்களின் நம்பகத்தன்மை கேள்விக்குரியவை எனும்போதும், 'என்சைக்ளோபீடியா பிரித்தானிகா'வின் இணையப்பதிப்பான www.britannica.com ஐ அடிப்படையாகக் கொண்டு கீழ்வரும் வருடங்கள் இங்கு கொடுக்கப்பட்டுள்ளன.)

இருபதாம் நூற்றாண்டில் சீனாவின் வரலாறு	ஹான் குடும்ப வரலாறு
1911/12: சிங் சாம்ராஜ்யம் வீழ்ச்சி, சீனக் குடியரசுத் தோற்றம்.	
1916 – 28: போர்ப்பிரபுக்கள் சகாப்தம்	1919: செந்நிறத்தாளின் பெற்றோர் திருமணம்.
	1920: செந்நிறத்தாள் பிறப்பு.
1928: குவோமிண்டாங் (KMT – சீன தேசியவாதக்கட்சி) ஆட்சியதிகாரம் பெறுதல்.	
1927–37: தேசியவாதக்கட்சிக்கும் சீனக் கம்யூனிசக் கட்சிக்கும் இடையே முதல்நிலை உள்நாட்டுப் போர்த் துவக்கம்.	1930: ஆரஞ்சாள் பிறப்பு
	1932: பச்சையாள் பிறப்பு
1937–45: இரண்டாம் உலகப்போரின்போதும் அதற்கு முன்னரும் சீனா மீது ஜப்பான் ஆக்கிரமிப்பு, இரண்டாம் சீன–ஜப்பானியப் போர் என இது அழைக்கப்பட்டது.	
1945–49: தேசியவாதக்கட்சிக்கும் சீனக் கம்யூனிசக் கட்சிக்குமிடையே இரண்டாம் நிலை உள்நாட்டுப்போர்.	
1949: மக்கட் சீனக்குடியரசின் தோற்றத்தை மாவோ சேதுங் அறிவித்தல்.	1949: பாவோகாங்– செந்நிறத்தாள் திருமணம்.

இருபதாம் நூற்றாண்டில் சீனாவின் வரலாறு

1958 – 60: பெரும் முற்போக்குப் பாய்ச்சல்

1966 – 76: கலாச்சாரப் புரட்சி

1972: அமெரிக்க–சீன உறவுகளை மீண்டும் புதுப்பிக்க அமெரிக்க ஜனாதிபதி ரிச்சர்ட் நிக்சன் பீஜிங் வருகை.

1976: தலைவர் மாவோ இறப்பு.

1978: புதுத்தலைவர் டெங் சியாவோபிங் 'சீர்திருத்தம் மற்றும் வெளிநாட்டுத்திறப்புக் கொள்கைகளை' நடைமுறைப்படுத்துதல்.

1989: தியானன்மென் சதுக்கச் சம்பவம்.

1997: பிரிட்டிஷாரின் 156 ஆண்டுகால ஆட்சிக்குப் பிறகு ஹாங்காங் சீனாவிற்குத் திருப்பியளிப்பு.

ஹான் குடும்ப வரலாறு

1951: ஆரஞ்சாள் – திரு.பான் திருமணம்.

1952: ஆரஞ்சாளின் மகள் காங்மெய் பிறப்பு.

1953: பச்சையாள் – மொாங் தாபூ திருமணம்.

1958: பச்சையாளின் மகள் நாரையாள் பிறப்பு.

1978 : காங்மெய் திருமணம்.

1980: காங்மெயின் மகள் வூகென் பிறப்பு.

1984: பச்சையாளின் பெயர்த்தி யோயோ பிறப்பு.

1987: நாரையாள் – தாங் ஹாய் திருமணம்

1988 : நாரையாளின் மகள் லிலீ பிறப்பு.

ஹான் குடும்ப மரம்

(1919இல் திருமணம்)
ஹான் ஜுன்பே
(தந்தையார்)
ஹுவாங் ஷியுன்
(தாயார்)
செந்நிறத்தாள்
(மகள்)
பி.1920
மஞ்சள் ஆரஞ்சாள்
(மகள்)
பி.1921
இ.1927
பசும் தேன்நாரந்தையாள்
(மகள்)
பி.1921
இ.1927
மயில்நீலன்
(மகன்)
பி.1923
நீலி
(மகள்)
பி.1925
இ.1953
ஊதாவண்ணன்
(மகன்)
பி.1927
ஆரஞ்சாள்
(மகள்)
பி.1930
பச்சையாள்
(மகள்)
பி.1932
வானவில்லாள்
(மகள்)
பி.1935
வேங்கையன்
(மகன்)
பி.1954
ஓநாயன்
(மகன்)
பி.1955
நாரையாள்
(மகள்)
பி.1958
குரங்கன்
(மகன்)
பி.1961
வாத்தி
(மகள்)
பி.1963
காங்மெய்
(மகள்)
பி.1955
இரு மகன்கள்
பி.1952
மற்றும் 1954
மொங்ஜுன்
(மகன்)
பி.1976
மொங்பின்
(மகள்)
பி.1978
லிலீ
(மகள்)
பி.1988
யோயோ
(மகள்)
பி.1984
ஆகென்
(மகள்)
பி.1980

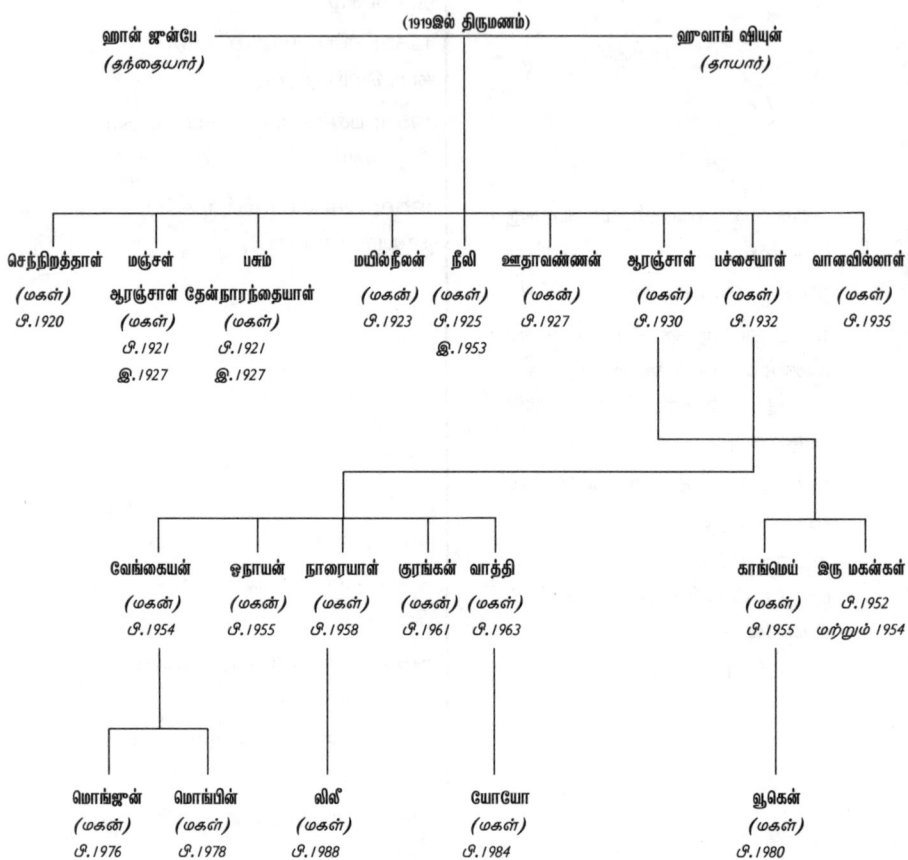

அறிமுகம்

இந்தக் கதை, ஒரே குடும்பத்தைச் சேர்ந்த நான்கு தலைமுறைப் பெண்களின் காதற்வாழ்வுகளைக் கூறுகிறது. ஆறு பெண்களின் வாழ்வும் அவர்களின் சொந்தக் குரல்களின் வாயிலாகவே பதியப்பட்டுள்ளன, அரசியல், சமுதாயம் மற்றும் கலாச்சாரத்தில் நிகழ்ந்த மாற்றங்களெல்லாம் அப்பெண்களின் வாழ்வை எப்படியெல்லாம் கட்டமைத்தன, தொடர்ந்து எவ்வாறெல்லாம் அவர்களின் வாழ்வின் மீது தாக்கங்களைச் செய்விக்கின்றன என்பது குறித்தும் இக்கதையில் விவரிக்கப்பட்டுள்ளது.

இக்கதைகள் அனைத்துமே உண்மையானவை, சம்பந்தப்பட்டவர்களின் பாதுகாப்பைக் கருத்தில்கொண்டு அவர்களின் குடும்பப்பெயர்கள் மட்டும் மாற்றம் செய்யப்பட்டுள்ளன.

பகுதி – 1

போர்களாலும் அரசியல் இயக்கங்களாலும் சிதைந்த காதல்

முதல் சகோதரி

红

செந்நிறத்தாள்

.பிறப்பு – 1920.

2010இல் *"சீன சாட்சி"* எனும் என் புத்தகம் வெளியாகியதுமே குடும்ப நண்பர் ஒருவரிடமிருந்து எதிர்பாராத அழைப்பொன்று வந்தது.

"சின்ரன்! உனது புது புத்தகத்தை இப்போதுதான் படிக்கத் துவங்கினேன், உன்னிடம் நான் ஒன்றைக் கூற வேண்டியுள்ளது....

"கடந்த ஒரு வருடமாகவே நான் முதியப் பணியாளர்களையும் அவர்களின் குடும்பங்களையும் பராமரிக்கும் ஓய்வு இல்லமொன்றில்தான் பணியாற்றி வருகிறேன். சமீபத்தில், நான் பராமரித்து வந்த முதிய அதிகாரிகளில் ஒருவர் மிகக் கடுமையாக நோய்வாய்பட்டார். தனது ஆயுள் முடியப்போவதை உணர்ந்துகொண்ட அவர், தனது இறுதி விருப்பங்களாக இரண்டு விஷயங்களைத் தெரிவித்தார். அவருடைய வீட்டிற்கு நாங்கள் செல்ல வேண்டுமென்பது ஒரு விருப்பம்; அவருடைய மனைவியிடம் எளிய வேண்டுகோள் ஒன்றை நாங்கள் முன்வைக்க வேண்டும் என்பது மற்றொரு விருப்பமாகும்.

எனவே, அவர் இறந்ததும், அவருடைய விதவை மனைவியை சந்திக்க நானும் எனது சக ஊழியர் ஒருவரும் அத்தம்பதியினர் வாழ்ந்த வீட்டிற்குச் சென்றோம். கடந்த பத்து வருடங்களுக்கும் மேலாகத் தான் இந்த ஓய்வு இல்லத்தில் பணியாற்றியிருந்த போதும், அந்த முதிய தம்பதியினரின் வீட்டிற்குள் நுழைய தான் அனுமதிக்கப்படவே இல்லை என எனது சக ஊழியர் வழியெங்கும் குறைபட்டுக்கொண்டே வந்தார்.

ஆனால், எவருமே இதுவரை அவர்களின் வீட்டிற்கு அழைக்கப்பட்டதில்லை என்பதுதான் உண்மை. அம்முதியவர்களுக்கான கடிதங்களையும், சீன புதுவருடப் பிறப்பிற்கான அன்பளிப்புகளையும் வழங்க வந்தவர்கள் கூட அவற்றை வீட்டின் வாசலிலேயே வைத்துச் செல்லவே நேரிட்டது. இருவரில் எவரேனுமொருவருக்கு மருத்துவ

உதவி தேவைப்பட்டாலுமே கூட, மருத்துவச்சேவையளிக்கும் வாகனத்தின் வருகைக்காய் வீட்டின் வெளியேதான் அத்தம்பதியினர் காத்திருப்பர். அவர்களுக்காய் பணியாற்றிய குழுவினரின் இளம் உறுப்பினர்கள் அப்போது அவர்களைப் பற்றி ரகசியமாகப் கிசுகிசுத்துக் கொள்வார்கள்.

பல வருடங்களுக்குப் பின்னர் அவ்வீட்டினுள் நுழையும் முதல் விருந்தினர்கள் நாங்கள்தான் என்பதை அறிந்துகொண்டோம். அம்முதிய பெண்மணியைத் தவிர அந்த வீட்டினுள் வேறெதுவுமே இல்லை. அங்கு நீண்ட நேரம் இருக்கவும் நாங்கள் விரும்பவில்லை, எனவே சிலநிமிட சம்பிரதாய உரையாடலுக்குப் பிறகு அங்கிருந்து கிளம்ப ஆயத்தமானோம். வெளியேறும் முன், அந்த முதியப் பெண்மணி என் கைகளுக்குள் இளஞ்சிவப்பு வர்ணக் கடிதயுறையொன்றை ரகசியமாகத் திணித்தபடியே தன் கணவரின் இறுதி விருப்பத்தை தெரிவித்தமைக்காய் எங்களுக்கு நன்றி கூறினார். “அவருடைய மற்றொரு விருப்பம் இதில் எழுதப்பட்டுள்ளது” என அமைதியாகக் கூறினார். கடிதவுறை சீல் வைக்கப்பட்டிருந்தது.

நாங்கள் திரும்பிவரும் வழி முழுவதும் அந்த உறைக்குள் என்னவிருக்கிறது என்பது குறித்தே என் சக ஊழியர் பேசியபடி வந்தார். ஆனால் அந்த உறையின் மீது மிக அழகிய கையெழுத்தில்,

‘வசந்தம் பிறக்கும்வரை, மலர்கள் முகிழ்ந்திடாது.
உன்னை இக்கடிதம் அடையும்வரை, இதை நீ திறக்கக் கூடாது.’

என எழுதப்பட்டிருந்தது.

அன்றைய மாலை வீட்டை அடைந்த பிறகுதான் கடிதத்தைப் படிக்க எனக்குத் தனிமை கிட்டியது. கடிதவுறையின் உள்ளே ஒற்றைக் காகிதம் மட்டுமே இருந்தது, பொன்னும் சிவப்பும் கலந்த ரோஜா வடிவங்களால் தாள் மிக அழகாக அலங்கரிக்கப்பட்டிருந்தது. அதில் ஒரே ஒரு வரிதான் எழுதப்பட்டிருந்தது: ”என் கன்னித்தன்மையைச் சோதனை செய்ய தயவுசெய்து ஏற்பாடு செய்யுங்கள்” எனவெழுதப்பட்டு அதன்கீழே “ஹான் ஆன்ஹாங்” எனக் கையொப்பம் இடப்பட்டிருந்தது.

கன்னித்தன்மைச் சோதனையா? கடிதத்தின் செய்தியை நான் தவறுதலாகப் புரிந்துகொண்டேனோ என எண்ணினேன், எனவே

உள்ளூர்த் தொலைபேசி எண்கள் கொண்ட புத்தகத்தில் இருந்து அம்முதியப் பெண்மணியின் எண்ணை தேடியெடுத்து அவரை அழைத்தேன். மறுமுனையில் அவருடைய குரல் பிடிவாதமாய் ஒலித்தது: “ஆம், அதுதான் என் கணவரின் இறுதி விருப்பமாக இருந்தது.”

“அந்தச் சோதனையை மேற்கொள்ள உங்களுக்கு விருப்பமா?” எனக் கேட்டேன், ஏனெனில் அனைத்திற்கும் மேலாக அது அவருடைய உடல், அவருடைய கணவனுடையது அல்ல.

“ஆம், எனக்கும் அதில் விருப்பம்தான். நாங்கள் இருவருமே ஒரு முடிவை எட்டிவிட வேண்டும் என விரும்புகிறேன். தயவுசெய்து இதற்குத் தேவையான ஏற்பாடுகளை செய்துவிடுங்கள், பிறகு நாம் மீண்டும் பேசலாம். நன்றி, இனிய இரவு.” எனக்கூறிவிட்டுத் தொலைபேசி இணைப்பைத் துண்டித்துவிட்டார்.

வெகு விரைவிலேயே, அந்த முதியவளின் கணவரது விருப்பத்திற்கிணங்கி, அப்பெண்ணிற்குப் 'பெண் பாலுறுப்பியல் சோதனை' செய்ய மக்கள் விடுதலைப்படையின் பொது மருத்துவமனைக்கு அழைத்துச் சென்றேன். தேர்வின் முடிவைப் படித்ததும், என் கண்களை என்னாலேயே நம்ப முடியவில்லை.

'அந்தப் பெண் தன் கணவருடன் உடலுறவே கொண்டிருந்திருக்கவில்லை.”

'சின்ரன், அந்த முதிய தம்பதியினருக்கு குழந்தைகள் இல்லை என்பதை நாங்கள் அறிவோம் ஆனால் அறுபத்தோரு வருட திருமண வாழ்க்கையில் அவர்கள் ஏன் உடலுறவே கொள்ளவில்லை என்பதைத்தான் என்னால் புரிந்துகொள்ளவே முடியவில்லை. அவரைப் பேட்டி காண நீ ஒப்புக்கொள்கிறாயா? அவரை உனக்கு அறிமுகப்படுத்த நான் உதவி செய்வேன். மற்றவர்களுடன் அம்முதிய தம்பதிகள் ஓரளவு வினோதமாகவே பழகி வந்தனர் என்பதையும் நீ அறிந்துகொள்ள வேண்டும்; சமூக நிகழ்வுகள் எதிலும் அவர்கள் கலந்துகொண்டதுமில்லை, அக்கம்பக்கத்தினருடன் பேசியதுமில்லை எனும்போது அவர்களுடைய வீட்டிற்கு எவரையும் அழைத்திருக்கவும் மாட்டார்கள்தான். எனவே இதற்கு அம்முதியப் பெண்மணி ஒப்புக்கொள்வாரா மாட்டாரா எனக் கூறுவது கஷ்டம்தான்.”

1989இல் வானொலி உரையாடல் நிகழ்ச்சியாளராக நான் பணியாற்றத் துவங்கியதில் இருந்து, முன்னூறு சீனப் பெண்களுக்கும் மேலாகப் பேட்டி கண்டுள்ளேன், அதன் மூலம் அவர்களுடைய வாழ்வும் காதலும் வெளிப்புறச் சக்திகளால் எந்தெந்த வழிகளில் வரையறுக்கப்பட்டிருந்தன என்பதைக் கண்டறிந்து கொண்டேன். அந்தப் பெண்களின் வயதுக்கேற்றவாறு இப்புறச் சக்திகள் எப்படியெல்லாம் மாற்றம் கொண்டன என்பதை அறிந்துகொள்ள எனக்கு நீண்ட நேரம் பிடிக்கவில்லை – எனது பாட்டியின் தலைமுறையைச் சேர்ந்த பெண்களில் பெரும்பான்மையானோர் தங்கள் பெற்றோர்களால் நிச்சயிக்கப்பட்டத் திருமணங்களுக்குள் கட்டாயமாகப் பிடித்துத் தள்ளப்பட்டனர், எனது பெற்றோரின் தலைமுறையைச் சேர்ந்த பெண்களின் காதல் வாழ்க்கையோ அரசியல் களேபரங்களால் தீர்மானிக்கப்பட்டிருந்தன. என்னுடைய தலைமுறையை சேர்ந்த பெண்களைப் பொறுத்தவரை, மணமகன் தேடும் படலத்தில் பணம் தான் முக்கியப் பங்காற்றியது.

அவர்களின் பலரது கதைகளும் சோகத்திலேயே முடிந்தது – கிராமப்புறங்களைச் சேர்ந்த பெண்கள் தமது குடும்பங்களைக் காப்பதற்காகத் தம் உயிரையே கூட மாய்த்துக் கொண்ட கதைகளை கேள்விபட்டுள்ளேன், ஆனால் தற்போது என்னிடம் பகிரப்பட்ட இப்பெண்ணின் கதைபோல் ஒன்றை நான் இதுவரை கேள்விபட்டதேயில்லை. புதிர்நிறைந்த அம்முதிய பெண்மணியுடன் எனது சந்திப்பை உடனடியாக ஏற்பாடு செய்யுமாறு என் தோழியிடம் கேட்டுக்கொண்டேன்.

சீனாவிற்கு நான் திரும்பிய நாள்முதலாகவே எங்கள் சந்திப்பை திட்டமிடத் துவங்கிவிட்டேன்.

எங்களின் ஆரம்பக்கட்டத் தொடர்பு அத்தனைச் சுமுகமாக இருக்கவில்லை. எனது முதல் தொலைபேசி அழைப்பின்போது, என்னுடன் உரையாடலைத் தொடரவும்கூட அம்முதிய

பெண்மணி மிக நாசூக்கான குரலில் மறுத்துவிட்டபடியால், அவ்வுரையாடல் இரு நிமிடங்கள் கூட நீடிக்கவில்லை. எனவே அவருடைய இல்லத்திற்கு எங்களை அழைப்பார் எனவெல்லாம் எதிர்பார்க்கவே முடியாது.

எனது *சீன சாட்சி* புத்தகத்தில், நவீன சீனாவின் முதல் இரு தலைமுறைகளின் வாழ்வைப் பற்றி நான் ஆராய்ந்திருந்தேன் – அதன்மூலம், 1950க்கு முன்னர் பிறந்திருந்த மக்களில் பெரும்பான்மையானோர் அச்சமயம் தம்மைச் சுற்றி இயங்கிய உலகத்தில் செயலாற்றாத வெற்றுப் பார்வையாளர்களாக, அமைதியாக இருந்ததை அறிந்துகொண்டேன். நாட்டின் மிகக் கொந்தளிப்பான காலகட்டங்களில் அவர்கள் வாழ்ந்ததால்தான் அவர்கள் அவ்வாறு இருந்தனர் என்பது மட்டுமன்றி, பண்டைய சீன சட்ட வழக்கங்களின் எச்சங்களாகவும் அவர்களின் அந்நிலைப்பாடு இருந்தது.

குற்றவாளியுடன் தொடர்பில் இருந்தவர்களும் குற்றவாளிகளே எனும் கருத்து பண்டைய சீனச் சட்டத்தின் மிக முக்கிய அம்சமாக இருந்தது. இதனால் குற்றவாளிகள் மட்டுமல்லாது குற்றவாளிகளின் உறவினர்களும் குற்றவாளியுடன் நெருங்கிய தொடர்புடையவர்களும் கூடக் குற்றத்திற்குப் பொறுப்பேற்றுக்கொள்ள நேர்ந்தது, எனவே குற்றச்செயலில் தாங்களும் பழி சுமக்க நேருமெனப் பலரும் வாய்திறந்து பேசவும் அஞ்சினர், விளைவாக தனிப்பட்டக் குழுக்கள் மற்றும் குடும்பங்களின் இடையே மிகத் தீவிரமான விசுவாசவுணர்வு எழுந்ததுடன், "குல மரபுணர்வு"வும் உருவாகியிருந்தது. இம்மனநிலை சீனக் கலாச்சாரத்தினுள் வேரூன்றி இருந்ததால், தாம் சந்திக்க நேரிடும் எதிர்விளைவுகளை எண்ணியஞ்சி இயல்பாகவே ஒருவித எச்சரிக்கையுணர்வுடன் அம்மக்கள் இருந்தனர், உறுதிமிக்க செயல்களைப் புரியத் தயங்கினர், இவ்வாறாக சீன மக்களின் நடத்தைகளில் இது மிக ஆழமான, நீண்டகாலத் தாக்கத்தை ஏற்படுத்தியிருந்தது.

சிங் சாம்ராஜ்ஜியத்தின் வீழ்ச்சி, போர்ப்பிரபுக்கள் சகாப்தத்தின் சீர்குலைவு, சீன – ஜப்பானியப் போர், உள்நாட்டுப்போர், கம்யூனிசப் புரட்சி என இருபதாம் நூற்றாண்டில் சீனாவில் நிகழ்ந்த மிகப்பெரும் சமூக, அரசியல் கிளர்ச்சிகளையெல்லாம் இந்த 'குல மரபுணர்வு" தாக்குப்பிடித்து நின்றது, விவரிக்கவே முடியாதளவு குழப்பங்கள் நிலவிய இக்காலகட்டங்களில்

சீனர்கள் தங்களைத் தாங்களே ஒரு தனிநபராகக் கருதிக்கொள்ளக்கூடிய ‘விழிப்புணர்வை’ பயின்றுகொள்ளவோ அல்லது தம் உணர்வுகள் குறித்து வெளிப்படையாகப் பேசக் கூடிய வாய்ப்பையோ சீனா அவர்களுக்கு வழங்கவேயில்லை.

பொருளாதாரச் சீர்திருத்தத் திட்டமான ‘சீர்திருத்தம் மற்றும் வெளிநாட்டுத் திறப்புக் கொள்கைத்திட்டம்’ 1980களில் சீனாவில் அமலாகத் துவங்கிய பிறகுதான் அடைக்கப்பட்டிருந்த சில கதவுகள் மெல்ல மெல்ல திறந்துகொள்வதை இம்மக்கள் உணரத்துவங்கினர் – இக்கதவுகள் சீனாவையும் வெளியுலகையும் மட்டுமின்றி, சீனாவின் கடந்த காலத்தையும் நிகழ்காலத்தையும், தனி நபர்களையும் அரசாங்கத்தையும், ஒரே குடும்பத்தின் குடும்ப உறுப்பினர்களையுமே கூடப் பிரித்து வைத்திருந்தன.

இதனாலெல்லாம் சீனர்களும் மற்றவர்களைப் போலவே சிந்திக்கவும் செயல்படவும் துவங்கிவிட்டனர் எனப் பொருளாகிவிடாது. எச்சரிப்பும் கட்டுப்பாடுகளும் சீன மக்களின் மன வெளிப்பாடுகளை மிக நீண்ட காலமாகவே ஆட்சிபுரிந்து வந்திருந்ததால், இக்குறுகிய நாற்பது வருடக் காலத்திற்குள் ஆக்கப்பூர்வமான மாறுதல் எதுவும் நிகழமுடியாது, மேலும், அறியாமையாலும் அச்சுறுத்தல்களாலும் சீனாவில் பேச்சுரிமை தடைபட்டே உள்ளது.

கடந்த சில தலைமுறைகளாக சீன மக்கள் அனுபவித்திருந்த பேரதிர்ச்சிகள் யாவும் அவர்களின் நினைவுக் கூண்டுகளுக்குள் சிறைபட்டுக் கிடக்கின்றன. உயிர்சாட்சியாக இருந்து அவர்கள் கண்டவற்றையெல்லாம் வாய்மொழியாகக் கூறவைக்க வேண்டுமெனில், அந்தக் கூண்டுகளைத் திறப்பதற்கான வழியைக் கண்டுபிடிக்க வேண்டும். இது அத்தனை எளிதான செயலல்ல எனும்போதும், முப்பதுவருடக் காலமாகத் தொடர்ந்து பேட்டிகள் கண்டு, கேட்டு, படித்து, அறிந்து கொண்டதன் விளைவாக எனதிந்த முடிவில் நான் உறுதியாகவே நின்றேன். சீன வரலாற்றின் முழு ஆயுட்காலத்தையும் அவர்களால் பதிவு செய்ய முடியுமெனில், நான் ஏன் மேலும் சில நாட்களோ, மாதங்களோ அல்லது வருடங்களோ கூட அதற்காகக் காத்திருக்கக் கூடாது?

தொலைபேசி வழியாக நான் பலமுறை மன்றாடிய பிறகே, அம்முதியவள் கொஞ்சமே கொஞ்சம் அசைந்து கொடுத்தார், “இதுகுறித்து நான் யோசிக்கிறேன், சரிதானே?” என்றார்.

"நிச்சயமாக. வருடத்திற்கு இருமுறை நான் சீனாவிற்கு வருவேன், உங்களுடனான இச்சந்திப்பிற்காக அடுத்த எனது சீனவருகை வரையோ அல்லது அதற்கு அடுத்த முறையோ அல்லது அதற்கும் அடுத்த முறை வரையோ கூடக் காத்திருப்பதில் எனக்கு மகிழ்ச்சிதான். இதுபோன்ற கதைகளை நான் சேகரிப்பதே நமது இளைய தலைமுறையினருக்காகத்தான், ஏனெனில் இதன்மூலம் தமது முன்னோர்களின் வாழ்வையும், நவீன சீனாவின் வரலாற்றையும் அவர்கள் அறிந்துகொள்ள முடியும். கடந்த நூறு ஆண்டுகளில் பெருங்குழப்பங்களும் கிளர்ச்சிகளும் நமது நாட்டில் நடைபெற்றிருக்கும் நிலையில், அவைகுறித்த வரலாற்றுப் பதிவுகளோ மிகச் சொற்பமே உள்ளன. அப்படியே இருந்தாலும் கூட, அவை அரசால் திரித்துக்கூறப்பட்டவையாகவே உள்ளன. ஒவ்வொருவருக்கும் தமது இனத்தின், தமது நாட்டின் பாரம்பரியத்தில் பங்குண்டு. நம் வரலாறு குறித்த வண்ணமயமான, முழுமையான, 360 டிகிரி கோணப்பார்வையை நாம் இளையவர்களுக்காக விட்டுச்செல்ல வேண்டியதும் அவசியமாகிறது." என்றேன்.

நான் பேசி முடித்ததும், அம்முதிய பெண்மணி, "அத்தனைக் கனமான கதவைத் திறப்பதற்கு பெரும் வலிமை வேண்டும்" என மென்மையாகக் கூறினார்.

எந்த வலிமையை அவர் குறிப்பிடுகிறார் என்பதை உடனடியாகப் புரிந்துகொண்டேன். மூத்த சீனர்களின் அன்றாட வாழ்வின் ஒரு பகுதியாக மாறிவிட்டிருந்த துணிவு அது, ஒவ்வொரு நாளும் அவர்களின் மனதையும், ஒவ்வொரு இரவும் அவர்களின் கனவுகளையும் நிரப்பிக் கொண்டிருக்கும் எண்ணம் அது, தன்னையும் வரலாற்றில் தன் இடத்தையும் எதிர்கொள்வதற்கான துணிவு அது.

மறுநாள் காலை, பதினொன்றரை மணியளவில், முதியவளிடமிருந்து எனக்கொரு தொலைபேசியழைப்பு வந்தது. அன்றைய தினமே, பிற்பகல் இரண்டு மணியளவில் அவருடைய இல்லத்தின் அருகேயிருந்த பேரங்காடியின் மேல்மாடியிலிருந்த தேநீர் விடுதியொன்றில் நாங்கள் சந்திக்க ஏற்பாடு செய்திருந்தார்.

பல வருடங்களாக இத்தகைய உரையாடல்களில் நான் ஈடுபட்டிருந்ததால், எனக்கென சில அடிப்படை விதிகளை உருவாக்கி வைத்திருந்தேன். முதலாவதாக, உரையாடல்

நிகழும் சூழலுக்கு என்னை நானே பழக்கப்படுத்திக் கொள்ள வேண்டும். அதற்காய் நான் அந்த இடத்திற்கு முன்கூட்டியே சென்றுவிடுவேன். இரண்டாவதாக, அங்கு என்னென்ன வகையான உணவுகளும் பானங்களும் கிடைக்கின்றன என்பதையும் அறிந்து வைத்துக்கொள்வேன். மூன்றாவதாக, என்னுடன் உரையாடப்போகும் நபரைச் சுற்றி அங்கு நிகழும் எதுவும் அவரைப் பாதித்துவிடாத வண்ணம் அவரை முற்றிலும் அமைதியாக உணரச் செய்யவேண்டும், எனவே மிகத்தனிமையான, மறைவானதொரு மேஜையைத் தேர்வு செய்துகொள்வேன், கிடைக்காவிடில் அவ்விடத்திற்காகக் காத்திருக்கவும் செய்வேன்.

பெரும்பான்மையான மூத்த சீனர்களைப் பொறுத்தவரை, அவர்கள் தங்களைத் தாங்களே ஆசுவாசப்படுத்திக் கொள்ளவும், சுதந்திரமாக வாழவும் வாய்ப்புகளே வழங்கப்பட்டதில்லை, தமது வாழ்நாள் முழுவதும் சுய தியாகத்தையும் அச்சத்தையும் மட்டுமே அவர்கள் அறிந்திருந்தனர். அந்நியர்களின் முன்னிலையில் அளவிற்கதிகமாகவோ அல்லது பகிரங்கமாகவோ தங்களுடைய உணர்வுகளை அவர்கள் வெளிப்படுத்துவதேயில்லை, ஏனெனில் அதன்மூலம் உறுதி, கவுரவம் மற்றும் நேர்மை அற்றவர்களாக தாங்கள் எண்ணப்பட்டுவிடுவோமோ என அவர்கள் அஞ்சினர்.

அன்று எனக்கு அதிர்ஷ்டமான தினமென்றுதான் கூறவேண்டும். நாங்கள் சந்திக்கவிருந்த தேநீர்விடுதிக்கு சென்றடைந்ததுமே, நான் தேர்வு செய்திருந்த மேஜையில் ஏற்கனவே அமர்ந்திருந்த இரு மத்திமவயதுப் பெண்கள் அங்கிருந்து கிளம்பிச் சென்றனர். நான் அங்கு அமர்ந்துகொண்டு, பிலுவோச்சன் தேநீரைக் (biluochun tea - பசுந்தேநீர்) கொண்டுவரச்சொல்லிவிட்டு முதிய பெண்மணியின் வருகைக்காகக் காத்திருக்கத் துவங்கினேன். என்னைச் சுற்றிலும் நடப்பவற்றைக் கண்காணித்து உள்வாங்கிக்கொள்வதன் மூலம் இச்சமூகம் எவ்வாறு செயல்படுகிறது என்பதை என்னால் ஆராயவும் பகுத்தாயவும் முடிகிறது. ஒவ்வொரு இரண்டாண்டுகளுக்கு ஒருமுறை நான் சீனாவிற்கு வருகை தரும்போதும் திகைக்கவைக்கும் அசுரவேகத்தில் நாடும் முன்னேறிவருவதைக் காண்கிறேன், தனது சின்னஞ்சிறு பேரனை விரட்டிக்கொண்டு ஓடும் ஒரு முதியவளைப் போலவே அப்போதெல்லாம் நான் உணர்கிறேன்.

சீனாவின் பெருநகரங்களில் வழக்கமாகக் காணக்கிடைக்கும் பதட்டம்நிறைந்த கூட்டத்தினரைப் போன்றே இங்கேயும் பெருந்திரளான மக்கள் அருகிலிருந்த கடைகளுக்குள் நுழைவதும் வெளியேறுவதுமாக இருந்ததை அமர்ந்த இடத்திலிருந்தே பார்த்துக் கொண்டிருந்தேன்.

ஆயிரம் வாகனங்களை நிறுத்திவைக்கும் கொள்ளளவு கொண்ட கார் நிறுத்தங்கள் பல இடங்களிலும் இருந்தன. இது மிகவும் முக்கியமான விஷயம், இன்றைய சீனாவில் கார் ஓட்டாத நகரத்துமக்கள் கீழ்த்தரமாய் பார்க்கப்படுகின்றனர். வீட்டிலிருந்து அவர்களின் அலுவலகங்கள் அரைகிலோமீட்டர் தொலைவிலேயே அமைந்திருந்தாலும் கூட, தமது 'சமூக அந்தஸ்தையோ' அல்லது 'கௌரவத்தையோ' இழந்துவிடக்கூடாதெனும் அச்சத்தில் அவர்கள் காரிலேயே பயணிக்கின்றனர். ஒரு வீட்டில் மூவர் இருந்தால், மூவரும் மூன்று வெவ்வேறு கார்களில் பயணிக்கின்றனர்.

சீனாவின் இரண்டாம் தலைமுறைப் பணக்காரர்களான 'பியூர்தாய்'களை (fuerdai) வசீகரிக்கும்வகையில், நவீன உலகின் நாகரிகப்போக்குடன் அவர்களை பயணிக்கச்செய்யும் மிக விலையுயர்ந்த வெளிநாட்டுப்பொருட்களை விற்கும் கடைகள் பலவும், இப்பேரங்காடியின் மூன்றாம் முதல் ஐந்தாம் நிலைகளில் அமைந்திருந்தன. அதேசமயம், இதுபோன்றப் பொருட்களை வாங்க விருப்பம் மட்டும் இருந்து அதற்கானப் பொருளாதார வசதியற்ற சாமான்ய மக்களும், சீனாவிற்கு வெளியே உலகவாழ்க்கை எப்படியெல்லாம் இருக்கிறது என்பதை ருசித்துக்கொள்வதற்கான வாய்ப்பையும் இக்கடைகள் அவர்களுக்கு அளிக்கின்றன.

இந்தத் தளங்களையெல்லாம் இணைக்கும் பிரம்மாண்டமான மின் தூக்கிகளெல்லாம், இம்மாபெரும் பேரங்காடிகளுக்கு உயிர்தரும் குருதியான பணத்தையும் மக்களையும் அங்கங்கு கொண்டுசேர்க்கும் இரத்தநாளங்களைப் போலச் செயல்பட்டுவந்தன.

என் முன்னே மக்கள் பதட்டத்துடன் விரைவதைக் கண்டேன். சமூகத்தின் அனைத்துப் படிநிலைகளில் இருந்தும் வந்திருந்த மக்களும் அங்கிருந்தனர், தினசரி வாழ்வில் தமக்குக் கிட்டாத சமத்துவத்தை இந்தக் கூட்டத்தில் அவர்கள் அனுபவித்து மகிழ்ந்தனர். கவர்ச்சியான விளம்பரங்களோடு, 'உலகமயமாதல்'

குறித்து ஊடகங்களால் திரித்துக்கூறப்பட்டவைகளும் சேர்ந்து ஒரு பேரலையைப் போல மக்களைச் சுழற்றியடித்ததோடு, பொருட்களை வாங்கிக்குவிப்பதில் ஒருவித வெறித்தனத்தையும் அவர்களிடையே உண்டாக்கியிருந்தது. இப்பழக்கம், ஜப்பானிய சமையற்பாத்திரங்களோ, குளியலறைப் பொருட்களோ வாங்குவதைப் போன்ற வெகு எளிமையானவற்றில் துவங்கி மேற்குலகின் முக்கிய நகரங்களில் நிலமோ சொத்துக்களோ வாங்குமளவிற்கு முக்கியத்துவம் உடையதாகவும் ஆகியுள்ளது – இரண்டாவதாகக் கூறியுள்ளதை வெளிநாடுகளில் வசிக்கும் சீனர்களிடையே அதிகரித்துவரும் அடையாளச்சிக்கலுடன் நாம் தொடர்புபடுத்திப் பார்க்கவேண்டும்.

நேரம் சென்றதே தெரியாமல் நான் அமர்ந்திருந்தேன், அப்போது கபிலநிற வெல்வெட் மேற்சட்டை அணிந்திருந்த முதிய பெண்மணியொருவர் சட்டென என் கவனத்தைக் கவர்ந்தார். அத்தனை இரைச்சலுக்கும் குழப்பங்களுக்கும் இடையே நிமிர்ந்த நடையும் குட்டையாகக் கத்தரிக்கப்பட்ட வெள்ளிநிற வெண்கேசமுமாய் ஒரு இறைவியைப்போல அவர் தோற்றமளித்தார். எங்களிருவரின் பொதுநண்பர் மின்தூக்கியில் அப்பெண்மணியின் அருகில் நின்றிருந்தார். அப்படியானால், நான் சந்திக்கவிருந்த மதிப்புமிக்க விருந்தினர் இப்பெண்மணியாகத்தான் இருக்கவேண்டும்.

நண்பர் முதலில் என்னை அவருக்கு அறிமுகப்படுத்தினார், பிறகு அப்பெண்மணியிடம் திரும்பி, "சின்ரன், இவர்தான் திருமதி. ஹான் ஆன்ஹாங் – செந்நிறத்தாள்" என என்னிடம் கூறினார்.

என்னால் என் விழிகளை அப்பெண்மணியிடமிருந்து விலக்கவே முடியவில்லை, இவர் வயது தொண்ணூறுக்கும் மேல் என்பது உண்மைதானா என வியந்தேன். ஆனால், நடுங்கும் அவரது கரங்களில், வயோதிகத்தால் உண்டாகும் பழுப்புப்புள்ளிகளைக் கண்டதும் என் கேள்விக்கு விடைகிடைத்தாற்போல் இருந்தது.

நான் அமர்ந்ததும், முதிய பெண்மணி கேட்டுக் கொண்டதற்கிணங்க ஒரு கெண்டி நிறைய *'பூயெர்'(pu'er)* தேநீரும் மூன்று கோப்பைகளும் கொண்டுவரச் சொன்னோம். அப்பெண்மணி, "சின்ரன், நீங்கள் அருந்திக் கொண்டிருப்பது *பிலுவோச்சன்* தேநீர் என எண்ணுகிறேன், சரிதானே? உங்களைப்போன்று கணினியின் முன் நீண்ட நேரம் செலவிடுவோர் இதைப் பருகுவதுதான் உடல்நலத்திற்கு நல்லது.

ஆனால் சீனர்களாகிய நாங்கள், வசந்தகாலத்தில் பூந்தேநீர், கோடைகாலத்தில் பசுந்தேநீர், இலையுதிர் காலத்தில் ஊலோங் தேநீர், குளிர்காலத்தில் கருப்புத்தேநீர் எனப் பருவநிலைகளுக்கு ஏற்றார்போல தேநீர் அருந்துவோம்" என்றார்.

அதன்பிறகு தொடர்ந்த எங்களின் உரையாடல் முழுவதும் அவர்தான் என்னைப் பேட்டி காண்கிறாரோ எனத் தோன்றியது. எனது வேலை குறித்து, சீனச் சமுதாயம் குறித்த என் பார்வைகள் குறித்து, நானெழுதிய புத்தகங்கள் குறித்துக் கேட்டறிந்து கொண்டார். 'சீன சாட்சி'யில் நான் எழுதியிருந்த பெண் படைத்தலைவர் குறித்து அவரிடம் கூறத்துவங்கியதுமே, அவர் விழிகள் மகிழ்வும் வியப்புமாய் பிரகாசித்தன, "நீங்கள் ஃபீபேயை அறிவீர்களா?" எனக் கேட்டார்.

"ஆமாம். படைத்தலைவர் ஃபீபே எங்களின் நீண்டகால குடும்ப நண்பர்" என்றேன். என் வளர்ச்சியை அவர் உடனிருந்து கவனித்தார், பலவகைகளிலும் எனக்கு வழிகாட்டியாகத் திகழ்ந்தார். வாய்மொழி வரலாறுகளை 1990களில் நான் சேகரிக்கத் துவங்கியபோது, படைத்தலைவர் ஃபீபே எனக்குப் பெரும் ஊக்கமளித்தார், தொலைபேசியில் உரையாடுவதை வழக்கமாகக் கொண்டிருந்தோம். "சீன வரலாறு குறித்த பதிவுகள் பலவும் போர்கள் உண்டாக்கிய குழப்பங்களாலும், மனிதர்கள் உண்டாக்கிய அச்சத்தினாலும் அறியாமையாலும் அழிக்கப்பட்டுவிட்டதாக அவர் கூறினார். இத்தகைய தனிநபர் கதைகளையும், வாய்மொழி வரலாறுகளையும் நாம் ஆவணப்படுத்தவில்லையெனில் சீனாவின் எதிர்காலத்திற்கும் கடந்தகாலத்திற்கும் இடையே பெரிய முறிவு ஏற்பட்டுவிடக்கூடும். விளைவாக, கடந்த காலத்தில் நிகழ்ந்த அதே தவறுகளை நம் குழந்தைகள் மீண்டும் செய்ய நேரிடும், நாம் அனுபவித்த துயரங்களுக்கும் கலவரங்களுக்கும் நம் எதிர்கால சந்ததியினரும் பலியாக நேரிடும். ஆகவே –"

"ஆம்! ஆம்!" என்ற முதியவளின் விழிகள் குளமாகின. அவர் மிகவும் உணர்ச்சிவயப்பட்டிருந்தார். "மிகச்சரியாகச் சொன்னீர்கள்! எங்கள் தலைமுறையினர் பலரும் தங்களின் கடந்தகால நினைவுகளை அறவே மறந்துவிடவே முயலுகின்றனர், வேறு சிலரோ அனைத்தையும் மறந்துவிட்டு தங்களுக்கெனப் புத்தம்புது கடந்தகாலமொன்றை உருவாக்கிக்கொள்கின்றனர். ஆனால் தங்களுக்குரிய

வரலாற்றுக்கடமையை அவர்கள் உணரவேயில்லை எனத்தான் கூறுவேன், தங்களின் சொந்த வரலாற்றை எதிர்கொள்ளும் திராணியற்றவர்கள் அவர்கள். தங்கள் குழந்தைகளின் கேள்விகளுக்கு பதிலளிக்கக்கூட தைரியமற்றவர்கள் அவர்கள்," என்றார்.

அவரின் குரலில் தொனித்த உறுதியையும், சமநிலையையும் கண்டு திகைப்பை அடக்கிகொள்ள முடியாத எனது நண்பர் அந்நியரை வெறிப்பதைப் போல அப்பெண்மணியின் முகத்தையே உற்றுப் பார்த்துக்கொண்டிருந்தார். அன்றைய மாலை என்னை தொலைபேசியழைத்த அந்நண்பர், "அப்பெண்மணி வழக்கமாக யாருடனும் பேசவே மாட்டார், நம் கேள்விகளுக்கு முகபாவனைகள் அல்லது சைகைகள் மூலமாகவும், மிக அரிதாக ஒற்றை வரிகளையுமே பதில்களாகத் தருவார். ஆனால் இன்று அவர் மிக வித்தியாசமாக இருந்தார்," என்றார்.

ஆனால், அன்றைய தினம் முதிய பெண்மணி தன்னைப்பற்றி எதையுமே கூறியிருக்கவில்லை என்பதை நான் உணர்ந்தேயிருந்தேன்.

இருதினங்கள் கழித்து, அப்பெண்மணி தனது முதியோர் காப்பகத்தின் அருகிலிருந்த பூங்கா ஒன்றில் எங்கள் சந்திப்பை ஏற்பாடு செய்திருந்தார். இதைப்போலவேதான், படைத்தலைவர் ஃபீபேவும் நானும் அவ்வப்போது அங்கு சந்தித்து நடைபயில்வோம். தீவிர உரையாடல்களைத் துவங்குவதற்கு முன்னர், அங்கிருந்த மரங்களில் தெரிந்த பருவமாற்றங்கள் குறித்தெல்லாம் பேசி எங்களை நாங்களே இலகுவாக்கிக்கொண்டதை ஆசையுடன் நினைத்துப் பார்த்துக்கொண்டேன்.

ஏரிக்கரையோரம் வளைந்து நெளிந்து சென்ற பாதையில் முதிய பெண்மணியும் நானும் நிதானமாக நடைபோட்டோம், நான் எதிர்பார்த்ததைப் போலவே எனது சில கேள்விகளுக்கு அவர் பதிலளிக்கத் துவங்கினார். அவருடைய குடும்ப வரலாறு குறித்த சிறுசிறு விசாரணைக் கேள்விகளாகத்தான் அவை இருந்தன எனினும் தன் கடந்தகால நினைவுகளை விவரிக்கத்துவங்கியபோது அவருடைய நம்பிக்கையை நான் பெறத் துவங்கியிருந்தேன் என்பதை உணர்ந்துகொண்டேன்.

ஆனால், மிகுந்த ஜாக்கிரதையுடன் அவ்வுரையாடலை மிக உணர்வுப்பூர்வமான விஷயங்களை நோக்கி நான் நகர்த்த முயன்றபோதெல்லாம் அவர் குறுக்கிட்டு அதைத் தடுத்தார். "நாம் மீண்டும் அடுத்தவாரம் பேசுவோம். எனது நினைவுகளை தெளிவாக்கிக்கொள்ள எனக்கு மேலும் சிறிது அவகாசம் வேண்டும். மற்றவர்களுடையவை போல் எனது அனுபவங்கள் "சாதாரணமானவை" அல்ல. அடுத்த வாரம் என்னைச் சந்தியுங்கள், அப்போது எனது கதையை கூறுகிறேன். சரியா?" என்றார்.

அந்த ஒரு வாரம் ஒரு வருடம் போல் எனக்குக் கடந்து போனது. உள்நாட்டுப் போர்க்காலமான போர்ப்பிரபுக்களின் சகாப்தம், சீன – ஜப்பானியப் போர், உள்நாட்டுப் போர், கொரியப் போர் (சீனர்களின் கூற்றுப்படிப் பார்த்தால் அமெரிக்க ஆக்கிரமிப்பை எதிர்த்து கொரியாவுக்கு சீனா துணைநின்றப் போர்), பெரும் முற்போக்குப் பாய்ச்சல், கலாச்சாரப்புரட்சி என இவரைப்போன்றே நூறுவயதை நெருங்கிக் கொண்டிருக்கும் தலைமுறையினரின் வாழ்வில் நடைபெற்றச் சம்பவங்கள் சிலவற்றை என் குறிப்பேட்டில் எழுதி வைத்திருந்தேன். இவற்றுள் எந்தவொரு காலகட்டத்திலும் அவர்கள் அமைதியாக வாழ்ந்ததேயில்லை.

இறுதியாக அந்த அடுத்த வாரமும் வந்தது, உடனே முதிய பெண்மணியை அழைத்துப் பேசினேன், ஆனால் நான் எதிர்பார்த்திருந்த பதில் எனக்குக் கிடைக்கவில்லை.

"இன்னும் சிறிதுகாலம் காத்திருங்கள். சரியா?" எனக் கேட்டார்.

நான் அவரை வற்புறுத்த வேண்டியிருந்தது. "அடுத்த வெள்ளியன்று நான் இங்கிலாந்து திரும்ப வேண்டியுள்ளது. அதன்பின்னர் நான் உங்களை அழைத்துப் பேசவா?" எனக் கேட்டேன். மறுமுனை ஒருகணம் அமைதியாக இருந்தது, பிறகு அவர், "அடுத்த வாரம் சந்திக்கலாமா? அல்லது வார இறுதியில்? திங்களன்று சரியாக இருக்குமா? சரி, அடுத்த திங்கட்கிழமை நாம் சந்திப்போம். நீங்கள் என் வீட்டிற்கு வந்துவிடுங்கள்," என்றார்.

நாம் எதிர்பாராத அதிசயங்கள் பலவும் காணக்கிடைக்கும் பீஜிங்கில்தான் முதிய பெண்மணி வசித்துவந்த இராணுவவீரர்களுக்கான முதியோர் இல்லம் அமைந்திருந்தது.

ஆடம்பர விடுதியையும் தாவரவியல் பூங்காவையும் இணைத்து உருவாக்கியதைப்போல அந்த இல்லம் அழகாகக் காட்சியளித்தது. பசுமையான மரங்களும் புத்தம்புது மலர்களும் சூழ்ந்திருந்த வாயிலைக் கடந்து சென்றபோது, நகரமக்கள் வாழும் பகுதிகளிலுள்ள வானுயர்ந்த கட்டிடங்கள் தரும் வறண்ட உணர்விலிருந்து மாறுபட்டதொரு அழகியச் சூழலை அங்கு உணர்ந்தேன். இங்குள்ள காற்று பறவைகளின் பாடல்களால் இரவும் பகலும் நிறைந்திருக்கும் என எண்ணினேன்.

அங்கிருந்த பெரிய வாயிற்கதவின் எதிரே நின்றதும், கம்பீரமான அரண்மனையொன்றினுள் நுழையக் காத்திருப்பதைப் போல உணர்ந்தேன், அழைப்புமணியை ஒலிக்கும்முன் என் கைகள் சுத்தமாக இருக்கின்றனவா என என்னையுமறியாமல் ஒருமுறை சரிபார்த்துக் கொண்டேன். கதவு மெல்லத் திறந்தது, புன்னகையுடன் முதிய பெண்மணி வரவேற்று நின்றார். அவர் அணிந்திருந்த அப்பழுக்கற்ற சாம்பல்நிற ஆடை தலைமுதல் கால்வரை அவரை மறைத்திருந்தது, அந்த உடை பட்டுப்போன்ற அவருடைய வெள்ளிநிறக் கேசத்திற்கு வெகு பொருத்தமாகவும் இருந்தது. அமைதியும் நளினமுமாக அவர் முன்னே நடந்து சென்றபோது, அரசகுடும்பத்துப்பெண் ஒருவருடன் நடப்பதைப் போலவே உணர்ந்தேன்.

இராணுவப்படையின் விருதுகளும், சான்றிதழ்களும் நிறைந்திருந்த தாழ்வாரத்துச் சுவர்களைக் கடந்து சென்று, வரவேற்பறையினுள்ளே நுழைந்தோம். அங்கு நுழைந்தபிறகுதான் எனக்கு ஒரு விஷயம் உறைத்தது. வெளியில் இருந்து காணும்போது ஆடம்பரமாகத் தெரிந்த இல்லம், உள்ளே நுழைந்ததும் காலியாக இருந்தது. வறுமையில் வாழ்பவர் இல்லம் போலக் காட்சியளித்தது.

வரவேற்பறையின் மத்தியில் நின்றிருந்த என்னால் அங்கிருந்தே மற்ற அனைத்து அறைகளையும் தெளிவாகக் காண முடிந்தது. இரு படுக்கையறைகளைக் கண்டேன், இரு ஒற்றைப்படுக்கைகளைத் தவிர அவற்றுள் வேறெதுவுமே இல்லை; பெரிய படிப்பறை ஒன்று இருந்தது, அதில் ஒரு நாற்காலியையும் மேஜையையும் தவிர வேறெதுவுமில்லை, மேஜை மீது கையெழுத்துப் பிரதிகள் போலக் காட்சியளித்தத் தாள்கள் குவிந்து கிடந்தன; விசாலமாக இருந்த

சமையலறை மற்றுமொரு படிப்பறை போலவே இருந்தது, சிறு தேநீர்க்கெண்டி ஒன்று இருந்தது, மற்றபடி அந்த அறைமுழுவதும் கலாச்சார, இலக்கியக் கலைப்பொருட்களே நிறைந்துகிடந்தன. இரு குளியலறைகள் இருந்ததையும் கவனித்தேன்.

வரவேற்பறையும் கூட மிக விசாலமாகவே இருந்தது. காலியாக இருந்த அந்த அறையின் நடுவே சிறு டீப்பாயும், அதனருகே பிய்ந்துபோன பழைய பிரம்பு நாற்காலியொன்றும் இருந்தன. அவற்றின் நேரெதிரே பழங்காலப் பொருள்போலக் காட்சியளித்த '9 இஞ்ச்' கறுப்புவெள்ளை தொலைக்காட்சிப் பெட்டியொன்று, மூன்று அட்டைப்பெட்டிகளை அடுக்கி அவற்றின் மேல் வைக்கப்பட்டிருந்தது, இவ்வகைத் தொலைக்காட்சிப்பெட்டிகள் எனக்கு நன்கு பரிச்சயமானவையே.

அவ்வீட்டில் படுக்கையறைகள் அமைந்திருந்த விதம்தான் என்னை மிகவும் ஈர்த்தது. ஒவ்வொரு படுக்கையறையிலும் இரு ஒற்றைப்படுக்கைகள் இருந்தன, அவற்றின் அருகே இரு தனித்தனி இழுப்பறை அலமாரிகள் இருந்தன. அறைக்குள் இருவேறு அடுக்குப்பலகைகளும் இருப்பதைப்போல முதலில் தோற்றமளித்தது, ஆனால் அவை பழைய இராணுவபாணி புத்தக அலமாரிகள், அவற்றின் மீது முதிய பெண்மணியின் ஆடைகள் நேர்த்தியாக மடித்து வைக்கப்பட்டிருந்தன. அவற்றுள் ஒருசில உள்ளாடைகளைத் தவிர மற்ற அனைத்துமே பழங்காலத்தின் உயர்தர இராணுவச் சீருடைகளாக இருந்தன. வரவேற்பறையில் இருந்ததைப்போலவே ஒரு பிரம்பு நாற்காலி இங்கேயும் இரு படுக்கைகளின் எதிரே போடப்பட்டிருந்தது.

ஏதோ வேறோரு உலகத்தைச் சேர்ந்தவை போலத்தான் அப்படுக்கையறைகள் எனக்குக் காட்சியளித்தன.

கண்ணாடி மூடியிட்ட வெப்பக்குடுவைக்குள் இருந்து எனக்கு ஒரு கோப்பைச் சுடுநீரை ஊற்றிக் கொடுத்துவிட்டு, அவர் தானும் சிறிது பருகிக் கொண்டார். இவ்வகைக் குடுவையை நான் முன்னரே பார்த்திருக்கிறேன், மிகுந்த வறுமையில் உழன்ற சீனமக்கள், தாம் உயிர்வாழ உணவுக்கூப்பன்களை நம்பியிருந்த கலாச்சாரப் புரட்சியின் பிற்பகுதி காலத்தில் உபயோகித்தவைதான் இக்குடுவைகள். இத்தகையக் குடுவையை வைத்துக்கொள்ளுமளவு அதிர்ஷ்டம் வாய்த்திருந்த குடும்பங்களுக்கு, குடுவைக்குள் அவர்கள்

சேமித்துவைத்த உணவைவிடவும் அக்குடுவைகள் மிகுந்த விலைமதிப்புமிக்கவையாகத் தோன்றின.

அதேபோலொரு குடுவையை வாங்க வேண்டுமெனவும், அதைக்கண்டு என் வகுப்புத் தோழர்கள் பொறாமை கொள்ளவேண்டுமெனவும் நானும் கனவு கண்டிருக்கிறேன். ஆனால் எனக்கென குடுவையொன்றை வாங்கிக்கொள்ளும் முன்னரே என்னைச்சுற்றியிருந்த அனைவரும் தமக்கெனப் புத்தம்புது வெப்பக்குடுவைகளை வாங்கிவிட்டிருந்தனர், காலத்தோடு ஒன்றிப்பயணப்பதில் நான் மீண்டுமொருமுறை தோல்வியடைந்தேன். எது எப்படியாகினும், அந்தக் குடுவையை முதிய பெண்மணியின் கரங்களில் கண்டதுமே, நான் மீண்டும் கடந்தகாலத்திற்கு கடத்தப்பட்டு விட்டதைப் போன்றோ அல்லது இறுதியாக கடந்தகாலம் என்னைத்தேடி வந்தடைந்துவிட்டதைப் போன்றோ ஒருவித விசித்திர உணர்வு என்னுள் எழுந்தது.

மற்றொரு பிரம்பு நாற்காலியைத் தன்னருகில் கொண்டுவந்து போடுமாறு முதிய பெண்மணி சைகை செய்தார். நாங்கள் அமர்ந்து கொண்டதுமே, நான் பேச்சைத் துவங்குவதற்காய் காத்திராமல் அவர் தன்பாட்டிற்கு நாற்காலியில் சாய்ந்துகொண்டு, கூரையை நோக்கி மெல்லத் தன் பார்வையை திருப்பிக்கொண்டார்.

“நாம் இங்கு அமர்ந்தபடியே பேசலாம், ஆனால் நீங்கள் என்னை இடைமறிக்கக்கூடாது. என் மூளையின் பழமையான பகுதியில் என் நினைவுகள் சேமிக்கப்பட்டுள்ளன. ஒருமுறை தடங்கல் ஏற்பட்டுவிட்டால் அது மேற்கொண்டுநகராமல் போய்விடக்கூடும் என அஞ்சுகிறேன்,” என்றார்.

இதற்கு நான் பதிலளிக்கும் முன்னரே, மெல்லிய நீரோடைபோல முதிய பெண்மணியின் கதை அவர்வழியே பாய்ந்தோடத் தொடங்கியது.

என் பெயர் ஆன்ஹாங், எனது செல்லப்பெயர் யாவோஹாங். யாவோ என்றால் அசைவது எனப் பொருள், அதாவது ஒரு படகு அசைவதைப் போல; ஹாங் என்றால் சிவப்பு எனப்

பொருள், அதாவது செந்நிறம். பலரும் என்னை செந்நிறத்தாள் எனத்தான் அழைப்பர். எனக்கு ஒன்பது வயது ஆனபோதே, என் தந்தை தனது நண்பரின் மகனுக்கு என்னை மணமுடிக்க ஏற்பாடு செய்துவிட்டார், மணமகனின் பெயர் பாங் பாவோகாங். செவ்விலக்கியங்களை அவர் மனப்பாடமாக அறிந்திருந்தார் எனவும், மிக அழகிய சித்திரமொழி எழுதக்கூடியவர், சந்தநயம்மிக்க ஈரடிப்பாடல்களை நினைத்தமாத்திரத்தில் எழுத வல்லவர் எனவும், அவரொரு பாலக மேதையெனவும் அனைவரும் புகழ்ந்து கூறினர்.

தென்சீனாவில் இருந்த பாங்கின் குடும்பத்தினர் போர் ஆயுதங்களையும் வெடிப்பொருட்களையும் கப்பற்வணிகம் செய்வதில் கொடிகட்டிப் பறந்தனர். 1911இல், போர்ப்பிரபுக்களின் சகாப்தத்தில் குழப்பங்கள் தோன்றியபோது, பாங் குடும்பத்தினர் 'போர் ஒப்பந்தப் பத்திரங்கள்' பலவற்றை வெளியிட்டும் செல்வம் சேர்த்தனர். பின்னர் சீனாவின் மீது படையெடுத்த ஜப்பான், பாங் குடும்பத்தினருக்குச் சொந்தமானக் கப்பல்களையெல்லாம் அபகரித்துக் கொண்டதும், மீதமிருந்த தம் சொத்துக்களையெல்லாம் விற்றுவிட்டு அவர்கள் பீபிங்கில்* குடியேறினர். அங்கு, வடக்கு சீனாவில் ஊடுருவிய ஜப்பானிய இராணுவப்படையை எதிர்த்துநின்ற போர்ப்பிரபு 'பெங் யூசியாங்'** அவர்களுக்கு ஆயுதங்களை வழங்குவதில் பாங்கின் குடும்பத்தினர் முக்கியப் பங்காற்றினர். பின்னர், கம்யூனிஸ்டுகளை எதிர்த்துப் போரிட்ட தேசியத்தலைவர் 'ஃபூ சியோயி'*** அவர்களின் படையில் சேர்வதற்காய் தம் மூன்று மகன்களையும் பாங் குடும்பத்தினர் அனுப்பிவைத்தனர்.

*1948*இன் பிற்பகுதியில், படைத்தலைவர் ஃபூ கம்யூனிஸ்டுகளின் நான்காம் களப்படையினருடன் ரகசியப் பேச்சுவார்த்தைகளை

★ 1368 முதல் 1403 வரையிலும், சீனாவின் தலைநகரமாக நான்ஜிங் இருந்த காலமான 1928 முதல் 1949 வரையிலும் பீஜிங் நகரம் பீபிங் எனவழைக்கப்பட்டது.

★★ புகழ்பெற்ற போர்ப்பிரபுவாகிய பெங் யூசியாங் (1882 – 1948), சீனக்குடியரசில் 1928 முதல் 1930 வரை துணைப்பிரதமராகவும் பதவி வகித்தார். கடும் ஒழுக்கசீலரான பெங், தம் படையினரை கிறித்துவத்திற்கு மதம் மாற்ற முயற்சித்தக் காரணத்தால் கிறித்துவப் படைத்தலைவர் எனவும் அழைக்கப்பட்டார்.

★★★ ஃபூ சியோயி(1895 – 1974) – ஜப்பானியர்களிடமிருந்து சீனாவைக் காத்ததன் மூலம் சீனப்படையில் முக்கியத்துவத்துவம் பெற்றிருந்த இராணுவத்தலைவர்.

நடத்தத் துவங்கினார். 1949ஆம் ஆண்டு ஜனவரி 22 அன்று பீபிங்கின் அமைதிப்பூர்வமான விடுதலையை அப்பேச்சுவார்த்தை எட்டியது, அதன்படி ஃபூவின் படைகள் புறநகர்ப்பகுதிகளுக்கு பின்வாங்கி, அவை கம்யூனிசப் படையினருடன் ஒன்றுசேர வேண்டுமென முடிவானது. ஜனவரி 31 அன்று மக்கட்விடுதலைப்படை பீபிங்கினுள் அதிகாரப்பூர்வமாக நுழைந்தபோது பாவோகாங் அங்கிருந்து கிளம்பித் தன் குடும்பத்தினரைக் காணச் சென்றார்.

உடனே பாங் குடும்பத்தினர் என் தந்தைக்கு அழைப்பு விடுத்தனர். பல வருடங்களாக நிறுத்திவைக்கப்பட்டிருந்த எங்கள் இருவரின் வாழ்க்கையும் ஒன்றாக இணையுமாறு எங்கள் திருமணம் முடிவுசெய்யப்பட்டது. அப்போதே எனக்கு இருபத்தியெட்டு வயதாகியிருந்தது. பழமையான வழக்கங்களையே என் குடும்பம் பின்பற்றி வந்தது, அதன்படி ஒரு ஆணுக்கு நிச்சயிக்கப்பட்டப் பெண் வேறெந்த ஆணையும் திருமணம் செய்ய முடியாதவாறு அவள் தன் கேசத்தை அள்ளி முடிந்திருக்கவேண்டும்.★

போர் உண்டாக்கிய தாக்கங்களில் இருந்து நாங்கள் மீண்டிருக்கவில்லை, எனவே இருவருடைய குடும்பங்களுமே திருமணத்திற்காய் பெரிதாய் அலட்டிக்கொள்ளவில்லை. "மூன்று கடிதங்களும் ஆறு சடங்குகளும்" கூடிய பழமையான தொடர் சடங்குமுறைகளைக் கூட அவர்கள் பின்பற்றவில்லை. இதைவைத்து பாரம்பரிய அம்சங்களே எங்களின் திருமணவிழாவில் இடம்பெறவில்லை எனவும் கூறிவிடமுடியாது; முன்னோர்களிடமிருந்து வழிவழியாக எங்களுக்குக் கடத்தப்பட்ட சில வழிமுறைகளை எங்கள் திருமணத்தில் கடைபிடிக்கவே செய்தோம். மணப்பெண்ணை மூடுபல்லக்கில் அமர்த்தி மணமகன் இல்லத்திற்குத் தூக்கிச் செல்வது, மணமகளை வரவேற்க மணமகனின் வீட்டுவாயிலில் விழா ஏற்பாடு செய்தல், முன்னோர்களின் கல்லறைகளின் முன்னர் மணமக்கள் மண்டியிட்டுத் தொழுவது, இரு குடும்பங்களைச் சேர்ந்த பெரியவர்களுக்கும் மணமக்கள்

★ ஒரு பெண் தான் நிச்சயிக்கப்பட்ட நாள்முதல் திருமணமாகும் முதலிரவு வரை பிரத்யேகமானதொரு வடிவில் தன் கேசத்தை அலங்கரித்துக்கொள்ளும் வழக்கம் ஹான் சீனத் திருமணச் சடங்கில் ஒன்றாகும்.

உரிய மரியாதையை செலுத்துவது, இரு குடும்பங்களுக்கும் ஆரோக்கியம் வேண்டி விருந்தளித்தல், திருமணத்திற்குப் பிறகு மணப்பெண் புகுந்த வீடு செல்வது, மணமகள் கூடிய விரைவிலேயே மகனைப் பெற்றெடுக்கவும் புதுமணத் தம்பதியினருக்கு அதிர்ஷ்டம் கிட்டவும் நிலக்கடலை, பேரீச்சம்பழங்கள் மற்றும் நலம் தரும் பிற உணவுகளையும் மணமக்களின் படுக்கைக்குக்கீழே வைப்பது *(சாவோ செங் கியூசி*)* போன்ற சடங்குகள் பின்பற்றப்பட்டன.

நாங்கள் இருவரும் உரையாடிக் களிக்கவென எங்கள் நண்பர்கள் எவரும் அங்கில்லை, மேலும் எங்கள் குடும்பங்களைச் சேர்ந்த பெரும்பான்மையானோர் முன்னரே புலம்பெயர்ந்து விட்டிருந்தனர். பணியாட்கள் மட்டுமே இருந்தனர், எங்களிடம் குறும்புகள் செய்ய உறவினர்கள் எவரும்கூட அங்கில்லை. அதனாலேயே, மணமக்கள் பெரிதும் அஞ்சும் 'நாவோ டாங் பாங்' என அழைக்கப்படும் நண்பர்களின் இரகசியக் குறும்புவிளையாட்டுகளில் இருந்து நாங்கள் தப்பித்துக் கொண்டோம்.

திருமண நாளன்று இரவு எங்களின் முதலிரவு அறைக்குள் பாவோகாங் வரவேயில்லை. நிறைய மது அருந்திவிட்டதாகவும், தனக்கு நிறைய வேலைகள் இருப்பதாகவும் கூறிவிட்டார். அடுத்த நாளே நாங்கள் எங்களுக்கென இராணுவத்தால் ஒதுக்கப்பட்டிருந்த இல்லத்திற்குக் குடிபெயர வேண்டியிருந்தது, அந்த இல்லம் இராணுவ வீரர்கள் குடியிருப்பின் முன்பக்க வாயிற்கதவருகே அமைந்திருந்தது. இதனிடையே, ஹாங்காங்கில் புத்தம்புது குடும்ப வியாபாரத்தைத் துவங்குவதற்காய் எங்களின் தந்தையர்கள் இருவரும் தத்தம் பிரயாணப்பெட்டிகளைக் கட்டுவதில் மும்முரமாக இருந்தனர்.

அந்தக் காலகட்டத்தில், அரசியல்நிலை வெகு மோசமாக இருந்தது, வதந்திகள் பல்வேறு பகுதிகளுக்கும் பரவியவண்ணம் இருந்ததால், அச்சத்தில் மக்கள் அங்குமிங்கும் ஓடிக்கொண்டிருந்தனர். என் தந்தையின் கணிப்புப்படி, தேசியவாதிகளுக்குத் தம் ஆதரவைத்

★ சீன மொழியில், பேரீச்சம்பழம் 'சாவோ' எனப்படுகிறது, இதன் மற்றொரு அர்த்தம் 'விரைவில்' என்பதாகும், அதேபோல் நிலக்கடலை 'செங்' எனப்படுகிறது, இதன் மற்றுமொரு அர்த்தம் 'குழந்தைப் பிறப்பு' என்பதாகும். மணமக்களுக்கு மிக விரைவில் குழந்தைப்பேறு உண்டாகவேண்டுமென்பதை இது குறிக்கிறது.

தெரிவித்த வியாபாரிகளில் பலரும் கம்யூனிசக் கட்சியின் கட்டுப்பாட்டிற்குக் கீழிருந்த வடக்குப்பகுதியில் குடியிருக்க அஞ்சினர். அதிர்ஷ்டம் வாய்த்த சிலர் மட்டும் ஹாங்காங்கிலும் தேசியவாதிகளின் கட்டுப்பாட்டிலிருந்த தெற்குப்பகுதிகளிலும் தம் குடும்பங்களை குடியமர்த்தினர், அதிர்ஷ்டமற்றவர்களோ தம்மால் இயன்றவரை அங்கிருந்து வெளியேற முயன்றுகொண்டிருந்தனர். தமது சொத்துக்களையெல்லாம் கம்யூனிச ஆட்சியாளர்கள் அபகரித்து ஏழைகளுக்கு விநியோகித்து விடுவார்களோ என மக்கள் அஞ்சினர்.

உங்களுக்குத் தெரியுமா, எத்தனைப் பெரிய கொண்டாட்ட நிகழ்வாக இருப்பினும், திருமண நிகழ்வாக இருப்பினும் தன் உயிரைக் காப்பாற்றிக்கொள்வதற்காக ஓடிக்கொண்டிருக்கும் ஒருவரை அந்நிகழ்வு எவ்வகையிலும் தடுத்து நிறுத்தாது! மேலும், குடும்பப் பெரியவர்களின் விருப்பங்களுக்கு ஏற்றவாறு வாழவேண்டும் என்பதுதான் அக்கால மகளின் தலைவிதி. தன் மகவுகளின் வாழ்வையெண்ணி வருந்த வேண்டியிருக்காமல் இதற்கெல்லாம் முன்னரே என் தாய் இறந்து விட்டதையெண்ணி மனதினுள் மகிழ்ந்துகொண்டேன்.

செந்நிறத்தாளின் கதை சட்டெனத் தடைபட்டது. பேச்சை நிறுத்திவிட்டு தன்னைத்தானே ஆசுவாசப்படுத்திக் கொண்டார், பிறகு மெல்லிய குரலில், "அன்றிலிருந்துதான் எனது திருமணமெனும் சிறைவாசம் துவங்கியது" என்றார்.

திருமணம் முடிந்த இரண்டாம் நாள் இராணுவக் குடியிருப்புக்கு குடிபுகுந்தோம், அவ்வீட்டை ஒழுங்குசெய்வதில் எனக்கு உதவிபுரியவென பாவோகாங் இரு வேலையாட்களை ஏற்பாடு செய்திருந்தார். அச்சமயத்தில் சீனாவின் அரசியல் கட்சிகள் குறித்தோ, அவருடைய இராணுவப்படையின் பின்புலம் குறித்தோ, நாட்டில் என்ன நடக்கிறது என்பது குறித்தோ எதுவும் அறியாதிருந்தேன். அந்த இராணுவத்தளம் வேறொரு உலகம் போல அத்தனைப் புத்தம்புதிதாக எனக்குத் தோற்றமளித்தது.

அங்கிருந்த அனைவரும் எங்களிடம் அன்பு பாராட்டினர்; அவர்களின் கைவண்ணத்தில் எங்கள் புது வீடும்கூட விழாக்கோலம் பூண்டிருந்தது. மெத்தைகள் கொண்ட படுக்கை, உடைகள் வைக்கும் அலமாரி, இரு மர நாற்காலிகளுடன் கூடிய சிறிய மரமேஜையொன்று என வீட்டினுள் இருந்த சொற்ப மரச்சாமான்களும் வெகு எளிமையாகவே இருந்தன, ஆனால் அவையனைத்துமே புத்தம்புதியவையாக இருந்தன.

இராணுவவீரர் எப்போதும் இடம்மாறிக்கொண்டே இருக்கவேண்டுமென்பதால் அத்தனை வீட்டு உபயோக மரச்சாமான்கள் எங்களுக்குத் தேவையிருக்காது எனவும், வீட்டின் அருகிலேயே உணவுக்கூடம் இருந்ததால் எங்களுக்குச் சமையலறையின் தேவையும் இருக்காது எனவும் பாவோகாங் கூறினார்.

புத்தம்புதிதான அந்தச்சூழல் குறித்து அறிந்துகொள்ள நான் வெகு ஆர்வமாகவே இருந்தேன் எனலாம். அங்கு அனைத்துமே வெகு விசித்திரமாக இருந்தன. சுற்றிலும் உயர்ந்த சுவர்களைக் கொண்ட ஒரு வீட்டினுள்ளேதான் நான் அத்தனைக் காலமும் வாழ்ந்து வந்திருந்தேன், புத்தகங்களில் வரும் மாயாஜாலக் கதைகளைப் போலத்தான் வெளியுலகில் நிகழும் கடும் யதார்த்தங்களை அதுநாள்வரைக் கண்டிருந்தேன். இந்த மனிதருடன் எப்படி இல்லற வாழ்வைப் பேணப்போகிறேன் என்றெல்லாம் அப்போது நான் யோசித்தும் பார்த்ததில்லை. வெளியேற வழியறியா புதிர்ச்சுழல்கள் போலத்தான் அப்போதைய போர்க்காலங்கள் காட்சியளித்தன, நமது தலைவிதிதான் நம்மைத் தன் முழு கட்டுப்பாட்டிற்குள் வைத்திருக்கும்.

எங்கள் வீட்டின் அருகிலிருந்த தன் அலுவலகத்தில்தான் பாவோகாங் நாள்முழுதும் இருந்தார். பின்னர் இரவுணவு உண்ண என்னை உணவுக்கூடத்திற்கு அழைத்துச் சென்றார். அங்கு பரிமாறப்பட்ட உணவிற்கு வீட்டுச்சமையலின் ருசியில்லை எனும்போதும், பிரகாசமான விழிகளுடன், எதிர்காலம் குறித்த நேர்மறைச் சிந்தனைகளாலும் செயற்திறனாலும் நிரம்பிவழிந்துகொண்டிருந்த இளம் இராணுவ வீரர்களிடையே அமர்ந்து உணவருந்தியபோது.... நான் வெகு உற்சாகமாய் உணர்ந்தேன்! அவர்களில் ஒருவர்கூட என்னிடம் வந்து பேசவில்லை என்பதுதான் வருத்தமாக இருந்தது.

இரவு உணவிற்குப் பிறகு பாவோகாங் நேராகத் தன் அலுவலகத்திற்குச் சென்றுவிட்டார், நான் குளித்துமுடித்து படுக்கைக்குத் தயாராவதற்காய் அவகாசமளிக்கிறார் என எண்ணிக்கொண்டேன்.

நான் தயாராகியதும், எனது செல்லப்பெயரான யாவோகாங் எனப் பொறிக்கப்பட்டிருந்த இரு சிவப்பு மெழுகுவர்த்திகளை எங்கள் படுக்கையின் தலைப்புறமருகே பொருத்திவைத்தேன். எனக்காக எனது தாய் விட்டுச்சென்ற நகைப்பெட்டியில்தான் அவற்றை நான் கண்டெடுத்தேன்.

யானை தந்தத்தால் செய்யப்பட்டிருந்த அந்த நகைப்பெட்டியின் மேற்புறத்தில் அருகருகே பறந்துசெல்லும் இரு காட்டுவாத்துகள் செதுக்கப்பட்டிருந்தன.★ அதனுள்ளே சில நகைகளும், ஒரு சிறிய குப்பியும் இருந்ததைக் கண்டேன், நூறு மகன்களைக் குறிக்கும் பாரம்பரியமிக்க 'பைஷீடு' ஓவியம் அதன்மீது தீட்டப்பட்டிருந்ததோடு அக்குப்பியினுள் ஒருவகை அபின் தூளும் நிறைக்கப்பட்டிருந்தது. 'காமசூத்ரா'வில் காணக்கிடைப்பதைப் போன்ற சில ஓவியங்கள் கைப்பட வரையப்பட்டிருந்த தாள் ஒன்றும், பொன்சிவப்புவண்ணப் பட்டுநூலிழைகளால் இரு கவிதைவரிகள் பூத்தையல் இடப்பட்டிருந்த இளஞ்சிவப்புநிறப் பட்டுக் கைக்குட்டையொன்றும் அப்பெட்டியினுள் இருந்தன. அவ்வரிகள் கீழ்வருமாறு:

"தம் நேசத்திற்குரியவரை விட்டுவிலகாமல்,
இயற்கையைப் பின்பற்றி அவை தெற்குநோக்கிப் பறக்கின்றன.
'யாங் மீது' யின்★★ கொண்டிருக்கும் விசுவாசத்தை,
இறுதிவரை அவை பின்பற்றுகின்றன."

நாணத்தில் நெளியும் மெழுகுச்சுடரைக் கண்டதும், சொர்க்கத்தில் இருக்கும் என் தாயை நோக்கி என் மனம் கூக்குரலிட்டது, "அம்மா, இறுதியாக உன் மகள் மனைவியாகி விட்டாள்!"

★ சீனக் கவிதைகளின் மிக முக்கியக் கருப்பொருளாக காட்டுவாத்துகள் திகழ்கின்றன. எப்போதும் இணைபிரியா ஜோடிகளாகவே பறந்து திரிவதாலும், ஆயுள்முழுவதும் தம் வாழ்க்கைத்துணையை விட்டுப் பிரியாததாலும் அவை காதற்பறவைகளாகப் புகழப்படுகின்றன.

★★ யின் – பெண், யாங் – ஆண். யின்னும் யாங்கும் இயற்கையின் பல்வேறுவகை ஆற்றல்களையும் குறிப்பனவையுமாகும்.

மெதுவாக உடைகளைக் களைந்துவிட்டு, படுக்கையில் படுத்துக்கொண்டேன். இரு மெழுகுச்சுடர்களிலும் இருந்து எழுந்த புகை கூரையில் நிழல்களை உருவாக்கின, ஆணும் பெண்ணும் இறுகப் பின்னிப் பிணைந்து கிடக்கும் எண்ணற்றப் பாலியல் ஓவியங்களாக அவை எனக்குக் காட்சியளித்தன.

படுக்கையறைக்குள் பாவோகாங் மெல்ல நுழைந்ததுமே என் எண்ணங்கள் தறிகெட்டு ஓடத்துவங்கிவிட்டன, என் கன்னங்களோ சிவந்து எரிந்தன, உற்சாக அலைகள் மோதி என்னுடல் நடுநடுங்கிக் கொண்டிருந்தது. என் கண்களை மூடிக்கொண்டே அவர் ஜன்னலை நோக்கி நகர்வதைக் கூர்ந்து கேட்டேன். அவருடைய கனத்த மூச்சுசப்தம் கேட்டதும், விழிகள் மூடியிருந்த நிலையிலும் கூடத் கூரையில் தெரிந்த நிழலுருவங்கள் மீண்டுமொருமுறை பின்னிப்பிணைவதை என்னால் காண முடிந்தது. மெழுகுவர்த்திகளை பாவோகாங் ஊதி அணைத்ததும் அவ்வுருவங்கள் மறைந்துபோயின.

அசைவுகளற்ற அவ்விருளில், கட்டுக்கடங்காமல் துடிக்கும் இதயத்தோடு முழுமையானதொரு பெண்ணாகிட நான் காத்துக்கொண்டிருந்தேன்.

என் காத்திருப்பு நீண்ட நேரம் நீடித்தது. என் மனம் கனவுலகமொன்றில் நுழையும்வரை அது நீடித்தது. இனிமையான குரலில் தேவதைகள் அழகிய, மிக அழகிய கவிதைகளை என் செவிகளில் பாடினர்:

> *“மணமகளின் மென்சருமத்தின் மீது நழுவிச்செல்லும் ஆடைகளின் சிவப்பு வண்ணம்கொண்டு,*
> *நாணத்தால் செக்கச்சிவந்திருக்கும் அவளுடைய கன்னங்களை எந்த ஒப்பனைப்பூச்சாலும் மறைக்க இயலாது.*
> *கவர்ச்சியும் கற்பனையும் நிறைந்ததொரு கனவைப் போன்ற அவள் வாழ்வை,*
> *நாளை அவள் மணமுடிக்கப்போகும் மணமகன் நிஜமாக்கப்போகிறான்.”*

இந்தப் பாடலை நீங்கள் இதற்குமுன்னர் கேட்டதில்லையா? நிஜமாகவா? சரி, அடுத்து இந்தப் பாடலையும் கேளுங்கள்.

> *“அவளை நினைத்து ஏங்குவதால் இன்றிரவு எனக்கு உறக்கம் வரப்போவதில்லை,*

அவளுடைய ஆழ்சிவப்புநிற உடை, பசும்மாணிக்கத்தால் அலங்கரிக்கப்பட்ட அவள் கேசம்,
மணமக்கள் பயணிக்கும் வண்டிகள், அமைதியற்றுத் தவிக்கும் என் மனதில் தோன்றி மறைகின்றன,
கடந்தகால கனவுகளோ தம்மோடு தொல்லைதரும் நினைவுகளையும் கொணர்கின்றன,
அவற்றோடு ஆழ்ந்த இருள் போன்றதொரு ஏக்கமும் என்னுள் எழுகின்றது."

படுக்கையில் நான் கிடந்த அச்சமயம், இக்கவிதைகளை ஒரு படக்காட்சியைப் போலே என் மனமெனும் வெற்றுத் திரையில் ஒன்றன்பின் ஒன்றாக என் மனமே ஒளிரச் செய்துகொண்டிருந்தது. இதைக்கேட்டு உங்களுக்கு சிரிப்பு வரலாம், ஆனால் நான் அப்போது காற்றில் மிதப்பதைப் போல உணர்ந்தேன். எது பூமி எது வானம் என என்னால் பிரித்தறிய முடியவில்லை.

சட்டென, மென்மையான சப்தமொன்று என்னை நிஜ உலகிற்கு அழைத்துவந்தது. படுக்கையின் அருகே ஒரு உருவம் மண்டியிட்டு அமர்ந்திருப்பதை குளிர்மிகுந்த அந்த தனிமையான இரவின் நிலவொளியில் என்னால் காண முடிந்தது – சமீபத்தில் நான் மணம்முடித்த ஆணின் உருவம்தான் அது.

"பாவோகாங்? நீங்களா? இங்கு என்ன நடக்கிறது?" உண்மையிலேயே அங்கு என்ன நிகழ்கிறது எனக்குப் புரியவேயில்லை, பெண்ணின் முன் ஆண் மண்டியிடுவதை அதற்கு முன்னர் நான் கேள்விபட்டதுமில்லை.

"மிஸ். ஆன்ஹாங்... இல்லையில்லை, பொறுங்கள்.... நான் உங்களை செந்நிறத்தாள் என அழைக்கவேண்டும் எனக் கூறியுள்ளீர்கள் அல்லவா. செந்நிறத்தாள், நான்.... நான் உங்களிடம் ஒரு விஷயத்தைக் கூற வேண்டும். என் வாழ்வில் எனக்கு இரண்டு திருமண நிச்சயதார்த்தங்கள் நடந்துவிட்டன." என்றார்.

இதைக்கேட்டதும் அவரைக் காண சட்டென எழுந்தமர்ந்தேன், அப்போது என் நா, உதடுகள், விரல்களெல்லாம் மரத்துப் போனதைப் போல உணர்ந்தேன்.

"நான் சிறுவனாக இருந்தபோது என் பெற்றோர்கள் உங்களுடன் எனக்கு செய்து வைத்தது என் முதல் திருமண நிச்சயதார்த்தம். இரண்டாவது திருமணநிச்சயம், என் மனதிற்கு உரியவளான

நான் காதலித்தப் பெண்ணுடன் எனக்கு நிகழ்ந்துவிட்டது. இரண்டில் எதையும் என்னால் விட்டுத்தர முடியவில்லை. எனது பெற்றோர்களின் விருப்பத்தை என்னால் மீறமுடியவில்லை, அதேசமயம் என் காதலியையும் என்னால் விலக்க முடியவில்லை. நான்..."

பாவோகாங்கால் அதற்கு மேல் பேச முடியவில்லை. தலை தரையைத் தொடுமளவு அவருடல் வளைந்திருந்தது, அவர் முகமோ அவருடைய கால்களிடையே மறைந்திருந்தது.

என் மீது இடி இறங்கி, அதிர்ச்சியில் என்னுடல் சுக்குநூறாகச் சிதறியதைப் போல் உணர்ந்தேன். இரண்டு திருமண நிச்சயதார்த்தங்களா? "நீ காதலித்த பெண், உனது மனதிற்குரியவளா? அப்படியானால் அது நானில்லையா?"

ஓ, நான் பெரிதும் குழம்பிப்போனேன்! எனது உடல் முழுதும் சில்லிட்டுப் போனது, அன்றையதினம் நான் அனுபவித்த உணர்வுகளை இன்றும் கூட என்னால் நினைவுகொள்ள முடிகிறது, இரத்தம் உறைந்துபோனது, சுவாசம் திணறியது, முடிவேயில்லாத பாதாளத்தில் விழுந்துகொண்டிருப்பதைப் போல உணர்ந்தேன்.

என்னருகே பாவோகாங் அசைவேயின்றி மண்டியிட்டு அமர்ந்திருந்தார், அதீதமாக உணர்ச்சிவசப்பட்ட நிலையில் எந்த எதிர்வினையும் செய்ய இயலாமல் நான் அமைதியாகப் படுத்துக்கிடந்தேன்.

தொடர்ந்து மூன்று இரவுகள் இவ்வாறே கடந்து சென்றன, மூன்று இரவுகள்! அவர் வழக்கம்போல் பகல்வேளையில் அலுவலகத்திற்குச் சென்றுவிட்டு வீடுதிரும்புவார், அன்றைய இரவு இருளில் என் படுக்கையினருகே மண்டியிடுவார். என்ன பேசுவது என இருவருக்குமே தெரியவில்லை. நான் வாழும் வாழ்வு அர்த்தமற்றுப் போனதாகவே உணர்ந்தேன்.

இரண்டாக உடல் மடிந்து மண்டியிட்டு அவர் அமர்ந்திருப்பதை என்னால் நிலவொளியில் காண முடிந்தது, சில சமயங்களில் அவருடல் முழுவதும் தரையில் கிடந்தது. அத்தனை நேரமும் அவர் கொண்டிருந்த மனவுறுதியை என்னால் உணர முடிந்ததோடு எனது மன்னிப்பைக் கோரியே அவர் காத்திருக்கிறார் என்பதையும் புரிந்துகொண்டேன்.

ஆனால் என்னால் எப்படி அவரை மன்னிக்க முடியும்? இந்தத் திருமணம் எங்கள் பெற்றோர்களால் நிச்சயிக்கப்பட்டுள்ளது, அதை முறித்து அவர்களை நாங்கள் அவமதிக்க முடியாது, அதுவும் அவர்கள் உயிரோடு இருக்கும்போதே. மேலும், நாடே பெரும் கொந்தளிப்பில் இருந்ததால் அனைத்துமே தலைகீழாக இருந்தது, இந்நேரத்தில் புதுச்சட்டங்கள் எதையும் மீறுவதென்பது எங்களை வாழ்வா சாவா எனும் பிரச்சினையில் கொண்டு சேர்த்துவிடக்கூடும். இதையெல்லாம் எண்ணி நான் முற்றிலும் திகைத்துப் போயிருந்தேன்.

红

செந்நிறத்தாள் தன் பேச்சை நிறுத்தினார். எதையோ தேடுவதைப் போல அவர் விழிகள் கூரையை ஆராய்ந்தன.

அவர் விழிகளில் தெரிந்த தவிப்பு எனக்கு வெகு பரிச்சயமானதுதான். முப்பது ஆண்டுகளுக்கும் மேலாக நான் பல பெண்களைப் பேட்டிகாண்கிறேன், அப்போதெல்லாம் இதுபோன்ற தவிப்பை பல சீனப்பெண்களின் விழிகளில் கண்டிருக்கிறேன். நவீன சீன சமுதாயத்தின் விளைவாகவே விவாகரத்து எனுமொரு விஷயம் உருவானது. 1911இல் மன்னராட்சி முடிவுறும் காலம் வரையிலுமேகூட, ஒரு ஆண் தன் மனைவியை எளிதாக விலக்கிவைக்க முடிந்ததைப்போல ஒரு பெண் தன் மணவாழ்வை முடித்துக்கொள்ளும் உரிமை அவளுக்கு வழங்கப்படவில்லை. பிறகு, இருபதாம் நூற்றாண்டில் நிகழ்ந்த தீவிரக் கிளர்ச்சிகள் மற்றும் அரசியல் கொந்தளிப்புகளின் விளைவாக விவாகரத்தும் மறுமணமும் அங்கீகரிக்கப்பட்டன, மேம்பட்டதொரு வாழ்விற்கு இட்டுச்செல்லும் அரசியல் ஏணியாக அவை கருதப்பட்டன. ஆனால் காதலற்ற, செயற்கைத்தனமான திருமண வாழ்வில் இருந்து தப்பித்துக்கொள்ள விவாகரத்து செய்வதை எவருமே ஒப்புக்கொள்ளமாட்டர்.

1980களில் இருந்துதான் சீன மக்கள் தம் திருமணம் குறித்து சுதந்திரமாக முடிவெடுக்கவும், திருமணத்திற்காகத் தம்மை தயார்செய்துகொள்ளவும், தாம் விரும்பிய வகையில் குடும்பத்தை அமைத்துக்கொள்ளவும் முடிந்தது. அப்போதிருந்துதான், ‘விவாகரத்து’ எனுமொரு விஷயம்

மக்களால் வெளிப்படையாக விவாதிக்கக்கூடிய ஒன்றாக மாறியது. அரசியல் நிர்ப்பந்தக்களுக்காகத் திருமணம் செய்துகொண்ட தம் பெற்றோர்கள் விவாகரத்து செய்துகொண்டு, அவர்தம் இளமைக்காலத்தில் மறுக்கப்பட்ட உண்மைக்காதலைக் கண்டடைய சீன இளைஞர்கள் தம் பெற்றோர்களை வற்புறுத்துவதும் கூட இப்போது நடக்கிறது. ஆனால் அடித்துத் துவைத்துப்போட்டிருந்த வாழ்வால் அவர்கள் மிகவும் களைத்துப்போயிருந்ததையும், காலம் கடந்து விட்டதையும் பாவம் அந்தக் குழந்தைகள் அறிவதில்லை. அத்தகைய முதியோர்களுள் ஒருவராகத்தான் செந்நிறத்தாளை நான் காண்கிறேன்.

பாவோகாங்கின் உடல் எடை குறைந்திருப்பதைக் கண்டேன். இராணுவ வாழ்க்கையினால் அவருடைய பெங் சூயி (ஒருவர் வாழும் சூழலோடு அவரைப் பொருந்தச் செய்யும் ஆற்றல் அலைகளான காற்றும் நீரும்) பாதிப்படைந்திருந்ததாக சிலர் கூறினர், வேறு சிலரோ நாடு அவதியுறும்போது இவர்போன்ற அறிஞர்கள்தான் எப்போதும் பெரும் வேதனைக்கு உள்ளாகின்றனர் எனவும் கூறினர். "புதுமணச் சுமை" கூட அவரின் சுகவீனத்திற்குக் காரணமாயிருக்கலாம் எனச் சிலர் கூறினர். ஆனால், மனவேதனையும், தூக்கமின்மையும், அவரது மனதை பாரமாக அழுத்திக்கொண்டிருந்த குற்றவுணர்வும் தான் அவரது எடையிழப்பிற்கானக் காரணங்களென நான் நன்றாகவே அறிந்திருந்தேன்.

நான்காம் நாள் இரவு உணவிற்குப் பின், பாவோகாங்கிற்காக நானொரு கோப்பை கருப்புத் தேநீர் தயாரித்தேன். என்னை நானே ஆசுவாசப்படுத்திக் கொண்டேன், பிறகு அவர் கண்களை நேருக்கு நேராகப் பார்த்து, "இத்தனை வைராக்கியம் கொண்ட உறுதியோடு நீங்கள் இருப்பதாலும், உங்கள் காதலியின் மீது நீங்கள் தீரா விசுவாசம் கொண்டிருப்பதாலும், நாம் பிரிவதும் இப்போது சாத்தியமற்ற நிலையில் இருக்கும்போது... சரி, அவள் திரும்பி வருவாளா எனக் காத்திருந்து பார்ப்போம். ஒருவேளை அவள் திரும்பி வந்தால், ஏதேனும் சாக்கு கூறி நான் விலகிவிடுகிறேன், பிறகு நீங்கள் இருவரும் ஒன்றாக வாழலாம். இப்போதைக்கு, சகோதர சகோதரி

போலவே நாம் இந்தப் படுக்கையை பகிர்ந்துகொள்வோம். நீங்கள் இடப்பக்கம் படுங்கள், நான் வலப்பக்கம் படுத்துக் கொள்கிறேன். சரிதானே?" எனக் கூறினேன்.

நானளித்த இந்த எதிர்பாராத இன்ப அதிர்ச்சியால் பாவோகாங்கின் விழிகள் ஆச்சரியத்தில் விரிந்தன, "நன்றி! நான் உன்னை எனக்கு சாதகமாகப் பயன்படுத்திக் கொள்ளவேமாட்டேன், இது உறுதி!" எனத் தட்டுத்தடுமாறிக் கூறினார்.

மிகுந்த களைப்போடிருந்த பாவோகாங் அன்றைய இரவு படுத்ததுமே நன்கு ஆழ்ந்து உறங்கிவிட்டார். அவருடைய மெல்லிய குறட்டையொலியும், போர்வைக்குள் தெரிந்த அவருடைய உருவமும் சேர்ந்து எனக்குள்ளே ஆத்திரத்தையும் வேதனையையும் ஒருசேர உருவாக்கின. இதற்காகவா ஒன்பது வருடங்கள் நான் காத்திருந்தேன்? இதற்காகவா!? 'மலர்களை நேசிக்கும் வண்ணத்துப்பூச்சிகள்' எனும் நூலில் லி குவான் எழுதிய பின்வரும் வரிகள்தான் எனக்கு நினைவுக்கு வந்தன:

> *"பல்லாயிரம் வழிகளில் நான் உன் இன்மையை உணர்கிறேன்,*
> *ஆனால் பிரபஞ்சத்தின் பெருவெளிக்குள் அவ்வழிகளும்கூட*
> *தொலைந்துபோயின."*

உறக்கம் வராமல் படுக்கையில் புரண்டு படுத்தபோது, படுக்கையின் மறுபக்கமிருந்து மென்மையாக மூன்று வார்த்தைகள் மிதந்து வந்தன, "நீ இன்னும் உறங்கவில்லையா?"

"என்னால் எப்படி உறங்க முடியும்?"

"நீ களைத்திருப்பாய். ஓய்வு எடு" என்றார். அவருடைய வார்த்தைகள் கூரையில் இருந்து இறங்கி வந்ததைப்போலத் தோன்றின, நான் தொடர்ந்து விழித்திருந்தேன்.

"எப்படி அவளைச் சந்தித்தீர்கள்?" கூரையைப் பார்த்தபடி, பல நாட்களாக என்னை அரித்துத் தின்றுக்கொண்டிருந்த கேள்வியொன்றை என்னையுமறியாமல் கேட்டே விட்டேன்.

"அவள் பெயர் லின், நாங்கள் ஒன்றாகப் பணிபுரிந்தபோதுதான் சந்தித்துக்கொண்டோம். போர்ப்பிரிவில் நாங்கள் பணியாற்றவில்லை, போர் உத்தரவுகள் குறித்தத் தகவல்களை அனுப்புவது, இராணுவ அறிக்கைகளை எழுதுவது போன்ற பணிகளை மட்டுமே நாங்கள் செய்தோம். இராணுவத்திற்கானப்

போர் உளவுத்துறைத் தகவல்களைச் சேகரிக்கும் பணியில் ஈடுபட்டிருந்தோம். எங்கள் துறையில் மூவர் மட்டுமே இருந்தோம், இராணுவத் தலைமையகத்திற்கு உதவிகள் புரிந்தபடி ஒரே அலுவலகத்தில் பணியாற்றினோம்.”

“சரி, உங்கள் இருவருடன் பணிபுரிந்த மூன்றாமவர் யார்?” எனக் கேட்டேன்.

“அவர் பெயர் லுவோ வென், அவர் என்னைவிட இருவருடங்கள் வயதில் மூத்தவர். அவருக்கும் லின்னை மிகப் பிடிக்கும்.”

“பிறகெப்படி...”

நான் என் கேள்வியை முடிக்கும் முன்னரே பாவோகாங் இடைமறித்து, “பிறகெப்படி நான் அவளைக் காதலித்தேன்? லுவோ வென் எங்கள் துறையின் தலைவர். மிகவும் திறமை வாய்ந்தவர், ஆங்கிலம், ஜெர்மன், ருஷ்ய மொழிகளை நன்கு அறிந்தவர், பல்வேறு இசைக்கருவிகளையும் இசைக்கக்கூடியவர், மிக அழகாக எழுதவும் வரையவும் கூடச் செய்வார். மிகுந்த கூச்ச சுபாவமுடையவராக இருந்தபோதும் எங்களிடம் நன்றாகப் பழகக்கூடியவர்.

கம்யூனிசக்கட்சிக்கு எதிராக நடந்த உள்நாட்டுப் போரில், அவர்களை எதிர்த்துப் போரிட்ட குவோமிண்டாங் படையைச் சேர்ந்த லின்னின் தந்தை கொல்லப்பட்டார், அதன்பிறகு ஃபூ சியோயியின் உளவுத்துறைப்பிரிவில் லுவோ வென்னுடன் சேர்ந்து அவள் பணிபுரிய லின்னின் பெரியப்பா ஏற்பாடு செய்தார். லுவோ துறைதொடர்பான பல நுணுக்கங்களைக் அவளுக்குக் கற்றுக் கொடுத்ததோடு, அவளை மிகவும் நல்லபடியாக கவனித்தும் கொண்டார் என்பதாலேயே அவள் தன் தந்தையின் மரணத்திற்கு முன்பு இருந்ததைப் போலவே மகிழ்வாகவும், தோழமைமிக்கவளாகவும் மாற முடிந்தது என அவள் பலமுறை என்னிடம் கூறியிருக்கிறாள். நான் அந்தத் துறையில் பணிக்கு சேர்வதற்கும் முன்னர் இருந்தே அவர்கள் இருவரும் உடன்பிறந்தோர்கள் போலவே அங்கு பழகிவந்திருந்தனர்.

ஆனால் நானும் லின்னும் ஒரே வயதினர் என்பதால், பணிக்கு அப்பாற்பட்டும் நாங்கள் இருவரும் ஒன்றாக நிறைய நேரம்

செலவழித்தோம், அதன் விளைவாக வெகு விரைவிலேயே இருவரும் காதலில் விழுந்தோம்.

அன்றைய இரவுதான் கூரையைப் பார்த்தபடி நிகழும் எங்கள் உரையாடல் முதன்முதலாக ஆரம்பமானது. படுக்கையில் படுத்தபடி மேலே பார்த்துக்கொண்டிருப்போம். ஒருவர் கேள்விகேட்க மற்றவர் பதிலளிப்போம். எங்களிடம் கேள்விகள் தீர்ந்து போனாலோ, கேள்விகளுக்குரிய விடைகளை கண்டறிய முடியாமல் போனாலோ அல்லது எங்களுக்குள் செய்திகளைப் பரிமாறிப் பரிமாறிக் கூரை களைப்படைந்துவிட்டாலோ, இறுதியாக நாங்கள் இருவருமே ஆழ்ந்த உறக்கத்துள் விழுந்து தனித்தனிக் கனவுகளுக்குள் மூழ்கிப் போவோம்.

தொடர்ந்த இரவுகளில், கூரையைப் பார்த்தபடியே நாங்கள் ஒருவரையொருவர் அறிமுகம் செய்துகொண்டோம்.

இதுநிகழ்ந்த சில நாட்களுக்குப்பிறகு, ஒருநாள் பாவோகாங் என்னிடம், "மக்கட்விடுதலைப் படையுடன் நம் படையை இணைக்கும் பயிற்சியில் நான் பங்கேற்றுள்ளேன். எனவே வீட்டிற்குத் தாமதமாகவே வருவேன். உணவுக்கூடத்தில் இருந்து உனக்கான உணவைப் பணியாள் ஒருவர் கொண்டுவந்துவிடுவார், வீட்டுவேலைகளையும் அவரே கவனித்துக் கொள்வார். ஓ, சொல்ல மறந்துவிட்டேனே, நமக்கென மற்றொரு போர்வைக்கும் ஏற்பாடு செய்துவிட்டேன், எனவே நான் குளிரில் நடுங்குவேனோ என நீ கவலை கொள்ளத் தேவையில்லை," எனக் கூறினார்.

அன்றைய இரவு அவர் மிகத் தாமதமாகவே வீடு திரும்பினார். உறங்குவதைப் போல நான் கண்மூடி படுத்திருந்தேன், அவரோ பணியாள் கொணர்ந்த புதுப்போர்வைக்குள் சப்தமின்றி நுழைந்துப் படுத்துக்கொண்டார்.

கூரையை வெறித்துப் பார்த்தேன், நீண்ட காலமாக என் மனதில் தேங்கிக்கிடந்த வார்த்தைகளெல்லாம் பிரவாகமாக வெளியேறத் துவங்கின.

"உங்களுக்குத் தெரியுமா பாவோகாங், நமது திருமண நிச்சயதார்த்தம் நடந்தபோது நான் மிகவும் சிறியவளாக இருந்தேன், அப்போது எனக்கு எதுவுமே தெரியாது. எனக்கு பதினான்கு வயதாகியபோது நான் இளமையின் உச்சத்தில் இருந்தேன், யாரேனும் உங்கள் பெயரை உச்சரித்தாலும் கூட

என் முகம் நாணத்தில் சிவந்துவிடும். அந்தச் சமயத்தில்தான் நீங்கள் என் வாழ்வினுள்ளே உண்மையாகவே நுழைந்தீர்கள் என எண்ணுகிறேன். பதினாறு வயதாகியபோதோ உங்களை சந்திக்கவேண்டுமெனத் தவியாய் தவித்தேன், என் சகோதர சகோதரிகளின் திருமணம் குறித்து என் தந்தை பேசியபோதெல்லாம் இவ்வுணர்வு அதிகமானது. எனது முறை வரும்வரை காத்திருக்கவேண்டுமென்பதே பெரும்பாடாய் இருந்தது.

பின்னர், நீங்கள் இராணுவத்தில் சேர்ந்துவிட்டீர்கள் எனக் கேள்விபட்டதும், அன்றிலிருந்து போர்முனை குறித்தச் செய்திகள் அனைத்தையும் கேட்கத் துவங்கினேன். போர்முடிவுகள் குறித்த செய்தி அறிவிக்கப்படவேண்டுமென பிரார்த்தித்தபடியே எங்களின் வானொலிப்பெட்டியின் அருகிலேயே காவல்காத்து நிற்பேன். என் வீட்டின் சுற்றுச்சுவரைக் கூட நான் கடந்து வெளியே சென்றதில்லை, ஆனால் உங்கள் மீதான என் ஏக்கமோ என்னை வெளியுலகிற்கு, உள்நாட்டுப்போர் நடந்த போர்க்களங்களுக்கெல்லாம் இட்டுச்சென்றது.

பகல்வேளையில் பருவநிலை மாற்றங்களைக் காணும்போது உங்களின் இன்மையை உணர்ந்தேன், இரவில் விண்மீன்கள் வானில் இடம்பெயர்வதைக் காணும்போது உங்களின் இன்மையை உணர்ந்தேன். எனது இளமையின் பொக்கிஷம்போன்ற அந்த ஒன்பது வருடங்களும் உங்களுக்காகக் காத்திருப்பதிலேயே கழிந்துபோனது. இறுதியாக, நீங்கள் திரும்பி வந்தீர்கள். ஆனால்...."

"ஆனால்? ஆனால் என்ன?" பாவோகாங்கின் குரல் இருளுக்குள் இருந்து திடீரென எழுந்து வந்தது.

நான் சங்கடத்துடன் அமைதி காத்தேன். சிறிதுநேரம் கழித்து அவர்,

"நானும் கூரையிடம்தான் பேசிக்கொண்டிருக்கிறேன். லின்னுடன் நான் உரையாடுவதற்கான ஒரே வழியும் அதுதான்; நல்ல செய்திக்காகத்தான் நானும் காத்திருக்கிறேன்" என்றார்.

"நிஜமாகவா? எனக்குதான் செய்திகூற யாருமே இல்லை. நான் எனக்கு நானே பேசிக்கொள்கிறேன்" என்னை நானே நியாயப்படுத்திகொள்ளும் வகையில் இதைக் கூறினேன்.

"தனக்குத்தானே பேசிக்கொள்வது பெரும் ஆறுதல் அளிக்கவல்லது, துயரிலிருந்து பெரும் விடுதலையளிக்கவல்லது" என்றார்.

என்னை சமாதானப்படுத்தவே அவர் இதைக் கூறினார் என நன்றாகவே தெரிந்தது.

"லின்னின் கதையை மேலும் கேட்க உனக்கு விருப்பமா?" எனக் கேட்டார்.

"கூறுங்கள். உங்களுக்கு அது பெரும் ஆறுதலளிக்கும், பெரும் விடுதலையை அளிக்குமல்லவா?" எனக் கேட்டேன்.

உண்மையில் நானும் அவ்வாறே உணர்ந்தேன்.

என் கேள்விக்கு உடனடியாக அவர் பதிலளிக்காமல் சிறிது நேரம் அமைதி காத்தார், பிறகு லின்னின் கதையைக் கூறத்துவங்கினார். ஆம், கூரையிடம்தான் பேசத் துவங்கினார், மேலிருந்து என் இதயத்தின்மீது பொழிந்த அவரது வார்த்தைகளைக் கேட்கத் துவங்கினேன்.

தொடர்ந்த வருடங்களில், நான் லின்னைப் பற்றி அனைத்தையும் அறிந்துகொண்டேன்.

அவள் தெற்கை சேர்ந்தவள். சிறு வயதிலேயே அவள் தன் தாயை இழந்துவிட்டாள், எனவே அவள் தந்தை அவளை பிரிட்டனுக்கு அனுப்பி படிக்கவைத்தார். அங்கு அவள் பட்டம் பெற்றதுமே, ஜப்பானுக்கு எதிரானப் போரில் பங்குபெறவென, தீவிர ஆர்வமும், அடங்கா தேசப்பற்றும் நிறைந்த சீன இளைஞர்கள் குழாமொன்றைத் தன்னுடன் தாய்நாட்டிற்கு அழைத்துவந்தாள்.

அவர்கள் வந்து சேர்ந்த சிறிது காலத்திற்குள்ளாகவே ஜப்பான் சீனாவிடம் சரணடைந்து விட்டது, எனவே முன்னர் எதிரியின் கட்டுப்பாட்டினுள் இருந்தப் பகுதிகளை மீட்டெடுப்பதில் தன் தந்தைக்கும் அவருடைய படைகளுக்கும் உதவத் துவங்கினாள் லின்.

வெகு விரைவிலேயே கம்யூனிசவாதிகளுக்கும் தேசியவாதிகளுக்கும் இடையே நடந்த சண்டையால் வடக்கு சீனா முழுதும் போர்க்களமாக உருமாறியது, தேசியவாத அதிகாரிகள் பலரின் குடும்பங்களும் சிசுவான் மாகாணத்திற்கும்

தென்பகுதிகளுக்கும் அனுப்பப்பட்டன. ஆனால் லின் தன் தந்தையை நீங்கிச் செல்ல மறுத்ததால், உளவுத்துறையில் பணியாற்றிய தன் மூத்த சகோதரரின் கீழ் பணியாற்ற அவளை அனுப்பிவைத்தார் அவள் தந்தை.

மக்கட்விடுதலைப்படை வடகிழக்கில் இருந்து மத்திய சமவெளிகளை நோக்கி வெற்றிகரமாக முன்னேறி வந்துகொண்டிருந்தது, அப்போது நிகழ்ந்த போரில் லின்னின் தந்தை பரிதாபகரமாக உயிரிழந்தார். சியாங்கைஷேக்கின் முக்கியப்படைகள் தெற்குப்பகுதி நோக்கிப் பின்வாங்கின. ஃபூ சியோயின் முக்கியத் துருப்புச்சீட்டாகக் கருதப்பட்ட முப்பத்தைந்தாம் இராணுவப்படையும் கூட மக்கட்விடுதலைப் படையால் அழித்தொழிக்கப்பட்டது. தம்மை வழிநடத்திச் செல்ல எவருமற்ற நிலையில், மத்திய சமவெளிகளிலேயே சிக்கிக்கொண்ட தேசியவாத அதிகாரிகள் சிலர், தம் விதியை தாமே நிர்ணயித்துக்கொள்ள முடிவுசெய்தனர். அதன்படி, சிலர் மக்கட்விடுதலைப்படைக்கு எதிராகப் போரிட்டுத் தம் உயிரைத் துறந்தனர், சிலர் சியாங்கை பின்பற்றி சிசுவானிற்கு தப்பிச்சென்றனர், மற்றவர்களோ இவ்விரண்டு முடிவுகளும் எடுக்கமுடியாமல் இடையில் சிக்கித்தவித்தனர்.

அச்சமயம், சில வருடங்களுக்கு முன்னர் ஜப்பானிய ஆக்கிரமிப்பாளர்களைத் தோற்கடிக்கத் தான் கையாண்ட முறையினைப் போலவே, உள்ளூர் போர்ப்பிரபுக்களின் உதவியோடு சிசுவானின் விசேஷமான நில அமைப்பைப் பாதுகாப்பு அரணாகப் பயன்படுத்திக் கொள்ளலாம் என சியாங் உறுதியாக நம்பினார்.

தேசியவாதிகளுள் மிக முக்கியமானவர்கள் சந்திக்கும் இடமாக விளங்கிய சிசுவானின் நகரமான செங்குடுவிற்கு லின்னை அவள் பெரியப்பா அழைத்துச் சென்றுவிட்டார், அதேசமயம் தம் குடும்பத்தினரின் விருப்பத்திற்கிணங்க படைத்தளபதி ஃபூவின் சொற்பப் படையினருடன் பாவோகாங் மத்திய சமவெளிகளிலேயே தங்கிவிட்டிருந்தார். நீண்ட காலம் பிரிந்திருக்கப்போகிறோம் என அப்போது இருவருமே எதிர்பார்த்திருக்கவில்லை; முக்கியமாக, தேசியவாதிகளுக்கு ஆதரவாக அவர்களின் பின்னணியில் அமெரிக்கா செயல்பட்டு வந்ததால் ‘கலகம்’ நிச்சயமாக வெகு விரைவிலேயே அடக்கப்பட்டுவிடும் எனத்தான் எண்ணியிருந்தனர்.

நாட்டில் அடுத்து என்ன நடக்கக்கூடுமென்று எவராலுமே கணிக்கமுடியவில்லை என பாவோகாங் கூறினார்.

தேசியவாதிகளின் படுதோல்விகள் குறித்தும், அவமானகரமான அவர்களின் பின்னடைவுகள் குறித்தும் அடுத்து வந்த நாட்களில் செய்திகள் வந்தவண்ணமே இருந்தனதாம் எனும்போதும் முக்கிய நிலப்பகுதியில் இருந்து சியாங்கின் படை விரட்டப்பட்டு ஜலசந்தி வழியாக பழைய தைவானுக்கு இறுதியாகத் தப்பியோட நேரிடும் என எவருமே எதிர்பார்த்திருக்கவில்லை.

இருபக்க வானொலிகளும் “மாபெரும் வெற்றிகள்” குறித்த செய்திகளை ஒளிபரப்பியவண்ணமே இருந்தன - வடக்குப்பகுதியில் இருந்த கலகக்கார கம்யூனிஸ்டுகளை களையெடுத்து விட்டதாக தேசியவாதிகள் மார்தட்டினர், அதேசமயம் கொடுங்கோன்மை தேசியவாதிகளிடமிருந்து தெற்குப்பகுதியை விடுவித்து விட்டதாக கம்யூனிஸ்டுகள் கூறினர். செய்தித்தாள்களோ மேலும் மோசமாக இருந்தன, தங்களைக் கட்டுப்படுத்தும் கட்சியினரின் அனுகூலங்களுக்கு ஏற்றவாறு அவை வதந்திகளைப் பரப்பின.

காட்டுத்தீயைப் போல மக்கட்விடுதலைப்படையினர் மத்திய சமதளங்களை ஆக்கிரமித்துவிட்டதை பாவோகாங் மிகத் தாமதமாகவே உணர்ந்துகொண்டார்; தப்பிக்கவே முடியாதவாறு முன்னரே ஃபூ சியோயியின் படை எதிரிகளால் சூழப்பட்டிருந்தது.

1949 ஜனவரியில் பாவோகாங்கும் லின்னும் கடைசிமுறையாக தந்திவழி உரையாடிக்கொண்டனர், லின்னின் பெரியப்பா சியாங் கைஷேக்குடன் இணைந்து தெற்கின் உட்பகுதியில் அமைந்திருந்த ஹைனான் தீவுகளுக்கு லின்னை அழைத்துச் செல்ல முடிவெடுத்திருப்பதாக பாவோகாங் அறிந்துகொண்டார்.

அரசின் நிதியிருப்புகளை மீட்டு, நாட்டின் செல்வவளங்களை தடைசெய்யப்பட்ட நகரிலிருந்து தைவானுக்கு இடமாற்றம் செய்யும் ரகசிய நடவடிக்கையை லின்னின் பெரியப்பா மேற்கொண்டிருந்தார் என்பதை பாவோகாங் அறிந்திருந்தார். அப்படியானால், சியாங்கும் மற்ற உயர்மட்ட ஆதரவாளர்களும் வரவிருந்த தோல்வியை முன்கூட்டியே அறிந்திருக்கின்றனர், வெற்றிவாய்ப்பேயில்லாத ஒரு போருக்காக லின்னின்

தந்தையைப் போன்ற பல அப்பாவிகள் தம் உயிரை நீத்த செயல்தான் இதில் மிகவும் பரிதாபகரமானதாகும்.

பாவோகாங்கிற்கு லின்னின் மேல் அத்தனைத் தீவிரக் காதல் இருக்குமென நான் நினைத்திருக்கவில்லை. அடுத்துவந்த சில மாதங்கள், அவர் மனதினுள் பெருகிவந்த ஏக்கத்தை அவரால் கட்டுப்படுத்தவே முடியாமல் தவித்தார். இவற்றுக்கு இடையே, இதில் என் பங்கு என்ன என்பதையும், நான் ஏன் அவர் அருகில் படுத்திருக்கிறேன் என்பதையும் நான் மறந்தே போயிருந்தேன். லின்தான் எந்நேரமும் எங்களிடையே இருந்தாள். அவள் என் புதுக்கணவரின் செவிகளுக்குள் காதற்மொழிகளை எந்நேரமும் முணுமுணுத்தபடியே இருந்தாள்.

மக்கட்விடுதலைப் படையினருடன் நிகழ்ந்த ஒருங்கிணைப்பு விழா முடிந்ததும் அடுத்த சில மாதங்களுக்கு பாவோகாங் கொந்தளிப்பான மனநிலையிலேயே இருந்தார், எனினும் அதுகுறித்து அவர் எதையும் என்னிடம் பகிர்ந்துகொள்ளவில்லை. "எதிர்ப்படை"யினரின் சீருடையை அணிந்துகொண்டதன் மூலம் தேசியவாதத்தின் மரபிற்கும் நம்பிக்கைகளுக்கும் தான் துரோகமிழைத்துவிட்டதாக அவர் உறுதியாக நம்பினார். புதுச் சீருடையை அணிந்துகொண்டு அவர் வீட்டிற்கு வந்த நாளன்று, இரவு முழுவதும் அவர் உறங்கவேயில்லை, பெருமூச்செறிந்தபடி விழித்தேயிருந்தார்.

"படைகளின் ஒருங்கிணைவு நிகழ்விற்குப் பிறகு பலரும் தம் வீட்டிற்குத் திரும்பினர், ஆனால் நான் உளவுத்துறையில் இருப்பதனால் மக்கட்விடுதலைப்படை அதற்கு என்னை அனுமதிக்கவில்லை" என்றபடியே பெருமூச்செறிந்தார். "தேசியவாதப்படை குறித்த அவர்களின் ஆராய்ச்சியில் என் பங்கு மிக அவசியம் என அவர்கள் கருதுகின்றனர். எது எப்படியாகினும், இந்தச் சீருடையை நான் அணிந்துவிட்டபிறகு லின் என்னிடம் திரும்பி வருவாளா? இப்போது நான் யார்? அவளுக்கு ஆதரவானவனா அல்லது அவர்களுக்கு ஆதரவானவனா? தேசியவாதிகள் மீண்டும் எதிர்த்துப் போர்புரிவார்களா? அவ்வாறு நடந்தால், அப்போது நான் என்ன செய்ய வேண்டும்?" பாவோகாங்கின் குரலில் வேதனையும் அவநம்பிக்கையும் நிரம்பி வழிந்தன.

“அதுகுறித்து நான் இன்னும் யோசிக்கவேயில்லை. சியாங் கைஷேக் முயன்று மீண்டும் மத்திய சமநிலங்களை கைப்பற்றுவார் எனத்தான் கேள்விப்பட்டேன். ஆனால் பீஜிங் என்னவாகும்? சிசுவானில் இருந்தும் ஹைனானில் இருந்தும் அது வெகுதொலைவில் உள்ளதே. அப்படியே அவர் இங்கு திரும்பி வந்தாலும், அது உடனடியாக நிகழாது எனத்தான் நினைக்கிறேன்” என்றேன்.

நான் பேசிக்கொண்டிருக்கும் போதே ஒரு எண்ணம் என்னைத் தாக்கியது, பாவோகாங் இங்கிருந்து தப்பியோட முயன்றால் என்னவாகும்? என் நிலை என்னவாகும்? மற்றுமொரு எண்ணமும் சட்டெனத் தோன்றியது, அப்படி ஏதேனும் நிகழ்ந்தால் அதுவும் நன்மைக்கே! அப்படி அவர் தப்பியோடினால் எங்கள் திருமண வாழ்வு முடிவுக்கு வந்துவிடும், பிறகு நாங்கள் இருவருமே விடுதலை பெற்றுவிடுவோம். நாங்கள் பிரிவதற்கு வேறு காரணங்கள் தேவையிராது; நாங்கள் கடக்கவேண்டியிருந்த குழப்பமான அரசியல் சூழலை மட்டுமே மற்றவர்கள் பழித்துக்கூறுவர்.

எனதிந்த மனவோட்டத்தை பாவோகாங் படித்துவிட்டார் போலும், “கவலைப்படாதே, நான் எங்கும் போய்விட மாட்டேன்” என்றார்.

“ஏன்?” எனக் கேட்டேன்.

“நானும் லின்னும் பீஜிங்கில் பிரிந்தோம், மீண்டும் அங்கேயேதான் ஒன்றுசேர வேண்டுமென உறுதிபூண்டுள்ளோம். நான் தெற்கு நோக்கிப் போகும்போது அவள் வடக்கு நோக்கி வந்துவிட்டால் என்னாவது? இரவில் கடக்கும் கப்பல்களைப் போல ஒருவரையொருவர் பாராமலேயே கடந்து சென்றுவிடக்கூடும். இப்போதைக்கு அனைத்துமே குழப்பத்தில் உள்ளன, நாங்கள் ஒருவரையொருவர் தொடர்பு கொள்ளவியலாத நிலையில் எங்களால் எந்தவொரு முடிவையும் கண்மூடித்தனமாக எடுக்க முடியாது. அப்படி முடுவெடுத்துவிட்டால் அதிலிருந்து பிறகு பின்வாங்கவே முடியாது, விளைவாய் நாங்கள் ஒருவரையொருவர் நிரந்தரமாக இழந்துவிடக்கூட நேரிடலாம்” என்றார்.

கூரையையே முழுகவனத்துடன் வெறித்துப் பார்த்துக்கொண்டிருந்தேன். “உங்களோடு சேர்ந்து நானும்

இங்கேயே காத்திருப்பேன். உங்களைத் தேடி மீண்டும் லின் வந்துவிட்டால், அப்போது நான் இங்கிருந்து சென்றுவிடுவேன்." என்றேன்.

இதைக்கேட்டதும் கண்களை உயர்த்தி ஒருமுறை செந்நிறத்தாளை கள்ளத்தனமாகப் பார்த்துக்கொண்டேன். கிராமப்புறத்தைச் சேர்ந்த பல பெண்களிடமிருந்து நான் இதேபோன்ற கதைகளை கேட்டுள்ளேன்தான் ஆனால் அவர்கள் அனைவரும் வறுமையில் வளர்ந்தவர்கள், கல்வியறிவற்றவர்கள், 'மூன்று கீழ்படிதல்கள், நான்கு நற்குணங்கள்' என முன்னோர் வகுத்துவைத்திருந்த அறிவுரைகளைக் கண்மூடித்தனமாகப் பின்பற்றி வாழ்ந்தவர்கள்.

பண்டைய காலம் முதல் 1949 வரையிலும் கூடப் பின்பற்றப்பட்ட பெண்களின் நன்னடத்தை குறித்த ஒழுக்கநெறிகள் இவற்றில் குறிப்படப்பட்டிருந்தன. பெண்கள் எவ்வாறு நடந்துகொள்ள வேண்டும் என்பதையும் ஆண்கள் எவ்வாறு தம் மனைவியரைத் தேர்வுசெய்ய வேண்டுமென்பதையும் நிர்ணயிக்கும் நல்லொழுக்க தரநிலைகளைப் பின்பற்றி மெய்விளக்கியலாளர் கன்பூசியஸ் இவற்றை வகுத்திருந்தார்.

ஒரு பெண்ணானவள், மகளாகத் தன் தந்தைக்கும், மனைவியாகத் தன் கணவருக்கும், விதவையாகத் தன் மகன்களுக்கும் கட்டுப்பட்டு நடக்கவேண்டும் என 'மூன்று கீழ்படிதல்கள்' கூறுகின்றன. பெண்டிற்குரிய அறநெறிகள், உடற்கவர்ச்சி, பேச்சில் மரியாதை, வீட்டுவேலைகளில் திறமை ஆகியவை "நான்கு நற்குணங்கள்" ஆகும்.

பெண்கள் தம் விருப்பம் போல் வாழவோ, தம் வாழ்வையும் தம் தேவைகளையும் தம் கட்டுப்பாட்டுக்குள் வைத்துக்கொள்ளவோ இந்த "வாழ்க்கைக் கொள்கைகள்" அனுமதிக்கவேயில்லை. என் பெற்றோர்களின் தலைமுறையினருக்கும் முன்னே வாழ்ந்த சீனப் பெண்களுக்கும் ஆண்களுக்கும் இடையேயான காதல், அதாவது உண்மைக்காதல், கலைவடிவங்களாக விளங்கிய அழகிய ஓவியங்களிலும், சிற்பங்களிலும், புனைவுகளிலும் மட்டுமே

சாத்தியமாகியிருக்கக்கூடும் என ஆணித்தரமாக நம்புகிறேன். "மூன்று கீழ்படிதல்களும் நான்கு நற்குணங்களும்" போதித்தபடி அவர்கள் "காதலைப் பேச" மட்டுமே செய்திருப்பார்களே தவிர தம் உணர்வுகளை உடல்வழியாக வெளிப்படுத்தியிருக்கவே மாட்டார்கள். செந்நிறத்தாளுக்கும் இவ்வகையிலேயே போதிக்கப்பட்டிருக்கக்கூடும் எனும்போதும், அவருக்குப் புரட்சியும் போதிக்கப்பட்டுள்ளது. புதிய சீனாவின் மகளாகிய அவர், வேட்கையும் அர்த்தமும் அற்றதொரு வாழ்வை வாழ எப்படி ஒப்புக்கொண்டிருப்பார்? தான் காதலிக்காத ஒரு ஆணுடன் ஒரே கூரையின் கீழ் வாழ்வதில் அப்பெண்மணி எப்படி இன்பம் கண்டிருக்கக்கூடும்?

அவருடைய முகத்தை நான் ஆராய்வதை செந்நிறத்தாள் உணர்ந்துவிட்டார், எனினும் அதில் கவனம் செலுத்தாமல் தனது கதையைத் தொடர்ந்தார்.

红

அங்கு நாங்கள் குடிவந்து சில நாட்களே ஆகியிருந்த நிலையில், பகல்நேரம் முழுவதையும் பாவோகாங் தன் பணியிடத்திலேயே கழித்தார். பணி குறித்த எந்தத் தகவலையும் என்னுடன் அவர் பகிர்ந்துகொள்ள விரும்பியதேயில்லை. நாங்கள் அங்கு குடியிருந்த காலத்தில் பெரும்பான்மை இராணுவக் குடியிருப்புகள் காலியாகவே இருந்தன; இராணுவ வீரர்கள் எவரும் தம் குடும்பங்களைத் தம்முடன் அங்கு குடியமர்த்திக் கொள்ளவில்லை. ஆனால், 1950இல், போரினால் பிரிந்துகிடந்த குடும்பங்கள் யாவும் மீண்டும் ஒன்றுசேரத் துவங்கியதால் எங்கள் பகுதிகளில் பல குடும்பங்கள் குடியேறின.

வீரர்களைத் தேடி சிலசமயங்களில் மூன்று அல்லது நான்கு மனைவிமார்கள்கூடத் தம் குழந்தைகளுடன் அங்கு வந்துவிடுவர். டிஎன்ஏ போன்ற மரபணு சோதனைகள் ஏதுமற்ற அக்காலங்களில், சாட்சிகளின் சான்றையோ அல்லது ஏதேனும் பொருட்சான்றையோ வைத்துத்தான் குழந்தைகளின் தந்தையை முடிவுசெய்ய முடிந்தது.

படித்தவர்களின் எண்ணிக்கை இராணுவத்தில் குறைவாக இருந்த காரணத்தாலும், தாய்மார்களால் அங்கேயே விட்டுச் செல்லப்பட்ட குழந்தைகளை கவனித்துக் கொள்ளவும்,

என்னையும் அங்கேயே பணியில் சேர்ந்துவிடுமாறு பாவோகாங் கேட்டுக்கொண்டார். உண்மையில், இதைக்கேட்டதும் நான் உள்ளூர மிகவும் மகிழ்ந்தேன். சீனா புதுப்பிக்கப்படுகிறது, அதற்காகத் திறமையானவர்கள் தேவைப்படுகின்றனர் என்பதாலேயே பணிவிண்ணப்பமுறை அப்போது வெகு எளிதாகவே இருந்தது. முதன்முதலாக நான் பெற்ற என் ஊழியர் விபரக் கோப்பின் மேலட்டையில், ***'நிரந்தர நகல் எழுத்தர் – படையலுவலர்களின் கீழ் பணிபுரிபவர்'*** என அச்சிடப்பட்டிருந்தது. அந்த நொடியில் இருந்து நான் மக்கட்விடுதலைப் படையின் உறுப்பினரானேன்.

அன்றிலிருந்து, கூரையை நோக்கிய எங்களின் உரையாடல்களில் பணிகுறித்த செய்திகள் முக்கிய இடம்பெறத் துவங்கின, நாங்கள் முன்னர் எண்ணியிருந்ததைப் போலல்லாது எங்களிடையே பல விஷயங்கள் பொதுவாக ஒத்துப்போவதையும் கண்டுகொண்டோம். போரினால் துண்டாடப்பட்ட குடும்பங்கள் குறித்தும், எங்களை இந்நிலைக்குத் தள்ளிய வரலாற்று நிகழ்வுகள், எதிர்காலத்தில் இவை உண்டாக்கப்போகும் நிலையான தாக்கம் குறித்தும் நாங்கள் ஒன்றாக வருந்தினோம். ஒன்றாக மகிழ்ந்தோம், ஒன்றாகவே கவலையும் கொண்டோம். சில சமயங்களில் சிரித்தோம், சில நேரங்களில் அழுதோம். ஆனால் மிக அரிதாகவே வாதிட்டோம்.

நிச்சயமின்மைக்குள் மறைந்து கிடந்த எங்களின் எதிர்காலம் குறித்து மட்டும் நாங்கள் பேசிக்கொண்டதேயில்லை என்பதை நான் சொல்லாமேயே நீங்கள் புரிந்துகொண்டிருப்பீர்கள் என நம்புகிறேன். சியாங் கைஷேக் பிரதான நிலப்பரப்பில் எதிர்த்தாக்குதல் நிகழ்த்தப் போவதாய் வந்த வதந்திகள் படிப்படியாகக் குறைந்துபோயின, மேலும் தைவானின் மீது படையெடுத்துச் செல்ல மக்கட்விடுதலைப் படையினர் தயாராகவுமில்லை.

红

"நீங்கள் இருவரும் ஏன் அதிகமாக வாதிட்டுக்கொண்டதில்லை?" என செந்நிறத்தாளிடம் கேட்டேன்.

அவர் பார்வை கூரையில் இருந்து மெல்ல இறங்கி என் முகத்தின் மேல் நிலைத்தது. "எங்களுக்குள் மோதலை

தடுக்கவே நாங்கள் வாதிடாமல் இருந்தோம் என இதற்கு அர்த்தமில்லை, பல விஷயங்களில் எங்கள் இருவரின் கருத்துகளும் ஒத்துப்போயின, அவ்வளவே" என்றார்.

இது நான் எதிர்பார்த்த பதிலல்ல.

"நல்லது, பிறகு எதற்காகத்தான் வாதிட்டுள்ளீர்கள்?" என ஆர்வத்துடன் மீண்டும் வினவினேன்.

செந்நிறத்தாளின் பார்வை மீண்டும் சுவர்மேல் ஏறியது, "முதன்முறையாக நாங்கள் பெரிய அளவில் வாதிட்டது... கொரியப் போர் குறித்துதான் என எண்ணுகிறேன்" என்றார்.

红

கலாச்சாரப் புரட்சியில் காதல் தன் நிறமிழத்தல்

'வல்லரசான அமெரிக்கா கொரியாவின் மீது படையெடுப்பு – சீனாவின் வடக்கு வாயிற்கதவைத் தகர்க்க முயற்சி' எனத் தலைப்புச் செய்தி வெளியிட்டிருந்த *தன்னார்வப்படை தினசரியின்* பிரதியொன்றை ஒருநாள் வீட்டிற்குக் கொண்டு வந்தேன், அந்நாட்களில் *விடுதலைப்படை தினசரி* இல்லை. அன்றைய மாலை பாவோகாங்கிடம் இதுகுறித்து உரையாடியபோது என்னால் என் கோபத்தை கட்டுப்படுத்தவே முடியவில்லை. 'ஏன் இந்த அமெரிக்கர்கள் சீனர்களாகிய நம்மை நிம்மதியாக வாழவே விடுவதில்லை?' என ஆத்திரமாகக் கேட்டேன்.

"செய்தித்தாள்களில் வெளியாகும் அனைத்தையும் நம்பிவிடக்கூடாது. தெற்கின் மேல் வடக்கு படையெடுப்பதைத் தடுக்கும்பொருட்டு படைகளை அனுப்ப ஐக்கிய நாடுகள் சபை முடிவெடுத்துள்ளது" என அவர் கூறினார்.

"உங்கள் பணித்தேவைக்காக நீங்கள் அயல்நாட்டுச் செய்தித்தாள்களை வாசிப்பீர்கள் என அறிவேன்தான், ஆனால் *தன்னார்வப்படை தினசரியின்* இச்செய்தியைத் *தவறு* எனக் கூறுகிறீர்களா?" என எதிர்த்துக் கேட்டேன்.

"நிகழ்வுகளை உண்மையுடன் வெளியுலகிற்கு உரைக்கவே ஊடகம் உள்ளது, செய்திகளை உருவாக்க அல்ல.

செய்தித்தாள்கள் பொய்களைப் பரப்பத் துவங்கினால், அது மக்களின் மனங்களைக் குழப்பி விடுவதுடன் சரியையும் தவறையும் பிரித்தறியும் அறிவையும் மழுங்கடித்துவிடுகிறது. இது நாட்டின் வீழ்ச்சிக்கோ அல்லது ஒட்டுமொத்த இனத்தின் வீழ்ச்சிக்குமே கூட வழிவகுத்துவிடக்கூடும்" எனக்கூறிய பாவோகாங்கின் குரல் மிகக்கடுமையாக ஒலித்தது.

"இது வரம்புமீறிய செயல் அல்லவா?" - என் குரல் வெறுப்புடன் ஒலித்தது.

கூரையை நோக்கிப் பெருமூச்செறிந்த பாவோகாங், "செய்தி என்றால் அது செய்தியாக இருக்கவேண்டுமே தவிர, இல்லாத ஒன்றாக அது உருமாற்றப்படக்கூடாது" என்றார்.

இந்த உரையாடல் தொடர்ந்து எப்படி பயணித்தது என எனக்கு நினைவில்லை, ஆனால் பொய்ச்செய்திகள் எனக்கூறி பாவோகாங் புறந்தள்ளிய "உண்மைகள்" எல்லாம் பின்னர் போலியானவை என நிரூபிக்கப்பட்டதை கண்கூடாகவே கண்டேன். அச்சமயம் எனது முந்தைய வாதத்தை நான் திரும்பப்பெற்றுக் கொள்ளவில்லையெனும்போதும் இதன்மூலம் என் வாழ்நாள் முழுமைக்குமான பாடமொன்றை அவரிடமிருந்து கற்றுக்கொண்டேன்.

எங்களுக்குள் நிகழ்ந்த மற்றுமொரு கடுமையான கருத்துவேறுபாடும் இப்போது நினைவுக்கு வருகிறது...

1951இல், சோவியத்திடமிருந்து முன்னெடுத்து சீனா உள்நாட்டுக் களையெடுப்பை மேற்கொண்டது. 'மூவெதிர்ப்பு, ஐயெதிர்ப்பு'* பிரச்சாரங்களை மேற்கொள்வதாகப் பாசாங்கு செய்த பலர் அதன்மூலம் ஒருவரையொருவர் கொள்ளையடிக்கவும், தனிப்பட்ட விரோதங்களை தீர்த்துக்கொள்ளவும் செய்தனர். செய்தித்தாள்களும் வானொலி ஒலிபரப்புகளும் வர்க்கப்போராட்டங்கள் குறித்த செய்திகளால் நிரம்பி வழிந்தன. எங்களுடன் பணிபுரிந்தோர் பலரும்

★ மூவெதிர்ப்பு, ஐயெதிர்ப்புப் பிரச்சாரங்கள்: கம்யூனிசக்கட்சியின் உள்ளேயே நிகழும் ஊழல், வீண்செய்தல், அதிகாரத்துவம் ஆகிய மூன்றையும் எதிர்த்து 1951இல் மேற்கொள்ளப்பட்டது மூவெதிர்ப்புப் பிரச்சாரம். லஞ்சம், நாட்டின் செல்வங்களை களவாடுதல், வரி ஏய்ப்பு, அரசாங்க ஒப்பந்தங்களில் ஏமாற்றுவது, நாட்டின் பொருளாதாரம் தொடர்பான ரகசியத்தகவல்களைத் திருடுவது என முதலாளித்துவம் செய்யும் ஐந்தையும் எதிர்த்து 1952இல் ஐயெதிர்ப்புப் பிரச்சாரம் துவங்கப்பட்டது.

அரசின் அடக்குமுறைகளுக்கு ஆளாகியபடியிருக்க, அதிபயங்கரத் தலைப்புச்செய்திகளுடன் தினசரிகள் வெளியாகிக்கொண்டிருந்தன. படைத்தளபதி ஃபூ சியோயியின் படையில் முன்னர் பாவோகாங் பணியாற்றி இருந்ததாலும், வெளிநாடுகளில் வசிக்கும் என் உறவினர்களாலும், என் குடும்பப் பின்னணியாலும் இந்தக் களையெடுப்பில் நாங்களும் சிக்கிக்கொள்ளவிருந்தோம் என்பதை பின்னர்தான் அறிந்துகொண்டோம். பாவோகாங்கின் தகவல் பரிமாற்றத் திறமையாலும், அயல்மொழிகளில் அவருக்கு இருந்த தேர்ச்சியும்தான் அவரை உயர்பதவிலேயே தக்கவைத்திருந்தன; இராணுவத்தில் திறமையானவர்கள் மிகக்குறைந்த எண்ணிக்கையில் இருந்த ஒரே காரணத்திற்காகவே அச்சமயம் எங்களைச் சுற்றிலும் வீசிய பெரும் அரசியல் சூறாவளியால் வீசியெறியப்படாமல் நாங்கள் காப்பாற்றப்பட்டோம்.

எனினும், அச்சம் மிகுந்த அந்தச் சூழல் என்னுள் முடிவில்லா மன அழுத்தத்தை உண்டாக்கியிருந்தது. எங்கிருந்து இத்தனைக் கொடூரமான மனிதர்கள் வந்தார்கள்? நான் ஏன் அவர்களைப் பற்றி இதுநாள்வரை ஏதுமறியாமல் இருந்தேன்? பைத்தியக்காரர்களைப் போலச் சட்டங்களை உடைத்து, லஞ்சங்கள் பெற்று, எப்படி அவர்களால் இந்நாட்டிற்கு துரோகமிழைக்க முடிகிறது?

இதுகுறித்து வினவியபோது பாவோகாங் நீண்டதொரு பெருமூச்செறிந்தார், பிறகு “என்ன நடக்கிறது என்பதை உன்னால் கண்கொண்டு காண முடிகிறதா இல்லையா? போலியையும் நிஜத்தையும் குழப்பிக்கொள்கிறாய், சரியெது தவறெது என அறியாமல் தடுமாறுகிறாய், அறியாமைக்கும் அச்சத்திற்கும் உன்னை ஒப்படைத்துவிட்டாய்” என்றார்.

இரவு படுக்கைக்குச் செல்லும்முன் நாங்கள் எப்போது வாதிட்டாலும் அது எதைப்பற்றிய விவாதமாக இருந்தாலும் சரி, அதில் நான்தான் வெற்றிபெறுவேன். ஆனாலும் மறுநாள் காலை விழித்தெழும்போது, எனக்காகவே அவர் அந்த வெற்றியை விட்டுக்கொடுத்திருந்தார் என்பதையெண்ணி அகமகிழ்ந்துகொள்வேன்; அதுமட்டுமின்றி, அவர் வாதிட்டப் பல விஷயங்களும் சரியானவையெனப் கூடியவிரைவிலேயே நிரூபணமாகிவிடும்.

அவர் இறப்பதற்கு முன்னர், அவருடைய இத்தகைய நற்செயல்களுக்காக அவருக்கு நன்றி தெரிவித்தேன், அதற்கு அவர் மென்மையாக, “ஒரு நல்ல ஆண்மகன் பெண்ணுடன் சண்டையிட மாட்டான் என எனது ஆசிரியர் கூறியுள்ளார். மேலும் இரவில் அமைதியான உறக்கத்தை உனக்களிப்பது ஒன்றே என்னால் இயன்ற உனக்கான ஒரே அன்புச்செயல் என்பதும் காரணமாயிருக்கலாம்” என்றார்.

1960கள் கடந்து போயின. எங்களுடைய இரவுநேர உரையாடலில் லின் குறித்துப் பேசுவது கிட்டத்தட்ட நின்றேபோனது, எனினும் அவளை எங்கள் வாழ்க்கையினுள் கொண்டு வர அவ்வப்போது பாவோகாங் முயன்றுகொண்டேதான் இருந்தார். அவர்களின் காதல்கதை குறித்துப் பேசுவது எனக்கு பழக்கமாகிப் போயிருந்தது, உண்மையில் அதை நான் மிகவும் விரும்பினேன் எனவும் கூறலாம், ஆனால் என் கணவர் என்னருகிலே படுத்திருந்தபோதும் உண்மையில் ஒரு விதவையைப்போலே தான் நான் வாழ்ந்து கொண்டிருந்தேன். பெயரளவில் அவருடன் எனக்கு நிகழந்த இந்தத் திருமணத்தால் எனது ஆன்மாவும் உடலும் ஒருசேர சிறைபட்டுக்கிடந்தன.

லின்னைப் பற்றி நாங்கள் பேசாத இரவுகளெல்லாம் என் திருமணவாழ்வில் ஏதோ ஒருவிதத்தில் எனக்கு மகிழ்வைத் தந்த இரவுகளாக அவை இருந்ததாலேயே, புத்துணர்ச்சிமிக்க சுவாசக் காற்றைப்போல, ஒரு விடுமுறையைப்போல, தெளிந்த நீலவானப் பகல்வேளையைப் போல அவ்விரவுகள் எனக்கு மகிழ்வாகத் தோன்றின.

அப்படியானால் அந்தக் காலகட்டத்தில் நாங்கள் இரவுகளில் என்னதான் பேசிக்கொண்டோம்? நீண்ட, தொடர்ச்சியான இடர்ப்பாடுகள் நிறைந்த காலத்தை சீனா கடந்து வந்துள்ளது. நிலமும் வளமும் நிறைந்த குடும்பங்களையெல்லாம் அன்றைய பெரும் அரசியல் மற்றும் பொருளாதாரச் சூறாவளிகள் சிதறடித்தன. மூவெதிர்ப்பு. ஐயெதிர்ப்புப் பிரச்சாரங்கள் நாட்டின் அனைத்துப் பகுதிகளிலும் குழப்பங்களை உண்டுசெய்தன; விவசாயம் சார்ந்த தொழிற்துறையை மறுசீரமைப்பு செய்யும் பணி பெரும் தோல்வியில் முடிந்தது. தொடர்ந்து, ‘பெரும் முற்போக்குப் பாய்ச்சல்’ எனும் பைத்தியக்காரத்தனம் வந்தது, லுஷான் மாநாட்டில் கம்யூனிசத் தலைவர்களுக்குள் விரிசல்

ஏற்பட்டது, சென்பாவோ தீவுச் சம்பவத்தோடு ரஷ்ய-சீன உறவும் முடிவுக்கு வந்தது.

இருந்தபோதும், அயல்நாடுகளில் இருந்து தகவல்களைத் திரட்டுவதும், அந்நாடுகளின் நடப்புநிலையை ஆராய்வதுமே எங்கள் இருவரின் பணியாக இருந்ததால், இராணுவத்தினுள்ளேயே ஒரு தனி சாம்ராஜ்ஜிமாக வீற்றிருந்த உளவுத்துறைப் பிரிவாகிய 'ஷாங்கிரி லா' எனும் நாட்டின் பாதுகாப்பு தொடர்பான துறையில் நாங்கள் பணியமர்த்தப்பட்டிருந்தோம்.

ஒரு நூற்றாண்டு காலமாக எங்கள் நாடு பெரும் அரசியல் குழப்பங்களுக்குள் சிக்கித் தவித்திருந்தபோதும், கம்யூனிச சீனா வேறெந்த நாட்டிற்கும் அடிமையாக இருந்ததில்லை என்பது எங்களுக்கானக் குறைந்தபட்ச ஆறுதல் என பாவோகாங் கூறுவார். எதனால் இது நிகழ்ந்தது? முதலாவதாக, விவசாயத்தையே பெருமளவு சார்ந்திருக்கும் இந்த நாட்டின் பெருவாரியான மக்கட்தொகையாக விளங்கிய விவசாயிகள் அனைவரும் உள்நாட்டுப்போரால் பெரும் பாதிப்பிற்குள்ளாகி இருந்தனர், எனவே போராட சக்தியற்றுப் போயிருந்தனர். இரண்டாவதாக, மாநிலப் பாதுகாப்புத்துறைக்குள் மற்ற எந்தக் கட்சியும் உட்புகாதவாறு ஒடுக்குமுறையும் எதேச்சதிகாரமும் கொண்டதாக ஆளுங்கட்சி இருந்ததால் உள்நாட்டுப்போர் தடுக்கப்பட்டிருந்தது. மூன்றாவதாக, தீவிர ஆணாதிக்கப் பண்பாட்டைக் கொண்டிருந்த சீனாவில் மத நம்பிக்கைகளை மறுப்பதும் மற்ற எவ்விதமான தீவிர நடவடிக்கைகளும் ஒடுக்கப்பட்டிருந்தன.

ஆனால் முன்னெப்போதும் நிகழ்ந்திராத ஒரு அதிசயம் 1966இல் நடந்தது. உள்நாட்டு அரசியல் கொடுத்திருந்த அச்சங்கள் அனைத்தையும் சோவியத்தின் அணுவாயுதச் சோதனை பின்னுக்குத் தள்ளிவிட்டது. மாநிலப் பாதுகாப்புத்துறையின் முக்கிய அங்கமான எங்கள் குழுவும் கூட பீஜிங்கில் இருந்து இடம் மாற்றப்பட்டோம், சீனப்பெருஞ்சுவர் அமைந்திருந்த மலையடிவாரத்தில் இருந்த ஹேபேய் மாகாணத்தைச் சேர்ந்த தாக்சிங் மாவட்டத்திற்கு நாங்கள் அனுப்பப்பட்டோம்.

நாங்கள் குடியிருந்த இராணுவக் குடியிருப்புகள் யாவும் முன்னரே கட்டிமுடிக்கப்பட்டிருந்தன, நாங்கள் குடியேறிய சமயம் மிக அழகாகப் பராமரிக்கப்பட்ட கட்டிடங்கள்

அங்கிருந்தன. 1985இல் அங்கிருந்து இராணுவப்படை வெளியேறியதும் அவையாவும் காலியாகிவிட்டன எனக் கேள்விப்பட்டேன். இது மிகவும் வருத்தத்திற்குரியது. மீண்டுமொருமுறை அங்கு சென்று சுற்றிப்பார்க்கவேண்டுமென அவ்வப்போது எண்ணிக்கொள்வேன்.

நாங்கள் அங்கு குடியிருந்த சமயம், அதிகாரிகளின் தகுதிக்கு ஏற்பக் குடியிருப்புகள் ஒதுக்கப்பட்டன. நானும் பாவோகாங்கும் உடல்ரீதியாகத் தாக்கப்படவில்லை, ஆனால் 'அரசியல் பின்னணிகளும்' 'கடல்கடந்த தொடர்புகளும்' எங்களுக்கு இருந்ததாக ஐயங்கள் இருந்ததால் நாங்கள் பதவியிறக்கப்பட்டோம். விளைவாக, மிகவும் கீழ்நிலைக் குடியிருப்புப் பகுதியாகிய தொகுப்பு வீடுகள் ஒன்றினுள் நாங்கள் குடியமர்த்தப்பட்டோம்.

அங்கு, காற்றுப்புழையொன்று வீட்டுவரிசைகளின் ஒரு முனையிலிருந்து மறுமுனை வரை அமைக்கப்பட்டிருந்தது. விஷவாயு தாக்குதலைத் தடுக்கவே அப்புழை அமைக்கப்பட்டிருந்தது, எனினும் தொகுப்பு வீட்டிலிருந்தப் பெற்றோர்கள் தமது பிள்ளைகளைக் கடிந்துகொள்வது, தம்பதிகளின் வீண்சண்டைகள், குழந்தைகளின் சண்டித்தனங்கள் என அக்கம்பக்கத்தினரின் அனைத்து விஷயங்களும் அதன்வழியாக எங்களை வந்துசேர்ந்தன. இவற்றைத் தவிர, பொருட்கள் உடையும் ஓசைகள், உணவு பரிமாறப்படும் ஒலிகள், நடுநிசியில் படுக்கையின் கீழே மலத்தட்டு நகர்த்தப்படும் சப்தங்கள் கூட எங்களுக்குக் கேட்கும். ஆம், அனைத்துமே எங்களுக்குத் துல்லியமாகக் கேட்டன! நிஜவாழ்வுகளை நேரடியாக ஒலிபரப்பும் வானொலி நாடகமொன்றின் இடையே நாங்கள் வாழ நேரிடுமெனத் தான் கற்பனை கூடச் செய்ததில்லை என பாவோகாங் நகைச்சுவையாகக் கூறுவார்.

கலாச்சாரப் புரட்சியில் மிக விரைவிலேயே அரசியல் உட்பூசல்கள் உருவாகத் துவங்கின, விளைவாக மற்றவர்களின் மீது குற்றஞ்சாட்டத் தேவையான காரணங்களைத் தேடி அனைவரது காதுகளும் கூர்மையடையத் துவங்கியதால், வானொலி நாடகத்தின் ஒலி வெகுவாய் குறைந்துபோனது. நாட்டில் நிலவிய அப்போதைய நிகழ்வுகள் குறித்து உரையாடுவதை நானும் பாவோகாங்கும் கூட

வாக்குறுதி | 69

நிறுத்திக்கொண்டோம், அதற்கு பதிலாக எங்கள் இருவரின் குடும்பங்கள் குறித்தும், எங்களை விட்டுப் பிரிந்துசென்ற உறவினர்களின் மீதான ஏக்கங்கள் குறித்தும் அதிகமாகப் பேசத்துவங்கினோம்.

என் குடும்பக்கதைகளை பாவோகாங் மிகவும் விரும்பிக் கேட்டார். ஏன்? என் குடும்பத்தின் கலைநயமிக்கப் பாரம்பரியம் அவருக்குள் இருந்த கவிஞரைக் கவர்ந்திழுத்திருக்க வேண்டும். பாவோகாங்கிற்கு மூன்று வயதாகியபோதே அவர் சித்திரமொழி எழுதப் பழகத் துவங்கிவிட்டார், தன் மனதைக் கட்டவிழ்த்துவிட்டு மிக அழகான கவிதைகளையும் எழுதினார். சில சமயங்களில் தன் குடும்பப் பெரியவர்களுக்கு மிகப்பிடித்தமானச் சில தனிச்சொற்களைப் பற்றி ஒரு குழந்தையைப்போல் குதூகலத்துடன் கூறுவார்!

பின்னர், அவர் ஒரு தனியார் பள்ளியில் படித்தபோது அவருக்கு பாடம்நடத்திய முதிய ஆசிரியரொருவர், 'கவிதையென்பது வெறும் வார்த்தைகளால் மட்டுமே ஆனதல்ல, அதன் சந்தம், நீளம் மற்றும் அமைப்புதாம் முக்கியமானது – பகுதிகளின் கூட்டுமானத்தை விடவும் முழுமை எப்போதுமே உயர்வானது! கவிதையைத் தனித்தனியாகப் பிரித்து ஆராயக்கூடாது' என எச்சரித்துள்ளார். சிறுவனான பாவோகாங், கொடூரமான புலியை எதிர்த்து நிற்கும் பசுங்கன்றைப் போலப் பயமறியாது இருந்தார் என அவ்வாசிரியர் வெகு விரைவிலேயே அறிந்துகொண்டார். பாவோகாங் தனது ஆசிரியரின் வார்த்தைகளை மனதில் பதியவைத்துக் கொண்டார், மரபுக் கவிதைகளை வாசிப்பதிலும் ஆராய்வதிலும் பெரும் ஆர்வம் கொண்டிருந்ததோடு, சில நேரங்களில் அவற்றைப் பேச்சுவழக்கிற்கு தக்கவாறு மொழியாக்கமும் செய்தார்.

கலாச்சாரப் புரட்சியின்போது நடந்த எங்களுடைய கூரை நோக்கிய உரையாடல்கள் அனைத்தும், மரபுக் கவிதையின் முக்கிய அமைப்புகளாகிய சி, ஃபூ, ஷி குறித்தே இருந்தன. நான் முன்னரே கூறியதுபோல், லின்னின் பெயரையோ, லின்னைப் பற்றியோ பாவோகாங் ஒரு வார்த்தை கூடக் கூறாத, கலாச்சாரப் புரட்சி நிகழ்ந்த அந்தக் காலகட்டம்தான் என் திருமணமெனும் சிறைத்தண்டனையிலிருந்து எனக்குக் கிடைத்த விடுதலைக்காலம் என்பேன். சர்வநிச்சயமாக அக்காலகட்டத்தில் எங்கள் இருவரிடையே அவள் படுத்திருக்கவில்லை.

🔴

"அப்படியானால் கலாச்சாரப் புரட்சியை நீங்கள் மிகவும் மகிழ்ந்து விரும்பியுள்ளீர்கள் போலிருக்கிறதே?" என செந்நிறத்தாளிடம் கேட்டேன்.

இதைக் கேட்டதும் ஒருகணம் அவர் திடுக்கிட்டாற்போல் இருந்தது.

"இதை மகிழ்ச்சி என எப்படிக் கூறுகிறீர்கள்? அவ்வாறா தெரிகிறது? நான் கூறியவற்றைக் கொண்டு அவ்வாறு கூறினீர்களோ?

நன்று, ஆம், அந்நாட்களின் கூரை நோக்கிய எங்களின் உரையாடல்களை நான் மகிழ்வுடனேயே அனுபவித்தேன். ஆனால் நான் அப்படி கூறவும் கூடாது, பெரும் வேதனைமிக்க நாட்கள் அவை" என்று அவரின் குரல் பலவீனமாக ஒலித்தது.

ஒருவேளை, வாழ்விற்கும் சாவுக்கும் இடையே இருந்த மிகச்சிறிய இடைவெளியில் கூடச் சீனர்களாகிய எங்களால் கொஞ்சமேனும் ஆறுதல் தேடிக்கொள்ளமுடியும் என எண்ணுகிறேன். இதை எண்ணியதும் மனதில் தோன்றிய மெல்லிய வேதனையுடனேயே செந்நிறத்தாளை நான் பார்த்துக்கொண்டிருந்தேன்.

தொடர்ந்து கூரையை வெறித்தபடியே இருந்த அவர், போதையில் இருப்பவர் போலப் பேசிக்கொண்டே போனார்.

செந்நிறத்தாளின் பெற்றோர்கள்: வண்ணக் காதற்கவிதை

அப்போதெல்லாம், பாவோகாங்தான் எங்களின் உரையாடலைத் துவக்கிவைப்பார். ஏனெனில், பெண்கள் எப்போதும் தம் கணவரின் தாளத்திற்கு ஏற்பத்தான் ஆடவேண்டும் எனும் கற்பிதத்திலேயே நான் ஊறி வளர்ந்திருந்ததால் இருக்கலாம் என எண்ணுகிறேன். இக்காலத்திலும் அப்படித்தான் உள்ளதா? இது முற்றிலும் புதிய உலகமாக இருப்பதால் அதுகுறித்து எனக்குச் சரியாகத் தெரியவில்லை. அவரவர் குடும்பங்களுக்கென இருந்த

மதிப்புகளுடன், அவரவரின் பிரத்யேக விதிமுறைகளுடன், வெளியுலகம் குறித்தப் பார்வையுடன், மூடிய கதவுகளின் பின்னால் நாங்கள் வளர்ந்தோம்.

பாவோகாங் அற்ப விஷயங்களைப் பேசவே மாட்டார். லின்னை தவிர்த்துப் பார்த்தோமானால், வரலாற்று முக்கியத்துவம் வாய்ந்த நிகழ்வுகளாகிய சர்வதேச நிகழ்வுகள், உள்ளூர் செய்திகள், புராணக்கதைகள், இயற்கையுலகம் குறித்தே அவர் பெரும்பாலும் உரையாடினார். தினசரி வாழ்வின் நடவடிக்கைகள் குறித்து அவர் பேசியதேயில்லை.

எங்களின் வாழ்வுக்கென எந்தத் திட்டத்தையும் நாங்கள் வகுத்துக் கொள்ளவில்லை. ஒரே படுக்கையில் படுத்துக்கொள்வதையும், வெளியுலகப் பார்வைக்குக் கணவன் மனைவி போல் நடிப்பதையும் விடுத்துப்பார்த்தால், எங்களின் பெரும்பாலான நாட்கள் எங்களின் பணியிடங்களிலேயேதான் கழிந்தன. தன் குடும்பத்தைப் பற்றி அவர் பேசியிருக்கிறாரா? உண்மையைச் சொல்வதானால், இல்லவே இல்லை. கலாச்சாரப் புரட்சிக்கு முன்னர், எங்கள் இருவரின் குடும்பங்களைப் பற்றி நாங்கள் பேசிக்கொண்டதேயில்லை. இதன்மூலம் எங்கள் இருவருக்குமிடையே எந்த உறவுமில்லை எனக் காட்டிக்கொள்ளவோ அல்லது ஒரு பெண்ணுக்கு மட்டுமே தன் இதயத்தில் இடமுண்டு எனவோ அவர் நிரூபிக்க முயன்றிருக்க வேண்டும்.

ஆனால் எனது குடும்பத்தைப் பற்றி முதன்முறையாக அவர் என்னிடம் விசாரித்தபோது, எங்களிடையே இருந்த ரகசியச் சுவரை மந்திரக்கோலொன்று திறந்துவிட்டாற் போலிருந்தது. இருபது வருடங்களாக வீட்டைப்பற்றிய ஏக்கம் பற்றியிருந்த நிலையில், அதற்கும் முன்னர் திருமணத்திற்காய் காத்திருந்து இருபது வருடங்கள் வீணே காத்திருந்த நிலையில், எனது இதயத்தில் இருந்தும், மனதில் இருந்தும், என் உயிரின் ஆழத்திலிருந்தும் ஊற்றொன்று பெருக்கெடுத்து ஓடுவதைப்போல உணர்ந்தேன். நினைவுகளின் அடுக்கிலிருந்து ஒவ்வொரு நினைவாக எடுத்து அன்றைய இரவுமுழுவதும் கூறிக்கொண்டே இருந்தேன், எனது ஒவ்வொரு வார்த்தையையும் பாவோகாங் உன்னிப்பாகக் கேட்டுக்கொண்டிருந்தார்.

அவரிடம் கூற என்னிடம் இவ்வளவு கதைகள் இருந்ததை அப்போதுதான் அவர் தெரிந்துகொண்டாரா என்ன? இருக்கலாம்.

மேலும், கதைகளைக் கேட்கத்தான் அவர் விரும்பினாரே தவிர அவர் ஏன் பேசவில்லை என எனக்குத் தெரியவில்லை. என்னால் அதன் காரணத்தைக் கேட்டறியவும் முடியவில்லை. எங்களது உரையாடல்களில் நானே பெரும் பங்குவகிக்க அவர் அனுமதித்திருந்தார், முக்கியமாகக் கவிதைகளின் மீதான என் பெற்றோர்களின் காதல் குறித்து நான் பேசியதை அவர் மிகுந்த ஆர்வத்துடன் கேட்டுக்கொண்டார். அநேகமாக என் மீது அவர் ஆர்வம் காட்டிய முதல் தருணம் அதுவாகத்தான் இருந்தது என எண்ணுகிறேன்.

எனது பெற்றோர்கள் இருவருமே கௌரவமிக்கக் குடும்பங்களில் இருந்து வந்தவர்கள், அரசு அதிகாரிகள் குடும்பத்தைச் சேர்ந்தவர் ஒருவர், இத்துறையினரின் செல்வவளங்கள் ஒருமுறை பெருகிவரும், மறுமுறை வீழ்ந்துவிடும்; மற்றொருவர் பெருவணிகர் உலகைச் சேர்ந்தவர், இவர்களும் பல்வேறு இன்னல்களைச் சந்தித்தவர்களேயாவர்.

பேரரசரிடம் இருந்து நேரிடையாகவே நிலமும் பட்டமும் பெற்ற, தெற்குப்பகுதியைச் சேர்ந்த செல்வாக்குமிக்க அதிகாரியொருவரின் குடும்பப் பரம்பரையைச் சேர்ந்தவர்தான் என் தாயார். பேரரசரின் தணிக்கைகளை அவமதித்ததற்காக குயிசோவில் அமைந்திருந்த தொலைதூர மலைகளுக்கு விரட்டியடிக்கப்பட்டவரான திறமைமிகு அறிஞரொருவரின் பரம்பரையைச் சேர்ந்தவர்கள்தான் என் தாயாரின் மற்றொரு பிரிவு மூதாதையர்கள், அவர்களோ வறியநிலையில் இருந்தனர்.

மிங் ராஜாங்கத்தின் போது பீஜிங்கின் ஹங்சூவோ கிராண்ட் கால்வாயை கட்டியதற்காக, நற்பெயர் ஈன்றப் பெருவணிகர் குடும்பத்தைச் சேர்ந்தவர் என் தந்தை. அப்போதிருந்து, குடும்பத்தினரின் சந்ததியினர் அனைவரும் தம் தந்தைமார்களின் வணிகத்தில் சிறுவயதுமுதலே ஆர்வம் கொள்ளத் துவங்கினர், தமது இளமையிலேயே குடும்ப வணிகமெனும் படகின் சுக்கானைச் செலுத்தத் துவங்கி, உரிய வயது வந்ததும் ஒட்டுமொத்த வணிகத்தையும் தன் கட்டுப்பாட்டின்கீழ் கொண்டுவந்தனர். இவ்வாறாக, அவர்கள் அனைவரும் குடும்பவணிகப் பாதையை உருவாக்கிப் பின்பற்றிவந்தனர்.

1860இல் அபின் போர் முடிவுக்கு வந்ததும், நாட்டின் மீது இருந்த அயல்நாட்டுச் செல்வாக்கை ஆதரித்தோரும் எதிர்த்தோரும் இரு குழுக்களாகப் பிரிந்தனர், அவர்களுக்குள் கடும் சண்டை

எழுந்தது. எனது தாயின் பாட்டனார் எதிர்க்குழுவில் இருந்தார், அதனாலேயே செல்வாக்குமிக்க அயல்நாட்டு ஆதரவாளர்களால் ஹேபேய் மாகாணத்தின் ‘ஷிஜியாசுவாங்’கில் அமைந்திருந்த நெற்களஞ்சியத்திற்கு நாடுகடத்தப்பட்டார். தியான்ஜின் துறைமுகத்தினுள் மேற்கத்திய கப்பல்கள் நுழையத் துவங்கிய கணம் முதல், கால்வாயில் நிகழ்ந்த வணிகத்தின் ஒரு அங்கமாக அபின் வியாபாரம் மாறியதோடு, அதன் பலனாக பெரும் எண்ணிக்கையிலான வணிகர்கள் அபின் அடிமைகளாகினர். இறக்குமதி ஆர்வத்தினால் மிகச்சாதாரணமாகத் துவங்கப்பட்ட இவ்வணிகத்தால் பல குடும்பங்கள் அழிந்துபோயின. கப்பல் வணிகத்தில் என் தந்தை உருவாக்கி வைத்திருந்தத் தொடர்புப் பின்னல்களும் அறுந்துவிழுந்தன.

1911இல் கடைசி கிங் பேரரசர் அரியணையைத் துறந்ததும், போர்பிரபுக்கள் சகாப்தத்தின் அராஜகங்கள் பெருகத்துவங்கின. அங்கீகரிக்கப்பட்டத் தலைவர் எனவொருவர் இல்லாத நிலையில், நாட்டில் பிளவுபட்டுக்கிடந்த பல எதிரெதிர் குழுவினரிடையே ஆட்சியதிகாரம் பிரித்தளிக்கப்பட்டது. பொதுமக்களுக்கு வரிவிதித்து அதன்மூலம் கிடைத்த வருவாயில் அதிகளவில் ஆயுதங்களை வாங்கிக்குவிப்பதே இவர்களின் ஒரே நோக்கமாக இருந்தது.

அரசியலதிகாரம் ஒருவரிடமிருந்து மற்றவருக்கு மாறியபடியே இருந்ததால், வணிகங்கள் பெரிதும் பாதிக்கப்பட்டன. எனது பெற்றோர்களின் பாட்டனார்கள் முதுமையடைந்ததும், தம் குடும்பத்தின் ஆண்கள் அவர்தம் விருப்பத்திற்கு மாறாக கட்டாய இராணுவச் சேவைபுரிய தொலைதூர போர்க்களங்களுக்கு அனுப்பப்பட்டு விடுவார்களோ என மிகவும் வருந்தினர். அவர்களின் குடும்பங்கள் அப்படியொன்றும் செல்வச்செழிப்புடன் இல்லையெனும்போதும் ஒவ்வொருவரிடமும் ஓரளவுச் சொத்துக்களும், எளிய வருமானமும் இருந்தது, அவற்றை இழந்துவிட அவர்கள் விரும்பவில்லை,

இரண்டாம் உலகப்போர் முடிவடைந்ததுமே, கம்யூனிஸ்டுகளுக்கும் தேசியவாதிகளுக்கும் இடையேயான உள்நாட்டுப்போர் துவங்கியது, அமைதியானதொரு வாழ்வு கிட்டுமென அத்தனைக்காலமும் மக்கள் கொண்டிருந்த இறுதி நம்பிக்கையும் தகர்ந்து போனது. இத்தகைய

நிலையற்றதொரு சூழலில், பிரதான சீனப்பகுதியில் இனியும் தங்கியிருப்பது சரியல்ல எனப் பலரும் எண்ணத்துவங்கினர். என் தந்தையாரின் குடும்பம் தங்களின் வணிகத்தை ஹாங்காங்கிற்கு இடம்மாற்றிக்கொண்டதோடு, தென் சீனாவிற்குத் தங்களின் இருப்பை விஸ்தீரணமும் செய்து கொண்டனர். இதற்கிடையே, என் தாயாரின் குடும்பமோ பாதுகாப்பு வேண்டி அமேரிக்காவிற்குப் குடிபெயர்ந்தனர். அதனாலேதாம் என்னிரு தங்கைகளைத் தவிர எனக்கென எந்த உறவினர்களுமே பிரதான சீனாவில் இல்லை.

ஒருவேளை ஒட்டுமொத்த சீனமக்களின் நிலையும் இப்படித்தான் இருந்திருக்க வேண்டும். ஒவ்வொரு தனிமனிதருக்கும், அவர் ஆணோ பெண்ணோ, அவரவர்க்கென தனிப்பட்ட குணாதிசயம் இருப்பதைப் போலவே ஒவ்வொரு குடும்பத்திற்குமென தனிப்பட்ட இயல்பும் உள்ளது, இவ்வியல்பை அக்குடும்பத்தினரின் தனிப்பட்ட டிஎன்ஏ எனப்படும் மரபுக்கூறே தீர்மானிக்கிறது. எனது குடும்பத்தினரின் மரபணுக்கள் கவிதைக்கானப் பெருங்காதலை சுமந்திருந்தது. இந்தக் காதல்தான் என் பரம்பரையின் இருவேறு வம்சங்களையும் ஒன்றாக இணைத்திருக்க வேண்டுமென எண்ணுகிறேன்.

1919இன் இளவேனிற்காலத்தில், என் தந்தையார் என் தாயை மூடுபல்லக்கு ஒன்றில் அமரவைத்து ஷிஜியாசுவாங்கில் இருந்து என் குடும்பத்தினர் வசித்துவந்த மலைநகரமான 'செங்தே'விற்கு அழைத்துச் சென்றார். இந்நகரம் பீஜிங்கின் வடகிழக்குப் பகுதியில் அமைந்திருந்தது, அந்நகரம், கிங் ராஜவம்சப் பேரரசர்களின் கோடை வாசஸ்தலமாகவும் புகழ்பெற்றிருந்தது. எனது வீட்டை அடைய ஒரு கிலோமீட்டர் தொலைவு இருந்தபோது, சாலையின் இருமருங்கும் இருந்த மரங்களில் பிரகாசமான வண்ணங்களில் கட்டப்பட்டிருந்த ரிப்பன்கள் மெல்லிய காற்றில் படபடத்துக் கொண்டிருப்பதை என் தாய் கண்டார். ஆர்வம் மேலிட, அவற்றை மேலும் அருகில் சென்று காண விரும்பித் தன்னைக் கீழே இறக்கிவிடுமாறு கேட்டுக்கொண்டார்.

முன்னால் பயணித்துக் கொண்டிருந்த என் தந்தை, என் தாயை பல்லக்கில் இருந்து இறக்கிவிடத் தன் வண்டியில் இருந்து இறங்கி வந்தார். இறுகக் கட்டுண்ட கால்களுடன் தள்ளாடியபடி

நடந்த என் தாயை மிகுந்த கவனத்துடன் என் தந்தை கைத்தாங்கலாக அழைத்துச் சென்றார். அந்த ரிப்பன்களைக் கண்டதும் உண்டானப் பெருமகிழ்வில் என் தாய் தன் "3 அங்குல அல்லிப்பாதங்களை"யும்*, அவர் நடந்துசென்ற கரடுமுரடான நிலத்தையும் கூட அந்நொடி மறந்துபோய்விட்டதாகப் பிறகொரு நாள் என்னிடம் கூறினார். தள்ளாடியபடியே ஒவ்வொரு மரத்தின் அருகிலும் சென்று பார்த்தார். அன்று என் தந்தை மட்டும் உதவிபுரிந்திராவிட்டால் தள்ளாட்டமின்றி அங்கு நேராக நிற்பதற்குக் கூட என் தாய் மிகுந்த கஷ்டப்பட்டிருப்பார்.

ஏன் என் தாய் அன்று அத்தனை ஆர்வத்துடன் இருந்தார் தெரியுமா? ஏனெனில் ஒவ்வொரு ரிப்பனிலும் ஒவ்வொரு கவிதை எழுதப்பட்டிருந்தது!

என் தாய் தனது புது இல்லத்தினுள் நுழைந்ததுமே, வீட்டின் சுவர்களில் தொங்கிக்கொண்டிருந்த காகிதச் சுருள்களில் எழுதப்பட்டிருந்த கவிதைகளை ஒன்றன்பின் ஒன்றாக வாசித்துக்கொண்டே போனார், வீட்டின் தரையெங்கும் மைக்குப்பிகளும், தூரிகைகளும் சிதறிக்கிடந்தன. அந்தச் சமயத்தில், குடும்ப வணிகமான கப்பல் வியாபாரத்தை அப்போதுதான் என் தந்தை மேற்கொள்ளத் துவங்கியிருந்ததால், அவ்வப்போது குடும்பத்தைவிட்டு நீண்டகாலம் பிரிந்திருக்கவேண்டியச் சூழலில் சிக்கியிருந்தார். இதுகுறித்த குற்றவுணர்வில் அவர் தவித்ததோடல்லாமல், எங்கே இதனால் தன் புது மனைவிக்குத் திருமண வாழ்வில் தனிமையோ சலிப்போ ஏற்பட்டுவிடுமோ எனவும் அஞ்சினார், அனைத்திற்கும் மேலாக, கணக்குகள் போடும் மணிச்சட்டத்தைப் பற்றி மட்டும் அறிந்துகொண்டு மையும் தூரிகையும் கொண்டு கவிபுனைய அறியாதிருந்த கணவரைக்கொண்ட நாகரிகமற்றதொரு குடும்பத்திற்கு மணமாகி வந்துவிட்டோமோ என என் தாய் வருந்திடக்கூடும் எனவும் என் தந்தை கலவரப்பட்டார்.

---

* அல்லிப்பாதங்கள் – சீனாவில் பழங்காலத்தில் நிலவி வந்த வழக்கம் இது. பெண்களின் பாதங்கள் அல்லியைப்போன்று சின்னஞ்சிறியதாய், அழகாய் தோன்றவேண்டுமென சிறுவயதிலேயே அவர்களின் பாதங்கள் இறுகக்கட்டப்பட்டன. வலி நிறைந்த இந்த முறையால் அப்பெண்கள் வாழ்நாள் முழுதும் நடப்பதற்கு மிகவும் சிரமப்பட்டனர்.

அதனாலேதாம், என் தாய் விரும்பும்வகையில் தங்கள் இல்லத்தை அலங்கரிக்க என் தந்தை அத்தனைப் பிரயத்தனப்பட்டிருந்தார், இதன்மூலம் என் தாய் தன் புது இல்லத்தின் நேசத்தையும், தன் புதுக் கணவரின் காதலையும் உணர்ந்துகொள்ள முடியும் என அவர் எண்ணினார்.

இவை, புரட்சிக்காலத்திற்கு முன்பிருந்த போர்ப்பிரபுக்களின் சகாப்தம் உச்சத்தில் இருந்த சமயம் நிகழ்ந்தது, அக்காலக்கட்டத்தில் ஒய்வு ஒழிச்சலேயில்லாமல் சண்டைகள் நடந்தபடியே இருந்தன. புதிய கலாச்சார இயக்கம் உண்டாக்கியிருந்த பக்கவிளைவுகளால் நான்ஜிங், ஷாங்காய், பீபிங் போன்ற பெருநகரங்களும் கூடப் பாதிக்கப்பட்டிருந்தன, ஆன்மீக, கலாச்சார, இலக்கியம் சார்ந்த இவ்வியக்கம் மேற்கத்திய நாடுகளில் கல்விபயின்ற மாணவக்குழுவால் உருவாக்கப்பட்டிருந்தது, பாரம்பரியங்களின் மீதான எதிர்ப்பு, கன்பூசியத்தின் மீதான எதிர்ப்பு, சீனமரபு மீதான எதிர்ப்புகளை அது சாரமாகக் கொண்டிருந்தது.

நிலப்பிரபுத்துவத்தைப் புதுக்கலாச்சார இயக்கம் எதிர்த்ததால், பண்டைய சீனக்கலாச்சாரம் உருவாக்கியிருந்த அனைத்தையும் எதிர்த்து அவ்வியக்கம் போராட வேண்டியிருந்தது. மரபார்ந்த சீனக்கலாச்சாரத்தின் பெரும்பகுதிகளை அழித்தொழித்த முதல் சீனக்கலாச்சாரப் புரட்சி புதுக்கலாச்சார இயக்கம்தான் என நான் எண்ணுகிறேன்.

ஒரு பெண்ணாக இருந்த காரணத்தினாலேயே, வீட்டிலிருந்து நீண்டதொலைவு வெளியே செல்லவோ, முக்கியமான குடும்ப விஷயங்களில் தன் கருத்தைப் பகிரவோ என் தாய் அனுமதிக்கப்பட்டதேயில்லை. எனவே வெளியுலகச் செய்திகளை அறிந்து கொள்வதென்பது கடினமானக் காரியமாக இருந்தது, அவ்வப்போது வீட்டிற்கு வந்துசெல்லும் விருந்தினர்களின் மூலமாக மட்டுமே அவரால் செய்திகளை அறிந்துகொள்ள முடிந்தது. எனினும், என் தாய்க்கு என் தந்தை அனுப்பித்த ஏராளமானக் கடிதங்களின் வாயிலாகத் தான் அறிந்துகொண்ட செய்திகளை, குடும்பத்தின் பெண்களுடன் பகிர்ந்துகொண்டதன் மூலம் என் தாயார் அவர்களுக்கெல்லாம் ஒரு செய்தி மையம் போல் விளங்கினார்.

“ஷி” மற்றும் “ஃபூ” கவிதைகளுக்கு பெரும்பான்மையானோரால் வித்தியாசம் காணமுடியாத அக்காலத்திலேயே என்

பெற்றோர்கள் தங்களுக்குள் எழுதிக்கொண்ட கவிதைகளுக்குள் ரகசியச் செய்திகளைச் சாமர்த்தியமாகப் பகிர்ந்துகொண்டனர். கடிதம் கூறவந்த உண்மையான செய்தி அதில் எழுதப்பட்டிருந்த ஒவ்வொரு வரியின் முதல் வார்த்தையிலோ அல்லது இறுதி வார்த்தையிலோ இருந்தது. சில சமயங்களில் நெளிவரிகளுக்குள் செய்தி மறைக்கப்பட்டிருந்தது. மிகுந்த சுவாரசியமாய் இருக்கிறதல்லவா? இப்படியாக, நாட்டின் ஏதோவொரு மூலையில் நடக்கும் நிகழ்வுகளை விவரிக்கும் அறிக்கைகளாகவும் அவர்களின் காதல் கடிதங்கள் திகழ்ந்தன!

இன்றைய இளைய தலைமுறையினரின் காதல் வாழ்க்கையில் எது மிகவும் சுவாரசியமாக உள்ளதென அவர்களிடம் கேட்டறிய வேண்டுமென நினைத்துக்கொள்வேன். என்னைப் பொறுத்தவரையிலும் நவீன காதற் உறவுகள் உயர்வகைத் தொடர்வர்த்தக பேரங்களைப் போலவே காட்சியளிக்கின்றன, ஒருவர்மேல் மற்றொருவர் எவ்வகையிலேனும் ஆதிக்கம் செலுத்த உதவும் ஒரு கருவியைப் போலத்தான் காதலை மக்கள் பார்க்கின்றனர். என்னால் இதைப் புரிந்துகொள்ள முடிந்ததேயில்லை; காலம் மாறமாற மனித இனம் மேம்படவே செய்யும் எனத்தான் நான் எதிர்பார்த்திருந்தேன்.

செந்நிறத்தாள் மிகவும் குழம்பிய நிலையில் இருந்ததைக் கண்டதும் அவர் களைத்திருக்கலாம் எனவெண்ணி, உணவு இடைவேளை எடுத்துக்கொள்ளலாம் என அவரிடம் கூறினேன்.

திடீரென ஏற்பட்ட இந்தத் தடங்கலை எதிர்பார்த்திராத அவர், என்னை விசித்திரமாகப் பார்த்தார். “என்ன கேட்டீர்கள், எனக்குப் பசிக்கிறதா என்றா கேட்டீர்கள்? ஆம் பசிக்கிறது எனத்தான் எண்ணுகிறேன். நான் ஏதேனும் உண்ணவேண்டும், சிறிது ஓய்வெடுக்கவும் வேண்டும், மீண்டும் நாளை சந்திக்கலாம்,” என்றார்.

மறுநாள் அவரை சந்திக்கச் சென்றேன். இப்புதிர்த்தம்பதியர் முன்னொரு காலத்தில் வசித்தப் படுக்கையறையில், காதல் மற்றும் குடும்பம் குறித்தப் பல நினைவுகளை சேகரித்து வைத்திருந்தக் கூரையின் கீழ், அவர்கள் கடந்துவந்த துன்பங்களை தன் நைந்த இழைகள்தோறும் எதிரொலித்தபடியே

இருந்த பழைய பிரம்புநாற்காலியில் அமர்ந்திருந்தேன். செந்நிறத்தாள் தனது வாழ்க்கைக்கதையை சொல்வதை கேட்கத் துவங்கினேன்.

红

ஒன்பது சகோதர சகோதர்களில் நான்தான் மூத்தவள்.

என் பெற்றோர்களுக்குத் திருமணம் நடைபெற்ற அதே வருடத்தில் என் தாய் என்னைக் கருவுற்றார். அவர் கருவுற்றச் செய்தியைக் கேட்டதுமே, பிறக்கப்போகும் குழந்தை ஆணா என அறிந்தும்கொள்ளும் ஆவலில் என தந்தையின் குடும்பத்தினர் குறிசொல்பவர் ஒருவரை வரவழைத்தனர். பெங் சூயி சக்தியின் உதவியிருந்தால் ஒரு குடும்பத்தில் ஆண்குழந்தை பிறக்கக்கூடுமெனவும், அதன்மூலம் அவர்களின் வம்சாவளிச்சுடர் அணையாமல் தொடர்ந்து எரியும் எனவும் அக்காலத்தில் நம்பினர்.

பிரசவத்திற்கு ஒரு மாதமே இருந்தபோது, தனக்குப் பிறக்கப்போகும் மகனை வரவேற்பதற்காய் என் தந்தையார் உப்பளங்கள் நிறைந்த தியான்ஜின் துறைமுகத்திலிருந்து செங்தேவில் இருந்த தன் வீட்டிற்கு மகிழ்ச்சியுடன் பயணமானார்.

அந்தோ! 1920ஆம் ஆண்டு, நான் பிறந்ததும் குடும்பப் பெரியவர்களெல்லாம் ஏமாற்றமடைந்துவிட்டனர். பிறந்ததும் முதன்முதலாக நான் வீறிட்டு அழுதபோது அவர்களனைவரும் ஏமாற்றப்பெருமூச்சு விட்டவாறே வெளியேறிச்சென்றனர் எனப் பின்னர் அறிந்துகொண்டேன். குடும்பவம்சம் விருத்திபெற ஆண்வாரிசொன்றை ஈன்றெடுக்கவேண்டிய கடமையிலிருந்து என் பெற்றோர்கள் தவறிவிட்டனர் என்பதை அவர்களின் அமைதி விளக்கியது.

நான் பிறந்த நாளன்று இரவு, எனது தாயாரை ஆற்றுப்படுத்தும்பொருட்டு, லியூ சோங் ராஜ்ஜியத்தின் போது 'பாவோ சாவோ'வால் எழுதப்பட்ட கவிதையொன்றை என் தாயின் பட்டுக்கைக்குட்டையில் எழுதித் தந்தார் என் தந்தை. *"வளைவுச் சாலை"* எனப் பெயரிடப்பட்ட கவிதைத்தொகுப்பில் இருந்த பதினெட்டுக் கவிதைகளில் ஒன்றுதான் அவர் எழுதிய

கவிதை, அக்கவிதையை என் தாய் பலமுறை என்னிடம் வாசித்துக் காட்டியிருந்ததால் என் மூளைக்குள் அவ்வரிகள் துல்லியமாகப் பதிந்துள்ளன:

"அன்புள்ள நட்பே, ஒரு பொற்கிண்ணி நிறைய உயர்தர வைனை உனக்குப் பரிசளிக்கிறேன்,

மாணிக்கக்கற்கள் பதிக்கப்பட்ட சிதார் ஒன்று, இறகுகள் வேய்ந்த பிரகாசமான வானவில் வண்ண முகத்திரையொன்று,

வண்ண மலர்களால் அலங்கரிக்கப்பட்ட பட்டுப்போர்வை ஒன்றையும் உனக்குப் பரிசளிக்கின்றேன்.

எனினும் குளிர்காலம் நெருங்குகையில், ஒளி மங்கி வருகையில்,

உன்னழகை நீ இழக்கும்போது, உன் இளமையை நீ உதிர்க்கும்போது,

எனது அன்பு நட்பே, நீ கடந்தகாலத்தின் எதிரொலிகளை கேட்கக்கூடாது,

இப்பாடலின் தாளத்தை மட்டுமே நீ கேட்கவேண்டுமென நான் விரும்புகிறேன்.

காற்றின் இசையை உன்னால் கேட்க முடிகிறதா?"

கவிதையின் துவக்க வரிகளில் இருந்த தளர்வையும், இறுதிவரிகளில் தொனித்த துயரத்தையும் கடந்து, இந்தக் கவிதையை என் தந்தை தேர்ந்தெடுத்தது குறித்து பாவோகாங் ஆச்சரியம் அடைந்தார். காலம் கடந்திட, வாழ்வு சிறக்கக்கூடுமென என் தந்தை நம்பியிருந்ததாக என்னிடம் கூறினார். எனினும், "இறகுகள் வேய்ந்த பிரகாசமான வானவில் வண்ண முகத்திரையொன்று" எனும் காட்சிப்படிமத்தை என் தந்தை மிகவும் விரும்பினார், அதனாலேயே எனது இளைய சகோதரிக்கு அதுவே செல்லப்பெயரானது.

நான் பிறந்த நாளன்று காலை, தனக்குக் காலையுணவு பரிமாறப்பட்ட தட்டில் அழகியத் தாளொன்று இருந்ததை என் தந்தையார் கண்டார். என் தந்தையளித்த பரிசுக்குப் பதிலாக, வாங் ஷென் எழுதிய *'என் அன்பு நண்பன்'* எனும் பின்வரும் கவிதையை என் தாய் அந்தத் தாளில் எழுதியிருந்தார்:

"நடுநிசியில் சிவப்பு மெழுகுவர்த்தியின் சுடர் ஒளிர்கின்றது,
உறக்கத்தில் இருந்து கனத்த இதயத்தோடே எழுந்தேன்,
நாம் பிரிந்தபோது உனக்காக நான் பாடிய பாடல் இப்போது
எதிரொலியாக மட்டும் எஞ்சியுள்ளது,
நீயோ வெகு தொலையில் இருக்கிறாய்.

கலைந்த மேகங்களைப் போல, அனைத்து நம்பிக்கைகளும்
தகர்ந்துவிட்டன,
வேலிக்கிராதிகள் மீது சாய்ந்து தொலைவே பார்க்கிறேன்,
என் முகத்தில் வழியும் கண்ணீர்த்துளிகளை கீழ்திசைக்காற்று
விசிறியடிக்கிறது.

காட்டு ஆப்பிள் மரம் வாடுகிறது,
தகைவிலான் குருவிகள் தம் கூட்டிற்குத் திரும்புகின்றன,
சோர்ந்த அந்திவேளை என் வீட்டுமுற்றத்தில் இறங்கி மறைகிறது."

இந்தக் கவிதை என் தந்தையிடம் பெரும் தாக்கத்தை உண்டாக்கிவிட்டது, 'சூவோ யூயி சி'* எனப்படும் ஓய்வுக்காலத்தில் இருந்த என் தாயைக் காண அவர் விரைந்தார். "நம் மகளின் பெயரை வேண்டுமானால் குடும்பப் பெரியவர்கள் தேர்வு செய்யட்டும், ஆனால் அவளுக்கு நாம் 'யாவோஹாங்' (ஒளிரும் சிவப்பு) என்பதையே செல்லப்பெயராக சூட்டிவிடுவோம்" என்றார்.

அன்றிலிருந்து, எங்கள் குடும்பத்தில் எனக்குப் பிறகு பிறந்த என் அனைத்து தம்பி தங்கைகளுக்கும் குடும்பப் பாரம்பரியத்தின்படி குடும்பத்தலைவர் பெயர் சூட்டியபோதும், எங்கள் பெற்றோர்கள் சூட்டிய செல்லப்பெயர்களாலேயே அக்குழந்தைகள் அழைக்கப்பட்டனர். தனது குடும்பத்திலும் அனைத்துக் குழந்தைகளுக்கும் அவ்வாறே பெயரிடப்பட்டதென பாவோகாங்கும் கூறினார்.

★ சூவோ யூயி சி – குழந்தைப்பேற்றின் பிறகு தாயின் உடல்நலம் சீரடைய சீனாவில் பின்பற்றப்படும் சடங்குமுறை. வட ஹான் ராஜ்ஜிய (206 கிமு – கிபி 25) காலத்தில் புகழ்பெற்றிருந்த 'சடங்குகளின் நூல்' எனும் புத்தகத்தில் இம்முறை குறிப்பிடப்பட்டுள்ளது.

சிவப்பின் சகோதரர்கள்: வண்ணமயமான காதலைக் கனவுகாணுதல்.

1921ஆம் ஆண்டின் இலையுதிர்க்காலப் பிற்பகுதியில், பிரசவதேதிக்கு ஆறுவாரங்கள் முன்னதாகவே என்னிரு இரட்டைச் சகோதரிகளும் பிறந்துவிட்டனர். 'மஞ்சள் ஆரஞ்சாள்' எனவும் 'பசும் தேன்நாரந்தையாள்' எனவும் அவர்களுக்குச் செல்லப்பெயர்கள் சூட்டப்பட்டன.

மிகுந்த குழப்பமான மனநிலையோடே இவர்களின் பிறப்பை என் தந்தையின் குடும்பத்தினர் எதிர்கொண்டனர். தங்களின் வம்சாவளியை விருத்திசெய்ய ஆண்வாரிசொன்று பிறக்கவில்லையே என வருந்தினாலும், இலையுதிர்க்காலத்தின் பிற்பகுதியில் பிறக்கும் இரட்டைக்குழந்தைகள் மிகுந்த அதிர்ஷ்டம் மிக்கவர்கள் என பெங் சூயி குருமார்கள் கூறியிருந்ததால் அவர்கள் மகிழ்ச்சியும் அடைந்திருந்தனர்.

தனக்கு இரட்டைக் குழந்தைகள் பிறக்கப்போவதென்பதை என் தாய் முன்னரே அறிந்திருந்தார் போலும், எனவேதான் மஞ்சள் வண்ணத்தில் ஒன்று, பச்சை வண்ணத்தில் ஒன்று என இரு விசேஷமான கைக்குட்டைகளை முன்னரே தைத்து வைத்திருந்தார். எனது சகோதரிகள் பிறந்ததுமே, உறவினர்கள் மூலம் என் தாய் அக்கைக்குட்டைகளை கொடுத்தனுப்பி, இரட்டையர்களைப் போர்த்தியிருந்த துணிகளில் அவற்றைப் பொருத்தச்சொன்னார்.

எனது தங்கைகள் பிறந்து ஒருமாதகாலம் ஆனபிறகே என் தந்தை வீட்டிற்கு வந்து அவர்களைப் பார்த்தார். குழந்தைகளுக்கு 'மஞ்சள் ஆரஞ்சாள்', 'பசும் தேன்நாரந்தையாள்' எனச் செல்லப்பெயர்கள் சூட்டிருப்பதாக என் தாய் கூறியதுமே, 'சு ஷி' எழுதிய 'லியூ ஜிங்வென்னிற்காக' எனும் கவிதையிலிருந்து அப்பெயர்களை என் தாய் தேர்வு செய்திருந்தாரா என என் தந்தை வினவினார். அவருக்குப் பதிலளிக்காமல், என் தாய் சில வரிகளை எழுதிக்காட்டிக் குறிப்பாய் உணர்த்தினார். அவ்வரிகள்:

"மிகவும் வாடிப்போயுள்ளன தாமரை இலைகள்,
செவ்வந்தி மரக்கிளைகளில் உறைபனித்துளிகள் படிந்துள்ளன.
எனதன்பு நட்பே, நினைவு கொள்
வருடத்தின் மிக இனிய பருவம் இதுதான்,

மஞ்சள் ஆரஞ்சுகளும், பசும் தேன்நாரந்தைகளும்

காய்க்கும் பருவம்."

இதைக்கேட்டதும் பாவோகாங், "ஆண்வாரிசு இல்லாத காரணத்தினால் குடும்பத்திற்கு நன்மைவிளைய வாய்ப்பில்லை என உங்களின் குடும்பத்தினர் எண்ணியிருந்தனர், ஆனால் வாழ்க்கையின் பருவங்கள் மாறிக்கொண்டே இருக்கின்றன, வசந்தகாலத்திற்கும் கோடைகாலத்திற்கும் அடுத்து வரப்போவது மஞ்சள்வண்ண ஆரஞ்சுகளும், பசும் தேன்நாரந்தைகளும் காய்க்கும் அழகிய பருவம்தானே தவிர அழுகல் பருவமல்ல என உன் தாய் குறிப்பிடுகிறார்" என்றார்.

அவர் சரியாகத்தான் கூறினார். கோடைகாலம் முடிந்து இலையுதிர்க்காலம் துவங்கியதும், தாமரையிலைகள் தம் வனப்பையும் வசீகரத்தையும் இழந்து வாடத் துவங்கும், விறைத்துப்போய் நிர்வாணமாக நிற்கும் செவ்வந்தி மரக்கிளைகளோ அவ்வருடத்தின் முதல் உறைபனியால் மூடப்பட்டிருக்கும். இவ்வுலகின் அழகெல்லாம் வசந்தம் மற்றும் கோடைக்காலத்தோடு முடிந்துபோவதில்லை, இலையுதிர்காலத்தின் பிற்பகுதியும் குளிர்காலத்தின் முற்பகுதியும்தான் மிகவும் அழகிய காலம். அப்படியானால், நாங்கள் பிறந்த பருவகாலத்தை அடிப்படையாகக் கொண்டே எங்களுக்கு சிவப்பு, மஞ்சள், பச்சை என என் தாய் பெயரிட்டிருந்தார் என இப்போது புரிகிறது.

1923இல் என் முதல் தம்பி பிறந்தான். எங்கள் தலைமுறையில் பிறந்தவர்கள் அனைவருக்கும் வழங்கப்பட்ட 'ஆன்' எனும் முன்னொட்டுப் பெயருடன் சேர்த்து அவனுக்கு 'கிங்' எனப் பெரியவர்கள் பெயரிட்டனர், என்றேனும் ஒருநாள் அவன் பெரும் செல்வாக்குமிக்க மனிதனாக வளர்ந்து நிற்பான் எனும் நம்பிக்கையுடன் 'உயரதிகாரி' எனப் பொருள்படும்படி இப்பெயரை அவனுக்குச் சூட்டியிருந்தனர். எனவே அவனது முழுப்பெயராக 'ஹான் ஆன்சிங்' சூட்டப்பட்டது, செல்லப்பெயராக 'மயில்நீலன்' (சியான்) சூட்டப்பட்டது.

தனது கொள்ளுப்பேரனைப் பார்த்துவிட வேண்டுமெனத் தவியாய் தவித்த எங்கள் கொள்ளுப் பாட்டனாரின் நீண்டகால ஆசை நிறைவேறியதும், அவன் பிறந்த சில நாட்களுக்குள்ளாகவே அவர் இயற்கையெய்தி விட்டார்.

குடும்ப வம்சாவளி வாரிசின் பிறப்பைக் கொண்டாடும் மகிழ்வும், முதியவரின் இறப்பு தந்த துக்கமும் கலந்த இருமனநிலையோடே குழந்தையின் பிறப்பை அனைவரும் வரவேற்றனர்.

என் தந்தைதான் "மயில்நீலன்" எனும் செல்லப்பெயரைத் தேர்வு செய்தார். தங்களுக்குப் பிறக்கும் அனைத்துக் குழந்தைகளுக்கும் வண்ணங்களின் பெயர்களையே செல்லப்பெயர்களாகச் சூட்டவேண்டுமென என் தாய் விரும்பியதால், அடுத்து தங்களுக்குப் பிறக்கப்போவது ஆணோ பெண்ணோ அக்குழந்தை 'மயில்நீலம்' எனவே பெயரிடப்படவேண்டுமென என் தந்தை முன்னரே முடிவு செய்திருந்தார். என் தாயிடம் என் தந்தை 'வளைவுச்சாலை' நூலினை தந்தது முதலே, "இறகுகள் வேய்ந்த பிரகாசமான வானவில் வண்ண முகத்திரை" எனும் வரிமட்டும், என் தந்தை மீது என் தாய் கொண்டிருந்த காதலின் சாட்சியாக என் தாயின் மனதிலே ஆழமாகப் பதிந்துவிட்டிருந்தது என்பதைப் பின்னர் ஒருநாள் என் தாயிடமிருந்து அறிந்துகொண்டேன். என் தந்தையையும் அவருடைய மூதாதையரையும் கௌரவப்படுத்தும் விதமாக, வானவில்லின் ஏழு நிறங்களையும் குறிக்கும்படி ஏழு குழந்தைகளைப் பெற்றெடுக்க வேண்டும் என என் தாய் விரும்பினார்.

வசந்தகாலத்தின் முற்பகுதியில் என் சகோதரன் பிறந்திருந்ததால், அவனுக்கு மயில்நீலன் எனப் பெயரிட்டது வெகு பொருத்தமான தேர்வாகவே இருந்தது. "சு ஷி" எழுதிய "கிழக்கு வேலியோரம் பூத்திருந்த பியர் மலர்" எனும் கவிதையில்தான் அந்தப் பெயரை அவர் கண்டெடுத்துள்ளார்.

"மயில்நீலவண்ண வில்லோ மரத்தின் எதிரேயுள்ள

பியர் மரத்தில் வெளிரிய வெண்ணிற மலர்கள் பூத்துக்குலுங்குகின்றன.

காற்றில் சுழலும் பூவிதழ்கள், நகரத்தை நோக்கிப் பறந்துசெல்கின்றன.

ஒரேயொரு பியர் மரம் கிழக்கு வேலியோரம் தனித்து நிற்கிறது.

உண்மையில் நம் வாழ்வில் எவ்வளவு வாழ்வைத்தான் நாம் வாழ்கின்றோம்?"

என் தந்தை இக்கவிதையை வாசித்துக் காட்டியபோது, பக்கத்து அறையில் இருந்து என் கொள்ளுப்பாட்டனாரின் மறைவையொட்டி அனைவரும் வருத்தம்தோய்ந்த குரலில் பேசிக்கொண்டிருந்த ஒலிகள் கேட்டதாவும், சிசுவாகவிருந்த என் தம்பியையே தான் வெறித்துக்கொண்டிருந்ததாகவும் என் தாய் கூறினார். அப்போது, கடந்துபோகும் வசந்தகாலத்தையும், வாழ்வின் நிலையாமையையும் எண்ணி அவர் பெருமூச்செறிந்தார்.

அந்தக் கவிதையும் இதைத்தானே கூறுகிறது! பியர் மரங்கள் பூத்துக் குலுங்கும்போது அனைத்தும் வெண்மையாகக் காட்சியளிக்கின்றன; முழு வெண்மையில் திளைத்திருக்கும் வில்லோ மரங்கள் பனிபோர்த்தியுள்ளன. ஆனால் ஒரேயொரு பியர் மரம் மட்டும் தனிமையில் நிற்கிறது. வாழ்வு துயரங்களால் நிரம்பியதுதான், எனினும் அந்த மரம் அத்தனைத் துயரங்களையும் கடந்து வளர்கிறது.

1925ஆம் ஆண்டின் இலையுதிர்காலப் பிற்பகுதியில் எனது நான்காவது தங்கை பிறந்தாள், அச்சமயம் என் தந்தையின் பழைய நண்பரொருவரும் எங்களுடன் தங்கியிருந்தார். என் தந்தையும் அவரும் இரவு நெடுநேரம்வரை மது அருந்தியபடியே கவிதைகள் வாசிப்பர், இலையுதிர்காலத்தின் தெள்ளிய நிலவொளியில் இருவரும் இனிய சந்தங்களுடன் பாடல்களிசைப்பர்.

அந்தக்காலங்களில் ஒருவர் நாற்பது வயதை நெருங்கிவிட்டாலே முதுமையின் அறிகுறிகள் தென்படத்துவங்கிவிடும், ஐம்பது வயதை நெருங்கிவிட்டாலோ நீங்கள் முதியவராகவே கருதப்பட்டுவிடுவீர்கள். அந்த நண்பரின் வயதோ அறுபதுக்கும் மேல்! நான்காவது சகோதரிக்கு ‘நீலநதி’ எனும் செல்லப்பெயரைச் சூட்டப்போகிறோம் என அவர் அறிந்துகொண்டதுமே சட்டென, “நீல நதியா? இப்பெயருக்கு மிகப் பொருத்தமானவொரு கவிதையை நானறிவேன்! ‘டூ ஃபூ’ எழுதிய ‘இரட்டை ஒன்பதாம் திருவிழாவின்போது, லான்ஷியானில் வாழும் கியூயின் தோட்டவீட்டில்’ என்ற கவிதைதான் நினைவிற்கு வருகிறது. அது:

"இனி என் வாழ்நாளில் வரவிருக்கும் குளிர்காலங்களையெண்ணி நான் வருந்துகிறேன்தான்,
எனினும் இதோ இந்நாளை என் நண்பர்களுடன் செலவிடுவதில் பெருமகிழ்வு கொள்கிறேன்.
என் நடை தள்ளாடுகின்றது, மெலிந்த கேசத்திலிருந்து என் தொப்பி நழுவுகிறது,
அதைச் சரிசெய்ய சகவிருந்தினர் எனக்கு உதவுகிறார்.
ஆயிரம் ஓடைகள் ஒன்றாய் சேர்ந்து
மிகத் தொலைவிலிருந்து நீலநதி ஓடி வருகிறது,
மாணிக்க மலை ஓங்கியுயர்ந்திருக்க, அதன் இரட்டைக்கோபுரங்களிலும் குளிர்பனி உறைந்துள்ளது.
அடுத்த வருடம், இதே நேரம், நம்மில் எவரெல்லாம் உயிரோடு எஞ்சியிருப்போமோ?
மதுவருந்தியபடி, என் மனதை எதிர்காலத்தில் உலாவ விடுகிறேன்."

இந்தக் கவிதை பாவோகாங்கிற்கு மிகவும் பிடித்துப்போனதால், லின்னிற்கு அன்பளிப்பாக அனுப்பவென அதனைத் தன் குறிப்பேட்டில் எழுதிவைத்துக் கொண்டார், கடைசியில் தானும் லின்னும் சந்திக்கும்போது தானும் கிழவனாகி, தன் தொப்பியும் தலையில் நிற்காமல் வழுக்கிவிழக்கூடும் எனக் கேலியாகக் கூறினார்.

இன்னும்கூட லின் அவர் மனதை இத்தனை ஆழமாக ஆக்கிரமித்திருப்பதையெண்ணி, என்னால் பெருமூச்செறியத்தான் முடிந்தது. அந்த மலையோடைகளின் தெளிந்த நீலவண்ணநீர் முழுதும் வற்றிய பிறகும் கூட அவர்கள் இருவரும் சந்தித்துக்கொள்ள தத்தம் கனவுகளில் காத்திருக்கக்கூடுமென நான் அச்சமயம் எண்ணிக்கொண்டேன்.

இப்படியாகத்தான் என் நான்காவது சகோதரிக்கு 'நீலநதி' எனும் செல்லப்பெயர் சூட்டப்பட்டது, அதையும் சுருக்கி அவளை 'நீலி' எனவும் அழைத்தோம். இப்போதும் கூட எனக்கு ஒரு சம்பவம் நினைவில் உள்ளது, அப்போது அவளுக்கு மூன்று வயதிருக்கும், நிஜ நீலநதியைக் காணவேண்டுமென அவள் பெரும் அமளி செய்தாள். என் தாய் அவளிடம், தொலைவில் தெரிந்த மலைத்தொடர்களின் மங்கலான ஊதாநிற

விளிம்புகளைக் காட்டி, “நீ பெரியவளானதும், அதாவது உன் தந்தையின் கால்களைப்போல உன் கால்களும் நீளமாக வளர்ந்ததும் உன்னால் வெகு தொலைவு நடக்க முடியும், அப்போது நீலநதியைக் காண உன்னை அந்த ஊதாநிற மலைக்கு அழைத்துச் செல்வேன். சரிதானா?” எனக் கூறினார்.

பாவம் என் நான்காவது தங்கை. அடிவானத்தின் அருகே அந்த மலைகள் ஏன் ஊதாநிறமாய் ஒளிர்கின்றன என அறிந்துகொள்ளும் வயதுவரைக்கூட அவள் உயிர்வாழவுமில்லை, அங்கு சென்று நீலநதியைக் காணுமளவு அவள் கால்கள் நீளமாக வளரவுமில்லை.

1927ஆம் ஆண்டின் கோடையில் என் இன்னொரு தம்பி பிறந்தான். அவனுக்கு ஊதா நிறத்தைக் குறிக்கும் சொல்லான ‘ஸி’யை செல்லப்பெயராகச் சூட்ட, குடும்பத்தலைவராகிய என் பாட்டனாரிடம் என் தந்தை அனுமதி கேட்டார். என் பெரிய தம்பியின் பெயரான மயில்நீலத்துடன் இந்தப்பெயர் பொருந்திப்போவதாகவும், பெயர்கள் இவ்வாறு இணைந்துப்போவதால் எங்களின் குடும்பத்திற்கு நல் ஆரோக்கியமும் வளமும் உண்டாகக்கூடுமெனவும் என் தந்தை கருதினார். என் பாட்டனார் அதற்கு ஒப்புக்கொண்டதும், என் தம்பிக்கு ‘ஊதாவண்ணன்’ எனச் செல்லப்பெயர் சூட்டப்பட்டது. எனது இரு தம்பிகளின் பெயர்களான ‘ஆன்சிங்’ ‘ஆன்ஸி’யும், அவர்களின் செல்லப்பெயர்களான ‘சிங்’ மற்றும் ‘ஸி’யும் (மயில்நீலம் மற்றும் ஊதா) வெவ்வேறு பொருள் தந்தாலும் ஒரே ஒலிப்புடையனவாய் விளங்கின.

என் தம்பியின் பெயரில் இருந்த இந்த ‘ஊதா’ பெயர் ‘லூ யூ’வால் எழுதப்பட்ட ‘கோடை நாலடிப்பாடல்’இல் இருந்து எடுத்துக்கொள்ளப்பட்டது. அவ்வரிகள்:

> *“சிவப்பு மலர்களும் ஊதா மலர்களும் வாடிவீழ்ந்து அழிந்துபோய்,*
>
> *குயில்களின் குரல்கள் கோடையின் வருகையைக் கட்டியம் கூறும் இவ்வேளையில்,*
>
> *இருமருங்கும் மல்பரி மரங்கள் செழித்து வளர்ந்திருக்கும் இப்பாதையில் நடந்து செல்கிறேன்,*
>
> *அமைதி ததும்புமொரு உலகில் வாழ்ந்துகொண்டிருப்பதை இதோ இந்நொடி உணர்கிறேன்.”*

வம்சத்தொடர்ச்சி குறித்து அதுநாள்வரை தன் கணவரின் குடும்பத்தில் நிலவிவந்த அச்சங்களையெல்லாம், என் தம்பியின் பிறப்பு நீக்கிவிடும் என என் தாய் நம்பினார். ஏழு வண்ணங்களின் பெயர்களோடு ஏழு மகவுகள் – இவ்வாறாக ஒரு முழு வானவில் எங்கள் குடும்பத்தில் உருவாகியிருந்தது. அப்பாடலின்வழி, வசந்தகாலத்தில் நிறங்களனைத்தும் மீண்டும் மண்ணுலகிற்கு வருவதை நம்மால் காண முடிகிறதெனவும், கோடைக்காலம் மகிழ்ச்சியைக் கொண்டுவருமென்பதைப் பறவைகளின் பாட்டொலிகள் நினைவுபடுத்துவதாகவும் என் தாய் கூறினார். இதையெல்லாம் பார்த்தபடி புதர்களின் இடையே நடந்துசெல்கையில், நல்வளங்களும் அமைதியும் நம்மீது ஆசீர்வதிக்கப்பட்டிருப்பதை உணரமுடியுமெனவும் அவர் கூறினார்.

பாவோகாங்கிடம் இதை நான் கூறியபோது, நற்சகுனத்தை அறிவிக்கக்கூடியப் பாடலாக அவருக்கு இது தோன்றவில்லை. “இப்பாடலில் வரும் ‘வாடிவீழ்ந்து அழிந்திடும்’ எனும் சொல்லின் மூலம் உன் தாயாரின் வேண்டுதல் பலிக்காமல் போயிருக்கலாம் என எண்ணுகிறேன்” என்றார்.

என்னால் இதை நம்பவே முடியவில்லை! அதிர்ச்சியோடு, திரும்பி அவரைப் பார்த்தேன். ஆனால் அதை பாவோகாங் கண்டுகொள்ளவே இல்லை, தொடர்ந்து கூரையைப் பார்த்தவண்ணமே இருந்தார். அவரே தொடர்ந்து “இது எனக்கு மற்றுமொரு கவிதையை நினைவுபடுத்துகிறது. ‘சிவப்பு அரங்கின் கனவு’★ நூலின் முதற்தொகுதியில் அக்கவிதை உள்ளது” என்றார். அக்கவிதையின் வரிகள்:

“நீலவானைச் சீர்செய்ய இயலாமல்,

நிலையற்ற ஒரு முட்டாள் மனிதனாகவே இத்தனை வருடங்களாக வாழ்ந்துவிட்டேன்.

இரு உலகங்களிலுமான என் வாழ்வு

★ “சிவப்பு அரங்கின் கனவு” எனவும் “பாறையின் கதை” எனவும் அழைக்கப்படும் இந்நூல், சீனாவின் பிரசித்திபெற்ற நான்கு பெரும் செவ்விலக்கியப் புதினங்களுள் ஒன்றாகும். பதினெட்டாம் நூற்றாண்டின் இடைப்பகுதியில், சிங் ராஜ்ஜியத்தின்போது ‘காவோ சுயீசின்’ என்பவரால் எழுதப்பட்ட இந்நாவல், செல்வாக்குமிக்க நான்கு குடும்பங்களின் முரண்பட்ட வாழ்க்கையைக் கூறுவதோடு, அக்காலத்தின் பாரம்பரியமிக்க கலாச்சாரத்தை ஆவணப்படுத்தும் நூலாகவும் விளங்குகிறது.

இதோ இப்பாறையில் சாசனப்படுத்தப்பட்டுள்ளது,
மன்றாடிக் கேட்டுக்கொள்கிறேன்,
இங்கிருக்கும் எவரேனும் எனக்கு அதை வாசித்துக்காட்ட இயலுமா?"

'சிவப்பு அரங்கின் கனவு' நூலில் கவிதைகள் இருந்ததை நான் மறந்தே போயிருந்தேன்; அவற்றையெல்லாம் மீண்டும் படித்தால்தான் என்னால் அவற்றை மீண்டும் நினைவிற்குக்கொண்டுவர முடியும்.

அவர் கூறியதும் உண்மைதான், என் தம்பியின் வருகை என் குடும்பத்திற்கு அமைதியைக் கொண்டுவரவில்லை. அவன் பிறந்த சில நாட்களுக்குள்ளாகவே, எனது இரட்டைச் சகோதரிகளாகிய மஞ்சள் ஆரஞ்சாளும், பசும் தேன்நாரந்தையாளும் சின்னம்மை நோய்க்குப் பலியாகினர். அவர்கள் பிறந்தபோது என் தாய் அவர்களின் கேசத்தில் பொருத்திய பட்டுக்கைக்குட்டைகளையும் அவர்களை அடக்கம் செய்த நாளன்று அவர்களோடே சேர்த்துப் புதைத்துவிட்டோம். அப்போது அவர்களிருவருக்கும் ஆறு வயதுதான் ஆகியிருந்தது.

இரட்டையர்கள் இறந்த துக்கத்தில் பல மாதங்கள் என் தாய் வீட்டினுள்ளேயே முடங்கிக் கிடந்தார். எங்களைக் கோவிலுக்கு அழைத்துச் சென்று, தூபமேற்றிப் பிரார்த்தனை செய்ய மட்டுமே அவர் வெளியில் வருவார், மற்றபடி எங்களோடு விளையாடவெல்லாம் அவர் வெளியே வரவேயில்லை.

நானும் எனது தங்கை தம்பிகளும் கோவிலுக்குச் சென்று எங்கள் தாயின் அருகே மண்டியிட்டு அமர்ந்துகொள்வோம், ஆனால் அவர் கூறிய பிரார்த்தனைகள் எதையும் நான் திருப்பிச் சொன்னதேயில்லை, அதற்குப் பதிலாக என் தாயின் வேதனைகளைத் தீர்க்கச்சொல்லி அங்கிருந்த தெய்வத்திடம் மன்றாடிக்கொண்டிருப்பேன்.

தெய்வங்களின் காதில் என் மன்றாடுதல்கள் விழுந்தனவோ அல்லது என் தாயின் பக்தியைக் கண்டு இறையுலகம் இரங்கியதோ அறியேனில்லை, எப்படியோ கூடிய விரைவிலேயே என் தாய் மேலும் இரு மகள்களை பெற்றெடுத்தார்.

இந்த நல்நிகழ்வுகளுக்கு நன்றி தெரிவிக்கும் விதமாக, 1930ஆம் வருடத்தின் கோடைக்காலத்தில் பிறந்த எனது ஐந்தாவது

தங்கைக்கு 'ஆரஞ்சாள்' எனச் செல்லப்பெயர் சூட்டப்பட்டது. அப்பெயரை என் தாய்தான் தேர்வு செய்திருந்தார், என் பாட்டனாரும் அதற்கு எந்த எதிர்ப்பும் தெரிவிக்கவில்லை. ஏனென்றால் குடும்பவம்சாவளியைப் பெண் குழந்தைகள் தொடரப்போவதில்லை என்பதால் அவர்களுக்கெனப் பெரிதாய் முக்கியத்துவம் தரப்பட்டதில்லை.

ஆரஞ்சாளின் பெயரும் ஒரு கவிதையில் இருந்தே எடுக்கப்பட்டிருந்தது, வடக்கு சோங் ராஜ்ஜியத்தைச் சேர்ந்த கவிஞரான 'சௌ பாங்யான்' எழுதிய 'நாடோடி இளைஞன்' எனும் கவிதையில் இருந்தே அப்பெயர் பெறப்பட்டிருந்தது.

"நீரைப் போல் கூர்மையானது' பிங் கின் கத்தி,

உறைபனியைப்போன்று வெண்மையானது' வூ வின் உப்பு,

தலைவியின் மென்விரல்கள் தலைவனுக்காகப் புத்தம்புதிய ஆரஞ்சுச்சுளைகளை வெட்டித் தருகின்றன.

சித்திரப்பூவேலைப்பாடுகள் நிறைந்த திரைச்சீலையின் பின்னிருந்து,

தூபப்புகை எழுந்தது,

அவர்கள் ஒருவரையொருவர் பார்த்தவாறே, தம் குழலிசையை மெருகேற்றிக் கொண்டனர்.

அவள் மென்மையாக வினவினாள்:

இன்றைய இரவை எங்கு கழிப்பீர்கள்?

நகரத்தின் சுற்றுச்சுவர்களைத் தாண்டியும் இருள் எழும்பிவிட்டது,

பனி அடர்த்தியாக உள்ளது, சாலைவழிப் பயணமோ ஆபத்தானது.

சொற்பமானவர்களே நடமாடும் இவ்விரவில்,

என்னை இங்கே தனியாக விட்டுச்செல்லாதீர்கள்."

இதைக்கேட்டதும் பாவோகாங், "இந்தப் பாடலை உனது தந்தைக்காகத்தான் உன் தாய் தேர்வு செய்தாரென்பதை நீ அறிவாயா? தான் பறிகொடுத்த மகள்கள் குறித்த உன் தாயின் வேதனையை இப்பாடல் எதிரொலித்தாலுமேகூட, இப்பாடலின் வழியே அவர் ஒரு செய்தியையும் கூறியிருக்கிறார், உன் தந்தை தன் இளமையை இழந்துவருகிறார் என்பதையும் வாழ்வில் எப்போதும் அவசரகதியிலேயே ஓடிக்கொண்டிருப்பதை

அவர் நிறுத்த வேண்டுமென்பதையும் குறிக்கும் ஒரு எச்சரிக்கைப்பாடல் இது" என்றார்.

அத்துடன், தெற்கு சோங் ராஜ்ஜியத்திற்கும் முன்னர், இன்றைய தையுவான் இருக்கும் இடத்தில் தான் புராதன பிங் ராஜ்ஜியம் அமைந்திருந்தது எனவும் அவர் கூறினார். அங்கு தயாரிக்கப்படும் கத்திகள் வெகு கூர்மையானவை. அதேபோல் தற்போது ஹூ ஏரி இருக்குமிடத்தில்தான் பண்டைய 'வூ' ராஜ்ஜியம் இருந்ததெனவும், அங்கு கிடைக்கும் உப்பு பளீரிடும் வெண்மையில் இருந்ததாகவும் கூறினார். பண்டைய சீனாவில் இவ்விரு பகுதிகளுமே மிகுந்த புகழ்பெற்று விளங்கின.

ஐந்தாம் தங்கை பிறந்த சிறிது காலத்திற்குள்ளாகவே என் ஆறாவது தங்கையும் பிறந்தாள், 1932ஆம் ஆண்டின் வசந்தகாலத்தில் அவள் இவ்வுலகிற்கு வந்தாள். மறைந்த மூன்றாம் தங்கையின் நினைவாக இவளுக்குப் பச்சையாள் எனச் செல்லப்பெயரிடப்பட்டது, அதேசமயம், கலவரங்கள் நிறைந்த ஐந்து ராஜ்ஜியங்களின் காலத்தில், தென்பகுதி தாங் வம்சத்தை சேர்ந்த புகழ்பெற்ற பாடலாசிரியரான 'பெங் யான்சி' எழுதிய 'உயிர்வாழ்ந்த பெண்' எனும் கவிதையில் இருந்தும் இந்தப்பெயரை என் தந்தையார் தேர்வு செய்திருந்தார். உண்மையில், புதிதாய் பிறந்திருக்கும் மகளுக்கான என் தாயின் வாழ்த்தை விவரிக்கும் விதமாகவும் அக்கவிதை இருந்தது:

"இந்த விருந்தில்,
இந்த வசந்தகால நாளில்,
இளம் மதுரசத்தை என் கையிலேந்தி, உன்னை வணங்கிப் பிரார்த்திக்கிறேன்:

நீண்டகாலம் நீ வாழவேண்டும்,
நீ என்னோடே நீடித்து இருக்கவேண்டும்,
வசந்தகால தகைவிலான்குருவி ஜோடிகளைப் போலே
நாம் இணைபிரியாது வாழ்தல் வேண்டும்."

பாவோகாங்கிற்கு இந்தக்கவிதையும் பிடித்திருந்தது. பண்டைய காலம்தொட்டே, பெரும் மோதல்களிடையேதான் சீன மக்கள் வாழ்ந்து வந்துள்ளனர் என அவர் கூறினார். அச்சத்தாலும் தடைகளாலும் அவர்களின் கவிதைகளும் இசையும் கட்டுப்

படுத்தப்பட்டிருந்தபோதும், கருமையும் சாம்பல்வண்ணமும் கொண்ட கலையின் வழியாக அவர்கள் தம் வேதனைகளை வெளிப்படுத்தினர். எனவேதான் 'ஃபூ' வகைமை கவிதைகள், வாசிப்போரின் உணர்வுகளைத் தட்டியெழுப்பும் பல்வகைக் கூறுகளையும், நான்கு பருவகாலங்களையும் பிரதிபலிக்கும் காட்சிப்படிமங்களால் நிறைந்திருந்தது

ஆனால் இக்கவிதையை வெகு எளிதாகப் புரிந்துகொள்ள முடிந்தது: வசந்தகாலத்தின்போது ஒரு குடும்பத்தினர் உல்லாசப்பயணம் செல்கின்றனர், அங்கு நடக்கும் விருந்தின்போது, ஒருவரையொருவர் வாழ்த்தித் தம் மதுக்குவளைகளை உயர்த்துகின்றனர், அச்சமயம் அக்குடும்பத்தின் பெண் தன் மூன்று விருப்பங்களைத் தெரிவிக்கிறார்: தனது கணவர் நீண்டகாலம் உயிர்வாழ வேண்டும்; அவர் மகிழ்வாகவும் ஆரோக்கியத்துடனும் வாழவேண்டும்; ஈருடல் ஓருயிர்போல, வசந்தகால தகைவிலான் குருவிகளின் ஜோடி போலத் தாமும் இணைபிரியாமல் வாழ்ந்து முதுமையெய்த வேண்டுமென மூன்று விருப்பங்களைத் தெரிவிக்கிறார்.

1935ஆம் ஆண்டில் எனது ஏழாவது தங்கையை பிரசவித்தபோது என் தாய் இறந்துபோனார். இதனால் என் தந்தை ஆழ்ந்த துக்கத்தில் விழுந்துவிட்டார்.

என் தாயின் குடும்பத்தினரே குழந்தையின் செல்லப்பெயரைத் தேர்வுசெய்துகொள்ளட்டுமென மரியாதைநிமித்தம் எங்களின் குடும்பத்தலைவர் அனுமதி வழங்கினார், எங்களின் குடும்பத்தில் முதன்முறையாகவும் கடைசிமுறையாகவும் இந்த அதிசயநிகழ்வு நிகழ்ந்தது. எங்கள் அனைவருக்கும் வண்ணமயமான செல்லப்பெயர்களைச் சூட்ட வேண்டுமென என் தாய் விரும்பியிருந்ததால், அக்குழந்தைக்கு 'வானவில்' எனப் பெயரிட்டனர்.

அதன்பிறகு, என் தந்தை இரண்டு துணைவிகளை மணந்துகொண்டார். அவர்கள் இளமையாகவும் அழகாகவும் இருந்தனர்தான் எனும்போதும், என் தாயிடம் என் தந்தை கொண்டிருந்த அதே ஈர்ப்பை அவர்கள் இருவராலுமே உண்டாக்க முடியவில்லை. என் தந்தையுடன் அவர்கள் வாழ்ந்துவந்தபோதும் அவர்களால் அவருடன் நெருக்கத்தை உண்டாக்கிக்கொள்ள முடியவில்லை; அவர்கள் அவருடன்

உரையாடியபோதும் அவ்வார்த்தைகள் அவருக்கு எந்தப்பொருளையும் தரவில்லை. சுருக்கமாகச் சொல்வதானால், அவருடைய உண்மையான காதலை அவர்கள் இருவராலுமே வெல்ல முடியவில்லை.

红

செந்நிறத்தாள் நீண்ட நேரம் அமைதியாக இருந்தார். தம் பெற்றோரிடையே இருந்த காதல் குறித்தோ அல்லது தன்னால பெறவே முடியாதுபோன காதல் குறித்தோ ஏதோவொரு காட்சியைத் தன் மனக்கண்முன் கொண்டுவர முயல்வதைப் போல அவர் கூரையையே வெறித்துப் பார்த்துக்கொண்டிருந்தார். நான் அவருடைய ஒவ்வொரு அசைவையும் தொடர்ந்து கண்காணித்தேன், அவருடைய அமைதியை கவனித்தேன், அவருடைய கரங்கள் ஒன்றையொன்று மிக மென்மையாக வருடிக்கொள்வதையும் கண்டேன். ஒருவேளை இந்தத் தொடுகைக்காகத்தான், காதலின் இந்த மென்தொடுகைக்காகத்தான், அவர் தன் வாழ்நாள் முழுதும் ஏங்கிக் காத்துக்கிடந்தாரோ என்னவோ?

இறுதியாக மிக மென்மையான குரலில் அவர் பேசத் துவங்கினார். "எனது பெற்றோர்களிடையே இருந்த அந்தக் காதலைப் போன்றதொரு காதல், சகோதர சகோதரிகளான எங்கள் ஒருவரின் வாழ்விலும்கூட கிட்டவில்லை" என்றார்.

அவர் கூறியதற்கு நான் எவ்விதமான எதிர்வினையும் புரியாததால், தலையை உயர்த்தி என்னைப் பார்த்தார், "எனது பெற்றோர்களிடையே இருந்த அந்தக் காதலைப் போன்றதொரு காதல், சகோதர சகோதரிகளான எங்கள் ஒருவரின் வாழ்விலும்கூட கிட்டவில்லை" என மீண்டும் கூறினார்.

அவர் கூறியதை முதலிலேயே நான் தெளிவாக கேட்டுவிட்டேன், அத்துடன் அது என் மனதையும் தொட்டிருந்ததுதான். அவருடைய அந்த வார்த்தைகள் வரலாற்றின் கனமேறி எடைகூடியிருந்த காரணத்தினாலேயேதான் அவருக்கு என்ன பதிலுரைப்பது எனத் தெரியாமல் நான் அமைதியாக அமர்ந்திருந்தேன். பல சீனர்களை நான் பேட்டி கண்டுள்ளேன், அப்போது தலைமுறைகளிடையே நிலவும் இதுபோன்ற வேதனைகளையும் துயரங்களையும்

நான் எதிர்கொள்ளும்போதெல்லாம், எனது பால்யகால நினைவுகளுக்குள்ளும், தற்போதும் நான் கொண்டுள்ள எனது குடும்பம்மீதான ஏக்கங்களுக்குள்ளும் நான் தடுமாறி விழுந்துவிடுகிறேன்.

எனக்கும் சேர்த்து அவரே பேசத்துவங்கியதைப்போல இருந்தது. “என் குடும்பத்தைப் பற்றி நான் பேசும் ஒவ்வொருமுறையும், சோகத்தாலும் குழப்பத்தாலும் நான் சிறைபடுவதாய் உணர்கிறேன். என்னை ஆசுவாசப்படுத்துவதற்காக பாவோகாங், ‘வரலாற்றின் சூறாவளியிலிருந்து எந்தக் குடும்பத்தால்தான் அப்போது தப்பிக்க முடிந்தது? தாம் வாழ்ந்த காலகட்டத்தில் உண்டான அரசியல் பேரலைகளை எதிர்த்து எவரால்தான் நீச்சலடிக்க முடிந்தது? சமூகத்தின் தாக்கங்களிலிருந்து எந்தக் காதல்தான் தப்பிப்பிழைக்க முடிந்தது?’ எனக் கூறினார். இதில் வேடிக்கையான விஷயம் என்னவென்றால் காதலைப் “பேச” மட்டுமே செய்துகொண்டிருந்த போலியானதொரு திருமணபந்தத்தில்தான் நாங்கள் இருவரும் வாழ்ந்துகொண்டிருந்தோம் என்பதை மட்டும் அவர் ஒப்புக்கொண்டதாகத் தெரியவில்லை” என்றார் செந்நிறத்தாள்.

红

நாங்கள் மொத்தம் ஒன்பது சகோதர சகோதரிகள், தம் பால்யகாலத்தைத் தாண்டி வாழ்ந்திட முடியாமல் பரிதாபகரமாக இறந்துபோன மஞ்சள் ஆரஞ்சாளையும், பசும் தேன்நாரந்தையாளையும் சேர்த்தே சொல்கிறேன், நாங்கள் அனைவருமே சீன வரலாற்றின் மிகக் குழப்பமானக் காலகட்டத்திலேயே பிறந்தோம். ஏகாதிபத்திய அரசின் வீழ்ச்சியாலும், புது ஆட்சியின் உருவாக்கத்தாலும் மட்டுமே இந்தக் குழப்பங்கள் உண்டாகின எனச் சொல்வதற்கில்லை, ஆயிரமாயிரம் ஆண்டுகளாகச் சீன மக்களின் வாழ்வின் அடியாழத்தில் பதியப்பட்டிருந்த நம்பிக்கைகள் அடைந்த தோல்விகளாலும்தான் இக்குழப்பங்கள் உருவாகியிருந்தன. மதமின்றியோ, விதிமுறைகளின்றியோ, ஒழுக்கமின்றியோ இருப்பதைப்போலத்தான் ஒரு நாடு அரசரின்றி இருப்பதுவும். அரசாக யார் பொறுப்பேற்றுக்கொண்டிருக்கிறார்கள் என எவருக்குமே அப்போது தெரிந்திருக்கவில்லை.

இதனாலேதான் அனைத்துக் குடும்பங்களும் ஒன்றோடொன்று இணையத்துவங்கின, ஏனெனில் ஒரே குடும்பப்பெயர் கொண்டவர்களோடு சேர்ந்திருப்பதன்மூலம் மட்டுமே தாம் பாதுகாப்பாக இருக்கமுடியுமென மக்கள் நம்பினர். இதனிடையே, ஆட்சியதிகாரம் பல்வேறு குழுக்களாகப் பிரியத்துவங்கியதால், போர்ப்பிரபுக்களின் சகாப்தம் உருவாகிட அது வழிவகுத்தது. போர்ப்பிரபுக்களில் பலரும் தாங்கள் நீதிக்காகப் போரிடுவதாக உரிமைகோருவர், அவர்களின் நீதி என்னவெனில், பேரரசரை மீண்டும் அரசாள வைப்பதற்கான நீதி, ஏகாதிபத்திய அரசாட்சியின் கடைசி எச்சங்களையும் அழித்தொழிக்கும் நீதி, செல்வந்தர்களிடமிருந்து பொருட்களைக் கொள்ளையடித்து வறியவர்களுக்கு வழங்கும் நீதி.

அக்காலகட்டத்தில் எளிய குடும்பங்கள் பெரிய விலை கொடுக்கவேண்டியிருந்தன, பலரது வாழ்வும் சிதைந்துபோயின. பெற்றோர்களின் விருப்பத்தையும் மீறி அவர்களுடைய மகன்கள் கட்டாயமாக இராணுவத்தில் சேர்க்கப்பட்டனர்; அவர்களின் சொத்துக்கள் சூறையாடப்பட்டன; அத்தியாவசிய உணவுப்பொருட்களில் பெரும்பான்மையானவை இராணுவப்படையினருக்கென ஒதுக்கப்பட்டது. பெண்கள், குழந்தைகள், முதியவர்கள் என அனைவருமே 'நீதிக்கானப் போராட்டம்' எனவழைக்கப்பட்ட அந்த பெருஞ்சிக்கலுக்குள் சிக்கித் தவித்தனர்.

சீனாவின் பெருவாரியான மக்களோடு ஒப்பிடுகையில், நாங்கள் அதிர்ஷ்டம் மிக்கவர்களாக இருந்தோம். படிப்பறிவு கொண்ட எங்களுடைய பெற்றோர்கள் கவிதை, இசை, அன்பின் வாயிலாக எங்கள் இல்லத்திற்கு மகிழ்வைக் கொண்டுவந்தனர், வெளியுலகின் கொடூர நிஜங்களில் இருந்து எங்களைப் பாதுகாத்தபடியே இவற்றை அவர்கள் செய்தனர். எங்களுக்காக அவர்கள் கட்டித்தந்த இல்லம், எங்களைப் பொறுத்தவரை பூமியில் உருவானதொரு சொர்க்கத்தைப் போலவே இருந்தது.

எங்கள் பெற்றோர்களின் வழிகாட்டுதலின்படி, எழுதப்படிக்கவும், ஓவியம் தீட்டவும், செஸ் விளையாடவும், பூக்கள் வளர்க்கவும் நாங்கள் கற்றுக்கொண்டோம். கணக்கிடும் மணிச்சட்டம், முறையான எழுத்துப்பயிற்சி, வணிகம் ஆகியவற்றை சிறுவர்கள் பயின்றனர், பூத்தையல், மலர்கள்

கொண்டு அலங்கரித்தல், குழந்தைகள் பராமரிப்பை சிறுமிகள் கற்றுக்கொண்டனர்.

இந்த சொர்க்கத்தின் வாயில்களைப் பாதுகாத்திட தம்மால் இயன்ற அனைத்தையும் என் பெற்றோர்கள் செய்தனர், ஆனால் போர் உண்டாக்கிய கொந்தளிப்பு இறுதியாக அந்தப் பாதுகாப்புச்சுவர்களை தகர்த்தெறிந்தது, அதுநாள்வரை நாங்கள் கட்டிக்காத்திட்ட வெகுளித்தனங்கள் யாவும் அழிந்து நாங்கள் அங்கிருந்து வெளியேற்றப்பட்டோம். வெளியுலகில் நாங்கள் முழுவதுமாக தொலைந்துபோனோம், நம்பிக்கைக்கும் உண்மைக்கும் இடையேயும், நன்மைக்கும் தீமைக்கும் இடையேயும், அறிவுடைமைக்கும் அறியாமைக்கும் இடையேயும் நிலவிய இடைவெளிகளில் நாங்கள் தொலைந்துபோனோம்.

"தமக்குத் தவறான வேலை கிடைத்துவிடுமோ என ஆண்கள் அஞ்சுவர், தமக்குத் தவறான கணவர் கிடைத்துவிடுவாரோ எனப் பெண்கள் அஞ்சுவர்" எனவொரு சீனப்பழமொழி உண்டு. ஆனால் நாட்டில் போர் உண்டாக்கிய களேபரங்களால் எண்ணற்ற ஆண்களும் பெண்களும் இந்த அச்சங்களெல்லாம் ஏதுமின்றியே வாழ்ந்தனர், ஏனெனில் நல்ல வேலைகள் ஏதுமில்லாததோடு ஆண்கள் அனைவரும் போர்புரியவேறு சென்றுவிட்டிருந்தனர்.

எனது குடும்பத்தில், எனது தலைமுறையில் பிறந்த முதல் மகன் என் தம்பி மயில்நீலன்தான். முற்காலத்தில் இருந்து இப்போதுவரை தொடர்ந்துகொண்டிருக்கும் வழக்கத்தின்படி, குடும்பத்தின் மூத்த மகனுக்குத் தன் வாழ்வில் எதையுமே தேர்வு செய்வதற்கு உரிமை கிடையாது. குடும்பப் பாரம்பரியத்தின்படி, குடும்ப வணிகத்தை அவன் தன் தந்தையிடமிருந்து பெற்று மேற்கொள்ளவேண்டும். அவனது திருமணத்திற்கான மணப்பெண்ணையும் கூட குடும்பத்தின் மூத்த உறுப்பினர்களே தேர்வு செய்வர்.

1948இல், தேசியவாதக்கட்சி தோல்வியைத் தழுவக்கூடிய நிலையில் இருந்தபோது, மக்களை அச்சுறுத்தவெனப் பரப்புரையாளர்கள் வழக்கமாக உபயோகிக்கும் வாக்கியமான 'கம்யூனிஸ்டுகள் உங்கள் சொத்துக்களையும் உங்கள் மனைவியையும் பங்கு போட்டுக்கொள்ள வருகிறார்கள்'

போன்ற வதந்திகள் வேகமாகவும் பெருவாரியாகவும் பரவத்துவங்கின. அமெரிக்கா தலையிட்டு உள்நாட்டுப்போரைத் தீர்த்து வைக்குமென எண்ணிக்கொண்டிருந்த சீனாவின் வணிக சமூகத்தைச் சேர்ந்தவர்கள் அனைவருமே, இப்போது தமது உடைமைகளையும் தம் உறவினர்களையும் கூட பிரித்தானியர்களின் கட்டுப்பாட்டின் கீழிருந்த ஹாங்காங்கிற்கு இடம்மாற்றத் துவங்கினர். சிலர் தம் குழந்தைகளை அமெரிக்காவிற்கும் கூட அனுப்பிவைத்தனர்.

மயில்நீலன் குடும்ப வணிகத்தை மேற்கொண்ட சிறிது காலத்திற்குள்ளாகவே, கம்யூனிஸ்டுகளின் மீதிருந்த அச்சத்தாலும் போரைத் தவிர்க்கும் பொருட்டும் இருபத்தைந்து வயதான மயில்நீலனை ஹாங்காங்கிற்கு அனுப்பிவைக்க எங்கள் தந்தை ஏற்பாடு செய்தார், அங்கு மயில்நீலனிற்காக தன் பதினாறாம் அகவையிலேயே நிச்சயிக்கப்பட்டிருந்தப் பெண்ணொருத்தியை அவன் மணம்புரிந்து கொள்ளவும் ஏற்பாடாகியிருந்தது. உண்மையில், இந்தத் திருமணம் ஒரு வியாபார ஒப்பந்தத்தைப் போன்றே இருந்தது. தென்சீனாவுக்கும், அண்டை நாடுகளுக்கும் பொருட்களை அனுப்பிவைக்கும் நல்ல லாபம் தரக்கூடிய வணிகத்தை மேற்கொண்டிருந்த, மிகப்பிரசித்திப் பெற்ற கப்பல்வணிகக் குடும்பத்தைச் சேர்ந்தவள்தான் அவனுடைய மனைவி.

ஆனால் அவர்களின் குடும்பத்தில் ஒரு குறை இருந்தது. அவர்களுடைய வணிகம் செழித்து வளர்ந்தபோதும், அக்குடும்பத்தின் மூன்று சகோதரர்களுக்கும் ஆண்வாரிசேயில்லை. எனவேதான், தமது வணிகத்தை எதிர்காலத்தில் ஏற்று நடத்தக்கூடிய மருமகன் ஒருவனைத்தேடி அப்பகுதியில் இருந்த மிகப்பிரபலமான சீனக்குடும்பங்கள் குறித்து அவர்கள் விசாரித்து அறிந்துகொண்டிருந்தனர், அப்போதுதான் எங்கள் குடும்பத்தைப்பற்றி கேள்விபட்டுள்ளனர், இவ்வாறாக எங்கள் இருவரின் குடும்பமும் சந்தித்துக்கொண்டன.

"ஆறுகள் ஏரிகளோடும் சமுத்திரங்களோடும் ஒன்றிக்கலப்பதைப் போலவே, நீரின் மீது வாழ்பவர்களின் வாழ்வும் ஒன்றாகவே பிணைந்திருக்கவேண்டும்" என என் தந்தை கூறுவார். எங்கள் இரு குடும்பங்களையும் அறிமுகப்படுத்திவைத்த திருமணப்பொருத்தம் பார்க்கும் நபரொருவர், இரு

குடும்பங்களின் எதிர்காலமும் பின்னிப் பிணைந்திருக்கக்கூடும் என ஆருடம் கூறியிருந்தார், அதனாலேயே திருமண நிச்சயதார்த்தம் அறிவிக்கப்பட்டதும் நாங்கள் அனைவருமே பெருமகிழ்வு கொண்டோம்.

மயில்நீலனின் மனைவி புத்திக்கூர்மையும் கருணையும் மிக்கவள். பிரித்தானியர்களின் ஆளுகைக்குக் கீழிருந்த ஹாங்காங்கில் அவள் பிறந்து வளர்ந்திருந்தபோதும், பிரித்தானியமுறைக் கல்வியை அவள் பல ஆண்டுகளாகப் பயின்றிருந்தபோதும், பாரம்பரியமிக்க நம்பிக்கைகளையே அவள் கொண்டிருந்தாள். "எத்தனை அதிகம் மகன்களைப் பெற்றெடுக்கிறீர்களோ, அத்தனை அதிகம் நன்மைகளைப் பெறுவீர்கள்" எனும் பழமொழியை அவள் மிகத்தீவிரமாகக் கடைபிடித்தாள் எனலாம், ஏனெனில் திருமணம் முடிந்ததில் இருந்து அவள் மகன்களாய் பெற்றெடுத்தபடியே இருந்தாள்! 1985இல், கிட்டத்தட்ட நாற்பது வருடப் பிரிவுக்குப் பிறகு, நானும் மயில்நீலனும் சந்தித்தபோதுதான் அவனது மனைவியை முதன்முதலாகப் பார்த்தேன். எலும்பும் தோலுமாக இருந்த அவள், தனது இருபது வருடத் திருமண வாழ்விற்குள்ளாக பதினான்கு குழந்தைகளைப் பெற்றெடுத்திருந்தாள்.

என் தம்பிக்கு தற்போதும் கவிதைகள் வாசிப்பில் ஆர்வமுள்ளதாவென அவனிடம் கேட்டேன், "ஆம் உள்ளது. கவிதை வாசிப்பை மதத்தைப் பின்பற்றுவதைப் போல அத்தனைப் பற்றுடன் பின்பற்றுகிறேன். நான் மட்டும் அவ்வாறு செய்யாதிருந்திருந்தால், கடல் போன்ற ஹாங்காங்கின் வணிகத்தினுள் என்றோ மூழ்கிப் போயிருப்பேன்!" என்றவன் பெருமூச்சுடன், "என் மனைவிக்குக் கவிதை மீது ஆர்வமேயில்லை; கவிதை மட்டுமில்லை, அவளுக்கு எதன் மீதும் வேட்கையிருந்ததேயில்லை" என்றான். பதினான்கு குழந்தைகள்! கண்டிப்பாக அவளுக்குள் ஏதோவொரு வேட்கை இருந்துள்ளது! என எனக்கு நானே குறும்புடன் எண்ணிக்கொண்டேன்.

எனது நான்காவது தங்கை, யாங்சே நதியில் கப்பற்வணிகம் செய்துவந்த பெரும் செல்வவளமிக்க வணிகரொருவருக்கு தன் பதினெட்டாம் வயதில் மணமுடித்துவைக்கப்பட்டாள். திருமணத்திற்கு முன்புவரை, அவர்கள் இருவரும் தாம்

மணமுடிக்கப் போகிறவரின் பெயரை மட்டுமே அறிந்திருந்தனரே தவிர ஒருவரையொருவர் பற்றி வேறெதுவுமே அறிந்திருக்கவுமில்லை, ஒருவரையொருவர் சந்தித்திருக்கவுமில்லை. ஷாங்காய் நகரில் அவர்களின் திருமணம் நிகழ்ந்த அடுத்த மூன்று மாதங்களுக்குள்ளாகவே அவள் கணவரின் கப்பல்களும், கப்பற் துறைமுகங்களும், மாலுமிகளும் ஜப்பானிய இராணுவப்படையால் கைப்பற்றப்பட்டன. 1945இல், ஜப்பானுக்கு எதிரானப் போரில் சீனா வென்றதும், அவளது கணவர் நாட்டிற்கு நம்பிக்கைத்துரோகம் செய்துவிட்டதாகக் குற்றஞ்சாட்டப்பட்டார். என் தந்தையின் தொழிற்முறை நண்பர்கள் மட்டும் அன்று என் தங்கையின் கணவருக்கு உத்தரவாதம் அளிக்காதிருந்திருந்தால், தேசியவாதிகள் கட்டாயம் அவருக்கு மரணதண்டனை விதித்திருப்பர். அப்போதிருந்து, என் தந்தையின் ஆதரவோடும், சொற்ப வருமானத்தோடும் நடுத்தர வாழ்வையே அந்த ஜோடி வாழ்ந்து வருகின்றனர்.

சீனாவிற்கும் மேற்கத்திய நாடுகளுக்கும் இடையே ரகசியமாகவும் வெளிப்படையாகவும் சண்டைகளை அரங்கேற்றுவதற்கு ஏற்ற இடமாக 1949வாக்கில் ஷாங்காய் உருவானது. நாட்டின் அனைத்து திசைகளிலும் வதந்திகள் பரவியபடியே இருந்தன, அரசியல் பயங்கரவாதங்களும் முடிவின்றி நிகழ்ந்தவண்ணமே இருந்தன. பாவம் நீலியும் அவள் கணவரும், கம்யூனிஸ்டுகளின் மூவெதிர்ப்பு, ஐயெதிர்ப்பு நடவடிக்கைகளால் சந்தித்த இன்னல்களின் மூலமாக அவர்கள் தம் கைக்குழந்தையை இழந்ததோடு மேலும் பல துயரங்களையும் கடந்துவர வேண்டியிருந்தது. இறுதியாக, அவளுடைய கணவர் ஜப்பானிய உளவாளியெனக் குற்றஞ்சாட்டப்பட்டு தூக்கிலடப்பட்டார், நீலியோ கடுமையாக உடல்நலம் பாதிப்பட்டு, முப்பது வயது கூட நிறையும் முன்னரே மனச்சோர்வினாலும் தனிமையாலும் அல்லலுற்று இறந்தே போனாள்.

ஏன் எவருமே அவளுக்கு உதவவில்லை? அந்தக் காலகட்டத்தில் அவரவர் வாழ்வைக் காப்பற்றிக்கொள்ளவே அவரவரும் பெரும்பாடுபட வேண்டியிருந்தது. குற்றஞ்சாட்டப்பட்டவருக்கு ஆதரவாக ஒருவர் நிற்கிறார் என்பதே பெரும் அதிசயமான நிகழ்வு; ஏனெனில் அவ்வாறு ஆதரவளிப்பவரும் பிரச்சினையில் சிக்கிக்கொள்ளக்கூடும் என்பதாலேயே எவரும் அதைச் செய்யத்

துணிவதில்லை. துரோகியென்றோ ஊழல்வாதியென்றோ ஒருவர்மீது முத்திரைக் குத்தப்பட்டுவிட்டால், பிறகு எவராலும் அவரைக் காப்பாற்றவே முடியாது. கம்யூனிச அதிகாரிகளுக்கும் கூட அச்சமயத்தில் மரணதண்டனை விதிக்கப்பட்டது!★

1944இல், பதினேழு வயது நிரம்பிய எனது இரண்டாவது தம்பியான ஊதாநீலனைக் கல்விபயில அமெரிக்காவிற்கு என் தந்தை அனுப்பிவைத்தார். உண்மையில், போரின் கொடுங்கரங்களில் இருந்து அவனைக் காக்கவே அவர் அவ்வாறு செய்தார். அங்கேயே அவன் ஒரு அமெரிக்கப்பெண்ணைத் திருமணம் செய்து கொண்டான், பிறகு 1989இல் தான் அவனும் நானும் மீண்டும் சந்தித்தோம். எனக்கு ஆங்கிலம் புரியவில்லை, அவன் மனைவிக்கு சீனம் தெரியவில்லை, நாற்பது ஆண்டுகளுக்கும் மேலாக வெளிநாட்டில் வசித்திருந்ததால் என் தம்பியினாலும் எங்களுக்காக மொழிபெயர்த்துக் கூற முடியவில்லை. அந்த வெளிநாட்டு மைத்துனியுடன் அன்று என்னால் மனம்விட்டு உரையாட முடியாததையெண்ணி இன்றுவரையும் கூட நான் வருந்துகிறேன்.

1947இல், பீபிங்கில் படித்துக்கொண்டிருந்த என் ஐந்தாவது தங்கையான ஆரஞ்சாள், முலான்★★ நாட்டுப்புறப்பாடலின் ஒரு பிரதியை தன் நண்பரின் மூலம் என் தந்தைக்கு அனுப்பி வைத்திருந்தாள், அந்தளவிற்கு அவள் இரகசியமாக இயங்கிவந்த கம்யூனிச இயக்கத்தின்மீது அதீத ஈர்ப்பு

★ 1952இல், தியான்ஜின் நகராட்சியைச் சேர்ந்த இரு முக்கிய அதிகாரிகளான சாங் சிஷானும், லியூ சிங்ஷானும் ஊழல் குற்றஞ்சாட்டப்பட்டு மரணதண்டனை விதிக்கப்பட்டனர்.

★★ ஃபா முலான் [கி.பி. 412 – 502], மேற்குப்பகுதியில் ‘முலன்’ எனவும் குறிப்படப்படும் இவர், வட ராஜ்ஜியங்களின் காலத்தைச் சேர்ந்த பிரபல வீராங்கனையாவார். முலான் நாட்டுப்புறக்கதைப்பாடல் எனும் வீரகாவியத்தில்தான் இவர் முதன்முதலாகக் குறிப்பிடப்பட்டிருந்தார். அந்தக் கதைப்பாடலைப் பொறுத்தவரை, வயதுமுதிர்ந்த தன் தந்தைக்குப் பதிலாக முலான் இராணுவத்தை வழிநடத்தினார். அழகியப் பெண்ணாகிய முலான், கங்பூ கலையில் தேர்ச்சி பெற்றவராகவும், வாட்போர்த்திறனில் புகழ்பெற்றும் விளங்கினார். படையில் இருந்த பனிரெண்டு வருடங்களும் முலான் பெரும் துணிவோடு போர்புரிந்தார், ஆனால் இறுதியாக அதற்கான வெகுமதிகளை மறுத்துவிட்டு அவர் தன் சொந்த ஊருக்கேத் திரும்பிச் சென்றுவிட்டார். இந்தக்கவிதை முலானின் வீரத்தையும், இரக்க குணத்தையும் வியந்தோந்துகிறது

கொண்டிருந்தாள். பின்னர் கம்யூனிசப் புரட்சியாளர் ஒருவரின் மீது காதற்வயப்பட்டு, அவள் அவரையே திருமணமும் செய்துகொண்டாள், அச்சமயம் அம்மனிதர் குறித்து எங்களுக்கு எதுவும் தெரிந்திருக்கவில்லை.

வீட்டிற்கு ஆரஞ்சாள் அனுப்பிய அடுத்த கடிதத்தில், அவளும் அவள் கணவரும் அதிதீவிரக்காதலில் திளைத்திருப்பதாக எழுதியிருந்தாள். அவர்கள் இருவரும் ஒரே கட்டிடத்தில்தான் பணிபுரிந்தனர், எனினும் தொடர்ந்து ஒருவருக்கொருவர் கடிதங்களை எழுதியபடி இருந்துள்ளனர், அத்துடன் சின்னஞ்சிறு கவிதைகளையும், ஊக்கமளிக்கும் மேற்கோள்களையும் கூடப் பகிர்ந்து கொண்டுள்ளனர். எங்கள் பெற்றோர்கள் முன்னர் செய்த காதலை இப்போது தனது அனுபவங்களின் மூலம் முழுமுற்றாக உணர்ந்துகொள்ள முடிவதாகவும் அவள் எழுதியிருந்தாள்.

உள்நாட்டுப்போர் குறித்துச் சிறப்பாக அறிக்கைகள் தயாரித்ததால் ஆரஞ்சாளும் அவள் கணவரும் நற்பெயர் ஈட்டியிருந்தனர் என அறிந்துகொண்டேன். அவளுடைய கணவர் பல்கலைக்கழகப் பேராசிரியர் எனத்தான் முதலில் அறிந்திருந்தோம், பின்னர்தாம் அவர் இரகசியக் கம்யூனிச இயக்க உறுப்பினர் எனத் தெரிந்துகொண்டோம். ஆனால், கலாச்சாரப்புரட்சியின்போது கம்யூனிசப் பிரதானப்பகுதியில் பணிபுரிந்த தேசியவாத உளவாளிதான் அவள் கணவர் எனச் செம்படை வீரர்கள் ஆரஞ்சாளிடம் கூறியுள்ளனர். இது நிகழ்ந்த மூன்று வாரங்களில் அவள் கணவர் இறந்துபோனார்.

தனது கணவரின் இறப்பிலிருந்து முற்றிலும் விடுபட முடியாமல் ஆரஞ்சாள் தவித்தாள், அன்றிலிருந்து ஒருவகையான மனநோய்க்கும் அவள் ஆளாகிவிட்டிருந்தாள். அவர்களுக்குப் பிறந்த மூன்று குழந்தைகளில், இரு மகன்களை மட்டும் தம் குடும்பவம்சம் தழைக்கவேண்டி தந்தைவழிக்குடும்பத்தார் கூட்டிச்சென்றுவிட, மகள் மட்டும் தன் தாயுடனேயே தங்கிவிட்டிருந்தாள். இன்று அந்த மகளும் கூட ஒரு குழந்தைக்குத் தாயாகி விட்டாள்.

பீபிங் விடுவிக்கப்பட்டபோது, என் ஆறாவது தங்கை பச்சையாள் அங்கிருந்தப் பெண்கள் பள்ளியில் படித்துக் கொண்டிருந்தாள். அதீத திறன்மிகுந்த எழுத்தாளராக அவள் விளங்கியதோடு, அந்நகரத்தில் வளர்ந்துவந்த கலாச்சார, இலக்கிய உலகில் தன்னை மென்மேலும்

ஈடுபடுத்திக்கொள்ளத் துவங்கினாள். சீன மக்கட்குடியரசு நிறுவப்பட்டதைக் கொண்டாடும் வகையில் நிகழ்ந்த மாபெரும் விழாவொன்றில்தான் மக்கட்விடுதலைப்படை அதிகாரியொருவரை அவள் சந்தித்தாள். அவளை தன் மனைவியாகப் பார்ப்பதை விடவும் சகபுரட்சியாளத் தோழராகத்தான் அவர் கண்டாரோ என நான் எப்போதும் நினைத்துக்கொள்வேன், எனினும் அவர்கள் மிகுந்த மகிழ்வுடனேயே வாழ்ந்தனர். திருமணம் செய்துகொள்வதிலெல்லாம் அவர்கள் நேரத்தை வீணடித்துக் கொள்ளவில்லை. காதல் மட்டும் அவர்களிடையே காட்டுத்தீயைப்போல தீவிரமாகப் பற்றியெரிந்தது.

ஷாந்தோங் மாகாணத்தைச் சேர்ந்த வறிய குடும்பமொன்றில் பிறந்த பச்சையாளின் கணவர், சிறுவயது முதலே அன்பும் நேசமும் மிக்கதொரு மனிதராகவே வளர்ந்தார். நாட்டின் மிக ஏழ்மையானவர்கள் வசிக்கும் பகுதிகள் சிலவற்றிற்கு அவர் பச்சையாளை அவ்வப்போது அழைத்துச்சென்றதோடு, அம்மக்களுக்குத் தம்மால் இயன்ற உதவிகளையும் செய்துள்ளார். இப்பயணங்களெல்லாம் பச்சையாளின் உள்ளத்தில் ஆழமானத் தாக்கங்களை உண்டாக்கியிருக்கவேண்டும் என எண்ணுகிறேன். நகரத்திற்கும் கிராமத்திற்கும் இடையே இருந்த வேறுபாடுகளைக் கண்டு அவள் மிகுந்த அதிர்ச்சிக்குள்ளாகியிருந்த போதும், அக்கிராமங்களில் அவள் சந்தித்த விவசாயப்பெருமக்களின் பரிவுமிக்க விருந்தோம்பல் பண்புகளைக் கண்டு அவள் நெகிழ்ந்தும் போயிருந்தாள். அனைத்திற்கும் மேலாகத் தன் கணவரின் செயல்பாடுகள் குறித்து அவள் அளப்பரிய பெருமிதம் கொண்டிருந்தாள். பச்சையாளைப் பொறுத்தவரை, தனது சாகசவீரனின் வாழ்வில் அவள் கண்ட இத்தீப்பொறியானது, குறைந்த கல்வித்தகுதி உடையவரெனும் அவரது குறைபாட்டை மறைத்துவிட்டது.

எனினும் இதில் எங்கள் குடும்பத்தினருக்குப் பெரிதாக ஒப்புதலில்லை. காதலெனும் இம்மாயையில் இருந்து அவள் விடுபட்டதும், வர்க்கத்திலும், கல்வியிலும் அவர்களிடையே இருந்த இந்தப் பெரும் வேறுபாட்டைக் கண்டு அவள் மிகவும் வருந்தக்கூடுமென கம்யூனிசப் பிரதானபகுதிக்கு குடிபெயர்ந்துவிட்ட எம் குடும்பத்தினர் அவளை எச்சரித்தனர். தீயின் தன்மைகுறித்து அவளிடம் நான் நீண்டதொரு

உரையாற்றினேன், "ஆம், ஒளியையும் வெப்பத்தையும் கொண்ட தீ, மனித இனத்திற்கான மிகப்பெரும் வரப்பிரசாதம்தான். ஆனால் அந்தத் தீயின் மிக அருகில் சென்றோமானால், நமக்கே அது பேராபத்தாக முடிந்துவிடக்கூடும்!" என்றேன்.

இத்தனைக்குப் பிறகும் அவள் தன் முடிவில் பிடிவாதமாகவே இருந்தாள், தனது சாகசவீரனின் உன்னதப்பண்பை பாராட்டும் குணமற்று இருப்பது எங்களின் குறையே என்றாள். ஆனாலும் எனது தங்கை ஒரு தூய சீனாக்காரியாவாள். அப்படியென்றால் என்ன அர்த்தம் என்றா கேட்கிறீர்கள்? 'மனிதனால் இயற்கையை வெல்ல முடியும்' என எங்கள் தலைவர் மாவோ கூறியபோது நாங்கள் அவரை முழுமையாக நம்பினோம், விளைவாக ஆசியாவின் கோமாளியென கேலி செய்யப்பட்ட நாங்கள் முப்பதே வருடங்களில் உலகின் மிக சக்திவாய்ந்த நாடுகளில் ஒன்றாக உருவானோம்! அப்படிப்பட்ட நாட்டின் மகள் பச்சையாள் என்ன செய்தாள் தெரியுமா? படிப்பறிவற்ற படைவீரனொருவனை ஒரு கவிஞனாக மாற்றிவிட்டாள்!

红

"சின்ரன், என்னைக்கேட்டால் நீங்கள் பச்சையாளிடமும் பேச வேண்டும் என்பேன். நாங்கள் இருவரும் சகோதரிகளாக இருந்தபோதும் எங்கள் இருவரின் அனுபவங்களும் இருவேறு தலைமுறைகளைச் சேர்ந்தவை. மேலும், என் கதையை விடவும் அவள் கதை மேம்பட்டும், சீனாவிற்கேயுரிய பிரத்யேகச் சுவையோடும் இருக்கும்" என்றார் செந்நிறத்தாள்.

红

வானவில்லாள் தான் என் கடைக்குட்டித் தங்கை. அவள் எங்களின் தாயைக் காணும் பேறைப் பெறவில்லை, எனினும் என் தந்தை உயிருடன் இருந்தவரை அவரின் செல்லப்பிள்ளையாகவே அவள் இருந்தாள். உண்மையைச் சொல்வதானால், சின்னவள் வானவில்லாளுக்கு அவர் அதிகப்படியானச் செல்லம் கொடுத்து வளர்த்ததாலேயே அவளால் நிஜ உலகின் போக்கோடு ஒத்துப்போகமுடியவில்லை. 1949 அக்டோபரில் மக்கட் குடியரசு நிறுவப்படுவதற்கு

முன்னரே, செங்தேவில் இருந்த எங்களின் வீட்டைச் சொற்ப விலைக்கு விற்றுவிட்டு, ஹாங்காங்கில் இருந்த எங்கள் தம்பி மயில்நீலனோடு வாழ என் தந்தை வானவில்லாளோடு புறப்பட்டுச்சென்று விட்டார்.

மகனுக்குப் பாரமாக இருக்க விரும்பாத என் தந்தை, கொவ்லூனில் ஒரு சிறிய வீட்டை வாங்கிக்கொண்டு, தன் கடைக்குட்டி மகளோடு அங்கே குடியேறினார். வானவில்லாள் திருமணமே செய்துகொள்ளவில்லை.

என் தந்தை கடுமையாக நோய்வாய்ப்பட்டிருந்தபோது சீனாவிற்கும் ஹாங்காங்கிற்கும் இடையே பெரும் பதட்டம் நிலவியபடியே இருந்தது, கம்யூனிசப் பிரதானப்பகுதியில் இருந்த எங்கள் எவராலுமே அவரைத் தொடர்பு கொள்ள முடியவில்லை. 1984இல் வானவில்லாளோடு தொடர்பு கொள்ள முடிந்த போதுதான் 1981இல் எங்கள் தந்தை காலமாகிவிட்டதைக் கூறினாள். அவளும், மயில்நீலனும், அமெரிக்காவில் இருந்து ஹாங்காங்கிற்கு விரைந்து திரும்பியிருந்த ஊதாவண்ணனும் தான் அவருடைய இறுதிநொடிகளில் அவர் அருகில் இருந்துள்ளனர்.

அனைத்து மகன் மகள்களையும் தன்னுடனேயே ஹாங்காங்கிற்கு அழைத்துக்கொண்டு வரமுடியாத தன் இயலாமையை எண்ணித் தன் இறப்பிற்கு முன் என் தந்தை மிகவும் மனம் வருந்தியுள்ளார். ஏனெனில் மேலுலகில் இருக்கும் என் தாயை என் தந்தை மீண்டும் சந்திக்கும்போது, தம் குழந்தைகளின் வாழ்க்கைகள் குறித்து அவரிடம் பகிர்ந்துகொள்ள தன்னிடம் எந்தத் தகவலுமே இருக்காதே எனவெண்ணி என் தந்தையார் துயர்கொண்டிருந்தார். தனது மகள் நீலியும் அங்கு எங்கள் தாயுடன் காத்துக்கொண்டிருந்ததைக் கூட அவர் அறிந்திருக்கவில்லை.

எனது குடும்பத்தாருடன் பாவோகாங்கிற்கு நேரடித் தொடர்புகளேதும் இருந்ததில்லை. 1988இல் மாநில சபையின் தைவான் வெளியுறவுத்துறை அலுவலகத்தில் பணிபுரிய என் தங்கை பச்சையாள் பணியிடமாற்றம் பெற்றிருந்த ஒரே காரணத்திற்காக 1988இல் அவளிடம் மட்டும் அவர் பேசியிருக்கிறார். அங்கு என் தங்கைக்கு கிடைக்கப்போகும் தொடர்புகளைக் கொண்டு லின் குறித்தச் செய்திகள் எதையேனும் அறிந்துகொள்ளமுடியும் என பாவோகாங் எண்ணியிருந்தார்:

"லின்னை கண்டுபிடித்துவிட்டீர்களா?"

"இல்லை."

இதுதான் அவர்களிடையே நிகழும் வழக்கமான உரையாடல்.

தொண்ணூற்று இரண்டு வயதுவரை பாவோகாங் வாழ்ந்தார். நாம் எண்ணுவதைப்போல அவர் அப்படியொன்றும் உடல்நலமும் வலிமையும் கொண்ட மனிதரல்ல, ஒருவேளை லின்னை சந்தித்துவிடுவோம் எனும் அவருடைய நம்பிக்கைதான் அவரை அத்தனை நீண்டகாலம் வாழவைத்ததோ என்னவோ? அல்லது தனது சக்தியை சேகரித்து வைத்துக்கொள்ளும் மற்ற வழிமுறைகளை அவர் அறிந்து வைத்திருந்தாரோ என்னவோ!

கடந்தகால வாக்குறுதிகளின் நீள்துயர் நிழல்கள்

லின் மீதான பாவோகாங்கின் அளவிற்கதிகமான மோகம் அவருடைய கண்களை மறைத்துவிட்டதால், தைவான் ஜலசந்தியின் இருமருங்கும் இருந்த ஊடகத்துறையினரின் தந்திரங்களால் ஏமாற்றப்பட்டு, அவர் தன் முடிவெடுக்கும் திறனையே இழந்துவிட்டாரோ எனவெண்ணி வருந்தினேன். அயல்நாடுகளிலுள்ள ஊடகத்துறையினரின் அறிக்கைகளை சேகரிப்பதும் ஆராய்வதும் அவர் பணியின் ஒரு பகுதியாக இருந்ததால், தீவில் இருந்து செய்திகளை அவர் பலவழிகளிலும் பெற்றார்.

1975இல் நிகழ்ந்த சியாங்கைஷேக்கின் இறப்பின் வரையிலும் கூட, கம்யூனிசப் பிரதானப்பகுதியில் தைவான் தான் அமைத்திருந்த உளவுத்துறையின் வலைப்பின்னல்கள் குறித்துப் பல அறிக்கைகளை வெளியிட்டவண்ணமே இருந்தது. அதே நேரத்தில், ஒருங்கிணைவு தொடர்பாக பிரதானப்பகுதியில் ஊடகத்துறை தனக்கே உரிய முறையில் செயலாற்றியது, எவ்வாறெனில் முதலில் 1950களில் விடுதலைகுறித்த வாக்குறுதிகள் வெளிவந்தன, 1960களிலும் 1970களிலும் இராணுவத்தின் மிரட்டல்கள் வெளியாகின, 1980களில் வணிக உயர்வுகள் குறித்தும், 1990களில் புத்துயிர் பெற்ற தபால்துறை

சேவைகுறித்தும், 2000களில் ஒப்பீட்டளவில் நிலையான ஆட்சி உருவாகியது வரையிலும் அதன் செயல்பாடுகள் இருந்தன. இச்செயல்களின் மூலம் தைவான் ஜலசந்தியில் தம் வாக்குறுதி வலைகளை அடுத்தடுத்து விரித்து, குடும்பங்களுடன் ஒன்றுசேர்ந்திடும் அம்மக்களின் நீண்டகாலக் கனவை இரையாகப் போட்டு ஆதாயங்களைப் பெற கம்யூனிசப் பிரதானநிலப்பகுதி முயல்வதைப் போலிருந்தது, இது நல்லதொரு முன்னேற்றத்தை அளித்தது தான்.

இந்த எண்ணங்களையெல்லாம் நான் என்னோடே வைத்துக்கொண்டேன்; எனது பெற்றோர்களின், பாட்டனார்களின் தலைமுறைகளைச் சேர்ந்த பல முதியவர்களை நான் பேட்டி கண்டுள்ளேன். நினைவுப்பாதைகளில் நடந்துசெல்லும் வலி எத்தனைப் பெரியதெனில், அதில் நேரும் சிறு சலனம்கூட அப்பாதைகளின் வாயில்களை நிரந்தரமாக அடைத்துவிடக்கூடுமென அப்பேட்டிகளின் மூலம் அறிந்துகொண்டேன்.

அந்த முதியவளின் கதையை தொடர்ந்து கேட்கலானேன்.

1953இல், நாட்டைவிட்டு ரகசியமாக வெளியேறத் தனக்கு உதவுமாறு பாவோகாங் என்னிடம் கேட்டுக்கொண்டார். நான் உடல்நலமற்று இருப்பதால், ஷாங்காயில் இறக்கும் தருவாயில் இருந்த என் தங்கை நீலியைக் காண நான் விரும்புவதாகவும், எனக்குத் துணையாக என்னுடன் என் கணவரையும் அழைத்துச்செல்ல அனுமதி வேண்டலாமென அவர் யோசனை கூறினார். ஆனால், முன்னாள் தேசியவாத வீரரான அவருக்கு அங்கிருந்து வெளியேற அனுமதியே கிடையாது. அப்படியே அவர் யாருமறியாமல் அங்கிருந்து வெளியேற முயன்றாலும்கூட, அவரை விரட்டிப்பிடித்துக் கொன்றுவிடுவர்.

பிறகுதான் ஒரு உண்மைக்கதையை என்னிடம் பாவோகாங் கூறினார்.

அந்தக் காலகட்டத்தில், தேசியவாதக்கட்சி தொடர் அழித்தொழிப்புகளை தைவானில் நிகழ்த்தியது. அவ்வாறு விதிக்கப்பட்ட மரணதண்டனைக்காய் காத்திருப்போர்

பட்டியலில் லின்னின் பெரியப்பாவின் பெயரும் இருந்ததை பாவோகாங் அறிந்துகொண்டார். இதனிடையே, கம்யூனிசப் பிரதானநிலத்திற்குத் தப்பியோட முயன்ற வீரர்களின் குடும்பங்கள் அனைத்தும் இராணுவக்குடியிருப்புகளுக்கு உடனடியாகத் திரும்பிட வேண்டுமென ஆணையிட்டு தைவானியப்படை வானொலி வாயிலாக அறிவித்துக்கொண்டிருந்தது. அக்குடும்பங்களுள் லின்னும் அவள் குடும்பத்தினரும் கூட இருந்திருக்கக்கூடும் என பாவோகாங் நம்பினார். "இது வினோதமான நம்பிக்கையாகவும் இருக்கக்கூடும், ஆனாலும் அந்நம்பிக்கை உண்மையென்றே நான் நம்புகிறேன்," என்றார் அவர்.

1963ஆம் ஆண்டின் ஒரு நாள் மாலை நான் உணவுக்கூடத்தில் இரவுணவை உண்டபோது எதிர்பாராமல் பாவோகாங் அங்கு வந்தார். நாங்கள் இருவருமே வெவ்வேறு நேரத்தில்தான் உணவு உண்ண வரவேண்டும் என முன்னரே முடிவு செய்திருந்தோம், உணவுவிடுதியில் நான் உண்டுசென்றபிறகே அவர் உண்ணவருவார், இதன்மூலம் அங்கிருக்கும் மற்றவர்களுடன் உரையாடுவதை நாங்கள் தவிர்த்தோம். உரையாடலின்போது எங்கே தவறுதலாக எங்களுடைய போலி திருமணவாழ்வு குறித்து உளறிவிடுவோமோ என அஞ்சியே அவ்வாறு செய்தோம். தனது பணியின் இரகசியத்தன்மைபொருட்டே தான் மற்றவர்களுடன் நெருக்கமாகப் பழகுவதில்லை எனவும் பாவோகாங் கூறுவார். ஆனால் அன்றைய தினம் அவர் எனக்கு மிக அருகே அமர்ந்ததோடல்லாமல், அங்கிருந்த மற்றவர்களுடன் அரட்டையடிக்கவும் செய்தார்.

உணவுவிடுதியில் இருந்து வீட்டிற்குத் திரும்பும்போது, சிறிதுநேரம் நடைபோகலாமென என்னிடம் சட்டெனக் கூறினார். தைவான் சம்பந்தமாக, அதிலும் லின் சம்பந்தமாக இதில் ஏதோ இருக்கிறது என என் உள்ளுணர்வு கூறியது. நான்கு கால்பந்து விளையாட்டு மைதானங்களின் அளவிலிருந்த அந்தப் பயிற்சித்திடலின் மையம்நோக்கி என் கரம்பற்றி அழைத்துச் சென்றார். அத்தனைப் பரந்துவிரிந்த வெளியில் நாங்கள் இருவர் மட்டுமே இருந்தோம்.

வானத்தைப் பார்த்தபடியே அவர், "சீனா பெரும் சிக்கலில் சிக்கியுள்ளது. நாம் எதற்கும் தயார்நிலையில் இருக்க வேண்டும்" என்றார்.

இதைக்கேட்டு நான் ஆடிப்போனேன், "என்ன மாதிரியான சிக்கல்? என்ன வகையான தயார்நிலை?" எனக் கேட்டேன்.

"அதுகுறித்து என்னால் இப்போது திட்டவட்டமாகக் கூற முடியாது, ஆனால் நம் நாட்டில் பயிர்விளையும் பகுதிகளைச் சேர்ந்த பலர் இறந்துவிட்டதாக ஹாங்காங்கில் இருந்து வந்த செய்திகள் கூறுகின்றன. ஹேனான், ஷாந்தாங், சிசுவான், ஆன்யூ, ஹீனான் ஆகியவையே அப்பகுதிகள். பெரும் பஞ்சமொன்றின் பிடியில் சிக்கிக்கொண்டுள்ளோம் எனத் தோன்றுகிறது, மீதமிருக்கும் சொற்ப அளவிலான தானியங்களைக் கைப்பற்ற மக்கள் தங்களுக்குள்ளேயே சண்டையிட்டு மடிந்துபோகுமளவு நிலை மோசமாகியுள்ளது," என்றார்.

பாவோகாங் மிகத் தீவிரமாகப் பேசிக்கொண்டே போனார், ஆனால் அவர் கூறியதை என்னால் நம்பமுடியவில்லை.

"அது எப்படி நடக்கும்? முன்னெப்போதையும்விட தற்போது இப்பகுதிகளில் நல்ல விளைச்சல் உள்ளதாகக் கேள்விபட்டேனே," என்றேன்.

பாவோகாங் என் முகத்தை நேருக்கு நேராகப் பார்த்து, "நான் சொல்வதை கவனமாகக் கேள். கம்யூனிசப் பிரதானநிலத்தைப் பஞ்சம் தாக்கும்பட்சத்தில் அங்கு வசிக்கும் "தம் சகோதரர்களை" காப்பாற்றும் பொறுப்பு தமக்கே உள்ளது எனும் சாக்கை வைத்துக்கொண்டு தைவானின் படைகள் கின்மன் தீவைச் சுற்றி வளைத்துள்ளன! இம்முறை சர்வநிச்சயமாக போர் மூளும், நான் தெற்குப்பகுதிக்கு உறுதியாக இடமாற்றம் செய்யப்பட்டுவிடுவேன்" எனக் கூறினார்.

"உங்களுக்கு உத்தரவு வந்துவிட்டதா?"

"இன்னுமில்லை. ஆனால் உனக்குத்தான் தெரியுமே, இராணுவத்தின் உத்தரவுகள் மலைகளைப்போல் கரடுமுரடானவை. நாமிருவரும் மனம்விட்டுப் பேச இனி வாய்ப்புகள் கிடைக்குமோ கிடைக்காதோ தெரியவில்லை, எனவே இப்போதே உன்னிடம் சில விஷயங்களை கூறிவிட விரும்புகிறேன். இத்தனை வருடங்களாக நீ என்னைப் புரிந்துகொண்டதற்கும், எனக்குத் துணையாக இருந்ததற்கும் என் நன்றிகள். லின் குறித்து எனக்கு ஏதேனும் செய்தி கிடைத்தால், அதை முதலில் உன்னிடம்தான் கூறுவேன். அனைத்திற்கும்

மேலாக, நீயும் நானும் சகோதரன் சகோதரி போலத்தானே பழகுகிறோம்!" என்றார்.

இருதினங்கள் கழித்து, பாவோகாங் மீண்டுமொருமுறை என்னை 'நடை'க்கு அழைத்துச்சென்றார். இம்முறை, அவர் முற்றிலும் நம்பிக்கையிழந்து காணப்பட்டார். "கம்யூனிசப் பிரதானநிலத்தின் மீது எதிர்த்தாக்குதல் நிகழ்த்த தைவான் விரும்பும்பட்சத்தில் அமெரிக்காவுடன்தான் அது முதலில் பேச்சுவார்த்தைகளில் ஈடுபட வேண்டுமென அதிபர் கென்னடி இன்று பத்திரிகையாளர் சந்திப்பொன்றில் அறிவித்துள்ளார். சுருக்கமாகச் சொல்வதானால், கம்யூனிசப் பிரதானநிலத்தைத் தாக்க தைவானுக்கு அமெரிக்கா உதவப்போவதில்லை என்பதையே இது தெளிவாகக் குறிக்கிறது," என்றார்.

"அப்படியானால், நாம் மீண்டும் போரிடப் போவதில்லையா?!" எனக் கேட்டேன். முற்றிலும் உள்ளுணர்வால் உந்தப்பட்ட எதிர்வினையாலேயே இந்தக் கேள்வியைக் கேட்டேன். இச்செய்தியைக்கேட்டு மிகவும் மகிழ்ந்தேன் எனவும் கூறலாம்.

"இதனால் லின்னைக் கண்டுபிடிப்பது மேலும் சிரமமாகிவிடும்" என்றார். இதைக்கூறும்போது பாவோகாங்கின் குரல் மிகவும் பலவீனமாக ஒலித்ததால் அவர் கூறியது என் காதுகளில் சரியாக விழவில்லை.

அவரை நான் சமாதானப்படுத்த முயன்றேன். "அப்படியெல்லாம் கூறாதீர்கள். எப்போது என்ன நடக்குமென்றே தெரியாத நிலையில் அடுத்து என்ன நடக்குமென யாரறிவார்? ஒருவேளை, வெகு விரைவிலேயே மற்றுமொரு வாய்ப்பு உங்களுக்குக் கிட்டலாம்!" என்றேன்.

பாவோகாங் தலையை ஆட்டினார், ஆனால் பதிலேதும் கூறவில்லை.

பிறகென்ன ஆனது? தைவானுடன் எதுவும் நிகழவில்லைதான் ஆனாலும் மிகப்பெரிய பிரச்சினைக்குள் சீனா சிக்கிகொண்டது. கலாச்சாரப்புரட்சி செய்த பெருங்குழப்பத்தின் காரணமாக, பீஜிங்கின் வெளியே அமைந்திருந்த தாக்சிங் மாகாணத்தின் மலைப்பிரதேசத்திற்கு நானும் பாவோகாங்கும் அனுப்பப்பட்டோம்.

தொடர்ந்து மாறிக்கொண்டேயிருந்த அரசியல் சூழலுக்கு நன்றிதான் கூறவேண்டும், ஏனெனில் பல்வகையான கூரைகளை எங்களால் கடந்துவர முடிந்தது, மரம், இரும்பு, மண் மற்றும் சாந்துப்பூச்சால் ஆன கூரைகள். நட்சத்திரக் கூரையின் கீழேகூட இருவாரங்கள் இருந்துள்ளோம்; 1976 ஜூலையில், பீஜிங்கையும் தான்ஷானையும் மிகப்பெரிய நிலநடுக்கம் தாக்கியபோது சுற்றுவட்டாரத்திலிருந்த பல பகுதிகளும் கடுமையாகப் பாதிக்கப்பட்டன, எனவே நாங்கள் வெட்டவெளியில் உறங்கவேண்டிவந்தது. அந்தக் காலகட்டத்தில்தான் லின்னை சந்திக்கவேண்டுமெனும் பாவோகாங்கின் நம்பிக்கை மங்கத் துவங்கி, அவருக்கு என் சோகக்கதையின் மீது மீண்டும் ஈர்ப்பு ஏற்படத்துவங்கியது.

1981இல், நாங்கள் இருவருமே பணிஓய்வு பெற வேண்டியிருந்தது. எங்களின் பணிக்குழு எங்களிடம் நல்லமுறையிலேயே நடந்துகொண்டனர், படைத்தலைவர் ஃபூ சுயோயினுடனான பாவோகாங்கின் பணிக்காலமும் அவரின் ஓய்வூதியக்கணக்கில் சேர்த்துக்கொள்ளப்பட்டதென்பது அரசின் வெகு பெருந்தன்மையானதொரு செயலாகும். எனினும், அவர் உளவுத்துறையில் பணியாற்றியிருந்ததால் நாட்டைவிட்டு வெளியேற அவருக்கு அனுமதி வழங்கப்படவில்லை. மீண்டுமொருமுறை அவருடைய நம்பிக்கைகள் தவிடுபொடியாயின.

1983இல் நாங்கள் இந்த வீட்டிற்கு குடிபெயர்ந்தோம். மூன்று படுக்கையறைகள், ஒரு ஸ்டூடியோ, ஒரு வரவேற்பறை, இரு குளியலறைகள் மற்றும் ஒரு பிரம்மாண்டமான சமையலறையைக் கொண்ட வீடு. இந்த வீட்டிற்கு குடிவந்த நாள்முதலே இவ்வளவு பெரிய வீட்டை வைத்துக்கொண்டு என்னசெய்வதன்று எங்களிருவருக்கும் புரியவில்லை.

"இத்தனை அறைகளையும் நாம் எப்படி உபயோகிப்பது?" என பாவோகாங் கேட்டார்.

"அதுசரி, நமக்கெனச் சொந்தமாகத் தனித்தனிக் கூரைகள் இப்போது கிடைத்துவிட்டன" என நான் கேலியாகக் கூறினேன், தொடர்ந்து "ஸ்டூடியோவை உங்களது படிப்பறையாக உபயோகித்துக்கொள்ளுங்கள். இத்தனை வருடங்களும் பணிநிமித்தமாக பெரும்பான்மையான நேரம் நீங்கள் வீட்டைவிட்டு விலகியே இருந்தீர்கள். உங்களுக்கென ஒரு நல்ல

படிப்பறை இல்லாதுபோனால் எப்படி உங்களால் சமாளிக்க முடியும்?" எனக் கேட்டேன்.

"அதுசரி, நீ என்ன செய்வாய்?" என என்னிடம் கேட்டார், அப்போது அவர் முகத்தில் குற்றவுணர்வு நிழலாடுவதைக் கண்டேன்.

"சமையலறையை என் படிப்பறையாக உபயோகித்துக் கொள்வேன். நாமிருவருமே சமைக்கப் போவதில்லை, எப்போதும்போல உணவுக்கூடத்திற்குச் சென்று உண்போம்" என்றேன்.

விருந்தினர்களுக்கான இரு அறைகளில் எது பெரியது என நான் ஆராய்ந்து கொண்டிருந்தபோது பிரதானப் படுக்கையறையை நோக்கி பாவோகாங் சென்றார். அண்ணாந்து கூரையைப் பார்த்தபடியே, "நம் கதைகளை சேமித்துவைத்துக்கொள்ளக்கூடிய அளவு பெரிதாகத்தான் இருக்கிறது" என்றார்.

நான், "ஒலி வெளியேறாதவண்ணம் இவை அமைக்கப் பட்டிருக்கும் என நம்புகிறேன்" எனக் கூறியதும், இருவரும் சிரித்துக்கொண்டோம்.

ஆனால் ஒரு உண்மையை இங்கு கூறியே ஆகவேண்டும், அத்தனை வருடங்களுக்குப் பிறகும் என் இதயம் சிந்தியிருந்த கண்ணீர்த்துளிகள் உலரவேயில்லை. வெளியே சிரித்துக்கொண்டும், உள்ளே அழுதுகொண்டுமிருக்கப் பழகிக்கொண்டேன். பாவோகாங், பெரிதாய் புன்னகை விரிய, லின்னிற்காக ஒரு அறையை ஒதுக்கிவைத்துவிடுவோம் என என்னிடம் அச்சமயம் கூறியிருந்தாலுமேகூட நான் ஆச்சரியப்பட்டிருக்க மாட்டேன்.

அங்கு குடியேறிய முதல்நாள் மாலையில், தனித்தனிப் படுக்கையறைகளில் நாங்கள் படுத்திருந்தபோது, நான் வெறுமையான மனதோடு, குழப்பத்தோடு இருந்தேன். முப்பது வருடங்களாக நாங்கள் ஒரே படுக்கையில்தான் படுத்துறங்கியுள்ளோம், வெவ்வேறு தலையணைகளில் எங்கள் தலையைக் கிடத்தியிருந்தபோதும், அந்தக் காலத்தின் கடுமையான சூழல்கள் குறித்த எண்ணங்களில் எங்கள் மனங்கள் ஒன்றாகவே மூழ்கியிருக்கும்.

“உறங்கிவிட்டாயா?” பாவோகாங்கின் குரல் பக்கத்து அறையில் இருந்து மென்மையாக கசிந்துவந்தது.

“என்னால் எப்படி உறங்க முடியும்? உண்மைதான், எப்படி முடியும்?”

“இந்தக் கூரை வெகு உயரமாக உள்ளது! என் குரல் உன் காதுகளுக்கு எட்டாதோ என வருத்தமாக உள்ளது,” என பாவோகாங் அங்கிருந்து கத்தினார்.

“கதவுகள் திறந்துதான் உள்ளன; இந்தக் குடியிருப்பில் நாம் கூரைகளைப் பயன்படுத்தத் தேவையில்லை” என அவருக்கு நினைவூட்டினேன்.

“ஓ, ஆமாம், அதுவும் சரிதான். இடத்திற்கு ஏற்றார்போல் வெகு விரைவிலேயே நீ அனுசரித்துக்கொள்கிறாய்.”

“ஓ, அப்படியா? நான் அனுசரித்துப் கொள்கிறேனா?” என என் மனதினுள்ளேயே அவரைப் பார்த்துக் கேட்டுக்கொண்டேன். அதே கேள்வியை என்னைப்பார்த்தும் கேட்டுக்கொண்டேன், ஏனெனில் முப்பது வருடங்களுக்கும் மேலாக நீடிக்கும் இந்தத் திருமணமெனும் சிறைவாசத்தை அனுசரித்துப்போக நான் மிகவும் சிரமப்படுகிறேன்தான்.

ஆனால் என்னை நானே இதிலிருந்து ஏன் விடுவித்துக்கொள்ள முடியவில்லை? கல்வியறிவு பெற்றுள்ளேன், நல்ல வாசிப்பும் உள்ளது, புரட்சிக்காலத்தில் எழுத்தராகப் பணியாற்றுமிருக்கிறேன். பின் ஏன் என்னால் இந்தச் சிறைக்கூடத்தில் இருந்து தப்பிச்செல்ல முடியவில்லை? எனது துணிவை எது தடுக்கிறது, எனது சுதந்திரத்தை எது கட்டுப்படுத்துகிறது? உண்மையில், நானும் பாவோகாங்கும் திருமணம் செய்துகொண்ட நாளிலிருந்தே இதே கேள்வியை எனக்கு நானே கேட்டுக்கொள்கிறேன்.

இக்கேள்விக்கான விடையை அறிவேனா? ஆம், இதற்கான விடையை எப்போதும் அறிந்தே இருந்தேன். நான் நிச்சயிக்கப்படும்போது என் தந்தையார் கையொப்பமிட்டிருந்த திருமண ஒப்பந்தமும், என்னுடைய இளமைக்காலத்தில் என் தாயார் எனக்குக் கற்பித்திருந்த ஒழுக்கநெறிகளும்தான் இதற்கான விடை. என்னைநானே விடுவித்துக்கொள்ளவே

முடியாதபடி; ஏதோ மாயமந்திரம்போல இவை என்னைக் கட்டிப்போட்டிருந்தன.

அன்றைய இரவு, என் மனம் தறிகெட்டு ஓடிக்கொண்டிருந்தது, என்னால் உறங்கவே முடியவில்லை. ஒருவேளை பாவோகாங்கின் குரலைக் கேட்க வேண்டுமென்று என் ஆழ்மனம் எதிர்பார்த்துக் காத்திருந்தது என எண்ணுகிறேன்.

மறுநாள் அதிகாலை, என் நினைவிலிருந்து ஏறக்குறைய அழிந்தேவிட்டிருந்த பிலுவோச்சன் தேநீரின் மணம் எங்கும் பரவியிருந்ததை உணர்ந்து பிரமிப்புடன் கண்விழித்தேன். கைகளில் உணவுப்பெட்டியுடன் பாவோகாங் என் படுக்கையருகே நிற்பதைக் கண்டேன். நான் கண்விழித்ததைக் கண்டதும், அசடு வழியப் புன்னகைத்தபடியே, "மன்னித்துக்கொள், தேநீர்க்கோப்பைகள் எங்குள்ளன எனத் தெரியவில்லை, எனவேதான் இதில் உனக்கு தேநீர் கொண்டுவந்தேன்" என்றார்.

அந்நொடி, நீண்டநெடுங்காலமாக என் இதயத்தில் தேங்கிக்கிடந்த கண்ணீரெல்லாம் என் கன்னங்களில் வழியத்துவங்கின, அன்றைய காலை பாவோகாங் மறுபிறப்பு எடுத்தாற்போலத் தோன்றியது. எங்களுக்குத் திருமணம் ஆகியிருந்த நாள்முதலாய், லின்னுடனான நிச்சயதார்த்தை அவர் முறித்துக்கொள்ளப்போவதில்லை, எனது பெற்றோருக்கு நானளித்த சத்தியத்தை நானும் மீறப்போவதில்லை என எங்களுக்குள் நாங்கள் செய்துகொண்ட உறுதிமொழிகளை இருவருமே மீறியதில்லை என்பது என் நினைவுக்கு வந்தது. அனைத்திற்கும் மேலாக, எங்களின் திருமண பந்தத்தை நாங்கள் முறித்துக்கொள்ளவேயில்லை.

அன்றைய இரவு, இரு ஒற்றைப்படுக்கைகளையும் பிரித்துப்போட்டேன், அவற்றினிடையே இரு சிறு அலமாரிகளை நகர்த்தி வைத்தேன். பல வருடங்களாக எங்களுடன் பயணித்த அந்த 9 அங்குல பழைய கருப்புவெள்ளை தொலைக்காட்சிப் பெட்டியில் செய்திகளைப் பார்த்து முடித்ததும், எங்களுக்கே எங்களுக்கான அந்த 'விசேஷப் படுக்கையறை'க்குள் நுழைந்தோம்.

"இப்போது பேசும்போது நாமிருவரும் ஒருவரையொருவர் பார்த்துக்கொள்ளலாம்" என பாவோகாங் கூறினார்.

“அப்படியானால் கூரை தனிமையில் வாடிவிடாதா?” என கேலி செய்தேன்.

லின்னைப் பற்றிப் பேசுவதை அவர் மெய்யாகவே நிறுத்திவிட்டிருந்தாரா என்ன? கண்டிப்பாக இல்லை! தைவான் காரியாலயத்தில் பச்சையாள் பணிபுரிகிறாள் என்பதை 1988இல் பாவோகாங் அறிந்துகொண்டதுமே வெகு உற்சாகமடைந்தார். லின்னை சந்திக்கும் நம்பிக்கையை இழந்துவிடவேண்டாமென இறைவனிடமிருந்து தனக்களிக்கப்பட்ட சமிக்ஞைதான் இதுவென அவர் எண்ணினார்.

அதன்பிறகு நான்கு வருடங்களாக பச்சையாளும் அவள் நண்பர்களும் லின்னின் பெரியப்பா குறித்தும், அவரது குடும்பம் குறித்தும் விசாரித்து வந்தனர். ஆனால் அதனால் எவ்விதப்பயனுமில்லை. வரலாற்றுப்பதிவுகள் அனைத்தும் கடும்கட்டுப்பாட்டின் கீழ் இருந்தன, லின்னின் பெரியப்பாவும் அவர் மனைவியும் வெண்பயங்கரவாத சகாப்தத்தின்போது கொல்லப்பட்டுவிட்டனர் என்பது மட்டும் சான்றோடு நிரூபணமானது.

1992ஆம் ஆண்டின் இலையுதிர்க் காலத்தின்போது தைவானிய தொழிலதிபர் ஒருவரை பச்சையாள் பாவோகாங்கிற்கு அறிமுகப்படுத்தினாள். அவர் கொடுத்தத் தகவலின்படி தனது பெரியப்பாவின் மரணத்திற்குப்பிறகு லின் தன் பெயரை மாற்றிக்கொண்டு ஒரு கல்வியாளரை மணந்து கொண்டார். முதல் குழந்தையைப் பிரசவிக்கும்போது லின் இறந்துபோனார். இவையெல்லாம் 1963ஆம் ஆண்டின்வாக்கில், அதாவது லின்னிற்கு முப்பத்தேழு வயதாகியபோதே நடந்துவிட்டிருந்தது.

இதையறிந்துகொண்டதற்குப் பிறகு, அவ்வாரம் முழுவதும் எங்களின் இரவுநேர உரையாடல்கள் நிறுத்திவைக்கப்பட்டன. அந்த இருளில், அவரது துக்கத்தை என்னால் உணர முடிந்தது. ஒவ்வொருநாள் இரவும் கூரையை வெறித்தபடியே படுத்துக்கிடப்பார். ஒளித்துகள்கள் போல் அவ்வப்போது அவர் கண்களில் நீர்த்துளி தோன்றி, காதுகளின் வழியே மென்மையாக இறங்கிச்செல்வதைக் கண்டேன்.

அதன்பிறகு, லின்னின் பெயரை அவர் குறிப்பிடுவதே இல்லை. இரவுநேரத்தின் மென்காற்றினூடே எங்களின் உரையாடல்கள் தொடர்ந்தன, இருவரினிடையே இப்போது லின்னோ அல்லது

ஒட்டுக்கேட்கும் அக்கம்பக்கத்தினரோ இல்லை, எனவே கூரை மட்டுமே எங்கள் உரையாடல்களை அமைதியாகக் கேட்டுக்கொண்டிருந்தது.

ஆம், அப்போதிருந்து எங்கள் இரவுநேர உரையாடல்கள் கட்டுக்கடங்காமல், தடைகளேதுமில்லாமல், வேட்கையோடு தொடர்ந்தன. எதைப்பற்றியும் கவலைகொள்ளத் தேவையில்லாத வயதை நாங்கள் எட்டியிருந்தோம். உளவுத்துறைப் பிரிவிலிருந்து பாவோகாங் ஓய்வுபெற்றுவிட்டார், மேலும் அவர் சேகரித்திருந்த ரகசியங்கள் யாவும் இப்போது பொதுமக்கள் அறியும்வகையில் வெளிப்படையாக்கப்பட்டுவிட்டன. என்னைப் பொறுத்தவரை, நான் பின்பற்றவென எந்த விதிமுறைகளுமில்லை, என் வாழ்வில் நான் நினைவுகூரவென எந்த விசேஷ நிகழ்வுகளுமில்லை.

கடந்த காலங்களைப்பற்றிப் பேசினோம், அப்போது நாங்கள் உரையாடியவற்றையெல்லாம் இக்கால இளைஞர்களால் புரிந்துகொள்ளமுடியாது. நிகழ்காலத்தைப்பற்றிப் பேசினோம், நவீன வாழ்வியல் கோட்பாடுகளோடு எங்களால் பொருந்திப் போகமுடியாததைப் பற்றிப்பேசினோம். இக்கால இளைஞர்களின் தத்துவங்கள் எங்களுக்குப் பிடிபடுவதேயில்லை. அவர்கள் அரும்பாடுபட்டு எங்களுக்கு அவற்றைக் கற்பித்தாலுமேகூட, அடுத்த நொடியே அவற்றை மறந்துவிடுகிறோம். இதனால்தான் இச்சமூகம் எங்களையொரு 'உபரி'யைப் போலப் பார்க்கிறது.

எங்களைப்பற்றி மற்றவர்கள் என்ன எண்ணிக்கொள்வார்களோ என நாங்கள் வருந்துவதை நிறுத்திக்கொண்டதுமே, எங்கள் உறவில் பெரும் மாற்றம் நிகழ்ந்ததை நான் கண்டுகொண்டேன். எங்கள் திருமணபந்தம் போலியானது என மற்றவர்கள் கண்டுபிடித்துவிடுவார்களோ என எங்களை அழுத்திக்கொண்டிருந்த பெரும் அச்சமெனும் பாரம் விலகிவிட்டதாக உணர்ந்தோம். அதைப்பற்றி சிந்திப்பதை நிறுத்தியதோடு, அவர்களின் எதிர்வினைகுறித்து கவலைகொள்வதையும் நிறுத்திவிட்டோம். இல்லை, குறைந்தபட்சம் எங்களின் இரவுநேர உரையாடலின்போது மட்டுமேனும் நானும் பாவோகாங்கும் எங்கள் மனம்விரும்பியபடி சுதந்திரமாகப் பேசிக்கொள்ள இந்த சுதந்திரம் உதவியது.

என்ன மாதிரியான சுதந்திர எண்ணங்களை நாங்கள் கொண்டிருந்தோம் எனத் தெரிந்துகொள்ள வேண்டுமா? கல்வி என வந்தபோது, எங்கள் இருவரது குடும்பங்களுமே எங்கள் வாசிப்பில் இருந்து எண்ணற்றப் புத்தகங்களைத் தடை செய்தன. மேலும், பெரும் கொந்தளிப்பும் குழப்பமும் நிலவிய காலகட்டத்தில்தான் நாங்கள் வளர்ந்தோம். பிறகு வந்த செம்புரட்சியின் காலத்தில், உளவுத்துறையில் நாங்களிருவரும் பதவி வகித்திருந்தோம். அனைத்திற்கும் மேலாக, எங்களுடைய விசித்திரத் திருமணம் உண்டாக்கியிருந்த சூழலால் எமது தனிப்பட்ட விருப்பங்களும் வேட்கைகளும் கூட ஒடுக்கப்பட்டிருந்தன.

அப்போதைய அரசியல் சூழல்களால் எங்களுடைய உள்ளுணர்வுகள் மரத்துப்போயிருந்தன. எது சரி எது தவறு என வேறுபடுத்திப்பார்க்கக் கூடிய எங்களின் திறனை எங்களது கட்டுப்பாட்டை மீறிய சக்திகள் மழுங்கடித்துவிட்டிருந்தன. இவையெல்லாம் நிகழ்ந்த சில தசாப்தங்களுக்குப் பிறகு, எங்களுக்கெனத் தனிப்பட்ட, பிரத்யேக குணங்களேதும் இல்லாமலேயே போயிருந்தன. எமது காலத்தில் உருவாக்கப்பட்ட பெரும் மக்கட்திரளின் ஒரு பகுதியாகவே நாங்களும் ஆகிப்போனோம்.

ஆனால் எனக்கென சில சுதந்திரமான சிந்தனைகள் மீதம் இருந்ததென்றால், அவை என் இளமைக்காலச் சொர்க்கத்தின் நினைவுகளும், அக்காலத்தில் என் குடும்பத்தினரோடு நான் பகிர்ந்துகொண்ட கவிதைகளும்தான். அனைத்துக்கும் மேலாக, கவிதைகள் என் மரபணுக்களிலேயே இருந்தன.

எவையெல்லாம் பாவோகாங்கின் சுதந்திரச் சிந்தனைகளாக இருந்தன? லின் மீது அவர் கொண்டிருந்த வேட்கையை விடுத்துப்பார்த்தால், உண்மையில் வேறெதுவும் இல்லை எனத்தான் கூறவேண்டும். தன் குடும்பம் குறித்து அவர் என்னிடம் அதிகம் பகிர்ந்துகொண்டதில்லை. நீண்ட காலத்திற்கு முன்னர், அதாவது எங்கள் திருமணம் நிச்சயமானபோது, செங்தேவில் நிறைய நிலபுலன்களை கொண்ட ஒரு குடும்பத்தின் இளைய மகன்தான் பாவோகாங் என என் தந்தை என்னிடம் கூறியிருந்தார். அவரது குடும்பத்தினர் போர்ப்பிரபுக்களுக்கு ஆயுதங்கள் விற்றனர் என்றும், ஜப்பானுக்கு எதிராகத் தாக்குதல் நிகழ்த்த நிதிதிரட்டிட பெங் யூக்சியானுக்கு உதவி செய்தனர்

என்றும் பின்னர் அறிந்துகொண்டேன். ஆனால் எங்கள் திருமணம் நடைபெற்ற சமயத்தில் அவர்களின் குடும்பம் முற்றிலும் திவாலாகியிருந்தது. அவரது குடும்பவேர்கள் குறித்தோ, மீதமிருக்கும் அவரது குடும்ப உறுப்பினர்கள் இப்போது எங்கு வாழ்கின்றனர் என்பது குறித்தோ எனக்கு எதுவும் தெரியாது.

பாவோகாங் இறப்பதற்கு சில மாதங்களின் முன்னர், இரைப்பையில் ஏதோவொரு அசவுகரியத்தை உணர்ந்தார். தனது உடல் உலர்ந்து, வெறுமையாகி, சோர்ந்து போனதாக உணர்ந்தார். தன்னுடைய குடும்பத்தினரின் சமாதிகளைக் கண்காணித்துக்கொண்டிருக்கும் தம் மூதாதையருடன் தானும் வெகு விரைவிலேயே சேர்ந்துவிடக்கூடுமெனவும், தன் இரு சகோதரர்களும் முன்னரே சென்று அங்கு தனக்காகக் காத்திருப்பதாகவும் ஒருநாள் மாலை கூறினார்.

அவரை இலகுவாக்கும்பொருட்டு, “ஒருவேளை அவர்கள் உயிரோடிருந்தால்? நாம் அவர்களைத் தேட முயற்சிப்போமே” என்றேன்.

பெரும் பிரயத்தனப்பட்டு பாவோகாங் தன்னுடலை என்னை நோக்கித் திருப்பி தலையுயர்த்தி என்னைப் பார்த்தார். மாலைவேளையின் மங்கிய ஒளியில், சில நொடிகள் என்னை உற்றுப்பார்த்ததும், “உன்னிடம் இதைச் சொல்லவேண்டும் என எப்போதும் நினைத்துக்கொள்வேன், உண்மையில் நீயெனக்கு லின்னைத்தான் நினைவுபடுத்துகிறாய். உன் அன்பிலும், அதன் தூய்மையிலும் நீ அவளேதான். ஆனால், செந்நிறத்தாளே, என் குடும்பத்திலேயே நான்தான் இளையவன், எனக்கே வயது தொண்ணூற்றைத் தாண்டிவிட்டது, நான் பிறக்கும்போது என் சகோதரர்களுக்கு பத்து வயது. உண்மையைச் சொல், நம் காலத்தின் இத்தனைக் குழப்பங்களுக்கும் நிலையற்றச் சூழலுக்கும் இடையே அவர்கள் இப்போதும் உயிரோடிருப்பார்கள் என நம்புகிறாயா? சரி, அப்படியே அவர்கள் உயிரோடு இருந்தாலுமேகூட என்னை நினைவில் வைத்திருப்பார்களா? ஒருவருடைய நினைவைத் தொலைத்துவிட்டோமெனில், அவரையே தொலைத்துவிட்டதாகத்தானே அர்த்தமாகிறது. நமது நினைவை நாம் முற்றிலுமாகத் தொலைத்திடும்போது, நாமும் இவ்வுலகிலிருந்து தொலைந்துபோய்விடுவோம்” என்றார்.

லின்னோடு என்னை அவர் ஒப்பிட்டுப் பேசியது இதுவே முதன்முறை ஆனால், இத்தனை வருடங்களாக அவர் அவளின் பிரிவு தந்த ஏக்கத்தில் வாடியிருந்ததாலும், தன் மனதில் இருந்ததையெல்லாம் கூரைகளோடு பகிர்ந்து கொண்டிருந்ததாலும், அவரது வாழ்நாள் முழுவதும் என்னோடே வாழ்ந்திருந்ததாலும், இவையாவுமே ஒன்றாகக் கலந்து புது நினைவுகளாக அவருக்குள் உருவாகியிருக்கக்கூடுமென உறுதியாக நம்பினேன். தேவதைக்கதைகளில் வருவதைப்போல எங்கள் இருவரையும் ஒரே பெண்ணாகவும் கூட அவர் காணத்துவங்கியிருக்கக்கூடும்.

அவருக்கென்ன உடற்தேவைகள் இருந்தனவா? இல்லையெனத்தான் கூறவேண்டும். அவருடைய காதலியின் நினைவின்பால் அவர் மிகவும் விசுவாசமாக இருந்தாரென முன்னரே கூறியிருந்தேன் அல்லவா. ஒருமுறை, 'லூயிஸ் சா' எழுதியிருந்த போர்க்கலைகளைப் பற்றிய நூலொன்றை அவர் வாசிக்கையில், அதிலிருந்த பத்தியொன்றில், பிரம்மச்சரியத்தைக் கடைபிடிப்பதால் உள்ளூரம் அபிவிருத்தியாகி ஆயுளும் நீட்டிக்கப்படுமெனக் குறிப்பிடப்பட்டிருந்ததைக் கண்டார். எனது குடும்பத்தின் மூத்த உறுப்பினர்களும்கூட ஒருமுறை இதுகுறித்துப் பேசியதைக் கேட்டிருக்கிறேன், ஆனால் அப்போது நான் மிகச் சிறியவளாக இருந்ததால் அதன் அர்த்தம் விளங்கவில்லை. நான் பெரியவளானதும், அவர்களின் அனைத்துப் பேச்சுக்களும் தொழிலையும் அரசியலையும் சுற்றியே சுழன்றதால், உணர்வுப்பூர்வமான இவ்விஷயங்கள் குறித்து அவர்களிடம் பேச நான் அஞ்சினேன். பின்னர் தொடர்ந்து வந்த ஆண்டுகளில், நீள் ஆயுள்பெறும் வழியை செய்தித்தாள்கள் மூலமும் தொலைக்காட்சி வழியாகவும் வெகு எளிதாக அறிந்துகொள்ள முடிந்தது.

எனக்கா? எனக்கு உடற்தேவைகள் இருந்தனவா? அதைப்பற்றிக் கூறுவது கடினம். எங்கள் திருமணத்திற்கு முன்னர் நான் சில விஷயங்களைக் கற்பனை செய்திருந்தேன். அக்கற்பனைகளின் விளைவாக சில நேரங்களில் என் முழு உடலுமே கூட நடுநடுங்கிவிடும். ஆண்களைப் பற்றிய விசித்திரக் கனவுகள் கூட உறக்கத்தின்போது வந்தன, அதில் மிரண்டுபோன நான் மறுநாள் என் குடும்பத்தினரை ஏறிட்டுப்பார்ப்பதற்கும் கூடத் தயங்கினேன். உண்மையைச் சொல்வதானால்,

எங்களுக்குத் திருமணம் ஆகியிருந்த புதிதில், என் படுக்கையினருகே தொடர்ந்து மூன்று இரவுகள் பாவோகாங் மண்டியிட்டிருந்தபோதுதான், என்னால் அந்தக் குறிப்பிட்டத் தேவைகளை பூர்த்திசெய்துகொள்ள இயலாது என்பதை அறிந்துகொண்டேன்.

அதன்பிறகு தொடர்ந்த எங்களின் இரவு உரையாடல்கள் பெரும்பாலும் எங்களின் பணிகுறித்தே இருந்தன, எங்களிடையே எவ்விதமான வேட்கையையும் உண்டாக்கக்கூடிய எதுவுமே அப்பேச்சுகளில் இருந்ததில்லை. மேலும், அப்போதைய எங்களின் பணி மிகவும் கடினமானதாக இருந்ததால், இருவருமே போதிய உறக்கமின்றித் தவித்தோம். பின்னர், எங்களுக்குத் திருமணம் ஆகியிருந்ததையும், எங்களுக்குக் குழந்தைகள் இல்லை என்பதையும் எங்கள் பணிக்குழுவினர் அறிந்துகொண்டபோது அவர்கள் எங்களுக்காக மிகவும் வருந்தினர்.

ஆகவே, உடல்ரீதியாக பாவோகாங் என்மீது ஆர்வம் காட்டியதேயில்லை. பெயரளவில் மட்டுமே நாங்கள் கணவன் மனைவியாக வாழ்ந்துவந்தோம் என்பதை நீங்கள் நினைவில் வைத்துக்கொள்ள வேண்டும். அவருடைய மனதளவில் பார்த்தோமானால் நான் அவரின் குடும்பத்தைச் சேர்ந்தவளல்ல, அவருடைய மனைவியுமல்ல. இதை நம்புவதற்கு மற்றவர்களுக்குச் சிரமமாக இருக்கக்கூடும், ஆனால் எங்கள் வீட்டின் கூரை மட்டுமே இந்த உண்மைக்கான ஒரே சாட்சி.

ஆணுக்கும் பெண்ணுக்கும் இடையே நிகழும் உறவைக் குறித்து நாங்கள் பேசியதுண்டா? இல்லை எனத்தான் கூறவேண்டும். ஒருமுறை பேரரசரின் சபையைச் சேர்ந்த திருநங்கையொருவர் தனக்கென இரகசியமாக குடும்பமொன்றை வைத்துக் கொண்டிருந்தார் எனத் தொலைக்காட்சித் தொடரொன்றில் ஒளிபரப்பினர், அப்போது அதுகுறித்து எங்களுக்குள்ளே பேச்சு எழுந்தது. நான் பாவோகாங்கிடம், “இக்காலத்தில் தொலைக்காட்சிகளில் கண்டதையும் காட்டுகிறார்களே? எப்படி ஒரு திருநங்கையால் குடும்பம் நடத்த முடியும்?” எனக் கேட்டேன்.

“திருநங்கைகள் தமக்கென குடும்பம் அமைத்துக்கொள்ள பல பேரரசுகளும் அனுமதித்துள்ளன” என்றார் அவர்.

இதைக்கேட்டு நான் விக்கித்துப்போனேன். "ஆனால் திருநங்கைகளோ ஆணுமற்றப் பெண்ணுமற்ற மனிதர்களாயிற்றே! எப்படி அவர்களால் குடும்பவாழ்வில் ஈடுபட முடியும்?" எனக் கேட்டேன்.

பாவோகாங் சிரித்துக்கொண்டார். "திருநங்கைகளுக்கென குடும்பங்களும் இருக்கலாம், அவர்களுக்கென காதல் வாழ்க்கைகளும் இருக்கலாம். வரலாறு முழுக்க இதற்கான பற்பலச் சான்றுகள் உள்ளன" என்றார்.

பாவோகாங் அன்றைய இரவு தன்னால் இயன்றவரை இதுகுறித்து எனக்கு விளக்க முயன்றார்.

'மிங்' ராஜ்ஜியத்தின் போதும் '*துயி ஷீ*' (ஓரினச்சேர்க்கை) இருந்து வந்தது. உண்மையில், *ஹானின் புத்தகத்தில்*, 'அரண்மனையில் ஓரினச்சேர்க்கை' எனக் குறிப்பிடப்பட்டுள்ளது. அரண்மனையைச் சேர்ந்த இரு காமக்கிழத்திகள் தமக்குள் திருமண பந்தம் போன்றதொரு உறவில், அதாவது நாம் இக்காலத்தில் ஓர்பாலுறவு எனவழைக்கும் உறவில் இருந்ததை இப்புத்தகம் குறிப்பிடுகிறது. பின்னர், மிகக்குறிப்பாக மிங் ராஜ்ஜியத்தில் காமக்கிழத்திக்கும் திருநங்கைக்கும் இடையேயான உறவைக் குறிக்கும் *துயி ஷீ* மெல்ல மெல்ல உருமாறியது. உண்மையில், மிங் காலத்தின் துவக்கத்தில், காமக்கிழத்திகளும் திருநங்கைகளும் உறவு கொள்வதை அரண்மனை கண்டிப்புடன் தடைசெய்திருந்தது. பேரரசர் சூ யுவான்சாங்கின் ஆட்சியின்போது, இதுபோன்ற முறையற்ற உறவில் ஈடுபட்டவர்கள் பிடிபட்டால், அவர்கள் இருவரும் உயிரோடு தோலுரிக்கப்பட்டனர். ஆனால் பிற்காலத்தில் திருநங்கைகள் மேலும் மேலும் அதிகாரம் பெறத் துவங்கியதும், பேரரசர்கள் மென்மேலும் திருநங்கைகளைச் சார்ந்து வாழத்துவங்கியதும், *துயி ஷீ* பரவலாக ஏற்றுக்கொள்ளப்பட்டது.

ஏன் *துயி ஷீ* உண்டானது? ஏனெனில், அது பெருமளவில் உணவைச் சார்ந்து இருந்ததால்தான். அரசவைப்பணியில் திருநங்கைகள் ஈடுபட்டிருந்தபோதும் முழுநாளுக்கானத் தம் உணவை அவர்களேதாம் தயாரித்துக்கொள்ள வேண்டும். பேரரசரின் சமையற்காரர்களைத் தவிர வேறெவரும் அரண்மனைக்குள் சமைக்கக்கூடாது என்பதால் காமக்கிழத்திகள் தம்முடன் எப்போதும் உணவைச் சூடுபடுத்தும் கணப்புகளை வைத்திருப்பர். எனவே, திருநங்கைகள் தம் உணவை

சூடுசெய்ய காமக்கிழத்திகளின் உதவியை நாடினர். அவர்களுக்கு நன்றிதெரிவிக்கும் விதமாக, தம்முடன் உணவருந்த வருமாறு காமக்கிழத்திகளுக்கு திருநங்கைகள் அழைப்பு விடுத்தனர். விளைவாக, காமக்கிழத்திகளுக்கும் திருநங்கைகளுக்கும் இடையே ஆழமான உறவுகள் கிளைவிடத்துவங்கி, *துயி ஷீ* அங்கீகரிக்கப்பட்டதொரு நடைமுறையாக உருவாகியது.

*துயி ஷீ*வைக் குறிக்க *'காய் ஹௌ'* எனும் மற்றுமொரு சொல்லும் உள்ளது. திருநங்கையொருவருக்கு குறிப்பிட்டதொரு காமக்கிழத்தியின்மேல் விருப்பம் ஏற்பட்டுவிட்டால், அவளின் காதலை வெல்லும்பொருட்டு அவர் அவ்வப்போது வெளியே சென்று புத்தம்புது காய்கறிகள், தையற்பூவேலைப்பாடுகள் போன்ற சிறுசிறு பரிசுகளை வாங்கிக்கொண்டு வந்து அவளுக்குத் தருவார். இதுவே காய் ஹௌ எனப்படும்.

ஆனால் *துயி* ஷீயும் காய் ஹௌவும் ஒன்றல்ல. துயி ஷீ என்பது கிட்டத்தட்ட காதல்விரும்புதலைப் போல, அதாவது இருவரும் சேர்ந்து இரவுணவு உண்பது போன்றவை மட்டுமேயாகும், ஆனால் காய் ஹௌவில் இருவரும் ஏறக்குறைய கணவன் மனைவி உறவில் இருப்பதைப்போலேதான், இதில் சிலநேரங்களில் இருவரும் சேர்ந்து தம் இறவாக்காதலுக்கான உறுதிமொழிகளையும்கூட எடுத்துக்கொள்வர்.

துயி ஷீ பற்றியும் காய் ஹௌ பற்றியும் நீங்கள் கேள்விபட்டிருக்கிறீர்களா? அன்று பாவோகாங் கூறிய இக்கதையைக் கேட்டதும், நான் அவரிடம், "நாம் *துயி* ஷீயும் அல்ல, *காய் ஹௌவும்* அல்ல, அல்லவா?" எனக் கேட்டேன்.

அதற்கு அவர் சிரித்துக்கொண்டே, "இல்லைதான், ஏனெனில் நான் திருநங்கையுமல்ல, நீ காமக்கிழத்தியுமல்ல!" என்றார்.

红

செந்நிறத்தாளை நான் இறுதியாகச் சந்தித்தபோது, பாவோகாங்கின் இரு இறுதி விருப்பங்கள் குறித்தும் பேசினோம். இந்த இறுதிவிஷயத்தைப் பற்றிப் பேசத் துவங்குவதற்கு முன் அம்முதியவள் நீண்ட பெருமூச்செறிந்தார்.

红

பாவோகாங் மரணப்படுக்கையில் இருந்தபோது, எங்களுடைய அறுபத்தோரு ஆண்டுகால திருமணவாழ்வு குறித்து அவர் ஏதேனும் நன்றி பாராட்டுவாரென கற்பனை செய்திருந்தேன். அவர் என்னிடம் 'நன்றி' எனத் தெரிவிக்கக்கூடுமெனவும் எதிர்பார்த்திருந்தேன். எதற்காகவும் அவர் என்னிடம் வருத்தம் தெரிவிக்க மாட்டாரென்பதை மட்டும் நான் எப்போதிருந்தோ அறிவேன் ஏனெனில் இரங்குதல் என்பது அவர் பண்பிலேயே இல்லாதது. ஒருவேளை எங்களின் இந்த விதியைத் தீர்மானித்ததில் எங்கள் இருவருக்குமே பங்குண்டு என அவர் எண்ணியிருக்கக்கூடும். ஆனால் உண்மையில், பாவோகாங்தான் அனைத்தையும் தேர்வுசெய்தார். எங்களுடைய திருமணச்சிறையை அவர்தான் வடிவமைத்தார், அதனுள் அடைபட்டுக் கிடக்க சம்மதித்த சிறைக்கைதி நான்.

அவரைப் பின்பற்ற வேண்டுமெனும் முடிவை நானேதான் தேர்வு செய்திருந்தேன், அதுவே, இறுதியாக எனக்கு விதிக்கப்பட்டத் தலைவிதியென ஆனது.

அவருடைய இரு இறுதிவிருப்பங்களும் லின்னிற்காக ஏற்படுத்தப்பட்டவையே. ஆம், 1992இல், அதுநாள்வரை அவரது உயிரை இழுத்துப்பிடித்துக் கொண்டிருந்த ஒரு தீப்பொறி அணைந்துபோனதும் அவர் வெகுவிரைவாக முதுமையெய்தத் துவங்கினார். லின்னொடுதான் அவரது ஆன்மா எப்போதும் பிணைந்திருந்தது. அவரது இத்தகைய உறுதிமிக்கக் காதலை, விசுவாசத்தை உலகிற்குப் பறைசாற்றவே, எவரேனும் எங்கள் இல்லத்திற்கு வருகைதந்து எங்களின் போலித் திருமணவாழ்வை அறிந்துகொள்ளவேண்டும், எங்கள் இருவரினிடையே தாம்பத்ய உறவே நிகழவில்லை என்பது சான்றுடன் நிரூபிக்கப்படவேண்டும் எனும் இரு கடைசி விருப்பங்களை அவர் கொண்டிருந்தார்.

இதைக் கூறும்போது செந்நிறத்தாளின் விழிகள் கூரைகளில் நிலைகுத்தியிருந்தன, தனது அறுபத்தோரு ஆண்டுகாலத் திருமணச் சிறைவாசத்திற்குச் சாட்சியாக வந்து நிற்குமாறு, குறைந்தபட்சம் தீர்மானம்மிக்கச் சிறு ஆதாரத்தையேனும்

வழங்குமாறு அவற்றிடம் இறைஞ்சுவதைப்போல் அந்தப்பார்வை இருந்தது.

கூரையையும் செந்நிறத்தாளின் முகத்தையும் மாறிமாறி மென்மையாகப் பார்த்தேன். சீனக் குடும்பங்கள், அக்குடும்பங்களைச் சேர்ந்த குழந்தைகளின் வரலாறுகள் தந்த பாரமேறிப்போய், வெகு தொலைவே, மிகப் பரந்துகிடந்த அந்த வெறுமையை உணர்ந்துகொள்ள, புரிந்துகொள்ள முயன்றேன்.

"ஒருவேளை, கூரையை வெறித்தபடியே உங்களின் மீத வாழ்நாட்களைத் தனிமையிலேயே கழித்துவிடுவீர்களோ என பாவோகாங் அஞ்சியிருக்கக்கூடும் என எண்ணுகிறேன். லின்னின்மீது அவர் கொண்டிருந்த காதலால்தான், ஒரு மனைவியாகவோ, ஒரு தாயாகவோ உங்களால் ஆகமுடியாமல் போனது என்பதை எவரேனும் அறிந்துகொள்ள வேண்டுமெனவும், நீங்கள் செய்த இந்தத் தியாகங்களுக்காய் உங்களை விதந்தோந்த வேண்டுமெனவும் அவர் விரும்பியிருக்கக்கூடும். அவர் முன்னிலையில் நீங்கள் பேசத் துணியாதவற்றையெல்லாம் இத்தனை மனம்விட்டுப் பேசியுள்ளதை இங்கேதான் எங்கேயோ நின்று அவர் கேட்டுக்கொண்டிருக்கவும் கூடும்." என்றேன்.

"உண்மையாகவா?" கூரையை வெறித்தவாறே செந்நிறத்தாள் மென்மையாகக் கேட்டார்.

"உண்மையாகத்தான்."

"ஆம், அறுபத்தியோரு ஆண்டுகளாகக் காதலை பேசிக்கொண்டு மட்டுமேயிருந்த ஒரு ஆண்பெண் ஜோடியின் கதைதான் இது!' என அந்தக் கூரை பதிலளிப்பதைப்போல் அப்போது எனக்குத் தோன்றியது.

பகுதி – 2

கம்யூனிசக் குடும்பமரம்

இரண்டாம் சகோதரி

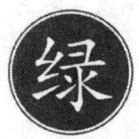

绿

பச்சையாள்

பிறப்பு – 1932.

செந்நிறத்தாளின் ஆலோசனையின்படி அல்லது அவரது வற்புத்தலின்படி, நான் அவருடைய தங்கை பச்சையாளை தொடர்பு கொண்டேன்.

2014இல், குவாங்செளவில் நடைபெற்ற தென்சீனப் புத்தகத் திருவிழாவில் பங்கெடுத்ததும், கிங்தாவோவில் நடைபெற்ற சீன இலக்கிய மொழியாக்க மன்றத்தில் என் கணவர் டோபியோடு கலந்துகொள்ள நான் மீண்டும் சீனாவிற்குத் திரும்பி வந்தேன். இங்கு வந்து சேர்ந்ததுமே, பீஜிங்கில் பச்சையாளை சந்திக்க ஏற்பாடு செய்ய மீண்டுமொருமுறை அனுமதிகேட்டேன். அவர் தன் கணவரோடு கிங்தாவோவில் தான் இருக்கிறாரென்றும், அங்கிருக்கும் உடல்நலம்பேணும் இல்லமொன்றில் அவர்கள் வசிப்பதாகவும, அங்கேயே எங்களின் சந்திப்பை வைத்துக்கொள்ளலாமெனவும் கூறினார்.

அவரை சந்திக்கச் சென்றேன், நான் பயணித்த வாடகைக்கார் நுழைவுவாயிலிலேயே தடுத்து நிறுத்தப்பட்டதும், ஓட்டுநர் எனக்கு சில விபரங்களைக் கூறினார்.

“இங்கிருப்பவை அனைத்துமே அரசாங்க சொத்துக்கள்; முறையான அனுமதியின்றி நம்மால் உள்ளே நுழைய முடியாது. அதுவும் என் வாகனத்தைக் கண்டிப்பாக உள்ளே அனுமதிக்கவே மாட்டார்கள். கம்யூனிசக் கட்சித்தொண்டர்கள் அனைவருமே இன்று இதுபோன்ற பகட்டானச் சூழலில்தான் வசிக்கிறார்கள். ‘மக்களுக்குச் சேவை புரியவேண்டும்’ எனத் தலைவர் மாவோ கூறியதை இவர்கள் எவ்வளவு சரியாகப் புரிந்துவைத்துள்ளார்கள் பார்த்தீர்களா? இப்போது அது மற்றுமொரு வெற்று முழக்கமாக மட்டுமே ஆகிவிட்டது அல்லவா?” எனக் கிண்டலாகக் கூறியபடியே மீதிச் சில்லறையை என்னிடம் தந்தார்.

அரசாங்கக் கட்டிடங்களுக்கே உரிய பாணியில் நுழைவு வாயில் வடிவமைக்கப்பட்டிருந்தது, அதைக்கடந்து பிரதான கட்டிடத்தைச் சுற்றியோடிய நீண்ட வளைவுப் பாதையில்

நடந்தேன். அப்பாதையின் இருமருங்கும் களங்கமற்றத் தூய மலர்கள் அணிவகுத்து நின்றன. அவற்றின் வடிவம், அளவு, வண்ணத்திற்கேற்ப அவை வெகு சிரத்தையுடன் பராமரிக்கப்பட்டிருந்த நேர்த்தியைக் கண்டபோது, இராணுவத்தில் நன்கு பயிற்றுவிக்கப்பட்ட 'மலர்ப்படை' போன்றே தோற்றமளித்தது.

வீட்டுவாயிலின் அருகே நின்றுகொண்டிருந்த பெண்தான் பச்சையாள் என வெகு தொலைவிலிருந்தே என்னால் அடையாளம் காண முடிந்தது. தனது சகோதரி செந்நிறத்தாளைப் போலவே இவரும் கவித்துவமான நளினம் கொண்டிருந்தார், கவிதைகள் வாசிக்கும் பெண்டிர் அதிநவீனமானவர்கள் என்றொரு நம்பிக்கை சீனர்களிடையே இருந்தது, தன் தாயைப்போலவே இவர்கள் இருவரும் கவிதையின்பால் நாட்டம்கொண்டிருக்க வேண்டுமென நினைத்துக் கொண்டேன்.

என்னை அணைத்துக்கொள்ள இருகரங்களையும் விரித்துக்கொண்டு, பூரித்துத்தளும்பும் குரலுடன் பச்சையாள் என்னை வரவேற்றார், ஒருவருடம் முன்பு நான் பீஜிங்கில் பார்த்த அதே பெண்மணியாய் எவ்வித மாறுதலுமின்றி இருந்தார். செந்நிறத்தாள் பண்பாடும் வசீகரமும் நிறைந்தவரென்றால், வெளிப்படையானவராகவும், நினைத்தவற்றை நேரிடையாகப் பேசுபவராகவும் பச்சையாள் இருந்தார்.

அடுத்துவந்த மூன்று வருடங்களும், பச்சையாளையும் அவர் பிள்ளைகளையும், பேரக்குழந்தைகளையும், கிங்தாவோ, பீஜிங், நான்ஜிங் ஆகிய பகுதிகளில் பல்வேறு தருணங்களில் வைத்து பேட்டிகண்டேன். இவர்கள் மட்டும் இல்லையென்றால், ஒரே குடும்பத்தைச் சேர்ந்த நான்கு தலைமுறையினரின் காதலையும் வாழ்வையும் கூறும் கதைகளைக் கொண்ட இத்தொகுப்பு முழுமையடைந்திருக்கவே முடியாது.

பச்சையாள் பேசத்துவங்கியதும் அவர் கூறிய கதைகளெல்லாம் என்னுள்ளே வேர்விடத்துவங்கிக் கட்டுக்கடங்காமல் பரவின. அவருடைய ஆளுமையின் தாக்கமும் இதற்கு ஒரு காரணம் என்பேன், எனினும் எனது பெற்றோர்களின் வயதுதான் அவருக்கும் என்பது என்னளவில் அவரது வாழ்க்கை அனுபவங்களின்மீது தனிப்பட்ட ஈர்ப்பை உண்டாக்கியிருந்தது எனலாம்.

绿

கம்யூனிச விதை

நாங்கள் மொத்தம் ஒன்பது சகோதர சகோதரிகள். எங்களில் மூவர் வெளிநாடு சென்றுவிட்டனர், மூவர் புரட்சிக்கு வாக்கப்பட்டனர், மூவர் சிறு பிராயத்திலேயே மரணத்தைத் தழுவிவிட்டனர்.

உண்மையைக் கூறுவதானால், பெரிய அக்காள் செந்நிறத்தாளுடன் நான் அவ்வளவொன்றும் நெருக்கமாய் இருந்ததில்லை. எங்களிடையே பனிரெண்டு வருட வயது வித்தியாசம் இருந்ததோடு அவருக்குத் திருமணமாகி உளவுத்துறையில் பணியாற்றச் சென்றதுமுதல் இளைய சகோதரிகளான எங்களுடன் இருந்த தொடர்புகளையெல்லாம் அவர் முற்றிலும் முறித்துக்கொண்டார். 1981இல் பெரிய அக்காள் பணி ஓய்வு பெறும்வரையிலும், ஹாங்காங்கில் இருந்த எங்களின் பெரிய அண்ணன் மூலமாக மட்டுமே அக்காவைப் பற்றிய செய்திகளை நாங்கள் அறிந்துகொள்ள முடிந்தது. நான் பீபிங்கிற்கு கல்விபயிலச் செல்வதற்கு முன்னர்வரை நாங்கள் அனைவருமே ஒரே வீட்டில் ஒன்றாகத்தான் வளர்ந்தோம்.

அந்நாட்களில், எங்கள் தந்தை மிக அரிதாகவே வீட்டிற்கு வருவார், அப்படி வரும்போதும்கூட பெரிய அக்காள் செந்நிறத்தாளுடனும் என்னிரு அண்ணன்களுடனும் கவிதைகளும் கலைகளும் குறித்துப் பேசவே அவர் பெரிதும் விரும்பினார். அச்சமயம் இளையவர்களாகிய என்னிடமோ, நீலி மற்றும் ஆரஞ்சாளிடமோ அவர் கவனம் செலுத்தியதேயில்லை. ஓய்வு ஒழிச்சலின்றி என் தாய் ஓடியாடி வேலைசெய்தபடியே இருப்பார், எங்கள் அறைக்குள் அவர் நுழைகையில், அவர் எவ்விதமான மனநிலையில் இருக்கிறார் என்பதை அவரது குரலே காட்டிக்கொடுத்துவிடும். எங்களின் கேசத்தை வருடியபடியே அவர் பேசும்போது அவரது குரல் தென்றலின் மென்மையோடு ஒலிக்கும். கரங்களுக்குள் எங்களை வாரியணைத்துக்கொள்ளும்போது மழையின் தணிப்புடன் அவர்குரல் ஒலிக்கும். சில நேரங்களில் சூறாவளியைப்போல உறுமவும் செய்வார், அப்போதெல்லாம் எங்களின் உடல்கள் ஏதோ புயலில் சிக்கினாற்போல் நடுநடுங்கும். நான் அப்போது

மிகச் சிறியவளாதலால் உலகநடப்பெல்லாம் புரிந்துகொள்ள முடிந்ததில்லை. எனவேதான், பெரும் போராட்ட வாழ்வைக் கொண்ட அக்காலங்களில் எங்களின் குடும்பம் சிதறிப்போகாமல் இருக்க என் தாய் எத்தனைக் கடுமையாகப் பாடுபட்டாரென்பது அப்போது எனக்குத் தெரியவில்லை.

குடும்பத்தின் மூதாதையர்களை கௌரவப்படுத்துவதற்காய் என்னிரு அண்ணன்மார்களும் தம் சிறுவயதிலிருந்தே குடும்ப வணிகத்தைக் கற்கத் துவங்கியிருந்தனர். அவர்களுக்கெனப் பிரத்யேகமாகப் பணியாட்கள் நியமிக்கப்பட்டிருந்தனர், அவர்கள் ஏவும் வேலைகளைச் செய்ய ஆணும்பெண்ணுமாய் பல பணியாளர்கள் இருந்ததோடு, என் அண்ணன்களோடு விளையாடவென சிறுவர்கள் சிலரும் கூடப் பணியமர்த்தப்பட்டிருந்தனர். மூன்றாம் வயதிலிருந்து என் சகோதரர்கள் தனிப்பள்ளிக்குச் செல்லத்துவங்கினர்.

பெரிய அக்காள் மட்டும் அவர்களோடு சென்று கல்விகற்க அனுமதிக்கப்பட்டிருந்தார், இது பெரும் அநியாயமென நான் ஆத்திரம் கொண்டேன், ஆனால் அப்போது நான் சிறுமியாக இருந்ததால், பழங்காலச் சீனமரபின்படி சீனப்பெண்களுக்கும் சிறுமிகளுக்கும் குடும்பத்தின் வம்சமரத்தில் இடமில்லை என்பதும், தாங்கள் மணக்கப்போகும் ஆணைத் தேர்வு செய்யும் உரிமைகூடப் பெண்களுக்கு மறுக்கப்பட்டிருந்தது என்பதும், பெரும்பாலான சீனக் குடும்பப்பெண்களுக்கு கல்வி மறுக்கப்பட்டிருந்தது என்பதும் எனக்குத் தெரிந்திருக்கவில்லை. இப்போது எண்ணிப்பார்த்தால், எனது தலைமுறையைச் சேர்ந்த பல இளம்பெண்களும் செய்ததைப்போலவே நானும் புரட்சிக்காகவும், புது சீனாவின் பிறப்புக்காகவும் என் வாழ்நாள் முழுவதையுமே அர்ப்பணித்ததற்கான காரணங்களில் இதுவுமொன்று எனத் தோன்றுகிறது.

வானவில்லாளைப் பெற்றெடுத்ததும் எங்கள் அம்மா இறந்துபோனார், அப்போதிருந்து வீட்டில் அனைத்துமே மாறிப்போனது. அப்பா ஆழ்ந்த அமைதிக்குள் விழுந்துபோனார், அவர் நீண்ட நேரம் வீட்டிலேயே இருந்தபோதும் நாங்கள் அவரைக் காண்பது அரிதாகிப்போனது. உணவுவேளைகளில் மட்டுமே அவரைக் காண முடிந்தது, அப்போதும்கூட அவர் எங்களுடன் பேசுவதில்லை. கடைக்குட்டி வானவில்லாளை மட்டும் தூக்கிக்கொண்டு அருகிலிருந்த வயல்வெளிகளில்

திரிகிறாரெனவும், அங்கு திரியும் சிறுசிறுவிலங்குகளை அவளுக்குக் வேடிக்கை காட்டிக்கொண்டிருக்கிறார் எனவும் கேள்விப்பட்டேன், அவள் அறிந்தேயிராத தாயன்பின் சுவடுகளைத் தேடி அவர்கள் அப்போது அலைந்தார்களோ எனத்தான் எண்ணத்தோன்றுகிறது.

வீட்டைப்பராமரிக்கும் பொறுப்பை பெரிய அக்காள் செந்நிறத்தாள் ஏற்றுக்கொண்டார், ஆனால் எங்கள் தாயைப்போல ஓய்வு ஒழிச்சலின்றி அவர் வேலைசெய்ததைக் கண்டதாக எனக்கு நினைவில்லை. குடும்பவணிகத்தின் சில பகுதிகளை நாங்கள் வெளியாட்களுக்கு கொடுத்து விட்டதாலும், பணியாட்கள் சிலரை வேலையைவிட்டு அனுப்பிவிட்டதாலும், எங்கள் தந்தையின் இரு துணைவிமார்களும் சமையல் உள்ளிட்டப் பணிகளில் உதவி செய்ததாலும் எனக்கு அவ்வாறு தோன்றியிருக்கலாம். முன்பைப்போலவே இப்போதும், கவிதைகள் வாசிப்பது, எழுதுவது, பூத்தையல் வேலைப்பாடுகள் செய்வது, மலர் அலங்காரம் செய்தல் உள்ளிட்ட வாழ்க்கையின் சில அடிப்படைக் கலைகளை பெரிய அக்காள் எங்களுக்குக் கற்றுக்கொடுத்தார். தோட்டத்தில் விளைந்திருந்த காய்கறிகளைப் பறிக்கவும், மலர்ப்படுகைகளில் களையெடுக்கவும் அவர் எங்களை அவ்வப்போது வீட்டைவிட்டு வெளியே அழைத்துச்செல்வார்.

நீலி, ஆரஞ்சாள், வானவில்லாள் மற்றும் நான் உள்ளிட்ட இளைய சகோதரிகள் அனைவருமே பெரிய அக்காள் வித்தியாசமானவர் என்பதை அறிந்திருந்தோம். துவக்கக்கல்வி பெறப் பள்ளிச்சாலைக்குச் செல்ல அனுமதிக்கப்பட்டவரும், எங்கள் அண்ணன்களின் படிப்பறைக்குள் அனுமதிக்கப்பட்டவரும் பெரிய அக்காள் ஒருவர் மட்டுமே. எங்கள் வீட்டின் கணக்குவழக்குகளைக் கவனித்துக்கொள்ளவும், எங்கள் ஆசிரியராகப் பணியாற்றவும் இருந்த முதியவரொருவர் அம்மூவரை மட்டும் மிகுந்த வாஞ்சையோடு வரவேற்று உபசரிப்பார், எங்களையோ முற்றாகப் புறக்கணித்துவிடுவார்.

எனது அண்ணன்கள்தான் எங்கள் குடும்பத்தின் மரங்களாக இருந்துள்ளனர், பெரிய அக்காள் செந்நிறத்தாளும் கடைக்குட்டி வானவில்லாளும் அம்மரங்களில் பூத்துக்குலுங்கும் மலர்கள், நீலி, ஆரஞ்சாள் மற்றும் நான் அம்மரத்தின் இலைகளாகத் துணைக்கதாபாத்திரம் பூண்டிருந்தோம் என

எண்ணத் தோன்றுகிறது. ஆனாலும் இந்த 'இலைகள்' வெகு வண்ணமயமான, வெகு வித்தியாசமான வாழ்வையே வாழ்ந்தனர் எனத்தான் சொல்லவேண்டும். பூமி, சொர்க்கம், நரகமென மூன்று வெவ்வேறு உலகங்களாக விதி எங்களைப் பிரித்துவைத்துவிட்டது.

1940இல் பீபிங்கில் கல்வி கற்கவேண்டுமென என் நான்காவது அக்காள் நீலி புறப்பட்டுச் சென்றாள், விடுமுறைகளுக்காக அவள் வீடு திரும்பும்போதெல்லாம் தன்னோடு பலவித அற்புதக்கதைகளையும் சேர்த்தே கொண்டுவருவாள். அவளிருந்த அந்நகரம் எத்தனை பிரம்மாண்டமானது, அங்கு எவ்வளவு மக்கள் வசித்தனர், குதிரைவண்டிகளும் பலவித வாகனங்களும் அந்நகரின் அகலமான சாலைகளில் நிரம்பி வழிவதையும் எங்களுக்குக் கதைகதையாகக் கூறுவாள். நகரத்திலிருந்த அனைத்து விதமானக் கட்டிடங்கள் குறித்தும் அவளிடமிருந்து அறிந்துகொண்டேன்; வசந்தகாலத் திருவிழாவின்போது நாட்டின் பல்வேறு பகுதிகளில் இருந்தும் வரும் கலைஞர்கள் பங்குகொள்ளும் சர்க்கஸ் நிகழ்ச்சிகளைக் குறித்தும் கூறினாள்; நாவில் எச்சிலூறச் செய்யும்படி தெருமுனைகளில் விற்கப்பட்ட அருஞ்சுவைத் தின்பண்டங்கள் குறித்துக் கூறினாள். வினோதத்தோற்றமுடைய அயல்நாட்டினரைப் பற்றி அறிந்துகொள்ளத்தான் நான் மிகவும் விரும்பினேன் ஏனெனில் அவர்களின் விழிகளும் கேசமும் வெவ்வேறு நிறங்களில் இருந்தனவாம். அவர்களில் சிலர் அழகாகவும், பலர் பயங்கரமாகவும் இருப்பார்களென நீலி கூறினாள்.

வெளியுலகைக் காண உதவும் சாளரங்களைப் போலத்தான் நீலி எங்களுக்கு விவரித்த பீபிங் கதைகள் இருந்தன, உயிர்ப்பும் வாய்ப்புகளும் நிறைந்த உலகு அது. நீலி மீண்டும் திரும்பிவந்து எங்களுக்கு மேலும் கதைகளைச் சொல்லப்போகும் அந்த நாளினை எதிர்பார்த்தபடி, பெரிய பெரிய சுவர்களால் சூழப்பட்டக் கோட்டையைப் போன்ற எங்கள் இல்லத்தினுள் ஆர்வமாகக் காத்திருப்போம்.

ஆனால் நல்ல விஷயங்களுக்குதான் ஆயுள் குறைவாயிற்றே. மூன்று வருடங்களுக்குப் பிறகு, ஷாங்காயில் இருந்த ஒரு கப்பல் நிறுவன முதலாளிக்கு மணமுடிக்க வேண்டுமென நீலியை என் தந்தை பள்ளியில் இருந்து அழைத்துவந்துவிட்டார். அந்தச்சமயம் நாட்டில் கடும் போர்ச்சூழல் நிலவிய காரணத்தால்,

ஷாங்காய் வரை அவளை பத்திரமாக அழைத்துச்செல்லப் பல பணியாளர்களை அவளுக்கு வழித்துணையாக எங்கள் தந்தை அனுப்பிவைத்தார்.

அங்கு செல்வதற்கு முன்னர், தனக்குத் திருமணம் செய்துகொள்ள விருப்பமில்லையெனவும், பள்ளிக்குச் செல்லத்தான் விரும்புவதாகவும் கூறி நீலி பல நாட்கள் கதறியழுதது இன்றும் என் நினைவிலாடுகிறது. குடும்பத்தின் தலைவர் தந்தையார்தான் என்பதாலும், அவர் சொல்லே இறுதியானது என்பதாலும் அவரது முடிவை ஏற்றுக்கொள்ளச்சொல்லி ஒட்டுமொத்தக் குடும்பமும் அவளை வற்புறுத்தியது.

அக்காள் நீலியின் துயரக்கதையை செந்நிறத்தாள் உங்களிடம் கூறினாரா? அவளிடத்தில் நானிருந்திருந்தால், அவள் சந்தித்த அந்தத் துயரில் இருந்து என்னால் தப்பித்திருக்க முடியுமென்றே நம்புகிறேன். எனக்கும் நீலிக்கும் இடையே சில வருட வயதுவித்தியாசம்தான் இருந்தது, ஆனால் அந்த ஒருசில வருடங்களே அனைத்தையும் மாற்றப் போதுமானதாயிருந்தது. நீலியைப் பொறுத்தவரை தந்தையின் சொல்லை மீறுவதென்பது அவருக்கு அவமதிப்பை உண்டாக்கக்கூடிய புரட்சிகரமானச் செயலாகும். என்னைப் பொறுத்தவரையிலோ, தந்தைக்கு எதிராகச் செயல்படுவதென்பது புரட்சியின் ஒரு பகுதியாகும், நான்கு பழமைகளையும்★ அழித்தொழிக்கும் புரட்சி அது.

நீலியின் கணவரும் கூடச் சிக்கலில் மாட்டிக்கொண்டார். ஷாங்காயை ஜப்பானிய இராணுவம் ஆக்கிரமித்தபோது, அங்கிருந்த உள்ளூர் வியாபாரிகள் ஜப்பானிய ஆட்சிக்கு ஒன்று அடிபணிய வேண்டியிருந்தது அல்லது ஜப்பானியர்களின் துப்பாக்கிமுனைக்கு பலியாக வேண்டியிருந்தது. நீலியின் கணவருக்குச் சொந்தமான கப்பல்கள், மாலுமிகள் மற்றும் துறைமுகத்தில் இருந்த அவரது நிலம் என அவருடைய மொத்த வணிகமும் ஜப்பானிய இராணுவத்தால் பிடுங்கிக்கொள்ளப்பட்டது. இதன்மூலம் அவர் சரணடைந்துவிட்டாரென்றோ அல்லது எதிரிக்கு ஒத்துழைப்பளித்தார் என்றோ அர்த்தமாகாது.

★ 1966இல் கலாச்சாரப்புரட்சி துவங்கியதும், பழங்காலச் சடங்குகள், பழங்கலாச்சாரம், பழமையானப் பழக்கவழக்கங்கள், பழங்கருத்துகள் ஆகிய 'நான்கு பழமைகளை அழித்தொழிக்கும் பிரச்சாரம்' மேற்கொள்ளப்பட்டது.

அவர்களிடமிருந்த அனைத்தையும் ஜப்பானியர் பறித்துக்கொண்டனர், அவர்களுக்கென ஒற்றை நாணயத்தைக் கூட இராணுவம் விட்டுவைக்கவில்லை எனும்போது அவர்கள் தவறிழைத்தனரென ஏன் இச்சமூகம் அவர்களைத் தூற்றியது, ஏன் அவருக்கு மரணதண்டனை விதித்துக் கொலைசெய்தது? ஹாங்காங்கில் இருந்த எங்கள் குடும்பத்தினரிடமிருந்து அத்தம்பதியர் சிறுசிறு உதவிகளைப் பெற்றதாலேயே, அவர்கள் இந்நாட்டிற்கு துரோகமிழைத்துவிட்டனர் என எப்படி குற்றஞ்சாட்டமுடியும்? உயிர்பிழைத்திருப்பதற்கான எவ்வித உதவிகளையும் அரசு அவர்களுக்கு வழங்காததோடு, அவர்களின் உறவினர்கள் செய்த உதவிகளையும் அது தடுத்துவிட்டது.

பாவம் என் அக்காள் நீலி, அவள் விதி அவள் வசமில்லை. அவளது குழந்தை இறந்துவிட்டது, அவள் கணவருக்கு மரணதண்டனை விதிக்கப்பட்டது. அவளுக்கு ஆதரவுக்கரம் நீட்ட ஒருவருமில்லாமல், வாழ ஓர் இடமும் இல்லாமல் தத்தளித்தாள், இறுதிவரை அவளால் அதிலிருந்து மீளவே முடியாமல்போனது.

என்னால் அவளுக்கு உதவ முடிந்திருக்கக் கூடுமா? இல்லை, வெட்கத்தைவிட்டுச் சொல்கிறேன், என்னால் அவளுக்கு உதவ முடியவில்லை. திருமணம் முடிந்து நீலி ஷாங்காய் சென்றபிறகு அவளை நான் பார்க்கவேயில்லை. எதையும் சிந்திக்கும் மனநிலை வாய்க்குமளவு அப்போது நான் வளர்ந்திருக்கவில்லை. மேலும், 1949க்கும் 1960க்கும் இடைபட்டக்கால சீனா கடும் சிக்கலில் இருந்தது, அப்போது எங்களைச் சுற்றிச்சூழன்ற கலவரங்களுக்கிடையே நாங்கள் திணறிக்கொண்டிருந்தோம். அரைநூற்றாண்டுகளாக நடைபெற்றுவந்த போர்களிலிருந்து அப்போதுதான் நாடு வெளிவரத் துவங்கியிருந்தது, போரின் அழிவுகளிலிருந்து மீண்டுவந்து புதுநாட்டை உருவாக்க மக்கள் முயன்று கொண்டிருந்தனர், அத்தோடு போர்களுக்கு இரையாகிய தம் உறவினர்களைத் தவிர மீதமிருந்த தம் குடும்பத்தினரோடு உளரீதியாகவும் உடல்ரீதியாகவும் துயரளித்த கடினமான நீண்ட பயணங்களை மேற்கொள்ளவும் துவங்கியிருந்தனர். கம்யூனிஸ்டுகளால் தாங்கள் எவ்விதம் நடத்தப்படுகிறோம் என்பதை எதிர்நோக்கி, வகுப்புபேதமின்றி அனைவருமே காத்திருந்தனர்.

அமெரிக்க ஏகாதிபத்தியம் தொடர்ந்து எங்கள் நாட்டின் கதவுகளை தட்டிக்கொண்டிருக்கிறது எனவும், நாடு முழுவதும் பேரழிவை கட்டவிழ்த்துவிடும் வேலைகளில் தேசியவாத உளவாளிகள் தொடர்ந்து ஈடுபடுகின்றனர் எனவும் மக்களை எச்சரிக்கும் ஒலிப்பெருக்கி அறிவிப்புகள் வீதிகளெங்கும் முழங்கின. தொடர்ச்சியாய் நிகழ்ந்த அரசியல் அழித்தொழிப்புகளைப் பற்றியும் உடனுக்குடன் அறிவிப்புகள் வெளியாகின.

அனைத்திற்கும் மகுடம் வைத்தாற்போல நாட்டில் ஐம்பது கோடி மக்களுக்கு உணவுத் தேவையெழுந்தது, 95 சதவீத மக்களுக்குக் கல்வித் தேவையிருந்தது, அடுத்த இருபது வருடங்களுக்குள் நாங்கள் இங்கிலாந்தையும் அமெரிக்காவையும் விட உயர்ந்த பொருளாதார வளர்ச்சியடைய வேண்டுமென எங்கள் தலைவர்கள் விரும்பினர். உண்ணவும் உறங்கவும் நேரமின்றி நாங்கள் கடுமையாக உழைத்தோம்.

அந்நாட்களில், நாடு சம்பந்தமான அனைத்துக் காரியங்களையும் நான் சிரமேற்கொண்டு செய்தேன். கட்சியின் நெறிமுறைகளை மதித்து நடந்து எப்போதும் அதன் தேவைகளுக்கேற்ப செயல்பட்டேன். எங்களைப் பொறுத்தவரையில், கட்சிதான் நாடு, நாடுதான் கட்சி. பலரும் தமது குடும்பங்களையும் விலக்கிவைத்துவிட்டு கட்சிக்காகப் போராடினர், கட்சிப்பணி மீதான தம் கவனம் சிதறாமல் இருக்க தம் சொந்தக் குழந்தைகளையும் கூட உறவினர்களுடன் தங்கிவளர அனுப்பிவைத்தனர்.

அதனாலேதாம், எனது ஏனைய சகோதர சகோதரிகளைவிடவும் என்னால் மட்டும் ஆரஞ்சாளுடன் தொடர்பில் இருக்க முடிந்தது. அனைவரும் வெவ்வேறு பாதைகளில் பிரிந்து சென்றுவிட்டனர், 1980களில் சீர்திருத்தம் மற்றும் வெளிநாட்டுத்திறப்புக் கொள்கை உருவானபிறகே, ஹாங்காங்கில் இருந்த என் அண்ணனின் மூலம் மீண்டும் அனைவரையும் என்னால் தொடர்புகொள்ள முடிந்தது.

நான் ஏன் ஆரஞ்சாளுடன் மட்டும் தொடர்பில் இருந்தேன்? ஏனெனில், எங்களிருவருக்குமிடையே இரண்டு வருட வயது வித்தியாசமே இருந்ததால், இயல்பாகவே எங்களின் விருப்பங்களும், நாங்கள் தேர்வு செய்த பாதையும் ஒன்றாகவே இருந்தன எனலாம். ஆனால் அது மட்டுமே காரணமெனக் கூறிவிடமுடியாது, வாழ்வைப் பற்றிய எனது சிந்தனைகளிலும்,

வாக்குறுதி | 135

எனது அரசியல் நிலைப்பாடுகளிலும் அவருடைய தாக்கங்களும் நிறையவே இருந்தன. உண்மையில், எனது திருமணத்திற்கு அவளுமொரு காரணம் என்பேன்.

1945இல் ஆரஞ்சாளும் பீபிங் சென்று கல்விபயின்றாள். நீலி கூறிய கதைகளில் இருந்து இவள் கூறிய கதைகள் முற்றிலும் வேறுபட்டிருந்தன, இக்கதைகள் யாவும் ஆரஞ்சாளோடு பயின்ற மாணவர்கள் குறித்தும், அவரது ஆசிரியர்கள் குறித்தும் இருந்தன. பள்ளிப்பையன்கள் குறித்த கிசுகிசுக்கள் அனைத்தையும் அவள் எங்களுடன் பகிர்ந்துகொண்டாள். அப்போதுதான் நான் பருவமெய்தியிருந்தேன், எனவே இதுபோன்ற கதைகள் அப்போது என்னைப் பெரிதும் கிளர்த்தின. எங்கள் குடும்பப்பெண்கள் பள்ளிசெல்வதற்காய் வரையறுக்கப்பட்டிருந்த காலத்திற்கும் முன்னதாகவே என்னைப் பள்ளியில் சேர்க்கவேண்டுமெனவும், குறிப்பாக ஆரஞ்சாள் பயின்ற அதேபள்ளியில் என்னையும் சேர்க்க எங்கள் தந்தையிடம் அனுமதிபெற்றுத்தருமாறும், பெரிய அக்காள் செந்நிறத்தாளிடம் மன்றாடினேன், தனக்கென நிச்சயிக்கப்பட்டிருந்த மணமகனுக்காய் அப்போது பெரிய அக்காள் காத்துக்கொண்டிருந்தார்.

இறுதியாக என் ஆசை நிறைவேறியது, அடுத்த வருடமே என் அக்காள் பயில்வதைவிட ஒரு வகுப்பு கீழே சேர்க்கப்பட்டேன். பீஜிங் பொதுப் பல்கலைக்கழகத்துடன் இணைக்கப்பட்ட பெண்கள் நடுநிலைப்பள்ளி எனத்தான் அப்பள்ளி அக்காலத்தில் அழைக்கப்பட்டது, இப்போதோ பீஜிங் பொதுப் பல்கலைகழகத்துடன் இணைக்கப்பட்ட ஆய்வுநிலை மேல்நிலைப்பள்ளியெனக் குறிப்பிடப்படுகிறது. சீனக்கல்விக்கானப் பிறப்பிடமாகக் கருதப்படும் இப்பள்ளி 1917இல்தான் முதன்முதலாக நிறுவப்பட்டது.

சீன மக்கட்குடியரசு உருவானது முதல், பல தலைசிறந்த பெண் விஞ்ஞானிகளையும் கலைஞர்களையும் இராணுவத் தளபதிகளையும்கூட இக்கல்விக்கூடம் உருவாக்கித்தந்துள்ளது. மாவோ சேதுங், லியூ சாவோச்சி, லின் பியாவ், சோவ் என்லாய், சென் யன், தாங் சாவோபிங் உள்ளிட்ட எங்கள் நாட்டின் தலைவர்கள் பலரின் மகள்களும் மருமகள்களும் இப்பள்ளியிலேயே கல்விபயின்றனர்.

சீனக்கல்விக்கு ஒளிபாய்ச்சிய முன்னோடிக் கல்விக்கூடமாக இப்பள்ளி விளங்கியபோதும், சீன வரலாற்றில் அழிக்கமுடியாததொரு கரும்புள்ளியும் இப்பள்ளியின் மீதுள்ளது. 1966ஆம் ஆண்டு, ஆகஸ்ட் 5ஆம் தேதியன்று, பள்ளியின் துணைமுதல்வர் பியான் சோங்யுன் அடித்துக்கொல்லப்பட்டார். அன்பும் நல்லொழுக்கமும் தூயமனமும் கொண்டவர்களாகக் கருதப்படும் மாணவர்களாலேயே மிக வக்கிரமான, மிருகத்தனமான முறையில் அவர் அடித்துக்கொல்லப்பட்டார். குப்பைவண்டியில் கிடத்தி அவர் சடலம் இழுத்துச்செல்லப்பட்டது அப்போது அவர் அணிந்திருந்த காற்சராயின் வழியாக மலம் ஒழுகியபடியே சென்றது. கொலையாளிகள் என்னவானார்கள்? இன்றுவரை அவர்களைப்பற்றி ஒரு பேச்சுமில்லை.*

அங்கு நான் பயின்றபோது, நகரின் மேற்கில் இருந்த சிடான் பகுதியின் பிகாய் உடோங்கில் பள்ளி அமைந்திருந்தது. இப்போதிருப்பதைப் போல அன்றைய பள்ளிவளாகம் பிரம்மாண்டமாய் இருக்கவில்லை, முற்றங்கள் பல பகுதிகளாகப் பிரிக்கப்பட்டு பள்ளியாக மாற்றப்பட்டிருந்தது. பள்ளியின் விதிமுறைகளை மாணவர்கள் அனைவரும் கடுமையாகக் கடைபிடிக்கவேண்டும். உதாரணத்திற்கு, மாணவிகள் அனைவரும் மிகக்குட்டையான, நேர் செய்யப்பட்ட கேசம்தான் வளர்த்துக்கொள்ளவேண்டும். கேசத்தை சுருள்சுருளாய் சுருட்டிவைத்துக்கொள்வதோ, பின்னிக்கொள்வதோ தடைசெய்யப்பட்டிருந்தது. நெற்றியைத் தாண்டி முன்பக்கக்கேசம் வளரக்கூடாது, அதேபோல் பின்பக்கக் கேசத்தையும் காதுகளைத்தாண்டி வளர்த்துக்கொள்ளக்கூடாது. ஜப்பானிய மாணவர்களும் இப்படித்தான் தோற்றமளிப்பரென்பதால் “ஜப்பானியக் குட்டி பம்பரங்கள்’ என எங்களை உள்ளூர்வாசிகள் கேலி செய்வர்.

முகப்பூச்சு அலங்காரங்களும், கேசத்தைக் கட்டும் கிளிப்புகள் போன்ற எளிய சிகையலங்காரப் பொருட்களும் கூடப்

★ கலாச்சாரப் புரட்சியின்போது பீஜிங்கில் கொல்லப்பட்ட முதல் நபர் 'பியான் சோங்யுன்' எனக் கூறப்படுகிறது. 2014 ஜனவரி 12ஆம் தேதியன்று செம்படையின் முன்னாள் தலைவர் சோங் பின்பின் தன் செயல்களால் விளைந்த பியானின் இறப்பிற்காக வருத்தம் தெரிவித்தார், ஆனால் அந்தப் படுகொலை சம்பவத்திற்கு பொறுப்பேற்க மறுத்துவிட்டார்.

பள்ளிவளாகத்தில் தடைசெய்யப்பட்டிருந்தன. விடுமுறைகள் முடிந்து பள்ளிக்குத் திரும்பும் மாணவிகள் சிலர் முகப்பூச்சு அணிந்துவருவர், ஆனால் புதிய வகுப்பிற்கு அவர்கள் செல்லும்முன்னரே அவர்கள் தம் முகப்பூச்சைக் களைந்துவிட்டு நுழையப் பணிக்கப்பட்டனர். இதற்காகவே பள்ளியே பிரத்யேகமாக சோப்பும் துவாலைகளும் கூட வழங்கியது. இரு பாட இடைவெளியின்போது கிடைத்த பத்து நிமிட இடைவெளியில் நீர் அருந்துபவர்களையும், கழிவறை செல்பவர்களையும் தவிர மற்ற அனைவரும் தத்தம் இடங்களிலேதான் அமர்ந்திருக்க வேண்டும். ஒரு வகுப்பின் மாணவர்கள் மற்ற வகுப்பின் மாணவர்களோடு கலந்து உட்காரக்கூடாது, பள்ளிவளாகத்துள் மாணவர்கள் அங்குமிங்கும் ஓடியாடுவதும் கத்தி இரைச்சல்போடுவதும் கூடாது.

நாங்கள் கற்ற கல்வியின் ஒரு பகுதியாக நாகரிக நடத்தையும் கற்றுத்தரப்பட்டது. தரையில் மூக்கைச் சிந்துவதும் எச்சிற்துப்புவதும் கூடவேகூடாது என எனக்குக் கற்றுத்தரப்பட்டிருந்தது, எனவே டிஷ்யூ காகிதங்கள் இல்லாதுபோனால் என்னசெய்வது என எப்போதும் எங்களோடு ஒரு கைக்குட்டையை வைத்திருப்போம். அந்த கைக்குட்டையை உபயோகித்துவிட்டால் வீட்டிற்குச் சென்றதும் அதை சுத்தமாகத் துவைத்து வெயிலில் உலரவைத்துவிடுவோம்.

ஒரேமாதிரியான ஆகாயநீலப் பள்ளிச்சீருடைகளை மாணவிகள் அணிவர், அச்சீருடையின் கழுத்துப்பட்டைகளில் இரு சிவப்புத் துணிகள் இணைக்கப்பட்டிருக்கும். ஆரஞ்சாளின் கூற்றுப்படி பார்த்தோமானால், இந்தச் சீருடையை அணிந்துகொண்டு எந்த வீதியில் எந்த சந்தில் நாங்கள் நடந்துசென்றாலும் அனைவரது விழிகளும் எங்களையே ரசிக்கும். உயர்பதவியில் வீற்றிருக்கும் அதிகாரியோ அல்லது கைவண்டி இழுப்பவரோ அல்லது காவலரோ யாராக இருந்தாலும் அனைவரும் எங்களை பிரமிப்புடன் காண்பர்.

அந்தச் சமயத்தில்தான் எங்களைச்சுற்றி ஏதொவொரு மாறுதல் உருவாவதை கவனித்தேன். அப்போது அதை என்னால் சரியாகப் பெயரிடமுடியவில்லை, ஆனால் அவைதான் புரட்சிக்கான ஆரம்ப அறிகுறிகள் என்பதைமட்டும் என்னால் தெளிவாக உணரமுடிந்தது.

இளைஞர்களுக்கான எங்களுக்கு இந்தப் புரட்சி பிரசித்தமான நவீன நடவடிக்கையாகவே தோன்றியது, அதை எண்ணியெண்ணி நாங்கள் கிளர்ச்சியடைந்தோம். புரட்சியின் கொடூரகுணத்தையும், அதன் அடிநாதமாக விளங்கிய இரக்கமற்ற அரசியல் கலவரங்களையும், அது உண்டாக்கப்போகும் எதிர்மறைத்தாக்கங்களின் வாரிசுகளாக நாங்கள் மாறப்போவதையும் அப்போது நாங்கள் உணரவில்லை. அதாவது, நாங்கள் சந்தித்தவற்றின் தீவிரத்தன்மையை அப்போது நாங்கள் உணரவில்லை, பின்னொரு நாளில் ஆரஞ்சாளும் மற்ற மூத்த மாணவர்களும் விளக்கியபோதுதான் அது விளங்கியது.

பள்ளிவளாகத்தை விட்டு நான் பெரும்பாலும் வெளியே சென்றதேயில்லை எனும்போதும் 1946ஆம் ஆண்டு அக்டோபர் மாதத்தில் பீபிங் நகரம் முழுவதும் பெரும் உற்சாகத்தில் திளைத்திருந்தது என்பதை மட்டும் அறிந்துகொண்டேன். அறிவுத்திறமையும் திண்மையும் கொண்ட எங்கள் தலைமுறையைச் சேர்ந்த இளைஞர்கள் அனைவரையும் தம்முடன் சேர்த்துக்கொள்ள கம்யூனிஸ்டுகளும் தேசியவாதிகளும் வெகுதீவிரமாகப் பிரச்சாரம் செய்தனர். புதிய நான்காம் இராணுவப்படை, எட்டாவது வழிப்படை மற்றும் விடுதலைப்படையைச் சேர்ந்த பல குழுக்களையும் ஒன்றிணைத்து மக்கட்விடுதலைப்படை எனும் புத்தம்புது படையொன்றை அப்போதுதான் கம்யூனிசக்கட்சி துவங்கியது.

1946 முதல் 1948 வரையிலான இடைபட்டக்காலத்தில், அமெரிக்காவை எதிர்த்து, உள்நாட்டுக்கலவரங்களை எதிர்த்து, பஞ்சத்தை எதிர்த்து, ஜப்பானுக்கான அமெரிக்கப் பேராதரவை எதிர்த்து எனப்பல்வேறு காரணங்களுக்காய் மாணவர்கள் தொடர்ந்து பல ஆர்ப்பாட்டங்களைச் செய்தனர். பெருகிவந்த இந்த மாணவப் போராட்டங்கள் பீபிங் காவல்துறைக்கு பெரும் தலைவலியை தந்தன. பீபிங்கின் ஆட்சியாளர்கள் இருகுழுக்களாகப் பிரிந்துவிட்டதாக ஒரு வதந்தி அச்சமயம் பரவியதை என்னால் தெளிவாக நினைவுகூரமுடிகிறது. முதல் குழு நான்ஜிங்கின் மத்திய அரசின் கட்டுப்பாட்டின் கீழிருந்தது, இக்குழுதான் தம் அதிகாரத்தைப் பிரயோகித்து மாணவப்போராட்டங்களை ஒடுக்க முயன்றது, இக்குழுவின் பிரதான சக்திகளாக நகரின் இராணுவக்காவல்துறையும், தேசியவாத இரகசியச்சேவையும் இருந்தன. இரண்டாவது

குழு மத்திய அரசின் எந்தப் பங்களிப்புமின்றி சுதந்திரமாகச் செயல்பட்டது. பீபிங் களத் தலைமையக இயக்குனர் லீ சோங்கிரேன், பீபிங் மேயர் ஹி சியூன், வடசீனக் கலவரக்காரர்கள் தடுப்புத் தலைமையகத் தலைவர் ஃபூ சுயோயி ஆகிய அதிகாரிகள் அனைவரும் இக்குழுவின் அதிகாரத்தில் இருந்தனர். கடும்மோதல்களைத் தடுக்கும்பொருட்டு வெகு அறிவார்த்தமான அணுகுமுறையையே இக்குழு தேர்வுசெய்து பின்பற்றிவந்தது.

உள்நாட்டுப்போர் என்பது பாரபட்சமான பார்வைகளைக் கொண்டதுதான் எனும்போதும் தேசியவாத அரசு தன் அதிகாரிகளை முறையான இடைவெளிகளில் மாற்றியபடியே இருந்தது. சீனக்குடியரசின் துணைத்தலைவராக லீ சோங்கிரேன் தேர்ந்தெடுக்கப்பட்டார், தேசிய கண்காணிப்புக்குழுவிற்காகத் தேர்ந்தெடுக்கப்பட்ட யூ சூரேன் பீபிங்கில் இருந்து வெளியேற்றப்பட்டார், பீபிங்கின் மேயராகப் பணியாற்றிய ஹி சியூன் அப்பதவியில் இருந்து விடுவிக்கப்பட்டார், இவையனைத்தும் 1948ஆம் ஆண்டு மே மாதத்தில் மட்டும் நிகழ்ந்த மாற்றங்களாகும். பின்னர், கலவரத்தடுப்புத் தலைமையகத்தின் தளபதியாக ஃபூ சுயோயி தேர்ந்தெடுக்கப்பட்டு பீபிங்கை கண்காணிக்கும் பொறுப்பு அவருக்கு அளிக்கப்பட்டது, அதே துறையின் துணைத்தலைவராகவும் பீபிங் கோட்டைக்காவற்படையின் தலைவராகவும் சென் ஜிசெங் தேர்வுசெய்யப்பட்டார்.

அதே சமயம், உள்நாட்டுப்போரின் முடிவுகள் எவ்வாறு இருக்குமெனவும் தெளிவாகத் தெரியத்துவங்கின. சீனாவின் வடக்கு மற்றும் வடகிழக்குப்பகுதிகள் எல்லாம் கம்யூனிசப்படைகளால் விடுவிக்கப்பட்டன, இவை நடந்துகொண்டிருந்தபோதே லியோனிங் மற்றும் ஜிலின் மாகாணங்களைச் சேர்ந்த ஆயிரமாயிரம் மாணவர்கள் தம் சொந்த நகரங்களில் கொழுந்துவிட்டெரிந்த கலவரங்களில் இருந்து தப்பிக்க பீஜிங்கிலும் தியான்ஜினிலும் அடைக்கலம் புகுந்தனர். விளைவாக, தற்காலிகப் பள்ளிகளும் பல்கலைக்கழகங்களும் பீபிங்கிலும் தியான்ஜினிலும் அமைக்கப்படுமென தேசியவாத அரசு அறிவித்தது, ஆனால் கூறியபடி அவர்கள் எதையும் செய்யவில்லை. “கல்விகற்க வேண்டும், உயிர்வாழவேண்டும்” எனும் வடகிழக்கு மாணவர்களின் கூக்குரல்கள் செவிடர் காதில்

ஊதிய சங்காகிப் போனது, எனவே பீபிங் நகராட்சியிடம் தம் சார்பாகப் பேச்சுவார்த்தை நடத்த அவர்கள் ஒரு பிரதிநிதியை அனுப்பிவைத்தனர். அப்போதும் அவர்களுக்கு எந்தச் சாதகமான பதிலும் கிடைக்கவில்லை.

1948ஆம் ஆண்டு ஜூலை 3அன்று உருவான "வடகிழக்கிலிருந்து வெளியேற்றப்பட்ட மாணவர்கள் சேர்க்கை" எனும் அறிவிப்பின்படி அவர்கள் அனைவரையும் கட்டாய இராணுவச்சேவைக்கு அனுப்ப பீபிங் தேசிய அரசியல் ஆணையத்தின் தலைமை முடிவுசெய்துள்ளதை அறிந்ததும் அம்மாணவர்கள் கொதித்தெழுந்தனர். ஜூலை 4 அன்று, வடகிழக்கைச் சேர்ந்த பதினாறு கல்லூரிகளின் பிரதிநிதிகளும் ஒன்றிணைந்துத் தம் எதிர்ப்பைத் தெரிவிக்கும்விதமாக மறுநாள் மிகப்பெரும் பேரணியொன்றை நடத்த முடிவுசெய்தனர். நல்லிணக்க அடிப்படையில், பீபிங் மற்றும் வட சீனாவைச் சேர்ந்த மாணவர் கூட்டமைப்புகளும் வடகிழக்கு மாணவர்களுக்குத் தம் ஆதரவுக்கடிதங்களையும் பதாகைகளையும் அனுப்பிவைத்தனர்.

மாணவர்கள் முன்னிலையில் பீபிங் தேசிய அரசியல் ஆணையத்தின் தலைவர் அதிகாரப்பூர்வமாக மன்னிப்புகோர வேண்டுமென மாணவப் பிரதிநிதிகள் கோரிக்கை வைத்தனர், ஆனால் அவ்வாறுசெய்ய அவர் மறுத்துவிட்டார். இதனால் கொந்தளிப்பு உருவாகி, மாணவக்கூட்டத்தினரிடையே ஒருவிதக் கும்பல் மனப்பான்மை உருவானது, பீபிங் தூதுக்குழு பணிமனையில் அமைந்திருந்த ஆணையத்தலைவரின் அலுவலகத்திலேயே அவரை மற்றுமொருமுறை சந்தித்துப் பேசலாமென மாணவர்கள் முடிவுசெய்தனர். கலவரத்தடுப்புத்துறையின் துணைத்தலைவரும், பீபிங் கோட்டைக்காவற்படையின் தலைவராகவும் பொறுப்பேற்றிருந்த சென் ஜிசெங் இதைக் கேள்விபட்டதுமே, பணிமனைக்குள் மாணவர்கள் நுழைவதைத்தடுக்க பெரும் இராணுவப்படையொன்றை அனுப்பிவைத்தார்.

ஃபூ சுயோயியும் கூட மாணவர் போராட்டத்திற்கு எதிராகவே நின்றிருந்தாரெனும்போதும் மோதல் உருவாவதை அவர் தவிர்க்கவே விரும்பினார், எனவே பீஜிங் இராணுவக்காவல்துறை ஆயுதமின்றியே மாணவர்களைத் தடுக்கவேண்டுமென ஆணையிட்டார். எனவே, மாணவர்களால்

தாங்கள் தாக்கப்பட்டபோது பதிலடி தராமலும், தங்களை இகழ்ந்து பேசியபோது தம் நாவை அடக்கிக்கொண்டும், பசியைத் தாங்கிக்கொண்டும், பொது ஒழுங்கைக் காக்கும்பொருட்டு பத்துமணி நேரத்திற்கும் மேலாகப் அந்தப் போலீசார் மாணவர்களை எதிர்கொண்டு சமாளித்தனர்.

எனினும், இந்த விஷயம் கைமீறிப்போவதாக எண்ணிய சென் ஜிசெங் வேறு உத்திகளைக் கையாள முடிவுசெய்தார். மாணவர்களைச் சுற்றிவளைக்க, ஆயுதங்கள் தாங்கிய வாகனங்களோடு மேலும் இருநூறு போலீசாரை அனுப்பிவைத்து தானியங்கித் துப்பாக்கிகளை தயார்நிலையில் வைக்கச் சொன்னார், ஆனால் அதற்குள் மாணவர்கள் தம் பேச்சுவார்த்தைகளை முடித்துவிட்டிருந்தனர். அந்தச் சமயத்தில் இருதரப்புப் பேச்சுவார்த்தைகளும் கட்டிடத்தின் உள்ளேயே நடந்துகொண்டிருந்ததால் வெளியே தீவிரமடைந்துகொண்டிருந்த சூழல் குறித்து அவர்கள் அறிந்திருக்கவில்லை. பேச்சுவார்த்தைமூலம் ஒப்பந்தத்தை எட்டியதும், அதை அறிவிக்க முன்வாயிலை நோக்கி அவர்கள் வந்தனர்.

அங்கே அவர்களுக்காகக் காத்துக்கொண்டிருந்த மாணவத்திரள் ஆரவாரக்கூச்சலுடன் முன்வாயிலை நோக்கி விரைந்தது. உள்ளே என்ன நடந்தது என்பதை அறிந்திராத இராணுவவீரர்களோ, மாணவர்கள் அத்துமீறி உள்ளே நுழைவதாக எண்ணிக்கொண்டனர். பீதியில் புத்திபேதலித்துப்போன போலீசார் கூட்டத்தினரை நோக்கிச் சரமாரியாகச் சுட்டனர். மாணவர்கள் அனைவரும் உடனடியாகத் தரையில் படுத்துக்கொண்டனர், அவர்கள் எழ முயற்சித்தபோது மீண்டும் அவர்களை நோக்கிச் சுட்டனர். இந்தப் பயங்கரப் படுகொலைச் சம்பவத்தில் பார்வையாளர் ஒருவரும், பதினெட்டு மாணவர்களும் சுட்டுக்கொல்லப்பட்டனர், நாற்பதுக்கும் மேற்பட்டோர் படுகாயமடைந்தனர்.

பீபிங்கில் நிகழ்ந்த ஜூலை 5 படுகொலைச்சம்பவம் செய்வித்த அதிர்வுகள் சீனா முழுவதும் பரவியது. நகரம் முழுதும் இருந்த பள்ளிமாணவர்கள் அனைவரும் நடந்த சம்பவத்தையெண்ணி ஆத்திரமடைந்தனர், கொலைகாரர்கள் தண்டிக்கப்படவேண்டுமென தொடர் ஆர்ப்பாட்டங்களை நிகழ்த்தினர். மற்ற நகரங்களில் இருந்த மாணவர்களும் இப்போராட்டங்களுக்குப் பரஸ்பர ஆதரவளித்தனர். ஜூலை

9 அன்று, வட சீனாவை சேர்ந்த பதின்மூன்று பள்ளிகளைச் சேர்ந்த 10,000க்கும் மேற்பட்ட மாணவர்கள், பீபிங்கில் தஞ்சமடைந்த வடகிழக்கு மாணவர்களோடு சேர்ந்து, பெகிங் பல்கலைக்கழகத்தின் மக்கட் சதுக்கத்தில் கூடி துப்பாக்கிச்சூட்டில் கொல்லப்பட்ட மாணவர்களுக்கு அஞ்சலி செலுத்தினர், அத்துடன் அதிகாரிகளின் கொடும் செயல்களையும் கண்டித்தனர்.

'மாணாக்கரை ஒடுக்கும் செயலை எதிர்த்தும், கல்வி வேண்டியும் வடக்கு மற்றும் வடகிழக்கு மாணவர்கள் அளிக்கும் மனு' எனும் பதாகைகளை ஏந்தி லீ சோங்கிரேனின் அலுவலகத்தை நோக்கி ஆயிரக்கணக்கான மாணவர்கள் அணிவகுத்துச் சென்றனர். மூன்றுவெவ்வேறு சமயங்களில் லீ மாணவப்பிரதிநிதிகளை சந்தித்தார், ஒவ்வொரு முறையும் அவர் அவர்களிடம், "இந்த அரசாட்சியில் நானொரு பிரமுகர் மட்டுமே, எனக்கென இங்கு நிஜமான அதிகாரமேதுமில்லை. மத்திய அரசுக்கு உங்கள் கோரிக்கைகளை எடுத்துச்செல்வது மட்டுமே என்னால் செய்யமுடிந்த உங்களுக்கான அதிகபட்ச உதவி" எனக் கூறினார்.

படுகொலை நடந்த மறுநாள், ஃபூ சியோயி உரையொன்றை நிகழ்த்தினார், அதில் வடகிழக்கு மாணவர்களின் அவலநிலையை எண்ணி தான் வருந்துவதாகத் தெரிவித்தார். இதற்குக் காரணமான காவலதிகாரிகளை பணிநீக்கம் செய்வதாகவும், கொல்லப்பட்டவர்களின் குடும்பங்களுக்கு இழப்பீடு வழங்குவதாகவும், மாணவர்கள் சந்தித்துவரும் பிரச்சினைகளுக்குத் தீர்வுகாண வழிவகை செய்வதாகவும் அவர் ஒப்புக்கொண்டார்.

படுகொலைக்குப் பின்னர் நிகழ்ந்தவற்றைப் பரிவோடும் மதிப்போடும் ஃபூ கையாண்டார், அதேசமயம் தானொரு 'ஒழுக்கவாதி' யாதலால் தன் ராஜினாமாவை ஏற்கச்சொல்லி நான்ஜிங்கில் அமைந்திருந்த தேசியவாத அரசின் நிர்வாகக்கிளைக்கு அவர் ஒரு தந்தியையும் அனுப்பினார். இதனால், இராணுவத்தைத் தன் கட்டுப்பாட்டில் வைத்திருந்த ஃபூ, காவல்துறையைத் தன் கட்டுப்பாட்டினுள் வைத்திருந்த சென் ஜிசெங் ஆகிய இருவருள் எவரேனும் ஒருவரைத் தேர்ந்தெடுக்கும் நிலைக்கு சியாங் கைஷேக் தள்ளப்பட்டார். இறுதியாக, சென்னை சியாங் பணிநீக்கம் செய்து, பீபிங்

நகராட்சியின் ரகசியச்சேவை மற்றும் இராணுவ ரகசிய சேவைத்துறையின் முக்கிய அதிகாரியாக இடமாற்றம் செய்தார்.

இந்தப் பதற்றமெல்லாம் குறைந்ததுமே, "மாணவ எதிர்ப்பாளர்கள்" எனும் போர்வையில் ஜூலை 9 அன்று அணிவகுப்பில் கலந்துகொண்டவர்கள் எவரெவரென தேசியவாத அரசு விசாரணையை முடுக்கிவிட்டு அவர்களின் மீது தொடர் எதிர்தாக்குதல்களை நடத்தியது. 'துரோகிகளை அகற்றவும் அதிருப்தியாளர்களை அழிக்கவுமான குழு' ஒன்றை இரகசியமாக உருவாக்குமாறு 'குவோமிண்டாங் இளைஞர்கள் கூட்டிணைவின்' மந்திரியாகிய சென் சியூபெங்கின்னிற்கு கட்டளையிடப்பட்டது, இதன் விளைவாக ஆகஸ்ட் 19 அன்று தொடர்ச்சியாகப் பலர் கைது செய்யப்பட்டனர். 250 மாணவர்களுக்கும் மேற்பட்டோர் விசாரணைக்காக அழைக்கப்பட்டனர், அவர்களுள் பெரும்பான்மையானோர் காவலில் வைக்கப்பட்டு "சட்டப்படி தண்டனை வழங்கப்பட" உடனடியாக நீதிமன்றத்திற்கு அனுப்பிவைக்கப்பட்டனர்.

அதேசமயம் மாணவர்களின் ஆதரவைப் பெறுவதற்காய் கம்யூனிசக்கட்சியின் இரகசியப்பிரிவு வேலைசெய்யத்துவங்கியது, மாணவர்கள் பொதுவிடங்களில் ஆர்ப்பாட்டங்கள் நடத்துவதை தவிர்த்துவிடவேண்டுமென்றும், அந்நகரத்தை அழித்துவிட்டு வெளியேறும் எண்ணத்துடன் செயல்படும் தேசியவாதிகளுக்கு எதிராக மிகுந்த எச்சரிக்கையுடன் நடந்துகொள்ளவேண்டுமென்றும் அப்பிரிவு எச்சரித்தது.

அந்நாட்களில் சீனா முழுவதுமே மாற்றத்திற்காகவும் அரசியல்நீதி வேண்டியும் போராடிக் கொண்டிருந்தது. பள்ளிவகுப்புகளிலும் கூடப் புரட்சி நடந்தது, மாணவர்கள் தங்களுக்குள்ளேயே பல்வேறு குழுக்களாய் பிரிந்துகிடந்தனர். சிலர் கம்யூனிசத்தை ஆதரித்தனர், சிலர் தேசியவாதிகளை ஆதரித்தனர். தமக்கு இனி சீனாவில் எதிர்காலம் கிடையாது என எண்ணிய ஏனையோர், தம் பெட்டிபடுக்கைகளைத் தூக்கிக்கொண்டு அயல்நாடுகளுக்குப் படிக்கச் சென்றனர். புரட்சிக்கும் தமக்கும் எந்தத் தொடர்புமில்லை என எண்ணிய சிலர், வெளியே என்ன நிகழ்கிறது என்பதைக் கூட கவனிக்காமல் இருந்தனர். வேறு சிலரோ தம் மனம் போன போக்கில் வாழத் தலைப்பட்டனர், வாழ்வு எந்தத் திசையில்

தங்களை செலுத்துகிறதோ அந்தத்திசையில் வாழ அவர்கள் பழகிக் கொண்டனர்.

எங்கள் பள்ளிவளாகமே கூட ஒட்டுமொத்த நாட்டின் சிறுசிறு துண்டுகளையும் இணைத்தாற்போலத்தான் இருந்ததோ என எண்ணத்தோன்றுகிறது, முரண்பட்ட உணர்வுகள் பலதும் ஒருங்கிணைந்த ஒன்றாக எங்கள் பள்ளி இருந்துள்ளது. பிரதான நிலத்தில் தேசியவாத ஆட்சி நிகழ்ந்தகாலத்தில் நடந்த மாபெரும் மாணவப்போராட்டமாக ஜூலை 5 படுகொலைசம்பவம் அமைந்தது. விளைவாக அறிஞர்களிடமிருந்தும் மாணவர்களிடமிருந்தும் அதுகாறும் கிடைத்துவந்த ஆதரவை தேசியவாதிகள் இழந்துவிட்டனர், அத்துடன் இப்போது அவர்களின் அனுதாபங்கள் கம்யூனிசக்கட்சியினரை நோக்கித் திரும்பியிருந்தது.

அப்போது நான் இளம்பெண்ணாக இருந்தேன். பள்ளிவளாகத்துள் வெடிமருந்தின் காட்டமான நெடியை என்னால் நுகரமுடிந்தது, மாணவர்களிடையே பரவியிருந்த பீதியையும் குழப்பத்தையும் உணர முடிந்தது, ஆனால் இவையெவையுமே தனிப்பட்ட முறையில் என்னை பாதிக்கவில்லை. ஆரஞ்சாள் உண்டாக்கியிருந்த தாக்கத்தின் அடைப்படையில்தான் என் பெரும்பாலான அபிப்ராயங்களும் உணர்வுகளும் உண்டாகியிருந்தன.

இந்த சமயத்தில்தான் என் அக்காளின் நடத்தையில் ஏதோவொரு மாற்றம் உண்டாகியிருந்ததை கவனித்தேன். அமைதியும் கூச்ச சுபாவமும் கொண்டிருந்த இளம்பெண்ணான அவள், திடீரென துறுதுறுப்பும் வெளிப்படைத்தன்மையும் கொண்டவளாக மாறினாள். எந்தவொரு காரணமுமேயில்லாமல், நாணமும் மர்மமானதொரு மகிழ்வும் எங்கிருந்தோ அவள் முகத்தில் தோன்றத் துவங்கின. முதன்முதலாக இதை நான் கவனித்தபோது, என்ன நடக்கிறது என்பதை என்னால் புரிந்துகொள்ளவே முடியவில்லை.

கூடிய சீக்கிரத்திலேயே அதற்கான காரணத்தை நான் கண்டுகொண்டேன். ஒருநாள் மதியம், என்னிடம் எதையோ கூறவேண்டுமென ஆரஞ்சாள் கூறினாள், அதற்காக பள்ளிவளாகத்தின் அமைதியான பகுதியொன்றுக்கு அழைத்துச்சென்றாள். “நான் காதலில் விழுந்துவிட்டேன் என

எண்ணுகிறேன்!” என்றாள். இதைக்கூறியபோது அவள் முகம் நாணத்தால் சிவந்தது.

அவளிடம், *“காதலில் விழுவதென்றால் என்ன?”* என அப்பாவியாகக் கேட்டேன். அதற்குள் நண்பர்கள் அங்கே வருவதைக்கண்ட என் அக்காள் ஓடிச்சென்று அவர்களோடு சேர்ந்துகொண்டாள்.

விடுமுறைகளுக்காக நான் வீடுதிரும்பியபோது, பெரிய அக்காள் செந்நிறத்தாளிடம் இதுகுறித்து கேட்டேன், “ஆரஞ்சாள் காதலில் விழுந்துவிட்டாள் என்பது உங்களுக்குத் தெரியுமா?”

உண்மையைச் சொல்வதென்றால், வீட்டினுள்ளேயே அடைந்துகிடக்கும் பெரிய அக்காளுக்கு “காதலில் விழுவது” என்றால் என்னவெனத் தெரிந்திருக்க வாய்ப்பில்லை எனத்தான் எண்ணியிருந்தேன், எனவே அவரை வம்பிழுப்பதற்காகவே வேண்டுமென்றேதான் அவ்வாறு அவரிடம் அப்படியொரு கேள்வியைக்கேட்டேன்.

செந்நிறத்தாள் என்னை அப்படியே வாரியணைத்துக்கொண்டார், “அப்படியென்றால் என்னவென்று எனக்குத் தெரியும், ஆனால் ஆரஞ்சாள் காதலில் விழுந்துவிட்டாளென்பது எனக்குத் தெரியாது. எங்களிடம் அதுகுறித்து அவள் கூறவில்லை எனவே நாங்களும் அவளிடம் அதைப்பற்றி கேட்டதுமில்லை. காதலில் விழுவதென்பது இருவரிடையே மட்டுமெ நிகழும் ஒரு நிகழ்வே தவிர மற்றவர்கள் அதைப்பற்றி கிசுகிசு பேசுவதோ அல்லது குடும்பம் அதில் தலையிடுவதோ கூடவேகூடாது” என்றார்.

நான் திகைத்துப்போனேன், “அப்படியானால் காதலில் விழுவதுபற்றி உங்களுக்குத் தெரியுமா?” எனக் கேட்டேன், “சரி, நீங்கள் காதலில் விழுந்துள்ளீர்களா?” என மீண்டும் முட்டாள்தனமாகக் கேட்டேன்.

பெரிய அக்காள் சிரித்தார். “வா, நாம் காய்கறித்தோட்டத்திற்கு சென்று பேசலாம். உனக்கு விருப்பமான காய்கறிகளைப் பறித்துவந்து, உனக்காக அருமையான உணவைத் தயார்செய்யுமாறு சமையற்காரரிடம் கூறலாம். உன்னால் முடிந்தளவு வயிறுமுட்டச் சாப்பிடு. சரியா?” எனக் கேட்டார்.

செங்தேவில் இருந்த எங்களுடைய அந்த வீட்டில் நாங்கள் நீண்டகாலம் வசிக்கப்போவதில்லை என்பதை அந்த

விடுமுறையின்போதுதான் அறிந்துகொண்டேன். வெயில் மினுங்கிட, பச்சைப்பசேலென காய்கறிகள் விளையும் அந்தத் தோட்டத்தில் நாங்கள் அனைவரும் சிறுவயதில் சுற்றிச்சுற்றி ஓடிவந்து விளையாடியுள்ளோம், ஆனால் இப்போதோ முட்டைக்கோசுகளின் வரிசைகள் மட்டும்தான் அங்குள்ளது, தோட்டம் பரிதாபமாகக் காட்சியளித்தது; தோட்டத்தின் மற்றப்பகுதிகளெல்லாம் சீர்செய்யப்படாமல் புதர்மண்டிக்கிடந்தது.

தோட்டத்தில் மீதமிருந்த காய்கறிகளையெல்லாம் பறித்தபடியே நாங்கள் பேசத்துவங்கினோம், ஆணும் பெண்ணும் ஒருவருக்கொருவர் இணைபிரியாமல் வாழ்வதற்காய் அவர்கள் தேர்ந்தெடுக்கும் பாதையையே காதலில் விழுதல் என்பர், அதையே அவர்கள் இறுதிவரை தொடர விரும்பினால் அந்தப்பாதை காதலில் விளைந்ததொரு அழகான குடும்பத்தை உருவாக்கக்கூடும் எனப் பெரிய அக்காள் விளக்கினார்.

அது என்னமாதிரியான “பாதை” என எனக்கு மேலும் விளக்குவதற்காக, சீன இலக்கியத்தின் பிரசித்திபெற்ற காதல் கதைகள் சிலவற்றைத் தொடர்ச்சியாகப் பலநாட்களுக்கு பெரிய அக்காள் கூறினார். அவற்றுள் இரண்டு மட்டும் இப்போதும் என் நினைவில் உள்ளது. ஆனால் பின்னர் வந்த கலாச்சாரப்புரட்சியின்போது அக்கதைகளை தடை செய்துவிட்டனர், ‘வாங் ஷிபூ’ எழுதிய *‘வடக்கு அரங்கின் காதற்கதை’* மற்றும் ‘தாங் ஷியான்சு’ எழுதிய *‘பியோனி விதானமண்டபம்’* எனும் இரு அழகான காதற்கதைகள்தான் அவை.

*‘வடக்கு அரங்கின் காதற்கதை’*யில், சாங் ஷெங்கும் யிங்யிங்கும் பல்வேறு இன்னல்களையும் எதிர்கொண்டபோதும் அவற்றையெல்லாம் கடந்து அவர்களின் காதல் நீடித்தது, இறுதியில் அவர்கள் இருவரும் ஒன்றுசேர்ந்துவிடுவர். டூ லினியாங்கும் லியூ மெங்கேயும் இருக்கும் *‘பியோனி விதானமண்டபம்’* கதை மேலும் அழகானதொரு காதற்கதையாகும். காதலர்கள் இருவரும் நிஜ உலகில் சந்தித்ததேயில்லை, ஆனால் கனவுலகில் சந்தித்துக்கொள்வர், வாழும் பூமியிலும் நீத்தார் உலகிலும் அவர்களின் காதல் மாறிமாறி அரங்கேறும்.

இக்காலத்தில் சீனர்கள் பலரும் ஷேக்ஸ்பியர்தான் தன்னிரகரில்லாத படைப்பாளர் என எண்ணுகின்றனர், ஆனால் மேற்கூறிய இக்காதல்கதைகள் இந்த உலகையே உலுக்க வல்லவை, அந்த தெய்வங்களையே உணர்ச்சிவசப்படவைக்க வல்லவை.

அந்த விடுமுறைநாட்களின் போது, அலெக்சாண்ட்ரே டூமாவின் *'கமேலியா மலர்கள் சூடிய சீமாட்டி'* எனும் நூலையும் பெரிய அக்காள் எனக்கு வாசித்துக்காட்டினார். 1898இல் வாங் செளசாங் மற்றும் லின் ஷீவால் மொழியாக்கம் செய்யப்பட்டு, 'பூஷோவ்'வில் செதுக்குமுறையில் அச்சிடப்பட்டிருந்த இந்நூலின் பிரதியைத்தான் எங்கள் வீட்டில் வைத்திருந்தோம். இந்தக் கதைகளையெல்லாம் கேட்டபிறகுதான் என் உடல்வளர்ச்சியை நான் கவனிக்கத்துவங்கினேன். ஆரஞ்சாள் என்னிடம் கூறிய கதைகளை நான் ஆர்வத்துடன் கேட்டுக்கொண்டதும், பையன்களிடம் பேசும்போது வெட்கத்தில் என் முகம் சிவந்ததும் ஏனென இப்போது புரியத்துவங்கியது.

மற்ற குடும்பங்களெல்லாம் எப்படி என எனக்குத் தெரியாது, ஆனால் என் குடும்பத்தைப் பொறுத்தவரை பாலியல் குறித்து எவரேனும் எனக்கு வழிகாட்டவோ அல்லது கற்பிக்கவோ வாய்ப்பேயில்லை. வீட்டிலும் வாய்ப்பில்லை, பள்ளியிலும் அதற்கு வாய்ப்பில்லை. அதேபோல் செய்தித்தாள்கள் மூலமாகவும் அதுகுறித்து நாங்கள் அறிந்துகொள்ள முடியாது, இன்றைய ஊடகங்களில் பாலியல் குறித்த செய்திகளைக் கண்டால் இப்போதும்கூட நான் நாணமடைகிறேன்! இக்கால இளைஞர்களால் தம் கண்ணியத்தையும் நெறிமுறைகளையும் எப்படி காப்பாற்ற முடிகிறதென எனக்குத் தெரியவில்லை. நாங்கள் ஏன் இந்தத்தலைமுறையினரைப் பற்றி இத்தனை அக்கறைகொள்கிறோம் என்பதை எங்கள் தலைமுறையினரின் கதைகளைக் கேட்டால்தான் அவர்களுக்குப் புரியும்.

(கலவி குறித்து எனக்கு சொல்லித்தர செந்நிறத்தாள் முயன்றாரா? அதுபற்றி எனக்குச் சரியாகத் தெரியவில்லை! ஒருவேளை, அவ்வாறும் இருந்திருக்கலாம். ஆனால், அந்நாட்களில் என் தாயைப் போலவே என் பெரிய அக்காளும் என்னை கவனித்துக்கொண்டார் என்பதுமட்டும் உண்மை.)

அவர் கூறியவற்றின் வாயிலாக, காதலென்பது இருவருக்கிடையே மட்டும் இருக்குமோர் உணர்வு, அதை வேறெவரோடும் பகிர்ந்துகொள்ளக்கூடாது, அதுவொரு இரகசியமான உணர்வு என்பதை நானறிந்துகொண்டேன். அதனாலேதான் நான் காதலில் விழுந்தபோது ஆரஞ்சாளைத் தவிர வேறெவரிடமும் அதைப் பகிர்ந்துகொள்ளவில்லை. இப்போது நினைத்துப்பார்த்தால் சிரிப்புதான் வருகிறது! எங்கள் காலத்தில், காதலிக்கும் ஓர் ஆணும் பெண்ணும் திருமணத்திற்கு முன் இருவரும் தனிமையில் இருப்பதைப் பற்றி நினைத்துக்கூடப் பார்க்க முடியாது. தம் காதலில் தூய்மையை நிலைநிறுத்த, தம் குடும்பத்தாரோடோ அல்லது தம் நண்பர்களோடோதான் அவர்கள் தம் நேரத்தைச் செலவிட வேண்டியிருக்கும்.

இந்த விதிமுறைகளை மீறுவதென்பது நெருப்போடு விளையாடுவதைப் போன்றது, சமூகம் தண்டிக்காவிடினும் அவர்களின் குடும்பம் அக்காதல் ஜோடியைத் தண்டித்துவிடும். அதனாலேதான் அப்போதைய சீனக் குடும்பங்கள் பலவற்றையும் சேர்ந்த இளந்தலைமுறையினருக்கு காதலீடுபாடு கொள்வதும், காதல் விரும்புதலும் பெரும் அச்சத்தை உண்டாக்கியிருந்தது. இவ்விஷயத்தில் நான் அதிர்ஷ்டம் செய்தவளென்பேன், எனக்கென அறிவுப்பூர்வமான ஆலோசனைகளை வழங்க செந்நிறத்தாளும், எனக்கு வழிகாட்டும் முன்னோடியாக ஆரஞ்சாளும் இருந்தனர், அதனாலேயே என் பருவகாலம் குறித்து நான் பெரிதாய் அச்சப்பட வேண்டியிருக்கவில்லை, அதேபோல் என்னைப்பற்றி என் குடும்பத்தாரும் பெரிதாக வருத்தப்பட்டதாகவும் தெரியவில்லை.

விடுமுறைமுடிந்து நான் பீபிங்கிற்கு திரும்பியதுமே, தன்னுடைய விசேஷமான நண்பரை, தான் 'பெரிதும் விரும்பிய' மனிதரைச் சந்திக்க என்னை அழைத்துச்செல்லப்போவதாக ஆரஞ்சாள் கூறினாள்.

"இதற்காக நீ பள்ளிக்கு விடுமுறை எடுக்கவேண்டியதில்லை. நானே வந்து உன்னை ஞாயிறன்று மதியம் அழைத்துச்செல்கிறேன்" என மர்மம்தொனிக்க ஆரஞ்சாள் கூறினாள்.

இதைக்கேட்டதும் நான் பதற்றமடைந்தேன். "அது சரிப்பட்டு வராது. வார இறுதிநாளாகவே இருந்தாலும் கூட நான்

அனுமதி பெற்றுத்தான் விடுமுறை எடுக்கமுடியும். இளநிலை மாணவர்களாகிய நாங்கள் எங்கள் விருப்பப்படி பள்ளியைவிட்டு வெளியேறிவிடமுடியாது" என்றேன்.

ஆரஞ்சாளோ சிரித்தபடியே, "நாம் எங்கும் செல்லப் போவதில்லை. நேரம் வரும்போது உனக்கே புரியும்" எனப் புன்னகைத்தபடியே தன் ஆட்காட்டிவிரலால் என் முன்நெற்றியை இதமாகத் தொட்டுக்காட்டினாள்.

அந்த ஞாயிற்றுக்கிழமையன்று, வழக்கத்திற்கு மாறாக நான் சீக்கிரமாகவே கண்விழித்துவிட்டேன். மாணவர்களால் வாரத்தில் அந்த ஒரேயொருநாள்தான் நீண்டநேரம் உறங்கமுடியும், ஆனால் ஆரஞ்சாளின் நண்பரைச் சந்திக்கப்போகும் நினைவே என் மனதுமுழுவதும் ஆக்கிரமித்திருந்ததால் என்னால் உறங்கவே முடியவில்லை. எங்கே அவர் என்னைப்பற்றித் தவறான அபிப்ராயம் கொண்டுவிடுவாரோ என்ற எண்ணமே என்னை மேலும்மேலும் பதற்றமடையச் செய்தது.

மதிய உணவுவரை நான் இதே தவிப்போடே இருந்தேன், திடீரென வந்த ஆரஞ்சாள் என் கையைப்பற்றி இழுத்துக்கொண்டு ஓடினாள். என்னை எங்கே அழைத்துச்செல்கிறாய் என ஓடியபடியே அவளிடம் கேட்டேன், ஆனால் அவள் அதற்குப் பதிலளிக்கவில்லை. எனக்கு முன்னால் அவள் துள்ளியோடியபடியே இருந்தாள். பள்ளி விளையாட்டு மைதானத்தின் அருகிலிருந்த மரங்களடர்ந்த தோப்பிற்கு வந்துசேர்ந்ததும்தான் அவள் தன் ஓட்டத்தை நிறுத்தினாள். மரங்களின் நிழலில் யாரையோ, எதையோ தேடினாள். அவளுடைய அவரைத்தான் தேடுகிறாளோ என எண்ணினேன்.

நினைத்ததுபோலவே மரநிழல்களின் இருளில் இருந்து ஒரு மனிதர் வெளியே வந்தார். சராசரி உயரமாக இருந்த அவரின் முகத்தை முன்னரே எங்கோ பார்த்ததுபோல எனக்குத் தோன்றியது ஆனால் சரியாக நினைவிற்குக் கொண்டுவரமுடியவில்லை. அவரைக்கண்டதும் ஆரஞ்சாளின் நெஞ்சுக்குள்ளே பறவைகள் படபடப்பதைப்போலத் தோன்றின. நான் ஓரமாக நின்றிருந்தேன், என் முகத்தில் சூடாக ரத்தம் பாய்வதையும் என்னால் உணரமுடிந்தது. காதல் விரும்புதல் என்றால் என்னவென எனக்குத் தெரிந்திருந்தபோதும், என் அக்காள் ஒரு ஆணுடன் இத்தனை நெருக்கமாய் இருப்பதை

நேருக்குநேராகக் கண்டபோது மிகவும் சங்கடமாக உணர்ந்தேன்தான்..

"இங்கே வா, குட்டிப் பச்சையாளே, இவர்தான் என் நண்பர் திரு. பான் கவுடிங். பல்கலைக்கழகத்தில் ரஷ்ய இலக்கியம் கற்பிக்கிறார்" என்றாள் ஆரஞ்சாள். அவள் அவரோடு ஒட்டி நின்றுகொண்டு எதிரில் நின்ற என்னைப்பார்த்தவிதம், ஏதோ அவள்தான் அவருடைய நெருங்கிய உறவினர்போலவும் யாரோ அந்நியராகிய என்னை அவர்களிருவரும் முதன்முறை சந்திப்பதைப்போலவும்தான் தோன்றியது.

அவர் முகம் ஏன் எனக்குப் பரிச்சயமானதாக இருந்தது என்பது இப்போது விளங்கியது. பல்கலைகழகத்தோடு எங்களின் பள்ளி இணைக்கப்பட்டிருந்ததால் நிகழ்ச்சிகள் சிலவற்றை நாங்கள் ஒன்றாய் சேர்த்து நடத்தினோம், அதில் ஏதேனுமொன்றில்தான் அவரை நான் பார்த்திருக்க வேண்டும்.

"திரு. பான், இவள்தான் என் ஆறாவது சகோதரி, பச்சையாள்."

தீர்க்கமான அடிகளுடன் திரு.பான் நடந்துவந்தார், என்னைநோக்கித் தன் கையை நீட்டினார். நானோ திகைத்துப்போய் சிலைபோல் நின்றிருந்தேன். நான் சிறியவளாக இருந்ததால் இதுபோன்ற சம்பிரதாயங்களையெல்லாம் அப்போது புரிந்துகொள்ள முடியவில்லை, அத்துடன் பெண்களும் ஆண்களும் தொடர்புகொள்ளமுடியாத ஒரு சூழலில்தான் நான் வளர்ந்திருந்தேன் என்பதும் ஒரு காரணமாக இருந்திருக்கலாம்.

நான் சங்கடத்துடன் நெளிவதைப் புரிந்துகொண்ட ஆரஞ்சாள் சிரித்தபடியே, "குட்டிப் பச்சையாளே, நாம் புது யுகத்தின் பிள்ளைகள். ஒருவரையொருவர் கைகுலுக்கி வரவேற்றுக்கொள்வதென்பது பண்பாட்டின் ஒரு அங்கம்தான். மற்றவரை மரியாதைக்குறைவாக நடத்துவது நல்லதில்லை, அல்லவா?" என்றாள்.

பெரும் பிரயாசையுடன் என் வலதுகரத்தை நீட்டினேன், திரு. பான் அதைப்பற்றி மென்மையாகக் குலுக்கினார். "உன்னை சந்திப்பதில் மிக்க மகிழ்ச்சி. உன் அக்காள் உன்னைப்பற்றி என்னிடம் மிக நல்லவிதமாகக் கூறியிருக்கிறார். நீ நல்ல புத்திசாலி, ஆழ்ந்து சிந்திப்பவள், மற்றவர்களுக்கு எப்போதும் உதவும் குணம்படைத்தவள் எனக் கூறியுள்ளார். பச்சையாள்

வாக்குறுதி | 151

எனும் உன் பெயருக்கேற்றார்போல, மற்றவர்களின் மனதில் பசுமையான நம்பிக்கையை விதைப்பவளாகவே நீயிருக்கிறாய்." என்றார் அவர்.

திரு. பான் கூறியவற்றைக் கேட்டதும் நான் மீண்டும் சங்கடத்தில் நெளிந்தேன், என் கன்னங்கள் நாணத்தில் பற்றியெரிவதையும் என்னால் உணரமுடிந்தது. இப்போதும் என்னைக்காப்பாற்ற ஆரஞ்சாள்தான் துணைவந்தாள், திரு.பானிடம் அவள், "நன்றி. மேலும் பல பசுமையான நம்பிக்கைகளை மக்களின் மனதில் குட்டிப் பச்சையாள் விதைப்பாளென நம்புவோம். இப்போது நாங்கள் செல்லவேண்டும், நேரமாகிவிட்டது!" என்றாள்.

நாங்கள் திரும்பிவந்தபோது, என்னால் புரிந்துகொள்ள முடியாத மொழியில் அவர்களிருவரும் பேசியபடியே வந்தனர், கண்டிப்பாக அவர்கள் சீனமொழியில் பேசவில்லை என்பதைமட்டும் என்னால் புரிந்துகொள்ள முடிந்தது.

இம்முறை திரு.பான் என்னுடைய சங்கடத்தைப் புரிந்துகொண்டார், "குட்டிப் பச்சையாளே, நானும் உன் அக்காளும் ரஷ்யமொழியில் பேசிக்கொள்வது உனக்கொன்றும் இடையூறாக இல்லையே?" எனக் கேட்டார்.

இல்லையெனத் தலையாட்டினேன்.

ஆரஞ்சாள், "அதனால் ஒன்றும் பிரச்சினையில்லை. இப்போதே குட்டிப் பச்சையாள் ரஷ்யமொழிக்குப் பழகிக்கொண்டால், அடுத்த வகுப்பில் அதைப் படிக்கத் துவங்கும்போது அவளுக்கு மேலும் சுலபமாக இருக்கும்" எனக் கேலியாகக் கூறினாள்.

நான் எதுவும் பேசவில்லை. உண்மையில், அவர்கள் ரஷ்யமொழியில் பேசிக்கொண்டதைக் கேட்டு நான் மகிழ்ச்சியடைந்தேன். ஏனெனில் அவர்கள் சீனத்தில் பேசியது எனக்குப் புரியாமல் போனாலும் எந்தவொரு பிரச்சினையுமிருக்காது.

நான் வெளிநாட்டு மொழிகளைக் கற்பேன் எனப் பள்ளியில் சேரும்போதே அறிந்திருந்தேன்தான், ஆனால் அயல்மொழியொன்றில் உரையாடுமளவு ஆரஞ்சாள் தேர்ச்சிபெற்றிருப்பாள் என எதிர்பார்க்கவில்லை. அவர்களின் சரளமான உரையாடலை கேட்டவரையில், அவள்

அம்மொழியை வெகு ஆழமாய் கற்றுத் தேர்ந்திருக்கிறாள் என்று புரிந்தது.

அவர்களிருவரும் அருகருகே நடந்துசெல்ல நான் அமைதியாக அவர்களைப் பின்தொடர்ந்து சென்றேன். அன்றைய தினம், ஆரஞ்சாள் அடர்நீலவண்ணக் கீப்பே உடையும், கழுத்தைச் சுற்றி வெண்ணிறப் பட்டுக் கைக்குட்டையும் அணிந்திருந்தாள். திரு. பான் ஆழ்நீலவண்ண உடையும், அடர் சாம்பல்வண்ணக் கழுத்துப்பட்டையும் அணிந்திருந்தார். வெண்ணிற அடிப்பாகம் வைத்துக் கருப்புத்துணியால் தைக்கப்பட்டிருந்த காலணிகளை இருவரும் அணிந்திருந்தனர். அருகருகே நடந்துசெல்லும்போது அவர்களிருவரும் கச்சிதமான ஜோடியாகத் தோன்றினர்.

அன்றைய ஞாயிறு மதியம் துவங்கி, ஒவ்வொரு வாரஇறுதியின்போதும் திரு.பானை சந்திப்பதற்காக ஆரஞ்சாள் என்னையும் அழைத்துச்செல்வதை வழக்கமாகக் கொண்டாள், நாங்கள் வளாகத்தைச் சுற்றி நடந்தோம். பெரும்பாலான நேரங்களில் அவர்களிருவரும் ரஷ்யமொழியிலேயே பேசிக்கொண்டனர், அமைதியும் சங்கடமுமாக நான் அவர்களைப் பின்தொடர்ந்து சென்று கொண்டிருப்பேன்.

இனிப்பூட்டப்பட்ட ஹாவ்பழங்கள் செருகியிருந்த குச்சிமிட்டாயை திரு.பான் ஒருமுறை எனக்காகக் கொண்டுவந்தார், அதை என்னிடம் தந்துவிட்டு, "எங்களுக்கு நீ உதவியதற்காக இது என் பரிசு. உன் உதவிக்கு என் மனமார்ந்த நன்றிகள்" என்றார்.

அவர் என்ன கூறுகிறார் எனப் புரியாமல் "என்ன உதவி?" எனக் கேட்டேன். நான் அவர்களுக்கு எந்த உதவியும் செய்யவில்லையே எனக் குழம்பினேன்.

இது நடந்து பல வருடங்களுக்குப் பிறகுதான், காதல்விருப்பம் கொள்ளும் பேச்சுக்களின்போது ஏன் அவர்கள் என்னையும் உடனழைத்துச் சென்றனர் என்பது எனக்குப் புரிந்தது. மாணவிகள் எவரும் காதலிப்பதோ, காதலர்களுடன் சுற்றுவதோ கூடாது என எங்கள் பள்ளி கட்டுப்பாடு விதித்திருந்தது, எனவேதான் திரு. பானின் காதலைத் தான் அவாவுவதை மற்றவர்களிடமிருந்து மறைக்கவே ஆரஞ்சாள் என்னையும் உடனழைத்துச் சென்றிருக்கிறாள்.

வாக்குறுதி | 153

1950இல் வெளியுறவுத்துறை அமைச்சகத்தில் திரு.பான் பணிபுரியத் துவங்கினார். அவர் அங்கு சேர்ந்து ஓராண்டு ஆனபோது, ஆரஞ்சாளும் பட்டப்படிப்பை முடித்தகையோடு நேராக அதே அமைச்சகத்தில் பணிக்குச் சேர்ந்துவிட்டாள். அந்நாட்களில் தூதரகப் பணியாற்றும் திறன் வாய்த்தவர்கள் சீனாவில் வெகுகுறைவானவர்களே இருந்தனர், எனவே தம்பதிகளாக அங்கு பணிபுரிவதை அரசு வெகுவாய் ஆதரித்தது, இதன்மூலம் அலுவல்சார்ந்த வெளிநாட்டுப்பயணங்களை அவர்கள் மேற்கொள்வதில் சிக்கலேதும் எழாது என அரசு நம்பியது. ஆனால், ஆரஞ்சாளும் அவளது கணவரும் இறுதிவரை எந்த வெளிநாட்டுப்பயணத்தையும் மேற்கொள்ளவேயில்லை.

1953இல், சீனாவிற்கும் சோவியத் யூனியனிற்கும் இடையே இருந்த நல்லுறவு சிதையத்துவங்கியதால் சீன-சோவியத் தூதரகத்தில் பணியாற்றிவந்த பலரும் சோவியத் உளவுத்துறையின் ஆய்வாளர்களாகவும் உளவாளிகளாகவும் மாறிப்போயினர். இரகசிய கம்யூனிச இயக்கத்தின் நீண்டகால உறுப்பினராக திரு.பான் இருந்தார். திருமணத்திற்குப்பிறகு, தம்மிடையே இருந்த பெரும் காதல்குறித்து ரஷ்யமொழியில் எழுதிய காதல்கடிதங்களை தினந்தோறும் இருவரும் பரிமாறிக்கொண்டனரென ஆரஞ்சாள் எங்களுக்குத் தெரிவித்தாள். அகில உலக நிகழ்ச்சிகள் தொடர்பாக நகரம்முழுவதும் நடந்த கூட்டங்கள், மாநாடுகள், நடன அரங்கேற்றங்கள் போன்ற சமூக நிகழ்வுகளிலும் அவர்களிருவரும் வாரஇறுதிநாட்களில் பங்கேற்றனர். இலக்கிய இதழ்கள், புகைப்பட ஆல்பம்கள், ரஷ்யப் புத்தகங்கள் போன்ற சிறுசிறு அன்பளிப்புகளை அவ்வப்போது எனக்கு அனுப்பிவைத்து, அவர்கள் என்னையும் நன்றாக கவனித்துக்கொண்டனர்.

1966இல் கலாச்சாரப்புரட்சி துவங்கியது, அவர்களை "எருதுத்தலைப் பிசாசுகள், நாக தேவர்கள்"★ எனக்கூறி அவர்களுடன் இருந்த எனது அனைத்துத் தொடர்புகளையும் முறித்துக்கொள்ளச்சொல்லி எனக்கொரு அறிவிப்புக்கடிதம்

★ புத்தமதத்தின்படி, பாதாள உலகில் வசிக்கும் தேவர்களையும் பேய்களையும் குறிக்கவே "எருதுத்தலைப் பிசாசுகள், நாக தேவர்கள்" எனும் சொல் பிரயோகப்பட்டு வந்தது, பின்னர் அகோரத்தையும் தீயசக்தியையும் குறிக்கப் பயன்படும் குறியீடுகளாக அது மாறிப்போனது. பிறகு, தாம் செய்திராத

வந்துசேர்ந்தது. கலவரங்கள் மிகுந்திருந்த அந்த காலத்தில் தூதரக உளவுத்துறையில் பணிபுரிந்த ஆரஞ்சாள், திரு.பான் போன்றவர்கள் என்ன குற்றம் செய்தார்கள் என எவராலுமே அறுதியிட்டுக் கூறமுடியாதபோதும் அவர்கள் அனைவருமே குற்றவாளிகளாகத்தான் முத்திரைக் குத்தப்பட்டனர். நாட்டின் ரகசியக்கோப்புகள் அனைத்தும் சீல் வைக்கப்பட்டன அல்லது எரிக்கப்பட்டன, அவர்களின் மேலதிகாரிகளின் பதவிகள் பறிக்கப்பட்டன. செம்படையினரோ மேலும் முட்டாள்தனமாக நடந்துகொண்டனர், பிரெஞ்சுப் புரட்சியில் பங்குகொண்ட இளைஞர்களைவிடவும் இவர்கள் குழப்பத்தில் இருந்தனர். நாட்டில் சட்டம் ஒழுங்கு சீர்குலைந்தது, குடும்பங்கள் உடைந்துபோயின, திரு.பான் போன்றவர்களைக் குற்றமற்றவர்கள் என நிரூபிக்க எவருமே துணிந்து முன்வரவில்லை. ஒருவர் வானொலிப்பெட்டி வைத்திருந்தாலே அவரை உளவாளி எனவும், வெளிநாட்டுமொழியில் பதிவுகள் வைத்திருந்தால் அவரை அயலக முகவர் எனவும், ஆங்கிலத்தில் எழுதிய குறிப்புகளை ஒருவர் வைத்திருந்தாலுமே கூட அவரை துரோகி எனவும் செம்படையினர் குற்றஞ்சாட்டினர்.

திரு.பான் சோவியத்தில் பயிற்சியளிக்கப்பட்ட உளவாளியெனவும் அவர் இரகசியமாக சீனாவில் பணிபுரிந்து வந்துள்ளாரெனவும் எங்கள் குழுவில் பணிபுரிந்த செம்படையினர் என்னிடம் கூறினர். இதுநடந்த மூன்றுவாரங்களுக்குப் பிறகு அவர் அடித்துக்கொல்லப்பட்டார். அவருடைய உடலின் மீதங்களைக்கூட கண்டுபிடிக்க முடியவில்லை, எனவே ஆரஞ்சாளால் தன் கணவருடைய சவ அடக்கத்தைக்கூட நிகழ்த்தமுடியவில்லை. இன்றுவரை அவள் அவர் உடலைத் தேடிக்கொண்டேயிருக்கிறாள்.

குற்றங்களுக்காய் தண்டனை பெற்ற அப்பாவிக் குற்றவாளிகளைக் குறிக்க கலாச்சாரப் புரட்சியின்போது "எருதுத்தலைப் பிசாசுகள், நாக தேவர்கள்" உபயோகப்படுத்தப்பட்டது. உயர்கல்வி பெற்றிருந்து, செல்வந்தக் குடும்பத்தில் பிறந்து, பிரித்தன், அமெரிக்கா, சோவியத் யூனியன் அல்லது வேறெதேனும் 'பகை' நாடுகளுடன் தொடர்பு கொண்டிருந்து, குவோமிண்டாங்கிற்காய் பணியாற்றியிருந்தாலோ அல்லது மதச்சார்புடன் செயல்பட்டிருந்தாலோ, அவர்கள் "எருதுத்தலைப் பிசாசுகள், நாக தேவர்கள்" ஆக அடையாளம் காணப்பட்டனர். அத்தகையவர்கள் செம்படையினரால் சிறைபிடிக்கப்பட்டு பொது விமர்சனத்திற்கு உள்ளாக்கப்பட்டனர். அவர்களுள் சிலர் கொடூரமாகக் கொல்லவும்பட்டனர்.

இது நிகழ்ந்தபோது ஆரஞ்சாளுக்கு நாற்பது வயதுகூட ஆகியிருக்கவில்லை, இச்சம்பவத்தால் மனமுடைந்துபோன அவளால் அந்த அதிர்ச்சியிலிருந்து மீளவோ தன்னைத்தானே கவனித்துக்கொள்ளவோகூட இயலவில்லை.

அவளை சந்திக்க விரும்புகிறீர்களா? அது முடியாத காரியமென எண்ணுகிறேன். 1985இல் பிரதான நிலத்திற்கு ஒருமுறை திரும்பிவந்த எங்கள் மூத்த சகோதரன் எங்கள் அனைவரையும் சந்திக்க விரும்பினார், ஆனால் ஆரஞ்சாள் மட்டும் அவரைச் சந்திக்க மறுத்துவிட்டாள்.

அவளுக்கு மூன்று குழந்தைகள். இரு மகன்கள் ஒரு மகள், மகளுடைய பெயர் 'காங்மெய்', அப்பெயரின் அர்த்தம் 'அமேரிக்க எதிர்ப்பு' என்பதாகும். அவளுடைய மகன்கள் மிகச் சிறியவர்களாக இருந்தபோதே, கிராமத்தில் இருந்த அவர்களின் தந்தைவழிப் பெற்றோர்களால் அவர்தம் பூர்வீக வீட்டிற்கு அழைத்துச்செல்லப்பட்டுவிட்டனர். அச்சமயம் நகரத்தில் வெடித்துக்கொண்டிருந்த கலவரங்களில் இருந்து அக்குழந்தைகளைக் காக்கவும், அவர்களின் பாதுகாப்பு கருதியும்தான் அவர்கள் அழைத்துச்செல்லப்பட்டனர், ஆனால் அவர்களின் தந்தையின்மீது வலிந்து சுமத்தப்பட்ட துரோகக்கறை இக்குழந்தைகளின் வாழ்வையும் நாசமாக்கிவிடக்கூடாது என்பதற்காகவும்தான் அவர்கள் அங்கிருந்து அழைத்துச்செல்லப்பட்டனர். அரசியல் இயக்கங்கள் வலுபெறத் துவங்கியதும் தன் மகன்களுடன் இருந்த தொடர்பை கொஞ்சம் கொஞ்சமாகத் தன் தாய் இழந்துவிட்டதாக காங்மெய் என்னிடம் கூறினாள்.

காங்மெய்தான் தொடர்ந்து தன் தாயைப் பராமரித்து வருகிறாள், அப்பணி அவள் மீது பெரும் பாரமாக அழுத்தியபோதும் கூட அப்பெண் சலியாது தன் தாயை கவனித்துக் கொள்கிறாள். திருமணமாகியபோது அவள் தன்னுடனேயே தன் தாயையும் அழைத்துச் சென்றுவிட்டாள், இப்போது ஒரே வீட்டில் அக்குடும்பத்தின் மூன்று தலைமுறையினரும் வாழ்ந்துவருகின்றனர். காங்மெயின் கணவர் நல்ல மனிதர், தெற்கில் இருந்த தன் தொழிற்சாலையை மேற்பார்வை செய்வதிலேயே அவர் தன் பெரும்பான்மை நேரத்தைச் செலவிட்டார், எனினும் தம் இல்லத்தில் இருந்த மூன்று தலைமுறையினரையும் நல்லவிதமாகவே கவனித்தும்

கொண்டார். அவர்களுக்கென ஒரு குழந்தை, ஒரே ஒரு மகள் உண்டு. ‘ஒரு குழந்தைத் திட்டம்’ அனுமதித்தபடி நகரத்தில் வசிக்கும் நாங்கள் அனைவரும் ஒரு குழந்தைதான் பெற்றுக்கொள்ள முடியும்!

நீண்ட நெடுங்காலமாக மூடிக்கிடக்கும் ஆரஞ்சாளின் இதயவாசல் என்றேனும் ஒருநாள் திறந்துகொள்ள என்னால் உதவமுடியுமெனும் நம்பிக்கை, இத்தனை வருடங்களுக்குப் பிறகும் என்னுள்ளே உள்ளது. உங்களுக்குத் தெரியுமா, கலாச்சாரப்புரட்சி என்பது துருவேறிப்போனதொருப் பூட்டைப்போலத்தான் எங்களைப்போன்ற பெரும்பாலான சீனர்களுக்குக் காட்சியளிக்கிறது. ஆரஞ்சாளுடன் அமர்ந்து, எங்கள் வாழ்வைப்பற்றி, எங்களைப்பற்றி, எங்கள் குழந்தைகளைப்பற்றி மணிக்கணக்காகப் பேசவேண்டுமெனும் ஏக்கம் என்னுள்ளே உறைந்துபோயுள்ளது.

“இதையெல்லாம் கடிதமாக எழுதி அனுப்பவேண்டுமா? இதைப்பற்றி இதுநாள்வரை நான் நினைத்துப்பார்த்ததேயில்லை. என்றேனும் ஒருநாள் அவள் என்னைத் தொலைபேசி வழி அழைத்து, ‘கிளம்பிவா குட்டிப் பச்சையாளே, சந்தோஷமாக அரட்டையடிப்போம்!’ எனக் கூறுவாள் எனக் கற்பனை செய்துவைத்துள்ளேன். ஆனால் இப்போதெல்லாம் பெரிதாக எதையும் எதிர்பார்ப்பதுமில்லை.

எனக்கே இப்போது எழுபது வயதிற்குமேல் ஆகிவிட்டது, கூடிய விரைவில் எண்பதை எட்டிவிடுவேன். கண்பார்வை மங்கிவிட்டது, கைகளோ நடுங்குகின்றன; இந்தச் சந்திப்பு நிகழாமலேயே போய்விடுமோ எனக்கூட அஞ்சுகிறேன்” என்றார் பச்சையாள்.

அப்போதுதான் அவரிடம் என் மாமியார் மேரி வெஸ்லியைப் பற்றிக்கூறினேன், எழுபத்தோரு வயதில்தான் அவர் தன்னுடைய முதல் நாவலை எழுதினார், அதன்பிறகு அவர் ஒன்பது புத்தகங்களை எழுதிக் குவித்தார். வரலாற்றில் மறக்கடிக்கப்பட்ட சீனப்பெண்களுக்கெனக் குரல்கொடுக்கும் எனதிந்தப் பயணத்திற்கான விதையை, போர்க்காலத்தில் பெண்களின் காதற்வாழ்வு குறித்து அவர் எழுதிய புத்தகம்தான் இட்டது.

ஆனால் என்னால் பச்சையாளின் மனதை மாற்ற முடியவில்லை. “உங்களுடைய ஆங்கிலேய மாமியார் தனது எழுபத்தொரு வயதில்தான் எழுதத் துவங்கினார் அல்லவா? ஆனால் அவரைப்போல் இந்த உலகில் எத்தனைப்பேர் இருந்துவிட முடியும்? இல்லை, எங்களுடைய கதையை நீங்களே எழுதுங்கள், எனது பேரன் அக்கதையை எனக்கு வாசித்துக்காட்டச் சொல்லுகிறேன்” என்றார்.

பெரிய அக்காளுக்கு திருமணம் முடிவதற்கு சிறிதுகாலத்திற்கு முன்னதாக நாங்கள் செங்தேவில் இருந்த எங்களின் இல்லத்தைவிட்டு நிரந்தரமாக வெளியேறினோம். இது நடப்பதற்கு சுமார் ஆறுமாதங்களுக்கு முன்னர், அதாவது 1948ஆம் ஆண்டின் மத்திமத்தில் இலையுதிர்க்கால விழா நடந்தது. பெரிய அக்காளுக்கு கூடிய விரைவில் திருமணம் நடக்கப்போவதை அப்போது நாங்கள் அறிந்திருக்கவில்லை. ஆரஞ்சாளுடனும் திரு, பானுடனும் இணைந்துகொள்ள சிறிது காலத்திற்கு முன்னதாகவே நான் பள்ளிக்குத் திரும்பிவிட்டிருந்தேன், அதுதான் நான் பிறந்துவளர்ந்த வீட்டில் நான் கடைசியாக இருந்த நாளென்று அப்போது எனக்குத் தெரிந்திருக்கவில்லை. பேரின்பம் நிறைந்ததொரு அறியாமையைக் கொண்டதுதான் இளமைக்காலம். அது அழகாகத்தான் இருக்கும், ஆனால் அந்த அழகிற்காக நாம் மிகப்பெரிய விலையைத் தரவேண்டியதிருக்கும். இளமையில் தாம் பட்ட கடனுக்காகத் தம் வாழ்நாள் முழுவதையும் பணயம் வைத்தோரும் உண்டு.

அந்த வருடம் குளிர்காலம் துவங்கியதுமே, உள்நாட்டுப்போர் வெடித்துள்ளதாகவும், ஹேபே மற்றும் பீபிங் மாகாணங்கள் பெரும் அச்சுறுத்தலின்கீழ் இருப்பதாகவும் யார்மூலமாகவே செங்தேவிற்கு செய்திவந்து சேர்ந்தது. எங்களுடைய பெரிய வீட்டின் பின்னே இருந்த சிறு தொகுப்புவீடுகளை குடும்ப உறுப்பினர்களுக்கும், வீட்டிற்குப் பாதுகாவலர்களாகப் பணியாற்றியவர்களுக்கும் ஒதுக்கிவைத்துவிட்டு, மற்ற சொத்துக்கள் யாவையும் தந்தையார் விற்கத் துவங்கினார்.

எனது பெரிய அண்ணன் முன்னரே ஹாங்காங்கிற்கு குடிபெயர்ந்திருந்தார், இரண்டாவது அண்ணனோ கல்விபயில அமெரிக்காவிற்கு சென்றுவிட்டிருந்தார். வீட்டில் மீதமிருந்தவற்றைப் பாதுகாப்பதற்காக பெரிய அக்காளுடனும் வானவில்லாளுடனும் தந்தையார் மட்டும் வீட்டிலேயே இருந்துவிட்டார். வீட்டை மொத்தமாக காலிசெய்து செல்லும் முன்பு ஆரஞ்சாளின் பொருட்களையும் எனது உடைமைகளையும் எடுத்துச்செல்ல நாங்கள் இருவரும் மீண்டும் வீட்டிற்குத் திரும்பிவருவோமென என் தந்தையார் நம்பிக்கொண்டிருந்தார்.

ஆனால் வீட்டிற்குத் திரும்பிச்செல்வதைப் பற்றி நாங்கள் நினைத்துக்கூடப்பார்க்கும் முன்னரே மக்கட்விடுதலைப் படையினர் பீபிங்கை சுற்றிவளைத்துவிட்டனர், மாணவிகள் எவரும் நகரத்தைவிட்டு வெளியேறக்கூடாதென ஆணை பிறப்பிக்கப்பட்டது. தனது செல்வாக்கைப் பயன்படுத்தி என் தந்தையார் எங்களுக்கு ஒரு கடிதத்தைக் கொடுத்தனுப்பினார், பதட்டமின்றி அமைதியாக இருக்கும்படியும், பள்ளியிலேயே இருக்கும்படியும், துடுக்குக்குத்தனமாக எதையும் செய்யாதிருக்கும்படியும் அதில் எழுதப்பட்டிருந்தது. அடுத்து என்ன செய்வது என்பது குறித்து அவர் ஏற்பாடுகள் செய்துகொண்டிருந்தார்.

தந்தையிடமிருந்து அடுத்த கடிதம் வருமென நாங்கள் ஆறு மாதங்களுக்கும் மேலாகக் காத்திருந்தோம், கையால் எழுதப்பட்டிருந்த அக்கடிதம் ஹாங்காங்கில் இருந்து வந்துசேர்ந்தது. உடனடியாக எங்கள் படிப்பை நிறுத்திவிட்டு, ஹாங்காங்கில் இருந்த குடும்பத்தினரோடு வந்துசேரவேண்டுமென வேறெந்த விளக்கங்களுமின்றி மிக நேரடியாக தந்தையார் எழுதியிருந்தார்.

அந்தச் சமயத்தில் ஆரஞ்சாள் தலைகால் புரியாமல் காதலில் தத்தளித்துக்கொண்டிருந்தாள், நானோ அவள் சொல்வதற்கு எல்லாம் தலையாட்டும் பொம்மையாக மாறியிருந்தேன். என்னைப்பொறுத்தவரை, திரு.பான் அழகிய இளவரசனைப்போன்றவர், அவரைப்போன்றே உடலளவிலும் மனதளவிலும் பெரும் புரட்சியாளராக விளங்கிய ஒருவரைத்தான் மணந்துகொள்ளவேண்டுமென எனக்குநானே இரகசியமாக சத்தியம் பூண்டேன். ஏன் அவ்வாறு எண்ணினேன்?

ஏனெனில் புரட்சி என்றால் என்னவென்றே அப்போது எனக்குத் தெரியாது. உண்மையில், திரு.பானை விடவும் அறிவாற்றல் மிக்கவராகவும், திறன் மிக்கவராகவும், உயரமானவராகவும் இருந்த ஒரு ஆணைத்தான் நான் மணந்துகொள்ள விரும்பியுள்ளேன் என எண்ணுகிறேன்.

ஆரஞ்சாளின் தாக்கத்தால் நானொரு தீவிரக் கம்யூனிச ஆதரவாளராக மாறியிருந்தேன். நாங்கள் இருவர் மட்டுமல்ல, அந்நாட்களில் ஒவ்வொரு மாணவியுமே புரட்சிக்காக அனைத்தையும் கொடுக்க முன்வந்தனர். புரட்சியாளன் ஒருவனைத் திருமணம் செய்துகொள்வதுதான் அப்போதைய நாகரிகத்தின் உச்சமெனக் கருதப்பட்டது.

அதனாலேதான் தந்தை அனுப்பிய கடிதத்தின் வரிகள் எதுவுமே எங்கள் மனதிலேயே பதியாமல், ஒரு காதில் நுழைந்து மறுகாது வழியாக வெளியேறிவிட்டிருந்தது. புத்தம்புது நாட்டிற்காக, புது யுகத்திற்காக, புது எதிர்காலத்திற்காக ஏங்கி எங்களின் இளம் இதயங்கள் உற்சாகத்தீயில் பற்றியெரிந்தன. இத்தகைய புது நாட்டை நாங்களெல்லாம் ஒன்றுகூடி உருவாக்கியதும், தந்தையார் எங்களையெண்ணிப் பெருமிதம் கொள்வார் எனவும் கூட அப்போது நான் அப்பாவித்தனமாக நம்பிக்கொண்டிருந்தேன்.

ஹாங்காங் ஆங்கிலேயக் காலனி நாடாக இருந்ததாலும், கடந்த ஐம்பது வருடங்களாகச் சீனாவின் எதிரியாகவே ஹாங்காங் பாவிக்கப்பட்டு வந்ததாலும் நாங்கள் நினைத்த எதுவுமே நிகழவில்லை. நடந்ததையெல்லாம் நினைத்துப்பார்த்தால், என் தந்தையாரை இறுதிவரை சந்திக்கமுடியாமல் போன வருத்தம்தான் என்னுள் மேலோங்கியுள்ளது.

1948ஆம் வருடத்தின் இறுதிமாதங்களில், கடைசி வாரங்களில் எங்களின் கல்லூரிவளாகம் முழுவதும் கம்யூனிச மற்றும் தேசியவாதக் கட்சி உறுப்பினர்களால் நிரம்பி வழிந்தது, இங்கே நடைபெற்ற பல்வேறு மாணவச் செயற்பாடுகளின் வழியாக அவர்களுக்குத் தேவையான தகவல்களைச் சேகரிக்கவும், தம் பக்கம் மாணவர்களின் ஆதரவைத் திரட்டவும், எதிர்காலத்திற்கானப் புதுப்புதுத் தொடர்புப்பின்னல்களை அவர்கள் உருவாக்கவும் செய்தனர். அனைத்து மூலைகளிலிருந்தும் பல்வேறு வதந்திகள் பரவியபடியே இருந்ததால் தெருக்களில் அடிக்கடி கலவரங்கள் வெடித்தபடியே இருந்தன.

பீபிங்கில் இருந்த தமது வானொலி நிலையத்தை மூடிவிடப்போவதாக மக்கட்விடுதலைப்படையினர் அறிவித்தனர், அதேசமயம் 'கம்யூனிசக் கொள்ளையர்கள்' பலரையும் அழித்தொழித்துவிட்டதாக தேசியவாதக்கட்சி வானொலி அறிவித்தது. இருதரப்பும் பேச்சுவார்த்தைகளில் ஈடுபட்டிருப்பதாகவும் சிலர் கூறினர்.

ஆரஞ்சாளுடனும் திரு.பானுடனும் நடை செல்லும்போது அவர்களிடமிருந்து அனைத்துத் தகவல்களையும் அறிந்துகொள்வேன். அனைவருமே மிகுந்த குழப்பத்தில் இருப்பதாகவும், நாட்டில் என்ன நடக்கிறது என்பதை எவராலுமே அறிந்துகொள்ள முடியவில்லையெனவும், முன்னர் கம்யூனிசக்கட்சியை எதிர்த்தவர்களெல்லாம் தற்போது பெரும் பீதியில் உறைந்திருப்பதாகவும் அவர்கள் பேசிக்கொண்டனர்.

பீபிங்கை நோக்கி கம்யூனிஸ்டுகள் வருவதாகவும், சந்தேகத்திற்கு உரியவர்களையெல்லாம் அழிக்கப்போவதாகவும், யான்ஜிங் பல்கலைகழகத்தில் இறையியல் பயின்றுவந்த மாணவனொருவன் அறிந்துகொண்டான். வரப்போகும் விபரீதத்தையெண்ணி மிரண்டுபோய் அவன் தன் உடலில் கல்லைக் கட்டிக்கொண்டு ஏரியில் குதித்து தற்கொலை செய்துகொண்டான்.

நான் படிப்பில் கவனம் செலுத்தவேண்டுமென்றும், இருள் கவிந்தபிறகு வெளியே செல்வதைத் தவிர்க்கவேண்டுமெனவும் ஆரஞ்சாள் கூறினாள். எதிரிக்கும் எங்களுக்கும் இடையே நீறுபூத்த நெருப்பாக இருந்த வன்மம் கொஞ்சம் கொஞ்சமாக வெளியேவரத் துவங்கியது. பள்ளியைக் காக்கவும், நகரத்தைவிட்டு வெளியேறும்போது தேசியவாதிகள் கடைசிகட்டத் தாக்குதல் ஏதேனும் நிகழ்த்துவதைத் தடுக்கவும், திரு.பானும் அவர் நண்பர்களும் தம்மாலான முயற்சிகளை மேற்கொள்ளத் துவங்கினர். கல்லூரியின் மூத்த மாணவர்கள் ஒவ்வொரு நாளிரவும் வளாகத்தைச் சுற்றி ரோந்துவந்தனர்.

தேசியவாதக்கட்சியின் இராணுவத்தளபதி ஃபூ சியோயிக்கும் கம்யூனிஸ்டுகளுக்கும் இடையே நடந்த பேச்சுவார்த்தைகளின் மூலமாகத்தான் பீபிங் அமைதியான முறையில் விடுவிக்கப்பட்டதென்றும், ஃபூ சியோயியின் மகள் கம்யூனிசக்கட்சியின் இரகசிய உறுப்பினரென்றும் அவர்தான் இந்தப் பேச்சுவார்த்தைகளை ஏற்பாடு செய்தாரென்றும் திரு.

வாக்குறுதி | 161

பான் கூறினார். அதனால்தான் பெரும் சேதமேதுமின்றி நகரம் தப்பிக்கமுடிந்தது.

என் நினைவாற்றல் சரியென்றால், 1949ஆம் ஆண்டு பிப்ரவரி மாதத்தின் துவக்கத்தில்தான்★ மக்கட்விடுதலைப்படையினர் நகரத்தினுள் நுழைந்தனர். அன்று வானிலை வெகுகுளிராக இருந்தது. படையினரை வரவேற்க மக்களை தியான்மென் சதுக்கத்தை நோக்கிப் பள்ளியின் இரகசியக்கட்சி உறுப்பினர்கள் அழைத்துச் சென்றனர், பள்ளிக்குள் நுழையும் படையினரை வரவேற்றுப் பதாகைகள் தயார்செய்து இரகசியக்கட்சி உறுப்பினர்களை விடவும் சிறப்பாகச் சேவை செய்வோமெனக் கூறினார் திரு.பான், எனவே அவர் என்னையும் ஆரஞ்சாளையும் தியான்மென் சதுக்கத்திற்கு செல்லவிடவில்லை.

சில நாட்கள் முன்னர்தான் மக்கட்விடுதலைப்படைக் குழுவொன்று பள்ளிவளாகத்திற்கு வந்து தங்கியது. கட்சியின் இரகசிய உறுப்பினர்களின் உதவியோடு ஆட்சேர்ப்பு அறிவிப்புகளை அவர்கள் பள்ளி முழுவதும் விநியோகித்ததன் விளைவாகப் பெருந்திரளான மாணவர்கள் இராணுவப்படையில் சேர விண்ணப்பித்தனர். பட்டதாரியாவதிலும், பட்டம் பெறுவதிலும் அப்போது எவருக்குமே பெரிதாய் விருப்பமில்லை; அனைவரும் நாட்டுக்காக உழைப்பதிலும் நாட்டுக்குத் தம் கடனை திருப்பிச் செலுத்துவதிலுமே ஆர்வம் கொண்டிருந்தனர்.

அந்நாட்களில், "கட்சி சொல்வதை மறுப்பின்றி செய்தல்" எனும் கோட்பாட்டை எவருமே குறைகூறியதில்லை. அது பின்னர்தான் மெல்லமெல்ல நிகழ்ந்தது. விடுதலையின்போது நாங்கள் அனைவருமே அதீத உற்சாகத்தில் திளைத்திருந்தோம், பழங்காலச் சீன அறிஞர்கள் கூறுவதுபோல தனிமனித விருப்பத்தைவிடவும் நாட்டின் நலனே முக்கியமென்பதை அனைவருமே கண்மூடித்தனமாக நம்பினோம். அப்போது எனக்கு பதினேழு வயதுதான் ஆகியிருந்ததால் என்னால் அதிகாரப்பூர்வமாகக் கட்சியில் சேர முடியவில்லை, ஆனால் ஒரு உண்மையானப் புரட்சியாளராகக் கட்சியின் சக தோழர்களிடையே நான் பிரசித்திபெற்று விளங்கினேன்.

★ பச்சையாளின் கணிப்பு ஏறக்குறைய சரிதான், பிரச்சாரத்தை முடித்துக்கொள்ள பீபிங் நகரினுள் மக்கட்விடுதலைப்படையினரின் நான்காம் களப்படை 1949 ஜனவரி மாதம் 31 அன்று நுழைந்தனர்.

அந்நாட்களில் எங்களுக்கு அனைத்துமே புதியதாக இருக்கவேண்டுமென எதிர்பார்த்தோம். உண்மையில் எங்கள் தலைமுறை மட்டும்தான் அவ்வாறு எதிர்பார்த்தது எனச் சொல்லிவிடமுடியாது. கடந்த பல நூற்றாண்டுகளாக நடந்துவந்த அரசியல் கலவரங்களைப் பார்த்துப்பார்த்துப் பழகியிருந்ததால், “பழையன கழிதலும் புதியன புகுதலும்” வழக்கமான ஒன்றுதான் எனச் சீனர்களாகிய நாங்கள் நன்றாகவே உணர்ந்திருந்தோம், எனவே ஒவ்வொரு ஆட்சிமாற்றத்தின் போதும் எங்களை நாங்களே தகவமைத்துக் கொள்ளப் பழகிக்கொண்டோம். உங்களால் நான் கூறுவதை நம்பமுடியவில்லையென்றால் எங்கள் நகரத்தின் தெருப்பெயர்களைப் படித்துப் பாருங்கள். கடந்த ஐந்து தலைமுறைகளாகப் பெயர் மாற்றப்படாமலேயே எத்தனைத் தெருக்கள் உள்ளன? எங்கள் நகரின் பெயரே கூட பீபிங் எனவும் பீஜிங் எனவும் பலமுறை பெயர்மாற்றம் செய்யப்பட்டுள்ளது.

绿

பச்சையாள் கூறியது உண்மைதான். பீஜிங் என்பதற்கு ‘வடக்குத் தலைநகரம்’ எனப்பொருளாகும், ஆனால் 1368ஆம் ஆண்டு செப்டம்பர் மாதம் 12ஆம் தேதிவரை ‘வடக்கின் அமைதி’ எனப் பொருள்படுமாறு பீபிங் என அந்நகரம் அழைக்கப்பட்டது, 1427இல் மிங் சாம்ராஜ்ஜியத்தின் தலைநகராக விளங்கியபோது மீண்டும் பீஜிங் எனப் பெயர்சூட்டப்பட்டது. 1928ஆம் ஆண்டு ஜூன் 20 முதல் தேசியவாதக்கட்சியின் ஆட்சி துவங்கியபோது மீண்டும் பீபிங் எனப் பெயர்மாற்றப்பட்டது. 1937ஆம் ஆண்டு அக்டோபர் 12அன்று நடந்த ஜப்பானியர்களின் ஆக்கிரமிப்பின்போது மீண்டும் பீஜிங் எனப் பெயர்மாற்றம் செய்யப்பட்டது, ஆனால் பெரும்பான்மை சீனமக்கள் இம்மாற்றத்திற்கு கடும்எதிர்ப்பு தெரிவித்ததால் அரசாங்க ஆவணங்களைத் தவிர மற்ற எல்லா இடங்களிலும் பீபிங் எனவே இந்நகரம் அழைக்கப்பட்டது. 1945இல் ஜப்பானியர்கள் சரணடைந்தபோது, தேசியவாதக்கட்சி மீண்டும் பீபிங் எனப் பெயர் மாற்றியது, 1949 செப்டம்பர் 27அன்று ஆட்சியைக் கைப்பற்றிய கம்யூனிஸ்டுகள் மீண்டும் பீஜிங் எனப் பெயர்மாற்றி இந்நகரைத் தம் தலைநகராக அமைத்துக்கொண்டனர்.

绿

புரட்சியில் விளைந்த வித்து

1949ஆம் ஆண்டு அக்டோபர் 1 வரை ஒரு மாதத்திற்கும் மேலாக ஊனுறக்கமின்றி நாங்கள் பணியாற்றியதை இப்போதும் நினைவுகூர முடிகிறது. சீன மக்கட்குடியரசு உருவாவதைக் கொண்டாடும்வகையில் மாபெரும் விழாவொன்றினை ஏற்பாடுசெய்வதில் நாங்களெல்லாம் தீவிரமாகப் பணியாற்றினோம். திரு.பானின் வரிகளில் கூறுவதானால் எங்களின் கடும் உழைப்பினாலும் அர்ப்பணிப்பினாலும்தான் இந்தப் புத்தம்புதுநாடு பிறக்கப்போகிறது. இதுவொரு பெரும் வரலாற்றுச்சாதனை, மாபெரும் பெருமைகொள்ளும் தருணம். புது சீனாவின் இதயத்துடிப்பை உருவாக்கிக் உயிர்கொடுத்தவர்களாக எங்களை நாங்களே பெருமிதமாக எண்ணிக்கொண்டோம்.

விழாவில் இருந்து மக்களை வெளியேற்றும் பாதையை நிர்வகிக்கும் பொறுப்பை ஆரஞ்சாள் ஏற்றுக்கொண்டாள், அவளுக்குத் துணையாக மூத்த மாணவர்களும் பல்கலைகழக மாணவர்கள் சிலரும் பணிபுரிந்தனர். திரு.பானும் இராணுவப்பிரதிநிதிகள் சிலரும் சேர்ந்து இந்தக்குழுவினரைப் பல்வேறு பகுதிகளுக்கு அழைத்துச்சென்றுப் பயிற்சிகள் அளித்தனர், ஏதேனும் அவசரமெனில் மக்களை வெளியேற்றுவதற்கான உத்திகளைப் பற்றி அப்பயிற்சிகளில் ஆலோசிக்கப்பட்டன. அவர்களோடு சேர்ந்து சென்ற நானும் பீபிங் புராதன நகரில் அதுநாள்வரை நான் காணாத பல இடங்களையும் சுற்றிப்பார்த்தேன்.

நான் ஏன் ‘புராதனம்’ எனும் சொல்லை கூறினேன் என யோசிக்கிறீர்களா? இப்போது நீங்கள் காணும் பீஜிங்கில் இருந்து அப்போதைய நகரம் மிகவும் மாறுபட்டிருந்தது. சமூக அந்தஸ்தின்படி நகரம் வெகு கவனத்துடன் பிரிக்கப்பட்டிருந்தது. சாமானியர்கள் நுழைய தடைசெய்யப்பட்டப் பகுதியொன்று பீஜிங்கின் இதயப்பகுதில் இருந்தது, மன்னரும் அவருடைய பெருங்குடும்பமும் மட்டும் அங்கு வசித்துவந்தனர்; வாங்பூ எனும் சுதேச குடியிருப்பு தனியாக இருந்தது; வீரர்கள் மட்டும் வசிக்கும் பாகி குடியிருப்பும் இருந்தது.

நகரத்தின் மைய வரிசையில் மற்றுமொரு வாயில் இருந்தது. மிங் ராஜ்ஜியத்தின் போது அது தாமிங் வாயில் எனவழைக்கப்பட்டது, சிங் ராஜ்ஜியத்தின்போது தாசிங் வாயில் எனவழைக்கப்பட்டது, தேசியவாத ஆட்சியின்போது சீன வாயில் எனப் பெயர் மாற்றப்பட்டது. எங்களுக்கென ஒரு பெரிய சதுக்கம் வேண்டுமென சோவியத் கூறியதும் 1950களில் இந்த வாயிலைத் தகர்த்துவிட்டனர், மாவோவின் சமாதியருகே தியானன்மென் சதுக்கத்தின் நடுவே, தற்போது மக்கட்நாயகர்களின் நினைவுச் சின்னமிருக்கும் இடத்தில்தான் முன்னர் அந்த வாயில் அமைந்திருந்தது.

அந்த ஒரு வாயில் மட்டும்தான் இவ்வாறு தகர்க்கப்பட்டது என எண்ணிக்கொள்ளாதீர்கள். சாங்கான் இடது வாயிலும், சாங்கான் வலது வாயிலும் சீன வாயிலோடு சேர்ந்து T வடிவச் சதுக்கமொன்று உருவாகும்படி தியானன் வாயிலின் இருபக்கமும் அமைந்திருந்தன. தேசிய அளவிலான பிரம்மாண்ட அணிவகுப்புகளுக்காகவும், போக்குவரத்து நெரிசலைத் தவிர்க்கவும் அவற்றையும் பிற்காலத்தில் தகர்த்துவிட்டனர்.

பேரரசரின் நகரத்துக்கு வெளியே, பேஹேய் பூங்காவின் கிழக்கே, ஜிங்ஷான் பூங்காவின் மேற்கே, தாகாவோ சுவாந்தியான் எனவழைக்கப்பட்ட தாவோயிசக் கோவிலொன்று அமைந்திருந்தது. 1955ஆம் ஆண்டு ஜனவரி மாதம் அவை அழிக்கப்படுவதற்கு முன்னர் நன்கு அலங்கரிக்கப்பட்ட சீனப்பாரம்பரியம்மிக்க பைலாவ் வளைவிதானங்கள் அக்கோவிலில் இருந்தன.

புத்தம்புது நாடு உருவாகப்போகிறது, சோவியத்திடமிருந்து அதற்கான ஆலோசனைகளைப் பெறுவதற்காக லியூ ஷாவோகியின் தலைமையில் நிபுணர்கள் குழுவொன்று 1940ஆம் ஆண்டு ஜூலை மாதத்தில் ரஷ்யாவிற்குப் பயணம்மேற்கொண்டதென திரு.பான் கூறினார். இருதரப்பும் நடத்திய பேச்சுவார்த்தையின் மூலம், புது சீனாவைக் கட்டமைக்க 220 நிபுணர்களை அனுப்பிவைப்பதாக சோவியத் ஒப்புக்கொண்டது.

அந்நிபுணர்கள் இங்கே வந்திறங்கியபோது அவர்களுக்கு முழுஅதிகாரப் பாதுகாப்பு வழங்கப்பட்டது. பீஜிங் புராதன நகரத்தின் பழம்பெரும் கட்டிடங்களைப் பாதுகாக்கும் பொறுப்பிலிருந்த ‘லியாங் சிசெங்’கால் இந்நிபுணர்களின்

"இடித்துத்தள்ளுதல், இடமாற்றம் செய்தல்" திட்டத்தை எதிர்க்கமுடியவில்லை. 1264ஆம் ஆண்டில் அடித்தளம் போட்டு கட்டமைக்கப்பட்ட இந்தப் புராதன நகரம் இப்படித்தான் தகர்க்கப்பட்டது. என்ன கொடுமை!

துவக்கவிழாவின் முந்தையநாளிரவு, கல்லூரியின் ரஷ்யத்துறையில் இருந்து சில மாணவர்களையும் என்னையும் ஆரஞ்சாளையும் நிகழ்வை மேற்பார்வையிட திரு.பான் அழைத்துச்சென்றார். பணியைத் துவங்குவதற்காக நள்ளிரவு நேரத்தில் தியானன்மென் சதுக்கத்தைச் சென்றடைந்தோம். சதுக்கத்தில் தங்கியிருந்தவர்களின் உடைமைகளைச் கண்காணிக்கவும், எவரேனும் வெடிப்பொருட்களை வைத்திருக்கிறார்களா எனச் சோதனையிடவும்ம் முறைவைத்து பணியில் ஈடுபட்டிருந்த அவர்களிருவருக்கும் துணையாக நானும் அங்கு இருந்தேன்.

விழாவில் நேரடியாக பங்கேற்ற 'இருபத்தோரு துப்பாக்கிக்குண்டுகள் முழக்கமிடும் குழு" உள்ளிட்ட அனைத்துக் குழுக்களும் சதுக்கத்திற்கு வந்து சேர்வதை நான் மேற்பார்வை செய்தேன். புதிதாக வர்ணம் பூசப்பட்ட தியானன் வாயிலில் **சீன மக்கட்குடியரசின் மத்திய அரசுத்திறப்புவிழா** என எழுதப்பட்டிருந்த மிகப்பெரிய பதாகையொன்று தொங்கிக்கொண்டிருந்தது. சதுக்கத்தின் நட்டநடுவில் தலைவர் மாவோவின் புகைப்படமொன்றும் வைக்கப்பட்டிருந்தது, நாம் தற்போது காணும் அவருடைய புகைப்படமல்ல, 1940களில் எடுக்கப்பட்ட அப்படத்தில் அவர் தொப்பி அணிந்திருப்பார்.

சதுக்கத்தின் இருபக்கமும் "மத்திய மக்கள் அரசு நீடூழி வாழ்க", "சீன மக்கட்குடியரசு பெருவாழ்வு வாழ்க" போன்ற முழக்கங்கள் எழுதப்பட்டிருந்தன. வடக்குப்பக்கமிருந்த 'பொன் நீர்ப்பாலம்' அருகே தற்சமயம் இருப்பதைப் போன்ற பார்வையாளர் மேடை அப்போதில்லை, அதற்கு பதிலாக தற்காலிகமாக இருமேடைகள் அமைக்கப்பட்டன, ஒன்று விழாவைத் தொகுத்து வழங்குபவர்களுக்காகவும், மற்றொன்று வெளிநாட்டுப் பிரமுகர்களின் குழுவிற்காக மட்டும் அமைக்கப்பட்டிருந்தது, அக்குழுவைச் சேர்ந்த சோவியத் எழுத்தாளர்கள், கலைஞர்கள், விஞ்ஞானிகள் ஆகியோரையெல்லாம் விழாவிற்கு முந்தைய நாள் சோவியத் எழுத்தாளர் அலெக்சாந்தர் பாதேயேவ் அழைத்துவந்திருந்தார்.

தூய்மைப்பணியில் ஈடுபட்டிருந்த துப்புரவுத் தொழிலாளர்களும், கடந்த சிலமாதங்களாக சதுக்கத்தைச் சீரமைக்கும் பணியில் ஈடுபட்டிருந்த குழுவினரும்தான் இவ்விழாவிற்காக மிகக் கடினமாக உழைத்தவர்கள் என்பேன். சதுக்கத்தின் தூய்மையைப் பேணுவதும், தற்காலிக மேடைகளின் பாதுகாப்பை உறுதிசெய்வதும்தான் இவர்களின் தலையாயப் பணி. இரவுபகலென முறைவைத்துக்கொண்டு தொடர்ந்து நான்கு நாட்களாக அவர்கள் பணிபுரிந்தனர்.

*1949*ஆம் ஆண்டு அக்டோபர் *1* சனிக்கிழமை மதியம், சீன மக்கட்குடியரசின் துவக்கவிழா பீஜிங்கில் கோலாகலமாக நடைபெற்றது, இவ்விழா நடைபெறுவதற்குச் சில தினங்கள் முன்னர்தான் பீபிங் என்பதிலிருந்து பீஜிங்காக நகரம் பெயர்மாற்றப்பட்டிருந்தது. விழா ஏற்பாட்டுச் சமயத்திலும்கூட பிரதானநிலத்தில் தேசியவாதக்கட்சியின் இராணுவப்படை குவிந்திருந்தது, அத்தோடு சியாங்கைஷேக் மற்றும் போர்ப்பிரபுக்களின் பிடியில் நாட்டின் மேற்குப்பகுதி சிக்கியுமிருந்தது. அச்சமயத்தில் தெற்குச்சீனாவின் சில பகுதிகள் விடுவிக்கப்படாமலேயே இருந்ததோடு தேசியவாதிகளின் இரகசிய உறுப்பினர்களும் இராணுவக்காவற்படையும் ஆயிரக்கணக்கில் எங்கும் பரவியிருந்தனர், சுருக்கமாகச் சொல்வதானால் சிறுசிறு மோதல்களும் போர்களும் நாட்டில் ஆங்காங்கே நடந்தபடியேதான் இருந்தன.

இவற்றையெல்லாம்விட மிகப்பெரிய அச்சுறுத்தலொன்று வான்வழியே வந்தது. தெற்கிலும் தென்மேற்கிலும் பல இராணுவக்கோட்டைகள் தேசியவாதிகளின் கட்டுப்பாட்டில் இருந்ததோடு வான்வழித்தாக்குதல்களில் அவர்களின் ஆதிக்கம்தான் மேலோங்கியிருந்தது. தேசியவாதிகளின் இராணுவத்தளம் சிசுவான் மாகாணத்தில் அமைந்திருந்தது, நாட்டைவிட்டு வெளியேற்றப்பட்ட ஆத்திரத்தில் இருந்த தேசியவாதிகள் பீபிங் மற்றும் ஷாங்காய் நகரங்களை வெடிகுண்டுவீசித் தகர்ப்பதற்காக போர்விமானங்களை ஏவினர்.

இரவுநேரங்களில் பீஜிங்கிற்கு எந்த ஆபத்துமில்லை. அது ஏனெனவும் திரு.பான் விளக்கினார், தேசியவாதிகளின் போர்விமானங்கள் நீண்டதூரமோ இருளிலோ பயணிக்க முடியாதவை, எனவே அவை வெடிகுண்டுவீச பகல்நேரத்தில் எங்கேனும் சென்றால் இரவு கவிவதற்குள்ளாகவே தம்

தளத்திற்குத் திரும்ப வேண்டியிருந்தது. ஆகையால், துவக்கவிழா காலையில் நடைபெறுமானால், தாக்குதல் நடத்தவரும் தேசியவாதப்படை விமானங்கள் இருளடைவதற்குள்ளாகவே திரும்பிவிட ஏதுவாக அமைந்துவிடக்கூடும். ஆனால், அக்டோபர் மாதத்தில் பீஜிங்கில் மாலை ஐந்தரை மணிக்குமேல்தான் சூரியன் அஸ்தமிக்குமென்பதால், கொஞ்சம் தாமதமாக, அதாவது மதியம் மூன்றுமணிக்கு மேல் விழா துவங்கப்பட்டால் விமானங்கள் திரும்பி பறந்துசெல்ல அவகாசமிருக்காது. எனவேதான் மதியவேளையில் அன்று விழா நடைபெற்றது என எண்ணுகிறேன்.

தேசியவாதப்படையின் அச்சுறுத்தலுக்குப் பதிலடி கொடுக்கும்வகையில் கம்யூனிஸ்டுகளின் விமானப்படையும் அளவிலும் பலத்திலும் வலுவடைந்தபின்னரே, தேசிய நாள் கொண்டாட்டங்கள் காலைவேளைக்கு மாற்றப்பட்டன. இதனாலேதான் துவக்கவிழா நடைபெறுவதற்குமுன்னர் பீஜிங் நகரத்தில் ஊரடங்குகள் பிறப்பிக்கப்பட்டு, பொதுமக்களின் நடமாட்டம் கடுமையாகக் கட்டுப்படுத்தப்பட்டது. எந்தநொடியிலும் துப்பாக்கிச்சூடோ வெடிகுண்டுத்தாக்குதலோ நடைபெறலாமென எதிர்பார்த்து அனைவரும் பீதியில் இருந்தோம். "அமைதியானதொரு விழாவின் மூலம் தாய்நாட்டை ஒன்றுபடுத்துகிறோம்" எனப் பிரச்சாரப்பாடல்களில் கூறியதைப்போல நடைமுறையில் நடந்ததேயில்லை.

1949ஆண்டு அக்டோபர் 1 அன்று, புனிதமாய் விடிந்ததைப் போலிருந்தது. இருள் விலக்கிப் பாய்ந்த அந்நாளின் முதல்ஒளி, புத்தம்புது நாளை கட்டியம் கூறுவதைவிடவும், மேன்மையானவொன்றை அறிவிக்கவருவதைப்போல நாங்கள் அனைவரும் மூச்சடக்கிக் காத்திருந்தோம். வானம் மேகமூட்டத்துடன் காணப்பட்டது, காலைமுழுவதும் மழை தூறியபடியே இருந்தது. எங்கள் விழாக்கொண்டாட்டங்களில் பங்குபெறவிரும்பி இறைவனே இறங்கிவருவதைப்போல பிற்பகலில் வானம் தெளிவாகி வெயில் எங்கள்மேல் பொழியத்துவங்கியது.

எங்களுடைய புதிய தேசியக்கொடியை அதுவரை யாருமே கண்டதில்லை; வானொலி அறிவிப்புகளின் மூலமாகவும், நண்பர்களின் வாயிலாகவும்தான் அனைவரும் தேசியக்கொடி

எப்படியிருக்குமென அறிந்திருந்தனர், தேசியக்கொடி குறித்து அவர்களுக்குக் கூறிய அவர்களின் நண்பர்களேகூட அதனை நேரில் பார்த்ததில்லை. இதனாலேதான், விழாவன்று தியானன்மென் சதுக்கம் முழுவதுமே ஐந்து நட்சத்திரங்கள் பொறிக்கப்பட்ட சிவப்புவர்ணக்கொடிகள் பல்வேறு வகைகளில் பறந்துகொண்டிருந்தன. நட்சத்திரவடிவ லாந்தர்விளக்குகளையும் கூடப் பலர் கொண்டுவந்திருந்தனர்.

சிவப்புக்கொடிகளும் சிவப்பு விளக்குகளும் கடல்போல் குவிந்துகிடந்தன, எனினும் அவற்றின் இடையே வெண்ணிறத் தொப்பிகளை அணிந்துகொண்டு வெண்ணிற நிலவுகளும் நட்சத்திரங்களும் பொறிக்கப்பட்டிருந்த பச்சைக் கொடிகளை ஏந்தியிருந்த ஹூயி இனமக்கள்தான் அன்று என்னை வெகுவாய் கவர்ந்தனர், ஹூயி இனத்தவரை சீன இசுலாமியர்கள் எனவும் அழைப்பர். அந்நாட்களில் பீஜிங் நகரில் நிறைய ஹூயி இனமக்கள் வாழ்ந்துவந்தனர்.

அவரவருக்கென ஒதுக்கப்பட்டிருந்த இடங்களில் அனைவரும் எதிர்பார்ப்பும் மகிழ்வுமாய் காத்திருந்தனர், சிலர் தரையிலும் அமர்ந்திருந்தனர். அனைத்துமே மிகுந்த ஒழுங்கோடு நடந்தன. விழாக்களுக்கெனப் பிரத்யேகமாகத் தயாரிக்கப்படும் உணவுகளாகிய வேகவைத்து குளிரூட்டப்பட்ட மேண்டூ பன்களும், இனிப்புகளும், பழங்களும் நீரும் எங்களுக்கு மதிய உணவாக வழங்கப்பட்டது. இராணுவப் பிரதிநிதிகளின் வழிகாட்டுதலின்படி இளம் மாணவர்கள் அனைவரும் விழாகுறித்த விவரணைகளைப் பள்ளியிலிருந்த வானொலிமூலம் கேட்டுக்கொண்டிருந்தனர், பின்னர் தியானன்மென்னிற்கு வந்து எங்களோடு அவர்களும் கொண்டாட்டங்களில் கலந்துகொண்டனர். நகரத்தின் பல பள்ளியில் இருந்தும் அந்திநேரத்தில் மாணவர்கள் பலர் வந்திருந்தனர், ஆனால் முண்டியடித்துக்கொண்டிருந்த கூட்டம்காரணமாக அவர்களால் சதுக்கத்துக்குள் நுழையவே முடியவில்லையெனவும், பின்னர் அவர்கள் சதுக்கத்தின் அருகிலேயே இருந்த பகுதியொன்றில் நடுநிசிவரை ஆடிப்பாடி மகிழ்ந்தனர் எனவும் பின்னர் எங்களுக்குத் தெரியவந்தது.

தொழிலாளர்கள், மாணவர்கள், தொண்டர்கள், உள்ளூர்வாசிகள், கோட்டைக் காவற்படைவீரர்களென முப்பதாயிரத்திற்கும் மேற்பட்டோர் நகரத்தில் இருந்தும் புறநகர்ப்பகுதிகளில்

இருந்தும் விழாவில் பங்கேற்க வந்திருந்தனர் என திரு.பான் கூறினார். விழாமுடிந்தபிறகு, தியானன்மென் சதுக்கத்தையும் தியானன் வாயிலையும் பிரிக்கும் 'பொன் நீர்ப்பாலம்' முழுவதும் பார்வையாளர்கள் தொலைத்த காலணிகளால் நிரம்பியிருந்தது.

"சீனர்கள் தம் சுயமுயற்சியால் சொந்தக்காலில் நின்றுவிட்டனர்!" என மாவோ சேதுங் கூறியது உண்மைதானா? இன்று நாட்டில் உலாவரும் பிரச்சாரங்களனைத்தும் அவர் அவ்வாறு கூறியிருந்ததாகத்தான் சொல்கின்றன. ஆனால் அவர் அவ்வாறு கூறியது என் நினைவில்மட்டும் ஏன் பதியாமல் போனது? "தோழர்களே! சீன மக்கட்குடியரசின் மத்திய அரசு திறப்புவிழா இன்று இனிதே அரங்கேறுகின்றது!" என்பதை மட்டுமே மாவோ கூறியதாகத்தான் என் நினைவில் உள்ளது.

எவை உண்மையில் கூறப்பட்டடதோ அல்லது கூறப்பட்டதாக சொல்லப்படுகிறதோ அது குறித்து எனக்கு வருத்தமில்லை, என்றுமே மறக்கவியலாத தனிப்பட்டதொரு பிணைப்பும் சொந்தமும் அந்நாளோடு எனக்கு உருவாகியிருந்தது என்பதுமட்டும் நிஜம், ஏனெனில் இந்தப் புதிய நாடு எனக்கு சொந்தமானதாகும். அதுமட்டுமல்ல, என் குடும்பவாழ்வின் துவக்க அத்தியாமும் அன்றுதான் எழுதப்பட்டது, ஆம், எனது வருங்கால கணவரை அன்றுதான் நான் முதன்முறையாகச் சந்தித்தேன்.

புரட்சியில் முளைத்த கவிக்கன்று

நாங்கள் மேற்பார்வையிட்டுக் கொண்டிருந்த பார்வையாளர் பகுதியில் நிறைய மாணவத் தொண்டர்களும் இருந்தனர், கூட்டத்தை ஒழுங்குபடுத்த ஆயுதமேந்திய மக்கட்விடுதலைப்படையினரும் கூட இருந்தனர். இதுவொரு வரலாற்றுச் சிறப்புமிக்கத் தருணமென்பது உண்மைதான் எனும்போதும் இதெல்லாம் கொஞ்சம் அதிகப்படியான முஸ்தீபுகளாகச் சிலருக்குத் தோன்றியது. தலைவர் மாவோ பேசிமுடித்ததும், இளம் மாணவிகளில் ஒருத்தி அதீத சோர்வுற்று மயங்கிவிழுந்துவிட்டாள். உடனடியாக, அருகில் நின்றிருந்த வீரரொருவர் அவளைநோக்கிப் பாய்ந்துசென்றார், நானும் தன்னிச்சையாக ஓடிச்சென்று அவளை ஏந்திக்கொள்ள

முயன்றேன் ஆனால் அவளது எடை அதிகமாக இருந்ததால் என்னால் தனியாளாக அவளைச் சமாளிக்க முடியவில்லை. நானும் அந்த வீரருமாகச் சேர்ந்து அவளைத் தூக்கிக்கொண்டு அருகிலிருந்த மருத்துவ உதவிப்பகுதியை நோக்கிச் சென்றோம்.

அவளுக்கு சிகிச்சையளிக்கும்வரை எங்களிருவரையும் அங்கேயே காத்திருக்கச்சொன்னார் மருத்துவர், சிகிச்சைமுடிந்ததும் அவளை மீண்டும் பள்ளிக்குக் கூட்டிச்சென்றுவிடவும் கூறினார். அங்கு காத்திருந்த நேரத்தில் நாங்களிருவரும் பேசத் துவங்கினோம்.

முதலில் அவர் தன்னை அறிமுகப்படுத்திக் கொண்டார். "என் பெயர் மொங், மொங் தாபூ" என்றார்.

"என் பெயர் ஹான் ஆன்பி, ஆனால் என் குடும்பத்தாரும் நண்பர்களும் என்னை குட்டிப் பச்சையாள் எனத்தான் அழைப்பர்" என்றேன்.

மயங்கிவிழுந்த அந்த இளம் மாணவியை அவளுடைய விடுதிக்குக் கொண்டுசேர்க்க இராணுவ ஜீப்பொன்றை மொங் வரவழைத்தார். ஜீப், அவசரகாலத்தில் வெளியேறவென அமைக்கப்பட்டிருந்த வாயிலருகே வந்து எங்களை ஏற்றிக்கொண்டது. அம்மாணவி நலமாக இருப்பதாக விடுதிக்காப்பாளர் கூறியபிறகுதான் தாபூ அங்கிருந்து கிளம்பினார்.

வளாக வாயில்வரை அவரை வழியனுப்பச் சென்றேன், அடுத்து வருகிற சனிக்கிழமையன்று நண்பர்கள் சங்கத்தில் சந்தித்துக்கொள்ளலாமெனக் கூறி அவர் விடைபெற்றுச் சென்றார். எங்கள் நகரத்தில் வசித்துவந்த சோவியத் நிபுணர்களுக்காகத்தான் முதன்முதலில் அந்த சங்கத்தை பீஜிங் அரசு உருவாக்கியது, பின்னர், ரஷ்யமொழியறிந்த சீன மாணவர்களும் அங்கு சேரலாமென அனுமதித்தனர். கூடிய விரைவில், இடதுசாரி சிந்தனைகொண்ட மாணவர்களின் சங்கமாக அது புகழ்பெறத் துவங்கியது, ஆரஞ்சாளும் திரு.பானும் தொடர்ந்து அதன் கூடுகை நிகழ்ச்சிகளில் பங்குபெற்றனர். வார இறுதிநாட்களில் தானும்கூட அந்தச் சங்கத்திற்கு தவறாது செல்வதாக மொங் தாபூ கூறினார்.

"மக்கட்விடுதலைப்படையினர் உண்மையிலேயே மாணவர்களின் செயற்பாடுகளில் பங்கெடுக்கின்றனரா?" எனக் கேட்டேன்.

“நிச்சயமாக! இதிலென்ன சந்தேகம்?” என ஆச்சரியமாகக் கேட்டார்.

“ஒன்றுமில்லை!” என்றேன், ஏன் அவ்வாறு கேட்டேன் என எனக்கும் தெரியவில்லை. அப்போதெல்லாம் நான் மிகவும் வெகுளியாக இருந்தேன், மேலும் பல விஷயங்களை அறிந்துகொள்ளவேண்டுமென்ற ஆர்வத்தில் அவ்வாறு அவரை கேட்டிருப்பேன் எனவே எண்ணுகிறேன்.

“நல்லது, என்னை வழியனுப்ப வந்ததற்கு நன்றி, அடுத்த வார இறுதியில் சந்திப்போம்.” என்றார்.

“என் சகமாணவிக்கு உதவி புரிந்ததற்கு நன்றி. வார இறுதியில் சந்திப்போம்.” என்றேன்.

விடைபெற்றுச் செல்லும் மொங் தாபூ இருளுக்குள் மறைவதைக் கண்டபோது என்னுள்ளே எதுவோ புகுவதைப்போல உணர்ந்தேன். ஒரேநேரத்தில், அவர் என்னைவிட்டு தூரச் செல்வதைப் போலவும், என் இதயத்துள்ளே நுழைவதைப்போலவும் உணர்ந்தேன். அப்போது எனக்கு பதினேழு வயது, பெரும்பாலான நேரம் பெண்கள் பள்ளியிலேயேதான் இருந்தேன். ஆரஞ்சாளும் திரு.பானும் சந்திக்கும்போது அவர்களுக்குத் துணையாகச் சென்றிருக்கிறேனே தவிர, ஒரு ஆணுடன் நான் தனிமையில் இருந்ததேயில்லை. இந்த உலகில் வேறெதுவுமே முக்கியமில்லையென எண்ணுமளவிற்கு அந்த இளம் வயதில்தான் ஆணுக்கும் பெண்ணுக்குமிடையே ஈர்ப்புவிசை மிக அதிகமாக இருக்கும் அல்லவா, என்ன சொல்கிறீர்கள்?

அந்த ஏழுநாட்களும் ஏதோ ஏழு வருடங்களைப் போல் கடந்துசென்றன. தாபூ மேல் எனக்கிருந்த உணர்வை என்னால் புரிந்துகொள்ள முடிந்தது ஆனால் அந்த உணர்வைக்கொண்டு என்ன செய்வது எனத்தான் தெரியவில்லை. அந்நாட்களின் வழக்கப்படி ஆண் தான் பெண்ணை காதற்வயப்படுத்த வேண்டும்.

இதைக்கூறியதும், பச்சையாள் தன் கதையை இடையில் நிறுத்திவிட்டு என்னிடம் பேசத்துவங்கினார்.

“ஆம். தாபூதான் என்மீது முதலில் காதற்வயப்பட்டாரென இன்றுவரை எண்ணிக்கொண்டிருக்கிறார். உண்மை அதுவல்ல என அவரிடம் கூறிவிடாதீர்கள்; அவருக்கு அது பேரதிர்ச்சியாக இருக்கக்கூடுமென நான் நிச்சயமாக அறிவேன்” என்றார்.

ஆண்தான் பெண்ணை விரட்டிச்சென்று காதலிக்கவேண்டும் எனும் எண்ணம் சீனக்கலாச்சாரத்தின் ஆதாரவிதியாக இருந்தது. பழங்காலத்தில் இந்த விதியைமீறி நடந்துகொண்ட ஆணும்பெண்ணும் குடும்பத்தைவிட்டு விலக்கிவைப்பட்டனர், சிலநேரங்களில் அவர்களுக்கு மரணதண்டனையும் கூட விதிக்கப்பட்டது. சீனவரலாற்றுப் பதிவேடுகளில் இதுகுறித்து பதியப்பட்டுள்ளதோடு சீன இலக்கியத்தின் மையக்கருவாகவும் இதுவே இருந்துள்ளது.

1917இல் நடைபெற்ற புதிய கலாச்சார இயக்கம்தான் நிஜக்கலாச்சாரப்புரட்சி என ஒருமுறை செந்நிறத்தாள் கூறியிருந்தார். தாமரைப்பாதங்கள் வேண்டி பெண்கள் தம் பாதங்களை இறுக்கிக்கட்டத் தேவையில்லை; கேசத்தைத் தம் விருப்பப்படி அவர்களால் கத்தரித்துக்கொள்ள முடிந்தது; பெண்களால் பள்ளிக்குச் செல்ல முடிந்தது. பெற்றோர்களால் நிச்சயிக்கப்பட்டத் திருமணங்களுக்குள் அவர்கள் வலிந்து திணிக்கப்படுவதோ அல்லது கணவரின் குடும்பப்பெயரைத் தம் பெயருடன் சேர்த்துக்கொள்வதோ முடிவுக்கு வந்தது. சமூக முன்னேற்றத்துக்கான இந்த சமிக்கைகளெல்லாம் அந்தக் குறிப்பிட்ட காலகட்டத்தில்தான் உருவாகியது.

எனினும், பெண்விடுதலையெனும் இந்த மரம் எவ்வாறு மெல்லமெல்லத் தழைத்து வளர்ந்தது என்பது பச்சையாளின் கதையின் மூலம்தாம் நமக்கு மேலும் விளங்குகிறது. கல்வயறிவும் புரட்சிகரமான சிந்தனைகளும் கொண்ட பச்சையாளையுமே கூட அந்த ‘ஆதார விதி’ கட்டுப்படுத்தி வைத்துள்ளது.

绿

ஆரஞ்சாளிடம் நான் இதைக் கூறினேனா? ஆம், கூறினேன், மொங் தாபூவுடன் நண்பர்கள் சங்கத்திற்கு நான் செல்லப்போவதை அவளிடம் கூறியபோது, அவள் துண்டுப்பிரசுரங்கள் மற்றும் அச்சுக்கட்டைகளைத்

தயாரித்துக்கொண்டிருந்தாள். தலையை நிமிர்த்தாமல், "சனியன்று இரவுணவு முடிந்ததும் நான் உன்னை அழைத்துச்செல்கிறேன். 5.30 மணிக்கு உனக்காக விடுதிவாயிலின் அருகே காத்திருப்பேன். காலதாமதம் செய்யாமல் வந்துவிடு." என்றாள்.

ஆரஞ்சாளின் தங்கையாக இல்லாமல், இளைஞர் சங்கத்தின் செயற்பாடுகளில் நானே சுயமாக பங்குகொண்டது அதுதான் முதன்முறையாகும். நானும் ஆரஞ்சாளைப்போலே வெளிர் இளஞ்சிவப்புநிறக் கீப்பே உடையை உடுத்திக்கொண்டேன், பெரிய அக்காள் செந்நிறத்தாள்தான் அதை எனக்கு தந்தார்; கீப்பே உடையை சீனாவின் பாரம்பரிய உடையெனக் கூறினாலும், ஹான் வம்ச சீனர்களைப் பொறுத்தவரை அவ்வுடைக்கு நானூறுவருடப் பாரம்பரியம்தான் உண்டெனபர். எப்படியாயினும் அன்று நான் அணிந்திருந்த வெளிர்நிறக் கீப்பே உடை, பெண்ணுடலின் வடிவத்தை எடுத்துக்காட்டும்படி அணியப்படும் இன்றைய நாகரிகமான கீப்பே போலில்லை, ஆனால் என் பள்ளிச்சீருடையை விடவும் ஓரளவு பெண்மையை வெளிக்காட்டும்படிதான் அது இருந்தது. என் உடலைவிடவும் அந்த உடை சற்றே பெரியதாக இருந்ததால் எனக்குமுன்னர் எந்த சகோதரி அதை உடுத்தியிருந்தாரெனத் தெரியவில்லை. செம்பச்சை நிறக் கைக்குட்டையொன்றை மலர்வடிவத்தில் மடித்து என் ஆடையின் மேற்புறமிருந்த முதல் பொத்தானில் செருகிவைத்துக்கொண்டேன். ஆரஞ்சாள் அணிந்துகொள்ளும் தோலால் செய்யப்பட்ட, நாகரிகமான, மெலிந்த, கருவண்ணக் காலணிகள் போன்ற ஜோடிக்காலணிகள் என்னிடமில்லை, எனவே பள்ளிசெல்லும்போது நான் வழக்கமாக அணிந்துகொள்ளும் அகலமான, பழைய துணிக்காலணிகளையே அணிந்துகொண்டேன்.

விடுதியின் வாயிலில் ஆரஞ்சாள் எனக்காகக் காத்திருந்தாள். நான் வருவதைக்கண்டதும் ஏதோ பேயைக்கண்டதுபோல் திகைத்துப்போய்விட்டாள். "குட்டிப் பச்சையாளே, நீயா இது? நீயேதான் உன்னை அலங்கரித்துக்கொண்டாயா?" எனக் கேட்டாள்.

"ஆம், நானேதான் அலங்கரித்துக்கொண்டேன்!" என்றேன், அவள் அவ்வாறு ஐயத்துடன் கேட்டதை என்னால் தாங்கிக்கொள்ளமுடியவில்லை.

“பிரமாதம், நீ மிக அழகாக இருக்கிறாய். சித்தாந்தப்பூர்வமாக மட்டுமல்லாமல் நாகரிகத்திலும் என் குட்டிப் பச்சையாள் புரட்சி செய்வதாகத் தோன்றுகிறதே!” எனக் கேலி செய்தாள்.

பள்ளியின் நுழைவுவாயிலருகே நின்றுகொண்டிருந்த திரு. பான், எங்களிருவரைக் கண்டதும் வாயடைத்துப்போனார், “சகோதரிகள் இருவரும் பார்ப்பதற்கு ஒன்றேபோல் தோற்றமளிக்கிறீர்கள்” என்றார்.

சங்கத்தை அடைந்ததும், அதன் வாயிலிலேயே நின்றுகொண்டிருந்த தாபூவின் உயரமான உருவம் கண்ணில்பட்டது, எல்லாதிசைகளிலும் அவர் பார்வை அலைபாய்ந்துகொண்டிருந்தது. நான் ஆரஞ்சாளின் கையை ரகசியமாகப் பற்றி, “அதோ நல்ல உயரமாக அங்கு நிற்கிறாரே, அந்த வீரர்தான் மொங் தாபூ” என்றேன்.

ஆனால் என் அக்காளோ திரு.பானின் காதுகளில் எதையோ கிசுகிசுத்துக்கொண்டிருந்தாள், அவள் நான் கூறியதை கவனிக்கவேயில்லை. எங்களைக் கண்டதும் நாங்கள் இருந்த இடம்நோக்கி தாபூ விரைந்துவந்தார். உண்மையில் அவர் என்னிடம் பேச அத்தனை விரைந்து வரவில்லை.

“திரு.பான், இனிய மாலை வணக்கம் சார். நான் தான் இங்கு இன்றைய இரவுபணியில் உள்ளேன், சங்கத்தின் புது மாணவ உறுப்பினர்களை அறிந்துகொள்வதற்கான நல்வாய்ப்பாகவே இதைக் கருதுகிறேன்” என்றார் தாபூ.

அப்போதிருந்த நாகரிக வழக்கத்தின்படி திரு.பான் மொங் தாபூவின் தோளைத் தட்டிக்கொடுத்துவிட்டு, “தாபூ, உங்களுடைய கடும் உழைப்பிற்கு என் நன்றிகள். நேற்றைய இரவு பள்ளிவளாகத்தில் நீங்கள் ரோந்துப்பணியில் ஈடுபட்டிருந்ததைக் கண்டேன், இன்று தேர்வுப்பட்டியல் தயார் செய்வதில் உதவி புரிந்தீர்கள், இப்போதோ மாணவர் சங்கத்தில் பணியில் உள்ளீர்கள்.” என்றார்.

“அப்படியெல்லாம் ஒன்றுமில்லை சார். துவக்கவிழாவின்போது எங்களுடன் பணிபுரிய தேவையான வீரர்கள் இல்லைதான், ஆனால் பல கைகள் சேர்ந்தால் கடினமான வேலையும் சுலபமாகிவிடும் என நம்புகிறேன். நம்முடைய தாய்நாட்டிற்காக நம்மால் இயன்றதைச் செய்தே ஆகவேண்டுமல்லவா. இவர்கள்

உங்களுடைய நண்பர்களா?" தாபூ அப்போதுதான் எங்களை கவனித்தார்.

திரு.பான் எங்களை அறிமுகம் செய்துவைத்தார். "இவர்கள் இருவரும் மாணவத் தோழர்கள், சகோதரிகளும் கூட. மூத்த சகோதரி ஹான் ஆன்ஷி, அவரை நாங்கள் ஆரஞ்சாள் எனவழைப்போம், இளையவர் பெயர் ஹான் ஆன்பி, அவரை.."

"குட்டிப் பச்சையாள் என அழைப்பீர்கள், சரிதானே?" இதைக்கூறியபோது தாபூவின் முகம் மலர்ந்திருந்தது.

"நீங்கள் இருவரும் ஒருவரையொருவர் முன்னரே அறிவீர்களா?" திரு.பானும் என் அக்காளும் ஒரே நேரத்தில் இக்கேள்வியை வியப்புடன் கேட்டனர்.

"ஆஹ், நீங்கள்தான் மொங் தாபூவா? குட்டிப் பச்சையாள் உங்களைப் பற்றி முன்னரே கூறியிருக்கிறாள்" எனக்கூறிய ஆரஞ்சாளுக்கு கொஞ்சம் கொஞ்சமாய் எல்லாம் புரியத்துவங்கியது.

"ஆம், நாங்கள் இருவரும் துவக்கவிழாவில் சந்தித்துக் கொண்டோம். குமாரி. பச்சையாள், உங்கள் தோழி இப்போது நலமாக இருக்கிறாரா?"

"வந்து.. அவள்.. அவள் நலமாகத்தான் இருக்கிறாள். இரத்தத்தில் சர்க்கரை அளவு குறைந்துவிட்டதால்தான் அவள் மயங்கிவிட்டதாகப் பள்ளிமருத்துவர் கூறினார், அவள் நன்றாகச் சாப்பிட்டால் இதுபோன்று இனி நிகழாது எனவும் கூறினார்" என்றேன்.

திரு.பான் தன் கைகளை விரித்தபடியே, "பிரமாதம்! சரி, நாம் நால்வரும் இப்போது உள்ளே செல்லலாமா?" எனக் கேட்டார்.

மொங் தாபூ கைகளை ஆட்டி மறுத்தார். "மன்னிக்கவும், வாயிலில் நின்று மாணவர்களை வரவேற்பதுதான் என் வேலை, எனவே என்னால் உங்களுடன் உள்ளே வரமுடியாது. தயவுசெய்து நீங்கள் முதலில் உள்ளே செல்லுங்கள்." இதைக் கூறும்போது அவர் என்னைப் பார்த்துக்கொண்டிருந்தார்.

அவருடைய பார்வை பட்டதும் என் முகத்தில் வெப்பம் படர்வதையும் என் கன்னங்கள் தீப்பற்றி எரிவதைப்போலும்

உணர்ந்தேன். நல்லவேளையாக வேறு எவரும் இதைக் கவனிக்கவில்லை.

ஆரஞ்சாள் மற்றும் திரு.பானுடன் நான் சங்கத்தினுள்ளே சென்றேன். அந்த இடமே மிக சுறுசுறுப்பாக இயங்கிக்கொண்டிருந்தது. ஆண்கள் எல்லோரும் பல்வேறு குழுக்களாகப் பிரிந்து அமர்ந்துகொண்டு எரிச்சலூட்டும் வகையில் சத்தமாகப் பேசிக்கொண்டிருந்தனர், பெண்கள் கூட்டமோ மறுபக்கம் அமர்ந்து அனைத்தையும் கேட்டுக்கொண்டிருந்தனர். கடந்த வருடங்களில் பயின்ற மூத்த மாணவிகள் சிலரும் அங்கு வந்திருந்தனர், அவர்கள் நானறியாத ஏதோவொரு புதுமொழியில் தமக்குள் கிசுகிசுத்துக்கொண்டனர், அவர்கள் பேசிக்கொண்டது ஜெர்மானிய மொழி எனவெண்ணுகிறேன். அவ்வப்போது அவர்கள் வெடித்துச்சிரித்தனர், ஆண்களைக் கிண்டலடித்துப் பேசிக்கொள்கின்றனர் போலும் என நினைத்துக்கொண்டேன்.

அடுத்து வந்த கூடம் முன்னறையைவிடவும் பெரிதாக இருந்தது, அதனுள் நுழைந்தோம், அங்கு மாணவர் கூட்டமொன்று ரஷ்ய மனிதரொருவரைச் சுற்றி அமர்ந்திருந்தது. அங்கிருந்த அனைவரையும் விட அவர் வயதில் மூத்தவராகத் தோன்றினார், ஆனால் அவருடைய பேச்சு கவர்ந்திழுக்கும் வகையில் ஆற்றலும் வீரியமும் மிக்கதாயிருந்தது என்பது அவரைச் சுற்றியிருந்தவர்களின் முகத்திலேயே தெரிந்தது, அவருடைய ஒவ்வொரு வார்த்தையிலும் அவர்கள் கட்டுண்டு கிடந்தனர். நாங்கள் உள்ளே நுழைவதைக் கண்டதும், அவர் எழுந்துநின்று திரு.பானை வரவேற்றார். பீபிங்கின், இல்லையில்லை, பீஜிங்கின் மாணவர்கள் சங்கத்தின் ரஷ்யப் பிரதிநிதி அவரென ஆரஞ்சாள் என் காதில் கிசுகிசுத்தாள். இப்போதும் பீபிங் என அழைப்பதே என் வழக்கமாக உள்ளது பாருங்களேன்.

அந்தக் கூடத்திற்குள் பெரும் திரளான மாணவர்கள் நுழையத்துவங்கினர். அனைவருமே ஆரஞ்சாளையும் திரு. பானையும் அறிந்திருந்தனர், அந்தக் கூட்டத்தில் நான் ஒரு ஓரமாகத் தள்ளப்பட்டேன். அங்கிருந்தவர்களில் ஒருவரைக்கூட எனக்கு அடையாளம் தெரியவில்லை, எனவே வெளியே சென்று தாபூவுடனேனும் பேசலாமென அங்கிருந்து கிளம்பினேன்.

பலர் வாயிலருகிலேயே நின்றுப் பேசிக்கொண்டிருக்க, மேலும் பலர் உள்ளே நுழைய முயன்றுகொண்டிருந்தனர்.

அங்கிருந்து வெளியேறும் ஒரே நபர் நானாகத்தான் இருந்தேன். உள்ளே நுழையமுயன்ற கூட்டத்தினரிடையே சிக்கித்தவித்துக் கொண்டிருந்தேன், அப்போது எங்கிருந்தோ, "குமாரி. பச்சையாள், இங்கு என்ன செய்து கொண்டிருக்கிறீர்கள்?" என ஒரு குரல் கேட்டது.

அது தாபூவேதான். கூட்டநெரிசலில் இருந்து தப்பிக்க அவரது குரல் வந்த திசை நோக்கிச் சென்றேன்.

"எனக்கு இங்கு யாரையுமே தெரியவில்லை. ஆரஞ்சாளும் திரு.பானும் அவர்களின் நண்பர்களுடன் பேசிக்கொண்டிருக்கின்றனர், நான் மட்டும் தன்னந்தனியாக அங்கு நின்றுகொண்டிருந்தேன். நீங்கள் தவறாக எண்ணவில்லையெனில் இங்கு உங்களோடு இருந்துகொள்ளட்டுமா?" பதட்டத்தோடே இதை அவரிடம் கேட்டேன்.

"ஓ, இதில் தவறாக எண்ண என்னவிருக்கிறது! சொல்லப் போனால், இதோ இப்படி வழியை அடைத்துக்கொண்டு நிற்பவர்களை அகற்றும் பணியில் நீங்கள் எனக்கு உதவவும் செய்யலாம்." தணிந்தகுரலில் தாபூ கூறிய இந்த வார்த்தைகளைக் கேட்டதும் நானும் இயல்பானேன்.

"கண்டிப்பாக, நானும் உதவுகிறேன்" எனச் சட்டெனக் கூறினேன். என் திறமைகளை வெளிக்காட்ட கிடைக்குமொரு சந்தர்ப்பமென்பதாலேயே இதுபோன்ற செயல்களை செய்ய எனக்கு மிகவும் பிடிக்கும். ஆனால் சிறிது நேரத்திலேயே வாயிலில் நின்ற கூட்டம் பெருகிக்கொண்டே போனது, அங்கு மேலும் குழப்பங்கள் அதிகரித்ததும்தான் இப்பணிக்கு என் திறமை போதாது எனவறிந்துகொண்டேன். பீஜிங் குச்சிமிட்டாய்போல ஒருவரோடொருவர் ஒட்டிநெரித்துக்கொண்டு மாணவர்கள் நின்றிருந்தனர். எனது குரலும் சக்தியும் அந்தப் பெரும் கூட்டத்தினிடையே காணாமல் போனது, அந்தக் கூட்டத்தைச்சுற்றி ஒருவண்டுபோல் நான் அங்குமிங்கும் ஓடிக்கொண்டிருந்தேன். மிருதுவான வானிலையைக்கொண்ட இலையுதிர்க்கால நாளது, ஆனால் என் ஆடைகள் வியர்வையில் நனைந்து என்னுடலோடு ஒட்டிக்கொண்டிருந்தன.

இறுதியாகக் கூட்டம் வடிந்ததும், தாபூ என்னைத்தேடி வந்தார். "குமாரி. பச்சையாள், உங்கள் உதவிக்கு மிக்கநன்றி. சிறப்பாகப் பணியாற்றினீர்கள், குரல் கரகரக்க உரக்கக் கத்திக்கொண்டிருந்ததைக் கேட்டேன்! நிஜமாகவே பிரமாதமாக பணியாற்றினீர்கள்." நானொரு நல்ல மனைவியாக இருப்பேனென அன்றுதான் தான் முடிவுசெய்ததாகப் பின்னொரு நாளில் அவர் என்னிடம் கூறினார்.

அப்போதிருந்து, பீபிங் மாணவர்களின் செயற்பாடுகள் சிலவற்றில் கலந்துகொள்ள, முக்கியமாக சீன-சோவியத் நட்புறவைப் பலப்படுத்தும் செயற்பாடுகளில் கலந்துகொள்ளவென என்னையும் ஆரஞ்சாளையும் திரு.பானும் தாபூவும் அவ்வப்போது அழைத்துசெல்லத்துவங்கினர். கட்சியின் முக்கிய விதியாகிய, "உனக்குத் தெரியாததைப்பற்றி எவரிடமும் கேட்காதே; உனக்குத் தெரிந்தவற்றை எவரிடமும் சொல்லாதே" என்பதன் முக்கியத்துவத்தை அவ்விரு ஆண்களுமே எனக்கு எடுத்துரைத்தனர். அதனாலேதான் தாபூவின் குடும்பப்பின்னணி பற்றி எதையும் விசாரிக்க நான் தயங்கினேன் எனலாம். எது எப்படியாகினும், எனக்கும் அவருக்குமிடையே பிணைப்பை உணர்ந்தபோது, எங்களிருவரிடையே எவ்வகை சமூக வேறுபாடையும் என்னால் உணரமுடியவில்லை.

அந்த மூன்றுமாதங்கள்தான் என் வாழ்வின் மிக மகிழ்வான காலமென்பேன். இன்றைய இளம்பெண்ணான என் பேத்தியின் வார்த்தைகளில் கூறுவதானால், அந்த மூன்று மாதங்களும் நான் "காதலின் மகிழ்வில் திளைத்திருந்துள்ளேன்", எனவேதான் அந்தக்காலகட்டத்தில் என் கண்ணில்பட்டதெல்லாம் அத்தனை அழகாகத் தோன்றியுள்ளன, நான் செய்ததெல்லாம் எனக்குப் பெருமகிழ்வை அளித்துள்ளன. அந்த வயதில் நாங்கள் செய்தவைகளைவிட இக்காலக் குழந்தைகளுக்குப் பெருமளவு அனுபவம் உள்ளது, எனவேதான் எங்கள் காலத்தில் எங்களுக்கு நிகழ்ந்ததைவிடவும் முன்னரே அவர்களின் கண்கள் திறந்துவிடுகின்றன. அப்படியிருந்தும், இவையாவும் மகிழ்வுக்குப் பதிலாக அவர்களுக்கு அதிக வருத்தத்தைத்தான் தருகின்றன.

ஏன் அந்த மூன்று மாதங்கள் மட்டும்? 1949ஆம் ஆண்டின் முடிவில் திரு.பான் வெளியுறவு அமைச்சகத்திலும் தாபூ

ஐக்கிய முன்னணியிலும்* பணிபுரியத் துவங்கினர். இதனால் எங்களின் பணி அட்டவணைகள் ஒத்துப்போகாததால் எங்களின் சந்திப்புகளும் குறைந்துபோயின. ஆரஞ்சாளும் நானும் பெரும் ஏக்கத்தில் விழுந்துவிட்டோம்.

1950ஆம் ஆண்டின் புத்தாண்டு தினவிருந்தில் கலந்துகொள்வதற்காக, திரு.பான் எங்களை அவருடைய விடுதிக்கு அழைத்திருந்தார். விருந்துக்குச் செல்லும் வழியில், தெருவோர வியாபாரியிடம் பன்றித்தலைக் குழம்பும், உப்புதூவப்பட்ட நிலக்கடலையும், கோதுமை அப்பங்களும், ஒரு போத்தல் எர்கியோதௌ (சோளமாவில் இருந்து தயாரிக்கப்படும் மது) மதுவும் வாங்கிக்கொண்டோம். இனிப்பூட்டப்பட்ட ஹாவ் பழங்களையும் திரு.பான் வாங்கிவந்திருந்தார், அவற்றை என்னிடமும் ஆரஞ்சாளிடமும் கொடுத்தவிட்டு, "பெண்களாகிய நீங்கள் இந்த ஹாவ்பழ இனிப்பை உண்ணுங்கள், ஆண்களாகிய நாங்கள் எர்கியோதௌ அருந்துகிறோம் – அதுதான் சரியாக இருக்கும்!" என்றார்.

அன்றைய மாலை நடந்த விருந்தில், திரு.பானும் ஆரஞ்சாளும் தம் திருமணத்தை அறிவித்தனர். ஆரஞ்சாளின் பட்டப்படிப்பு முடிந்ததும் அவர்கள் திருமணம் செய்துகொள்ளப் போவதாகக் கூறினர், நானும் தாபூவும் அவர்களின் மணப்பெண் தோழியாகவும் மணமகன் தோழனாகவும் இருக்கமுடியுமா என எங்களைக் கேட்டுக்கொண்டனர்.

மதுபோதை தந்த தைரியத்தில், வரவிருக்கும் வசந்த விழாவில் தம் குடும்பத்தாரை வந்து சந்திக்க முடியுமா என தாபூ என்னைக் கேட்டார்.

"ஆரஞ்சாளும் நம்மோடு வருவாளா?" என அனிச்சையாகக் கேட்டுவிட்டேன்.

இதைக்கேட்டதும் திரு.பானும் ஆரஞ்சாளும் வெடித்துச் சிரித்துவிட்டனர். எர்கியோதௌ செய்த வேலையோ, அல்லது

★ சீனாவைச் சேர்ந்த பல்வேறு மதநம்பிக்கையாளர்களுக்கும் இனக்குழுக்களுக்கும் இடையேயும், ஹாங்காங் மற்றும் தைவான் மக்களுக்கும் இடையேயும் சுமுகமான உறவுகளைப் பேணிப் பாதுகாப்பதற்காக உருவாக்கப்பட்ட அரசாங்க நிறுவனம்தான் ஐக்கிய முன்னணிப் பணித்துறையாகும். இக்குழுக்கள் யாவும் கம்யூனிசக்கட்சிக்கு ஆதரவாகவும் உபயோகமாகவும் செயல்படுமென அரசு நம்பியது.

தாபூ நாணம் கொண்டுவிட்டாரோ தெரியவில்லை, உடனே அவர் முகம் சிவந்துபோனது. "இல்லை, நாமிருவர் மட்டுமே செல்கிறோம்" என்றார்.

"குட்டிப் பச்சையாளே, என் பெற்றோர்களைச் சந்திக்க ஆரஞ்சாள் என்னோடு வரப்போகிறாள். தாபூவின் பெற்றோர்களைச் சந்திக்க நீ அவருடன் செல்லவேண்டும்" எனப் பொறுமையாக எனக்கு விளக்கிக்கூறினார் திரு.பான்.

"முட்டாள்பெண்ணே, உன்னிடம் தாபூ தன் காதலைத் தெரிவிக்கப்போகிறார்!" என என் காதுகளுக்குள் ஆரஞ்சாள் கிசுகிசுத்தாள்.

இதைக்கேட்டதும் தாபூவை விடவும் இருமடங்கு என் முகம் சிவந்துபோனது! இதற்கு நான் என்ன பதில் கூறுவது? அக்காலத்திலெல்லாம் இப்போதைப் போல எங்கள் காதலை நாங்கள் தெருக்களில் கத்திக்கூச்சலிட்டுக் கூற முடிந்ததில்லை, அப்போதைய காதலுறவு அவ்வாறு இருந்ததில்லை. என் பெற்றோர்களின் திருமணம் அவர்களின் பெற்றோர்களால் நிச்சயிக்கப்பட்டது; பெரிய அக்காள் செந்நிறத்தாளும் நான்காவது அக்காள் நீலியும் கூடத் தம் திருமணத்தை தாமே முடிவுசெய்ய அனுமதிக்கப்படவில்லை. அவர்கள் என்னைவிட சிலவருடங்களே மூத்தவர்களாக இருந்தபோதும் எங்களிடையே ஒரு தலைமுறைக்கும் அதிகமான இடைவேளை இருந்தது. எங்களுடையது புது சகாப்தமாகத்தான் இருந்தது, எனினும் "புது வழிகளில்" செயல்புரிய நாங்கள் எவருமே அறிந்திருக்கவில்லை. எனவேதான் ஆரஞ்சாளிடம் உதவிகேட்டு தஞ்சமடைந்தேன்.

ஆரஞ்சாளை ஏறிட்டுப்பார்த்து, "என் ஐந்தாம் அக்காளே, நீங்கள் இதைப்பற்றி என்ன நினைக்கிறீர்கள்?" எனக் கேட்டேன்.

மீண்டும் அவர்கள் மூவரும் வெடித்துச் சிரித்தனர்.

சிரித்துசிரித்துத் தன் கண்களில் வழிந்த நீரை ஆரஞ்சாள் துடைத்தபடியே, "குட்டிச் பச்சையாளே, இந்தக் கேள்விக்கு நான் என்னவென பதிலளிப்பேன்? தாபூ உன்னை தனதாக்கிக் கொள்ளக் கேட்கிறார்!" என்றார்.

மிகுந்த நாணம் என்னைச் சூழ்ந்துகொள்ள, "சரி, வசந்தவிழாவில் அவரது பெற்றோர்களைச் சந்திக்க நான் செல்கிறேன்" என்றேன்.

வாக்குறுதி | 181

இதை நான் கூறிமுடிக்கும் முன்னரே அவர் என் கைகளைப்பற்றி உயரே தூக்கினார். "பிரமாதம்!" எனக் கூவினார்.

1950ஆம் ஆண்டின் வசந்தவிழா பிப்ரவரி மாதத்தின் மத்திமத்தில் வந்தது. சரியாக விடுமுறைக்கு ஒருவாரம் இருந்தபோது, பீஜிங்கில் இருந்து ஜினான் நோக்கி இராணுவத் தொடர்வண்டி ஒன்று செல்லப் போவதாகவும், அதில் சென்றால் லியோசெங்கின் புறநகர்ப்பகுதியில் அமைந்திருந்த தாபூவின் வீட்டிற்கு நாங்கள் சென்று சேர்ந்துவிடலாம் எனவும் தாபூ கூறினார். எங்களை அந்தத் தொடர்வண்டியில் ஏற்றிச்செல்வதில் வண்டியின் காவலருக்கு மிகுந்த மகிழ்ச்சி ஏனெனில், கிழக்கு விடுதலைப்படையாக அறியப்பட்டுப் பின்னர் மக்கட்விடுதலைப்படையின் மூன்றாம் களப்படையாக அறியப்பட்டப் படையில்தான் அவரும் தாபூவும் முன்னர் பணிபுரிந்திருந்தனர், அத்தோடு அவர்கள் இருவரும் ஒரே சிறுநகரத்தைச் சேர்ந்தவர்களாவர்.

தொடர்வண்டியின் புழுக்கம் எனக்கு ஒத்துக்கொள்ளாதென தாபூ கவலைப்பட்டார். நான் அவரை சமாதானம் செய்ய முயன்றேன், "எத்தனையோ புரட்சியாளர்கள் தம்மிடம் இருந்த அனைத்து உடைமைகளையும், அவ்வளவு ஏன், தம் இன்னுயிரையும்கூட புதிய சீனாவிற்காக அர்ப்பணித்திருக்கிறார்கள், இதுபோன்றதொரு ரயிலில் நான் பயணிக்க மாட்டேனா என்ன?" என்றேன்.

தாபூ ஏதோ சொல்ல வாயெடுத்தார் ஆனால் கூறவில்லை. பின்னர் என்னைப் பார்த்து, "நீ நினைப்பதைப் போல இது எளிதான காரியமில்லை. இரு, வேறெதேனும் வழியுள்ளதா என யோசிக்கிறேன்" என்றார்.

என்னால் ஒன்றைச் செய்யமுடியாது என எவரேனும் கூறினால் என்னால் பொறுத்துக்கொள்ளவே முடியாது. "என்ன வழி? நானொன்றும் கஷ்டங்களைக் கண்டு அஞ்சுபவளல்ல!" என்றேன்.

நான் கூறியது எத்தனை முட்டாள்தனமானது என இப்போது எண்ணிப்பார்த்தால் சிரிப்புதான் வருகிறது. உண்மையிலேயே அன்றைய பயணம் பயங்கரமாகத்தான் இருந்தது.

என்னமாதிரியான கஷ்டங்கள் அவை? அந்தப் பழைய இராணுவத்தொடர்வண்டிப் பெட்டிகளில் ஒரே ஒரு சிறிய ஜன்னல் மட்டுமே இருந்தது, காற்றோ வெளிச்சமோ உள்ளேவர எந்த வழியுமில்லை. அவற்றினுள்ளே பல வீரர்கள் நெருக்கியடித்துக் கொண்டிருந்தனர், அதனுள்ளேயேதான் அவர்கள் உண்ண, பருக, தூங்க, கழிவறை உபயோகிக்க வேண்டும். குளிர்காலங்களில் அவர்கள் ஒருவரையொருவர் அணைத்து சூடேற்றிக்கொண்டனர்; கோடைகளிலோ அனைத்து ஆடைகளையும் அவிழ்த்துவிட்டுப் புழுக்கம் தணித்துக்கொண்டனர்.

பல நாட்கள் தொடர்ப்பயணம் செய்யும்போதும்கூட, தேசியவாதிகளின் திடீர்த்தாக்குதல்களை தவிர்ப்பதற்காக, இத்தொடர்வண்டிகள் உணவுப்பொருட்களை ஏற்றிக்கொள்ள நடுநிசிகளில்தான் நிற்கும். கால்களை நீட்டி இளைப்பாறிக்கொள்ளவும், மலமூத்திர வாளிகளை காலி செய்யவும் வீரர்களுக்கு அரைமணிநேரமே அவகாசமளிக்கப்பட்டது.

நான் அந்தத் தொடர்வண்டியில் பயணிப்பதில் தாபூ ஏன் அத்தனைத் தயக்கம் காட்டினார் என்பதை அங்கிருந்த அவலநிலையை நேரில் கண்டபிறகே உணர்ந்தேன். எனக்கு அப்பயணம் பெரும் அசவுகரியத்தை தந்தது, மேலும் நல்லதொரு வாழ்வுகிட்டாத அவ்வீரர்களுடன் ஒரு இளம்பெண்ணாகிய நான் பயணிப்பது அவர்களுக்கும் சங்கடத்தை உண்டாக்கியது.

வேறொரு இடத்திற்குக் கொண்டு செல்லப்படுவதற்காகத் தொடர்வண்டியில் பீரங்கிகள் ஏற்றப்பட்டிருந்தன, அவற்றிலொன்றில் இருந்த காவலரொருவர் தன் இடத்தை எங்களுக்காக விட்டுக்கொடுத்தார், ‘இரும்பைப்போல் வலுவான தோழன்’ தானெனத் தன் உண்மையான நட்பின்மூலம் நிரூபித்தார். அந்த பீரங்கிகளெல்லாம் எதிரிகளிடமிருந்து கைபற்றப்பட்டவை எனவும், அவற்றுள் சில அமெரிக்காவில் உருவானவையெனவும் காவலருடன் பயணித்த வீரரொருவர் எங்களிடம் கூறினார். கம்யூனிஸ்டுகளைப் போரில் வெல்வதற்காக, அமெரிக்கா பல பீரங்கிகளை தேசியவாதிகளுக்குக் கொடுத்தது என்பது உண்மைதான். சீன மக்கட்குடியரசு துவக்கவிழா நடந்த சமயத்தில்,

தேசியவாதிகளிடமிருந்து கைப்பற்றப்பட்ட வாகனங்களும் ஆயுதங்களும் தலைநகரைப் பாதுகாக்கும் ஆயுதங்கிடக்கிற்கு மாற்றப்பட்டன. விசேஷ இயந்திர ஆயுதப்படைகளின் ஒரு பகுதியாகிய கிழக்குக் களப்படையில் இப்போது அவை சேர்க்கப்பட்டுவிட்டன.

绿

பச்சையாள் என்னிடம் தெரிவித்த செய்திகளைப் பற்றி மேலும் அறிந்துகொள்ள வரலாற்றுப்பதிவுகளை ஆராய்ந்தேன். உள்நாட்டுப்போர் உச்சத்தில் இருந்த 1947ஆம் ஆண்டு ஜனவரியில், ஹேபேய் மாகாணத்தின் லுனானில் நடந்த போரில் தேசியவாதிகளின் இயந்திர ஆயுதங்களின் பெரும்பகுதியை கம்யூனிசக்கட்சியின் கிழக்கு விடுதலைப்படை கைப்பற்றியது. அவ்வாறு கைப்பற்றப்பட்டவைகளுள் 470 இராணுவ வாகனங்களும், 217 துப்பாக்கிகளும் (இதில் 105mm குட்டை பீரங்கிகள் நாற்பத்தெட்டும் அடங்கும்), கனரக ஆயுதங்களும், இருபத்துநான்கு பீரங்குகளும் அடங்கும். இதில் அமெரிக்கத் தயாரிப்பான ஆறு இலகுவகை M3A3களும் அடக்கம்.

ஆயுதங்கள் மட்டுமன்றி, அவற்றை இயக்குவதில் திறன்படைத்த வீரர்களும் கம்யூனிஸ்டுகளால் சிறைபிடிக்கப்பட்டனர் அல்லது அவர்களாகவே சரணடைந்தனர். அந்த ஆயுதங்களையும் அவற்றை இயக்கும் அத்தியாவசியமானத் தொழில்நுட்ப நிபுணத்தையும் வழங்கிட அவ்வீரர்களும் கிழக்குக் களப்படையின் விசேஷப் படையின் முக்கியப்பங்காற்ற சேர்க்கப்பட்டனர்.

绿

இப்படியாகத்தான் தாபூவின் குடும்பத்தினரைச் சந்திக்க நான் பீரங்கியில் பயணப்பட்டக் கதை நிகழ்ந்தது! யாரறிவார், ஒருவேளை பீரங்கியில் பயணம்செய்த முதல் சீனப்பெண் நானாகக்கூட இருக்கலாம். நான் கொஞ்சம் ரொட்டிகளையும், தாபூ எனக்களித்த இராணுவபாணி சுடுநீர்க்குடுவையையும் என்னோடு கொண்டு சென்றிருந்தேன். பீரங்கியினுள் இருந்த குறுகிய இடம், அடர் இருட்டு, மூக்கைத்துளைக்கும் நெடியெல்லாம் சேர்ந்து எனக்கு ஒவ்வாமையை

அளித்தன. தாபூவும் வீரர்கள் சிலரும் வெளியே பீரங்கியின் உலோகத்தகடுகள் மீது அமர்ந்திருந்தனர். திருமணமாகாத ஆணும் பெண்ணும் அக்காலங்களில் தனிமையில் இருக்க அனுமதிப்பட்டதில்லை. திருமணம் நிச்சயமான ஜோடிகளாகவே இருந்தபோதும் அவர்கள் யாருமறியாமல் ஒருவரையொருவர் கள்ளப்பார்வை பார்த்துக்கொள்ள முடியுமே தவிர தனிமையில் இருந்திட அனுமதியில்லை.

இருள் சூழ்ந்திருந்தபோதும் கூட ஒருவரையொருவர் தொட்டுக்கொள்ளவும் கூட அஞ்சினோம். எனது நகர்ப்புற வளர்ப்பும், தாபூவின் கிராமப் பழக்கவழக்கங்களும் இந்த விஷயத்தில் ஒன்றாகவே இருந்தன.

அதிகபாரம் ஏற்றிச்செல்லப்பட்டதன் காரணமாக அந்நாட்களில் தொடர்வண்டிகள் மிக மெதுவாகவே செல்லும், ஆடிக்கொண்டேயிருந்த பீரங்கியினுள் அமர்ந்திருந்ததால் தொடர்ந்து பலநாட்களாக அதனுள்ளேயே இருப்பதைப்போன்று எனக்குத் தோன்றியது. நேரத்தைக் கழிப்பதற்காக வெளியே தெரியும் காட்சிகளை எனக்கு தாபூ விளக்கியபடியே வருவார். ஆனால் நாங்கள் பயணப்பட்டது குளிர்காலமென்பதால் நெடுந்தொலைவுக்கு வெண்பனி மூடிய காட்சிகளும் பலத்த காற்றும் மட்டுமே இருந்ததால், விவரிக்குமளவுப் பெரிதாக அங்கு எதுவுமேயில்லை. நான் அங்கு தன்னந்தனியாக இருப்பது அவருக்கு வருத்தமளித்தது, எனவே நான் சலித்துவிடக்கூடாது என்பதற்காகவும் வீரர்களை விழித்திருக்கச்செய்யவும், அங்கிருந்த வீரர்கள் மற்றும் காவலர்கள் அனைவரிடமும் அவர் உரையாடியபடியே வந்தார்.

1945ஆம் ஆண்டின் இறுதியில், தாபூ தன் குடும்பத்தாரிடம் இருந்து பிரிக்கப்பட்டு தேசியவாதப்படையின் கட்டாய இராணுவச்சேவையில் சேர்க்கப்பட்டதை அவர்களிடம் கூறினார். தான் ஈடுபட்ட முதல்போரின்போது எட்டாம் வழிப்படையால் சிறைபிடிக்கப்பட்டு, போர்க்கைதியாகக் கொண்டுசெல்லப்பட்டுள்ளார். அவ்வாறு சிறைபிடிக்கப் பட்டோர் அனைவருக்கும் இரு தெரிவுகள் முன்வைக்கப்பட்டன, மூன்று வெள்ளிநாணயங்களை வாங்கிக்கொண்டு தத்தம் வீடுகளுக்குத் திரும்பிசெல்வது அல்லது கம்யூனிசப்படைகளில் சேர்ந்துவிடுவது. நாட்டின் எந்தப்பகுதியில் தான் இருக்கிறோம் என்பதுகூட அப்போது

தாபூவிற்குத் தெரியவில்லை, மேலும் அங்கிருந்து கிளம்பி எப்பாடுபட்டேனும் தன் வீட்டிற்குத் திரும்பிச் சென்றாலுமேகூட மீண்டும் வேறெதேனும் படையால் கட்டாய இராணுவச்சேவைக்கு இழுத்துச் செல்லப்படுவோம் எனவும் அவர் அஞ்சினார். போர்களும் கலவரங்களும் தொடர்ச்சியாக நிகழ்ந்துவந்த அந்நாட்களில், தாபூவைப் போன்ற வலிமையான இளைஞர்களால் இவ்விதியிலிருந்து தப்பிக்கவே முடிவில்லை. எனவே எட்டாம்வழிப் படையினரோடே இருந்துவிடலாம் என அவர் முடிவுசெய்துவிட்டார்.

பலமான உடலைக் கொண்ட தாபூ போன்ற இளைஞர்களால் கனமானப் போர் உபகரணங்களைத் தூக்கிச்செல்ல உதவமுடியுமென தாபூவை போர்களத்தில் கண்டுபிடித்த தளபதி கருதினார், எனவே படைத்தலைவருக்கு உதவியாளராகப் பணியாற்றுமாறு, தலைமைச்செயலகத்திற்கு தாபூவை "அன்பளிப்பாக" அனுப்பி வைத்தார். அடுத்த மூன்று வருடங்களும் எட்டாம் வழிப்படையில் இருந்தபடி அவர் உள்நாட்டுப்போரில் பங்குகொண்டார், அச்சமயம் படையில் நடைபெற்ற இலக்கிய வகுப்புகளில் அவர் கலந்துகொண்டபோதுதான் '*தாயூ*'★ வகைக் கவிதைகள் மீது அவர் ஈடுபாடு கொண்டுள்ளார். படிப்பறிவில்லாத வீரர்களுக்கு அடிப்படைக்கல்வியும் அரசியல் சிந்தனைகளையும் வழங்கவே இந்த இலக்கிய வகுப்புகளை கம்யூனிஸ்டுகள் நடத்திவந்துள்ளனர். இதன்மூலம், ஒரே நேரத்தில் அவர்கள் கற்கவும் போரிடவும் செய்தனர்.

இதன்மூலம் போர் அறிக்கைகள் சிலவற்றைத் தாமே எழுதத்துவங்கினார் தாபூ, படையினருக்காகக் கவர்ந்திழுக்கக்கூடிய முழக்கவாசகங்கள் சிலவற்றையும்கூட எழுதிக்கொடுத்தார், அப்பாடல்கள் அவரது உயரதிகாரிகளிடையே அவருக்கு நற்பெயரை ஈட்டித்தந்தன. புதிய நான்காம் படையும் வடகிழக்குக் களப்படையும் ஒன்றுசேர்ந்து மக்கட்விடுதலைப்படையில் ஐக்கியமானபோது எட்டாம் வழிப்படையும் அவர்களோடு இணைந்துகொண்டது, பிறகு அவர் படையின் பிரச்சாரத்துறைக்குப் பணிமாற்றம் செய்யப்பட்டார். பின்னர், பீபிங் அமைதியான முறையில்

★ தாயூ – மேற்கத்திய நாடுகளின் வேடிக்கைப்பாடல்களைப் போன்ற சீனப் பாரம்பரியப் பாடல்கள்

விடுவிக்கப்பட்டதும், பள்ளிவளாகங்களில் பணிபுரியத் தகுதிவாய்ந்த ஆட்கள்வேண்டி கம்யூனிசக்கட்சி சிரமப்பட்டது, எனவே இராணுவத்தின் பிரதிநிதியாக அவர் அங்கு பணியாற்றத்துவங்கினார்.

தனது கதையைக் கூறிமுடித்ததும் மற்றவர்களும் தத்தம் கதைகளைக் கூறுமாறு தாபூ உற்சாகப்படுத்தினார், "மக்கட்விடுதலைப்படையில் சேர்ந்த கதையைக்கூற யார் அடுத்து முன்வரப்போகிறீர்கள்?" என்றார்.

"என்ன?"

"நாங்களா?"

"நாங்கள் என்ன கூறவேண்டும் என விரும்புகிறீர்கள்?"

"கூற என்ன உள்ளது?"

"உங்கள் கதையைப் போலத்தான். எந்தப் படையினரோடு இருக்கிறோம் என்பது முக்கியமில்லை, யாருடன் இருந்தாலும் துப்பாக்கிகள் தூக்குவதும் உண்பதும் மட்டும்தான் எங்கள் வாழ்க்கை."

"எங்கள் வாழ்வின் கதை!"

ஒருவரோடு ஒருவர் உரக்கக்கத்தியபடி அவர்கள் அங்கு உண்டாக்கிய அமளியைக் கண்டபோது, அவர்களில் ஒருவர்கூட பள்ளிக்கல்வி பெற்றதில்லை என்பது மட்டும் உறுதியானது.

தாபூவிடம், "மக்கட்விடுதலைப்படையினர் ஏன் கொஞ்சமும் கல்வியறிவின்றி இருக்கின்றனர்?" எனப் பின்னர் ஒருமுறை கேட்டேன்.

"பள்ளிக்கல்வியை விடு, இங்கு சேர்வதற்கு முன்னர் ஒருவேளை சுடுசோறு கூட உண்ணாதவர்கள் இங்கு பலர் உள்ளனர். போர்களின் போது இளைஞர்கள் அனைவரும் தம் கிராமங்களிலிருந்து விரட்டியடிக்கப்பட்டனர், பின்னர் அவர்கள் முதலில் எதிர்ப்படும் இராணுவப்படையில் கட்டாயமாகச் சேர்த்துக்கொள்ளப்பட்டனர். அவர்களுக்கென எந்தப்பெரிய அரசியல் கோட்பாடுகளும் இல்லை; வேளைக்கு உணவும், உறங்க படுக்கையும் கொடுக்கமுடிந்த எந்தப் படையினரோடும் அவர்கள் சேர்ந்துகொண்டனர். மேலும் மேலும் அனுபவப்பட்டப்பின்னரே, புரட்சியின் மீது ஆர்வங்கொண்டு

படையிலே சேர்ந்து நீடித்து இருக்கக் கற்றுக்கொண்டனர்.” என்றார் தாபூ.

உண்மையைக் கூறுவதானால், என்னளவிற்கு மேற்கல்வியை தாபூ பெற்றிருக்கவில்லையாயினும், எந்தவொரு நிகழ்வின் முழு காட்சியையும் காணும் திறனை எனக்குக் கற்றுக்கொடுத்தவர் அவரே. உலகை எப்படிக்காண வேண்டுமென எனக்குக் கற்றுத்தரப்பட்டிருந்ததோ அப்படித்தான் நான் அதுநாள்வரை கண்டிருந்தேன்; ஆனால் எனது மேலோட்டமான புரிதலைவிடவும் மேம்பட்டு இருந்தது தாபூவின் பட்டறிவு, அதிலும் குறிப்பாக வரலாற்றைக்குறித்த அவர் புரிதல் பிரமாதமாக இருந்தது.

இதையெல்லாம் நான் தாமதமாகத்தான் அறிந்துகொண்டேன். அன்று பீரங்கியின் உள்ளறையில் அமர்ந்திருந்தபோது, அங்கிருந்தவர்களை ஊக்கப்படுத்த தாபூ எடுத்த முயற்சிகளெல்லாம் செவிடன் காதில் ஊதிய சங்குபோலானது குறித்துக் கவலைகொண்டேன். என் பெற்றோர்களின் காதல் கவிதைகளின் மீதுதான் கட்டமைக்கப்பட்டிருந்தது என்பது உங்களுக்குத் தெரியுமல்லவா சின்ரன்? எங்களுக்கு சூட்டப்பட்ட செல்லப்பெயர்களெல்லாம் அவர்களுக்கு விருப்பமான கவிதைவரிகளில் இருந்து எடுக்கப்பட்டவைதான், இளைய சகோதரிகளான நாங்கள் கவிதைகளும் ஃபூ வகைக் கவிதைகளும் எழுதப் பெரிய அக்காள் செந்நிறத்தாள் பெரிதும் உதவினார். எனவேதான், தாபூவும் கவிதைகள் எழுதுபவரென அறிந்ததுமே அவர்மீதான என் விருப்பம் மேலும் அதிகரித்தது. நகரத்தில் நாங்கள் சந்தித்துக்கொண்ட ஆரம்பநாட்களில் தனிமையில் இருப்பதற்கான வாய்ப்புகள் கிட்டவேயில்லை, மற்றவர்கள் அருகிலிருக்கும்போது கவிதைகள் கூறும்படி அவரிடம் கேட்கவும் எனக்கு தைரியம் வரவில்லை. ஆனால் இப்போது தாபூ கவிதைகள் மீதான தன் விருப்பத்தை அவரே வீரர்களுடன் பகிர்ந்துகொண்டுவிட்டதால், இந்த சந்தர்ப்பத்தை பயன்படுத்தி, எங்களுக்காக சில கவிதைகளை வாசித்துக்காட்டும்படி அவரிடம் கேட்டுக்கொண்டேன்.

எனதிந்த கோரிக்கையை கேட்ட மற்றவர்களும் “ஆம்! கவிதை கூறுங்கள்!” எனக் கூவினர்.

பீரங்கியின்மீது எத்தனை வீரர்கள் அமர்ந்திருந்தனர் என்னால் உள்ளேயிருந்து காண முடியவில்லை, ஆனால் அவர்கள்

கத்தியதிலிருந்து வெளியே நிறைய ஆட்கள் இருந்தனர் என்பதுமட்டும் தெரிந்தது. அன்று நான் கேட்ட குரல்களில் கடும் வடக்குச் சீன உச்சரிப்புகள் இருந்தன.

நான் கூறியதைக் கேட்டதும் அவர் சலிப்புடன் பெருமூச்செறிந்தார், அவர் குரலும்கூட அப்போது பதட்டமாய் இருந்தது. "நான் இங்கு கவிதை எனக்குறிப்பிட்டது படித்த மக்கள் கூறுவதைப்போன்ற 'கவிதை' அல்ல, அது தாயூ போன்றது, விளம்பரப்பாடல்களைப் போன்றது." என்றார்.

"விளம்பரப்பாடல்களா? அவைகளை என்னால் கூற முடியும்!" என ஒருகுரல் வந்தது, அதில் லேசான தென்சீனச் சிணுங்கலொலி இருந்தது.

"உங்களால் முடியுமா? எங்கே ஒன்று கூறுங்களேன், கேட்போம்!" என்றார். அசவுகரியம் நிறைந்த அந்தச்சூழலில் கூட்டத்தினரின் ஆர்வத்தினால் அங்கு நேசவெப்பம் சூழத்துவங்கியது.

"சரி. சொல்கிறேன், கேளுங்கள்:

"பாட்டி நலமாக இருக்கிறார், முதுமையிலும் இளமையாகத் தோற்றமளிக்கிறார்,

அத்தை நலமாக இருக்கிறார், மணியைப்போல மகிழ்வாக இருக்கிறார்,

மனைவி நலமாக இருக்கிறாள், அவளொரு குட்டி குதிரைப்படை வீராங்கனை,

தங்கை நலமாக இருக்கிறாள், அவள் முனகக் காரணங்களேதுமில்லை."

இதைக் கூறியவர் கல்வியறிவற்றவர் என்பதை அறிந்துகொண்டேன்; அவரிடம் சொல்வளம் பெரிதாக இல்லையெனும்போதும் அவர் கூறியதை அங்கிருந்த மற்ற வீரர்கள் வெகுவாய் ரசித்ததைப் போலிருந்தது. "உன் தந்தை, சகோதரர்கள், மாமன்களெல்லாம் என்னவானார்கள்? உன் குடும்பத்தில் அனைவருமே பெண்களா?" எனக் கேட்டவரின் குரல் அத்தனை மென்மையாக இருந்தது, உடைந்து முதிராத குரல்.

“நான் வாழ்ந்த பகுதியில் நிறைய சண்டைகள் நிகழ்ந்தன. என் தந்தை, பாட்டனார், மாமன் என அனைவரும் கட்டாய இராணுவச்சேவைக்குச் சென்றுவிட்டனர். அவர்களில் ஒருவர்கூட உயிருடன் திரும்பவில்லை.”

தென்சீனக்குரல் கொடுத்த அந்த பதிலால், அங்கு பரவத்துவங்கியிருந்த உற்சாகமனைத்தும் சட்டென வடிந்துபோனது.

அதைக்கேட்டதும் என் மனம் வருத்தம் கொண்டது, இதுபோல் நான் முன்னர் எப்போதும் உணர்ந்ததேயில்லை. போர் என்றால் வீரதீர சாகசங்களும், அவற்றைப்பற்றிய வீரகாவியங்களும்தான் என அதுநாள்வரை எண்ணியிருந்தேன். போரில் இழப்பைச் சந்தித்த குடும்பங்களின் துயரங்களைப் பற்றி நான் எண்ணிப்பார்த்ததேயில்லை. போரின் வேதனைகளை நான் இத்தனை ஆழமாக அனுபவித்ததேயில்லை.

“சரி, இந்தத் துயரத்தை நம் வலிமையாக மாற்றிக்கொள்ள வேண்டும். சரிதானா?” சில நொடிகள் முன்னர்வரை உற்சாகமின்றியிருந்த தாபூ, போர் கொடுத்த மனக்காயங்களால் துன்புற்றோரை அதிலிருந்து மீட்டெடுக்க இப்போது உத்வேகத்துடன் பேசத்துவங்கினார்.

“உறையவைக்கும் குளிரில் பீரங்கியை செலுத்துகிறேன்,

பெரும் நதிபோல் எங்கள் கதைகள் விரிகின்றன,

வாருங்கள், மக்கட்விடுதலைப்படையினரே, இந்தக் கேடுகெட்டப் போரை வென்றெடுப்போம்,

இளைஞர்களும் முதியவர்களும் மீண்டுமொருமுறை ஒன்றிணைவோம்!”

தாபூவின் இந்த வீரியமிக்க வரிகள் அவர் எதிர்பார்த்த அளவிற்கு அங்கிருந்த வீரர்களை உற்சாகப்படுத்தவில்லை. எனவே அவர் மனம் தளர்ந்துவிடாதிருக்க, “நானும் ஒரு கவிதை கூறவா?” என பீரங்கியினுள் இருந்து கேட்டேன்.

“தாராளமாக, தாராளமாக! வீரர்களே, நமக்காகத் தோழர் பச்சையாள் இப்போது கவிதை சொல்லப்போகிறார்!” என்றார். “கணவரின் தாளத்திற்கேற்ப மனைவி பாட வேண்டும்” எனும் விஷயத்தை அன்றுநான் பின்பற்றியதற்காகப் பின்னரொருநாள் தாபூ என்னைப் பாராட்டினார்.

நான் எழுதிய *தாயூ* கவிதையை வாசிக்கத்துவங்கினேன்:

"என்றென்றும் சாசுவதமான அன்பின் பிணைப்புகள் போல் ஆழமாகவும்,

பரந்து, விரிந்த சமுத்திரம்போலவும்,

உறைபனி கொட்டிக்கிடக்கிறது.

இந்தக் குளிர்காலத்தில், நேசத்தால் ஒருவர் மனதை மற்றொருவர் வெப்பமுட்டச்செய்து,

இருவரையும் ஒன்றிணைக்க வேண்டுமென்பதே

இயற்கையின் அருள்நலவிருப்பமாக உள்ளது."

கவிதையைக் கூறிமுடித்ததும், வெளியே இருந்தவர்களிடமிருந்து பாராட்டுக்குரல்கள் எழுமெனக் காத்திருந்தேன். தாயூவைப்பற்றி அறிந்துகொண்டதும், நானாக ஒரு *தாயூவை* உருவாக்கியதும் அதுவே முதன்முறை. அவர்கள் கூறிய கவிதைகளைக் கேட்டதும் எனக்கும் ஓரளவு தன்னம்பிக்கை பிறந்தது, அத்துடன் கவிதைகளென்றால் வெறுமனே வரிகளை ஒன்றன்பின் ஒன்றாய் அடுக்கிவைப்பது மட்டுமல்ல அதற்கென விதிமுறைகளும், கவியியற்றும் பாங்கும் இருக்கிறதென நான் அறிந்திருந்ததால் எனக்குள் சிறிது தற்பெருமையும் தோன்றியது. ஆனால் மற்றவர்கள் கூறிய *தாயூக்களை* விடவும் எனது தாயூ சிறப்பாகவே இருந்ததென எனக்குத் தோன்றியபோதும், அதைக்கூறியதும் ஏன் அங்கு எந்த சத்தமும் எழவில்லை. என்ன நடக்கிறது? எல்லோரும் எங்கே போனார்கள்? எனக்கு ஒரே குழப்பமாக இருந்தது.

இறுதியாக, தாபூவின் குரல் கேட்டது, "தோழர் பச்சையாள் அவர்களே, மிகப்பிரமாதமான தாயூ இது!' என வலிந்து வழவழைக்கப்பட்ட உற்சாகத்துடன் கூறினார்.

படிப்பறிவற்ற அவ்வீரர்களால் என் *தாயூ* எதைப்பற்றியது என்பதை புரிந்துகொள்ள முடியாததால்தான் அன்று அத்தனை மௌனமாக இருந்தனரென்று, பின்னரொரு நாள் தாபூ என்னிடம் தயக்கத்துடன் கூறினார்.

"இருக்கட்டும், என் *தாயூ* உங்களுக்குப் புரிந்ததா?"

"எனக்கு... எனக்கு, *பெரும்பாலும்* புரிந்துவிட்டது. ஆனால் 'சாசுவதமான அன்பு' என்பதின் ஒரு பகுதியும், 'இயற்கையின்

அருள்நலம்' என்பது எதைக்குறிக்கிறது என்பதும் எனக்குப் புரியவில்லை."

அந்த வீரர்கள் சொந்தமாக *தாயூ* கவிதைகளை எழுத மிகுந்த சிரமப்பட்டிருப்பார்கள் என தாபூ எண்ணினார். எனவே அக்கவிதைகள் தோன்றிய வரலாற்றை எனக்குக் கூறத்துவங்கினார். "தாங் ராஜ்ஜியத்தின்போதுதான் தாயூ கவிதைகள் தோன்றின. ஷாங் தாயோவ் எனும் ஒரு விவசாயிதான் முதன்முதலில் *தாயூ* எழுதினார். எழுதவோ படிக்கவோ தெரியாத ஷாங்கிற்கு கவர்ந்திழுக்கும் சிறுசிறு வரிகள்மேல் மிகுந்த விருப்பமிருந்தது. 'பனிப்பாடல்' எனப் பின்னர் அழைக்கப்பட்ட கீழ்கண்ட பாடலைத்தான் அவர் முதன்முதலாக எழுதினார்:

"நதியின் மேல் மூடுபனி,
கிணற்றுக்குள் இருளும் வெறுமையும்,
செவலை நாயின் வெளுத்த உடல்,
வெள்ளைநாயின் வீங்கிய தேகம்."

"இந்த சில வரிகளின் மூலம் உறைபனிபடர்ந்த நிலக்காட்சியையும் அதுதரும் உணர்வையும் 'உறைபனி' என்னும் சொல்லை உபயோகிக்காமலேயே அவர் நம்முள் கடத்துகிறார். புத்தம்புதிதானதொரு கவிதை வடிவத்தைத் தானறியாமலேயே ஷாங் உருவாக்கியிருந்தார், இதன்மூலம் அவர் உடனடி வரவேற்பையும் பெற்றார். அந்தக் கவிதைகளுக்கு *'தாயூ'* எனப் பெயரிட்டார். இந்தக் கவிதைகளை எத்தனை அதிகமாக எழுதுகிறோமோ அத்தனை அதிகமாக அதில் தேர்ச்சி பெறுவோமென அனைவரும் உணர்ந்துகொண்டனர். எவ்வளவு தேர்ச்சி பெறுகிறார்களோ, அவ்வளவு அநாகரிகமாகவும் எழுதத் துவங்கிவிடுவர்!" என்றார்.

பிறகு, 'குவான்தாங்'கின் அருகில் வசித்துவந்த ஒரு கிராமத்துப்பெண்ணின் கதையை தாபூ எங்களுக்குக் கூறினார். நீண்ட காலமாக சிறைவாசம் அனுபவித்துவரும் தன் கணவருக்காக தினமும் சிறைச்சாலைக்கு சென்று உணவு கொடுத்துக்கொண்டிருந்தாள் ஒரு கிராமத்துப்பெண், அவரது இந்த விசுவாசத்திற்காகவும் விடாமுயற்சிக்காகவும் சுற்றுவட்டாரத்தில் அப்பெண் பிரசித்தியும் பெற்றிருந்தார். இதே

காலகட்டத்தில்தான், பேரரசரை அவமதித்ததற்காக புகழ்பெற்ற கவிஞரான சூ ஷி குவான்தாங்கிற்கு நாடுகடத்தப்பட்டிருந்தார். ஒருநாள், சூ அந்த கிராமத்துப்பெண்ணைக் கண்டார், அவளது அலங்கோலமான தோற்றத்தைக்கண்டு அவளை எள்ளிநகையாடி இருவரிக்கவிதையொன்றை கூறினார்:

“வைக்கோல்நார் போன்ற கேசமும்
புழுதிபடிந்த முலைகளும் கொண்டவள்,
சிறைக்காப்பாளனின் விருந்தினருக்கு
இதோ உணவு கொண்டு போகிறாள்.”

தனக்கென இருந்த சின்னஞ்சிறு உலகத்தில் உழலும் அப்பெண், அமைதியும் அடக்கமும் நிறைந்த அப்பெண், அவர் கூறிய வரிகளை முடித்துவைக்கும் வரிகளைக்கூறுவாள் என சூ சிறிதும் எதிர்பார்த்திருக்கவில்லை. அவர் திகைத்துப்போகும்படி அப்பெண் கூறிய வரிகள்:

“முன்னொரு காலத்தில் அளவிற்கதிகமான புகழ்பெற்றிருந்தார் ஒரு கவிஞர்,
இன்றோ அவரது தோல்விகள் அப்புகழையெல்லாம் விஞ்சி நிற்கின்றன.”

சூ ஷீ அப்பெண்ணிற்கு ஏற்படுத்திய அவமரியாதைக்கு பதிலடியாக இவ்வரிக்ள் இருந்தன, அத்தோடு, நாடுகடத்தப்பட்டிருந்ததால் அவருக்கு உண்டாகியிருந்த அவமானமெனும் காயத்தின் மீது உப்பை தடவினாற்போலவும் இருந்தது.

தாபூ இதைக்கூறிமுடித்ததும் மீண்டும் அங்கு கனத்த மௌனம் நிலவியது, அதன்மூலம் அங்கிருந்த வீரர்களால் இந்தக் கதையையும் புரிந்துகொள்ள முடியவில்லை எனத் தெரிந்தது.

இறுதியாக எங்களுடைய ‘பீரங்கி தொடர்வண்டி’ ஜினானை வந்தடைந்தது, எனினும் இரவானபிறகே நாங்கள் இரயில்நிலையத்தினுள் நுழைந்தோம். எங்களுடன் பயணித்த வீரர்களுக்கு இரயில்நிலையத்தின் மங்கிய விளக்கொளியில் விடைகூறியபோதுதான் அவர்களின் முகங்களையே என்னால் ஓரளவு தெளிவாகக் காணமுடிந்தது, அவர்களனைவருமே

இளைஞர்கள், தாம் கடந்துவந்த பயங்கரங்களையெல்லாம் அந்த இளம் முகங்கள் மறைத்து வைத்திருந்தன.

தாபூவிடம் விசேஷ இராணுவ அனுமதிச்சீட்டு இருந்தது, எனவே லியோசெங் செல்வதற்கு ஏதேனும் வாகனப்போக்குவரத்து கிடைக்குமா என அவர் தேடிச்சென்றார். இரயில்நிலையத்தின் வெளியே இருந்த கிடங்கின் அருகில் குதிரைவண்டிகள் நிற்பதைக் கண்டார். குதிரைவண்டியோட்டிகள் அப்போதுதான் நகரத்திற்குத் தேவையான இராணுவத்தளவாடங்களை இறக்கிவைத்துவிட்டு, மீண்டும் தங்களின் இடம்நோக்கிக் கிளம்பத் தயாராகிக்கொண்டிருந்தனர். அவர்களைச் சுற்றிக்கூட்டம் முண்டியடித்துக் கொண்டிருந்தது, வாழமுடியாமல் தம் வீடுகளுக்குத் திரும்ப முயலுபவர்களாகவோ அல்லது தமது கடந்தகாலத்தில் எழுதப்பட்டுவிட்ட ஏதோவொரு அத்தியாயத்தில் இருந்து தப்பிப்பிழைத்து ஓடுபவர்களாகவோ அக்கூட்டத்தினர் தோன்றினர்.

தொடர்ந்து இரு பகல்களும் இரு இரவுகளுமாக நான் உறக்கமின்றி அந்த பீரங்கியினுள்ளேயே ஒளிந்திருந்ததால், குதிரைவண்டிக்குள் ஏறியதுமே ஆழ்ந்து உறங்கிவிட்டேன், அந்த வண்டியின் உட்பகுதி எப்படி இருந்தது என்பது கூட என் நினைவில் பதியவில்லை.

“குட்டிப் பச்சையாளே, எழுந்திரு! நாம் இறங்க வேண்டும்.” தாபூவின் குரல் கேட்டு விழித்தெழுந்தேன். உறக்கத்தில் நடப்பவளைப்போல அரைமயக்கநிலையில் வண்டியில் இருந்து இறங்கினேன் என அவர் பின்னர் கூறினார்; நான் அப்போதிருந்த நிலையில் என்னை அடிமையாக விற்பதற்காய் எவரேனும் அழைத்துச்சென்றிருந்தாலும் கூட அவர்களின் பின்னாலேயே சென்றுவிட்டிருப்பேன் எனத்தான் எண்ணுகிறேன்.

மீதிப்பயணம் முழுவதும் நாங்கள் நடந்தேசெல்ல வேண்டும் என அவர் கூறியபோதுதான் நான் மயக்கம்தெளிந்து முற்றிலுமாய் விழித்தேன்.

அன்று முடிவேயில்லாத பயணமொன்றை நடந்தே கடப்பதுபோல் எனக்குத் தோன்றியது. ஒவ்வொரு காலடியையும் வலியோடு எடுத்துவைத்தேன், ஆறுமணிநேரங்கள் அப்பயணம் நீடித்தது. மத்திம குளிர்க்காலத்தின் உறைபனிக்குளிர் எங்கள் எலும்புகளை ஊடுருவிச் சென்றது, கண்டுகளிக்க

சுற்றுமுற்றும் இயற்கைக்காட்சிகளும் ஏதுமில்லை. வசந்தகாலம் பூத்துக்குலுங்கும்போது ஒவ்வொருநாளும் ஒவ்வொரு வண்ணக்காட்சியாய் மிளிருமெனவும், ஆனால் பூமித்தாய் இன்னமும் தன் குளிர்கால உறக்கத்தில் இருந்து விழித்தெழவில்லையென்றும் தாபூ கூறினார். சோர்ந்திருந்த என்னை உற்சாகப்படுத்துவற்காய், வீரர்கள் கூறிய சில தாயூ கவிதைகளைக் கூறினார், அவற்றுள் சில மிக ஆபாசமாக இருந்தன. வசீகரம்மிக்க ஆண்மகன்களாக அக்காலத்தில் போற்றப்பட்ட மக்கட்விடுதலைப்படை அதிகாரிகளில் ஒருவர் அவ்வாறு பேசியதால் நானும் அதை ஆட்சேபிக்கவில்லை.

நீங்களும் அவற்றுள் சில தாயூக்களைக் கேட்கிறீர்களா? எப்படியோ அவற்றுள் சில என் புத்திக்குள்ளேயே ஒட்டிக்கொண்டுவிட்டன. பிரபஞ்சம், மனித இனம் போன்ற உயரிய விஷயங்களை அவை பேசுவதுபோல் தோன்றும்; இப்போதுகேட்டால் அவை கொஞ்சம் அபத்தமாகவும் தோன்றக்கூடும், கேளுங்கள்:

“வீரர்களாகிய நாங்கள்
இறப்பைக்கண்டு அஞ்சுவதில்லை,
குறிக்கோளை கைவிடுவதில்லை,
சியாங்கைஷேக்கை அழித்தொழித்து,
மனித இனத்தை விடுவிப்போம்!

வடக்கிலிருந்து தெற்குவரை சாலைகள் போடுவோம்,
கிழக்கிலிருந்து மேற்குவரை பாதைகள் சமைப்போம்,
கடல்களின்மீது படகுகள் செலுத்துவோம்,
வானூர்திகளை மற்றெங்கிலும் ஏவுவோம்.

என் மனதில், என் இதயத்தில்
ஒரு விதை ஊன்றப்பட்டுள்ளது:
பசிபிக் சமுத்திரம் முழுவதும் சிவப்பு படரவிடுவோம்,
நீடூழி வாழ்கவே, சீன கம்யூனிஸ்ட் கட்சி!”

இதில் பசிபிக் ஏன் குறிப்பிடப்பட்டுள்ளது என எனக்குப் புரியவில்லை. பசிபிக்கில் துவங்கி உலகிலுள்ள அனைத்து

நாடுகளையும் நாம் விடுவிக்கத் துவங்கினோமானால், நமது இப்பெரும் புரட்சியில் பங்காற்றும் பேறு நம் சந்ததியினருக்கும் கிட்டக்கூடுமென வெகு ஆர்வத்துடன் தாபூ கூறினார். பிற்காலத்தில் ஐக்கிய முன்னணியில் பணியாற்றிட என் கணவர் சென்றதில் ஆச்சரியமேதுமில்லை!

எங்களிடையே வளர்ந்துவந்த நேசம் ஒரு பாலம்போல் செயல்படத் துவங்கியதால், எங்களிடையே இருந்த இடைவெளிகள் நிதானமாயும் எப்போதைக்குமாயும் மறையத்துவங்கின. பனிபோர்த்திய அந்தச் சாலையை அவருடன் சேர்ந்து சிரித்தபடியே கடந்து சென்றபோது, அதுநாள்வரை மருட்சிகொள்ளுமொரு சிறுமியாக என்னைநானே எண்ணிக்கொண்டிருந்ததை நிறுத்திவிட்டிருந்தேன். எங்களிடையே இருந்த வர்க்கபேதமெனும் சுமை இறக்கிவைக்கப்பட்டதைப் போன்றும் உணர்ந்தேன்.

உண்மையில், கிஞ்சித்தும் வளைந்துகொடுக்காத வர்க்கபேத காலத்தில் நாங்கள் வாழ்ந்துகொண்டிருந்தோம். அவர் பாட்டாளி வர்க்கத்தைச் சேர்ந்தவர், நானோ முதலாளிவர்க்கத்தின் மகள், எனவே நாங்கள் இருவேறு உலகைச் சேர்ந்தவர்களாகவே மற்றவர்களால் கருதப்பட்டோம். எங்களுடைய உறவு சரிப்பட்டுவராது என அனைவரும் ஒன்றேபோல் கூறினர். ஆனால் அவர்களின் எண்ணம் தவறானது என நாங்கள் இறுதியில் நிரூபித்தோம்.

எனது ஒட்டுமொத்தக் குடும்பமும் தாபூவை கீழ்த்தரமாகவே பார்த்தனர், என்னை ஈர்ப்பதற்காகத்தான் அவர் தாயூ கவிதைகளின் மீது ஆர்வம் கொண்டிருப்பதாகவும்கூடக் கூறினர். இத்தகைய கலாச்சார, வர்க்க அராஜகங்கள் என்னை ஆத்திரப்படுத்தின, ஏன் அவர்களால் அவரை மதிக்கமுடியவில்லை? முறையான பள்ளிக்கல்வியை ஒருவர் வேட்கையுடன் பயில்வதைப்போலத்தான் அவர் தாயூ கவிதைகளையும் பயின்றார் என்பதுதான் உண்மை. பின்னர் வந்த காலத்தில், தாபூ அனைத்துவகையான கவிதைகளையும் சேகரித்துவைத்தார், சீனாவின் பழம்பெரும் கலைவடிவமாகிய தாயூவுடன் வரலாறுகளும் இதிகாசங்களும் எவ்வகையில் தொடர்புகொண்டுள்ளன என்பதை ஆராய்ந்தார். ஆனால் வெறும் பொழுதுபோக்குக்காக மட்டுமே இதை அவர் செய்யவில்லை. தாயூ கவிதைகள் மீது தாபூ கொண்டிருந்த காதலால்தான்

எங்களுடைய இத்தனை வருட மணவாழ்க்கை எவ்விதத் தொய்வுமில்லாமல் சென்றது என்பேன். கடினமான காலங்களில் அக்கவிதைகள் எங்களை மகிழ்வித்தன, மகிழ்வான காலங்களில் விழிப்புடன் இருக்கவைத்தன. சீன மக்கட்குடியரசின் துவக்கத்தின் விளைவாக வேண்டுமானால் எங்கள் திருமணம் நிகழ்ந்திருக்கலாம் ஆனால் *தாயூ* கவிதைகள்தான் எங்கள் காதலுக்கானப் பாதையை அமைத்துக்கொடுத்தது, அவருடைய குடும்பத்தினரைச் சந்திக்க அன்று நான் மேற்கொண்ட நெடிய பயணத்தோடே இது துவங்கியது.

பல மணிநேர நடைக்குப் பிறகு ஒற்றையடிப்பாதையொன்றை அடைந்தோம், இரு வயல்களுக்கு இடையே இருந்த மணற்கரைப்பாதை அது. எங்கள் கண்களுக்கு எட்டியவரை இதே நிலக்காட்சிதான் தெரிந்தது. நான் தாயூவைப் பார்த்து மேலும் எவ்வளவு தொலைவு செல்லவேண்டுமெனக் கேட்டேன். அவர் தூர பார்த்தபடியே,

"வானுலகம் உயரே உள்ளது,

பூமி கீழேயுள்ளது.

உன் இதயம் விரும்புமிடத்தில்

உன் மகிழ்வு உள்ளது."

நமது உணர்வுகளெல்லாம் நம் மனதினாலும் நம் புத்தியாலும்தான் கட்டுப்படுத்தப்படுகிறது என்பதே அதன் பொருள். வாழ்வின் மீது நேர்மறையானப் பார்வையைக் கொள்வதன் மூலம்மட்டுமே நாம் மகிழ்வாக வாழமுடியும்.

அவருடைய கவித்திறன்மீது வியப்புமேலிட்டது, உடனே அவரைத் தொடர்ந்து நானும் என்னால் இயன்றமட்டில் ஒரு கவிதையை இயற்றிக் கூறினேன்:

"பிரபஞ்சம் எல்லையற்றது,

அதன் வரலாறு முடிவற்றது.

அவற்றை விஞ்ச பெருமுயற்சி கொள்கின்ற நாமோ,

கவிதைகளிலுள்ள சொற்களைப் போன்றவர்கள்."

இந்த உலகம் எத்தனை அச்சுறுத்தக்கூடியதாக இருப்பினும், இந்த வாழ்வு எத்தனை அர்த்தமற்றதாக விளங்கினும், நாம்

வாழ்ந்து செல்லப்போகும் இக்குறுகிய காலகட்டத்தினுள் நமக்கென ஒரு அடையாளத்தைப் பதிக்கப் பாடுபடவேண்டும் என்பதே நான் அக்கவிதையில் கூறவந்ததாகும்.

நானும் அவரைப்போலவே கவிதையையே பதிலாய் அளித்ததைக் கண்டதும், தாபூ அங்கேயே நின்றுவிட்டார். சிலையாகிப்போனதைப் போல அங்கேயே அசைவின்றி நின்று, எதுவுமே கூறாமல் என் விழிகளுக்குள்ளேயே பார்த்துக்கொண்டிருந்தார். அப்படியே என்னை வாரியணைத்து முத்தமிடவேண்டுமென அப்போது எண்ணியதாக பின்னொருநாள் என்னிடம் தெரிவித்தார்!

தாபூவின் குடும்பத்தினரைச் சந்திக்க நாங்கள மேற்கொண்ட அந்தக் கடினமான பயணத்தையும், வழியெங்கும் நாங்கள் பகிர்ந்துகொண்ட தாயூ கவிதைகளையும்தான், பின்னர் நாங்கள் எதிர்கொண்ட அனைத்து அரசியல் சூறாவளிகளுக்கு இடையேயும் அவ்வப்போது நினைத்துப் பார்த்துக்கொள்வோம். அப்போதிருந்த நிலைமையை சமாளிக்க அந்நினைவுகள் எங்களுக்கு பலமளித்தன. 1950இல் தாபூவின் குடும்பத்தினரோடு வசந்தவிழாவைக் கொண்டாட அவரது கிராமத்திற்குச் செல்வதற்கு முன்னர் நாங்கள் கற்றுக்கொண்ட மிகமுக்கியமான பாடம் அதுவாகும். நான் முன்னரே கூறியதைப்போல எங்களிடையே இருந்த கலாச்சார இடைவெளியை நான் பெரிதாக கருதவில்லை, எனினும் அங்கு நான் கண்ட வாழ்வுமுறை எனக்குப் பெரும் சவாலாகவே அமைந்தது.

களைத்துத் துவண்டுபோயிருந்த எங்கள் கால்கள் தாபூவின் கிராமத்தை அடைந்தபோது இரவாகிவிட்டது. கிராம நுழைவுவாயிலில் இருந்த மனிதர் தாபூவை அடையாளம் கண்டுகொண்டார், உடனே ஒவ்வொரு கதவின் பின்னிருந்தும் முகங்கள் முளைத்து வெளியே வரத் துவங்கின, பலரும் எங்களைத் தொடர்ந்தபடி தாபூவின் வீடுநோக்கி வந்தனர். நாங்கள் சென்று சேரும் முன்னரே தாபூவின் வீட்டிற்கு நாங்கள் வந்திருக்கும் செய்தி சென்று சேர்ந்துவிட்டிருந்தது, அனைவரும் முன்வாசலில் எங்களுக்காகக் காத்திருந்தனர். அவருடைய பெற்றோர்கள், தம்பி, தங்கைகள் இருவர் மற்றும் அவருடைய பாட்டி ஆகியோர் எங்களுக்காகக் காத்திருந்தனர்.

சில ஆண்டுகளுக்கு முன்னர் நடந்த குண்டுவெடிப்பொன்றில் சிக்கி தாபூவின் தம்பி தாகுயூ கேட்கும் திறனை இழந்துவிட்டார்.

அந்த குண்டுவெடிப்பிற்கு எந்த இராணுவப்படை காரணமென்று எவருக்குமே தெரியவில்லை. வேளாண்தொழிலை மட்டுமே நம்பியிருந்த பல கிராமங்களும் முடிவேயில்லாத அரசியல் போர்களினால் பல உயிர்களை இழந்திருந்தன. அவருடைய முதல் தங்கை 'சுன்ஹுவா'விற்கு பதினாறு வயது, இரண்டாம் தங்கை 'கீஹுவா'விற்கு பதின்மூன்று வயது. ஒவ்வொருவராக எனக்கு அறிமுகப்படுத்திக்கொண்டே வந்த தாபூ, அவர்களை நான் எப்படி அழைக்கவேண்டுமென்பதையும் கூறினார். எனக்கு அங்கு நிகழ்ந்த எல்லாமே விசித்திரமாகத் தோன்றியது, முக்கியமாக அங்கிருந்த அனைவரும் எங்களிருவரையும் திருமணமாகி வந்திருந்த ஜோடிகளைப் போல நடத்தியவிதம் என்னை மிகவும் ஆச்சரியப்படுத்தியது.

மேலும், அவரின் குடும்பத்தினர் ஒருவரையொருவர் அழைத்துக்கொண்ட உறவுமுறைப்பெயர்களை புரிந்துகொள்வது எனக்குச் சிரமமாக இருந்தது. அவருடைய பாட்டனாரை *'ஏயே'* எனவும் பாட்டியை *'நய்நை'* எனவும் அழைத்தனர். அது எனக்கும் பழக்கமான விளிகள்தான். ஆனால் அவருடைய தந்தையை *'டியை'* என்றும் தாயை *'நியாங்'* என்றும், கணவர் தன் மனைவியை *'தியூசியாங்'* எனவும் அழைத்தனர். காதலுறவில் ஈடுபட்டிருக்கும் ஜோடியைத்தான் நாங்கள் தியூசியாங் எனவழைப்போம், ஆனால் ஷாந்தோங்கில் வயதான கணவன் மனைவி ஜோடிகளைக் கூட அவ்வாறே அழைத்தனர்.

மிக முக்கியமாக அவர்களின் உடல்மொழியை என்னால் புரிந்துகொள்ளவே முடியவில்லை. இளையவர் முதியவர் என பாகுபாடேயில்லாமல் அவர்கள் அனைவரும் தங்களுக்குள் போட்டிபோட்டு என் கரங்களைப் பற்றிக்கொண்டனர்; சில முதிய பெண்கள் என் முகத்தைத் தடவினர், சில குறும்புக்காரச் சிறுவர்களோ என் கேசத்தைப் பிடித்திழுத்தனர்.

அங்கு குழுமியிருந்த தாபூவின் நெருங்கிய நண்பர்கள், உறவினர்கள் மற்றும் அண்டைவீட்டினரோடு எங்கள் அறிமுகம் முடிந்ததும், நாங்களிருவரும் தாபூவின் வீட்டினுள்ளே நுழைந்தோம். உள்ளே மிக இருளாக இருந்தது, சுவற்றில் பதிக்கப்பட்டிருந்த சிறுமாடத்தில் இருந்த ஒற்றை எண்ணெய்விளக்கு மட்டும் கண்சிமிட்டிக்கொண்டிருந்தது. எது எங்கிருக்கிறது என்பதையோ யார் யார் எங்கு நிற்கிறார்கள் என்பதையோ என்னால் பார்க்க முடியவில்லை, என்னால்

தாபூவின் குரலைமட்டும்தான் கேட்க முடிந்தது, எங்களிருவரின் இடையே பலர் நின்றிருந்தனர். ஒட்டுமொத்த கிராமமும் உள்ளே வந்துவிட்டதைப்போலத் தோன்றியது!

தாபூவின் கிராமமக்கள் *'காங்'*★ படுக்கையில் உறங்கினர். பெரும்பாலான வீடுகளில் ஒரேயொரு அறைதான் இருந்தது, அந்த அறையே அவர்களுக்குக் கூடமாகவும் படுக்கையறையாகவும் இருந்தது. பகற்பொழுதுகளில் மொத்தக் குடும்பமும் காங்கில் அமர்ந்து உண்பர், அரட்டையடிப்பர், விருந்தினர்களை வரவேற்பர். மாலைவேளையானதும், காங்கின் கால்பகுதியில் சுருட்டிவைக்கப்பட்டிருக்கும் படுக்கையை விரித்துப்போட்டு, குடும்பத்தினர் அனைவரும் சுவரை நோக்கிக் கால்களை நீட்டிக்கொண்டு அதில் படுத்து உறங்கிவிடுவர். காங்கின் ஒரு மூலையில் வைக்கப்பட்டிருக்கும் அடுப்பு பகற்வேளைகளில் சமைக்கவும் நீர் கொதிக்கவைக்கவும், இரவுவேளைகளில் படுக்கையை வெப்பமாக வைத்துக்கொள்ளவும் பயன்படும். குவான்யின் தேவி, நினைவுப்பலகைகள் மற்றும் தூபங்கள் வைக்கப்பட்டிருக்கும் புனிதசன்னிதியொன்றும் அறையின் மற்றொரு மூலையில் இருந்தது. அறையின் வெளிப்புறத்தில் குடும்பத்திற்குத் தேவையானப் பொருட்களான தானியங்கள், உழவுக்கருவிகள், தண்ணீர்குடுவைகள் வைக்கப்பட்டிருந்தன. கோடைகாலத்தில் அங்கு விறகுகளும் பலவகைப்பட்ட மரச்சாமான்களும் வைக்கப்பட்டிருந்தன. கோடைகாலத்தில் காற்றுவாங்கவும், விருந்தினர்களை உபசரிக்கவும்கூட அறையின் வெளிப்பகுதி உபயோகப்படுத்தப்பட்டது என தாபூ கூறினார்.

அன்றைய இரவு, தாபூவின் இரு சகோதரிகளுக்கும் பாட்டிக்கும் இடையே நான் படுத்துறங்கினேன். தாபூவும் தாகுயூவும் ஒருபுறம் படுத்திருக்க ஆண்களையும் பெண்களையும் பிரிக்கும் கோடுபோல தாபூவின் பெற்றோர்கள் எங்களிடையே படுத்துக்கொண்டனர். தாபூவும் அவர் தந்தையும் நீண்டநேரம் பேசிக்கொண்டிருந்தனர். படுத்துறங்க காங் படுக்கை கடினமாக இருந்தபோதும் உடலுக்கு இதமாகவும் சூடாகவும் இருந்தது,

---

★ காங் – உறங்குவதற்கு ஏதுவாக அறைச்சுவர்களின் பக்கவாட்டுமூலையிலோ அல்லது இரு சுவர்களையும் இணைத்தோ செங்கற்களால் கட்டப்பட்டிருக்கும் மேடை, அதன் கீழே கணப்படுப்பு வைக்கப்பட்டிருக்கும்.

குளிர்கால வெயிலின் சுகந்தம் அதிலிருந்து வீசியது. அங்கு வந்து சேர்ந்த பயணம் முழுக்க நிகழ்ந்த அனைத்து உற்சாகமான விஷயங்களையும் என்மனம் அசைபோட்டபடியே இருந்தது. இதனால் நான் உறங்க தாமதமாகியது, இறுதியாக எப்படியோ உறங்கிவிட்டேன். அத்தனை ஆழந்த உறக்கத்தில் அதற்குமுன் நான் வீழ்ந்ததேயில்லை எனலாம்.

மறுநாள் காலை விழித்தெழுந்தபோது நான் மட்டும் காங்கில் படுத்திருப்பதைக் கண்டேன். அவசரம் அவசரமாக எழுந்து என் படுக்கையை கஷ்டப்பட்டுச் சுருட்டி, அவரவர் படுக்கைகளை முன்னரே சுருட்டி வைத்திருந்ததன் மேல் வைத்தேன். அந்த அறையில் ஜன்னலொன்று திறந்திருந்தது, கண்ணாடியில்லாமல் வெறும் காகிதத்தால் உருவாக்கப்பட்டிருந்த அதன் வழியாக வெளியே பார்த்தேன், நிறைய கோழிகளும், வாத்துகளும், கருப்புவெள்ளை நிறத்தில் கலப்பின நாயொன்றும் முற்றத்தில் சுற்றித்திரிவதைக் கண்டேன். காங்கை விட்டுக் கீழிறங்கியதும், எதிரேயிருந்த மேஜை மீது பல நினைவுச்சின்னங்கள் இருப்பதைக் கண்டேன், தாபூவின் முன்னோர்களின் நினைவாக அவற்றின்மீது ‘மொங்’ என எழுதப்பட்டிருந்தது.

வெளியறையில் மளிகைக்கடையில் இருப்பதைப்போன்ற பெரிய பெரிய மூட்டைகள் அடுக்கிவைக்கப்பட்டிருந்ததைக் கண்டேன். வாசலின் அருகே தாபூவின் பாட்டி மக்காச்சோள முத்துக்களை உரித்தெடுப்பதைக் கண்டேன். நான் வரும் அரவம் கேட்டதும் அவர் என்னைப்பார்த்துப் பெரிதாகச் சிரித்தபடியே, “நீ மிகவும் களைப்பாய் இருப்பாய் சின்னப்பெண்ணே. உனக்காக அடுப்பில் சிற்றுண்டி காத்திருக்கிறது; சென்று அதை எடுத்துவா. வந்து இங்கு என்னோடு அமர்ந்து சாப்பிடு” என்றார்.

“இனிய காலைவணக்கம், பாட்டிமா!” என அவருக்கு வணக்கம் தெரிவித்தபடியே என் சிற்றுண்டியைத் தேடினேன். விறகுகளின் மீது வைக்கப்பட்டிருந்த பெரிய இரும்புப் பானையினுள்ளே அவித்தமுட்டைகள் வைத்திருந்த ஒரு சிறு கிண்ணம் இருந்தது, முட்டைகள் சூடாக இருக்கவேண்டுமென அவை சுடுநீரில் அமிழ்த்திவைக்கப்பட்டிருந்தன. மூன்று முட்டைகளும் பளீரிடும் வெண்மையில் இருந்தன, அவற்றைச்சுற்றி ஓஸ்மாந்தஸ் மலர்கள் மிதந்தன. கிண்ணத்தை எடுத்துக்கொண்டேன் ஆனால் என்னால் அங்கு கரண்டியை கண்டுபிடிக்கமுடியவில்லை எனவே அருகிலிருந்த பாத்திரத்தில்

இருந்து உண்குச்சிகள் இரண்டை எடுத்துக்கொண்டேன். சிறு நாற்காலியொன்றையும் எடுத்துக்கொண்டு பாட்டியின் அருகே சென்று அமர்ந்தேன். அவர் ஒரு வார்த்தைகூடப் பேசவில்லை, ஆனால் என்னைப்பார்த்துப் புன்னகைத்தபடியே இருந்தார்.

சரியாக நான் கடைசிவாய் உணவை உண்டுமுடிக்கும்நேரம் யாரோ ஒருவர் நாங்களிருந்த முற்றத்தை நோக்கி வந்தார். அவருடைய தலைமுதல் கால்வரை புகைக்கரி படிந்திருந்தது.

“குட்டிப் பச்சையாளே, இனிய காலைவணக்கம். நன்றாக உறங்கினாயா?” எனக் கேட்டார். அவரது குரலை வைத்துதான் வந்தவர் தாபூ எனவே என்னால் அடையாளம் காணமுடிந்தது.

“காலை வணக்கம். மன்னிக்கவும், நான் நீண்டநேரம் உறங்கிவிட்டேன், சற்றுமுன்னர்தான் விழித்தெழுந்தேன். என்ன, ஹ்ம்ம், என்ன ஆனது உங்களுக்கு?” எனக்கேட்டபோது கட்டுப்படுத்தமுடியாமல் சத்தம்போட்டுச் சிரித்துவிட்டேன்.

ஆனால் தாபூ அதைப் பொருட்படுத்தவில்லை. “நீ நகரத்தில் வளர்ந்தவள், மணியோசையைக் கேட்டுத்தான் காலையில் எழுவாய். கிராமத்து ஆட்களான நாங்கள் சேவல் கூவும்போதே எழுந்துவிடுவோம். காலையுணவை உண்டுவிட்டாயா? எனக்குக் கொஞ்சம் வேலையிருக்கிறது, வந்து உன்னால் உதவமுடியுமா? புதுவருடத்திற்காய் அன்பளிப்புகள் வாங்க மற்ற எல்லோரும் சென்றுள்ளனர், சின்ன தாத்தா பன்றியைக் கொல்லும் நிகழ்வைக்காண அவர்கள் அனைவரும் திரும்பிவந்துவிடுவர். பக்கத்துவீட்டில் இருக்கும் ‘மொங் சியாங்’ மாமாவின் காங்கை சுத்தப்படுத்தச் செல்வோம் வருகிறாயா?” எனக்கேட்டார். கிராமத்தினர் அனைவரின் வம்சாவளி உறவுகளும் பின்னிப்பிணைந்திருந்தன என உணர்த்தும்வகையில் அனைத்து ஆண்களும் மொங் எனப் பெயரிடப்பட்டிருந்தனர்.

தாபூவுடன் அவரது மாமாவின் இல்லத்திற்குச் சென்றேன், நாங்கள் இருவருமாகச் சேர்ந்து அந்த முதியவரின் வீட்டிலிருந்த காங்கின் புகைபோக்கியை சுத்தம் செய்தோம். அங்கிருந்து கிளம்புவதற்கு முன் அவருக்குத் தேவையான விறகுகளை அடுக்கி, சுடுநீர் வைத்துக் கொடுத்துவிட்டும் வந்தோம். புகையும் அழுக்கும் படிந்த உடல்களோடு வீடுதிரும்பினோம், நல்லவேளையாக எங்கள் உடலை சுத்தம்செய்துகொள்ள கிஹுவா ஒரு பாத்திரம் நிறைய நீரைத் தயாராக வைத்திருந்தாள்.

தாபூ என்னை முதலில் உள்ளே அனுப்பிவைத்தார். நான் உடலைக் கழுவி முடித்ததும் அந்த அசுத்த நீரை கொல்லைப்புறத்தில் கொட்டச் சென்றேன். உடனே தாபூ என்னைத் தடுத்து, "நானும் அந்த நீரிலேயே கழுவிக்கொள்கிறேன், பிறகு வெளியில் கொட்டலாம்" என்றார்.

நான் அதிர்ந்துபோய் அவரைப் பார்த்தேன், "இந்த நீர் மைக்கருப்பில் அழுக்காக இருக்கிறதே!" என்றேன்.

"இங்கு எண்ணெயைப் போல் நீரும் பொக்கிஷம் போன்றதே" என்றவாறே கழுவத் துவங்கினார். அடர்கருப்பாக இருந்த அந்த நீரில் அவர் முகத்தைக் கழுவிக் கொண்டபோதும், அவர் முகம் சுத்தமாகியது. அவரிடம் நான் நீட்டிய துண்டுத்துணியில் முகத்தை அழுந்தத் துடைத்தவாறே, "சுன் வூகோங்★ போல என்னாலும் முகங்களை மாற்றிக்கொள்ளமுடிகிறது, பார்த்தாயா!" எனக் கிண்டல் செய்தார்.

இதைக்கேட்டதும் நான் வாய்விட்டுச் சிரித்தேன். எரிச்சல்மிகுந்த வாழ்வையும் கூட மகிழ்ச்சிகொண்டதாக மாற்றக்கூடிய விந்தை இம்மனிதனிடம் உள்ளது, இவர்தான் உண்மையான புரட்சியாளர்.

தாபூவின் கிராமத்தார் மிகுந்த வறுமையில் உழன்றனர், எனினும் வசந்தவிழா கொண்டாட்டத்தின்போது அவர்கள் பல்வேறு சடங்குகளைப் பின்பற்றத் தவறுவதேயில்லை. எப்படி அவர்களால் அதையெல்லாம் செய்ய முடிந்தது என்பது இத்தனை ஆண்டுகள் கழித்தும் எனக்குப் புதிராகவே உள்ளது.

ஷான்தோங் பகுதி மக்களுக்கு கோதுமையில் தயாரித்த உணவுவகைகளின் மீது பெரும் விருப்பமுண்டு, எனவே வசந்தவிழாக்காலத்தில் அப்பகுதி மக்கள் அதிகளவில் மான்தௌ பன்களை தயாரிக்கின்றனர். நாங்கள் வழக்கமாக உண்ணும் சாவோஷான் பன்களைப் போல இவற்றினுள் ஈச்சம்பழங்கள் நிரப்பப்பட்டிருக்காது. மான்தௌ பன்களைத் தவிர பயறுகள் நிரப்பி அவிக்கப்பட்ட பன்கள், புத்தாண்டு அப்பங்கள் மற்றும்

★ சுன் வூகோங் – குரங்கு மன்னர் எனவும் அழைக்கப்படும் இவர், மிங் சாம்ராஜ்ஜியத்தின்போது எழுதப்பட்ட 'வடக்கை நோக்கிய பயணம்' எனும் நாவலில் வரும் முக்கியமானப் புராணகதாபாத்திரமாவார், பல்வேறு தந்திரங்களைப் புரிபராக்வும் அறியப்படுகிறார்.

பல்வேறு வகையான ரொட்டிகளும் கூட உண்டு, அவற்றின் பெயர்கள் இப்போது எனக்கு நினைவில்லை. புத்தாண்டிற்கு முந்தின நாளில்தான் இவற்றையெல்லாம் செய்யும் பாரம்பரிய வழக்கம் அங்கு பல பகுதிகளில் இருந்துவந்தது. வறுத்தமாவில் செய்த உருண்டைகள், பல்வேறுவகையான இறைச்சி மற்றும் மீன் உணவுகளையெல்லாம் சமைத்து, புத்தாண்டுக் கொண்டாட்டத்தின்போது உண்டுமகிழ்ந்தனர்.

விழாவின் ஒவ்வொரு நாளும் நாம் என்ன உண்கிறோம் என்பதில் துவங்கி அன்றைய தினம் நாம் எங்கெல்லாம் செல்லவேண்டுமென்பதுவரை வெகுகவனமாகத் திட்டமிடப்பட்டிருந்தது. அவர்தம் மூதாதையர்களின்வழி இவ்விதிமுறைகள் இத்தலைமுறைவரை கடத்தப்பட்டிருப்பதால் அவை மீறப்படுவதில்லையென்றும் கூறப்படுகிறது. உதாரணத்திற்கு, புதுவருடப்பிறப்பின் மதியத்தின்போது, பாரம்பரியம்மிக்க வசந்தவிழா சித்திரமொழி வாழ்த்தை நம் வீட்டுக்கதவில் ஒட்டிவைக்கவேண்டும், பின்மதியத்தின் போது தம் மூதாதையர்களின் கல்லறைகளுக்குச் சென்று மரியாதைசெலுத்தி, வசந்தவிழா கொண்டாட்டத்திற்கு மீண்டும் தங்களை அனுப்பிவைக்குமாறு அப்புனித ஆன்மாக்களிடம் பிரார்த்திப்பர். அதன்பிறகே ஒட்டுமொத்தக் குடும்பமும் ஒன்றாய்கூடி கொழுக்கட்டைகள் செய்வர்.

புத்தாண்டு தினத்தன்று அனைத்து வேலைகளும் நடுநிசியில் இருந்தே துவங்கிவிடும், குடும்பத்தின் தலைவர் சொர்க்கங்களுக்கும், பூமிக்கும், கடவுளருக்கும், குடும்பத்தில் முன்னர் இறந்துபோன ஆன்மாக்களுக்கும், உயிர்ப்பலிகளைப் படைத்தப்பின்னரே வசந்தவிழாவின் தம் முதல் உணவாகிய கொழுக்கட்டைகளை உண்ணத்துவங்குவர். கொழுக்கட்டைகளை வேகவைக்கும்போது பட்டாசுகள் வெடிப்பதையும் வாடிக்கையாகக் கொண்டிருந்தனர். தீயசக்திகளையும் துரதிர்ஷ்டத்தையும் அவை விரட்டிவிடுமென தாபூவின் பாட்டி கூறினார்.

வேறுசில பகுதிகளில், அடுப்பினுள் எள்ளுச்செடியின் தண்டுகளைக் கொளுத்தி கொழுக்கட்டைகளை வேகவைக்கும் பழக்கமிருந்தது, எள்ளுச்செடிகள் உயர்ந்துவளர்ந்ததும் எள்ளுப்பூக்கள் பூப்பதைப்போல் இப்புத்தாண்டும் நன்மைகளைக் கொண்டுவந்து சேர்க்குமென இதன்மூலம் நம்பினர். அனைவரும்

உண்டுமுடித்தபிறகும் கொழுக்கட்டைகள் மீந்துபோகுமாறு நிறைய கொழுக்கட்டைகளை செய்வர். அவை தயாரானதும், கொழுக்கட்டைகள் நிரம்பிய முதல் கிண்ணத்தை கடவுளருக்குப் படைப்பர், அடுத்த கிண்ணத்தை சமையலறையை காக்கும் தெய்வத்திற்குப் படைப்பர், அதற்கும் அடுத்த கிண்ணம் மூதாதையர்களுக்குப் படைக்கப்படும். மேலும் சில கிண்ணங்களில் கொழுக்கட்டைகளை நிறைத்து எடுத்துவைப்பர் ஆனால் அவற்றை யாரும் தொடுவதில்லை. குடும்பம் மேலும் வளரப்போவதை இது குறிக்கிறது.

வசந்தவிழாவின்போது நாம் உண்ணும் சில கொழுக்கட்டைகளுக்குள் பணம், ஈச்சம்பழங்கள், செஸ்ட்நட் விதைகள் போன்றவை இருக்கும். ஈச்சம்பழங்களுள்ள கொழுக்கட்டைகள் நமக்குக் கிடைத்தால், அந்த வருடம் முழுவதும் நம் தொழில் வளத்துடன் தொடரும்; செஸ்ட்நட் கொழுக்கட்டைகள் கிடைத்தால், நம் உடல்நலமும் பலமும் பல்கிப்பெருகும்; நிலக்கடலைக் கொழுக்கட்டைகள் நீள் ஆயுளைக் கொடுக்கும்; பணம் கிடைத்தால் அந்த வருடம் முழுவதும் உங்களுக்கு செல்வம் கொழிக்கும். யாருக்கு எந்த கொழுக்கட்டை கிடைத்தாலும் கிடைக்காவிட்டாலும், அவர்கள் மற்றவர்களுடன் தம் உளமார்ந்த வாழ்த்துகளைப் பகிர்ந்துகொள்ள தயங்குவதேயில்லை. தமது குழந்தைக்குப் ‘பணக் கொழுக்கட்டை’ கிடைத்தால் பெற்றோர்கள் மிகவும் மகிழ்வர், இதன்மூலம் அவனுக்கு ஒளிமயமான எதிர்காலம் காத்திருக்கிறது என அவர்கள் நம்பிக்கை கொள்கின்றனர். பெரியவர்கள் வீட்டிலுள்ள அனைத்துக் குழந்தைகளுக்கும் அவர்களின் கைச்செலவிற்கென சிறிதளவு பணம் கொடுப்பதும் வசந்தவிழாவின்போது நடக்கும்.

புத்தாண்டு தினத்தன்று, மீண்டுமொருமுறை அவித்த பன்கள், ஈச்சம்பழ ரொட்டிகள், அப்பங்கள் மற்றும் பல்வேறுவகையான மாவுருண்டைகள், மாச்சத்து நூடுல்ஸ் உண்ண அனைவரும் அதிகாலையிலேயே விழித்துக்கொள்வர். அந்த வருடம் முழுவதும் உணவிற்கு தட்டுப்பாடே இருக்கக்கூடாது என்பதைக் குறிக்கும்வகையில், அனைத்துவகையானக் காய்கறிகளையும் ஒன்றாகப்போட்டு அவித்துச் செய்யப்படும் உணவிற்கு “நிறைந்த உணவு அலமாரி” எனப் பெயரிட்டு உண்பர். எதிர்வரும் புதுவருடம் முழுதும் அமைதி நிலவவேண்டுமென

ஷான்தோங்கின் பல பகுதிகளிலும் காய்கறிகள் நிரப்பப்பட்ட கொழுக்கட்டைகளைத்தான் உண்கின்றனர்.

காலைச்சிற்றுண்டி முடிந்ததுமே, நண்பர்களையும் உறவினர்களையும் சந்தித்து, ஒருவருக்கொருவர் புத்தாண்டுவாழ்த்துக்களைப் பரிமாறிக்கொள்ளும் 'பைனியன்' சடங்கு நடைபெறும். ஆண்களும் திருமணமானப் பெண்களும் தனித்தனியாக இதில் பங்குபெறுவர். முதலில் தம்முடைய ஐந்தாம் தலைமுறை குடும்ப உறவுகளுக்கு வாழ்த்துகள் கூறும் 'ஜின்பை' எனும் சடங்கையும், அது முடிந்ததும், ஐந்துதலைமுறைக்கும் குறைந்த இடைவெளியில் இருக்கும் உறவினர்களோடு தம் நண்பர்களுக்கும் வாழ்த்துகள் தெரிவிக்கும் 'யுவான்பை' எனும் சடங்கையும் செய்வர்.

தாபூவின் இல்லத்திற்கு நான் முதன்முறையாக சென்றபோது நடந்த பைனியன் சடங்கில், குடும்பத்தின் அனைத்து இளைய தலைமுறையினரும் மூத்தவர்களின் முன் மண்டியிட்டுப் பணிந்து தொழுதனர். இன்றைய காலத்திய இளைஞர்கள் செய்வதுபோல அவர்களொன்றும் ஏனோதானோவென்று குனிந்து வணங்கவில்லை. இரு வணிகர்கள் சந்தித்துக்கொள்ளும்போது, 'இந்தப்புத்தாண்டும் உங்களுக்கு வளங்களைக் கொண்டுவர வாழ்த்துகிறேன்!" என வாழ்த்திக்கொண்டனர். இளைஞர்கள் பெரியவர்களை வரவேற்று வாழ்த்தியபோது, அவர்களுக்கு பெரியவர்கள் ஒரு சிவப்பு உறையில் பொதிந்து "அதிர்ஷ்டப்பணம்" தருவதும் ஒரு வழக்கமாகும்.

மணமாகி கிராமத்தை விட்டுவெளியே சென்ற பெண்டிரெல்லாம் புத்தாண்டு தினத்திற்கு மறுநாள் தம் கிராமங்களுக்குச் சென்று தம் குடும்பத்திற்கு மரியாதை செலுத்தினர். அவர்கள் தங்களுடன் தம் பிள்ளைகளையும் அழைத்துச்சென்றிருந்தால் அக்குழந்தைகளுக்கும் கிராமத்திலிருக்கும் உறவினர்கள் "அதிர்ஷ்டப்பணம்" அளிக்கவேண்டும்.

மூன்றாம் நாள் "பிறைநிலவை அள்ளியெடுத்தல்" எனுமொரு வினோதமான சடங்கு நடைபெறும். முழுநிலவை நோக்கி பிரார்த்தனைக்குப் பயன்படும் பாய் ஒன்றை வீட்டுமுற்றத்தில் விரித்துப்போட்டு, அதன்மீது தம் குழந்தைகளுடன் தாய்மார்கள் மண்டியிட்டு அமர்கின்றனர். தம் கையில் ஒரு சிறுகரண்டியை ஏந்தி, முதலில் நிலாவில் இருந்து சில கவளங்களை அள்ளுவதுபோலவும், பிறகு தம் நெஞ்சில் இருந்து சில

கவளங்களை அள்ளுவதுபோலவும் பாவனை செய்கின்றனர், அவ்வாறு செய்தவாறே,

> "இன்று பிறைநிலவை அள்ளியெடுக்கிறோம்,
> எங்கள் பற்களிலுள்ள துளைகளெல்லாம் விரைவிலேயே
> அடைந்துகொள்ளட்டும்"

என ஜெபித்தபடியே இருப்பர்.

இந்த "அள்ளியெடுக்கும்" சடங்கால் அவ்வருடம் முழுவதும் குழந்தைகள் பல்வலியால் அவதியுறமாட்டர் எனும் நம்பிக்கை அவர்களிடையே நிலவியது.

நான்கு மற்றும் ஆறாம் நாட்களை 'நான்கில் வலி, ஐந்தில் உடை' என உள்ளூர்வாசிகள் குறிப்பிடுவர். நான்காம் நாளன்று, கொழுக்கட்டைகள் செய்து அதனுள்ளே தாம் சென்றவருடம் அனுபவித்த துயரங்களையெல்லாம் பொதிந்துவைப்பதாய் எண்ணிக் கொள்வரென்றும், ஐந்தாம்நாள் காலையில் அக்கொழுக்கட்டைகள் லேசாக வெடிக்குமளவு வேகவைக்கப்படுமென்றும் கூறினர், இதன்மூலம் புத்தாண்டு துவங்குவதற்கு முன்னரே அனைத்து துயரங்களும் வெடித்துச்சிதறிவிடுவதாக நம்பப்படுகிறது. அதுமட்டுமல்லாது, ஐந்தாம்நாள் காலையில் வீட்டிலுள்ள குப்பைகளையெல்லாம் சேகரித்து சாலையில் குவித்துவைப்பர். பிறகு அந்தக்குவியலின்மீது 'இரட்டைவெடிப்பட்டாசுகளை' வெடித்து அவற்றை எரித்துவிடுகின்றனர், இதனை 'வறிய உலகை வழியனுப்பும்' சடங்கு எனக்கூறும் கிராமமக்கள், இதன்மூலம் வரும் ஆண்டு வறுமையின்றி அமையுமெனவும் நம்புகின்றனர்.

புத்தாண்டு அன்று ஷான்தோங் மக்கள் உண்ணும் அனைத்து உணவுவகைகளையும் என்னால் நினைவுபடுத்த முடியவில்லை. நினைவுபடுத்த முடியாத அளவிற்கு அவை நிறைய உள்ளன என்பதோடு ராசிபலன்களுக்கு ஏற்றார்போல ஒவ்வொருவருடமும் அவை மாறியபடியே இருக்கும். ஒருவேளை தாபூவால் அவற்றின் பெயரையெல்லாம் சரியாகக் கூறமுடியுமோ என்னவோ, புத்தாண்டின் முதல் பதினைந்து நாட்களும் வெவ்வேறு காரணங்களுக்காய் கொண்டாடப்பட்டாலும், அவையனைத்திலும் ஒரே ஒருவிஷயம் மட்டும் பொதுவாக இருந்தது, அவைதான் கொழுக்கட்டைகள்!

விதவிதமான கொழுக்கட்டைகள், அவற்றை உண்ண விதவிதமான முறைகள்.

என்னைப்போன்ற வெளியூர்க்காரர்களுக்கு இங்கு ஒரு பெரிய பிரச்சினையுள்ளது, தாபூ மற்றும் அவர் குடும்பத்தாருடன் இருக்கும்போது நான் என்னவெல்லாம் செய்யவேண்டுமென்பதை விடவும் என்னவெல்லாம் செய்யக்கூடாது என்பதை அறிந்து வைத்துக்கொள்வதுதான் அது! நிலத்தில் வளர்ந்திருக்கும் புற்களைவிடவும், வானில் திரியும் மேகங்களைவிடவும் அதிகமான சமூகக்கட்டுப்பாடுகள் அவர்களிடம் இருந்தன. அவற்றுள் எதையேனும் கூறி அவருடைய பாட்டி என்னை நச்சரித்தபடியே இருப்பார்.

அவற்றுள், புத்தாண்டு அன்று என்னவெல்லாம் செய்யக்கூடாது என்பதைப் பற்றியிருந்தன, அன்றைய தினம் நீர் சுமக்கவோ, தரையைப் பெருக்கவோ, மற்றவர்களை அடிக்கவோ திட்டவோ கூடாது. ஒருசிலர் அன்றையதினம் ஊசித்தையல் வேலை செய்வதை, கொழுக்கட்டைகள் செய்வதை, இறைச்சி உண்பதை, பூண்டு அரைப்பதையும் கூடச் செய்வதில்லை. இரவுநேரங்களில் எண்ணெய்விளக்குகள் எரிய அனுமதியில்லை, ஏனெனில் விளக்கின் வெளிச்சம் எலிகளை வீட்டிற்கு வரவழைத்துவிடுமாம். புத்தாண்டு அன்று நீங்கள் கைதவறி எதையேனும் உடைக்கநேர்ந்துவிட்டால், உடனே "எல்லாவருடமும் அமைதி நிலைத்து நீடிக்கட்டும்!" எனும் மாயவார்த்தைகளை உரக்கக்கூறவேண்டும், இதன்மூலம் துரதிர்ஷ்டம் ஓடிவிடும் என நம்பினர்.

கொழுக்கட்டைகளை வேகவைக்கும்போது அதில் ஏதேனுமொன்று உடைந்துவிட்டால், "உடைந்துவிட்டது" எனக்கூறக்கூடாது அதற்குபதிலாக "போராடியது" எனத்தான்கூறவேண்டும், வரப்போகும் வருடம் முழுவதும் கடுமையாய் போராடி பணம் ஈட்டுவோமென இதற்குப் பொருளாகும். அதேபோல் 'பூண்டு' என உச்சரிக்கவும்கூடாது, ஒருவேளை வாய்தவறி நீங்கள் பூண்டின் பெயரை கூறிவிட்டாலும் உடனே 'விட்டேன்' எனக்கூறிவிடவேண்டும்.

இதுபோல் அங்கு பல விதிமுறைகள் உள்ளன! இதனாலேதான் வசந்தவிழாவைக் கொண்டாடத் தம் சொந்த கிராமத்திற்குச் செல்ல என் பிள்ளைகள் பயந்தனர்.

தலைமுறை தலைமுறைகளாக வயற்காடுகளிலே உழன்றுகொண்டிருக்கும் இம்மக்களுக்கு எழுதப்படிக்கத் தெரியாதென்றாலும் வாழ்க்கைக்குத் தேவையான மற்றெல்லா திறன்களையும் அவர்கள் நன்கு கற்றிருந்தனர் என தாபூ கூறினார். ஆண்கள் உழவுத்தொழில் குறித்துத் தம் தந்தையரிடமிருந்து கற்றுக்கொண்டனர்; பெண்கள் தம் தாயிடமிருந்து குடும்பத்தைப் பேணுவதெப்படி எனக் கற்றுக்கொண்டனர், பல தலைமுறைகளாக இப்படித்தான் தொடர்ந்து நிகழ்ந்துவருகிறது.

இயற்கைப்பேரிடரோ அல்லது மனிதனால் உண்டாக்கப்பட்ட இடர்ப்பாடுகளோ எதுவாகினும், இந்த உழவர்கள் பூமி, வானம், பெங் சூயி (காற்று மற்றும் நீரின் ஆற்றல்) மற்றும் ஆன்மாக்கள் மீது கொண்டிருந்த தம் நம்பிக்கைகள் மூலம் அத்துன்பங்களையெல்லாம் கடந்து வந்தனர். அதனாலேதாம், ஒவ்வொரு சந்திர ஆண்டின் துவக்கத்திலும், தூய ஆன்மாக்களுக்குத் தம் நேர்மையையும் உண்மைத்தன்மையையும் நிரூபிக்கும்பொருட்டு இம்மக்கள் படையல்களை வைக்கின்றனர், இதன்மூலம் தம் குடும்பங்களுக்கு ஆரோக்கியத்தையும் வளத்தையும் அந்த ஆன்மாக்கள் வழங்குவர் என அவர்கள் நம்புகின்றனர். தொடர்ந்து பல வருடங்களாக அவர்கள் வறுமையிலேயே உழன்றபோதும், போர்களால் குடும்பங்கள் துண்டாடப்பட்டு அவர்கள் நிர்க்கதியாக நின்றபோதும்கூட, அவற்றுக்கெல்லாம் தம்மைத்தாமே தான் அவர்கள் குறைகூறிக்கொண்டனரே தவிர ஆன்மாக்களை அவர்கள் குற்றஞ்சாட்டியதேயில்லை.

சீனர்களாகிய நாங்கள் இப்படித்தான் வாழ்ந்துவருகிறோம். எங்கள் தலைமுறையைப் பொறுத்தவரை கம்யூனிஸ்ட் கட்சிதான் நாங்கள் வணங்கும் ஆன்மாக்கள் என்பதால் எவ்வித நிபந்தனையுமற்று நாங்கள் கட்சியை நம்பினோம். ஆனால் இன்றைய இளைஞர்களுக்கு எதிலுமே நம்பிக்கையில்லை. இப்படி கூறியதற்காய் என்னை தவறாக நினைக்கவேண்டாம், இக்கால இளைஞர்கள் நம்பிக்கைகொள்ள அவர்களுக்கு ஏதேனுமொன்று 'தேவையாய்' இருக்கிறது; அவ்வாறு நம்பிக்கைகொள்ள எதையேனும் தேடி உலகம் முழுதும் அலைந்து திரிகின்றனர். ஆனால் அவ்வாறு தேடிக்கண்டடைவதிலும் அவர்கள் எப்போதும் தோல்வியையே சந்திக்கின்றனர், ஏனெனில் அந்த நம்பிக்கை அவர்களின்

மனதில் நிலைத்துநிற்பதில்லை. "நீங்கள் ஒன்றை மனதார நம்பினீர்களெனில் அது நடந்தேதீரும்; நம்பாவிட்டால் அது நடக்கவே நடக்காது" எனும் பழமொழிக்கேற்பதான் அவர்கள் நடந்துகொள்கின்றனர்.

என் மனம் வேறெதோ நினைவில் லயித்திருந்ததால் பச்சையாள் கூறியதற்கு நான் சட்டென பதிலேதும் கூறவில்லை. சீனர்கள் எதையெல்லாம் நம்பினார்கள், எங்கள் நம்பிக்கைக்குரியவைகளாக நாங்கள் கொண்டாடியவைகளெல்லாம் கடந்த நூறு ஆண்டுகளில் தொடர்ந்து மாறிக்கொண்டேயிருந்தபோதும் நாங்கள் எப்படி உயிர்பிழைத்திருந்தோம் என்பது குறித்து நான் சிந்தித்துக்கொண்டிருந்தேன். 1980களின் முதன்முதலாக வானொலி தொகுப்பாளராகவும் பத்திரிகையாளராகவும் நான் உருவாகிய காலத்திலிருந்தே இந்தக்கேள்வி என்னைத் துளைத்தபடியே இருக்கிறது. ஆனால் விடைதான் கிடைத்தபாடில்லை.

பச்சையாளின் கதையைக் கேட்கக்கேட்க, அதுவொரு நதிபோல் ஓடி என் தாயின் வாழ்வு குறித்த என் நினைவுகளுக்கு நீர் வார்த்தது; என் தாய்க்கும் பச்சையாளுக்கும் ஒரே வயதுதான் என்றபோதும் பச்சையாளைப் போல அவர் மனம்திறந்து எதையும் தன் சொந்த மகளாகிய என்னிடம்கூட பகிர்ந்துகொண்டதில்லை.

மொங் தாபூ பல்கலைக்கழகம் சென்று படித்ததில்லை; வாழ்க்கை தந்த அனுபவ அறிவுதான் அவருடைய சொத்து. அவருடைய கிராமத்தைச் சேர்ந்த மக்களும் அவ்வாறே. அவர்கள் நகரத்திற்கு வந்தார்களானால் எளிதில் பாதிப்பிற்குள்ளாகி விடுகிறார்கள்தான் எனும்போதும் நகரச்சமூகத்தின் விளிம்புநிலை மக்களாக வாழும் திறனைப் பெற்றுவிடுகிறார்கள். அதேசமயம், அதீத கல்வித்தகுதிகளுடன் கிராமங்களுக்குச் செல்லும் எங்களைப்போன்ற நகரத்தார்களால்

அங்கிருப்பவர்களுடன் ஒன்றிவாழ முடிவதில்லை ஏனெனில் உலகைப்பற்றிய எங்கள் அறிவும் புரிதலும் மிக விறைப்பானது. சூழ்நிலைக்கு ஏற்றார்போல் பொருந்தி வாழ எங்களுக்குத் தெரிவதில்லை.

எந்நாளும் தாபூ என் உள்ளம்கவர் காதலராகத்தான் இருந்தார், மனமொத்தக் காதற்தம்பதிகளாகத்தான் நாங்கள் வாழ்ந்தோம் என நம்புகிறேன். தமது சொந்த குடும்பங்களைப்பற்றி உயர்வாகப் பேசுவதென்பது சீனர்களின் வழக்கமில்லைதான் எனினும் நான் பச்சையாள் ஆயிற்றே, என் குடும்பம் அன்பும் ஆதரவுமாய் செழித்துவளர பசும் நம்பிக்கைகளை விதைக்கும் அன்பின் வார்த்தைகளைக் கூறுவதுதான் என் வழக்கம். தாபுவும் இப்படித்தான், மற்றவர்களுக்கு உதவுவதில் அவர் அலாதி மகிழ்வுகொண்டார். 1950ஆம் ஆண்டின் வசந்தவிழாவின்போது, நாங்கள் அங்கிருந்த ஒவ்வொருநாளும் யாரேனும் ஒருவருக்கு அவர் உதவி செய்தபடியே இருந்தார், புத்தாண்டு தினத்தன்றுகூட அவர் உதவிசெய்ததைக் கண்டேன். மூன்றாம் நாளன்று அங்கிருந்து நாங்கள் விடைபெற்றபோது, ஏழெட்டு முதியவர்கள் அவருக்கு நன்றிகூற அவரைத்தேடி வீட்டிற்கு வந்தனர். அந்தக் காட்சியை என் வாழ்நாள் முழுவதும் என்னால் மறக்க முடியாது.

தாபூவின் குடும்பத்தினர் அனைவருமே மிகுந்த அன்பானவர்கள். அந்த கிராமத்தில் இருந்த பெரும்பான்மையான முதியவர்கள் தன்னந்தனியாக வாழ்ந்து வந்தனர், அவர்களின் மகன்கள் அனைவரும் கட்டாய இராணுவச்சேவைக்கு இழுத்துச் செல்லப்பட்டுவிட்டதாலும், அவர்களுடைய மகள்கள் அனைவரும் திருமணமாகி வெளியூர்களுக்குச் சென்றுவிட்டதாலும், அவர்களால் தம் பெற்றோர்களுக்குத் துணையாக வந்து இருக்கமுடிவதில்லை என தாபூவின் தங்கை என்னிடம் கூறினாள். இதுபோன்ற முதியவர்கள் வசிக்கும் வீடுகளுக்கெல்லாம், செவித்திறன் குறைபாடுள்ள தாபூவின் தம்பி தாகுயூ தன்னுடன் சிறுவர்கள் சிலரையும் அழைத்துக்கொண்டு செல்வான், அம்முதியவர்களின் அன்றாடத்தேவைகளை அவன் கவனித்துக்கொள்வான். தாபூவின் வீட்டுவேலைகளை அவரின் பெற்றோர்கள், தங்கைகள் மற்றும் பாட்டியார் கவனித்துக்கொள்வர். இவர்களைப்போன்ற கிராமத்தினரைப் பொறுத்தவரை போர் என்பது உலகிற்கு நீதியைக் கொண்டுவரக்கூடிய ஒன்றோ அல்லது தீயசக்திகளை

தண்டிக்கும் ஒன்றோ கிடையாது, போரென்பது ஒருவன் தன் குடும்பத்தையும் வீட்டையும் இழக்கச்செய்யும் ஒன்றாகும்.

அங்குவசித்தபோது நான் கண்கூடாகக்கண்ட அவர்களின் வறுமையை ஒரு பொருட்டாகவே நான் கருதவில்லை என்பதுதான் இன்றுவரை எனக்கு ஆச்சரியம் தருமொரு விஷயம். சுற்றிலும் பன்றிகள் திரியும் கழிவறையை நான் உபயோகிக்க நேர்ந்தபோதும், உள்ளங்கைகளில் இரத்தம்கசிய மலையடிவாரத்தில் விறகுவெட்டியபோதும், தோள்பட்டைகளில் வலிதெறிக்க நுகத்தடிகளில் நீர்சுமந்து வெகுதூரம் நடந்தபோதும், இத்தனை வறுமையில் வாழும் தாபூவை விட்டுப்பிரிந்துவிட வேண்டுமென நான் நினைத்துக்கூடப் பார்த்ததில்லை. தன்னைவிடவும் வறுமையில் வாடும் மக்களுக்கு உதவ வீடுவீடாக ஏறியிறங்கி சேவைபுரியும் என் காதலனைக்கண்டு மிகவும் உணர்ச்சிவசப்பட்டேன், அவர்குறித்து மிகுந்த பெருமைதான் கொண்டேன். அவரிடம் சுடர்விட்டு ஒளிர்ந்த இப்பண்பினால், எங்கள் இருவரிடையே இருந்த கல்வித்தகுதி வேறுபாடுகள் முற்றிலும் மறைந்துபோயின. பல வருடங்களின் முன்னர் திரு.பான், “மனிதர்களின் உள்ளங்களில் பசும் நம்பிக்கைகளை விதைப்பாய்” என என்னிடம் கூறியதையே என் வாழ்நாள் குறிக்கோளாக வரித்துக்கொண்டேன்.

பீஜிங்கிற்குத் திரும்பியதும் என் படிப்பைத் தொடர்ந்தேன். பல்கலைகழகத்தில் இருந்து நானும் ஆரஞ்சாளும் பட்டம்பெறும்வரை உண்டான கல்விக்கட்டணத்தை எங்களுடைய தந்தையார் முன்னரே செலுத்திவிட்டிருந்தார். சுற்றிலும் பெரும் அரசியல் மாற்றங்கள் நிகழ்ந்துகொண்டிருந்தபோதும், எங்கள் கல்விச்சாலை பாரம்பரிய கற்பிக்கும் முறையையும், கட்டணம்செலுத்தும் அதேபழைய ஒப்பந்தமுறையையும்தான் பின்பற்றிவந்தது. வார இறுதிகளில்தான் தாபூவால் என்னை வெளியே அழைத்துச்செல்ல முடிந்தது, அவ்வாறு செல்லும்போதும்கூட அருகில் எங்கு வறிய முதியவர்கள் வாழ்கின்றனர் என்பதை அறிந்துகொண்டு அங்குசென்று எங்களால் முடிந்த உதவிகளை அவர்களுக்குச் செய்துவந்தோம்.

பீஜிங்கில் கோடைகாலத்திற்கும் பனிக்காலத்திற்கும் உள்ள வேறுபாடு நெருப்புக்கும் உறைபனிக்கும் உள்ள வேறுபாட்டை போன்றது, கோடைகாலத்தில் 40 டிகிரிகள்

அளவிற்கு வெப்பம் கூடினால் பனிக்காலத்தில் மைனஸ் 20 டிகிரிகள் வரை தட்பவெப்பநிலை கீழே சென்றுவிடும். பனிக்காலங்களில் அம்முதியவர்களின் துணிகளை உலர்த்தவும், மரச்சாமான்களை இடம் மாற்றவும், புகைபோக்கிகளை சுத்தம் செய்யவும் உதவிபுரிவோம். அந்நாட்களில் கிடைத்த நிலக்கரியோ அளவிற்கதிகமான புகையை உண்டாக்கியது, குழந்தையின் முஷ்டியளவு பெரிதாக இருந்த நிலக்கரித்துண்டுகளைத்தான் எரித்துப் பயன்படுத்த வேண்டியிருந்தது. வீடுகளில் இருந்த புகைபோக்கிகள் வளைந்து நெளிந்து வடிவமைக்கப்பட்டிருந்தன, இதன்மூலம் குளிர்க்காற்று வீட்டுக்குள் வருவது தடுக்கப்படும் என்றாலும்கூட நிலக்கரிப்புகை எழுப்பும் சாம்பலால் அவ்வ அவ்வப்போது அடைத்துக்கொள்ளவும் செய்யும். இதனால் வீட்டினுள் சூழும் விஷப்புகையால் அந்நாட்களில் பலர் இறந்தும் போயுள்ளனர், நிலக்கரி விஷவாயுவால் பலருக்கு மூச்சடைப்பும் மயக்கமும் கூட ஏற்பட்டுள்ளது.

கோடைக்காலங்களில், முதியவர்களை குளிக்கவைப்பது, அவர்களுடைய மெத்தைகளை கழுவுவது, படுக்கைகளை சரிசெய்துகொடுப்பது போன்ற உதவிகளைச் செய்வோம். அந்நாட்களில் படுக்கையுறைகள் பயன்படுத்தும் வழக்கம் இருந்ததில்லை, எனவே படுக்கைகளை கழுவுவதென்பது பெரும்தொல்லை தரும் வேலையாகும். கீழ்பாகம், மேலுறை என இருபாகங்களை இணைத்து மெத்தைகள் தைக்கப்பட்டிருக்கும். கீழ்பாகம் பெரியதாய் இருக்கும், இருபக்கமும் அதைப் பிரித்துவிட்டு உள்ளே பருத்தியை வைத்து அடைத்துவிட்டு மீண்டும் அதை இணைத்துத் தைக்கவேண்டும், இந்த முறையை நாங்கள் "பருத்தியிடுதல்" எனவழைப்போம்.

இத்தகைய இணைப்பு மெத்தைகளைப் பற்றி தாபூவின் தங்கை சுன்ஹுவாவிடமிருந்துதான் அறிந்துகொண்டேன். தரமான மெத்தையொன்றை தயாரிப்பதென்பது ஒரு பெண்ணின் மிகமுக்கியமான திறன்களில் ஒன்றென அவள் கூறினாள். நல்ல இணைப்புமெத்தையை கொண்டிருக்கும் படுக்கை நல்ல உணர்வைத் தரும். மெத்தையுறைகளின் மேல் சீரானத் தையல் இடப்பட்டிருக்கவேண்டும், உள்ளே அடைக்கப்பட்டிருக்கும் பருத்தி சீரான இடைவெளியில் சமமாகப் பரப்பப்பட்டு கவனமாகத் தைக்கப்பட்டிருக்க வேண்டும்.

வசந்தகாலம் மற்றும் இலையுதிர்க்காலங்களில் வானிலை நன்றாக இருக்கும்போது, அருகிலிருக்கும் பூங்காக்களுக்கும் பசுமைநிறைந்த பகுதிகளுக்கும் அம்முதியவர்களை அழைத்துச்செல்வோம். அந்நாட்களில் பீஜிங்கில் நிறைய பசுமைப்பகுதிகள் இருந்தன; மிகக்கவனமாகப் பராமரிக்கப்பட்ட விவசாயநிலங்கள் கூட அங்கு இருந்தன. தன் கிராமத்தை தாபூ முன்னர் விவரித்ததைப்போன்று, பீஜிங்கும் கூட ஒவ்வொரு பருவகாலத்திற்கும் ஒவ்வொரு ஓவியம்போல் தோற்றமளித்துள்ளது. வசந்தகாலமும் இலையுதிர்க்காலமும் அசரடிக்கும் நிறங்களைப் பிரத்யேகமாகக் கொண்டிருந்தன. சில சமயங்களில், கோடை மாளிகைக்கும், நறுமணக்குன்றுகளுக்கும், படகோட்டவும் நடைபயணம் மேற்கொள்ளவும் வாகான இனிய இயற்கைக்காட்சிகளைக் கொண்ட இடங்களுக்கும் செல்ல மிதிவண்டிகளை இரவல்வாங்கிக்கொண்டு செல்வோம்.

என் பள்ளியிலிருந்து வெகுதொலைவில் தாபூ பணிபுரியும் இடம் அமைந்துள்ளதால், எங்களால் அடிக்கடி சந்தித்துக்கொள்ள முடிந்ததில்லை. குவோமிண்டாங்கில் இரகசிய உளவாளிகளைக் கண்டுபிடிக்க உதவும் அரசாங்கத்தின் இரகசிய உளவுத்துறையாகத்தான் 1950கள் துவங்கி 1980கள் வரை ஐக்கிய முன்னணி பணிபுரிந்துவந்தது, ஆனால் சாமானியச் சீனமக்கள் தைவானிலும் மற்ற கடல்கடந்த தேசங்களிலும் தொலைந்துபோன தம் குடும்பங்களைத் தேட உதவும் துறையாக 1980முதல் அது மாறிப்போனது. தாபூ எப்போதும் தன் பணியில் மிகுந்த மும்முரமாக இருந்தார், நான் என் படிப்பில் மும்முரமாக இருந்தேன். என் படிப்பினூடே மாணவர் சங்கத்தின் பல்வேறு செயற்பாடுகளிலும் நான் பங்குகொண்டதோடு, ரஷ்யமொழி கற்கும் வகுப்புகளுக்காக மேலும் அதிகப்படியாக என் நேரத்தைச் செலவழித்தேன். அந்நாட்களில், 'சர்வதேசம்' என்பதை சோவியத்தின் பொதுவுடைமைக் கோட்பாட்டோடுதான் நாங்கள் பலமாக தொடர்புபடுத்தி வைத்திருந்தோம், எங்கள்மீது அப்போது அமெரிக்கா மிகக்குறைந்த செல்வாக்கையே கொண்டிருந்தது.

இங்கிலாந்து குறித்தும் நாங்கள் சிறிதளவே அறிந்திருந்தோம். 'சூரியன் அஸ்தமிக்காத இங்கிலாந்து ராஜ்ஜியம்' என்பதையும், பிரிட்டன் அரசின் ஆளுகையின் கீழிருந்த காலனிநாடுகள் குறித்தும், சமுத்திரங்களின் மீது மேலாதிக்கம்

செலுத்திய ராஜாங்கம் பற்றியும், உலகளாவிய அடிப்படை மனிதச்சட்டங்களின் மீது மேக்னா கார்ட்டா கொண்டிருந்த செல்வாக்கு பற்றியுமெல்லாம் எங்கள் பாடப்புத்தகங்களில் குறிப்பிடப்பட்டிருந்தது. அவர்களுடைய தொழிற்சாலை குறித்தும் அவை தொடர்பானவற்றையும் கூடப் படித்தோம்.

தனக்கென ஒரு உண்மையான வரலாற்றுச் செல்வாக்கு இல்லாத நாடாகவே அமெரிக்காவை நாங்கள் அந்நாட்களில் கருதினோம். 1950களில் கல்விகற்ற சீனர்கள் அனைவருமே சோவியத்துகளின் மொழி, அவர்களின் வரலாறு, அப்போதைய நிகழ்வுகள் குறித்த அவர்களின் விளக்கங்கள் வாயிலாகவே புற உலகைப் புரிந்துகொண்டோம். மேலும் சோவியத்தின் இலக்கியங்கள் வாயிலாகவும் அவர்களை அறிந்துகொண்டோம், முக்கியமாக அலெக்சாண்டர் புஷ்கினின் கவிதைகள், மாக்சிம் கார்க்கியின் *'தாய்'*, நிக்கோலய் அஸ்திரோவ்ஸ்கியின் *'வீரம் விளைந்தது'*, தால்ஸ்தாயின் *'போரும் அமைதியும்'*, போரிஸ் பஸ்தர்நாகின் *'டாக்டர் ஷிவாகோ'* மற்றும் பல நூல்களையும் குறிப்பிடலாம், இவையெல்லாமும்தான் 'உலகை அறிந்துகொள்ள' எங்களுக்கு உதவின. அவர்களின் இசையும் கூட எங்களுக்கு உதவின, குறிப்பிட்டுச் சொல்வதானால் செக்கோவ்ஸ்கியின் இசையை கூறலாம். அமெரிக்கர்களுக்கும் பிரித்தானியர்களுக்கும் எதிராக நாங்கள் வெல்ல சோவியத்துதான் எங்களுக்கு உதவுமென தீர்க்கமாக நம்பினோம்!

நானும் தாபூவும் ஒருவருக்கொருவர் கடிதங்களைப் பரிமாறிக்கொண்டோமா? இல்லை, அப்படியெல்லாம் இல்லை. முதற்காரணம், போருக்குப் பின்னர் நாட்டின் அஞ்சல் சேவை பழையநிலைக்கு வந்திருக்கவில்லை. இரண்டாவதாக, தாபூ செய்துவந்த பணியின் இரகசியத்தன்மை காரணமாக அவரெழுதிய, அவருக்கென வந்த கடிதங்கள் யாவும் முன்னரே படிக்கப்பட்டன. மற்றவர்கள் எங்கள் காதலைப் பற்றிப் படிப்பதையோ, அல்லது நாங்கள் ஒருவருக்கொருவர் எழுதிக்கொண்ட காதற்கவிதைகளை கேலிசெய்து சிரிப்பதையோ நாங்கள் விரும்பவில்லை. அதற்குபதிலாக, நாங்கள் ஒவ்வொருமுறை சந்தித்துவிட்டுப் பிரியும்போதும் முந்தைய வாரம் நாங்கள் ஒருவருக்கொருவர் எழுதிக்கொண்ட கடிதங்களைப் பரிமாறிக்கொண்டோம். இதில் ஒரு சிறுகுழப்பம் எழுந்தது, சென்றவார நிகழ்வுகளை அடிப்படையாகக்கொண்டே

அக்கடிதங்கள் இருந்ததால் அந்தவாரத்தின் நிகழ்வுகளிலிருந்து அக்கடிதங்கள் பின் தங்கியே இருந்தன.

நாங்கள் கவிதைகள் எழுதினோமா? நாங்கள் எழுதாத விஷயங்களே இல்லை எனலாம்! எப்போதும்போல் தாயூ கவிதைகளைத்தான் தாயூ மிக விரும்பினார், அதையும்தவிர, ஓரிடத்தில் அசையாமல் அமர்ந்து நீளமான வரிகளையோ அல்லது கடினமான கவிதைகளையோ அவரால் எழுதமுடியாது எனக்கூறி அவரை நான் கேலி செய்வேன். அவ்வாறு எழுதுவதற்கு தனக்கு நேரம் கிடைப்பதில்லை என அவர் கூறுவார். படுக்கைக்குச் செல்லும் முன் அவர் எழுத முயன்றிருக்கிறார், ஆனால் பேனாவையும் தாளையும் கையில் எடுத்ததுமே அவர் உறங்கிவிட்டிருக்கிறார். ஆனால் தாயூ கவிதைகள் அப்படியல்ல, நடந்துகொண்டேகூட அவற்றை எழுதிவிடமுடியும், நினைவுகொள்ளவும் எளிமையானவை. நாங்கள் சந்திப்பதற்கு சிறிது நேரம் முன்னர்கூட அவரால் அவற்றை எழுதிவிடமுடிந்தது.

என்னைப்பொறுத்தவரை ரஷ்யமொழியை அவருக்காக மொழிபெயர்ப்பதும், அயல்தேச இலக்கியத்திலிருந்து மேற்கோள்களை அவருக்காக எழுதித் தருவதும்தான் எனக்குப் பிடித்தமான வேலைகளாகும். புஷ்கினின் கவிதைகளை வாசிப்பதில் எனக்கு அலாதி பிரியம் இருந்தது.

விடுதலைக்குப் பின்னான நாட்களில் மக்கள் உற்சாகத்தில் மிதந்துகொண்டிருந்தனர். இனமானத்தை எண்ணிப் பெருமை கொள்ளுங்கள்; தாய்நாட்டை மறுகட்டமைக்க உதவுங்கள்; மனித இனத்தை விடுவியுங்கள்; தன் வாழ்வைத் தானே நிர்ணயிக்கும் உரிமையை மக்கள் பெறட்டும்; ஆணும் பெண்ணும் சமமானவர்கள்; நிலச்சுவான்தார்களை அடித்து அவர்களின் நிலத்தைப் பிரித்துக்கொடுப்போம்; அரசு-தனியார் கூட்டு நிறுவனங்களை வரவேற்போம்! – போன்ற அரசாங்கத்தின் பிரச்சாரங்களைக் கேட்டுக்கேட்டு மக்களின் இரத்தம் வேட்கையில் கொதித்தது. புரட்சியாள இராணுவவீரரொருவர் தன் எதிரியைக் கொல்லும் காட்சியை திரைப்படத்தில் பார்த்தாலும்கூட பார்வையாளர்கள் எழுந்துநின்று கைதட்டி ஆரவாரிக்குமளவு இந்த வேட்கை மக்களிடையே வெறியாக மாறியிருந்தது.

எனவேதான் காதலரோடு திரையரங்குகளுக்குச் செல்லவேண்டியிருந்தால் நீங்கள் மிகுந்த எச்சரிக்கையுடன் இருக்கவேண்டியிருந்தது. பார்வையாளர்களிடையே எப்போதுவேண்டுமாயினும் புரட்சிகர வெறி வெடித்தெழும்பக்கூடும் என்பதால் நீங்கள் எப்போதும் தயாராக இருக்கவேண்டும், இல்லையென்றால் உற்சாகவெறியில் மற்றவர்கள் மேலும் கீழுமாய் துள்ளிக்குதித்துக் கொண்டிருக்கையில் நீங்கள் மட்டும் இருக்கைகளில் அமர்ந்துகொண்டிருக்க நேரிடும். குறைந்தபட்சம் அவர்களின் ஏளனச்சிரிப்புக்கு நீங்கள் ஆளாக நேரிடும், அதிகபட்சமாய் அவர்களில் யார்மூலமேனும் உங்களின் அரசியல் விசுவாசம் கேள்விக்குள்ளாக்கப்படும்.

1950களின் முற்பகுதியில் வெளியான சில பழைய திரைப்படங்களில் காதல் விருப்பம் கொள்வது குறித்து நீங்கள் பார்த்திருக்கமுடியும். 1950களின் பிற்பகுதி முதல் காதல் விருப்பமும் காதற்கொள்வதும் திரைப்படங்களில் வெகுகுறைவாகவே காட்சிப்படுத்தப்பட்டன. ஆனால் புரட்சிகரமான படங்களிலும் கூட தெய்வீகக் காதல் குறித்துச் சொல்லப்பட்டிருந்தது. நானும் தாபூவும் மிக அரிதாகவே ஒன்றாகத் திரைப்படங்களுக்கு செல்ல நேர்ந்தது, எனினும் 'லியுபோ கிராமத்தின் கதை' திரைப்படத்தை மட்டும் மூன்று முறைகளுக்கும் மேல் நான் அவருடன் சேர்ந்து கண்டுகளித்தேன் என்பது இப்போதும் பசுமையாக என் நினைவில் உள்ளது.

நவீன நாகரீகமும் உலகப்போக்கும் குறித்து சீனர்கள் அறிவதில்லை என ஒரு கருத்து உள்ளது, நான் இதை முற்றிலுமாக மறுக்கிறேன். மற்றவர்களை விடவும் பின்தங்கிவிடுவோமோ என்ற அச்சத்தினாலேயே ஆரோக்கியமான உடல்நலனிற்கு என்ன உண்ணவேண்டும் என்பதுமுதல் நவீன மேற்கத்திய ஆடம்பரப்பொருட்கள், அரசியல் போக்குகள் துவங்கி கலாச்சார விழுமியங்கள் வரை நாங்கள் தொடர்ந்து மற்றவர்களைப் பின்பற்றி வருகிறோம். ஆனால் இவ்வாறு நாங்கள் ஏற்றுக்கொள்ளும் நாகரீகங்கள் அடுத்தடுத்த தலைமுறைகளில் மாறுகின்றன, இம்மாற்றமானது மிகப்பெரும் இழப்பை கொண்டுவருகின்றன. அந்நாட்களில் நாங்கள் கண்ட திரைப்படங்கள், கேட்ட இசைநாடகங்கள் குறித்தெல்லாம் இன்றைய இளைஞர்களில் எத்தனைப்பேருக்குத்

தெரியும்? உதாரணத்திற்கு, ‘லியுபோ கிராமத்தின் கதை’ திரைப்படத்தின் கதையைப் பற்றி உங்களுக்கு ஏதேனும் தெரியுமா? என் தலைமுறையினர் எப்படி காதல் கொண்டனர் என்பதுகுறித்து அச்சுஅசலாகக் கூறியிருந்த படம் அது!

1957இல்தான் ‘லியுபோ கிராமத்தின் கதை’ திரைப்படம் படம்பிடிக்கப் பட்டிருந்ததெனும்போதும் அதன் கதை ஜப்பானுக்கு எதிராக நடந்த எதிர்ப்புப்போரின் காலகட்டத்தை மையமாக வைத்தே பின்னப்பட்டிருந்தது. லியுபோ கிராமத்தில் புதிய நான்காம் படை முகாமிடுகிறது, அக்கிராமத்தில் ‘எமெய்சி’ எனும் அழகான இளம்பெண் வசித்துவந்தாள். போரில் காயமடைந்த இளம்வீரனான லிஜின் அவள் வீட்டில் தங்கி சிகிச்சை பெற்றுவருகிறான், அச்சமயம் அவர்களிருவருக்கும் இடையே காதல் முகிழ்கிறது. இராணுவத்தின் கட்டளைகளின்படி வீரர்கள் எவரும் எவ்வகையான உறவுகளையும் கொண்டிருக்கக்கூடாது என்பதால் இக்காதலைக்குறித்து அறியவரும் படையணித்தலைவர் லிஜின்னை மிகவும் கடிந்துகொள்கிறார்.

தன் மனதை மாற்றிக்கொள்ள வேண்டுமென இராணுவத்தின் அரசியல் பயிற்சியாளர் லிஜின்னை கண்டிக்கிறார், விளைவாக எமெய்சியுடனான உறவை முறித்துக்கொள்வதாக அப்போதைக்கு லிஜின் ஒப்புக்கொள்கிறார். மிக விரைவிலேயே போர்முனைக்கு அவர்களின் படையணி அழைக்கப்படுவதால் லிஜின்னும் எமெய்சியும் மனமின்றிப் பிரிகிறார்கள். சில வருடங்கள் கழித்து அதே படையினர் லியுபோவை வழியாகச் செல்கின்றனர், இப்போது இராணுவப்படைக்காய் பொருட்களை கைப்பற்றும் அதிகாரியாக பொறுப்பேற்றிருந்த லிஜின் எமெய்சியை தேடிச் செல்கிறார். எமெய்சியோ கொரில்லாப்படையில் சேர்ந்து, கட்சி உறுப்பினராக மாறிவிட்டிருந்தாள். லிஜின்னிற்காக அவள் பல ஆண்டுகளாக காத்திருந்து, பல ஆண்டுகளுக்கு முன்னர் தாம் சந்திப்பதாய் உறுதிபூண்டிருந்த இடத்திலேயே இறுதியில் இருவரும் மீண்டும் ஒன்றிணைகின்றனர். இறுதியாக அவர்களின் காதல் வெற்றிபெறுகிறது.

இக்கதையில், ஒரு சிறுபாலத்தின் அருகே தன்னைச் சந்திக்க வருமாறு எமெய்சி தன் குட்டிச் சகோதரனின் மூலமாக லிஜின்னிற்கு செய்தியனுப்பும் காட்சியொன்று வருகிறது.

இதைக்கேட்டதும் லிஜின் தலைகால்புரியாத சந்தோஷத்தில் அருகிலிருக்கும் மரத்தை நோக்கி ஓடிச்சென்று, அதன் கிளைகளில் இருந்து தாவிக்குதித்து குட்டிக்கரணமடிப்பார். இதைக்கேட்டு உங்களுக்குச் சிரிப்பு வரலாம், ஆனால் ஒவ்வொருமுறை இக்காட்சியைக் காணும்போதும் தாபூ மெல்ல தன் கையை நீட்டி, என் கையைப் பிடித்து அழுத்துவார். அப்படத்தில் காதலர்கள் இருவரும் ஒருவரையொருவர் எத்தனை அதிகமாகக் காதலித்தனர் என்பதை நாம் அறிந்துகொள்ள அவர்களிருவரும் சேர்ந்து இருக்கவேண்டிய அவசியமேயில்லாதவாறு மிக புத்திசாலித்தனமாக அப்படம் இயக்கப்பட்டிருந்தது. இன்றைய திரைப்படங்களில் காட்டப்படுவதைப் போல, காதலர்கள் தமக்குள் உண்மையான காதல் உள்ளதா எனக்கூடச் சரிவர அறிந்துகொள்ளாமல் ஒருவர் முகத்தை ஒருவர் மணிக்கணக்காகக் கடித்துத் தின்பதைப் போன்ற படமல்ல அது.

அரசியல் சூறாவளிகளை எதிர்த்துநின்ற குடும்பமரம்

1952ஆம் ஆண்டில் நான் பல்கலைக்கழகப் பட்டப்படிப்பில் தேர்ச்சியடைந்தேன். சீனர்கள் நிறைய குழந்தைகளைப் பெற்று, தாய்நாட்டின் மக்கட்தொகையை அதிகரிக்க வேண்டுமென அச்சமயத்தில் நாடு மக்களுக்கு அழைப்புவிடுத்திருந்தது. அதனாலேதான் அடுத்த வருடமே நானும் தாபூவும் திருமணம் செய்துகொண்டு மூன்று மகன்களும் இரு மகள்களுமென அடுத்தடுத்து ஐந்து குழந்தைகளைப் பெற்றெடுத்தோம்.

திருமணத்திற்காய் எங்களுக்கு இருநாட்கள்தான் விடுமுறையளிக்கப்பட்டிருந்தது, ஷான்தோங் வரை சென்றுதிரும்ப போதைய நேரமில்லாததால் எங்களால் தாபூவின் வீட்டிற்குச் சென்று திருமணம் செய்து கொள்ளமுடியவில்லை. நான் திரும்பிச் செல்ல என் வீடும்கூட அப்போதில்லை. ஒருமுறை ஆரஞ்சாள் செங்தேவில் இருந்த எங்களுடைய இல்லத்திற்கு திரு.பானை அழைத்துச்சென்றிருக்கிறாள், நாட்டுத்தலைவர்கள் சிலரின் உடல்நல மீட்பகமாக அப்போது எங்கள் வீடு மாற்றப்பட்டிருந்தது. என் தந்தையும் தாயும் திருமணம் செய்துகொண்டபோது என் தாயிற்காக என் தந்தை மிகுந்த காதலுடன் மரங்களில் வண்ணவண்ண

ரிப்பன்களைக் கட்டித்தொங்கவிட்ட இடத்தில் இப்போது *'இராணுவ எல்லைக்கு உட்பட்டப்பகுதி: இராணுவப்பணியாளர் அல்லாதோர் நுழைவு தடைசெய்யப்பட்டுள்ளது'* எனும் அறிவிப்பு பெரிய எழுத்துகளில் எழுதிவைக்கப்பட்டிருந்தது.

உங்களுக்குத் தெரியுமா, அப்போதைய காலகட்டத்தில் நாங்கள் எல்லோரும் புரட்சியாளர்களாக இருந்ததோடல்லாமல், திருமணம் என வந்தபோது வெகு சிரத்தையுடன் அதைக் கையாண்டோம். பெரும்பான்மையானோர் நாட்டிற்காகப் பணியாற்றியதால் அவர்களுக்குத் திருமணம் முடிந்ததும், அவர்தம் பணித்துறையினர் பலரும் கூட்டாய் தங்கும் விடுதியில் அவர்களுக்கென ஒரு தனியறை ஒதுக்கித்தரப்படும். அந்நாட்களில் இவையாவும் இலவசமாகவே செய்துதரப்பட்டது, இப்போதைப் போலல்லாது மிகக்குறைவானவர்களே அச்சமயம் பணிபுரிந்ததால் இது சாத்தியமாகியிருக்கக்கூடும் என எண்ணுகிறேன்.

எங்களுக்கென ஒதுக்கப்பட்ட அறையில் இருந்த இரு ஒற்றைப்படுக்கைகளை ஒன்றாக்கினோம். தலைவர் மாவோ மற்றும் தளபதி சூ தே ஆகியோரின் புகைப்படங்கள் சுவற்றில் மாட்டி வைக்கப்பட்டிருந்தன, நற்பேறுகளைக் கொண்டுவர வாழ்த்துதெரிவிக்கும் சித்திரமொழிகள் சிகப்புவண்ணத்தில் கதவின் மேற்புறத்தில் பெரிதாக எழுதப்பட்டிருந்தன. அறை மிக எளிமையாகவே இருந்தது; எங்கள் பணித்துறையினரிடமிருந்து கிடைத்த சிறிதளவு பணத்தைக்கொண்டும், அறைகளை காலி செய்துவிட்டுச் சென்ற மற்ற ஊழியர்களிடமிருந்தும் எங்களுக்குத் தேவையான மரச்சாமான்களை வாங்கிக்கொண்டோம். இளநிலை ஊழியராக தாபூ பணியுயர்வு பெற்றபின்னரே, இருபடுக்கையறைகளும் ஒரு கூடமும் கொண்ட தனி இல்லத்திற்கு நாங்கள் குடிபெயர்ந்தோம். அதுவும் கூட வெகு எளிமையாகவே இருந்தது, மிகக்குறைந்த அளவிலான வீட்டு உபயோகப் பொருட்களும், சமையல் பாத்திரங்களும் எங்களுக்குத் தரப்பட்டன.

உணவு, உடை, சில தினசரி உபயோகப் பொருட்களைத்தவிர மற்ற அனைத்துமே எங்களுக்கு இலவசமாக வழங்கப்பட்டன. அரசுத்துறைகளில் பணிபுரியும் ஊழியரின் ஒட்டுமொத்தக் குடும்பத்திற்கும் அவர்கள் குடியிருக்கும் இல்லம், குழந்தைகள் காப்பகம், பள்ளிச்சாலை, பட்டப்படிப்பிற்குப் பின்னான

வேலைவாய்ப்பு, சுகாதாரப்பராமரிப்பு முதலானவை இலவசமாகவே வழங்கப்பட்டன. எனவேதான், ஒரே துறையில் தம்பதியர்களை பணிபுரியவைத்தால் அவர்களுக்கான சமூக நலப்பாதுகாப்பின் நன்மைகளை சிறப்பாக வழங்கமுடியும் என்பதால் அரசாங்கம் அவர்கள் அவ்வாறு பணிபுரிய ஊக்கப்படுத்தியது. நாம் பணிபுரியும் துறை நமக்கு குடும்பத்தைப் போன்றது, சொல்லப்போனால் குடும்பத்தைவிடவும் முக்கியமானது எனலாம் ஏனெனில் நம்மைச் சார்ந்த நம் உறவினர்களின் நலனும் பேணப்படுவதை இதன்மூலமே நம்மால் உறுதிப்படுத்திக்கொள்ள இயலும்.

ஆரஞ்சாளும் திரு.பானும் வெளியுறவுத்துறை தொடர்பான முக்கியமான காரியங்களை கவனிக்கவேண்டியிருந்ததால், எங்கள் திருமணத்திற்கு அவர்களால் வரமுடியவில்லை. 1950இல் நடந்த கொரிய உள்நாட்டுப்போரில் ஐக்கியநாடுகள் சபை தலையிட்டதுதான் அந்த முக்கியமான காரியமெனப் பின்னர்தான் எங்களுக்கு தெரியவந்தது. வடக்கிலிருந்து அமெரிக்காவும் தெற்கிலிருந்து சியாங் கைஷேக்கும் இருமுனைத்தாக்குதல் நிகழ்த்திவிடுவார்களோ எனப் புதிய சீனா அஞ்சியது. இப்போது சீனாவிற்கு சோவியத்தின் உதவி அத்தியாவசியமாகத் தேவைப்பட்டது, ஆனால் சீன-சோவியத் உறவோ அச்சமயம் பலமாக சேதாரமாகியிருந்தது. நாடுகளுக்கு இடையேயான உறவுகளின் இத்திடீர் மாற்றங்களால் ஆரஞ்சாளும் திரு. பானும் இரவுபகல் பாராது உழைத்துக்கொண்டிருந்தனர். அந்த வருடத்தில் இருந்துதான் என் சகோதரிகளுடனான என் தொடர்புகள் அறுபட்டுப்போயின. அவர்கள் அனைவருமே அரசின் உளவுத்துறைப் பிரிவில் பணியாற்றியதால் எங்களுடன் அவர்களால் தொடர்புகொள்ளவே முடியாமல் போனது.

எனது முதல் மகன் வேங்கையனை நான் பெற்றெடுத்தபோது அவனை கவனித்துக்கொள்வதற்காக பதினாறுவயது நிரம்பியிருந்த கியூஹுவாவை கிராமத்தில் இருந்து பீஜிங்கிற்கு வரவழைத்தோம். பின்னர் அவளைப் பள்ளிக்கு அனுப்பிவைப்பதற்கான ஏற்பாடுகளையும் செய்தோம், எனவே, குழந்தையைப் பார்த்துக்கொள்ளவென தாபூவின் தாயார் வந்துசேர்ந்தார். இதற்குள் எங்களுடைய இரண்டாவது மகன் ஓநாயனும் பிறந்துவிட்டிருந்தான். தாபூவின் பாட்டியார் இறந்ததும், எங்களோடு வந்து தங்கிவிடுமாறு அவருடைய

பாட்டனாருக்கு அழைப்புவிடுத்தோம், ஆனால் செவித்திறனற்ற தாகுயூவை தனியாக விட்டுவிட்டுத் தன்னால் வரமுடியாது எனக்கூறி அவர் அவ்வழைப்பை மறுத்துவிட்டார்.

எப்படியேனும் தாகுயூவிற்கு உதவிசெய்யவேண்டுமெனும் வேட்கையில், தாபூ தன் செல்வாக்கின்மூலம் அஞ்சலக வேலையொன்றை அவனுக்காகப் பெற்றுத்தந்தார். இவ்வாறாக நாங்கள் அனைவரும் ஒரே குடும்பமாக பீஜிங்கில் இணைந்துவாழத் துவங்கினோம். அதன்பிறகு எங்களுக்குப் பிறந்த இரு மகள்களையும் ஒரு மகனையும் தாபூவின் பாட்டனாரே கவனித்துக்கொண்டார். இதற்குள் நாட்டினுள் பல்வேறு பிரச்சினைகள் உண்டாகியிருந்தன, என்னதான் தாபூ உயர்பதவியில் இருந்தாலும் நாங்கள் மிகச்சிறிய வீட்டிலேயே குடியிருந்தோம். வீட்டில் ஆட்களின் எண்ணிக்கை அதிகப்படியாக இருந்ததனால் கூடத்தை மற்றுமொரு படுக்கையறையாக உபயோகப்படுத்தவேண்டியிருந்தது. வீடு நிறைந்து இருந்தது, அது மகிழ்வாகவும் இருந்தது.

கலாச்சாரப் புரட்சி என்னவானது? அது மிகுந்த வலிமிகு காலம் என்பேன், தாபூ பணிபுரிந்த ஐக்கியமுன்னணி முற்றிலுமாக அழிந்து சிதைந்துபோனது. அப்போதுதான் தாபூ தன் துறையில் உயர்ந்துகொண்டிருந்தார். அவருடைய வறிய குடும்பப் பின்னணியாலும், அவரை ஒரு இலக்காக வைத்துத் தாக்குமளவு துறைசார்ந்த பெரும்புள்ளியாய் அவர் உருவாகியிராததாலும் எங்கள் வீடு சோதனை செய்யப்படவில்லை; நல்லவேளையாக, எங்கள் உடைமைகளை கையகப்படுத்தவோ அல்லது எங்களைப் புரட்சிக்கு எதிரானவர்கள் எனக் குற்றஞ்சாட்டவோ எவரும் வரவில்லை. மற்ற குடும்பங்களோடு ஒப்பிடுகையில் நாங்கள் அனைத்துமே சரியாகச் செய்திருந்தபோதும் ஏனையோரைப்போலவே நாங்களும் எப்போதும் அச்சத்துடனேயே வாழ்ந்தோம், அரசியல் காற்று எந்தத் திசையில் அடுத்து வீசக்கூடுமென எவராலுமே கணிக்கமுடியவில்லை. அடுத்து யார் அரசியல் சதுரங்கத்தில் வெட்டுப்படப் போகிறார்கள் எனத் தெரியாததால், இந்த ஆபத்தான விளையாட்டில் யாரைப்பின்பற்றுவது எனவும் குழப்பம் நிலவியது.

இவற்றையெல்லாம் பேச இப்போதும் எனக்கு வேதனையாகத்தான் உள்ளது. நினைவில் அடைகாத்து

வைக்குமளவு எவையெல்லாம் நல்ல விஷயங்களோ அவற்றைமட்டும் இப்போது பகிர்ந்துகொள்கிறேன். சரியான நேரம் வாய்க்கும்போது நாம் மற்றவை குறித்துப் பேசிக்கொள்ளலாம். அன்றைய சூழலைக் கையாள்வதில் அனைவருக்கும் பிரச்சினையிருந்தது என்பதைமட்டும் என்னால் இப்போதைக்குக் கூறமுடியும். உயர்ந்த குறிக்கோள்களை அடைவதை விடவும் அமைதியாக வாழ்வை வாழ்வது சிறந்த விஷயமல்லவா?

எங்கள் குடும்பமென்றால் எங்களின் குடும்பம் மட்டுமேயல்ல, தாபூ கிராமத்தினர் அனைவரும் எங்கள் குடும்பம்தான். அவரது கிராமத்தைச் சேர்ந்த எவருக்கேனும் பீஜிங்கிற்கு வரும் வேலையிருந்தால், அவர்கள் எங்கள் வீட்டில்தான் தங்குவர். கோடைக்காலங்களின்போது, எங்கள் வீட்டின் கொல்லைப்புறத்தில் தற்காலிகப் படுக்கைகள் போட்டு நான்கைந்து பேர் உறங்குவதைக் காணலாம். கிராமத்தினருடனான தம் உறவுமுறைகளை ஆழ அலசினால், அனைவரும் ஒரே வேரில் இருந்து வந்தவர்களே என்பது புலப்படுமென தாபூவின் பெற்றோர்கள் அடிக்கடி கூறுவர்.

ஒவ்வொருமுறை கிராமத்தினர் எங்களைப் பார்க்க வரும்போதும் அவர்களிடம் ஏதோ மாற்றம் உண்டாகியிருந்ததை நாங்கள் கண்டுகொண்டோம். எங்கள் குழந்தைகள் மிகச்சிறியவர்களாக இருந்தபொழுது எங்களைக் காணவரும் கிராமத்தினர் கொஞ்சம் சர்க்கரைவள்ளிக் கிழங்குகளையோ அல்லது பியர் பழங்களையோ கொண்டுவருவர், அவர்களுக்கு எங்களுக்கென அரசால் ஒதுக்கீடு செய்யப்பட்ட உணவுப்பொருட்களில் இருந்து சிறிதளவையோ அல்லது சில உடைகளையோ கொடுத்தனுப்புவோம். பிறகு, உள்ளூரில் விசேஷமானப் பொருட்களைக் கொண்டுவரத் துவங்கினர், நாங்கள் சிறிய வானொலிகள், குழந்தைகள் புத்தகங்கள், உடைகள், பொம்மைகள் போன்ற பொருட்களை அவர்களுக்குக் கொடுத்தனுப்பினோம். உள்ளூர் விவசாயத்தை மேம்படுத்த யோசனைகள் கூறியதோடு உர விற்பனையாளர்களின் தொடர்புகளையும் கிராமத்தினருக்கு தாபூ தந்து உதவினார்.

சிறிது காலத்திற்குப் பிறகு, அனைத்து வகையானப் பழங்களையும், பலவகையான தானியங்களையும் கூட எங்களுக்குக் கொண்டுவந்து தந்தனர். எங்களிடம் இருந்த பெரிய

பெரிய மின்சாதனப் பொருட்களைத்தவிர அவர்களிடமும் அனைத்து வசதிகளும் இருந்ததால் நாங்கள் அவர்களின் சட்டைப்பைகளில் கொஞ்சம் பணத்தை மட்டும் வைத்து அனுப்பினோம். உள்ளூர் விளைச்சல்பொருட்களை பல்வேறு நகரங்களுக்கு அனுப்ப சந்தைத்தொடர்புகளை அவர்களுக்கு தாபூ ஏற்படுத்தித்தந்தார். அவர்களுக்கும் எங்களுக்குமிடையே இருந்த வாழ்க்கைத்தரத்தின் வேறுபாடுகள் குறைந்துகொண்டே வந்தன. எங்களின் பணி ஓய்வுக்குப் பிறகு தாபூவின் கிராமத்திற்கே திரும்பிவிடலாமா எனக் கடந்த இருவருடங்களாக நாங்கள் யோசித்துக்கொண்டிருக்கிறோம். அங்கு காற்று சுத்தமாய் இருக்கும், வீட்டிற்குத் தேவையான அனைத்துப் பொருட்களும் உள்ளூரிலேயே விளைகின்றன. நாங்கள் வாழும் இந்த வசதியான வாழ்வைக் காண தாபூவின் பெற்றோர்கள் உயிருடன் இல்லாததுமட்டுமே எங்களின் ஒரே குறை; 'சீர்திருத்தம் மற்றும் வெளிநாட்டுத்திறப்புக் கொள்கை' வந்த சமயம் அவர்கள் இறந்துபோயினர்.

எங்களால் சுன்ஹுவாவிற்கு எவ்விதத்திலும் உதவமுடியாமற் போனது. கிராமத்துவீட்டை விட்டுவர அவளின் புகுந்த வீட்டினர் ஒப்புக்கொள்ளவில்லை. "எங்களுக்கெனச் சொந்தமாக ஒரு துண்டு நிலம் வேண்டுமென்பதுதான் தலைமுறை தலைமுறையாக நாங்கள் கண்டுவந்த கனவு. இப்போது நாடே எங்களுக்காக நிலம் கொடுத்துள்ளது, அதை வீண்செய்வதென்பது பெரும் அவமதிப்பாகிவிடும். நீங்கள் கூறும் இந்த மாற்றம் என்ன செய்துவிடப்போகிறது? மாற்றங்களால்தான் இந்த நாடு நாசமாகிப்போனது!" என அவளுடைய மாமனார் கூறினார்.

இதில் மிகப்பெரிய சோகம் என்னவென்றால், சுன்ஹுவாவின் பேரப்பிள்ளைகள் எவருமே அந்தத் துண்டுநிலத்தைக் கவனித்துக்கொள்ளவில்லை, அவர்கள் அனைவருமே பிழைப்புத்தேடி நகரத்திற்கு இடம்பெயர்ந்து விட்டனர்.

绿

நான் லண்டன் சென்று சேர்ந்ததுமே அங்கு எனக்காகப் பச்சையாள் அனுப்பியிருந்த கடிதம் காத்திருந்தது. தாபூவின் தாயூ கவிதைகளும், பச்சையாளின் ஆறுகவிதைகளும் அதில் இருந்தன. மொங் தாபூவின் தாயூ மிக எளிமையாகவும்

சாதாரணமாகவும் இருந்தன, பச்சையாளின் கவிதைகளோ செவ்வியல்தன்மையும் ஐரோப்பிய உணர்வையும் கொண்டிருந்தன. மற்றெல்லாவற்றையும் விட இதில் என்னைக் கவர்ந்த அம்சம் என்னவெனில், 1949களில் இருந்து பல்வேறு கல்வித்தரங்கள், விழிப்புணர்வு, வர்க்கம் மற்றும் அறிவுப்புலங்களைச் சேர்ந்த சீனமக்கள் அனைவரும் ஒன்றுதிரண்டுள்ளனர் என்பதாகும். அவர்கள் வாழ்ந்த காலகட்டத்தின் அரசியல்தாம் அவர்களை இவ்வாறு ஒன்றிணைத்திருக்கிறது.

பச்சையாள் எனும் பெண்ணால் மெய்யாகவே மற்றவர்களின் வாழ்வில் நம்பிக்கைவிதைகளை ஊன்றமுடிந்திருக்கிறது, குறைந்தபட்சம் என் இதயத்திலேனும்.

பகுதி - 3

கலாச்சாரப் புரட்சியில் முகிழ்த்த ஒரு பறவையின் காதல்

பச்சையாளின் மகள்

நாரையாள்
.பிறப்பு - 1958.

பச்சையாளிடமிருந்து விடைபெறுவதற்கு முன்னர், அவரிடம் கடைசியாக ஒரு கேள்வியைக் கேட்டேன் -'அவரது பிள்ளைகளில் எவரேனும் ஒருவரை நான் பேட்டிகாண வேண்டுமெனில் அவர் யாரை பரிந்துரைப்பார்?

அமைதியாகத் தன் நினைவுகளையெல்லாம் சேகரித்துப்பார்த்த அவர், சிறிதுநேரம் சிந்தனைவயப்பட்டார்.

"எனது ஐந்து குழந்தைகளுக்கும் ஒரேமாதிரியாகத்தான் எல்லாமே நடந்தன, அவர்கள் அனைவருமே 1950 தொடங்கி 1960களுக்குள் பிறந்தவர்கள், அனைவரும் ஒரே நகரத்தில்தான் வளர்ந்தார்கள், ஒரே பள்ளிச்சாலைக்குத்தான் சென்று கல்விகற்றார்கள். ஆனால் அவரவரது ஆளுமையென வரும்போது அவர்கள் மிக வேறுபட்டு இருந்தார்கள். வாழ்வை நோக்கிய அவர்களின் பார்வைகளும், நாடு சென்றுகொண்டிருந்த பாதை குறித்த அவர்களின் பார்வைகளும் வேறுவேறாகவே இருந்தன.

'நம் வீடு மிருகக்காட்சி சாலையைப் போன்றது,
அனைத்து வகையான விலங்குகளையும் இங்கு காணலாம்.
வேங்கைகள், ஓநாய்கள், நாரைகள், குரங்குகள் உள்ளன
அவ்வளவு ஏன், வாத்தைக்கூட நீங்கள் இங்கு காணலாம்.
இதற்கெல்லாம் மகுடம் வைத்தாற்போல்,
இந்தப் பித்துப்பிடித்த பழைய வீட்டில்,
தாயார் ஒரு பூனை, தந்தையார் ஓர் எலி.'

என என் கணவர் தாபூ கூறுவார்.

உளவுத்துறை 'எலி'யாக ஐக்கிய முன்னணிக்காக தாபூ பணிபுரிந்தார், நானோ எங்கள் நாட்டிற்கு துரோகமிழைத்தவர்களைத் தேடிக்கண்டுபிடிக்கும் 'பூனை'யாகப் பணியாற்றினேன். வீட்டுப்பராமரிப்பையும் பூனையே கவனிக்கும். ஆம், தன் அலுவலகப்பணியில் சிறந்தவராக

விளங்கிய தாபூவிற்கு வீட்டுவேலைகளைச் சிறப்பாக செய்ய வராது. காய்கறிகள் வாங்க சந்தைக்கு சென்றாரெனில் பணத்தைக் கொடுத்துவிட்டுப் பொருட்களை வாங்காமல் வந்துவிடுவார்; மின்விளக்குகளைப் பொருத்த முயலும்போது அவற்றைத் தவறாக திருகிவிடுவார்; ஒருமுறை உலோக மூடியுடன் ஒரு பாத்திரத்தை மைக்ரோவேவ் அடுப்பிற்குள் வைத்துவிட்டார், அது வெடிகுண்டைப்போல வெடித்துவிட்டது! அவர் வார்த்தைகளில் கூறுவதென்றால் "அவருக்கு நகரவாழ்க்கையின் சூட்சுமங்கள் இன்னமும் பிடிபடவில்லை."

"எங்களுடைய ஐந்து குழந்தைகளின் பெயர்களும் 'குவோ' என முடியும், அதற்கு 'நாடு' எனப் பொருள். ஆனால் அவர்களின் பாட்டனாரும் பாட்டியாரும் எங்களுடைய குழந்தைகளுக்கெனத் தேர்வுசெய்த செல்லப்பெயர்கள் அனைத்துமே மிருகங்களைக் குறிப்பவையாகவே இருந்தன. அது கொஞ்சம் வேடிக்கையாகவும் இருந்ததுதான், ஆனால், பெரியவர்கள் கூறுவதுபோல நம் பெயர் நம் குணாதிசயத்தை விளக்குகிறது, வேறுவிதத்தில் கூறுவதானால் நாம் எதிர்காலத்தில் வாழப்போகும் வாழ்வின் பெங் சூயி சக்திகளின்மீது நம் பெயர் பெரும்தாக்கத்தை ஏற்படுத்தவல்லவை. எது எப்படியோ, என் குழந்தைகள் விஷயத்தில் அது உண்மையாகிப்போனது.

"என் மூத்தமகன் மொங் 'ஜியாங்குவோ'விற்கு வேங்கையன் எனச் செல்லப்பெயர் சூட்டினோம். மிகவும் நிதானமான, உறுதியான குணம் கொண்டவன் அவன், அவன் நடவடிக்கைகள் அனைத்தும் என் கணவருடையதை, என்னுடையதைப் போலவே இருக்கும். அவன் மிகவும் பிற்போக்குத்தனமான சிந்தனைகளைக் கொண்டவனெனக் குறிப்பிடும் அவனது பிள்ளைகள், வேங்கையின் ரவுத்திரம் போன்ற அவனது சினத்தைக்கண்டு அஞ்சிநடுங்கவும் செய்வர். 'ஒரு குழந்தைத் திட்டம்' அறிமுகப்படுத்தப்படுவதற்கு சிறிது காலத்திற்கு முன்னர்தான் ஒரு மகன் ஒரு மகளென அவனுக்கு இரு குழந்தைகள் பிறந்திருந்தனர், அந்த வகையில் அவன் அதிர்ஷ்டசாலிதான்."

"சீனா இப்போதிருக்கும் நிலைகுறித்து அவன் மனைவி தன் இரு குழந்தைகளுடனும் ஒருநாள் விவாதித்திருக்கிறாள். மேற்கத்திய நாடுகள் மட்டும் முன்னேறியபடியே இருக்க நாம் ஏன் கடந்த இரு தலைமுறைகளாக அரசியல்ரீதியான

அறியாமையுடனும் பொருளாதரீதியாகப் பின் தங்கியும் இருந்தோம் எனப் புகார் கூறும்வகையில் அவ்விரு பாலகர்களும் தம் ஐயங்களைத் தன் தாயிடம் கேட்டுள்ளனர். அவர்களின் அருகில் அமர்ந்து செய்தித்தாள் படித்துக்கொண்டிருந்த வேங்கையன் இதைக்கேட்டதும் கடுங்கோபத்துடன் தன் இருக்கையில் இருந்து துள்ளியெழுந்துள்ளான். மேஜைமீது பலமாகத் தட்டி, “மேற்கத்திய ஜனநாயகம் கொண்டிருந்த தாராளமான முட்டாள்தனங்களைப் புரிந்துகொள்ள முடிந்த உங்களால், சீன அரசியலின் வெகு எளிமையான ‘வாழ்வா சாவா’ எனும் தத்துவத்தைப் புரிந்துகொள்ள முடியவில்லையெனக் கூறினால், கடந்த பல நூறு ஆண்டுகளாகச் சீனமக்கள் கடந்துவந்த இன்னல்களைப் பற்றி நீங்கள் அறிந்துகொள்ளவில்லை எனத்தான் அர்த்தம். முட்டாள்களே! எங்கள் நாட்டுமக்களின் வாழ்க்கைகளும், நாட்டிற்காய் அவர்கள் கொடுத்த விலைகளும், குழப்பமும் முட்டாள்தனமும் கொண்ட உங்களால் புரிந்துகொள்ளப்படவேண்டும் என்பதே எங்களின் இறுதி விருப்பம்.. நாங்கள் கடந்துவந்த காலத்தை உங்களால் கடந்து வந்திருக்க முடிந்திருக்குமா என்பது கூட சந்தேகம்தான்! ஆனால் ஆயிரமாண்டு கால வரலாற்றில் வேர்பிடித்து ஓங்கியுயர்ந்த நமது உயரிய நாட்டைப்பற்றி துளியும் புரிதல் இல்லாமல், சீனாவின் நிகழ்காலத்தைக் குறித்தும், நம் துயரங்கள் குறித்தும் கேலிசெய்யும் மேற்கத்தியக் கருத்துகளின் சில பக்கங்களை மட்டும் வாசித்துவிட்டு நீங்கள் பேசிக்கொண்டிருக்கிறீர்கள். எத்தனை அகம்பாவம்! ஆணவம்! அறியாமை!” என கர்ஜித்திருக்கிறான்.

“இதைக்கேட்ட இரு குழந்தைகளும் அரண்டுபோய்விட்டனர். அதன்பிறகு நாட்டுநடப்பு குறித்து தம் தந்தையார் எதிரே அவர்கள் பேசியதேயில்லை. வேங்கையனின் கருத்துகள் என்னவாகவிருந்தன? ‘மக்கள் தந்தி’யில் நீங்கள் காணக்கிடைப்பவைதான் அவன் பார்வைகளாகவும் இருந்தன.”

“எங்களுடைய இரண்டாம் மகன், மொங் வீகுவே. அவன் மிகச்சிறியவனாக இருந்தபோது அவனை குட்டிப்பையன் எனவழைப்போம், ஆனால் எங்களின் அனைத்துக் குழந்தைகளுக்கும் விலங்குகளின் பெயர்கள்தாம் செல்லப்பெயர்களாகச் சூட்டப்படவேண்டுமென நாங்கள் முடிவுசெய்தபிறகு அவனுக்கு ஓநாயன் எனப் பெயரிட்டோம்.

எவரோடும் சேராத, பிடிவாதகுணம் கொண்ட விலங்குதான் ஓநாய். தனது மூத்தசகோதரனுடன் எப்போதும் போட்டியிட்டுக் கொண்டேயிருக்கும் அவன் மிகுந்த போட்டிமனப்பான்மை கொண்டவன். தொழிற்சார்ந்த வெற்றியோ அல்லது அன்பான குடும்பமோ, ஒரு மனிதனின் வெற்றியாக நீங்கள் எதைக் கருதிக்கொண்டாலும் சரி, வேங்கையன்தான் இரண்டிலுமே சாதித்துக்காட்டினான். தன்னந்தனி ஓநாயாக, ஓரிடத்தில் நிலைபெறாமல் மிகப்பெரும் பயணங்களை மேற்கொள்பவனாகவே ஓநாயன் இருந்தான்."

"இக்காலத்தைய மனிதர்கள் வேங்கைகளை மதிக்கின்றனர், ஓநாய்களை கீழ்த்தரமாகப் பார்க்கின்றனர் என்பதாலேயே தன் காலத்திற்கு முன்னதாகவே தாம் பிறந்துவிட்டோம் என அவன் எண்ணிக்கொண்டான். எங்களின் குழந்தைகளிலேயே மிகவும் மூர்க்கமானவனும் அவன்தான், நானும் என் கணவரும் இன்றளவும் மிகவும் வருந்துவதும் அவனுக்காகத்தான். ஓநாயனின் வாழ்வு மிகவும் இருண்மையானது என்பதோடு அவனது தலைமுறையைச் சேர்ந்தவர்களின் ஒட்டுமொத்த அனுபவங்களின் காட்சிப்பொருளாக அவனை உதாரணப்படுத்திக் கொள்ளவும் முடியாது."

"எங்களுடைய மூன்றாவது குழந்தையும் முதல் மகளுமான மொங் ஆயிகுவோவை நாரையாள் எனவழைப்போம். அவள் குழந்தையாக இருந்தபோது எதையும் கேட்டு அழுது அடம்பிடிக்கவே மாட்டாள். ஓரிடத்தில் அமர்ந்து தனது சகோதரர்கள் விளையாடுவதையும் வீட்டிலுள்ள மற்றப் பெரியவர்கள் செய்யும் அன்றாட வேலைகளையும் மிக அமைதியாகக் கவனித்தபடியே இருப்பாள். அவளுக்கு ஏதேனும் கற்றல் குறைபாடு இருக்கலாமோ என நானும் என் கணவரும் வருந்தினோம், ஆனால் என் மாமியார் பிடிவாதமாக அதை மறுத்தார். 'பேசாமடந்தையாக வளரும் குழந்தைகள் எதிர்காலத்தில் மிகச்சிறந்த சிந்தனையாளர்களாக உருவாவார்கள்' என்றார் அவர்."

"உலகைவிட்டு விலகியிருக்கும் பெண் அவள் எனப் பலரும் கூறினர், ஆனால் அதற்கு முற்றிலும் எதிர்மறையாக இருந்தாளென்பதை அவளுடைய பெற்றோர்களாக நாங்கள் கண்டுகொண்டோம். தனக்கு என்ன தேவையென்பதையும், அதை எப்படி பெறவேண்டுமென்பதையும் அவள் கச்சிதமாக

அறிந்திருந்தாள். தன்னைச் சுற்றி நடைபெறுபவற்றை துல்லியமாக அறிந்துகொள்ளும் விநோதத்திறன் படைத்திருந்ததோடு, மற்றவர்கள் கவனிக்கத்தவறிய சிறிய தவறையும் கூட அவள் மிகச்சரியாகக் கண்டுபிடித்தாள். உங்களுடைய ஆராய்ச்சிக்கு நாரையாள்தான் மிகச்சரியானத் தேர்வு என்பேன் நான்."

"அடுத்து எங்களுடைய மூன்றாவது மகன் மொங் பாவோகுவோ அல்லது குரங்கன். அவன் நடைபயிலத் துவங்கியதில் இருந்தே அவனுக்குள் இருந்த குரங்கை நாங்கள் அடையாளம் கண்டுவிட்டோம். வீட்டினுள் எப்போதும் குதித்தோடியபடியே இருப்பான், அவன் பேசும் மொழியும் நமக்கு ஒன்றும் புரியாது. பின்னாட்களில், அவன் கணினிகளின் மீது தீராமோகம் கொள்ளத் துவங்கினான். எப்போதெல்லாம் சீனாவிற்குள் புது கணினித்தொழில்நுட்பம் நுழைகிறதோ அதை உடனடியாகக் கற்றுக்கொள்பவர்களில் அவனும் ஒருவனாக இருப்பான். ஆனால் அன்றாட வாழ்விலிருந்து அவன் மிக விலகிப்போனான், மனித உணர்வுகளற்று இருந்தான் எனவும் கூறுவேன். இத்தகைய மரபணுக்களை அவன் எங்கிருந்து பெற்றான் என்பது ஆண்டவனுக்கே வெளிச்சம். இல்லை, உங்களால் குரங்கனிடம் பேச முடியாது, கணினிகளைத் தவிர வேறெதைப்பற்றிப் பேசவும் அவன் நேரம் செலவழிக்க விரும்ப மாட்டான்."

"எங்களின் கடைசி மகள், மொங் லிகுவோ. அவளுக்குச் செல்லப்பெயராகச் சூட்ட விலங்குகள் பெயர்கள் எதுவும் கிடைக்கவில்லை. அவளை நாங்கள் 'குட்டியா' எனவழைத்தோம். வெகு சிறிய வயதிலேயே அவள் பேசத்துவங்கிவிட்டாள், அவளாகத் தானாக சிரித்துக்கொண்டும் உளறிக்கொண்டுமிருந்ததால் அவளை வாத்து அல்லது வாத்தி என அழைக்கத்துவங்கினோம். அவளொரு அவலட்சணமான வாத்துக்குஞ்சு என அவளது அண்ணன்களும் அக்காள்களும் அவளைக் கிண்டல் செய்தனர், அவள் எப்போதும் பேசிக்கொண்டேயிருந்ததால் 'சின்ன வாத்துக்குப் பெரிய வாய்' என என் மாமனார் கூறுவார். பின்னொரு நாள் 'அவலட்சண வாத்துக்குஞ்சு' எனும் விசித்திரக்கதையை அவள் கேட்டபிறகு, எப்போதெல்லாம் மற்றவர்கள் அவளை கேலி செய்தனரோ அப்போதெல்லாம் அவர்களை நோக்கி உதட்டைச்சுழித்துப் பழிப்புக்காட்டியபடியே, "பொறுத்திருந்து

பாருங்கள். ஒருநாள் மிக அழகான அன்னப்பறவையாக நான் மாறிவிடுவேன், அப்போது நீங்கள் முட்டாள் வாத்து அண்ணன்கள், அக்காள்களாக மாறியிருப்பீர்கள்" எனக்கூறி பரிகசிப்பாள்.

"வாத்தியிடம் பேசுகிறீர்களா? அவள் தரும் குறிப்புகளை வைத்து அடுத்த பத்துஆண்டுகளும் ஆராய்ச்சி செய்யவே உங்களுக்கு நேரம் சரியாக இருக்கும். அவளிடம் பேசினால், காட்டிலுள்ள அனைத்து மரங்களின் இலைகளைவிடவும் அதிகப் பக்கங்கள் எழுதிக் குவித்துவிடுவீர்கள்!"

"சிறுசிறு விஷயங்களைப் பற்றியும் கூட மிக விரிவான தகவல்கள் தேவையென நீங்கள் விரும்புவீர்களானால், வாத்திதான் உங்களுக்கான மிகச்சரியானத் தேர்வாக இருப்பாள் என எண்ணுகிறேன். ஆனால் அந்தத் தலைமுறையினரின் உண்மையான உணர்வுகளைப் பற்றி அறிந்துகொள்ள நீங்கள் விரும்பினால் நாரையாளுடன் பேசுங்கள், அக்காலகட்டத்தின் ஆழமும் சிறப்பும் மிகுந்த பிரதிபலிப்பாக அவள் உங்களுக்கு விளங்குவாள். குடும்பத்தினருடன் அவள் அவ்வளவாகப் பேசுவதில்லை, ஆனால் தனது உடன்பிறந்தோர் அனைவருடனும் மிக நல்ல முறையில் அவளால் உறவுகளைப் பேணமுடிந்தது. அவள்மீது அவர்கள் மிகுந்த நம்பிக்கைவைத்திருந்தனர், எனவே தம் உள்ளத்தில் உள்ளதையெல்லாம் அவளிடம் மனம்விட்டுப் பகிர்ந்துகொண்டிருக்கின்றனர், ஓநாயனையும் சேர்த்தேதான் சொல்கிறேன்."

"நீங்கள் நாரையாளிடம் உரையாடுங்கள்; உங்கள் சந்திப்பிற்கு நான் ஏற்பாடு செய்கிறேன். என்னை நம்புங்கள், திருப்தியுடனேயே திரும்புவீர்கள்."

மாவோவின் ஆணையால் கூட்டைவிட்டு விரட்டப்பட்டப் பறவை

முதலில் மொங் ஆயிகுவோவின் செல்லப்பெயரைத்தான் எனக்கு மிகவும் பிடித்துப்போனது. அன்னப்பறவைகளை விடவும் நாரைகளைத்தான் நான் மிகவும் விரும்பினேன். நாங்கள் இருவரும் சந்தித்தபோது மிகவும் மகிழ்ந்துபோனேன்,

பச்சையாள் கூறியதைப்போலவே நாரையாள் நளினமாக, நுண்ணறிவுடன், சிந்தனையார்ந்தவராக விளங்கினார்.

நாரையாளின் தாயை கிங்தாவோவில் சந்தித்தபிறகு பீஜிங்கிற்கு சென்று இவரைச் சந்தித்தேன்.

என்னுடைய சிறு வயதில் என் பாட்டியார் என்னை அடிக்கடி அழைத்துச்செல்லும் பீஜிங்கின் தாவோரன் பூங்காவில் அமைந்திருக்கும் மண்டபத்தில் சந்திக்கலாமென நாரையாள் கூறியதும் நான் உண்மையிலேயே மிகவும் உற்சாகமடைந்தேன். 1949இல் சீன மக்கட்குடியரசு துவக்கப்பட்டதும் நாட்டில் முதன்முதலாகக் கட்டமைக்கப்பட்ட பொதுவிடங்களில் சிசெங்கில் அமைந்திருக்கும் இந்தப் பூங்காவும் ஒன்றாகும். பசுமைகொஞ்சும் மரங்களும், நீர்சூழ்ந்த மண்டபங்களும், நிழலார்ந்த பாதைகளுமாய் அந்தப் பூங்கா மிக அழகான இயற்கைக்காட்சிகளுடன் கூடிய ஒரு இடமாக அந்நகரத்தில் விளங்கியது, தாவோரன் என்றால் 'கவலையில்லாத' எனப் பொருளாகும்.

அந்தப் பூங்காவைவிடவும் நீண்டதொரு வரலாறு அதனுள் அமைந்திருக்குக்கும் மண்டபத்திற்கு உள்ளது. 1695இல், சிங் சாம்ராஜ்ஜியத்தின் முப்பத்து நான்காம் ஆண்டில் அரசாண்ட பேரரசர் 'கங்சி'யின் ஆட்சியில் கட்டப்பட்ட இந்த மண்டபம் சீனாவில் நான்கு பிரம்மாண்ட மண்டபங்களுள் ஒன்றாகும். அந்த மண்டபத்தை வடிவமைத்த அரசவை அதிகாரி தாங் கவிஞரான 'பாய் ஜீயிர்' அவர்களின் கவிதைகளை மிகவும் விரும்பியதால், 'என் நண்பர் மொங்தேவுடனான மதுவிருந்து' எனும் அவருடைய கவிதையை அடிப்படையாகக்கொண்டு மண்டபத்தின் பெயரைச் சூட்டியுள்ளார். அந்தக் கவிதை பின்வருமாறு:

> *"வீட்டில் தயாரித்த வைன் முதிரும்வரை,*
>
> *சாமந்திப்பூக்கள் மஞ்சள்வண்ணமாய் மாறும்வரை,*
>
> *காத்திரு,*
>
> *பிறகு நான் உன்னுடன் மதுவருந்தி கவலையில்லாது களித்திருப்பேன்."*

நினைவுதெரிந்த காலம் முதல் தாவோரன் மண்டபம் வெகுபுகழ்பெற்று விளங்குவதாகவும், எண்ணிலடங்காப்

பார்வையாளர்களை ஆண்டுதோறும் ஈர்ப்பதாகவும் என் பாட்டியார் என்னிடம் கூறியுள்ளார். வாரயிறுதிகளில் அம்மண்டபத்தில் கூடும் பெரும்பான்மையானோர் பீஜிங்கின் தெற்குப்பகுதியைச் சேர்ந்தவர்களாகவே இருந்தனர், அங்கு கூடி அவர்கள் தத்தமது சொந்த ஊர்கள் குறித்த அனுபவங்களைப் பேசி மகிழ்ந்தனர்.

1997இல் நான் இங்கிலாந்திற்கு குடியேறியதிலிருந்து, ஒவ்வொருமுறை நான் சீனாவிற்கு திரும்பிவந்தபோதும் என் கடுமையானப் பயணத்திட்டங்களால், சொந்த ஊருக்குச் செல்வதற்கோ அல்லது எனது பால்யகால நினைவுகளை மீட்டெடுக்கும் எந்தவொரு நிகழ்விலும் கலந்துகொள்வதற்கோ எனக்கு நேரம் கிட்டியதேயில்லை. சில ஆண்டுகளுக்கு முன்னர் என் கணவர் டோபியுடன் அந்தப் பூங்காவின் அருகில் செல்ல நேர்ந்தது. பூங்காவினுள் செல்லலாமென அவரை வற்புறுத்தினேன், ஆனால் பூங்காவின் வாயிலில் காத்துக்கிடந்த மக்கள் கூட்டத்தையும், பூங்காவின் வெளியே இருந்த சதுக்கத்தில் அலறிக்கொண்டிருந்த இசைக்கு 'நடனமாடிய பேரிளம்பெண்களையும்' கண்டு அசூயை கொண்ட டோபி அதற்கு மறுத்துவிட்டார். எனவே என் பால்யகால நினைவுகளுக்குள் கனவுப்படிமம் போல் புதைந்துகிடந்த அந்த மண்டபத்தை தூரத்திலிருந்தே ரசித்துவிட்டு அன்று திரும்பிவிட்டேன்.

எனக்கும் சரி நாரையாளுக்கும் சரி, மீண்டும் எங்களை இம்மண்டபத்தை நோக்கி விதிதான் அழைத்து வந்திருக்கவேண்டுமென எண்ணுகிறேன். விதியோ தெய்வாதீன நிகழ்வோ, ஏதோவொன்று.

பூங்காவின் வாயிலில் நாங்களிருவரும் இருநாட்களாய் தொடர்ந்து சந்தித்துக்கொண்டோம், நிழல் கொட்டிக்கிடந்த பாதைகளிலும், நீர் கரைகட்டியிருந்த மண்டபங்களின் பிரதிபலிப்புகள் ஏரியில் விழுந்துகிடந்த அந்த அழகானச் சூழலிலும் நானும் அவரும் காலார நடந்தோம். காட்டுமரங்களின் அடர்ந்த இலைகளூடே வடிகட்டிப் பொழிவதைப்போல, மண்டபத்தின் வண்ணக்கண்ணாடிகள் பதிக்கப்பட்ட விதானத்தின்வழியாக வெயில் இறங்கிவர, தித்திப்பு, புளிப்பு, கசப்பு, காரமென அனைத்துச் சுவைகளையும்

கொண்டிருந்த நாரையாளின் வாழ்வை நாங்கள் ருசித்து அசைபோடத்துவங்கினோம்.

முதல்நாள் சந்திப்பின்போது, நாரையாள் என்னிடம் மிக மென்மையாக, "என் தாயும் நீங்களும் நிறைய பேசிவிட்டீர்கள் எனக்கூறினார். எனது பெரியம்மாவையும் பேட்டி கண்டுள்ளீர்கள் போலிருக்கிறது. உங்களுக்கு அனைத்தையும் தெரிந்துகொள்ள வேண்டுமெனும் ஆர்வம் உள்ளதெனவும், எனவே எனக்குத் தெரிந்ததையெல்லாம் உங்களுடன் பகிர்ந்து கொள்ளவேண்டுமெனவும் கூறினார். சொல்லுங்கள் சின்ரன், உங்களுக்கு என்னிடமிருந்து எதைக் 'கேட்க' வேண்டியுள்ளது?" எனக் கேட்டார்.

'கேட்க' என்பதை அழுத்திக்கூறிய நாரையாளின் கேள்வியால் நான் கொஞ்சம் திடுக்கிட்டுப் போனேன்தான். நான் இதுவரைப் பேட்டிகண்டோர் அனைவருமே நான் எதைத் தெரிந்துகொள்ள வேண்டுமெனத்தான் கேட்டுள்ளனர், ஆனால் நாரையாள்தான் நான் அவரிடம் எதுகுறித்துக் 'கேட்க' வேண்டியுள்ளது எனக் கூறியுள்ளார். அதன்பிறகு தொடர்ந்த பேட்டியின்மூலம் ஒருவிஷயம் எனக்குப் புரிந்தது, தன் செல்லப்பெயருக்கு ஏற்றார்போல நதியின் கரையில் அமைதியாக நின்று, ஓடுமீன் ஓட உறுமீன் வரும்வரை காத்திருக்கும் நாரைதான் அவர்.

"நாம் இருவருமே அறுபது வயதை நெருங்கிக் கொண்டிருக்கிறோம். நமது மூதாதையர்கள் குறித்து எண்ணற்ற கதைகளைக் கேட்டிருக்கிறோம், நமது பெற்றோர்கள் சந்தித்தப் பலவற்றை நாமே சாட்சியாக நின்று கண்கூடாக கண்டுமிருக்கிறோம். நமது வாழ்வின் கதைகளே பக்கம்பக்கமாக நீளுமெனும்போது நம் குழந்தைகளின் வாழ்வைப் பற்றியும் அதில் எழுதவேண்டுமென்றால் முடிவேயில்லாது அவை நீண்டுபோகக்கூடும். எனவேதான் கேட்கிறேன், குறிப்பாக உங்களுக்கு எதைப்பற்றிக் கேட்க வேண்டியுள்ளது? ஏதேனும் ஒரு தலைப்பைக் கூறுங்கள், நானறிந்த அது தொடர்பான சீனக்கதைகள் அனைத்தையும் உங்களுக்குக் கூறுகிறேன்."

இந்த வார்த்தைகளை அவர் கூறிய மறுகணமே, எங்கள் முன்னே பாதை தெளிவாகத் தெரிவதைப்போல் தோன்றியது. இந்த நூலுக்கு நாரையாள் எத்தனை முக்கியத்துவம் வாய்ந்தவர் என்பது அப்போதுதான் புரிந்தது. கடந்த நூறு ஆண்டுகளில் சீனமக்களின் காதற்வாழ்வு எப்படியிருந்தது என்பதைக்

குறித்துத்தான் என் புத்தகம் ஆராய்கிறது என அவரிடம் வெளிப்படையாகக் கூறினேன். அக்காலத்தில் வாழ்ந்த நான்கைந்து தலைமுறையினரும் காதற்கதைகள் என வரும்போது அவர்கள் வெவ்வேறு விதமான கதைகளைக் கொண்டிருந்தனர் ஏனெனில் போர்களால் உண்டான குழப்பங்கள் மற்றும் கொந்தளிப்புகள், மாறிக்கொண்டேயிருந்த அரசியல் சூழல்கள், தொழில்நுட்ப வளர்ச்சிகள், மற்றும் பல காரணிகளாலும் அவர்களது காதற் அனுபவங்கள் மாறிக்கொண்டேயிருந்துள்ளன. அவருடைய அனுபவங்களோடு அவருடைய குடும்ப உறுப்பினர்களின் வாழ்வனுபங்களையும் அறிந்துகொண்டால், அதன்மூலம் அக்காலத்தின் சீனக் குடும்பங்கள் மற்றும் சீனப்பெண்களின் வரலாறு குறித்தும், மக்களின் பொதுகுணங்கள் குறித்தும் நல்ல புரிதலை அடையமுடியுமென நம்பினேன்.

“எங்களுடைய காதற்கதைகளா?” சில நொடிகள் நாணத்தில் சிவந்த நாரையாள் மிக விரைவிலேயே தன்னிலைக்குத் திரும்பினார். “1950இன் காலகட்டத்தில் வளர்ந்தவர்களெல்லாம் புரட்சி பெற்றெடுத்தப் பிள்ளைகள் என்றும், அவர்களுக்கு காதலோ உணர்ச்சிகளோ இருக்காதென்றும் ஒரு புரளி இணையத்தில் பரவலாகியதே, நீங்களும் அதைப்பற்றிக் கேள்விபட்டிருப்பீர்கள் என எண்ணுகிறேன். சரிதானே?”

“ஆம், நானும் அதைக் கேள்விபட்டேன். அந்த வகைமைக்குள் விழுந்துவிட்டவர்களாகத் தங்களைத் தாங்களே எண்ணிக்கொண்ட சிலரையும் நான் பேட்டிகண்டுள்ளேன். ஆனால் அது உண்மையென நான் நம்பவில்லை. காதல் என்பது மனித உணர்ச்சி – அதை அடக்கலாமே தவிர அழிக்க முடியாது.” இக்கருத்தை ஆழ்மனதில் இருந்து நான் நம்புவதால், எவ்விதத் தயக்கமுமின்றி அழுத்தம் திருத்தமாகவே இதை அவரிடம் கூறினேன்.

மிக மென்மையாக நாரையாள் புன்னகைத்தார். “உண்மைதான். இயற்கையின் ஒழுங்குமுறைகளில் காதலும் ஒன்று. பறவைகளில், மீன்களில், பூச்சிகளில் ஏன் மலர்களில் கூட நீங்கள் இந்த ஒழுங்கைக் காணலாம். குறுகியகால நிகழ்வாகிய போர் மட்டும் அந்த உள்ளுணர்வை அடக்கிவிடுமா என்ன? அப்போதைய சூழலைக் கையாள்வதற்குத் தக்கவாறு நாங்களே பல்வேறு வழிகளைக் கண்டுபிடிக்க வேண்டியிருந்தது” என்றார்.

"நாமிருவருமே 1958இல் பிறந்தவர்கள், ஒரே வயதினர். 1975ஆம் ஆண்டுவரை, அதாவது என்னுடைய பதினேழாம் வயதுவரை எந்தவொரு ஆண்மீதும் எனக்கு காதற் உணர்வு தோன்றவில்லை. உங்களுக்கு எப்படி?" எனக் கேட்டார்.

இதற்கு நான் பதிலளிக்கும் முன்னரே நாரையாள் தன் கதையை விவரிக்கத் துவங்கிவிட்டார், தனக்குத்தானே பேசிக்கொள்பவர் போல மிக உறுதியாக ஒலிக்கத்துவங்கின அவரது சொற்கள்.

ஒரு அனுபவத்தைப் பட்டபின் நாம் அடையும் அறிவென்பது விலைமதிப்பில்லாதது அல்லவா? வாழ்வைப்பற்றிய நம் புரிதல்களெல்லாம் வாழ்வின் சம்பவங்கள் நிகழ்ந்தபின்னரே கிடைக்கின்றன. அது நிகழும் நொடியில் நம்மால் அதைப் புரிந்துகொள்ள முடிவதில்லை. சீனாவை சேர்ந்த நமது தலைமுறைக்கு இது சாலப் பொருந்தும். நாம் பிறந்த நொடி முதல் நாமும் பெற்றோர்கள் ஆகும் நொடிவரை, நாட்டின் அரசியலை அடிப்படையாக வைத்து நமது வாழ்வு முழுவதையும் வடிவமைத்து எழுதியவர்கள் நமக்கு முன்னர் வாழ்ந்த தலைமுறையினர்தான்.

இப்போதெல்லாம் என் தாயார் யாரையேனும் சந்திக்கநேர்ந்தால் எங்கள் குடும்பத்தினர் அனைவரும் ஒன்றாக, மகிழ்வாக வாழ்ந்திருந்ததாக அவர்களிடம் கூறுகிறார், ஏனெனில் தீயதை விடவும் நல்லதையே அவர் எண்ணிப்பார்க்க விரும்புகிறார். ஆனால் என் நினைவில் இருந்து கூறுவதானால், நான் வளர்ந்துவந்த சமயத்தில் போர் எங்கள் குடும்பத்திற்கு மிகுந்த சிரமகாலத்தை உண்டாக்கியது என்றே கூறுவேன். என் பால்யகாலத்தின்போது, என் தாயும் தந்தையும் வீட்டிற்கு மிகுந்த பதட்டத்துடனும் பீதியுடனும்தான் எப்போதும் வருவர், உடனே கிளம்பிச் சென்றுவிடுவர், அவர்கள் ஒரு நொடிகூட அமைதியாக இருந்து நான் கண்டதேயில்லை. வார இறுதிநாட்களிலோ அல்லது வசந்த விழாவின்போதோ கூட எங்களுடன் அவர்களால் நேரம் செலவிட முடிந்ததேயில்லை. என் தந்தையின் பெற்றோர்களும் அவருடைய சின்ன தங்கையும்தான் எங்கள் அனைவரையும் வளர்த்தனர். ஐக்கிய முன்னணித்துறையின் வளாகத்தினுள்ளேயே அமைந்திருந்த

மழலையர் பள்ளியிலோ அல்லது பள்ளிச்சாலையிலோ நாங்கள் அனைவரும் பகல்நேரத்தைக் கழிப்போம். உண்மையில், தலைவர் மாவோவின் சிறிய சிவப்புப் புத்தகத்தையும் கம்யூனிசக் கட்சியின் வரலாற்றையும் தவிர்த்து வேறெந்த பாடங்களையும் நாங்கள் அப்போது கற்கவில்லை.

பாட்டி மற்றும் பாட்டனாரின் கவனிப்பிலேயே நாங்கள் அனைவரும் வளர்ந்ததால், வேறெந்த குழந்தைகளுடனும் சேர்ந்து விளையாடும் வாய்ப்பு எங்களுக்குக் கிட்டவேயில்லை. அரசியல் இயக்கங்கள், பஞ்சங்கள், கலாச்சாரப் புரட்சி மற்றும் சீன-சோவியத் பிளவு போன்ற பிரச்சினைகளால் வெளியுலகம் வெகுவாய் பாதிக்கப்பட்டிருந்தது, ஆனால் அவை எதுவுமே எங்களைப் பாதிக்காததைப் போல வாழ்ந்துவந்தோம். அவற்றைப் பற்றியெல்லாம் அறிந்துகொள்ள விரும்பினாலுமேகூட, அதற்கான வழிகள் அங்கில்லை. செய்தித்தாள்களை பெரியவர்கள் மட்டுமே வாசிக்கமுடியும், வானொலிகளோ வெகு சில வீடுகளில் மட்டுமே இருந்தன. எங்களிடமும் ஒரு வானொலி இருந்தது ஆனால் அது என் பெற்றோர்களின் படுக்கையறையில் இருந்தது, அவ்வப்போது அதிலிருந்து முழங்கும் கொள்கைசார்ந்த கோஷங்கள் எவையும் எங்களுக்குப் புரிந்ததில்லை. பெரியவர்கள் தங்களின் அரசியல் கருத்துகளைக் குழந்தைகளின் முன்னர் விவாதிக்கொண்டதில்லை, மற்ற குடும்பங்களில் எப்படியோ தெரியவில்லை எங்கள் குடும்பத்தில் இப்படித்தான் நடந்தது.

1975இல் கிராமப்புறத்திற்கு நான் அனுப்பப்பட்டபோதுதான், மற்ற குழந்தைகள் வளர்ந்த சூழலில் இருந்து முற்றிலும் வேறுபட்ட உலகில் நாங்கள் வளர்ந்து வந்துள்ளோம் என்பதே எங்களுக்குத் தெரியவந்தது. என்னைப்போன்றே கிராமப்புறக்கல்விக்கு அனுப்பப்பட்ட இளைஞர்களின் குழுவில், சிறுவயதிலிருந்து தம் பெற்றோர்களையே சந்தித்திராதவர்கள் பலர் இருந்தனர். அப்பெற்றோர்களில் சிலர் வதைமுகாம்களுக்கு அனுப்பப்பட்டுள்ளனர், சிலர் சிறையில் பூட்டப்பட்டனர், சிலரோ செம்படையினரால் அடித்துக்கொல்லப்பட்டுள்ளனர்.

எனது இரு மூத்த சகோதரர்கள் குறித்துக் கேட்கிறீர்களா? அவர்கள் கிராமப்புறத்திற்குச் செல்லவில்லை. பதினெட்டு வயது நிரம்பியதுமே அவர்கள் இருவரும் இராணுவ விசேஷப்

பிரிவொன்றில் சேர்ந்துவிட்டனர். 1990கள் வரையுமே, சீன சமுதாயத்தில் இராணுவத்திற்கென மிக கௌரவமான நிலை இருந்துவந்தது. அதிகாரத்தில் இருந்தவர்கள் தம் பிள்ளைகளை இராணுவத்திற்கு அனுப்பிவைப்பதில் முனைப்புகாட்டினர், இதன்மூலம் அந்தப்பிள்ளைகள் கடினப்படுவார்கள் என அவர்கள் நம்பினர். ஆனால் அக்காலத்தில் ஒருவர் தான் விரும்பிய துறையில் ஜொலிப்பதற்குத் தேவையான முறையான கல்வி இராணுவப்பள்ளியில்தான் கற்பிக்கப்பட்டது என்பதுதான் நிஜக்காரணம்.

இன்றைய சீனாவின் அதிகாரத்தில் வீற்றிருக்கும் அனைத்து அரசியல் தலைவர்களுமே ஒருகாலத்தில் இராணுவப்பள்ளியில் பயின்றவர்கள்தாம். வேறெந்த நாட்டில் இராணுவப் பின்னணியுடன் கூடிய இத்தனை தலைவர்கள் உள்ளனர், கூறுங்கள்? இஸ்ரேலையும், வெகுசில ஆப்பிரிக்க நாடுகளையும் வேண்டுமானால் குறிப்பிட்டுக்கூறலாம்.

“மற்றச் சிறுவர்களோடு ஒப்பிடுகையில் நாங்கள் வெகு பாதுகாப்பான, வசதியான சூழலிலேயே வளர்ந்திருக்கிறோம் என்பது உறுதியாகியது, அதற்காக என் பெற்றோர்களுக்குத்தான் நன்றி கூறவேண்டும். உங்களுக்கு நேரம் கிடைத்தால் என் பெரியம்மா ஆரஞ்சாளின் மகளாகிய காங்மெயின் கதையையும் நீங்கள் கேட்கவேண்டும். துயரங்கள் மட்டுமே நிரம்பிய உலகில்தான் அவர்கள் வளர்ந்துள்ளனர். *‘லெ மிசரெபில்ஸ்’* நூலில் வரும் கதாபாத்திரங்களைப் போன்று துர்பாக்கியம் நிறைந்த வாழ்வைத்தான் அவர்கள் வாழ்ந்துள்ளனர்.

இதைக் கூறியபோது, நாரையாள் தன் குடும்பத்தார் அனுபவித்த வேதனைகளையெண்ணி மனம்வருந்தி, தலைகவிழ்ந்து அமர்ந்திருந்தார்.

அவர் கூறும் அந்தத் துயரங்கள் குறித்து நானும் அறிந்திருக்கிறேன், ஏனெனில் சீனர்களின் *‘லெ மிசரெபில்ஸ்’* உலகில்தான் அப்போது நானும் வளர்ந்து வந்திருந்தேன். எனது *‘சீனாவின் நன்மகளிர்’* நூலில், கலாச்சாரப் புரட்சியின்போது மக்கள் அனுபவித்த நரக வேதனைகளையெல்லாம் பதிவு செய்ததன்மூலம் ஆறா பழைய ரணங்களை வாசகர்களுக்கு

திறந்துக் காட்டினேன். அந்தக் காயங்கள் குணமாக இன்னும் எவ்வளவு காலமாகும் என்பது யாருக்கும் தெரியாது. எனக்குமேகூட அது தெரியாது. இப்போதும்கூட அந்த வலிகளையெண்ணி பல இரவுகள் உறக்கத்தில் இருந்து நான் திடுக்கிட்டு விழித்துக்கொள்கிறேன்..

நாரையாள் தலையை உயர்த்தி, எச்சரிக்கையுணர்வுடன் மீண்டும் தொடர்ந்தார்.

鶴

இன்றைய சீனாவும் பிளவுபட்டுள்ளதுதான் ஆனால் இப்போது இராணுவத்திற்கு மதிப்பேதுமில்லை; இப்போது பணமும் அதிகாரமும்தான் செல்வாக்கு பெற்றுவிளங்குகின்றன. சமுதாயம் மாறிவிட்டது, ‘எவராலும் தொடமுடியாத’ உயர் பதவி வகித்தவர்களாலும் கூடத் தம் பிள்ளைகளை காக்கமுடியவில்லை.

1975இல் மேல்நிலைப் பள்ளிப்படிப்பை முடித்தேன், ஆனால் இராணுவத்தின் விசேஷப் பிரிவில் என்னைச் சேர்க்கமுடியாதவாறு நான் பலவீனமாக இருந்தேன். அப்போதும் கலாச்சாரப்புரட்சி நிகழ்ந்துகொண்டுதானிருந்தது என்பதால் பல்கலைக்கழகத்திற்கும் என்னால் செல்லமுடியவில்லை.

1966 முதல் 1977 வரை, புரட்சியாளர்களுக்குப் பயிற்சியளிக்கும் களங்களாக சீனப் பல்கலைக்கழகங்கள் ‘மறுஉருவாக்கம்’ செய்யப்பட்டதை அனைவரும் அறிவர். மிக எளிய விவசாயப்பெருமக்கள், மிக உத்வேகம்மிக்க கூலித்தொழிலாளிகள் என அனைவருமே ஆசிரியர்களாக மாறி வர்க்கபேதத்தின் தோல்விகளையும், அதற்கு எதிராகப் போராடவேண்டியதன் அவசியத்தையும் போதித்தனர். கூலித்தொழிலாளிகள், விவசாயிகள், இராணுவ வீரர்கள் ஆகிய பிரிவுகளில் இருந்த வந்த மாணவர்களுக்கே அங்கீகாரமும் புகழுரையும் கிட்டின. தற்போதைய நம் நாட்டின் பல தலைவர்களும் இந்தப் பல்கலைக்கழகங்களில் அப்போது தாம் பெற்ற அத்தகைய ‘பட்டங்களை’ காட்டி மேலே வந்தவர்கள்தான், நாட்டைத் தாம் அரசாள்வதற்கான உரிமையையும் அப்பட்டங்களே தந்தன எனவும் அவர்கள் நம்புகின்றனர். மாணவர்கள் தம் நடுநிலைப் பள்ளிக்கல்வியையோ அல்லது மேல்நிலைக்கல்வியையோ

முடித்ததும் அவர்கள் ‘தம் அறிவின் எல்லைகளை விரிவுபடுத்திக் கொள்ள’ விவசாயிகளுடன் பணியாற்ற வேண்டுமெனப் பணிக்கப்பட்டனர். நகரத்து இளைஞர்கள் கிராமப்புறக்கல்விக்கு அனுப்பப்படும் வழக்கம் அதற்குள் தேசியதிட்டமாக்கப்பட்டு, நாங்கள் கிராமக்கல்வி பயிலும் இளைஞர்களென அழைக்கப்பட்டோம்.

எந்த அரசியலமைப்பைப் பின்பற்றியும் எங்களின் தேசியத் திட்டங்கள் வகுக்கப்படவில்லை, கட்சிக்கூட்டங்களின் போது உருவாகும் கருத்தாகவோ அல்லது எங்கள் தலைவர்களில் எவரேனும் ஒருவரின் மூளையில் உதித்த யோசனையாகவோ மட்டுமே அவை இருந்தன. குடும்ப அமைப்புச் சட்டத்தைப் பின்பற்றியே எங்களின் தேசிய மற்றும் அரசியலமைப்புச் சட்டங்கள் இயற்றப்பட்டன, பெயர்கள் மட்டும் வெவ்வேறாக அவற்றுக்குச் சூட்டப்பட்டன.

கலாச்சாரப் புரட்சியின்போது, நகரத்தில் கல்விகற்றவர்களைக் கிராமப்புறங்களுக்கு அனுப்பிவைப்பது தலைவர் மாவோவின் யோசனையாகும். சீனா ஒரு மிகப்பெரிய வேளாண் தேசம், எனவே நடுநிலைக்கல்வியும், மேல்நிலைக்கல்வியும் கற்ற இளைஞர்கள் அனைவரும் கிராமங்களுக்குச் சென்று அங்கு நிலவும் விவசாயிகளின் வாழ்க்கைமுறைகளைக் கற்று, வேளாண்கல்வியில் தேர்ச்சியடைய வேண்டுமென்பதே இத்திட்டத்தின் எண்ணமாகும். நகரத்து குடும்பத்தார்கள் தம்மோடு ஒரே ஒரு பிள்ளையை மட்டும் வைத்துக்கொண்டு மற்ற அனைத்துப் பிள்ளைகளையும் இந்தச்சேவைக்கு அனுப்புமாறு பணிக்கப்பட்டனர், செல்வாக்குமிக்கவர்களால் கூட இத்திட்டத்தில் இருந்து தப்பிக்க முடியவில்லை. எனது குடும்பத்தில் என்னைவிடவும் இளைய சகோதர சகோதரிகள் இருந்ததால் நான் கட்டாயம் செல்ல வேண்டியிருந்தது.

மங்கோலியப் பீடபூமியின் உட்புறமும் ஹேபேய் மாகாணமும் சந்திக்குமிடத்தில், பீஜிங்கின் வடபகுதியில் இருந்து 300 கிலோமீட்டர் தொலைவில் இருந்த பாஷாங் எனுமிடத்தில் அமைக்கப்பட்டிருந்த தற்காலிக தளத்திற்குத்தான் நான் அனுப்பப்பட்டேன். ஆனால், தூய காற்றும், நறுமணம் கமழும் புற்களாலானப் படுக்கைகளும், மேகங்களைப் போல மேய்ந்து திரியும் செம்மறிகளும், பள்ளத்தாக்குகளில் விரைந்தோடும் குதிரைகளும் கொண்ட பாஷாங்கின் மிக அழகிய பீடபூமியில்

எங்கள் தளம் அமைக்கப்படவில்லை. வறுமைசூழ்ந்த மலைப்பகுதியொன்றில் ஹான் சீனர்களால் அவசர அவசரமாகக் கட்டப்பட்ட ஒரு கூடாரத்தில்தான் கிராமக்கல்வி கற்கவந்த இளைஞர்களாகிய நாங்கள் தங்கவைக்கப்பட்டோம்.

எங்களின் கூடாரம் அமைக்கப்பட்ட அதே பகுதிக்குச் சில வருடங்களுக்கு முன்னர் சென்றிருந்தேன், அதே பழைய வறிய நிலையைத்தான் அங்கு அப்போதும் கண்டேன். நாட்டின் பெரும்பான்மை பகுதிகளை மாற்றியமைத்திருந்த சீர்திருத்த இயக்கங்களால் தொடமுடியாத தூரத்தில் தேங்கிவிட்டதைப்போல அப்பகுதி காட்சியளித்தது, நித்திய வறுமைக்கு ஆட்பட்டுக் கிடந்தது. ஆனால் மிக சமீபமாக அப்பகுதி நல்ல முன்னேற்றமும் நவீனமும் அடைந்துவருவதாகக் கேள்விபட்டேன். இதைக்கேட்கும்போது என்னுள்ளே கலவையான எண்ணங்கள் மேலெழுகின்றன, அங்கிருக்கும் விவசாயிகளால் இனியேனும் தம் வாழ்வில் உயர்வை அடையமுடியும் என்பதையெண்ணி மகிழ்ந்தேன், அதேநேரத்தில் நகரமயமாக்கலின் விளைவாக அங்கிருக்கும் இயற்கை நிலக்காட்சிகள் அழிந்துவிடுமென்பதும் ஆயிரமாயிரம் ஆண்டுகளாகத் தொடர்ந்துவரும் உள்ளூர் பழக்கவழக்கங்களும் முடிவுக்கு வந்துவிடுமென்பதையும் எண்ணி வருந்தவும் செய்தேன்.

நவீனமயமாக்குதலில் இருக்கும் பிரச்சினை நம்மால் மீண்டும் பழையநிலைக்குத் திரும்பிச்செல்ல முடியாது என்பதுதான். கிராமத்தில் இருந்து நகரத்தை நோக்கிச்செல்லும் ஒருவழிப்பாதை அது. இத்தகையச் செய்கைகளுக்காக வெகுவிரைவிலேயே சீனர்களாகிய நாங்கள் வருந்தப்போகிறோம் எனத் தோன்றுகிறது, இந்த நாடு தனது உள்ளூர் பழக்கவழக்கங்களின் மீதும் கலாச்சார மரபுகளின் மீதும்தான் கட்டமைக்கப்பட்டுள்ளது எனும்போது, அவற்றையெல்லாம் இழந்துவிட்டால் நாமும் அமெரிக்கா போல, ஹாங்காங் போல வெறும் 'மனிதத் தொழிற்சாலைகளாக' மாறிவிடக்கூடிய அபாயமிருப்பதை உணர்கிறீர்களா? ஆனால் இது எனது தனிப்பட்ட அபிப்ராயமாகவும் கூட இருக்கலாம். 'மலையடிவாரத்தில் நின்றுகொண்டு மலையுச்சியில் இருப்பவர்களைக் குறைகூறாதே!' என என் தந்தை கூறுவதையும் நான் கருத்தில்கொள்ள வேண்டியுள்ளது.

முதன்முதலாக நான் கிராமத்திற்குப் பயணமானபோது, பரந்துவிரிந்த கடலின் மீது தன்னந்தனியாகப் பறந்துசெல்லும் ஒரு சிறு பறவையைப் போலத்தான் இருந்தேன். பிரதானநிலம் என் கண்களில் இருந்து மறைந்ததோடல்லாமல் சிறிது ஓய்வெடுக்கப் பாதுகாப்பான இடம்கூட எங்குமில்லை. மற்றவர்களின் உதவி மட்டும் இல்லாது போயிருந்தால் அந்த இக்கட்டான காலகட்டத்தை என்னால் கடந்திருக்கவே முடியாது என ஒப்புக்கொள்வதில் எனக்குத் தயக்கமேதுமில்லை: எனக்கு விறகடுப்பில் சமைக்கத் தெரியாது, சர்க்கரைவள்ளிக்கிழங்கில் அப்பங்கள் செய்யத் தெரியாது, சோளமாவில் தட்டைப்பணியாரங்கள் செய்யத் தெரியாது, உள்ளூரில் கிடைக்கும் உமி நீக்கப்படாத ஓட்ஸ் தானியத்தை எப்படிச் சமைப்பதெனத் தெரியாது, மூங்கில்கழிகளைத் தோள்பட்டையில் சுமந்துசெல்லத் தெரியாது, சிற்றோடையில் என் துணிகளை அலசத் தெரியாது, இணைப்பு மெத்தைகளைத் தைக்கத் தெரியாது, விவசாயக்கருவிகளை உபயோகிக்கத் தெரியாது, எதை எப்போது விதைக்க வேண்டும், எப்போது அறுக்க வேண்டுமெனத் தெரியாது, பாறைகள் கிடக்கும் மலைப்பாதைகளில் எப்படி நடந்துசெல்வதெனக் கூட எனக்குத் தெரியாது.

உள்ளூர் மக்களின் தினசரி வாழ்வின் மிக அடிப்படைச் செயல்களான இவற்றை அவர்களின் குழந்தைகள் ஏழு அல்லது எட்டு வயதிலேயே செய்யக் கற்றுக்கொள்கின்றனர். ஆனால் என்னால் அவற்றைச் செய்ய முடியவில்லை, எனக்கு எதுவுமே தெரியவில்லை! இப்போது எண்ணிப் பார்த்தால், அனைத்தையும் கற்றுக்கொள்ள வேண்டுமெனும் என் மனவிருப்பமே அப்போது என்னைக் காப்பாற்றியது என்பேன். ஆனால் அந்த வறிய வாழ்விற்கு பழகிக்கொள்வதென்பது அத்தனை எளிதல்ல. எனது குழுவில் இருந்த மற்றவர்கள் என்னவானார்கள்? உயரதிகாரிகளின் பிள்ளைகள் சிலரும் இருந்தனர்தான், ஆனால் அவர்கள் எப்படியோ ஒருசில வேலைகளைச் செய்யக் கற்றுக்கொண்டனர்.

அந்நாட்களில் சீனா மிகுந்த ஏழைநாடாக இருந்தது, தொலைக்காட்சிப் பெட்டிகள், துணி துவைக்கும் இயந்திரங்கள், மிதிவண்டிகள் மட்டுமல்லாது கைக்கடிகாரங்களுக்கும் கூட கட்டுப்பாடுகள் விதிக்கப்பட்டிருந்தன. அவற்றை

வாங்க உங்களிடம் பணமிருந்தாலும் கூட, இத்தகைய தினசரி உபயோகப்பொருட்களை விற்பனை செய்யும் இடங்கள் ஏதுமிருக்காது. இவையனைத்துக்கும் மேலாக, ஆடம்பரமென்பது முதலாளித்துவக் கருத்தாக அந்நாட்களில் கருதப்பட்டதால், அவற்றை வாங்கவேண்டுமென்பதை நினைத்துப் பார்க்கவும் கூட மக்கள் அஞ்சினர்.

செல்வச்செழிப்புமிக்கோர் கூடத் தம் குழந்தைகளை கவனித்துக்கொள்ள தம் குடும்ப முதியவர்களின் உதவியை நாடிச்செல்ல வேண்டியிருந்தது, இல்லாதுபோனால் அந்தக் குழந்தைகள் தங்களைத் தாங்களே கவனித்துகொள்ளும் அவலத்திற்கு ஆளாக நேர்ந்தது. 'ஐந்து கருப்புப் பிரிவுகளின்'★ கீழ் வந்த குடும்பங்களில் பிறந்த பிள்ளைகள் வாழ்வின் இன்னல்களையெல்லாம் கையாளும் திறனை வெகுவிரைவில் பழகிக்கொண்டனர். இந்தப் பிள்ளைகள் வீட்டுவேலைகளில் தேர்ச்சி பெற்றதோடு, வேளாண் தொழில் புரிவதிலும் மிகுந்த ஆர்வம் காட்டினர். அவமானங்களுடனேயே வாழ்ந்து பழக்கப்பட்டிருந்ததால் எவ்வித இடர்ப்பாடுகளையும் அவர்கள் சந்திக்கப் பழகியிருந்தனர்; செம்படையினரின் துன்புறுத்தல்களில் இருந்தும், நகரங்களில் நடக்கும் வர்க்கப் போராட்டங்களில் இருந்தும் தப்பிக்கத் தமக்கு கிடைத்த நல்லதொரு வாய்ப்பாகக்கூட அவர்களில் சிலர் இதை கருதிக்கொண்டனர். ஆனால் இந்த வாய்ப்பு என்னைப்பொறுத்தவரை கொடுமையானது, அச்சமூட்டுவது.

'தாய்ப்பறவையொன்று தன் சின்னஞ்சிறு குஞ்சுப்பறவையை மிகப் பாசத்துடன் வளர்த்துவந்தது. குஞ்சுப்பறவைக்கு மெல்ல மெல்ல சிறகுகள் முளைக்கத் துவங்கியதும் தாய்ப்பறவை அச்சம்கொள்ளத் துவங்கியது. தனது குஞ்சுப்பறவைக்கு பறக்கும் ஆசை வந்துவிட்டது எனத் தாய்ப்பறவைக்குத் தெரிந்துவிட்டது, ஆனால் பறக்க முயலும்போது தட்டுத்தடுமாறி அது வானிலிருந்து கீழே விழுந்துவிடுமோ எனவும் தாய்ப்பறவை அஞ்சியது. தன் வயதையொத்த மற்ற குஞ்சுப்பறவைகளெல்லாம் பறக்க பயிற்சி செய்வதைக் கண்டு அது ஏளனம் செய்தது.

★ 1966 முதல் 1976 வரை நடந்த கலாச்சாரப் புரட்சியின்போது, நிலச்சுவான்தார்கள், பணக்கார விவசாயிகள், எதிர்ப்புரட்சியாளர்கள், தீய செல்வாக்கு உடையவர்கள், வலதுசாரிகள் ஆகியோர்கள் புரட்சியின் எதிரிகளாக ஐந்து கருப்புப் பிரிவினர் எனக் கருதப்பட்டனர்.

‘முட்டாள்கள்! பயிற்சியேயில்லாமல் பறவைகளால் பறக்க முடியும், பறத்தல்தானே நம் இயல்பே. எப்போது எனக்குத் தேவையோ அப்போது நான் எளிதாகப் பறந்து சென்றுவிடுவேன். அதில் எனக்கு எந்தப் பிரச்சினையுமில்லை’ என்றது. இலையுதிர்க்காலம் வந்தபோது அனைத்துப் பறவைகளும் தெற்கு நோக்கிப் பயணிக்கத் தயாராகின. அதற்கென அவர்கள் தயாரான நாளில், குஞ்சுப்பறவை தன் கூட்டிலிருந்து சிறகடித்துக் கிளம்பித் தன் தாயுடன் பறந்து செல்லத் துவங்கியது. வானிலை ஆரம்பத்தில் பறப்பதற்கு ஏதுவாக இருந்தது, குஞ்சுப்பறவை தன்னைத்தானே எண்ணி மகிழ்ந்துகொண்டது. “பறப்பது எத்தனை எளிமையாக இருக்கிறது” என எண்ணியது.

ஆனால் சிறிது நேரத்திலேயே வானம் இருளத் துவங்கி, இடி இடிக்கத் துவங்கியது. ஏதோ கண்ணாமூச்சி ஆடுவதைப் போலத் தன் சக குஞ்சுப்பறவைகளெல்லாம் மேகங்களுக்குள் புகுந்து புகுந்து வெளியேறுவதை குஞ்சுப்பறவை கண்டது. அவர்களோடு தானும் சேர்ந்துகொள்ள விரும்பியது, ஆனால் இன்னும் அதற்கு சரியாகப் பறக்கத் தெரியவில்லையெனவும், எனவே அவர்களோடு செல்வது ஆபத்தானது எனவும் தாய்ப்பறவை எச்சரித்தது. “என்னுடனேயே இரு!” எனக் கூறியது. ஆனால் குஞ்சுப்பறவையோ பிடிவாதமாக, “நானொரு பறவை! என்னால் பறக்க முடியும்!” என இரைந்தபடியே ஒரு மிகப்பெரிய கருமேகத்தினுள் பாய்ந்தது. மேகத்தினுள் நுழைந்த மறுநொடியே மின்னலொன்று குஞ்சுப்பறவையைத் தாக்கியது, உடனே அது தரையை நோக்கி விழத்துவங்கியது. தன்னைச்சுற்றி என்ன நடக்கிறது என்பதோ தன் சிறகுகள் எரிந்து நாசமாகிவிட்டன என்பதோ குஞ்சுப்பறவைக்குத் தெரியவில்லை. “நான் ஏன் விழுகிறேன்? ஏன் என் சிறகுகளால் பறக்க முடியவில்லை?” என அது பீதியடைந்தது. மீண்டும் தன் குஞ்சுப்பறவையைத் தாய் கண்டடைந்தபோது அது ஒரு சிறுகுன்றின் சரிவில் விழுந்துகிடந்தது. அது உயிரோடுதான் இருந்தது, மீண்டும் எழ முயற்சித்தது, ஆனால் பசியுடன் இருந்த நரியொன்று அதை நோக்கி மெல்ல வந்துகொண்டிருந்தது....”

அந்தக் குஞ்சுப்பறவை நான்தானா? பறக்கக் கற்றுக்கொள்வதில் தாமதித்துவிட்டேனா? அந்தக் கருமேகத்தினுள்தான் இப்போது இருக்கிறேனா? அந்த நரிக்கு இரையாகப் போகிறேனா?

தொடர்ந்து பல வாரங்களாக அந்தக் குஞ்சுப்பறவைதான் என் கனவுகளில் வந்துகொண்டிருந்தது.

கலாச்சாரப் புரட்சிக்காலத்தில் ஜோடியாகப் பறந்தோம்

நான் அதிர்ஷ்டசாலிதான். கிராமக்கல்விக்கு அனுப்பப்பட்ட இளைஞர்களிடையே அன்பும் பண்பும் நிறைந்த ஒருவர் இருந்தார், அவர் பெயர் தாங் ஹாய். அவரொரு அனாதை என அனைவரும் பேசிக்கொண்டனர். அவருக்கு எழுதுவதும், சித்திரமொழி பயில்வதும் மிகப் பிடிக்குமென்பதால் எப்போதும் தன்னுடன் பேனாவும் மையும் வைத்திருப்பார், எனக்கு வரைவதில் அதிக ஈடுபாடு என்பதால் எப்போதும் என்னுடன் பேனாவும் நிறைய காகிதங்களும் வைத்திருப்பேன். வாசிப்பில் ஆர்வம் கொண்ட எங்களுடைய மன்றச் செயலாளர், எங்கள் இருவருக்கும் இருந்த கலைத்திறமைகளைக் கண்டுகொண்டார், அவர் நேரே எங்களின் உற்பத்திப்பிரிவைச் சேர்ந்த தொண்டரிடம் சென்று, கரும்பலகையில் மாதாந்திர அறிக்கைகளை எழுத எங்கள் குழுவிற்குத் திறமையான எழுத்தாளர்கள் தேவைப்படுவதால், ஆண் பெண் ஜோடியொன்று அதைச்செய்யத் தயாராக இருப்பதாகக் கூறியுள்ளார், இந்தப் பணிக்கு ஏழு நாட்கள் வேலை செய்ததற்கான பணி மதிப்பெண்கள்* மாதந்தோறும் அந்த ஜோடிக்கு வழங்கப்படும்.

தொண்டர் இதற்கு ஒப்புக்கொண்டதோடு, என்னையும் தாங் ஹாயையும் வயல்வெளிகளுக்கு அழைத்தும் சென்றார். எங்கள் உற்பத்திப் பிரிவைச் சேர்ந்த கிராமக்கல்வி பயிலும் இளைஞர்களின் மொத்த மதிப்பெண்களை கணக்கிட, உற்பத்திப்படைகளுக்கு அனுப்பப்படும் வாராந்திரப்

★ மத்திய அரசால் பீஜிங்கில் நிறுவப்பட்ட செயற்திட்டங்களின்படி, சீனாவின் கிராமப்புறங்கள் வேளாண்பொருட்களை உற்பத்தியை செய்கின்றனவா எனக் கண்காணிக்க உண்டாக்கப்பட்டவையே மக்கள் மன்றங்கள். ஒவ்வொரு மன்றத்தினுள்ளும் பல உற்பத்திப் படைகள் இருக்கும், ஒவ்வொரு உற்பத்திப் படையினுள்ளும் பல குழுக்கள் இருக்கும், அக்குழுக்களில் விவசாயிகள் பலர் இருப்பர். விவசாயிகள் தினந்தோறும் மன்றத்திற்கு ஈட்டித்தரும் விளைபொருட்களின் அடிப்படையில் அவர்களுக்கு பணி மதிப்பெண்கள் வழங்கப்படும். ஒவ்வொரு வருடத்தின் இறுதியிலும், ஆண்டுமுழுவதும் சேகரமாயிருக்கும் அவர்களின் பணி மதிப்பெண்களின் அடிப்படையில் ஊதியம் வழங்கப்படும்.

பணி அறிக்கைகளுக்குத் தேவையான தகவல்களைத் திரட்டவுமென மேலும் சில பணிகளையும் எங்களிடம் ஒப்படைத்தார். இவ்வாறாக, கிராமமக்கள் மன்றம், உற்பத்திப்படை, உற்பத்திக்குழு எனக் கிராமப்புறச்சமூக நிர்வாகத்துறையின் மூன்று நிலைகளிலும் நாங்கள் ஊழியர்களாகப் பணியாற்றினோம். எங்களின் கலைத்திறமைகள் ஒருபுறமிருந்தாலும், கடுமையான உடலுழைப்பு கோரும் பணிகளில் இருந்து எங்களைக் காக்கவே கட்சித்தொண்டர் எங்களுக்கு இப்பணிகளை வழங்கியுள்ளார் எனத் தோன்றுகிறது.

எங்களுக்கு தரப்பட்ட மூன்று பணிகளுள் மக்கள்மன்றத்தின் கரும்பலகை அறிக்கைகள் தயாரிப்பதுதான் ஆகக்கடினமானப் பணி. ஒவ்வொரு மன்ற அலுவலக வாசலிலும் இன்றும் காணக்கிடைக்கும் அறிக்கைப்பலகைகள் போலத்தான் அவையும் சிமெண்ட்கலந்து கட்டப்பட்டு கருவண்ணம் பூசப்பட்டிருந்தன. விவசாயிகளுக்கானச் செய்திகளை அறிவித்ததோடு கட்சியின் 'பிரச்சார முனை'யாகவும் இக்கரும்பலகைகள் சேவைசெய்தன. மாதத்தில் ஒருமுறையோ அல்லது சந்தைநாட்களிலோ உள்ளூர் விவசாயிகள் அனைவரும் அங்கு கூடுவர், எழுதப்படிக்கத் தெரியாத அவர்களுக்காய் அறிக்கைகளை வாசித்துக்காட்டவென எவரையேனும் அனுப்பிவைப்போம். இவ்வறிக்கைகள் மூலம் அவர்கள் அரைகுறையாகப் புரிந்துகொண்ட கட்சியின் 'கொள்கைகளை' அவர்தம் கிராமங்களில் பரப்புவர் அல்லது கரைகடந்த உற்சாகமும் ஆர்வமுமாய் அவற்றைத் தாங்களே செயல்வடிவப்படுத்த முயல்வார்கள்.

மாவோ சேதுங்கை நம்மைவிடவும் கிராமப்புறத்தினர் அதிகமாக நம்பினர். அவரைக் கடவுளென வழிபட்டனர், ஆறுதல்தேடி அவரையே தஞ்சமடைந்தனர், அவர்கள் அனுபவிக்கும் துன்பங்களுக்கெல்லாம் அவர்களின் இந்த அறியாமையே காரணமென்பதுதான் உண்மை. பருவச்சூழற்சிகள், வேளாண்மைத்திறன், பண்ணைவிலங்குகள் பராமரிப்பு மற்றும் இதுபோன்ற இயற்கைசார்ந்த அறிவாற்றலை அவர்கள் அபரிமிதமாய் பெற்றிருந்தபோதும், அரசியலைப் பற்றியோ பிரச்சாரங்களைப் பற்றியோ அவர்களுக்கு துளிப் புரிதலும் இருந்ததாகத் தெரியவில்லை. எனவே தாங் ஹாயும் நானும் மாவோவின் வார்த்தைகளையும் தத்துவங்களையும் மிக எளிய மொழிக்கு மாற்றவேண்டியிருந்தது, மாவோவின் 'சிறந்த, புனித

அழைப்புகளை' அவர்களுக்கு நாங்கள் 'புத்தக விமர்சனங்கள்' மூலம் விளக்கினோம்.

எங்கள் விளக்கங்களைக் கிராமத்தினர் தவறாகப் புரிந்துகொண்டாலோ, அல்லது கட்சியின் உத்தரவுகளை தவறாகப் செயற்படுத்தினாலோ, நாங்கள்தான் தண்டிக்கப்படுவோம். குறைந்தபட்ச தண்டனையாக எங்களின் பணி மதிப்பெண்கள் குறைக்கப்படும், அதிகபட்ச தண்டனையாக எதிர்ப்புரட்சியாளராக முத்திரைக் குத்தப்பட்டு சிறையில் தள்ளப்படுவோம்.

எந்தவொரு விஷயமுமே அதைக் கேட்பவர் வளர்க்கப்பட்ட முறை, அவர் கல்விகற்ற விதம் மற்றும் பல காரணிகளை அடிப்படையாகக்கொண்டே அவரால் புரிந்துகொள்ளப்படும். வயிறுநிறைய உணவோ, வெப்பம்தரும் நல்ல ஆடைகளோ, முறையான கல்வியோயின்றி வளர்ந்தவர்கள் அந்த விவசாயிகள், எனவே நாட்டில் தோன்றிய குழப்பங்களையும், அவர்களைச் சூழந்துள்ள வறுமையையும் கண்டு அவர்கள் பீதியடையவும், அதிகாரத்தில் இருப்பவர்களை கண்மூடித்தனமாகப் பின்பற்றவும் மட்டுமே அறிந்திருந்தனர்.

கலாச்சாரப்புரட்சியின் சிவப்புவெறியில் சிக்கிக் குழம்பி, தன்னிலையிழந்திருந்த எங்களைப்போன்ற கிராமக்கல்வி கற்கவந்த இளைஞர்களுக்கு இந்த விவசாயிகள் மேலுமொரு பிரச்சினையாகவே இருந்தனர். அரசியல் கோஷங்களைக்கூட அவர்களால் சரிவரப் புரிந்துகொள்ளமுடியவில்லை.

எங்கள் குழுவைச் சேர்ந்த நண்பரொருவர் ஒரு சம்பவத்தைத் தெரிவித்தார், அந்நண்பர் நீண்டகாலமாக கிராமப்புறத்தில் வசித்துவருபவர். ஒட்டுமொத்த நாடும் *'காரிய வியூகத் தத்துவத்தினை' (சியான் யான் லுன்)* எதிர்த்துப் போராட வேண்டுமென வேண்டுகோள்விடுத்து தலைவர் மாவோ 1970களின் இறுதியில் அறிக்கையொன்றை வெளியிட்டுள்ளார், ஆனால் தலைவர் கூறியதை *'பளீரிடும் வண்ணம்' (சியான் யான்)* எனத் தவறாகப்புரிந்து கொண்ட மக்கள் உடனே தம் வீடுகளுக்கு விரைந்துசென்று பளீரிடும் வண்ணங்களிலிருந்த தம் உடைமைகளையெல்லாம் நிலவறைக்குள் பதுக்கிவைத்துவிட்டனராம். தம் குடும்பங்களுக்கெனப் பரம்பரைப் பரம்பரையாக இருந்துவந்த சில சொத்துக்களைக் கூடச் சிலர் எரித்துவிட்டனர், சிலர் பல பொருட்களை

உடைத்துப் போட்டுவிட்டனர். தலைவர் மாவோவை சிலர் எதிர்ப்பதாலேதான் இயற்கைப் பேரழிவுகள் ஏற்படுகின்றன எனவும்கூட அந்த விவசாயிகள் அஞ்சினர்.

அப்போதைய எங்கள் உற்பத்திக்குழுச்செயலாளர் மிகத் தீவிரப் புரட்சியாளர், மிகச் சமீபத்தில் தான் அவர் இறந்துபோனார். ஒவ்வொருமுறை தலைவர் மாவோ புத்தம்புது உத்தரவை இடும்போதும் இச்செயலாளர் தன் மேலதிகாரிகளின் பாராட்டுகளைப் பெறவேண்டி, கிராமப்புறக்கல்வி கற்கும் மாணவர்கள் அனைவரையும் அந்த உத்தரவை 'மிக உயர்ந்த உத்தரவு' எனத் தலைப்பிட்டுச் சிறுசிறு சிவப்புத்தாள்களில் எழுதச்செய்வார். பின்னர் இந்தத் துண்டறிக்கைகளை சந்தைக்கு வரும் விவசாயிகளுக்கு நாங்கள் விநியோகிப்போம். 'மிக உயர்ந்த அறிக்கை' அது என்பதை மீண்டும் மீண்டும் விவசாயிகளிடம் அவர் அழுத்திக்கூறினார். தங்கள் வீட்டிலேயே 'உயர்ந்த' இடமான வீட்டுக்கூரையில் அந்த சிவப்பு அறிக்கைகளை விவசாயிகள் ஒட்டிவைத்தனர் என்பது பின்னர் தான் எங்களுக்குத் தெரியவந்தது!

எனக்கும் முன்னரே கிராமப்புறத்திற்கு வந்துவிட்டவர்தான் தாங் ஹாய். கிராமத்திற்குப் பணியாற்ற வந்திருந்த ஒரு ஆசிரியரையும் அவரது மனைவியையும் எதிர்த்து ஒட்டுமொத்த கிராமமும் மக்கள்மன்ற வழிகாட்டுதலின்பேரில் போராட்டக்கூட்டமொன்றை* நடத்திய சம்பவத்தைப்பற்றி என்னிடம் கூறினார். கூட்டத்தில் பங்கேற்ற ஒரு கிராமவாசி எழுந்துநின்று "நீங்கள் தலைவர் மாவோவின் உத்தரவிற்கு எதிராகச் செயல்பட்டுள்ளீர்கள்! நீங்கள் கட்சியை எதிர்த்துவிட்டீர்கள்! உங்களுடைய புத்தகங்களும் உங்களுடைய மனைவியும் உங்களின் தனிப்பட்டச் சொத்துகள் என எண்ணிவிட்டீர்கள்! நான் அவற்றையெல்லாம் காண விடமாட்டேன் என்கிறீர்கள்!" எனக் கத்தத் துவங்கியுள்ளார்.

இதைக்கேட்ட நாங்கள் அனைவருமே குழம்பிவிட்டோம்; ஆசிரியரின் மனைவியை ஏன் அந்த கிராமவாசி காணவிரும்பினார் என எவருக்கும் புரியவில்லை. ஒரு இளம்

★ ஒருவரை பொதுவிடத்தில் அவமானப்படுத்தவும், சித்திரவதை செய்யவும் சீன அரசால் உருவாக்கப்பட்ட நிகழ்வு, குறிப்பாகக் கலாச்சாரப் புரட்சியின்போதுதான் இது மிக அளவில் நடந்தது.

கிராமவாசி எழுந்துநின்று ஆத்திரத்துடன் பேசத்துவங்கினார், "பொதுவுடைமைக்கொள்கையை உடைய சீனாவில் எப்படி இவ்வாறு நிகழலாம்? உங்கள் மனைவியை உங்களுடைய தனிப்பட்டச் சொத்தாக நீங்கள் வைத்துக்கொள்வது எவ்வகையில் முறையாகும்? அவள் கண்டிப்பாக பொதுச்சொத்தாகத்தான் இருக்கவேண்டும்!"

鶴

நாரையாள் பொய் சொல்கிறாரென்றோ அல்லது சம்பவங்களை மிகைப்படுத்திக் கூறுகிறாரென்றோ எனக்குத் தோன்றவில்லை. சீன வரலாற்றின் அக்குறிப்பிட்டக் காலத்தில் இதுபோன்ற நிகழ்வுகளுக்கான சாத்தியங்களுண்டு. கலாச்சாரப் பாரம்பரியம் மிக்கப் பகுதிகளை அழிப்பதிலும், சக மனிதர்கள்மீது காட்டுமிராண்டித்தனமான தாக்குதல்களை நடத்துவதிலும் 80 சதவிகித சீன நகர்ப்புற மக்கள் ஈடுபட்டனர் எனக் கணிக்கப்பட்டுள்ளது. படிப்பறிவற்ற விவசாயிகளோ தம் 'மேலதிகாரிகள்' மேல் கொண்ட அச்சத்தினால் அவர்களின் செயல்களைக் கண்மூடித்தனமாகப் பின்பற்றியதோடு, அதன் விளைவுகள்குறித்தும் ஏதுமறியாதிருந்தனர். எப்போதோ நான் கேள்விபட்ட ஒரு நகைச்சுவை சம்பவம் இதை விளக்க உதவுமென நம்புகிறேன்.

லின்னையும் கன்பூசியசையும் எதிர்த்த காலத்தின்போது,★ சீனாவின் ஏதோவொரு மூலையில் இருந்த கிராமமொன்றில், உச்சஸ்தாயியில் பாடல்கள் இசைக்கும் ஆண் பாடகரும் பெண் பாடகியும் மேடையின் மீது நின்றிருந்தனர், அவர்களின் கோஷங்களை அப்படியே திருப்பிக் கூச்சலிடும் மக்கள்கூட்டம் அவர்கள் முன்னே அமர்ந்திருந்தது.

"லின் பையாவ் ஒழிக!" என அந்த ஜோடி கத்தியதும் கூட்டமும் "லின் பையாவ் ஒழிக!" என்றது.

"கன்பூசியஸ் ஒழிக!" என அவர்கள் ஆத்திரமாய் கூவியதும் கூட்டமும் "கன்பூசியஸ் ஒழிக!" என்றது.

★ சீனாவின் முன்னாள் துணை ஜனாதிபதியான லின் பையாவையும், பண்டையச் சீனாவின் தத்துவ அறிஞர் கன்பூசியசையும் எதிர்த்துத் தலைவர் மாவோ சேதுங்கும் அவருடைய மனைவியார் ஜியாங் சிங்கும் துவங்கிய எதிர்ப்புப்பிரச்சாரம்.

“கன்பூசியசின் தத்துவங்களை எதிர்ப்போம்!” என அவர்கள் இரைந்ததும் கூட்டமும் “கன்பூசியசின் தத்துவங்களை எதிர்ப்போம்!” என்றது.

அந்த நேரம்பார்த்து ஒருவர் அவசரஅவசரமாக மேடையேறிவந்தார், அங்கிருந்த தலைவர் ஒருவரிடம், “தலைவர் லீ, உங்களைத் தேடி யாரோ வந்திருக்கிறார்கள்,” என்றார், உடனே கூட்டத்தினரும், “தலைவர் லீ, உங்களைத் தேடி யாரோ வந்திருக்கிறார்கள்,” என்றது.

இந்நிகழ்வை அசைபோட்டபடி நான் ஏதோ நினைவில் மூழ்கியிருந்ததை நாரையாள் கவனிக்கவேயில்லை, அவர் தன்பாட்டிற்கு கதையைக் கூறிக்கொண்டிருந்தார்.

செய்தித்தாள்கள் வெளியிடுவதென்பது அரசியல்ரீதியாக ஆபத்தான வேலையெனில், உற்பத்தி அறிக்கைகளைத் தயார்செய்வதென்பது மனசாட்சியை வேதனைபடுத்தும் வேலையென்பேன். ‘வீரியக்கலப்பின நெல்வகையின் தந்தை’ யுவான் லாங்பிங்கை அறிவீர்கள்தானே? பல தசாப்தங்களாக அவர் மேற்கொண்ட ஆராய்ச்சியின் விளைவாக, 100 மூ★ அளவுள்ள நிலத்திலிருந்து 700 கிலோ நெற்பயிரை அறுவடைசெய்யத்தக்க வீரியமிக்க நெல்வகையை 2000ஆம் ஆண்டில்தான் அவர் கண்டுபிடித்தார். ஆனால், 1976ஆம் ஆண்டிலேயே ஒரு மூ அளவு நிலத்திலிருந்து 1000 கிலோக்களுக்கும் அதிகமாக நெல் விளைச்சல் கண்டதாய் நாங்கள் அறிவிக்க வேண்டியிருந்தது!

எங்களின் மேலதிகாரிகளுக்கு விவசாயம் குறித்து எதுவுமே தெரியவில்லையென்றும் அவர்களின் கவனம் முழுவதும் உற்பத்தியெண்ணிக்கையில் மட்டுமே உள்ளதென்றும் எங்கள் அணித்தலைவர் கூறினார். நாங்கள் எவ்வளவு அதிகமாய் நெல்விளைந்ததாய் தெரிவிக்கிறோமோ அவ்வளவு அதிகம் மேலதிகாரிகள் மகிழ்ச்சி கொள்வரென்றும், பிரதியுபகாரமாக

★ மூ என்பது சீனாவில் நில அளவைக் குறிக்கும் அளவீடாகும், இது இடத்திற்குத் தகுந்தாற்போல மாறுபடுமெனினும் பொதுவாக 0.165 ஏக்கர்கள் அல்லது 666.5 சதுரமீட்டர் அளவு இருக்கும்.

அவர்கள் எங்களுக்கு மேலும் உரங்களை வழங்குவரென்றும், அதன்மூலம் அடுத்த வருடத்திற்கான விளைச்சலை அதிகப்படுத்திக்கொள்ளலாம் என்றும் அவர் கூறினார். ஆனால் இவ்வாறு விளைச்சல்குறித்தப் பொய்யான தகவல்களை அரசிடம் சமர்ப்பித்தால் அது அதிக வரிவிதிப்புகளுக்கு வழிவகுத்துவிடுமெனவும், அவ்வாறு நிகழ்ந்தால் தங்களுக்கு மிகச் சொற்ப அளவு தானியங்களே மிஞ்சுமெனவும் விவசாயிகள் வருந்தினர். வருடம்முழுவதும் வயல்களில் பாடுபட்டு உழைத்தாலும், வரிசெலுத்தியப் பிறகு தங்கள் குடும்பங்களுக்குத் தேவையான உணவுகூட இல்லாமல் பல குடும்பங்கள் அல்லல்படவும் செய்தன.

கடமைக்கும் நீதிநெறிக்கும் இடையே அலைகழிக்கப் பட்டபடியே வேறுவழியில்லாமல் நானும் தாங் ஹாயும் அறிக்கைகளைச் சேகரித்து தாக்கல் செய்யவேண்டியிருந்தது. அவர் என்னைவிடவும் மிகவும் தைரியமானவர், பிரச்சினைகளின்போது வேளாண் உற்பத்திப்படையினருக்கு ஆதரவாகப் பலமுறை குரல்கொடுத்துள்ளார். அதேசமயம் அவர் சாமர்த்தியசாலியும் கூட, அறிக்கைகளைத் தாக்கல் செய்யும்போது மேலதிகாரிகளுடன் சிறுசிறு வார்த்தைவிளையாட்டுகளில் ஈடுபட்டு அவர்களை ஏய்த்து, அதன்மூலம் விவசாயிகளுக்கு சிறிதளவேனும் தானியங்களை அதிகப்படியாகப் பெற்றுத்தந்துவிடுவார். அதேபோல், உரங்கள் வழங்குபவரை நான் புகழ்ந்து பேசவேண்டுமெனச் சொல்வார், இதன்மூலம் கிராமத்தினருக்காக அதிகப்படியான உரங்களையும் பெற்றுத்தந்தார்.

இவற்றின்மூலம், மக்கள்மன்ற கரும்பலகை அறிக்கைப்பணியை நான் சிறுமைப்படுத்துவதாக நினைக்கவேண்டாம். இன்றைய செய்தித்தாள்கள் எப்படி எப்போதும் எதைப் பற்றியேனும் "முதன்மைச் செய்திகள்" என அறிவித்துக்கொண்டே இருக்கிறதோ அதேபோல்தான் நாங்களும் செய்தோமெனினும், ஆனால் இந்தக் கரும்பலகையை உபயோகப்படுத்தி கிராமத்தினருக்கு நானும் தாங் ஹாயும் பல்வேறு நன்மைகளையும் செய்துவந்தோம். ஆனால் அக்காலத்தில் நாட்டில் சுழன்றடித்துக்கொண்டிருந்த பேரலையில் நாங்கள் ஒருதுளி மட்டுமே. அந்த அலையில் நாங்கள் ஒரு பகுதியென்பதால் பிரச்சினையிலும் நாங்களொரு பகுதியாகவே இருந்தோமெனலாம்.

அப்போதைய அடக்குமுறையின் மிரட்டலுக்கு அடிபணிந்து கரும்பலகைகளில் நாங்கள் எழுதிய பொய்யான கணிப்புகள், போலி முடிவறிக்கைகள், அருவருப்பூட்டும் கோஷங்கள், ஆபாசம்மிகுந்த தனிமனிதத் தாக்குதல்கள் போன்றவைதான் எங்களின் 'தலைசிறந்த' படைப்புகளாயிருந்தன.

எங்களைப்போன்றே கிராமக்கல்வி கற்கவந்த மாணவர்களுக்கு பணிமதிப்பெண்கள் வழங்குகையில்தான் நானும் தாங் ஹாயும் வெகுவாய் திணறிப்போனோம். அவரவர் பெற்ற பணிமதிப்பெண்களின் அடிப்படையில்தான் அவர்களுக்கு உணவுதானியங்கள் வழங்கப்படும். காலை ஆறுமணிமுதல் மாலை ஆறுமணிவரை வயல்வெளியில் உழைக்கும் ஒரு உள்ளூர்வாசியால் நாளொன்றுக்கு பத்து பணிமதிப்பெண்கள்வரை ஈட்ட முடியும். வருட இறுதியில் கணக்கிடப்படும் அளவின்படி அவருக்கு 8 ஃபென்கள், அதாவது 1.5 மாவோக்கள்* அளவு தானியங்கள் கிட்டும். பெண்களாலோ ஒரு நாளைக்கு ஆறு பணிமதிப்பெண்கள் மட்டுமே ஈட்ட இயலும். அந்நாட்களில் ஒரு கிலோ அரிசியின் விலை 3.5 மாவோக்களாக இருந்தது, அதாவது நாள்முழுதும் வயலில் பாடுபட்டால் உங்களால் அரைகிலோ அரிசிதான் நாள் முடிவில் வாங்கமுடியும். எனவேதான், உடைகள் வாங்குவது, மருத்துவரிடம் செல்வது, திருமணத்திற்கோ அல்லது இறுதிச்சடங்கிற்கோ பணம் செலவழிப்பது முதலியனவெல்லாம் பெரிய விஷயமாக அக்கால மக்களுக்குத் தோன்றியதில் ஆச்சரியேதுமில்லைதானே!

கிராமக்கல்விபயில வந்த எங்களைப் போன்ற மாணவர்களைப் பொறுத்தவரை ஒருநாள் உணவுக்குத் தேவையான பணம் ஈட்டுவதும்கூடப் பெரும்பாடாக இருந்தது. ஒவ்வொரு பத்து மதிப்பெண்ணிற்கும் எங்களுக்கு 1 மாவோ தான் கிட்டும், எனினும் உள்ளூர்வாசிகளோடு ஒப்பிடுகையில் எங்களுக்கு உடற்வலிமையும் அனுபவமும் குறைவென்பதால் எங்களால் ஆறிலிருந்து எட்டு மதிப்பெண்கள் மட்டுமே ஈட்ட முடிந்தது. நான் மிக இளையவளாகவும், உயரம் குறைந்தவளாகவும் இருந்தேன், அத்தோடு உடலுழைப்பு கோரும் வேலைகளில் அனுபவமற்றவளாக இருந்ததாலும் முதல் பணிநாளின்போது

---

* பத்து ஃபென்கள் = 1 மாவோ, 2013ஆம் ஆண்டில் 1 மாவோ என்பது கிட்டத்தட்ட இங்கிலாந்தின் 1 பென்னியின் மதிப்புடையதாய் இருந்தது.

என்னால் இரு மதிப்பெண்கள் மட்டுமே ஈட்ட முடிந்தது, அதாவது ஒரு நாள் முழுதும் வயல்வெளிகளில் உழைத்து நான் ஈன்றது வெறும் 2 ஃபென்கள் மட்டுமே. எங்கள் குழுவைச் சேர்ந்த பலவீனமான மாணவர்களுக்கு கூடுதலாய் சில சொற்ப மதிப்பெண்களை பெற்றுத்தர நானும் தாங் ஹாயும் பல்வேறு வழிகளை யோசித்தபோதும், அறிக்கைகளை எழுதுவதைப்போல நிலத்தை உழுது பயிரிடுவதொன்றும் அத்தனை சுலபமானதாயில்லை. நாம் எவ்வளவு பயிரிட்டோம் என்பது நாம் அடையும் விளைச்சலில் தெரிந்துவிடுமென்பதால், இங்கு உண்மைகளை மறைப்பதும் சாத்தியமேயில்லை.

மாதவிடாய் வலிகளால் அவதியுறும் மாணவிகளுக்கு நாங்கள் ரகசியமாக சில மதிப்பெண்கள் வழங்கினோம், அதுவும்கூட அவர்களுக்கு 2 ஃபென்கள் மட்டுமே பெற்றுத்தந்தன. நாங்கள் அளிக்கப்போகும் மதிப்பெண்கள் அவர்களின் அரைவயிற்றுப் பசியைக்கூட போக்கமுடியாது என்பதை அறிந்திருந்தும், உச்சிமுதல் பாதம்வரை வியர்வையில் தொப்பலாய் நனைந்து, உடலின் அனைத்து பாகங்களும் வலியில் துடிக்க, எங்கள் நண்பர்கள் வயல்வெளிகளில் பாடுபடுவதை கையறுநிலையில் பார்க்க மட்டுமே எங்களால் முடிந்தது. அதைக்காணும்போதெல்லாம் என் மனம் வருத்தத்தில் துடிக்கும்.

ஒன்றானத்தேடலில், பறவைக் கூட்டங்கள்

எங்களுக்கென வழங்கப்பட்ட மூன்று பணிகளைத் தவிர, திருமண சுபகாரியங்களுக்கு ஈரடி வாழ்த்துப்பாடல்கள் எழுதுவது, இறப்பு நிகழ்வுகளுக்கென இரங்கற்பாக்கள் எழுதுவது, மற்றும் மக்கள்மன்றத்தைச் சார்ந்த அனைத்து விழாக்களுக்கும் வாழ்த்துப்பாடல்கள் எழுதுவது முதலான வேலைகளும் எங்களுக்குத் தரப்பட்டன. உள்ளூர் விவசாயிகளுக்கென பலவகையான சடங்குமுறைகளும் விழாக்களும் இருந்தன, எனவே ஈரடிப்பாக்கள் எழுதுவதும், ஜீபூ எனப்படும் பிரார்த்தனைகள் எழுதப்பட்ட தாளை வைத்திருப்பதும் எங்களின் அன்றாடப் பணிகளில் ஒன்றாக மாறிவிட்டன. இது எனக்கு அயர்வைத் தந்ததுதான் எனும்போதும், உள்ளூர் சடங்குகளை அறிந்துகொள்ளவும், விவசாயிகள் தம் வாழ்வை பருவகால மாற்றங்களின்

அடிப்படையில் எப்படி வகுத்துக்கொண்டுள்ளனர் என்பதை தெரிந்துகொள்ளவும் இது மிகவும் உதவியது. அதேசமயம் தாங் ஹாயிடம் நான் நெருக்கம் கொள்ளவும் இப்பணி வழிவகுத்தது.

உள்ளூர் சடங்குமுறைகள் குறித்தும், நாட்டுமருந்துகளின் ஆற்றல் குறித்தும் தாங் ஹாயுக்கு இருந்த புரிதலையும் ஞானத்தையும் கண்டு வியந்துபோனேன். அவர்பால் நான் கொண்ட ஈர்ப்புக்கும், இன்றுவரை அந்த ஈர்ப்பு வற்றிப்போகாமல் இருப்பதற்கும் அந்த வியப்புதான் அடிப்படைக் காரணமென எண்ணுகிறேன்.

பாஷாங் பகுதியில் பரவலாகக் கொண்டாடப்பட்ட ஹான் சீன விழாக்களைத் தவிர பல உள்ளூர் சடங்குகளும் கூட உள்ளன என அவர்தான் என்னிடம் கூறினார். உதாரணத்திற்கு, வருடத்தின் முதல் சந்திரமாதத்தின் இருபத்தைந்தாம் நாளில் ‘நிறை நெற்களஞ்சிய விழா’ கொண்டாடப்படுகிறது, ‘நெற்களஞ்சியம் நிறைந்துகிடந்தால், தினையரிசிச்சோறும் வடிசாறும் உண்ணுங்கள்’ எனும் மூதாதையர்களின் சொல்லுக்கேற்ப அன்றைய தினம் அனைத்துக் குடும்பத்தினரும் தினையரிசிச் சோறும், பலதானிய வடிசாறும் உண்பர். நெற்களஞ்சியம் நிறைந்து வழிந்தால் பட்டாசுகள் வெடித்துக்கொண்டாடுவர், சேமித்துவைக்க இடமில்லாத அளவிற்கு பெரும் விளைச்சல் விளைந்துள்ளதை இக்கொண்டாட்டம் குறிக்கிறது.

உள்ளூர்நிலத்தின் மண் தரமானது இல்லையென்றும், அதனால் உணவு உற்பத்தி பாதிக்கப்பட்டு மக்கள் அவ்வப்போது பசியால் வாட நேரிட்டது என்றும் தாங் ஹாய் கூறினார். எனவேதான், விஷேச நாட்களில் மட்டுமே அவர்களால் தினையரிசிச் சோறும், முழு ஓட்ஸால் செய்த நூடுல்ஸ் சாறும் கொண்ட “ஆடம்பர உணவை’ உண்ண நேர்ந்தது. இருவருடங்கள் முன்புவரை இதே விழாவிற்கு உள்ளூர்மக்கள் கொழுக்கட்டைகளும், நூடுல்ஸ் சாறும் செய்து உண்டுவந்துள்ளனர் எனக் கேள்விபட்டேன். அவர்களின் வாழ்வு கொஞ்சமேனும் உயர்ந்துள்ளதுதான் எனும்போதும் நினைத்த நேரத்தில் விரும்பிய உணவை மனதாரவும் வயிறாரவும் உண்ணும் நகரமக்களுக்குச் சமமாய் அவர்களால் முன்னேறமுடியவில்லை.

அங்கு வசிக்கும் மக்களுக்கு இந்த நவீன உணவுப் பழக்கவழக்கங்கள் தேவையற்றவை என தாங் ஹாய் கூறுவார்.

கடும் புயல்களால் தொடர்ந்து பலமுறை சேதமடைந்து வறண்ட வானிலையே கொண்ட அப்பகுதியில், கோதுமையும் அரிசியும் மட்டுமே உண்பது மக்களின் உடல்நலத்துக்கு போதுமானதில்லை. காய்கறிகளில் இருந்து கிடைக்கும் நார்ச்சத்து கிடைக்கவில்லையெனில் மக்கள் வெகு எளிதாக நோய்வாய்ப்பட்டுவிடுவர். மக்களின் உடல்நலனுக்குத் தேவையான சரிவிகித உணவை உண்ண அவர்களை வழிநடத்துவதே உள்ளூர் அரசு மற்றும் ஒட்டுமொத்த நாட்டின் முன்னணிக் கடமையாக இருக்கவேண்டுமென அவர் எண்ணினார். அவர் ஏதோ கற்பனையுலகில் வாழ்கிறார் எனத்தான் நான் எண்ணிக்கொள்வேன், மக்கள் என்ன உண்ணவேண்டுமென்பது குறித்தெல்லாம் அரசு எக்காலத்தில் கவலைப்பட்டுள்ளது?

லி சுன்னின் பிறந்தநாள் விடுமுறை தினம்தான் வசந்தகாலத்தின் துவக்கத்தைக் குறிக்கிறது, இந்த விடுமுறையை உள்ளூர் மக்கள் வசந்தகால பசுவிழா எனவும், சில பகுதிமக்கள் பியான்சுன் எனவும் குறிப்பிடுவர் எனவும் தாங் ஹாய் கூறினார். பழங்காலத்தில், வசந்தகால பசுவிழாவை நிலக்கிழார்கள் நடத்துவார்கள், அவ்விழாவின் துவக்கத்தின்போது பசுவை அடிப்பதுதான் மிக முக்கியமான நிகழ்வாகக் கடைபிடிக்கப்படும். வசந்தகாலப்பசு மரச்சட்டகத்தால் செய்யப்படும், குளிர்காலம் உச்சமடைந்தபிறகே நிலத்திலிருந்து மண் அகழ்ந்தெடுக்கப்பட்டு மரச்சட்டகத்தின்மேல் குழைத்துப்பூசப்பட்டு பசுவுக்கு உருவம் கொடுக்கப்படும். மிகத் துல்லியமான அளவுகளுடன் பசுவின் உடல் உருவாக்கப்படும். வருடத்தின் 365 நாட்களைக் குறிக்கும் விதமாக, பசுவின் உடல் 36.5 சீனக் குன்* (1 குன் = 3.3 செ.மீ.) அளவு இருக்கும். பனிரண்டு மாதங்களைக் குறிக்கும்வகையில் பசுவின் வால் பகுதி 12 சீனக் குன் அளவு இருக்கும். நான்கு குளம்புகளும் நான்கு பருவகாலங்களை குறிக்கும். பசுவின் முழு உடலும் நான்கு பருவகாலங்களை, எட்டு முக்கிய விழாக்காலங்களை, 365 நாட்களை, இரு பனிரெண்டு மணிநேரக்காலத்தைக் குறிக்குமாறு வடிவமைக்கப்பட்டிருக்கும். உழவுத்தொழிலின் அடிப்படையாக நான்கு பருவகாலங்களும் உள்ளன. விவசாயிகள் நிலத்தில் பயிர்செய்யும் முறைமையை

★ 'குன்' என்பது பண்டைய சீன முறையில் நீளத்தை அளக்கும் முறையாகும், ஒருவரின் கட்டைவிரல் கணுவளவை குன் என்பர்.

எட்டு முக்கிய விழாக்காலங்கள் குறிப்பிடுகின்றன. அவை, வசந்தகாலத் துவக்கம், வசந்தத்தின் சமப் பகலிரவு நாள், கோடைகாலத் துவக்கம், கோடையின் உச்சம், இலையுதிர்க்காலத் துவக்கம், இலையுதிர்க்காலத்தின் சமப் பகலிரவு நாள், குளிர்காலத் துவக்கம், குளிர்காலத்தின் சமப் பகலிரவு நாள் ஆகும். இரவுகாலத்தின் பனிரெண்டு மணிநேரத்தையும் பகல்வேளையின் பனிரெண்டு மணிநேரத்தையும் சூரிய உதயத்தை வைத்துப்பிரித்துக் கூறும் பண்டைய சீன வழக்கத்திலிருந்தே ஒரு முழுநாளின் இரு பனிரெண்டு மணிநேரக்கால அளவை தோன்றியது, இன்று நாம் ஒரு நாளை இருபத்துநான்கு மணிநேரமாகக் குறிப்பிடுகிறோம். வசந்தகாலம் துவங்குவதற்கு முந்தின நாள் மக்கள் தம் மூதாதையர்களுக்கு படையல்கள் இடுவர், பின்னர் வசந்தகாலத்தைக் குறிக்கும் வண்ண வில்லோ மரக்கிளையால் செய்த சாட்டையால் வசந்தகாலப் பசுவை அடிப்பர். அந்த சாட்டை மிகச்சரியாக 24 சீனக் குன் அளவு இருக்கவேண்டும், அது இருபத்துநான்கு மணிநேரக் கால அளவுகளைக் குறிக்கிறது.

பிறகு, உள்ளூர் நினைவு மண்டபம் நோக்கியோ அல்லது காரியாலயம் நோக்கியோ வசந்தகாலப் பசுவை மக்கள் ‘இழுத்துச் சென்று’, அங்கு வைனை காணிக்கையாகச் செலுத்துவர். விதை விதைப்பு குறித்தும், அமோக விளைச்சல் வேண்டியும் பாடல்களைப் பாடியபடியே, சிறியவர்கள் முதல் பெரியவர்கள் வரைக் குடும்பத்தைச் சேர்ந்த அனைவரும் சேர்ந்து ‘பசுவை இழுத்துச் செல்லவும்’ அதன்மீது ‘ஏர்கலப்பைப் பூட்டி’ உழவும் செய்வர். நாங்கள் அங்கு வசித்த காலத்தில் ‘நான்கு பழமைகளை அழிப்பதில்’ செம்படையினர் மும்முரமாக இருந்ததால் வசந்தகால பசுவை அடிக்க அந்த வருடம் எவருமே முன்வரவில்லை, எனினும் ஒருசில முதியவர்கள் மட்டும் தமது கால்நடைகளின் தும்புகளிலோ அல்லது தமது ட்ராக்டர் வாகனங்களின் முகப்பிலோ சிவப்புத்துணிகளைக் கட்டிவைத்தனர். செல்வ வளங்கள்வேண்டி வசந்தகாலப் பசுவை வாழ்த்தி ஈரடிப்பாக்களை எழுதித்தருமாறு சிலர் தாங் ஹாயிடம் கேட்டுக்கொள்ளவும் செய்தனர். வசந்தகாலத் தென்றலில் அந்த சிவப்பு கொடிகளெல்லாம் அசைவதைக் கண்டதும், தலைவர் மாவோவிடமிருந்து பெறப்பட்ட புது உத்தரவென அதை எம் மாணவர்கள் எண்ணிக்கொண்டனர். ஏன் தலைவரின் உத்தரவு தங்களுக்குத் தெரிவிக்கப்படவில்லை என அவர்கள் ஒருவரையொருவர் கடும் குழப்பத்துடன் பார்த்துக்கொண்டனர்.

ஒவ்வொரு வருடமும் ஏப்ரல் 5ஆம் தேதி அனுசரிக்கப்படும் கல்லறை சுத்தம்செய்யும் விழா கலாச்சாரப் புரட்சியால் பாதிக்கப்பட்டதாய் தெரியவில்லை. உண்மையைக் கூறுவதானால் அவ்விழாவைப் பற்றி நான் கேள்விப்படுவதுகூட அதுவே முதன்முறை; எங்களுடைய மூதாதையர்களுக்குப் படையலிடவென எங்களின் பெற்றோர்கள் எங்களை அழைத்துச் சென்றதேயில்லை. தாங் ஹாயுடன் சென்று காலஞ்சென்ற அவருடைய தாயாருக்கு படையலிட்டதுதான் என் வாழ்விலேயே முதன்முறையாக நான் இறந்தவர்களுக்கு பலிகொடுத்த நிகழ்வாகும். எனது பாட்டனாரில் இருந்துதான் என் குடும்பத்தின் வரலாறு துவங்குகிறதென்று தாங் ஹாயிடம் கூறினேன். அதற்கு முன்னர் என் குடும்பத்தில் யாரெல்லாம் இருந்தார்கள், என்னவெல்லாம் செய்தார்களென எனக்குத் தெரியாது; அதுகுறித்தெல்லாம் என் தந்தையார் எங்களிடம் பேசியதேயில்லை. எப்போதேனும் என் பாட்டியும் தாத்தாவும் எதையேனும் வாய்தவறி கூறிவிட்டாலுமேகூட, என் தாய் அவர்களை இடைமறித்து, "தயவுசெய்து பிள்ளைகள் எதிரே கடந்தகாலங்களைப் பற்றிப் பேசாதீர்கள், அதைப்பற்றி அவர்கள் மேலும் அறிந்துகொள்ள விரும்பினால், அதனால் தேவையில்லாத பிரச்சினைகள்தான் எழும்" எனக் கூறி அவர்களைத் தடுத்துவிடுவார்.

என் கதையைக் கேட்ட தாங் ஹாய், "நமது நிகழ்காலம் முழுவதும் நம் கடந்தகாலத்தில்தான் வேர்பிடித்து நிற்கிறது, ஒருவர் தனது நாட்டின் வரலாற்றை அறிந்துகொள்ளாமல் இருப்பதென்பது எப்படி அவர் தனது இனத்திற்குச் செய்யும் அவமரியாதையைப் போன்றதோ அதுபோலத்தான் ஒருவர் தன்னுடைய குடும்பத்தின் வரலாற்றைப் புறக்கணிப்பதென்பது தம் மூதாதையர்களுக்கு செய்யும் அவமரியாதையாகும், அது மிகப்பெரும் சோகமும் கூட," என்றார்.

இந்த பதில் அப்படியொன்றும் என்னைப் பெரிதாய் பாதிக்கவில்லை. "நீங்கள் இப்படிக் கூறுகிறீர்கள், ஆனால் அதைப் பற்றி எந்தப் புத்தகத்திலும் எழுதப்படவில்லை, வேறெந்த தகவலும் கூடக் கிடைக்கவில்லை. சென்ற தலைமுறைகளைச் சேர்ந்தவர்களும் அதுகுறித்து என்னிடம் பகிர்ந்து கொள்ளவில்லையெனும்போது எப்படித்தான் நான் என் குடும்பவரலாற்றை அறிந்துகொள்வது?" எனக் கேட்டேன்.

இதைக்கேட்டதும் தாங் ஹாய் ஆத்திரமடைந்தார். அவர் பார்வை என்னைக் கூர்மையாகத் துளைத்தது. "வரலாறு நம்மோடு வாழ்கிறது, நம்முள் வாழ்கிறது; நமது அன்றாட வாழ்வில் நம் பண்டைய சடங்குகளின் சுவாசமும் கலந்துள்ளது. நம்மைச் சுற்றி என்ன நடக்கிறதென்பதை நாமறிந்துகொள்ள வேண்டும், கேள்விகள் கேட்கவேண்டும், ஆதாரங்களைத் தேடவேண்டும், எது சரி எது தவறு என அறிந்துகொள்ள நம் மூளையை உபயோகிக்க வேண்டும். இதையெல்லாம் பின்பற்றினால், நம் வருங்காலத் தலைமுறையினருக்காக ஆதாரங்களுடன் கூடிய வரலாற்றை நம்மால் பதிவு செய்ய இயலும். அப்படித்தானே நமது முன்னோர்கள் பதிந்துவைத்த அவர்களது நிகழ்காலம் பின்னாட்களில் நமக்கு வரலாறாக மாறியது!" என்றார்.

அவர் கூறியதைக் கேட்டதும் நான் திகைத்துப் போனேன், இன்றைய தேதிவரை அவர் கூறியதற்கானப் பதில் என்னிடமில்லை என்பதுதான் உண்மை. அவர் கூறுவது சரியாக இருக்கலாம், ஆனால் என்னைப்போன்றே சீனமக்கள் பலருக்கும் சீனாவின் வரலாற்றை அறிந்துகொள்ளப் புத்தகங்களைத் தவிர வேறு எந்த வழியுமில்லை, வரலாற்றில் தாங்களும் பங்கு வகிக்கிறோம் என்பதோ, அடுத்தத் தலைமுறையினருக்கான வரலாற்றுப் புத்தகங்களில் தாங்கள்தான் அடுத்த அத்தியாயத்தை எழுதப்போகிறோம் என்பதையோ அவர்கள் அறியவில்லை.

எனினும் தாங் ஹாய் தன் முயற்சியைக் கைவிடவேயில்லை. தன் வாழ்நாள் முழுவதும் அவர் கேள்விகள் கேட்டார், வரலாற்றைப் பதிவு செய்தார், உண்மைகளை ஆராய்ந்தபடியேதான் இருந்தார். பல வருடங்களாக அவர் சேமித்த விபரங்களெல்லாம் சமூகத்தின் அனைத்துக் கூறுகளையும் உள்ளடக்கியவையாக இருந்தன.

'டிராகன் படகுத் திருவிழா'★வைத் தென் சீனா கொண்டாடி முடித்ததுமே, ஆறாம் சந்திரமாதத்தின் ஆறாம் நாளன்று எங்கள் பகுதிமக்கள் 'அத்தைகள் விழா'வைக் கொண்டாடுவர். கிராமத்தைவிட்டு வெளியே திருமணமாகிப் போன பெண்கள் அனைவரையும் அன்று கிராமத்தினர் வரவேற்று உபசரிப்பர்,

★ துவான்ஹூ என்றும், தென் சீனாவில் ட்ராகன் படகுத் திருவிழா என்றும் அழைக்கப்படும் இவ்விழா சீனாவின் பாரம்பரியமிக்க விடுமுறைதினமாகும்.

குடும்பத்தின் அனைவரும் ஒன்றிணைந்து அவ்விழாவைக் கொண்டாடுவர். இவ்விழாவை ஒரு வாய்ப்பாகப் பயன்படுத்திக்கொண்டு தாங் ஹாய் தம் தாய்வீட்டிற்குத் திரும்பியிருக்கும் அப்பெண்களையெல்லாம் சென்று சந்திப்பார், அவர்களின் புகுந்த வீடு உள்ள கிராமத்தினரின் உணவுப்பழக்கவழக்கங்கள், அங்கு அவர்கள் பின்பற்றிய நாட்டுமருந்துக் குறிப்புகள் பற்றியெல்லாம் அவர்களிடம் பேட்டிகண்டு தகவல்கள் சேகரிப்பார்.

"சொர்க்கங்களைக் கொண்ட வானுலகையும் இப்பூமியையும் இணைக்கும் தையற்காரர்கள்தான் பெண்கள்; குடும்பம், வாழ்வு, சடங்குகள், கலை ஆகிய அனைத்துமே பெண்களால் மிகக் கவனமாகத் தைக்கப்பட்டவையே ஆகும். அத்தைகள் விழாவைக் 'கொண்டாட' தம் தாய்வீட்டிற்கு வரும் பெண்கள் அனைவருமே தம் தாய்மார்களுக்கு பூத்தையல் வேலைப்பாடுகளில் உதவி செய்கின்றனர். தம் தாய்வீட்டிற்கு வந்து வேலை செய்யாமல் இருக்கும் ஒரு பெண்மணியையோ அல்லது வசந்தவிழாவின் போது தம் அன்றாட வேலைகளிலிருந்து ஓய்வு எடுத்துக்கொள்ளும் ஒரு பெண்மணியையோ இன்றுவரை நான் சந்தித்ததில்லை" என நீண்ட பெருமூச்சுடன் அவர் சொல்லி முடித்தார்.

ஏழாம் மாதத்தின் ஏழாம் நாளில் கொண்டாடப்படும் விழாவைப் பற்றி மட்டும் என்னிடம் பேசுவதை தாங் ஹாய் தவிர்த்துவிடுவார், சொர்க்கத்தின் நதிமீது அன்றைய தினம் மேக்பி பாலம் தோன்றும் என்றும், அதன்வழியே ஆடுமேய்க்கும் பையனும், நெசவு செய்யும் குமரிப்பெண்ணும் அந்த ஒருநாள் மட்டும் சந்தித்துக்கொள்வர் எனவும் நம்பப்படுகிறது.*

★ சீனாவின் காதலர்கள் தினமெனக் குறிப்பிடப்படும் ஏழாம்நாள் இரவு என்பது ஏழாவது சந்திரமாதத்தின் ஏழாம் நாளில் கொண்டாடப்படுகிறது, புராதன இதிகாசமொன்றின்படி ஆடுமேய்க்கும் பையனுக்கும் நெசவுத்தொழில் செய்யும் குமரிக்கும் இடையே காதல் முகிழ்கிறது, அவர்கள் இருவரையும் பிரித்து சொர்க்க நதியின் இரு வேறு கரைகளுக்கு அனுப்பிவைக்கப்படுகின்றனர், வருடத்தில் ஒருநாள் மட்டும் அதாவது ஏழாம்நாள் இரவன்று மட்டும் மேக்பி பறவைகளெல்லாம் கூட்டமாய் சேர்ந்து நதியினிடையே ஒரு பாலத்தை உருவாக்கும், அப்பாலத்தின் வழியே பிரிந்திருக்கும் காதலர்கள் சந்தித்து அந்த ஒரு நாள் முழுதும் இன்புற்றிருப்பர் எனும் காதற்கதையை ஒட்டியே இவ்விழா அனுசரிக்கப்படுகிறது.

இதைப்பற்றி அவர் என்னிடம் கூறாதபோதும் நான் எப்படியோ கண்டுபிடித்துவிட்டேன். அந்த கிராமத்தில் ‘ஆடுமேய்க்கும் பையனும் நெசவு செய்யும் குமரியும்’ உண்மையில் எந்தந்த ஜோடிகள் என்பதையும், எந்த காதற்ஜோடிகளெல்லாம் பிரிந்துவிட்டன அல்லது பிரியப்போகின்றன என்பதையும், அன்றைய நாளில் எந்தெந்த ஒழுக்கமற்றப் பெண்களெல்லாம் சந்தையில் பழம் வாங்கிக்கொண்டிருந்தனர் என்பது குறித்தும் ஏழாம் நாள் விழாவிற்கு முன்னரும், ஏழாம்நாள் இரவிலும் கிராமத்தினரும் கிராமக்கல்வி கற்கவந்த மாணவர்களும் இடைவிடாத கிசுகிசுகளைப் பேசியபடியே இருப்பர். இதில் விசித்திரம் என்னவெனில், ஏழாம் நாள் இரவன்று இளம் பெண்களும் இளம் ஆண்களும் தம்மால் இயன்றவரை ஒருவரையொருவர் சந்தித்துக்கொள்வதை தவிர்த்துவிட்டனர். அன்று தாங் ஹாயுடன் பணிபுரிவதை எண்ணி நானும் கூட பயந்தேன். ஆனால் தம் மனதுக்குப் பிடித்தமானவர்களை விட்டு விலகியிருக்கும்போதுதான் காதற்ஜோடிகள் ஒருவரையொருவர் எத்தனை நேசித்தனர் என்பதை உண்மையாக உணர்ந்துகொள்கின்றனர் என்பது எனக்குப் பின்னர்தான் தெரியவந்தது.

சீனாவில் நீங்கள் எங்கு சென்றாலும், சிங்மிங் திருவிழா (குளிர்ந்த உணவுத் திருவிழாவும் இத்துடன் சேர்ந்து கொண்டாடப்படும்), ஆன்மத் திருவிழா, குளிர்கால ஆடைகள் திருவிழா எனவழைக்கப்படும் முப்பெரும் ஆன்மத் திருவிழாக்களும் அங்கு மிக விமரிசையாகக் கொண்டாடப்படுவதைக் காணலாம். இத்திருவிழாக்களின் மூலம் மூத்தோர்கள் மீது வாரிசுகள் கொண்டிருந்த பற்றை வெளிப்படுத்தியதோடல்லாமல், தமது குடும்பங்களை மீண்டும் ஒன்றிணைக்கவும், பல்வேறு சடங்குகளையும் தம் குழந்தைகளுக்குக் கற்றுக்கொடுக்கவும் செய்தனர், இதன்மூலம் நாட்டுப்புறவியல் ஒரு தலைமுறையில் இருந்து மறு தலைமுறைக்கு தங்குதடையின்றி கடத்தப்பட்டது. உதாரணத்திற்கு, சிங்மிங் விழாவின்போது, தமது மூதாதையர்களின் கல்லறைகளைப் பெருக்கிச் சுத்தம் செய்து, நடைப்பயணங்களை மேற்கொள்வர், சுனைநீர் மீன்கள், ஆற்றுநீர்

இறால்கள், சிப்பிநண்டுகள் மற்றும் பல்வேறுவகையானக் குளிர்ந்த உணவுகளையும்★ அன்று உண்பர்.

கோடையின் துவக்கத்தில் கொண்டாடப்படும் ஆன்மத்திருவிழாவின்போது மூதாதையர்களை கௌரவப்படுத்தும் விதமாகப் போலி பணத்தாள்கள் எரியூட்டப்படும். சீன மக்கள் மனம்திருந்தவும், பரிகாரங்கள் செய்யவும் இந்த விழா முக்கியமான நிகழ்வாகக் கருதப்படுகிறது. மக்கள் கடந்த பனிரெண்டு மாதங்களாகத் தாங்கள் செய்த தவறுகளுக்காக, மேலோக சொர்க்கங்களிடமும் பூலோகத்திடமும் மனதார மன்னிப்புகோரிப் பல்வேறு சடங்குகளையும் சம்பிரதாயங்களையும் மேற்கொண்டுத் தம் குற்றங்களை ஒப்புக்கொள்ளும் நாளே இத்திருவிழாவாக அனுசரிக்கப்படுகிறது. குளிர்கால ஆடைத் திருவிழா குளிர்காலத் துவக்கத்தின்போது கொண்டாடப்படுகிறது, அன்றைய தினம் ஏழை எளியோருக்கு குளிர்கால ஆடைகளை மக்கள் தானமாக வழங்குவர். அதே நாளில், மக்கள் தமது மூதாதையர்களின் கல்லறைகளுக்குச் சென்றுப் படையலிடுவர், இறந்துபோனவர்களுக்கு வெப்பம்தரும் வகையில் ஆடை வடிவத்தில் வெட்டப்பட்ட வண்ணக்காகிதத்துண்டுகளை அந்தக் கல்லறைகளில் எரித்துப் படைக்கவும் செய்வர். அடுத்தவருடம் வரவிருக்கும் குளிர்காலத்திற்குத் தேவையான ஆயத்தங்களை மக்கள் செய்துகொள்ளவேண்டுமென நினைவூட்டும்படியும் இந்நாள் அமைந்துவிடுகிறது.

★ குளிர்ந்த உணவு விழா (ஹான்ஷி விழா) என்பது பாரம்பரியமிக்கச் சீன விடுமுறைதினமாகும், இவ்விழா ஏழாம் நூற்றாண்டில் (கி.மு.) வாழ்ந்த ஜின் பிரபு ஜிய் ஸிதுய் அவர்களின் மரணத்திற்குப் பின்னர் இருந்து அனுசரிக்கப்படுகிறது. இந்தப் பிரபு தானொரு துறவியாக வாழவேண்டுமென விருப்பங்கொண்டு மலைகளுக்குச் செல்கிறார், அவரது இம்முடிவால் ஆத்திரங்கொள்ளும் சௌ பேரரசு மலைக்காடுகளுக்குத் தீவைத்துக் கொளுத்துகிறது, தீயில் சிக்கி ஜிய் இறந்துபோகிறார். அவருடைய நினைவுதினத்தன்று, அனைவரும் தங்கள் வீடுகளிலுள்ள தீயையெல்லாம் அணைத்துவிட வேண்டுமென அரசர் ஆணையிடுகிறார். உள்ளூர் சடங்காக மிகச் சாதாரணமாக ஏழாம் நூற்றாண்டின் தாங் சாம்ராஜ்ஜியத்தின்போது துவங்கிய இந்நிகழ்வு நாளடைவில் கிழக்கு ஆசியாவின் விழாவாக மாறிப்போனது, மூதாதையர்களுக்கான நினைவேந்தலும் வழிபாடுகளும் அனுசரிக்கப்பட்டும் இந்நாளில் உணவு சமைக்கவும் கூட எவரும் தீ மூட்டுவதில்லை.

தாங் ஹாயின் 'ஞானோபதேசப் பாடங்களை' கேட்பதற்கு முன்னர்வரை, இத்தகைய பாரம்பரிய சடங்குகள் குறித்து நான் எதுவும் அறிந்தேனில்லை. கிராமக்கல்வி கற்க சென்றநாள் முதலாய் நான் வெகு அரிதாகவே வீடு திரும்புவேன், அவ்வாறு வந்திருந்த ஒருமுறை, ஏழாம் மாதத்தின் பதினைந்தாம் நாளில் ஆன்மாக்களின் விழாவாகக் கொண்டாடப்படுவது குறித்து என் தாய் அறிவாரா என என் அவரிடம் கேட்டேன். என் தாயின் பால்யகாலத்தின் போதே அந்த விழாக்களெல்லாம் வழக்கொழிந்துவிட்டதாக அவர் கூறினார். அவரைப் பொறுத்தவரை, அது எங்கேயோ எப்போதோ கேட்டுப் பழக்கமான வார்த்தை மட்டுமே, தவிர அதன் அர்த்தத்தை அவர் அறிந்திருக்கவில்லை.

பாஷாங்கில் நாங்கள் தங்கியிருந்த கிராமத்தில், நாங்கள் கொண்டாடிய முதல் 'மத்திம இலையுதிர்க்கால விழா'வின் முதல் நாளன்று, தாங் ஹாய் சிறுகூடை நிறைய அற்புதமான வெளிநாட்டுப்பழங்களும் வாத்து முட்டையும் கொண்டுவந்து எனக்குப் பரிசளித்தார். அவை அவருக்கு எங்கிருந்து கிடைத்தன என எனக்கு இன்றுவரை தெரியாது, ஆனால் அவைகுறித்த சில சந்தேகங்கள் எனக்குண்டு. 'இந்த விழாவின் ஒரு பகுதியாக, நிலவை நோக்கிப் பிரார்த்திக்கொண்டு, நிலா இனிப்பங்களை நாம் உண்ண வேண்டும். இனிப்பங்கள் வாங்க நம்மிடம் பணமில்லை, எனவே எனக்கு விருப்பமான இருவகை நிலா இனிப்பங்கள் குறித்த வரிகளை நமக்காக எழுதிவைத்துள்ளேன். நீ ஒரு மிகப்பெரிய நிலவை வரைந்துகொடு, நிலவின் மீதான நம் பக்தியை இவ்வழிகளில் நாம் வெளிப்படுத்துவோம்' என்றார்.

நிலவொளி பொழிந்துகொண்டிருக்க, தாங் ஹாய் இறந்துவிட்ட தன் தாயின் குறிப்புப்புத்தகத்தில் இருந்து ஒரு பத்தியை வாசிக்கத் துவங்கினார்: 'வரப்போகும் குளிர்காலத்தை எதிர்கொள்வதற்கான வலிமையையும், மீட்சிக்கான அவகாசத்தையும் மத்திம இலையுதிர்க்காலமே வழங்கவல்லது. இலையுதிர்க்காலமென்பது விளைந்த பயிர்களை அறுவடை செய்வதற்கான காலம் மட்டுமல்ல, அந்த முழு வருடத்திலும் உழவர்கள் ஓய்வுகொள்வதற்கான காலமும் அதுவேயாகும். நம் இதயத்திற்கு ஓய்வளித்து, மனதை சுத்தம் செய்துகொண்டு, ஆன்மாவை போஷிக்க இதுவே காலம்.'

அந்த கிராமியச் சடங்குகள் யாவும் இயற்கையின் சுழற்சிகளை அடிப்படையாக் கொண்டே அமைந்திருந்தன என்பதையும், எங்கள் கலாச்சாரத்தின் ஆதித்துவக்கம் இத்தகைய உள்ளூர் சடங்குகளில் இருந்தே உண்டாகியிருக்கவேண்டும் என்பதையும் தாங் ஹாய் எனக்குக் கற்பித்தார். இயற்கையோடும் மனித ஆன்மாவோடும் சீனக் கலாச்சாரம் எந்தளவிற்கு ஆழமாகப் பின்னிப்பிணைந்திருந்தது என்பதையும் அறிந்துகொண்டேன். உதாரணத்திற்கு, 'இரட்டை ஒன்பது திருவிழாவின்' போது ஒன்பதாம் மாதத்தின் ஒன்பதாம் நாளில், குடும்பத்தின் முன்னோர்களுக்கு அஞ்சலி செலுத்தும் வழக்கம் எங்களிடையே இருந்தது, மூத்தவர்களுக்கு மதிப்பளிக்க வேண்டியதன் அவசியத்தையும், வாழ்வின் மதிப்பைக் கொண்டாட வேண்டுமென்பதையும் இது இளைய தலைமுறையினருக்குக் கற்றுத்தருகிறது. கடைசி சந்திர மாதத்தின் எட்டாம் நாளன்று 'லாபா அரிசிக்கஞ்சி விழா' கொண்டாடப்படுகிறது, குழந்தைகளுக்கு விவேகத்தின் முக்கியத்துவத்தைக் கற்பிக்கும்பொருட்டு அன்று நாங்கள் எட்டு வகை தானியங்களை அரைத்து கஞ்சி சமைத்துப் பரிமாறி மகிழ்வோம். வானில் இருக்கும் கடவுளர்களில் இருந்து எங்கள் வீட்டு சமையலறையில் வசிக்கும் கடவுளர் வரை, அனைத்துக் கடவுளர்களுக்கும் மரியாதை செய்வதை வழக்கமாகக் கொண்டிருந்தோம்.

கடைசி சந்திர மாதத்தின் இருபத்து மூன்றாம் நாளன்று, எங்கள் வீட்டுச் சமையலறைகளை சுத்தம் செய்து, சமையலறைக் கடவுள் சாவோஷென்னுக்கு படையலிடுவோம், இப்படையலை அவர் மாணிக்கப் பேரரசரிடம் ஒப்படைத்துவிடுவார் எனவும், அவர் அதற்கு கைமாறாக அந்த வருடம் முழுவதும் உணவுக்கும் உடைகளுக்கும் குடும்பத்தில் பற்றாக்குறையே வராமல் அருள்புரிவார் எனவும் நம்பினோம்.

எங்களுக்கு எதன்மீதும் நம்பிக்கை இருப்பதில்லையென சில சீனர்கள் கூறக் கேட்டிருக்கிறேன். உண்மையைச் சொல்வதானால், கிராமத்தில் இருந்த ஒவ்வொருநாளும் நான் செய்த செயல்களை நான் நம்பிக்கையோடே செய்துமுடித்தேன். அந்த நம்பிக்கை எப்போதும் நடைமுறைக்கு உகந்ததாய் இருந்ததோடு, மக்களின் வாழ்வோடு நேரிடையாகத் தொடர்புடையதாகவும் இருந்தது.

வருடத்தின் கடைசி மாதத்தில் வரும் இருபத்து மூன்றாம் நாளை இளைய புதுவருடப்பிறப்பு என அழைப்பர். தாங் ஹாயும் நானும் சேர்ந்து ஏராளமான ஈரடிப்பாடல்களும், நிறைய gonfu பிரார்த்தனைப்பாடல்களும் இயற்ற வேண்டியிருந்தது, அத்துடன் அளவிற்கதிகமான fu கவிதைகளையும் எழுதவேண்டியிருந்ததால் நாங்கள் இருவரும் அச்சமயம் மிகத் தீவிரமாக வேலைசெய்து கொண்டிருந்தோம். அந்தக் காலத்தில், 'நிலைக்கதவு கடவுளின்' பாரம்பரிய உருவங்கள் நிலப்பிரபுத்துவத்தை, முதலாளித்துவத்தை, திரிபுவாதத்தை முன்வைப்பவையாகக் கருதப்பட்டன. எனவே அவற்றை நம்மால் எங்கும் வாங்கவோ விற்கவோ முடியாது.

எனவே எங்கள் மாணவக்குழு பணியாற்றிய கிராமங்களிலெல்லாம் புதுவருடப்பிறப்பிற்கான கலைவடிவங்களாகக் கருதப்பட்ட எழுத்துக்களையும் ஈரடிப் பாடல்களையும் உருவாக்கித்தந்தவர்கள் நாங்கள் இருவர் மட்டுமே.

இந்த வேலை மிகுந்த அயர்வை தந்ததுதான் எனும்போதும், அரசியல் தெய்வங்களைக் கண்டு இத்தனை அஞ்சும் இந்த எளிய விவசாயிகள் தலைமுறை தலைமுறையாகத் தங்களை வந்தடைந்திருக்கும் இந்தப் பாரம்பரியப் பழக்கவழக்கங்களை எப்படி விடாப்பிடியாக அனுசரித்துவருகின்றனர் என்பதைக் கண்டு நான் வியந்துதான் போனேன். தம் குடும்பங்களே சிதைந்து போனாலும், தம் வாழ்வே நிர்மூலமானாலும், தம்மை விஞ்சி நிற்கும் இயற்கையெனும் சக்தியின் மேல் அவர்கள் கொண்டிருந்த உறுதிமிக்க அந்த விசுவாசம் மட்டும் கிஞ்சித்தும் குறையவேயில்லை.

ஈரடிப்பாடல்கள் எழுதியதைப் பற்றிப் பேசும்போது, நீங்கள் கேட்பதற்கு சுவையாக சில நிகழ்ச்சிகள் என்னிடம் உண்டு. அதைப்பற்றியெல்லாம் இப்போது நினைத்துப்பார்த்தால், எனக்கு அழுவதா சிரிப்பதா எனத் தெரியவில்லை.

கிராமவாசியொருவர் தன் மகனுக்கு ஐந்தாம் மாதத்தின் ஐந்தாம் நாளன்று திருமண ஏற்பாடு செய்திருந்தார். அதற்காக ஈரடிப்பாடல் ஒன்றை எழுதித்தருமாறு எங்களிடம் கேட்டுக்கொண்டார்.

"இரு கைகள் இணைந்து
ஜோடியாக, குடும்பமாக மாறிடும் நேரம்."

என எழுதினோம். ஆனால் எங்கள் குழுவைச் சேர்ந்த புரட்சியாள உறுப்பினரொருவர் இவ்வரிகளைப் படித்துப் பார்த்ததும், 'அதாவது இந்த ஜோடிகள் திருமணம் ஆனதும் கூட்டு உற்பத்தியில் கவனம்கொள்ள மாட்டார்கள், தமது குடும்பத்தில் மட்டுமே கவனம் செலுத்துவர் போலிருக்கிறதே. முதலாளித்துவ சிந்தனைதான் இதில் தொனிக்கிறது' என அந்த முதிய கிராமவாசியை எச்சரித்திருக்கிறார்.

இதைக்கேட்டதும் எங்களிடம் அந்த முதியவர் ஈரடிப்பாடலில் சில மாறுதல்களை செய்ய வேண்டினார். அவருடைய மன ஆறுதலுக்காக தாங் ஹாய் வேறொருப் பாடலை இயற்றினார்:

"இருகைகள் இணைந்து கடுமையாக உழைக்கின்றன,
உற்பத்திக்காகவும் புகழிற்காகவும்."

மக்கள் மன்றத்தின் வாயிலாகப் பிரச்சாரத்தை மேற்கொள்ளவிருந்த தொண்டர் மறுநாள் காலையில் எங்கள் கிராமத்தை வந்தடைந்தார். நாங்கள் எழுதிய ஈரடிப்பாடலைக் கண்டு அவர், 'தோழர்களே! ஒவ்வொரு நாளும் புரட்சி வளர்ந்துவருகிறது. உற்பத்திக் கோட்பாட்டோடு மட்டும் நாம் இப்போது தேங்கிவிடவில்லை, அதற்குமேலும் முன்னேறிச் சென்றுவிட்டோம். எனவே இது மட்டும் போதாது, மாற்றிவிடுங்கள்!' என்றார்.

நாங்களும் அவ்வாறே செய்தோம்:

"மணமொத்து இருகைகள் இணைந்துள்ளன,
புரட்சிக்காகவும் இணக்கத்திற்காகவும்."

எங்கள் கிராமத்தில் சோதனையை மேற்கொள்ள அன்றைய மதியம் மாகாணப் புரட்சி செயற்குழுவின் இயக்குநர் வந்தார். எங்களுடைய ஈரடிப்பாடலைக் கண்டதும் அவர், 'எவ்வகையான ஒற்றுமைக்கு முன்னரும் வர்க்கப் போராட்டம்தான் நிகழும். இணக்கத்தைப் பற்றியும் ஒற்றுமையைப் பற்றியும் இப்போது பேசினால், வர்க்கப்போராட்டத்தை அது குழப்பிவிடும். மேலும், இது எதிர்ப்புரட்சியாகவும் மாறிவிடக்கூடும்.' என்றார். அந்த முதிய கிராமவாசியை இது மிகுந்த பீதிக்குள்ளாக்கிவிட்டது. அவர் உடனே விரைந்துவந்து எங்களைப் பார்த்தார். 'உங்களை கெஞ்சிக் கேட்டுக்கொள்கிறேன், எனக்கு எவ்விதத்திலும் பிரச்சினையை உண்டாக்காத எதையேனும் எழுதித்தாருங்கள்!

திருமணமென்பது மகிழ்வான தருணம். தொண்டர்களை ஆத்திரப்படுத்திடாதவாறு எதையேனும் எழுதிக் கொடுங்கள்!' என்றார். இதற்குமேல் பொறுத்துக்கொள்ள முடியாத தாங் ஹாய், பாடலை இதற்குமேல் எப்படி மாற்றி எழுதுவது எனத் தனக்குத் தெரியவில்லை என அந்த முதியவரிடமே கூறிவிட்டார். நல்லவேளையாக, நான் முன்னரே குறிப்பிட்டிருந்த அந்தப் புரட்சியாளர் எங்களுக்கு உதவ முன்வந்தார். ஈரடிப்பாடலில் சில இறுதி மாறுதல்களைச் செய்து கொடுத்தார்:

"இருகைகள் இணைந்து,
ஒன்றோடு ஒன்று தீவிரமாகப் போராடுகிறது."

இப்போது யோசித்தால், எத்தனைப் பைத்தியக்காரத்தனமான காலமாக அது இருந்துள்ளது?!

இறுதியாக, அரசியல் கடவுளர்களை அவமதிக்க வேண்டுமென்பதுதான் இளம் ஜோடிகளின் தலையில் எழுதப்பட்டிருந்ததோ என்னவோ. அவர்களுக்குத் திருமணம் முடிந்ததும், அவரவர் வீட்டின் சுவர்களில் தலைவர் மாவோவின் புகைப்படங்களை ஒட்டிவைத்து அதனருகிலேயே அவருடைய வரிகளை எழுதிவைப்பதுதான் அப்போதைக்கு பிரபலமாக இருந்த புரட்சியாகும். ஒருநாள் அவர்களிடம் ஒரு சக கிராமவாசி, 'தலைவர் மாவோ பார்த்துக்கொண்டிருக்கும்போதே இரவில் நீங்கள் அனைத்தையும் செய்வீர்களா?' எனக் கேட்டுள்ளார்.

"அதிலொன்றும் பிரச்சினையில்லை. இரவில் விளக்குகளை அணைத்துவிட்டதும் அவரால்தான் எதையும் பார்க்க முடியாதே." என அவர்கள் பதிலளித்துள்ளனர்.

இவ்வாறு அவர்கள் பதிலளித்த சிறிது நேரத்திற்குள்ளாகவே மாகாணக் காவல்துறை அந்த ஜோடியை கைதுசெய்து அழைத்துச்சென்றுவிட்டது. மக்கள்மன்றத்தின் தலைவர்கள், 'யாரோ அவர்களை அழைத்துச் சென்றுள்ளனர். வல்லமைபொருந்திய நம் தலைவரால் அடர்பனியின் ஊடாகவும் எதையும் காண முடியும். நாம் இருட்டில் என்ன செய்கிறோமென்பதையும் அவரால் பார்க்கமுடியும்!" எனக் கிராமத்தினரிடம் கூறியுள்ளனர்.

எங்களைச் சுற்றியிருந்த விவசாயிகள் அனைவரும் குருட்டுத்தனமாக அரசியல் தலைவர்களைப் பின்பற்றும்போது கிராமக்கல்வி கற்கவந்திருந்த இளைஞர்களாகிய நாங்கள் எப்படி வாழமுடியும்? எங்களுக்கொரு பிரச்சினையென்றால் எங்களைக் காப்பாற்ற எவரும் வரமாட்டார்கள் என்பதால் எங்களை நாங்களே அந்த வயதில் மிகுந்த எச்சரிக்கையுடன் பாதுகாத்துக்கொள்ள வேண்டியிருந்தது. இதனாலெல்லாம் நாங்கள் கற்றிருந்த கல்வி வீணாகிவிடவும் நாங்கள் அனுமதிக்கவில்லை. வாய்ப்பு கிடைத்தபோதெல்லாம் அந்தப் படிப்பறிவில்லாத புரட்சித்தலைவர்களை முட்டாளாக்கத் திட்டம்தீட்டியபடியே இருந்தோம்.

கிராமக்கல்வி கற்க வந்திருந்த எங்கள் மாணவக்குழுவில், மத்திய இசைப்பள்ளியைச் சேர்ந்த சில மாணவர்களும் இருந்தனர். நாங்கள் அங்கு சென்ற புதிதில், அவர்கள் எவருமே தம் இசைக்கருவிகளை இசைத்தோ பாடியோ நாங்கள் கண்டதேயில்லை, ஏனெனில் அதன்மூலம் தங்களுக்குப் பிரச்சினைகள் வந்துவிடுமோ என அவர்கள் அஞ்சினர். பின்னர், நகர இளைஞர்களுக்கான தம் நல்லெண்ண வெளிப்பாடாக 'மாவோ சேதுங் சிந்தனைப் பிரச்சாரக்குழு' ஒன்றை மக்கள்மன்றம் ஏற்பாடு செய்தது. கீழ்நிலையிலும் மத்தியநிலையிலும் இருந்த விவசாயிகள் எங்களோடு ஒற்றுமையுடன் இருக்கிறார்கள் என்பதை வெளிப்படுத்தும் வகையில் அவர்கள் ஒரு இசைக்கச்சேரியையும் கூட நிகழ்த்தினர்.

இசைப்பள்ளி மாணவர்கள் புத்திசாலிகளாக இருந்தனர். அவர்கள் மேடையேறியதுமே, எதிர்ப்பார்ப்போடு அங்கு குழுமியிருந்தோரைப் பார்த்து பீத்தோவனின் 'Honour the Red Sun in the Sky' என்ற தலைப்பிலான வயலின் இசைக்குறிப்புகளை வாசிக்கப்போவதாக அறிவித்தனர். உடனே அரங்கு முழுவதும் கைத்தட்டல்களாலும் உற்சாகக் கூச்சல்களாலும் நிரம்பி வழிந்தது. அவர்கள் எவருக்குமே பீத்தோவன் யாரென்றே தெரியாது, ஆனால் தம் மாபெரும் தலைவரின் சின்னமான சிவப்புச் சூரியனை கௌரவப்படுத்தி அவர் இசைக்குறிப்பை இயற்றியிருப்பதால் நிச்சயம் பீத்தோவன் பாட்டாளிவர்க்கத்தின் போராளியாகத்தான் இருக்கவேண்டுமென அவர்கள் எண்ணிக்கொண்டனர்! கைதட்டல்கள் எதிரொலித்தபடியே இருக்க இசைமாணவர்கள் மிகக் கம்பீரமாக 'F major'

இல் இசைக்கப்படும் காதற்பாடல்' என அறிவித்து ஒரு பாடலை இசைத்துவிட்டு, தொடர்ந்து *கார்மெனில்* இருந்து 'தோரியாதோர்' பாடலையும் இசைத்தனர், அப்பாடலை '*B flat*இல் இசைக்கப்படும் உலகெங்கிலும் உள்ள கீழ்நிலை, மத்திமநிலை விவசாயிகளின் உழவுப்பணி குறித்தானப் பாடல்' என அறிமுகப்படுத்தினர்.

அறியாமை ஆளும் காலங்களில் அறிவாற்றல் ஈர்ப்பை ஏற்படுத்தும். குழப்பங்கள் மிகுந்த காலங்களில் சிந்தனைகள் செலாவணியாகும். பொறுப்பற்ற ஆட்சியின் நிழல்களில், அறநெறிச் சிந்தனைகள் பளீரென மின்னிடும். ஒவ்வொருநாளும் புதுப்புது அரசியல் இயக்கங்கள் உருவாகிவந்தன, புதுப்புது சவால்கள் தோன்றின, ஆனால் அவற்றைப் பற்றியெல்லாம் எங்களால் வெளிப்படையாக பேசமுடிந்ததேயில்லை. எனவே அக்காலகட்டத்தின் அறநெறிகளையும், அவற்றிலிருந்த பற்றாக்குறைகளைப் பற்றியும் நாங்கள் உரையாட 'கலையும்' 'இலக்கியமும்' போர்வைகளாக உதவின. உண்மையைச் சொல்வதானால், இத்தகைய உரையாடல்கள்தாம் எங்களின் காதல்விருப்பம் கொள்வதாக இருந்தன. சித்திரமொழியின் வலது, இடது கைகளாக நானும் தாங் ஹாயும் இருந்ததாக குழுவினர் எங்களைக் கிண்டல் செய்வர், அவர் இடது கை, நான் வலது கை. நல்லது, இப்படித்தான் இடதுகை வலதுகையின் மேல் காதல் கொண்டது.

鹤

இதைக் கூறியபோது நாரையாளின் முகத்தில் மென்புன்னகையொன்று பூத்தது. பட்டாம்பூச்சியொன்று பறந்துவந்து அமர்ந்துகொள்ளுமளவு அத்தனை மென்மையான புன்னகை அது.

鹤

கூடு கட்டிக்கொள்ளுதல்

எங்களிருவரின் கைகளும் தொட்டுக்கொண்டபோதுதான் எங்களிடையே இருந்த காதலே எங்களுக்குத் தெரியவந்தது.

ஆம், ஒருவரையொருவர் கைகளைப் பற்றிக்கொண்ட போதோ அல்லது கைகளைக் குலுக்கிக் கொண்டபோதோ அல்ல, வெறுமனே கைகளைத் தொட்டுக்கொண்ட போதுதான் காதல் எங்களுக்குள் உறுதியானது. அறுவடை நாளன்று அனைவரும் வயல்வெளிகளுக்குச் சென்று சோளக்கதிர்களை சேகரிக்க வேண்டும். சிறுவர்களும் முதியவர்களும் சோளக்கதிர்களை ஒடிக்க வேண்டும், எங்களைப் போன்ற ‘உடல்பலம்’ கொண்ட இளைஞர்களோ சோளத்தட்டைகளை வேரோடு வெட்டியெடுத்து, கட்டுகளாய் கட்டி, அவற்றை உற்பத்திப் பிரிவுக்கு அனுப்பிவைக்கவேண்டும், அங்கிருந்து அவை பல்வேறு பகுதிகளுக்கும் விநியோகிக்கப்படும். அந்த சோளத்தட்டைகள் கிடைக்கப்பெற்ற ஒவ்வொரு குடும்பத்தினரும் ஏதோ பரிசுப்பொருள் கிடைத்ததைப் போல மகிழ்ந்தனர். வீட்டிற்கு சாரங்கள் கட்டவும், வீட்டுவிலங்குகளுக்கு வேலிகள் அமைக்கவும், குளிர்காலங்களில் விவசாயப் பெருமக்களுக்கு படுக்கையாகவும் கூட இந்த சோளத்தட்டைகள் பயன்பட்டன. ஏனையோருக்கு எப்படியோ தெரியாது, எனக்கு அவற்றை வெட்டியெடுப்பது மிகச் சிரமமான காரியமாகவே இருந்தது.

அன்றைய நாள் சோளத்தட்டைகளை அறுக்கும் வேலை முடியும் தருவாயில், கத்தி கைதவறி என் இடதுகையை கீறிவிட்டது. *‘அய்யா!’* (‘அய்யோ’ என்பதன் சீனவிளி) எனச் சட்டெனக் கத்திவிட்டேன். சுற்றிலும் வேலைசெய்து கொண்டிருந்த எவருமே அதைக் கவனிக்கவில்லை, ஆனால் எங்கிருந்தோ தாங் ஹாய் ஓடோடி வந்தார். எதுவும் பேசாமல், தன் சட்டைக்குள்ளிருந்து துணித் துண்டொன்றை எடுத்து, காயம்பட்ட இடத்தைச் சுற்றிக் கட்டிவிட்டார். அப்போது எங்கள் இருவரின் கைகளும் தொட்டுக்கொண்டன. அந்நொடி இருவருமே வெட்கிச் சிவந்தோம், எங்கே என் இதயம் வாய்வழியே துள்ளிக்குதித்து வெளியேவந்து விடுமோவென நான் அச்சப்படும் அளவிற்கு அது வேகமாகத் துடித்தது.

அதன்பிறகு, என் ‘காயத்தை’ சாக்காக வைத்துக்கொண்டு அவர் அடிக்கடி என் கையைத் தொட்டுத்தடவினார். காயமென்னவோ வெகு விரைவிலேயே ஆறிப்போனதுதான், இருந்தாலும் அவர் தொடர்ந்து என் கைக்கு கட்டு போட்டபடியே இருந்தார். நானும் அதை ஏனென்று கேட்டுத் தடுக்கவுமில்லை.

இதற்கெல்லாம் என்ன அர்த்தமென நாங்கள் இருவருமே அறிந்திருந்தோம், அதேசமயம் வேறொரு கவலையும் எங்கள் மனதை அரித்தெடுக்கத் துவங்கியது; கைக்காயம் எனும் இந்த சாக்கினை தொடர்ந்து உபயோகிக்கமுடியாது, அடுத்து என்ன செய்யலாம்? இவ்வாறு யோசிக்கத் துவங்கியபோதுதான் நாங்கள் இருவரும் காதலிக்கிறோம் என்பதையே அறிந்துகொண்டோம். கிராமத்தின் ஓரப்பகுதியில் அமைந்திருந்த தரிசுநிலத்தில் உரையாடியபடியே நடைபோடுவதுதான் எங்களுக்கு அப்போது கிடைத்த ஒரே காதலின்பம் என்பேன். காதலர்கள் ரகசியமாக சந்தித்துக்கொள்ளவென அங்கு காடுகள் ஏதுமிருக்கவில்லை என்பது பெருங்குறை. எங்களுக்குள் நிகழ்ந்த ஒரே அன்னியோன்யமான விஷயம் கைகளைப் பற்றிக்கொண்டதுதான், ஆனால் அதையும் மிக ரகசியமாகவே செய்ய வேண்டியிருந்தது.

முதன்முதலாக எப்போது கட்டியணைத்துக் கொண்டோம்? ஓரிரவு, எங்கள் மன்றக்குழுவில் ஒளிபரப்பிய திரைப்படத்தைக் கண்டுவிட்டு நாங்கள் கிராமத்தை நோக்கி வந்த வழியில்தான் அது நிகழ்ந்தது. அப்போதைய சீனாவில் பொழுதுபோக்கு அம்சங்களே ஏதுமில்லை. கிராமப்புறத்தில் நான் கழித்த அத்தனை ஆண்டுகளில் மூன்றே மூன்று படங்களைத்தான் நான் கண்டேன், *சுரங்கப் போர் (1965)*, *கண்ணிவெடிப் போர் (1962)*, *போரிடும் வடக்கும் தெற்கும் (1952)* ஆகிய அம்மூன்றுமே போர் குறித்த படங்கள்தாம். கலாச்சாரப் புரட்சியின்போது நாடுமுழுவதும் மொத்தமே பத்துத் திரைப்படங்கள்தான் படமாக்கப்பட்டிருக்குமென எண்ணுகிறேன். மற்ற அனைத்து நகரங்களைவிடவும், பீஜிங்கிற்கு இதில் கூடுதல் சலுகை வழங்கப்பட்டிருந்தது. ‘எட்டு மாதிரித் திரைப்படங்கள்’★ அங்கு எடுக்கப்பட்டு, அப்போதைய காலகட்டம் முழுவதும் அவை திரையிடப்பட்டன. அப்பாடல்களோடு தாமும் சேர்ந்து பாடுமளவு பெரும்பாலான பீஜிங்வாசிகள் அவற்றை இன்றளவும் மறவாமல் இருக்கின்றனர்.

★ கலாச்சாரப் புரட்சியின்போது அனுமதிக்கப்பட்டிருந்த கலைவடிவங்களில் மிகப் பிரபலமாக விளங்கியவை ‘எட்டு மாதிரித் திரைப்படங்கள்’ அல்லது ‘எட்டு மாதிரி நாடகங்கள்’. அவற்றுள், எட்டு இசைநாடகங்களும், இரு கதை நடனங்களும், ஒரு சிம்பொனியும் அடங்கும். அவையாவுமே புரட்சிகர எண்ணங்களை அடிப்படையாகக் கொண்டே இயற்றப்பட்டிருந்தன.

எங்கள் மன்றத்தில் திரைப்படம் திரையிடப்படும் போதெல்லாம் சுற்றியிருந்த அனைத்து கிராமங்களும் திருவிழாக்கோலம் பூண்டுகொள்ளும். அன்று அவர்கள் அனைவரும் நல்ல நல்ல உடைகள் அணிந்துகொள்வர் – கருப்பு, நீலம் அல்லது சாம்பல் வண்ண ஆடைகளையே அவர்கள் வழக்கமாக அணிவர். வாகான இடத்தில் அமர்ந்து திரைப்படம் காண, அங்கிருந்த குடும்பங்களை சேர்ந்த சிறியவர்களும் பெரியவர்களும் தம் வீட்டிலிருந்தே மடக்கு நாற்காலிகளை எடுத்துக்கொண்டு திரையிடும் பகுதிக்கு முன்னரே வந்து சேர்ந்துவிடுவர். ஆனால் அங்கு வரும் இளைஞர்களுக்கோ திரைப்படம் ஒரு பொருட்டேயல்ல; திரைப்படம் ஓடும்போதும் அதன்பின்னரும் நிகழ்பவைமேல்தான் அவர்களின் கவனமிருக்கும். தம் மனதுக்குப் பிடித்தவர்களைச் சந்திப்பதற்கு அவர்களுக்குக் கிட்டியிருக்கும் ஒரே வாய்ப்பு இதுதான். கிராமப்புறக்கல்வி கற்கவந்த இளைஞர்களாகிய நாங்கள் திரைப்படம் காணச் செல்லும்போது இருவர் அல்லது மூவர் கொண்ட குழுக்களாக, ஆண்கள் தனியாகவும் பெண்கள் தனியாகவும்தான் செல்வோம், ஆனால் படம் முடிந்து திரும்பிவரும்போதோ, வரம் போல் பொழியும் அந்த அடர்ந்த இருளின் ஊடே ஜோடி ஜோடியாகத்தான் திரும்பி வருவோம். அப்போதைய தலைமுறையைச் சேர்ந்த எங்களுக்கு காதல்விருப்பம் என்பது வெளிப்படையான இரகசியமாகவே இருந்துள்ளதாக உங்களுக்குத் தோன்றுகிறது அல்லவா?

அன்று, ஏழாவதோ அல்லது எட்டாவது முறையாகவோ *'Fighting North and South'* திரைப்படத்தை பார்த்துக் கொண்டிருந்தோம். என் தாய் எங்கள் குடும்பநண்பர் ஒருவரின் வாயிலாகக் கொடுத்தனுப்பியிருந்த இராணுவ மேலங்கியொன்றைத்தான் அன்று நான் அணிந்திருந்தேன், அக்காலத்தில் அதை அணிந்துகொள்வது நாகரிகமான செயலாகக் கருதப்பட்டது. தெளிவான, குளிரில்லாத, உற்சாகம் ததும்பும் நேர்த்தியானதொரு இலையுதிர்க்கால நாளாக அந்த நாள் இருந்தபோதும், இளம்பருவத்துக்கே உரிய உளக்கிளர்ச்சியை நாங்கள் வெளிக்காட்ட விரும்பினோம். எங்களுக்கு முன்னர் தாங் ஹாயும் அவர் நண்பர்களும் செல்வதைக் கண்டோம். என் தோழி இந்த சந்தர்ப்பத்தை மிகச் சரியாகப் பயன்படுத்திக் கொள்ள விரும்பினாள், அந்த மாணவர்குழுவின் முன்னே நாங்கள் செல்லவேண்டுமென உடனே அவள் தன் நடையை

வேகப்படுத்தினாள். சந்தை நாட்களைப் போலச் சாலை முழுவதும் மக்களால் நிரம்பி வழிந்தது. சிறிது நேரத்தில் எங்கள் பின்னாலிருந்து ஒரு ஆண்குரல் எழுந்தது:

"ஹேய், மேலங்கி அணிந்திருக்கும் அந்தப் பெண் யார்? மிகவும் ஈர்க்கிறாளே."

"மொங் ஆய்குவோ தானே அது?"

"ஆமாம், அவள்தான் என நினைக்கிறேன்."

என் மனம் மகிழ்ச்சியில் திளைத்தது. அங்கு உரையாடிய குரல்களில் ஒன்றுகூட தாங் ஹாயுடையது இல்லை எனும்போதும் அவர் என்னை பார்த்துவிட்டதோடு மற்றவர்கள் பேசிக்கொண்டதை கேட்டுக்கொண்டும் இருந்தார். அதைக்கேட்டு அவர் பெருமிதம் கொண்டிருக்கவும் கூடுமென எண்ணிக்கொண்டேன்.

"வானில் இருள் கவியும்போது திரைப்படம் துவங்கிவிடும்" என்பது உள்ளூர் மக்களின் எண்ணமாக இருந்தது. அன்று, திரைப்படம் துவங்கியதுமே என் மேலங்கியின் பின்பக்கத்தை யாரோ பிடித்திழுப்பதைப் போலத் தோன்றியது. திரும்பிப் பார்த்தேன், தன்னைப் பின்தொடர்ந்து வருமாறு தாங் ஹாய் என்னை நோக்கி சைகை செய்தார். என் இருக்கையைப் பார்த்துக்கொள்ளுமாறு தோழியிடம் கூறிவிட்டு, கூட்டத்தினரை விலக்கிக்கொண்டு அவரின் பின்னே சென்றேன். மறுபக்கத்தை அடைந்தபோது அப்படியே வாயடைத்து நின்றுவிட்டேன். பிற்பகுதி முழுவதும் ஜோடிகளால் நிறைந்திருந்தது - தனியாளாக அங்கு எவருமே அமர்ந்திருக்கவில்லை!

"நான் உன் பின்னால்தான் நிற்கிறேன்" எனக் கூறிய தாங் ஹாயின் உதடுகள் என் மேலங்கியின் கழுத்துப்பட்டியின் மீது அழுந்தியிருந்ததை உணர்ந்தபோது திகைத்துப்போய் துள்ளிக் குதித்தேவிட்டேன். நல்லவேளை என் வாயை அவர் கையால் பொத்திவிட்டார், இல்லையேல் வீறிட்டிருப்பேன். "ஷ்.. ஷ்.." என முணுமுணுத்தபடியே என்னருகே வந்து என்னை அணைத்துக் கொண்டார். நான் திமிறவில்லை. முதன்முறை தாங் ஹாய் என்னைக் கட்டியணைத்த அந்நொடிக்காக நான் பலகாலம் காத்திருந்ததைப் போன்று அப்போது தனக்குத் தோன்றியது எனப் பின்னரொரு நாள் அவர் என்னிடம் கூறினார். ஆம், அவர் கூறியது உண்மைதான், நான் காத்திருந்தேன்தான்.

வாக்குறுதி | **275**

உண்மைக்காதலை என்னால் தெளிவாக அவரிடம் வெளிப்படுத்த முடியாதபோதும், அந்த உணர்வை மறைத்துவைக்க முடியவில்லை. நீங்கள் என்ன நினைக்கிறீர்கள், சரிதானே?

இல்லை, அன்று நாங்கள் முத்தமிட்டுக் கொள்ளவில்லை, என்னைச் சுற்றிலும் இருந்த காதல் ஜோடிகளும் அவ்வாறே இருந்தனர் என என்னால் உறுதியாகக் கூறமுடியும். அணைத்துக்கொள்வது, கைகளைப் பற்றிக்கொள்வது போன்றவைதான் எங்களால் அப்போது செய்ய முடிந்தவை. பொதுவிடங்களில் முத்தமிட்டுக் கொள்வது அப்போதும் முறையற்ற பழக்கமாகவே கருதப்பட்டது. முத்தமிட்டுக்கொள்வதால் கிடைக்கப்போகும் தண்டனை மட்டுமே எங்களைப் போன்ற 'நல்ல பெண்களை' அதிலிருந்து விலக்கிவைத்திருந்தது எனவும் சொல்லிவிட முடியாது; திருமணத்திற்குப் பிறகே முத்தமிட வேண்டுமெனும் எண்ணம் எங்கள் மனதில் சிறுவயது முதலே விதைக்கப்பட்டிருந்தது முக்கியக் காரணமாகும்.

ஆனால், அவ்வாறு நம்பிக்கொண்டிருந்த 'நல்ல பெண்ணாக' நானிருக்கவில்லை. அடுத்த சில நாட்களிலேயே நானும் தாங் ஹாயும் எங்களின் முதல் முத்தத்தைப் பரிமாறிக்கொண்டோம், அதுநாள்வரையிலும் எங்களுக்கு அளிக்கப்பட்ட கற்பிதங்களாலும், சமூக நிந்தனைகளாலும் எங்களுள் கனன்றுகொண்டிருந்த காதல்வேட்கையின் தழலை அணைக்க முடியவில்லை!

இதைக்கூறி முடித்ததும் நாரையாள் என்னைப் பார்த்த பார்வையில், மிகக் கடுமையாகப் பின்பற்றப்பட்டுவந்த சமூகக் கட்டுப்பாடொன்றை 'மீறியதற்கான' வருத்தம் கிஞ்சித்துமில்லை. அவர் கூறியதைப் போலவே **1990**களின் முற்பகுதியில், பொதுவிடங்களில் முத்தமிட்டுக் கொண்ட குற்றத்திற்காக காதற்ஜோடிகள் சிறையில் அடைக்கப்பட்டனர்தாம். இன்றைய இளைஞர்களுக்கு இது நம்பமுடியாததாக இருந்தாலும், பன்னெடுங்காலமாக இது மெய்யாக நிகழ்ந்த சம்பவங்கள்தாம்.

1970களில், காதலேகூட 'தடைசெய்யப்பட்ட விஷயமாக' இருந்தது எனும்போது, கலவி குறித்து சொல்லவேண்டியதேயில்லை. *'A Young Girl's Heart'* என்ற புத்தகம் 'ஆபாசமானது' எனத் தடைசெய்யப்பட்டது என் நினைவில் உள்ளது. இரகசிய இலக்கிய இயக்கம் நடத்திவந்த இளம் ஆண்களும் பெண்களுமாய் சேர்ந்து அந்நூலின் கையெழுத்துப் பிரதிகளைத் தமக்குள்ளாகவே பரிமாறிக்கொண்டனர். அக்காலத்தில், இளைஞர்களுக்கென இருந்த ஒரே பாலியல் கல்வி கையேடு அது மட்டும்தான்.

鹤

தாங் ஹாய் தன் விருப்பத்தை எப்போது என்னிடம் தெரிவித்தார்? அவர் தெரிவிக்கவேயில்லை. அந்தக் காலத்தில் இரு குடும்பத் தலைவர்களின் சந்திப்புதான் முதலில் நிகழவேண்டும். அவ்வாறு நிகழ்ந்துவிட்டால், ஜோடிகளுக்குள் திருமணம் நிச்சயிக்கப்பட்டுவிட்டது என அர்த்தமாகும். ரோஜாக்களையோ வைரமோதிரங்களையோ நினைத்துக்கூடப் பார்க்க முடியாது, அவ்வளவு ஏன், 'நான் உன்னைக் காதலிக்கிறேன்' எனக்கூட நாங்கள் கூறிக்கொண்டதில்லை. காதல்விரும்புதல் என்றால் இருவரும் ஒருவரையொருவர் அமைதியாகப் புரிந்துகொள்வதும், மெல்லமெல்ல ஒருவர் உள்ளத்தில் ஒருவர் இடம்பெறுவதாகும். வெளிப்படையாக பேசத்தக்க ஒரு விஷயமாக காதலை நாங்கள் கருதியதேயில்லை, உண்மையில் அவ்வாறு பேசுவதற்கே அஞ்சினோம்.

மறுகல்விக்காலம் எங்கள் வாழ்வின்மீது ஏதேனும் நேர்மறைத் தாக்கத்தை உண்டாக்கியதா? எதிர்காலம் குறித்த மிகப்பிரமாண்டமான பார்வைகள் எங்களுக்கு இருந்தன, நினைத்ததை முடித்துவிடும் ஆற்றல் எங்களுக்கு இருந்ததாய் அச்சமயம் நம்பிக்கொண்டிருந்தோம். ஆனால், எங்களைப் போன்று கிராமக்கல்வி கற்கவந்த பெரும்பான்மையான மாணவர்களும் வயல்வெளிகளில் பயிர்களை பயிரிடுவதையும், விவசாயிகளிடமிருந்து சில தீயபழக்கங்களையும் தான் கற்றுக்கொண்டோம். அதுநாள்வரை நாகரிகக்கல்வி மூலமாக நாங்கள் கற்றுக்கொண்ட ஒழுக்கங்கள் யாவும் இந்த 'பாட்டாளிவர்க்க மறுகல்வி'யை நாங்கள் பயின்ற காலத்தின்போது எங்கள்மீது படிந்த புழுதியாலும்

வியர்வையாலும் அடித்துக்கொண்டு போயின. எப்படியேனும் உயிர்வாழ்ந்தாக வேண்டுமென்ற எங்களின் உள்ளுணர்வு ஆதிவாழ்வியல் முறைக்கு எங்களைத் தள்ளிவிட்டது. பசியுடன் உள்ளீர்களா, உணவைத் திருடிக்கொள்ளுங்கள். குளிர்வாட்டுகிறதா, யாருடைய போர்வையையேனும் எடுத்துக் கொள்ளுங்கள். ஆணுக்கும் பெண்ணிற்கும் இருந்த வேறுபாடுகள் குறித்தோ, அந்தப் பருவ வயதில் உடலில் ஏற்படும் மாறுதல்கள் குறித்தோ எங்களுக்கு விளக்கிச்சொல்ல யாருமில்லை. கலவியில் ஈடுபடும் விலங்குகளைப் பார்த்துத்தான் கிராமக்கல்வி கற்கவந்த பெரும்பாலான இளைஞர்களும் 'பாலியல் கல்வி'யை கற்றுக் கொண்டனர்.

இப்போது எண்ணிப்பார்த்தால் நாங்கள் ஏதோவொரு வகையில் அதிர்ஷ்டம் மிக்கவர்களாகவே இருந்திருக்கிறோம் எனத் தோன்றுகிறது, ஏனெனில் கிராமப்புறங்களுக்கு அனுப்பப்பட்ட பல இளம்பெண்களும் வேறுவிதமான விதியை சந்தித்தனர். அப்போது எங்கள் எதிர்காலம் எதைநோக்கிச் செல்கிறது என எங்களுக்கே தெரியாது, இத்தகைய பின் தங்கிய சிறுநகரங்களிலும் கிராமங்களிலும் எங்களின் எஞ்சிய வாழ்க்கையையும் கழித்திட நேர்ந்திடுமோவென நாங்கள் அஞ்சினோம். எப்படியாகினும் இராணுவ வீரர்களாகவோ, தொழிற்சாலைப் பணியாளர்களாகவோ உருவாகி மீண்டும் நகரத்திற்கே சென்றுவிட வேண்டுமென ஆண்கள் விரும்பினர். அச்சமயம் எவ்வகையான வேலையும் கீழ்த்தரமானதாகக் கருதப்படவில்லை. நல்லதொரு எதிர்காலம் அமையவேண்டுமெனப் பெண்கள் தங்கள் கன்னித்தன்மையைக் கூட இழந்து, தங்களைத் தாங்களே பாழ்படுத்திக் கொண்டனர். தாங்கள் வசித்த கிராமவீடுகளில் நிலவிய வறுமையையோ அல்லது வயல்வெளிகளில் தாம் செய்த கடின உழைப்பையோ தாங்க மாட்டாத பெண்கள் சிலர் உள்ளூர் கட்சித்தொண்டர்களின் மகன்களை திருமணம் புரிந்துகொண்டு, அதன்மூலம் ஆட்சியதிகாரத்தின் மிக அருகில் சென்றுவிடவும் எத்தனித்தனர். ஏனையோரோ மீண்டும் நகரத்திற்கு சென்றுவிட வேண்டுமென்ற நப்பாசையில், மன்றத்தலைவர்களுக்கு தம் உடலையே கூடத் தியாகம் செய்தனர்.

1975இல் கிராமத்திற்கு நான் அனுப்பட்டதற்கும், மீட்டெடுக்கப்பட்ட காவோகாங் பல்கலைக்கழகத்தில்

நுழைவுத்தேர்வுகள் எழுதச் சேர்ந்த முதல் மாணவர்குழுவில் 1977இல் நான் இடம்பெறுவதற்கும் இடையே இரண்டரை ஆண்டுகாலமே ஆகியிருந்தன. அந்த காலகட்டத்தில் தங்களின் வாழ்க்கைக்காகப் பெரும் விலையை தந்தவர்கள் என்னைச் சுற்றிலும் இருந்தனர், அவர்களுள் சிலர் இன்றுவரை அதன் விளைவுகளால் அல்லல்படுவதைக் காண்கிறேன்.

நானும் தாங் ஹாயும் 'இடது-வலது கை' கூட்டாளிகளாக இருந்ததால் இருவருமே அமைதிகாத்தோம். அங்கிருந்த விவசாயிகள் வாழும் வாழ்வைத்தான் நாங்களும் வாழும்படியானாலும் சரி, எங்கள் குழந்தைகளை அக்கிராமங்களிலேயே வளர்க்கவேண்டி வந்தாலும் சரி, அதைப்பற்றி நாங்கள் அச்சம் கொள்ளவேயில்லை. எங்களிடம் பேனாவும் காகிதத்தாள்களும் இருந்தன, காதலோடு சேர்ந்து கவிதை, இலக்கியம், ஓவியம், சித்திரமொழி என அனைத்தையும் நாங்கள் இருவரும் சேர்ந்தே செய்தோம். சுருக்கமாகக் கூறுவதானால், நிஜவாழ்வின் துன்பங்களை விலக்கிவைக்க மாற்று மெய்யுலகொன்றை எங்களுக்கு நாங்களே சிருஷ்டித்துக்கொண்டோம்.

அதுநாள்வரை எங்களுக்கு நன்கு பழக்கமாகிவிட்டிருந்த அந்தக் கிராமங்களையும், அங்கு பின்பற்றப்படும் சடங்குமுறைகளையும் மையமாகக் கொண்டு 'இடது வலது' கரங்களாகிய நாங்கள் இருவரும் சேர்ந்து ஏதேனுமொரு செயலை கூட்டுமுயற்சியில் உருவாக்கவேண்டுமென என் தந்தை கூறினார், அப்போதுதான் எங்கள் வாழ்விற்கான வெற்றியும் அர்த்தமும் கூடுமென அவர் நம்பினார். இதன்மூலமாக உள்ளூர் கிராமமக்களின் பாரம்பரியம் பாதுகாக்கப்படும். பள்ளிப்பாடப்புத்தகங்களில் குறிப்பிடப்பாமல் சீனக்குடும்பங்களில் வழிவழியாகப் பின்பற்றப்படும் கிராமிய சடங்குமுறைகள் யாவும் பதிவுசெய்யப்பட வேண்டும். அதாவது சீனக் கலாச்சாரத்தின் சாராம்சத்தை நாங்கள் ஆவணப்படுத்தவேண்டும்.

எனது தந்தையாரின் பூர்வீக கிராமத்தில் தான் எதிர்கொண்ட கடும் வறுமையின் வழியாகத்தான் தானும் கிராமியச் சடங்குகள் பலவற்றை அறிந்துகொண்டதாக என் தாய் கூறினார். இத்தகைய கிராமியக் கலாச்சாரங்களெல்லாம் ஓவியங்களிலும் கவிதைகளிலும் காணக்கிடைப்பவைப்போல இருப்பதில்லை,

எனினும் எண்ணிலடங்கா கவிஞர்களிடமும் ஓவியர்களிடமும் அவை தாக்கத்தை உண்டாக்கியுள்ளன.

எனவே, 'இடது வலது' கரங்களாகிய நாங்கள் இதற்காய் என்ன செய்யமுடியுமென சிந்திக்கத் துவங்கினோம். இறுதியாக, தாங் ஹாயின் தாய் அறிந்திருந்த அனைத்து நாட்டுமருந்துகளும் அவர் நினைவில் இருந்து மறைந்து போவதற்குள்ளாக அவற்றைத் தொகுத்து பதிவுசெய்து வைத்துக்கொள்ள வேண்டுமென முடிவெடுத்தோம். அவற்றைப் பிரசுரிப்பதற்கான வாய்ப்பு கிடைக்கும்பட்சத்தில், எங்களால் அவற்றை மக்களுடனும் பகிர்ந்துகொள்ள முடியும். அவ்வாய்ப்பு கிட்டாவிடினும் ஏதொரு பாதகமுமில்லை, அக்குறிப்புகள் எங்கள் குடும்பத்திற்கான மருத்துவ மாதிரியாக இருந்து உதவக்கூடும். இப்பணியில் இடதுகை மூழ்கியிருந்தபோது, உள்ளூர் உணவுக் கலாச்சாரம் தொடர்பான தகவல்களைத் திரட்டுவதிலும், பதிவு செய்வதிலும் மும்முரமாகவிருந்த நான் அவற்றுள் சிலவற்றைப் பயன்படுத்தியும் பார்த்தேன். இதன்மூலமாக எனது உடல்நலத்தை பேணிக்கொண்டதோடு, 'மறைந்துகிடந்த கலாச்சாரப் பாரம்பரியங்களையும்' தேடிக்கண்டடைந்து பதிவுசெய்துகொள்ள முடிந்தது. இவ்வாறு விவசாய வாழ்வினுள் எங்களை நாங்களே ஈடுபடுத்திக்கொண்டதன் மூலம் முன்னர் எமக்கு மறுக்கப்பட்ட உயர்கல்வியை மீட்டெடுத்துக்கொண்டோம் என்பதுதான் இதில் குறிப்பிடத்தக்க விஷயமாகும்.

இப்படியே எத்தனைக்காலம் போனது? துவக்கத்தில் இருந்தே நாங்கள் இதில் தொடர்ந்து இயங்கிவந்தோம். இத்தகவல்களையெல்லாம் தொகுத்து பதிவு செய்வதிலேயே நாங்கள் சேர்ந்து வாழ்ந்த பெரும்பான்மை காலமும் கழிந்துபோனது. கட்டாயத்தின்பேரில் இருவரும் பிரிந்து வாழ்ந்தபோதும் இப்பணியை நாங்கள் நிறுத்திடவேயில்லை. பலவழிகளில் இப்பதிவுகளே எங்களின் காதல் கடிதங்களாக செயல்புரிந்தன.

கிராமியக் கலாச்சாரத்தை ஆராய்ந்து நான் செய்த பதிவுகள் அனைத்தையும் வகைப்படுத்த இப்போதுவரை முயன்றுகொண்டுதான் இருக்கிறேன். அதற்காய் மேலும் பத்து வருடங்களோ அல்லது அதற்கும் மேலோ ஆகலாம் என எதிர்பார்க்கின்றேன். சீன வரலாற்றையும் நாட்டுப்புறவியலையும்

ஆழமாக ஆராய்ந்தபோதுதான், முடிவேயில்லாததொரு சாலையில் பயணம் போவதை உணர்ந்துகொண்டேன். ஆனால் எவ்வளவு அதிகத்தொலைவு அந்தப் பாதையில் முன்னேறிச் சென்றேனோ அவ்வளவு அதிகளவு ஆற்றலும் பெற்றேன்.

என் தந்தையார் எப்படியோ முயன்று என்னை கிராமத்தில் இருந்து நகரத்துப்பணிக்கு அழைத்து வந்துவிட்டார், ஆனால் தாங் ஹாய் கிராமத்திலேயே தங்கவேண்டி வந்தது. தாங் ஹாயின் தந்தையார் ஷிஜியாசுவாங்கை சேர்ந்த ஜெர்மன் மொழிபெயர்ப்பாளராக இருந்தவராவார், இதன்மூலம் அவர்களின் குடும்பத்தினருக்கு கடல்கடந்த தொடர்புகள் இருந்த காரணத்தால் அவரின் ஒட்டுமொத்தக் குடும்பமும் 'விலக்கப்பட்ட ஐந்து கருப்பு வகைமையினரின்' கீழ் கொண்டுவரப்பட்டனர். 1957இல், தாங் ஹாய் பிறந்ததுமே, அவருடைய தந்தையார் சிறைபிடிக்கப்பட்டு, கடின உடலுழைப்பின்வழி மறுகல்வி கற்பிக்கப்படும் 'லாவோகை'* எனும் முகாமிற்கு வலுக்கட்டாயமாக அனுப்பப்பட்டார். தாங் ஹாய் ஆரம்பப்பள்ளியில் சேரும் வரையிலும் அவருடைய தாய் பாரம்பரிய நாட்டுமருத்துகள் மூலம் சிகிச்சையளிக்கும் மருத்துவச்சிப் பணியை அயராது மேற்கொண்டிருந்தார். 1966இல் கலாச்சாரப் புரட்சி வெடித்தபோது, செம்படைக் காவலர்களின் வற்புறுத்தலின்படி அவர் தன் கணவரை விவாகரத்து செய்யவேண்டிவந்தது. கணவருடன் வாழ்ந்தால் அவருடைய எதிர்காலமே பாழாகிவிடுமென அவரது குடும்பத்தாருமே கூட அறிவுறுத்தினர். 1967இல் நிகழ்ந்த வசந்தவிழாவிற்குப் பிறகு கலாச்சாரப் புரட்சி தீவிரமாக இருந்த காலகட்டத்தில், தன் விவாகரத்துப் பத்திரத்தில் அவர் கையொப்பமிட்டு இருவாரங்களே ஆகியிருந்த அந்த நிலையில், செம்படைக் காவல்பிரிவின் கலகத்தலைவரொருவர் அவரைக் காண வந்துள்ளார். நிலையற்ற அரசியல் சூழப்பட்டிருந்த அக்காலத்தில் ஒரு பெண் தன்னந்தனியாக குழந்தையை வளர்த்தெடுப்பதென்பது மிகவும் கடினமென அத்தலைவர் தாங் ஹாயின் தாயிடம் கூறியுள்ளார். தாங் ஹாய் அப்போது மிகச்சிறியவனாக இருந்துள்ளார், தந்தையுமில்லாத நிலையில் அவர் கண்டிப்பாக பல்வேறு அச்சுறுத்தல்களுக்கு ஆளாகக்கூடும் அபாயத்தில் இருந்தார். அம்மனிதரை திருமணம்

★ லாவோகை – அரசியல் தொழிலாளர் முகாம்.

செய்துகொள்வதன் மூலம் அச்சிறுவனுக்கு நிலையானதொரு குடும்பவாழ்வின் அரவணைப்பை தரவியலும் என தாய் கருதினார். அந்த செம்படைக் காவல்பிரிவு கலகத்தலைவரின் மனைவியோ குழந்தைப்பேற்றின் போது இறந்துவிட்டிருந்தார், அதனால்தான் அவர் தனது ஒட்டுமொத்த சக்தியையும், உணர்ச்சிகளையும் புரட்சிக்கென செலவிட்டுள்ளார். ஏனையோரை துயர்ப்படுத்தியதன் மூலம் தனது சொந்த வலியையும் தனிமையையும் போக்கிக்கொண்டுள்ளார்.

தாங் ஹாயின் தாயோ, முடிவேயில்லாத கடலின்மீது இலக்கேயில்லாமல் அலைபாய்ந்திடும் சின்னஞ்சிறு படகைப் போலே இருந்துள்ளார். சரியாக அந்தச்சமயம் அவர் வழியில் இந்தப் பெரிய கப்பல் உதவிக்கு வந்து நின்றபோது, அதை தனக்கான மிகப்பெரிய அதிர்ஷ்டமாகத்தான் அவர் கருதியிருக்க முடியுமல்லவா? இப்படியானதொரு குழப்பமும் தெளிவின்மையுமாகத்தான் அவர் அந்த செம்படை காவலரை மணமுடித்துக்கொண்டார். ஆனால், அடுத்து வந்த சில வாரங்களுக்குள்ளாகவே அரசியல்காற்று திடீரென திசைமாறி வீசத்துவங்கியதன் விளைவாக தாங் ஹாயின் மாற்றாந்தந்தை தலைமையேற்றிருந்த செம்படைக் காவலர்பிரிவு வீழ்ந்தது. அப்போது முதலில் வீழ்த்தப்பட்டவர் அந்தப்பிரிவின் கலகத்தலைவர் தான் என்பதால் அவருடைய புது மனைவியும் அவரோடு லாவோகைக்கு இடம்பெயர்க்கப்பட்டார்.

அச்சமயம் தாங் ஹாய் உடல்நலம் குன்றியிருந்ததால் அவர் தன் தாயோடு செல்லவில்லை, எனவே தற்காலிகமாக தம் அண்டைவீட்டாருடன் வசிக்கத் துவங்கினார். இதுநடந்து முடிந்த சிறிது காலத்திற்குள்ளாகவே அவரது தாய் இறந்துவிட்டார் என்ற செய்தியும், தாங் ஹாயிக்காக அவர் விட்டுச் சென்ற குறிப்புகள் அடங்கிய இரு புத்தகங்களும் யாரோவொருவர் மூலம் தாங் ஹாயை வந்து சேர்ந்தன. அவரின் தாய் எவ்வாறு இறந்தார் என்ற விவரம் இன்றுவரை தாங் ஹாயிக்கு அறிவிக்கப்படவில்லை.

தாங் ஹாயின் தந்தையாரின் குடும்பத்தினர் எவரும் அவரை வளர்க்க முன்வரவில்லை, ஆனால் அவருடைய தாயார் தன் நாட்டுப்புற வைத்தியத்தின் மூலம் அக்கம்பக்கத்தினருக்குப் பல உதவிகள் செய்திருந்தமையால், அச்சமயம் பத்து வயதுகூட நிரம்பியிராத சிறுவனான தாங் ஹாயை பராமரிக்கும் பொறுப்பை அங்கு வசித்த பலரும் ஏற்றுக்கொள்ள முன்வந்தனர். தாங் ஹாய்

வசித்த வீதியிலேயே, முழுமையானதொரு புரட்சியாளராகவும், புரட்சிக்குழுவின் அங்கமாகவும் விளங்கிய வயதுமுதிர்ந்த அத்தையொருவரின் பராமரிப்பில்தான் அவர் முதன்முதலாக வளர்ந்தார். அப்பெண்மணி காலமானதும், புரட்சிக்குழுவின் இரவுப்பணி அலுவலகத்தின் ஒரு மூலையிலேயே தாங் ஹாய் தம் படுக்கையை அமைத்துக்கொண்டு அங்கேயே வசிக்கத் துவங்கினார்; 1974இல் தன் மேல்நிலைப் பள்ளிப்படிப்பில் தேர்ச்சிபெறும் வரையிலும் அவர் அங்கேயே வசித்துவந்தார். அத்தனை வருடங்களாக அவரை வளர்ப்பதில் பங்கெடுத்து உதவிய அக்கம்பக்கத்தினர் அனைவரும் சேர்ந்து, ஒரு பெரிய சிகப்பு மலரை அவருடைய சட்டையில் பொருத்தி, பாஷாங்கில் இருந்த அவரது புதிய கிராமப்புற வீட்டிற்கு வழியனுப்பி வைத்தனர்.

அவரது தந்தையார் தற்போதும் உயிருடன் இருக்கிறாரா என எனக்குத் தெரியாது. அவரைத் தேடி மிகவும் அலைந்து திரிந்துவிட்டோம்; இப்போதும் அவரைத் தேடிக்கொண்டுதான் இருக்கிறோம். இன்றுவரை அவர் குறித்த எந்தத் தகவலும் கிடைக்கவில்லை. ஆனால் இணையத்தின் உதவியோடு எப்படியாயினும் அவரைக் கண்டுபிடித்து விடுவோம் எனும் நம்பிக்கையுள்ளது.

தன் சொந்த செல்வாக்கைப் பயன்படுத்தித்தான் என் தந்தையாரால் 1977இல் என்னை பீஜிங்கிற்கு மீண்டும் அழைத்துவர முடிந்தது. தனது மூத்த சகோதரர் நிர்வகித்துவந்த இராணுவத் தளவாடங்கள் பிரிவிலேயே என்னையும் அவர் பணியில் அமர்த்தினார், போரில் நேரடியாகப் பங்கெடுக்காமல் இராணுவப் பணியாளர்களின் குடும்பங்களைப் பராமரிக்கும் பிரிவு அது.

நான் மீண்டும் என் வீட்டிற்கே, என் பெற்றோர்களிடமே வந்து சேர்ந்தபோது, அது ஒரே சமயத்தில் பழக்கமான இடமாகவும் அன்னியமான இடமாகவும் தோற்றமளித்தது. நானும் முன்பைப்போல இல்லை; மனதளவில் அங்கிருந்து வெகுதொலைவு வந்துவிட்டிருந்தேன். எனது மனதுக்கு உரியவரைக் கண்டுபிடித்துவிட்டேன். தாங் ஹாயை பிரிந்து வந்திருந்ததால், கரையைத் தேடும் சிறு பறவையைப் போலே மீண்டும் உணரத் துவங்கினேன். தாங் ஹாயை எப்படியேனும்

திரும்ப அழைத்துவரும்படி என் தந்தையாரிடம் மீண்டும் மீண்டும் மன்றாடினேன். அவரும் முயன்றார்தான், ஆனால் அப்போதுதான் தாங் ஹாயிடம் அவர்குறித்த உரிய ஆவணங்கள் இல்லையென்பது தன் ஊழியர்கள் மூலம் என் தந்தையாருக்கு தெரியவந்தது. அனைத்திற்கும் மேலாக இதன்மூலம் நகரவாழ் உரிமம் அவரிடம் இருந்ததற்கான சான்றும் இல்லையென ஆகியது.

2003இல் எங்களுடைய வசிப்பிடச் சட்டங்களில் மாற்றங்கள் கொண்டுவரப்படும் வரையிலுமே கூட, நகரவாழ் உரிமம் இல்லாதவர்கள் இந்நாட்டில் வாழாதவர்களாகவே கருதப்பட்டு வந்தோமென்பதை இப்போது நினைத்துப் பார்க்க அத்தனை பயங்கரமாயுள்ளது. கிராமப்புறங்களில் இருந்து நகரங்களுக்கு குடிபெயரும் பெரும்பகுதி மக்களுக்குத் தம் புதிய வசிப்புப்பகுதியில் எவ்வித அதிகாரப்பூர்வ உரிமையும் கிடையாது; நகரத்திற்கு வந்ததற்காக அவர்கள் கைது செய்யவும் படலாம். அதனாலேதான் இத்தகைய 'நடைமுறை உண்மைகளை' எதிர்க்கொள்ள என்னை அவசரப்படுத்தியதோடு, நகரத்திலேயே யாரையேனும் இணையராகத் தேடிக்கொள்ளும்படியும் என் தந்தையார் கூறினார்.

சீனர்களாகிய எங்களுக்கு, குறிப்பாக ஹான்வம்ச சீனர்களாகிய எங்களுக்கென ஒரு குறிப்பிட்ட பாரம்பரிய குணமுள்ளது – அதாவது, மனதினுள் வைத்து ஒன்றைப் புழுங்கிக்கொண்டிருப்பதை விடவும், நடைமுறைப் போக்குக்கு எங்கள் வாழ்வை ஒப்புக்கொடுத்துவிடுவோம். கடந்த நூறு வருடங்களாக சீனர்களின் திருமணங்கள் மற்றும் அவர்கள் தேர்ந்தெடுத்த தொழிற்துறைகளின்வழி உருவாகியுள்ள சீனக் குடும்பமரங்களை ஆராய்ந்துப் பார்த்தால், அரசியல் போக்குகளுக்கு ஏற்ப உறவுமுறைகள் அமைத்துக் கொள்ளப்பட்டிருப்பதை தெளிவாய் கண்டுணர முடியும். 1950களில் வர்க்க வேறுபாடுகள் திருமணங்களை நிர்ணயித்தன; 1970களில் மக்கட்விடுதலைப்படை அதிகாரிகளை மணந்து கொள்ளவேண்டுமென அனைவரும் விரும்பினர்; 1980களிலோ பல்கலைக்கழக மாணவர்கள்மேல் கவர்ச்சியேற்பட்டது. 1990களில் திருமணம் செய்துகொள்ள மக்கள் தம் சுய உள்ளுணர்வுகளைப் பெரிதும் நம்பினர், 2000இலோ ஒவ்வொரு ஆணும் பெண்ணும் தமக்காக மட்டுமே வாழ்ந்துகொள்கின்றனர்.

பெண்களைப் பொறுத்தவரை, 1950களில் தொழிலாளர்கள், 1960களில் இராணுவவீரர்கள், 1970களில் அறிஞர்கள், 1980களில் கவிஞர்கள், 1990களில் செல்வந்தர்கள் என ஆண்களின் மீதான அவர்களின் விருப்பங்கள் பரிணாம வளர்ச்சி கண்டுவந்தது. தற்போது பெண்களிடையே உயரதிகாரிகள் முக்கியத்துவம் பெற்றுள்ளனர்.

ஆனால் நானும் தாங் ஹாயும் இத்தகைய அரசியல்சார் வெற்றிகளிலெல்லாம் சிக்கிக்கொள்ளாமல் அவற்றை தவிர்த்தே வந்தோம் என்பதை பெரும் நன்றியோடு நினைவுகூர்கிறேன். இருவரும் ஒருவரையொருவர் மனதார நேசித்தோம் என்ற நம்பிக்கையிலும், நாட்டுப்புறக் கலாச்சாரத்தை பதிவுசெய்வதில் இருவரும் கொண்டிருந்த காதலாலும், அரசியல் போக்குகளையும் கடந்து நாங்கள் எங்கள் இலட்சியங்களுக்கு உண்மையாக இருந்தோம்.

தாங் ஹாய், தனது வாழ்வில் ஒரேயொரு வாய்ப்புதான் இன்னமும் மீதமுள்ளது என்பதை அறிந்து கொண்டபோது அவர் எவ்வாறு உணர்ந்தார் என்பதை விளக்கி ஒருமுறை எனக்கு கடிதமொன்றை எழுதியிருந்தார்; அவரது இளமை தேய்ந்துகொண்டே வருவதையும், தற்போது அதன் வால்நுனியைப் பிடித்து தாம் தொங்கிக்கொண்டிருப்பதாகவும் அவர் உணர்ந்துள்ளார். பல்கலைக்கழகத்தில் சேர்ந்து கல்வி கற்க விரும்பினார், அரசியல் தெய்வங்கள் அவருக்கு விதித்திருந்த தலைவிதியை அக்கல்வியின் மூலம் மாற்ற எண்ணினார். அதன்வழியாக அரசியல் ரீதியாகவும், சமூகநிலை மற்றும் கல்விநிலைகளிலும் எனக்கு சரிசமமாக உயர்வடைய எண்ணினார். அப்போதுதான், அப்போது மட்டும்தான், எங்களால் திருமணம் செய்துகொள்ள முடியும். ஒருவருக்கொருவர் இடது வலது கையாக இருக்கவேண்டுமென்பதே நம் தலைவிதியெனவும், நம் காதலுக்கென ஓர் அழகிய கூட்டை உருவாக்கச் சுள்ளிகளையும் இலைகளையும் சேகரிப்பதிலேயே நம் மீத வாழ்வை நாம் செலவிடவேண்டுமெனவும் நான் அவருக்கு பதில் கடிதம் எழுதினேன்.

ஆம், எங்கள் கடிதங்களை நான் பாதுகாத்து வைத்திருந்தேன். எங்கள் குழந்தைகளிடம் ஒப்படைக்க எங்களிடம் இருந்த ஒரே குடும்பச்சொத்தும், ஒரே பொருளும் அவை மட்டுமே.

பின்னர் அக்கடிதங்கள் சிலவற்றின் நகல்களை நாரையாள் என்னிடம் கொடுத்தார். அவற்றின் மூலம் அவர்களின் காதலை என்னால் மேலும் நன்கு புரிந்துகொள்ள முடியுமென அவர் நம்பினார்.

தோழர் நாரையாள்: "உடல்நலமும் மனநலமும் நம் இதயத்தின் நலத்தைப் பொறுத்தே அமைகின்றனவே தவிர மருந்துகளைப் பொறுத்தல்ல. மற்றவர்களிடம் நீங்கள் கூறும் விஷயங்களில் கவனமாக இருங்கள், தனிமையில் இருக்கும்போதோ உங்கள் இதயத்தின் சத்தியத்தை கெட்டியாகப் பற்றிக்கொள்ளுங்கள்."

ஏ4 தாளின் பாதியளவு இருந்த, பணிமதிப்பெண்கள் குறிக்க உபயோகப்படுத்தப்படும் ஒரு பழைய பதிவுத்தாளில் தாங் ஹாயின் கடிதம் பென்சிலால் எழுதப்பட்டிருந்தது.

தோழர் தாங் ஹாய்: "இதயம் நீலவானைப் போன்றது, உன் உணர்வுகளோ காற்றையும் மழையையும் போலுள்ளது. ஒரு புயல் தனக்கு உண்டாக்கக்கூடிய அழிவுகளைப் பற்றி அறிந்திருந்தபோதும், நீலவான் அப்புயலைக் கண்டு அஞ்சுவதில்லை. அதேபோல் இருளின்போது தனக்கு ஒளிவழங்காத சூரியன், நிலவு மற்றும் விண்மீன்கள் மீதும் நீலவானம் சினம் கொள்வதில்லை."

பல்கலைக்கழக நூலகப் புத்தகச்சீட்டு ஒன்றில் நாரையாள் எழுதியிருந்தார், அவரது கையெழுத்து ஒவ்வொன்றும் முத்துமுத்தாக அத்தனை அழகாகவிருந்தன:

"என் வானிலிருப்பது ஒரு அழகிய வெண்ணிற நாரை மட்டுமே.

தவளை இளவரசன் ஒருவன், உறையவைக்கும் குளிர்மிகுந்த களத்தில் சிந்திப்பதன் வழியாகத் தன்னை சூடேற்றிக்கொள்கிறான். ஆற்றல், சுழற்சி, சமநிலை

ஆகிய மூன்றும்தான் வாழ்வின் ஆதாரக்காரணிகள் என அவனது தாய் ஒருமுறை அவனுக்கு கூறியிருந்தார்.

ஒருவனுக்கு அவன் உணவின் மூலம் கிடைக்கும் ஆற்றலை அவனது மனதே அவனுக்கு அளித்துவிடக்கூடும். நேர்மறையான எண்ணங்கள் எத்தகைய பசியையும் போக்கவல்லது. கசப்புணர்வை இனிமையாக மாற்றவல்லது. எனவே உங்களைப்பற்றி எண்ணும்போதே நான் மிகுந்த நிறைவாக உணர்ந்துவிடுகிறேன், கற்கள் நிறைந்த நிலம் கூட என்னை வளமாக்கிவிடக்கூடும்.

உடலுறுப்புகளின் இடையே இயங்கும் '*Qi*'யை (உயிராற்றல்) சுழற்ற உடற்பயிற்சி அவசியம். அந்த சுழற்சியைப் பற்றித்தான் நான் குறிப்பிட்டிருந்தேன், ஆனால் அதனை மீண்டும் நிரப்பிக்கொள்ள நீர் இல்லாமல் போனால் அதன் ஓட்டம் பேராபத்தில் முடிந்துவிடக்கூடும். அதனாலேதான், உறையவைக்கும் இந்தக் குளிர்ப்பருவத்தில் நான் எப்போதும் சூடான நீரையே பருகுகின்றேன், இதன்மூலம்தான் உங்களுடன் உரையாடுவதற்கான ஆற்றல் எனக்குக் கிடைக்கிறது.

சரியான உணவைத் தேர்வு செய்வதன் மூலம்தான் உடல் சமநிலையை அடையமுடியும். நம் உடல்நலம் சமநிலையாக இல்லாதுபோனால், இச்செயல் உடலுறுப்புகள் சிலவற்றுக்கு சினத்தை உண்டாக்கலாம். குறிப்பிட்ட காலத்திற்குள் இதை நீங்கள் சரிசெய்யாது போனால், உறுப்புகளிடையே போர் மூளவும்கூடும். போருக்குப் பிறகு அமைதியை நிலைநிறுத்துவதென்பது கடினமான காரியம், ஏனெனில் மலைமீது ஏறுவதை விடவும் மலையிலிருந்து விழுவது எளிதான செயல், அதைப்போலவே நோயில் விழுவதைவிடவும் நோயிலிருந்து மீள்வதற்கு அதிகக்காலம் ஆகும். தற்போது நான் அனைத்து உணவு வகைகளையும் உண்கிறேன், பல்வேறுவகையான ஊட்டச்சத்துக்களையும் கொண்டுள்ள உணவுகளையும் ருசிக்கின்றேன், அதன்மூலம் எனது அழகிய, அன்பான வெண்நாரைப்பறவை சுதந்திரமாகப் பறந்திட ஏதுவாக எனது உடலை அமைதியானதொரு வானமாக்குகின்றேன்."

ஈரடிப்பாக்கள் எழுதவென வழக்கமாக உபயோகிக்கப்படும் சிவப்புநிறக் காகிதத்துண்டில் தாங் ஹாயின் கடிதம் எழுதப்பட்டிருந்தது. அதனுடன் ஒரு குறிப்பையும் நாரையாள் இணைத்திருந்தார்:

> தாங் ஹாய் இக்கடிதத்தை எழுதியபோது கடுங்குளிரில் நடுநடுங்கிக் கொண்டிருந்தார் போலும், ஏனெனில் அவருடைய சித்திரமொழி இதில் வடிவாகவேயில்லை. ஆனாலும் கடிதவரிகளின் இடையே இருந்த அவருடைய உணர்வுகளை என்னால் புரிந்துகொள்ள முடிந்தது. அச்சமயத்தில் எங்கள் இருவருக்குமென எவ்வகையான முகவரிகளையும் நாங்கள் உபயோகிக்கவில்லை. அதற்கான தேவையுமில்லை, ஏனெனில் நாங்கள் வாழ்ந்துவந்த அந்த வானம் எங்களுக்கானது, 'எங்களுக்கு மட்டுமேயானது'. அதேசமயம், தபால்நிலையத்தில் பணியாற்றும் மாணவத்தொண்டர்கள் எவர் மூலமேனும் 'வலதுசாரி சிந்தனைகொண்ட எதிர்வினையாளர்' என நாங்கள் குற்றஞ்சாட்டப்பட இக்கடிதங்கள் சான்றாக அமைந்துவிடக் கூடாதெனவும் எண்ணினோம்.

முடிவிலா கடலின் மேலே நீளும் ஆழ்நீல வானங்கள்:

> தம் கவிதைகளின் மூலம் அன்பை மக்களிடையே பரப்பிய துறவியொருவர் வடக்குப்பகுதியில் இருந்தார். ஒருமுறை அவர் பின்வருமாறு எழுதியிருந்தார்: 'நீ அச்சமின்றி உறுதியாக நிற்கவேண்டும். எப்போதோ உன்னைக் கடந்து சென்றுவிட்ட நீரென எண்ணி உன் வேதனைகளையெல்லாம் நீ மறந்துவிட வேண்டும். நடுப்பகலில் ஒளிரும் சூரியனைவிடவும், பூமி மீதான உன் வாழ்நாட்கள் பிரகாசமானவை. இருளின்போதும் கூட, நீயொரு காலைப்பொழுதாகவே இருப்பாய்.'

இந்தப் பத்தியை அக்டோபர் 1982 எனத் தேதியிடப்பட்டிருந்த செய்தித்தாள் துண்டின் ஒரு ஓரத்தில் நாரையாள் எழுதிவைத்திருந்தார். அதனருகிலேயே, சீனக் கம்யூனிசக் கட்சியின் 12ஆம் மத்தியக் குழுவின்போது நிகழ்ந்த இரண்டாம் முழுமையான அமர்வில் வெளியிடப்பட்டிருந்த 'கட்சி முழுமைக்குமான முடிவு' எனும் கட்டுரையும் பிரசுரமாகியிருந்தது. நாசவேலைகளிலும் வன்முறைச் செயல்களிலும் ஈடுபட்டவர்களை வெளிப்படுத்தி, கட்சியில் அவர்களின் அரசியல் வாழ்வே அஸ்தமனமாகி

விடுமாறு விமர்சித்து எழுதப்பட்டிருந்த அந்த அறிவிப்பு கலாச்சாரப் புரட்சியைக் கண்டித்து வெளியிடப்பட்டிருந்தது. என்ன காரணத்தினாலோ தெரியவில்லை, பெருங்கேடு விளையுமாறு நிகழ்ந்த தவறுகளையெல்லாம் சீனக் கம்யூனிசக் கட்சி பொருட்படுத்தவேயில்லை என வடக்கு ஊடகங்கள் வலியுறுத்தியபடியே இருந்தன.

வசந்தகால நாரை:

தீ அனைத்து உயிர்களையும் எரித்துச் சாம்பலாக்கிவிடக்கூடியது,

ஆனால் நீரின் மென்மையைக் கண்டு அஞ்சிவிடும்.

நீர் பேரழிவைக் கொணரவல்லது,

ஆனால் மண்ணால் உறிஞ்சப்பட்டுவிடும்.

மண் கோபுர உயரத்திற்கு குவியக்கூடியது,

ஆனால் வீசும் காற்றால் அலட்சியமாகக் கொண்டுசெல்லப்படும்.

காற்று சேதங்களை உண்டாக்கக்கூடியது,

ஆனால் அதை மலை தடுத்துவிடும்.

மலையின் பாதைகள் ஆபத்தானவை,

ஆனால் மனிதர்கள் அவற்றில் நடந்து செல்கின்றனர்.

மனிதர்கள் அசைக்கவியலா உறுதி கொண்டவர்கள்,

ஆனால் காதலாலும் அதிகாரத்தாலும் பாழாகிறார்கள்.

காதலும் அதிகாரமும் காலத்தோடு போட்டியிடக்கூடியவை,

ஆனால் காலம் அவற்றைச் சிதறடித்து மறைந்துபோகச் செய்துவிடும்.

காலம் நம்மைச் சுற்றிலும் உள்ளது,

ஆனால் அது இதயத்திற்கு உரிமையுடையதாகிறது அல்லது மறக்கப்படுகிறது.

இவ்வரிகள் மிகப் பிரபலமானதொரு வியாசத்திலிருந்து எடுக்கப்பட்டது. எங்கள் சீனமொழியில் இருந்த 18,000 எழுத்துருக்களையும் கற்பதற்கான வலிமிகுந்த பயணத்தை மேற்கொள்ள, சீனக்குழந்தைகள் தம் மூன்று வயதிலிருந்தே சித்திரமொழி எழுதப் பயன்படும் சிறுசிறு சதுரங்களின் தொகுதியைப் பற்றி அறிந்துகொள்ள வேண்டியிருந்தது. அச்சிறு

சதுரங்களின் உதவியோடு 5,000 வருடப் பழமைகொண்ட எங்களின் நாகரிகத்தையும், வரலாற்றையும் மீண்டும் சொல்வதற்கு, அப்போது அவர்கள் கற்ற கல்வி உதவிபுரிகிறது.

நாரையாள் எழுதியிருந்த பின்வரும் குறிப்பும் அதனோடு இணைக்கப்பட்டிருந்தது:

'கிராமப்புறங்களில் வாழவும் பணிபுரியவுமென என்னோடு அனுப்பப்பட்ட அனைத்து இளைஞர்களும் அப்போது நகரத்திற்கு திரும்பிவந்துவிட்டனர், தாங் ஹாயை தவிர.'

அப்போதுதான் இராணுவப்பள்ளியில் சேர விண்ணப்பிக்கவிருக்கும் தன் திட்டத்தை தாங் ஹாய் என்னிடம் கூறினார். அவர் தொலைத்தொடர்பு பொறியியல் கற்கவிரும்பினார், தொழிற்சாலையில் பணிபுரிய விரும்பும் எவருக்கும் அந்தப் படிப்பு கட்டாயத்தேவையாக இருந்தது. அதுகுறித்த மேலதிகத் தகவல்களை அவர் பெற்றிட நானும் உடனடியாய் களத்தில் குதித்தேன். ஆனால் அப்போதுதான் கலாச்சாரப் புரட்சி முடிவடைந்திருந்தது, செம்படையினரால் நாசமாக்கப்பட்ட பெரும்பாலான நூலகங்களும் மறுசீரமைக்கப்படும் பணியில் இருந்தன. அனைத்திற்கும் மேலாக, தொலைத்தொடர்பு பொறியியல் என்பது மிகப்புதிதான கல்விக்களமாக இருந்தமையால் அதற்குத் தேவையான மிகச்சரியானப் புத்தகங்களை புத்தகக்கடைகளில் கூடத் தேடிக் கண்டுபிடிக்க முடியவில்லை.

பல்கலைக்கழக நூலகத்தில் மட்டுமே அவ்வகைப் புத்தகங்கள் கிடைக்கக்கூடுமென பின்னர் தெரியவந்தது. ஆனால் அந்நூலகங்கள் அனைவருக்குமானவை அல்ல. தாங் ஹாயிக்கு உதவும்பொருட்டு, 1980இல் திறந்தநிலை பல்கலைகழகத்தில் தபால்வழியாக கணினி அறிவியல் கற்க விண்ணப்பித்தேன், அப்போதைய சீனாவில் பெரிதாக அறியப்படாத படிப்பாகவே அது இருந்தது. நானறிந்தவரை, சீனாவில் அப்படிப்பை கற்ற முதல் மாணவர்குழுவாக நாங்கள்தான் இருந்திருப்போம் என எண்ணுகிறேன்.

அப்போதைய கணினிகள் இப்போது இருப்பவையில் இருந்து பெரிதும் மாறுபட்டிருந்தன. அப்போது அவை பிரம்மாண்டமான இயந்திரங்களாக இருந்தன, இப்போதோ விரல்நக அளவேயுள்ள நுண்சில்லுகளாய் உருமாறிவிட்டன. உண்மையில் என் தொழிற்துறைக்கு இந்தக் கணினிப்படிப்பு எவ்விதத்திலும் உதவிடாதுதான், எனினும் அப்படிப்பின் மூலம் எனக்குக் கிடைக்கப்போகும் மாணவர் அடையாள அட்டையின் உதவியோடு என்னால் தாங் ஹாயின் படிப்பிற்குத் தேவையானப் புத்தகங்களையும் தகவல்களையும் பல்கலைக்கழக நூலகத்திலிருந்து பெற முடிந்தது.

1983இல் நான் திறந்தநிலை பல்கலைகழகத்தில் பட்டப்படிப்பை முடித்தேன், தாங் ஹாய் தம் படிப்பில் மாகாணத்திலேயே நான்காம் இடம்பெற்றிருந்ததோடு, மக்கள் விடுதலைப்படையின் மின்னணு பொறியியல் நிறுவனத்தில் பணியிலும் அமர்த்தப்பட்டார். 1984ஆம் ஆண்டின் வசந்தகால விழாவின்போதுதான் தாங் ஹாய் என்னைச் சந்திக்க பீஜிங்கிற்கு முதன்முறையாக வந்தார். ஆனால் அப்போது அவர் என் வீட்டிற்கும் வரவில்லை, என் பெற்றோர்களை சந்திக்கவுமில்லை; அதற்குபதிலாக ஆட்கள் நெரிசல்மிகுந்த தன் நண்பரின் வீட்டிலேயே தங்கிக்கொண்டார்.

திறமைமிகுந்த மாணவிகள் பலரும் தாங் ஹாயை சூழ்ந்திருந்த அந்தக் காலகட்டத்தில், நானொரு ஊழியராகப் பணிபுரிந்துவந்தேன். 'தாங் ஹாய் மிகுந்த தகுதிவாய்ந்த இளைஞராக உருவாகிவிட்டார். அவரது திருமணத்திற்காய் நிச்சயம் பல மணப்பெண் வரன்கள் வரக்கூடும்' என என் தாய் வருத்தத்துடன் கூறுவார். அவருக்கு நான் எவ்வித பதிலும் அளிக்கவில்லை எனும்போதும் என் மனம் அமைதியின்றி தவித்தது. தொடர்ந்து வளர்ச்சியடைந்தபடியே இருந்த அந்தச் சமூகத்தில் பின்தங்கிவிடாதிருக்க நான் மீண்டும் மற்றுமொரு தபால்வழிக்கல்விக்கு விண்ணப்பித்தேன், இம்முறை உளவியலை தேர்வுசெய்தேன். ஏன் அந்தப் பாடத்தை தேர்வு செய்தேன் தெரியுமா? தாங் ஹாயை இழந்துவிடுவோமோ எனும் அச்சம் என்னைப் பீடித்திருந்தது. அவ்வாறு ஏதேனும் நிகழ்ந்துவிட்டால் அக்காதல் துன்பத்திலிருந்து என் மனதை 'தற்காத்துக் கொள்ளவே' அப்பாடத்தை தேர்வு செய்தேன் என எண்ணுகின்றேன்.

“சிரிக்காதீர்கள்: அந்தச்சமயத்தில் நான் எத்தனை வருத்தம் கொண்டிருந்தால் இப்படியெல்லாம் செய்திருப்பேன்.

தாங் ஹாய் தனது பட்டப்படிப்பின்போதும் எனக்கு நாட்டுமருந்துக் குறிப்புகளைத் தொடர்ந்து அனுப்பினாரா எனக் கேட்டீர்களானால், ஆம், வாரத்திற்கொருமுறை தவறாது அனுப்பிவிடுவார். தானொரு ஏழை மாணவனாக இருந்தபோதும், இத்தகைய வீட்டுவைத்தியங்கள் மூலம்தான் தன்னால் நிறைய பணத்தை சேமிக்க முடிந்ததென்றும், நிறைய நண்பர்களை ஈட்ட முடிந்ததென்றும் அவர் கூறுவார்.

இதற்கொரு சான்றை கூறவா? தாங் ஹாய் கல்விக்கற்கத் துவங்கிய சிறிது காலம் கழித்து என் கடைக்குட்டித் தங்கை வாத்திக்கு திருமணமானது. அத்தம்பதியினருக்கு சில ‘பாலியல் இரகசியங்களை’ தாங் ஹாய் அன்பளிப்பாக அனுப்பிவைத்தார். தங்களுக்குக் கிடைத்த அன்பளிப்புகளிலேயே இதுதான் நடைமுறை வாழ்க்கைக்கு உதவிய சிறந்த அன்பளிப்பென பிறகொருநாள் வாத்தி என்னிடம் உற்சாகமாகக் கூறினாள்! பின்னர் தாங் ஹாயும் நானும் மணமுடித்துக் கொண்டபோது அவர் எனக்கெனப் பிரத்யேகமாக அதன் நகலை தயாரித்துத் தந்தார். நீங்கள் விரும்பினால் உங்களுக்கும் அதை அனுப்பிவைக்கின்றேன்.”

நாரையாள் உடனடியாக அந்த கிராமியப் பாலியல் இரகசியங்களை எனக்கு அனுப்பிவைத்தார்.

> கலவியில் ஈடுபடக்கூடாத மூன்று ‘சூன்ய’ காலங்கள் உள்ளன.
>
> வருடாந்திர சூன்யகாலம், மாதாந்திர சூன்யகாலம், தினசரி சூன்யகாலம் என அவை குறிப்பிடப்படுகின்றன. வருடம் முழுவதும் ஒருவர் நல் ஆரோக்கியத்துடன் வாழ்ந்திட, அவர் இருபத்துநான்கு சூரிய கால எல்லைகளையும் பின்பற்றி நடந்து, இயற்கையில் நிகழும் பருவகால மாற்றங்கள் குறித்து விழிப்புணர்வுடன் இருக்க வேண்டுமென்பதே சூன்யகாலங்களின் முழுமுதற் குறிக்கோளாகும்.

வருடாந்திர 'சூன்யகால' நாட்களில் உடலுறவு கொள்ளக்கூடாது.

இருவகை வருடாந்திர சூன்யகாலங்கள் உள்ளன: முதலாவதாக குளிர்கால கதிர்த்திருப்பம். 'குளிர்காலக் கதிர்த்திருப்பத்தின் போது *யாங்* பிறக்கிறது' எனப் பழமொழியுள்ளது. அதாவது யாங்கின் குறியீடுகளான தீயும் ஆற்றலும் அந்நாட்களின்போதுதான் நம் உடலில் உருவாகத் துவங்குகிறது எனப் பொருளாகும். இவ்வாறு சேகரமாகும் யாங்கை நாம் உபயோகிக்காவிடில், நல்லதொரு ஆற்றலை இழந்துவிடுவோம். குளிர்காலக் கதிர்த்திருப்பத்தின்போது குறிப்பிடத்தக்க அளவு மக்கள் பலவீனமடைகிறார்கள் என்பதால் அதனை 'வருடத்தின் சூன்யகாலம்' எனவும் அழைப்பர்.

இரண்டாவது, கோடைக்காலக் கதிர்த்திருப்பமாகும். கிரேக்க நாட்காட்டியின்படி ஜூன் 22 வாக்கில் நிகழும் இந்நாளை 'கோடைக்கால கதிர்த்திருப்பத்தின்போது *யின்* பிறக்கிறது' எனும் பழமொழியின் மூலம் அறியலாம். யின்னின் குறியீடுகளாகிய நிலம், இருள், குளிர் ஆகியவை நம்முள் உருவெடுக்கும். இருந்தபோதும் யின்னும் நீரின் அளவுகளும் வெகு குறைவாகவே இருப்பதனால், மனித உடல் 'சூன்யங்களால்' பாதிப்படைய வாய்ப்பு அதிகமுண்டு.

கோடைக்கால, குளிர்காலக் கதிர்த்திருப்பங்களின் போதுதான் *யின்* மற்றும் *யாங்கின்* ஏற்றயிறக்கம் நடைபெறும். 'சீ' (*Qi*) எனப்படும் உயிராற்றல் வழக்கத்தை விடவும் அதிக உயிர்ப்புடன் இருக்கும், எனவே அதற்கேற்ப உடல் பலவீனமான நிலையில் இருக்கும். ஆகவேதான், கோடைக்கால, குளிர்காலக் கதிர்த்திருப்பம் நிகழும் நாளிலோ அல்லது அந்நாளின் முன்னரோ பின்னரோ கலவி கொள்ளாதிருப்பதே நல்லது. ஒருபுறம் உங்களின் உயிராற்றலை இழக்கின்றீர்கள், இன்னொருபுறம் உங்கள் ஆற்றலுக்கும் உங்கள் குருதிக்கும் இடையே சமமின்மை எழுகின்றது. அந்த சமயத்தில் கருவுற நேர்ந்தால், உங்களின் பலவீனம் முழுவதையும் கருவிலிருக்கும் குழந்தை சுமக்க நேரிடும்.

மாதாந்திர 'சூன்யகால' நாட்களில் உடலுறவு கொள்ளக்கூடாது

வளர்பிறையின் முதல் காலாண்டின் துவக்கத்தில் வரும் சில நாட்களும் தேய்பிறையின் இறுதி காலாண்டின் இறுதியில் வரும் சில நாட்களும், நம் கண்களுக்கே புலப்படாவண்ணம் புதுப் பிறை மிக மெல்லியதாக தோன்றும் நாட்களும் மாதாந்திர சூன்யகால நாட்களாகும், சீன மருத்துவத்தில், யின் நிலவைக் குறிக்கும். மேலே குறிப்பிடப்பட்டுள்ள நாட்களில் இயற்கையில் அதிகப்படியான '*yin qi*' இருக்கும், எனவே அந்நாட்களிலும் உடலுறவு கொள்வதைத் தவிர்த்துவிட வேண்டும். அந்நாட்களில் கருவுற நேர்ந்தால், அது கருவிலிருக்கும் குழந்தையின் எதிர்கால உடல் மற்றும் மனநலத்தின் மீது கொடிய தாக்கத்தை உண்டாக்கிவிடும். எனவே, முழுநிலவு காயும்போதும், மலர்கள் பூத்துக் குலுங்கும்போதும் இத்தகைய அழகிய விஷயங்களை செய்து முடிப்பதே உத்தமமான காரியமாகும். உலகோடும் இயற்கையோடும் ஒன்றியிருங்கள்.

தினசரி 'சூன்யகால' நாட்களில் உடலுறவு கொள்ளாதீர்கள்

சூரிய கிரகணமோ அல்லது சந்திர கிரகணமோ உருவாகும்போதும், வானம் இருளடைந்து சூறாவளி உருவாகும்போதும், தினசரி 'சூன்யகாலம்' உருவாகும். அந்நாட்களில் உடலுறவு கொள்ளாதிருத்தல் நல்லது. சூரிய, சந்திர கிரகணங்களின் போது '*qi*'யில் மிக உக்கிரமான மாறுதல் உண்டாகும், இம்மாறுதலால் இயற்கையில் உண்டாகும் வெளிப்புற ஆற்றல் நம் உடலுக்கு மிக எளிதாக ஊறுவிளைவித்துவிடும்.

ஐந்து பாலியல் தடைவிலக்குகள்

மதுவருந்தியபிறகு உடலுறவு கொள்ளாதீர்கள்: மது உடல்வெப்பத்தை அதிகரித்துவிடும், முக்கியமாக ஆண்களுக்கு, எனவே இந்த ஊக்கக்கேடுடைய வெப்பம் குழந்தைபிறப்பில் சிக்கல்களை உண்டாக்கிவிடும். இவ்வெப்பம் விந்தணுவின் வலிமையையும், செயல்திறனையும் கூட குறைத்துவிடக்கூடும்.

இப்போதெல்லாம் பெரும்பாலான மக்கள் கருவுறுவதற்கு சில மாதங்கள் முன்னதாகவே அதற்கான முன்னேற்பாடுகளை செய்யத் துவங்கிவிடுகின்றனர். புகைப்பதையும், மதுவருந்துவதையும் அறவே துறந்துவிடுகின்றனர். இது மிக நல்ல விஷயமாகும், குழந்தையின் எதிர்காலம் குறித்த அவர்களின் பொறுப்புணர்வு பாராட்டப்பட வேண்டியதாகும்.

கோபமாக இருக்கும்பொழுது உடலுறவு கொள்ளாதீர்கள்: நீங்கள் வெறுப்புடனோ அல்லது கோபத்துடனோ இருக்கும்பொழுது, உங்கள் நரம்புகளில் இரத்தவோட்டம் வெகுண்டெழும், இதனால் உங்களின் '*qi*' பாதிப்பிற்குள்ளாகும், உங்கள் உடலே உங்கள் '*qi*'யை அழுத்த முயலுவதால், உங்கள் ஆற்றலும், இரத்தவோட்ட அளவுகளும் வெகுவாய் குறைந்துவிடும். அத்தகைய காலப்பொழுதில் கருவுற்றால், பிறக்கும் குழந்தைக்கு தோல் நோய்கள் வர வாய்ப்புண்டு.

அச்சத்தில் இருக்கும்பொழுது உடலுறவு கொள்ளாதீர்கள்: இக்காலத்தில் இளைஞர்கள் சிலர் தம் சூழலால் உண்டாகிய தடைகளாலும், எங்கே பிடிபட்டுவிடுவோமோ எனும் அச்சத்தாலும் பீடிக்கப்பட்டுள்ளனர். வயதுவந்தவர்களைப் பொறுத்தவரை படுக்கையறையென்றாலே திகிலடைந்து விடுமளவிற்கு தம் முன்னாள் காதலர்களின் நம்பிக்கை துரோகச்செயல்களால் காயப்பட்டுள்ளனர். இதனால் மலட்டுத்தன்மை, வியர்வைப்பெருக்கு, இதயப் படபடப்பு போன்ற பெரும் தீமைகள் உடலுக்கு உண்டாகின்றன. கருத்தரிப்புக் காலத்தில் பெற்றோர்களின் '*qi*' குறைந்துபோவதால் இத்தகைய கலவிப்பொழுதுகளில் உருவாகும் குழந்தைகள் கருச்சிதைவுக்கு ஆளாகும் அபாயமுள்ளது.

நோய்வாய்பட்டிருக்கும் பொழுது உடலுறவு கொள்ளாதீர்கள்: உடலுறவு கொள்ளும்போது வழக்கமாகவே '*yang qi*' எனப்படும் *யாங்* ஆற்றலின் இழப்பு பெருமளவில் நிகழ்ந்துவிடுகிறது, உடல்நலமற்று

இருக்கும்போதோ நோயை எதிர்த்துப் போரிட நம்முடலுக்கு 'yang qi' தேவைப்படுகிறது. அத்தகைய காலத்தில் உடலுறவு கொள்வீர்களானால், உங்களின் 'yang qi' ஆற்றலைப் பொருத்தமற்ற முறையில் உபயோகிக்க நேரிட்டுவிடும், விளைவாக உடலுக்கு இருமடங்கு பாதிப்புகள் உண்டாகி விடக்கூடும்.

பொதுவிடத்தில் உடலுறவு கொள்ளாதீர்கள்: 'விண்மீன்கள் பார்த்திருக்க உல்லாசம் கொள்ளாதீர்கள்' எனவொரு தாவோயிசப் பழமொழியுள்ளது, அதாவது திறந்தவெளிகளில் கலவிகொண்டு கருவுறுவது நல்லதல்ல எனப் பொருள்படும். ஏனெனில், தரையில் கிடக்கும் பனித்துளிகளில் உள்ள கனிமக்கூறுகள் நம் உடலை பாதிப்பதோடு, கருவின் தரத்தையும் பாதித்துவிடும்.

இத்தகைய பழங்காலத் தடைவிலக்குகள் எல்லாம் மேலோட்டமாகப் பார்ப்பதற்கு குழந்தைப்பேறு, கருத்தரிப்பு குறித்த இறைவிதிகள் போல் தோன்றினாலும், மக்கள் தம் மனதாரப் பணிந்து நடக்கவேண்டிய உண்மைகளையே அவை வலியுறுத்துகின்றன. மனிதன் இயற்கையை சரிவிகிதமாக மதித்தும் அஞ்சியும் நடந்தால்தான் அவன் தன்னைத்தானே உண்மையாகப் பாதுகாத்துக் கொள்ளமுடியும் என்பதை விளக்குவதே இவற்றின் மெய்யான நோக்கமாகும், அனைத்திற்கும் மேலாக, மனித உயிரொன்றை உருவாக்கப்போகும் உன்னத செயலாயிற்றே இது.

இராணுவக் கல்விச்சாலையில் தன் பட்டப்படிப்பை முடித்ததும், அங்கேயே தாங் ஹாய் ஆசிரியராகவும் பணியாற்றத் துவங்கியபோது நானும் அவரும் மணமுடித்துக் கொண்டோம். 1987ஆம் ஆண்டின் ஜூலை மாத இறுதியில் திருமணம் நடந்தேறியது. அவ்வருடம் பீஜிங்கில் பிரத்யேக அனல் வீசியது. அக்காலத்தில் சீன வீடுகளில் ஏசி இருந்ததில்லை, எனினும் கொசுக்களோடும் 30 டிகிரீ அனலோடும் இரவுகளில் உறங்க முடியாமல் போராடும் வறிய தென்சீனர்களை விடவும் எங்கள் நிலை மோசமாக இல்லையென்பேன். குறைந்தபட்சம் எங்களுக்கு இரவில் நல்ல உறக்கமேனும் கிடைத்தது. தென்சீன

நகரங்களோடு ஒப்பிடுகையில் பீஜிங் குளுமைமிக்கதொரு கோடை வாசஸ்தலம் போன்றே விளங்கியது.

தலைநகரமாக இருந்ததாலேயே கலாச்சாரத்தாலும் பொழுதுபோக்குகளாலும் நாங்கள் சூழப்பட்டிருந்தோம் என எண்ணிவிடாதீர்கள். நாங்கள் அவ்வாறு இல்லை. எங்களுள் பெரும்பாலான மக்களிடம் தொலைக்காட்சிப் பெட்டியில்லை, வானொலிப் பெட்டி வைத்திருந்தவர்கள் வசதிபடைத்தவர்களாகக் கருதப்பட்டனர்.

என் பெற்றோரிடமும் 9 இஞ்ச் அளவுகொண்ட கறுப்பு வெள்ளை தொலைக்காட்சிப் பெட்டியொன்று இருந்ததுதான். அப்பெட்டியால்தான் எங்கள் அக்கம்பக்கத்தினர் ஓய்வெடுக்கவும், கண்டுகளிக்கவும் கூடுமொரு சந்திப்பு இடமாக எங்கள் வீட்டுமுற்றம் உருவாகியது. என் பெற்றோருக்கென அவர்தம் பணித்துறைக் குழு வழங்கிய எளிய மரச்சாமான்களே எங்களின் இல்லத்தில் இருந்த காரணத்தினால், எங்கள் வீட்டு முற்றத்தில் அமர்ந்து தொலைக்காட்சியைக் காண வருபவர்கள் தங்கள் வீட்டிலிருந்தே மடக்கு நாற்காலிகளைக் கொண்டுவந்துவிடுவர்.

அன்றைய தினம், 20,000 Leagues Under the Sea எனுமொரு அறிவியல் புனைகதை திரைப்படத்தின் மீள்திரையிடலை நாங்கள் பார்த்துக் கொண்டிருந்தோம். அக்காலத்தில் வெளிநாட்டுத் திரைப்படங்களைக் காண்பதென்பது வெகு அரிதான நிகழ்வாகும், எனவே 20,000 லீக்ஸ் திரைப்படத்தையே மீண்டும் மீண்டும் பார்த்தோம்.

தன் இராணுவச் சீருடை வியர்வையில் தொப்பலாக நனைந்திருக்க தாங் ஹாய் திடீரென எங்கள் வீட்டு முற்றத்திற்கு வந்தார். வந்ததும் தன் பயணப்பையை தரைமீது வீசியெறிந்துவிட்டு, அவரை வரவேற்கவும் கூட எனக்கு அவகாசமளிக்காமல் என் கையைப் பிடித்து வீட்டினுள்ளே அவசரமாக அழைத்துச் சென்றார்.

அக்காலத்தில் எச்சூழலிலும் ஆணும் பெண்ணும் பொதுவெளியில் ஒருவரையொருவர் கைகள் தொட்டுப் பேசக்கூடாது என நம்பிக்கொண்டிருந்தோம். ஆனால் தாங் ஹாயின் அச்செய்கை என்னை சங்கடப்படுத்திய போதும் அது வெகு துரிதமாக நிகழ்ந்துவிட்டபடியால், என் பெற்றோர்களாலோ

அல்லது அங்கிருந்த வேறு எவராலுமோ கூட அவரைத் தடுத்துநிறுத்த முடியவில்லை. வீட்டின் அருகிலிருந்த சிறு சந்துவழி ஒன்றினுள் என்னை அழைத்துச் சென்றார், அங்கு நாங்கள் இருவர் மட்டுமே இருந்தோம்.

“நான்... நான் பட்டப்படிப்பை முடித்துவிட்டேன். அங்கேயே ஆசிரியராகப் பணியாற்றவும் வாய்ப்பு கிடைத்துள்ளது. நாம் இப்போது திருமணம் செய்துகொள்ளலாம் தானே?” தாங் ஹாய் மூச்சிரைத்தபடியே கேட்டார்.

“நான்... நாம்... நானும் நீங்களுமா? நாமிருவரும் இப்போது திருமணம் செய்து கொள்ளலாமா?” அந்நொடி நான் நாரையாளாக இருக்கவில்லை, முட்டாள் வாத்தாகத்தான் இருந்தேன்! ஆனால் என்னெதிரே நின்றிருந்த அந்த மனிதரோ, முன்னர் சாதாரண அறிஞராக இருந்து இப்போது வானுயரப் பறக்கும் ஒரு கழுகாக மாறிவிட்டிருந்தார்.

நாங்கள் எப்போது திருமணம் செய்து கொண்டோம்? நீங்கள் நம்பமாட்டீர்கள், மறுநாளே திருமணம் செய்து கொண்டோம். நாங்கள் எதையும் தயார்ப்படுத்த வேண்டியிருக்கவில்லை, எவருக்கும் அறிவிக்க வேண்டியிருக்கவில்லை. அனைத்திற்கும் மேலாக இந்தவொரு நாளுக்கென பத்தாண்டுகளாக நாங்கள் தயாராகிக் கொண்டிருந்தோம். அப்போதைய வர்க்க பேதங்களால் எங்கள் பயணங்களை நாங்கள் தனித்தனியாக மேற்கொண்டபோதும், எங்கள் சுயநம்பிக்கைகளால் வார்க்கப்பட்ட வானில் எங்களை நாங்களே கண்டடைந்தோம், காதலால் இணைந்த இரு பறவைகளாகிய நாங்கள் இனி அவ்வானில் சுதந்திரமாகப் பறந்து திரிவோம்.

அடுத்த வருடம் வந்த வசந்தவிழாவின் போதுதான் எங்களுக்கு அன்பளிப்பு வழங்கி வாழ்த்துகள் கூற என் சகோதர சகோதரிகளுக்கு வாய்ப்புகள் கிட்டின.

எங்கள் திருமணம் நடந்திட்ட 1987ஆம் ஆண்டில், ஒரு மிதிவண்டி, ஒரு கைக்கடிகாரம், ஒரு தையல் இயந்திரம், ஒரு வானொலிப் பெட்டியைக் கொண்ட ‘மூன்று சக்கரங்களும் ஒரு ஒலிப்பெட்டியும்’ எனவழைக்கப்பட்ட திருமண அன்பளிப்புகள்தாம் மிகப்பிரபலமாக இருந்தன. தம்பதியர் இல்லற வாழ்க்கையை மேற்கொள்ள இவை

மிகவும் அடிப்படையான, அத்தியாவசியப் பொருட்களெனக் கருதப்பட்டன. எனினும் காதலைத் தவிர எங்களுக்கென அப்போது வேறெதுவும் இருக்கவில்லை. இதைத்தான் இக்கால இளைஞர்கள் 'வெற்றுத் திருமணம்' எனவழைக்கிறார்கள்.

எங்கள் திருமணம் நிகழ்ந்து ஆறு மாதங்கள் ஆனபிறகு, நூலகராகப் பணிபுரிய நானும் தாங் ஹாய் பணியாற்றிய இராணுவக் கல்விச்சாலைக்கு பணிமாற்றம் பெற்றேன். ஒரு குழந்தைத் திட்டம் அப்போது அமலில் இருந்தமையால் எங்களால் ஒரே ஒரு பெண்குழந்தை மட்டும்தான் பெற்றுக்கொள்ள முடிந்தது. அவளுக்கு 'தாங் லீ' எனப்பெயரிட்டோம், லிலீ எனச் செல்லமாக அழைத்தோம். பல்கலைக்கழகத்தில் லிலீ ஆங்கிலம் படித்தாள், மொழிபெயர்ப்பில் முதுகலைப்பட்டம் பெற அமெரிக்காவிற்குச் சென்றாள், தற்போது வெளிநாட்டு நிறவனமொன்றில் பணிபுரிகின்றாள். முன்னர் மொழிபெயர்ப்பாளராகப் பணியாற்றிய தன் தந்தைவழிப் பாட்டனாரை அவள் சந்தித்ததேயில்லை, இருந்தபோதும் அக்குடும்பத்தின் மரபணுக்கள் சிலவற்றை வம்சாவளியாகத் தன்னுள்ளே அவள் கொண்டிருக்கிறாள் எனத்தான் தோன்றுகிறது. இயற்கையின் இத்தகைய ஆற்றல்கள் என்னை ஆச்சரியப்படுத்தத் தவறுவதேயில்லை.

'யாங்சே நதியின் முன்னலைகள் பின்னலைகளால் விரட்டியடிக்கப்படுகின்றன' எனவொரு சீனப் பழமொழியுண்டு. அதாவது பழையவைகளின் இடங்களை புதியவைகள் தொடர்ந்து பிடித்தபடியே இருக்கின்றன, மேலும் அவ்வாறு வரும் புதிய தலைமுறை பழையவைகளின் சாதனைகளை விஞ்சிவிடுகின்றன. ஆனால் இது நிஜமாகி நான் கண்டதேயில்லை, குறைந்தபட்சம் என் வாழ்நாளிலேனும் என்பேன். 'இன்றைய இளைஞர்களே! என் நாட்களில் இதுபோல் இருந்ததில்லை!'* - லூ சுன்னின் கதையில் வரும் முதியவளான திருமதி. ஜியூ ஜின் கூறிய இந்த வரி என் குடும்பத்தின் வரலாற்றை சரியாகப் படம்பிடித்துக் காட்டுகிறது.

★ New Youth எனும் இதழில் வெளியாகிய 'தேநீர்க்கோப்பையில் குடிகொண்ட புயல்' எனும் சிறுகதையில் இருந்து இவ்வரி எடுக்கப்பட்டுள்ளது, பின்னர் A Call to Arms (1920) எனும் அவருடைய முதல் சிறுகதைத் தொகுப்பில் இக்கதை சேர்க்கப்பட்டது.

எனது தாயின் குடும்பத்தைச் சேர்ந்த மூன்று தலைமுறைகளில் இருந்தும் நீங்கள் பல கதைகளைக் கேட்டிருப்பீர்கள். பழங்காலக் கவிதைகளில் வேர்பிடித்து எனது பாட்டி பாட்டனாரின் காதல் வளர்ந்துள்ளது. எனது பெற்றோர்களோ செவ்வியல் மேற்கிலக்கியம் வழியாகவும், தாயூ கவிதைகள் வழியாகவும் ஒருவரையொருவர் புரிந்துகொண்டனர். நான் பிறந்தபோதோ சீனாவில் இலக்கியமோ காதற்புனைவுகளோ இல்லை; திரைப்படங்கள், நூல்கள், திரையரங்குகள் கூட இல்லை. கோஷங்கள் மட்டுமே இருந்தன.

சீன வரலாறு எங்கள் தலைமுறையை எவ்வாறு விவரிக்கும்? எங்களுக்கு முந்தைய, பிந்தைய தலைமுறையினருக்கும் எங்களுக்குமிடையே இருந்த வேறுபாடுகள் குறித்து நானும் தாங் ஹாயும் இரவுநேரங்களில் வெகுநேரம் பேசிக்கொண்டிருப்போம், முக்கியமாக நாடு முழுவதும் வீசியப் பெரும் அரசியல் அலையில் சிக்கி மூழ்கியவர்களைப் பற்றிப் பேசுவோம். வரலாற்றில் நாங்கள் என்னவென விவரிக்கப்படுவோம்? வேரோடு அனைத்தும் பிடுங்கியெறியப்பட்ட தலைமுறையை சேர்ந்தவர்கள் நாங்கள் என வேண்டுமானால் கூறலாம்.

கொரியப் போர், மூவெதிர்ப்பு, ஐயெதிர்ப்புகள், பெரும் முன்னோக்கியப் பாய்ச்சல் என இடைவிடாத போர்களுக்கும், மூச்சுத்திணறிடும் அரசியலுக்கும் இடையேதான் நாங்கள் பிறந்தோம், இயற்கையாலும் மனிதனாலும் உண்டாகிய எதிர்பாராத அழிவுகளை சந்தித்தபடியேதாம் எங்கள் பால்யத்தை கழித்தோம். சில தசைநார்களின் உதவியோடு எழுந்துநிற்கும் தலைகளோடு, நடைப்பிணம் போலத்தான் மக்கள் வாழ்ந்துவந்தனர். பள்ளிக்காலத்திலோ எங்களுக்கு சிறந்த ஆசிரியர்கள் வாய்க்கவில்லை, சக வகுப்பினரோடு நீண்டகால நண்பர்களாக வாழவும் கொடுத்துவைக்கவில்லை. எங்கள் பாடப்புத்தகத்தின் ஒவ்வொரு பக்கமும் வர்க்கப் போராட்டத்தையே ஓதின. நாங்கள் அனைவரும் முளையிலேயே கிள்ளியெறியப்பட்டோம், அச்சத்தை தவிர்க்கவியலாத உண்மையாக ஏற்றுக்கொள்ள வேண்டுமெனும் இருண்மைக்குள் தள்ளப்பட்டோம்.

நீண்ட இடைவெளிக்குப் பின்னர், இறுதியாக நாங்கள் வீடுதிரும்ப அனுமதிக்கப்பட்டபோது, எந்தக் கனவுகளின் மீது

இந்நாடு கட்டமைக்கப்பட்டதோ அக்கனவுகள் அங்கில்லை, அக்கனவுகளை எம்மக்கள் உருவாக்கினரோ அவர்களும் அங்கில்லை. நாங்கள் வளர்ந்து மக்களாக உருவெடுக்க உதவ யாருமேயில்லை. எங்கள் கனவுகள் வேகமாக மறையத் துவங்கின, அவற்றுக்குப் பதிலாக வீட்டிலோ வெளியிலோ இவ்வுலகில் நாங்கள் உறுதியாகக் கால்பாவி நிற்க இடமேயில்லை எனும் கசப்பான உண்மையைத்தான் உணர்ந்து கொண்டோம். விளைவாக வேதனையும் கொந்தளிப்பும் எங்களுக்குள்ளே பெருகத் துவங்கின, எங்கள் தலைமுறையினரின் மகிழ்துயர் வாழ்வு இப்படியாகத்தான் இருந்தது.

இதிலிருந்து வெளியேற 1980களில் உருவான சீர்திருத்தம் மற்றும் வெளிநாட்டுத் திறப்புக்கொள்கை மூலம் எங்களுக்கு வழி திறந்தது. தம் இருபது வயதுகளில் இருந்த மேல்நிலைப் பள்ளி மாணவர்களுக்கும், முப்பதுகளில் இருந்த பல்கலைக்கழக மாணவர்களுக்கும், நாற்பதுகளில் இருந்த இரவுப்பள்ளி மாணவர்களுக்கும் அக்கொள்கை ஒரு விதிமுறையாகவே மாறிப்போனது.

இத்தகைய பல்வேறு கொள்கைகளின் மீதமர்ந்து பயணித்த எங்களின் ரோலர்கோஸ்டர் வாழ்க்கை உற்சாகத்திற்கும் விரக்திக்கும் இடையே தள்ளாடியது. ஆனால் இவற்றிலிருந்து நாங்கள் துணிவைக் கற்றுக்கொண்டோம், சிந்திப்பதற்கான துணிவு, பேசுவதற்கான, செயல்படுவதற்கான, வெல்வதற்கான துணிவைப் பெற்றோம்; அன்பு கொள்வதற்கான, வெறுப்பதற்கான, தோல்வியடைவதற்கான துணிவையும் கூடப் பெற்றோம். சட்டைப்பையில் ஒரு ஃபென் கூட பணமில்லாதவர்கள் கூட கடல்போல் விரிந்துகிடந்த சீன வியாபார உலகில் காலடி எடுத்துவைக்கும் துணிவு கொண்டனர். அயல்மொழிகளில் ஒரு வார்த்தை கூட அறிந்திராதவர்கள் கூடத் தம் எதிர்காலத்தை கண்டடைய உலகெங்கும் பயணித்தனர். தேவையான அனுபவமற்றவர்கள் கூடத் துணிவுடன் பெரும் நிறுவனங்களின் தலைவர்கள் ஆயினர். அமெரிக்காவிலும் ஐரோப்பாவிலும் காலடி கூட வைத்திராத சிலர், அந்நாடுகளில் பெருமளவு நிலங்களை வாங்கிக் குவிக்குமளவு துணிவு கொண்டனர். நீண்டகாலமாக மௌனத்தில் துன்பப்பட்டு,

எலும்பும் தோலுமாய் தோற்றமளித்த இவர்கள் இப்போது எம் தேசத்தின் முதுகெலும்பாக உருமாறிவிட்டனர்.

அன்று நாரையாள் தான் பேசிய ஒவ்வொரு வார்த்தைக்கும் அத்தனை அழுத்தமளித்துப் பேசியதைக் கேட்டபோது, ஐம்பது வயதுகளில் இருந்த ஒரு சீனப்பெண்ணின் குரலாக மட்டுமே அது எனக்குத் தோன்றவில்லை. அரைநூற்றாண்டுக்கும் மேலாக ஒடுக்குமுறைக்கு உள்ளாக்கப்பட்டிருந்த தலைமுறையொன்றின் செவிப்பறையைக் கிழிக்கும் குரல்கள், இறுதியாக சீனாவின் நினைவுச்சின்னங்களில் எதிரொலிப்பதாகவே தோன்றியது.

நாரையாளின் சொந்தக் கருத்துகளை அவருடைய சகோதர சகோதரிகளும் ஏற்றுக்கொண்டனரா என அவரிடம் வினவினேன், ஏனெனில் வியப்பூட்டும் வகையில் அதிவேகமாக நாட்டில் உருவான மாற்றங்களினால் சீனாவில் சொந்த சகோதர சகோதரியரிடையே இடைவெளி உண்டாகியிருந்ததைக் கண்டு நான் திகைத்துப் போயிருந்தேன். அதனாலேதான், 'சீனாவை பொறுத்தவரை ஒரு தலைமுறையின் ஆயுளென்பது இரண்டு அல்லது மூன்று ஆண்டுகள் மட்டுமே' என என் கணவர் டோபி ஒருமுறை கூறியிருந்தார்.

'அது சாத்தியம்தாம். நாங்கள் அனைவரும் ஒரே தலைமுறையைச் சேர்ந்தவர்கள் தான் எனும்போதும், அந்தக் குறுகிய காலகட்டத்திற்குள்ளாகவே எவராலும் யூகிக்கவோ அல்லது திட்டமிட்டுக் கொள்ளவோ கூட அவகாசம் தரப்படாத பெரும் மாற்றங்கள் சீனாவில் உண்டாகியிருந்தன. எனது தாயிற்கும் அவரது சகோதரர்களுக்கும் இடையேயும் இவ்வாறே இருந்திருக்குமென எண்ணுகிறேன். எனது பெரியம்மா அறிந்திருந்த சீனா, அவரது இளைய சகோதர சகோதரிகள் அறிந்திருந்த சீனாவில் இருந்து முற்றிலும் மாறுபட்டிருந்தது, மேலும் அவருக்கும் என் தாயிற்கும் இடையே இருந்த வயது இடைவெளியே கூட ஒரு தலைமுறை இடைவெளி போலத்தான் இருந்தது. என் தாயிற்கும் என் பெரியம்மா ஆரஞ்சாளுக்கும் இடையே இருவருட வயது வித்தியாசமே இருந்தன, எனினும் விதி அவர்கள் இருவரையும் இருவேறு திசைகளுக்கு, இருவேறு உலகங்களுக்கு இழுத்துச் சென்றுவிட்டது. எனது பெரிய

மாமன் ஹாங்காங்கிலும், இளைய மாமன் அமெரிக்காவிலும் இருந்தனர். மேற்கத்தியக் கருத்துகள் நிறைந்த தம் பார்வைகளோடு அவர்கள் இருவரும் தன் தாய்நாட்டைப் பற்றி விவாதித்துக் கொள்ளும்போதெல்லாம், ஒரே குடும்பத்தைச் சேர்ந்த இருவரிடமிருந்து, அதுவும் என் குடும்பத்தைச் சேர்ந்தவர்களிடமிருந்து அக்கருத்துகள் எழுகின்றன என்பதை என்னால் நம்ப முடிந்ததேயில்லை.

பாடும் பறவை

வேங்கையன், ஓநாயன், நாரையாள், குரங்கன், வாத்தி என எங்களுக்கு செல்லப்பெயர்கள் சூட்டப்பட்டிருந்ததால், எங்கள் குடும்பம் ஒரு வனவிலங்குச் சரணாலயம் போல் காட்சியளிப்பதாக என் தந்தை கூறுவார். ஆனால், பல்வேறு அரசியல்பிரிவுகளும் தங்கள் பிரதிநிதிகளை அனுப்பி பங்குகொள்ள வைத்த உலகளாவிய பெரும் கலந்தாய்வு போல்தான் எங்கள் குடும்பம் இருந்தது என்பேன் நான்.

என் பெற்றோர்களின் அரசியல் சார்புகளையே என் பெரிய அண்ணன் வேங்கையனும் கொண்டிருந்தார், அந்த வகையில் அவர் மிகவும் பழமைவாதியாகவிருந்தார். 1949இல் கம்யூனிசக் கட்சி அடைந்த வெற்றியின்மூலம் அனுகூலம் அடைந்தவர்கள் அவர்கள். மக்களுக்குப் பெரும் அல்லல்களை உண்டாக்கிய கட்சியின் கடந்தகாலத் தவறுகளையும் கூட மறுத்துப் பேசுவதில் அவர்கள் வல்லவர்களாய் இருந்தனர். அவர்கள் முட்டாள்களில்லை; கட்சியின் சில கொள்கைகள் தவறானவை என அவர்கள் அறிந்தேயிருந்தபோதும், தங்கள் நம்பிக்கைகளை நியாயப்படுத்திட சில சாக்குபோக்குகளைக் கூறுவர், அல்லது எதிர்மறையானவை அனைத்தையும் மறந்துவிட முயலுவர். மிகப்பெரிய அளவில் மக்கட்தொகையும், சிக்கலான தேசிய விவகாரங்களும் கொண்ட ஒரு மாபெரும் நாடு சீனா, அதனுள் பல்வேறு முரண்பாடுகளும் சிக்கல்களும் உண்டு என என் பெரிய அண்ணன் நம்பினார். இதை நிறுவுவதைப் போலவே, 'சிறு மீனொன்றை சமைப்பதைப் போலேதான் ஒரு பெரும் நாட்டினை ஆளவேண்டும், ஆட்சியாளர்

தொடர்ந்து அனைத்திலும் தலையிட்டபடியே இருந்தால், அவர் நாட்டின் சமநிலையை குலைத்துவிடுவார்' என லாவோ சீ கூறியுள்ளார். நல்ல சுவைமிகுந்த உணவைச் சமைத்திட காலமும் திறனும் தேவை, இரண்டில் எதையுமே நாம் புறக்கணித்துவிடக் கூடாது. அவரைப் பொறுத்தவரை அறிவார்ந்த தலைவர்கள் திறமைக்கு எப்போதுமே அதிக கவனம் செலுத்துவர் என எண்ணினார். வெற்றிகரமான தம்பதிகள் நல்ல வீரர்களாகவும் இருக்கவேண்டும். மாபெரும் நாட்டை ஆள்வதும் இதுபோலவேதான்; நாட்டின் தேவையென்ன, எப்போது நாட்டிற்கு தேவைகள் எழுகின்றன, காலத்திற்கேற்ப இத்தேவைகள் எவ்வாறு மாறுதலடைகின்றன என்பதைப் பற்றிய தீவிர விழிப்புணர்வு அரசுக்கு இருக்கவேண்டும். ஒருவர் அறியாமல் செய்துவிட்ட தவறுக்கு அவர்மேல் நாம் சினம்கொள்ள மாட்டோம், அதுபோலவேதான் நாடும் கட்சியும் செய்த தவறுகளையும் நாம் மன்னித்துவிட வேண்டும் ஏனெனில் நாடும் கட்சியும் மக்களால் உருவானவைதாம்.

எத்தனைச் சிறந்த கொள்கைகளைக் கொண்டிருந்தாலும், எத்தனை அபரிமிதமான திறன்களைப் படைத்திருந்தாலும், எத்தனை விசாலமும் தூய்மையும் கொண்ட கருத்துகளைக் கொண்டிருந்தாலும், ஒருவர் பொறுப்புள்ளவராக இருக்கவேண்டியது மிக அவசியமென பெரிய அண்ணன் கருதினார். அது மட்டுமல்ல, தான் மேற்கொண்ட அந்தப் பொறுப்பிற்கான விலையைத் தரவும் அவர் தயாராக இருக்கவேண்டும். குழந்தைகளாக நாங்கள் எங்கள் பெற்றோர்களுக்கு மகிழ்வையும் அமைதியையும் கொண்டுவர வேண்டும். குடும்பவாழ்வைத் துவங்கும்போது, உங்கள் குடும்பம் பாதுகாப்போடும் வசதியோடும் வாழ அனுமதித்திட வேண்டும். நீங்கள் சார்ந்த தொழிலில் உங்கள் பணிக்குழு வெற்றியடைவதை உறுதிப்படுத்த வேண்டும்.

சீனாவை சேர்ந்த கடந்த இரு தலைமுறைகளைச் சேர்ந்த பெரும்பாலான மக்கள் இவ்வகை மதிப்புமிக்க அமைப்பை விரும்புபவர்களாகவே இருப்பர் என எண்ணுகிறேன், ஏனெனில் திசைதிருப்பப்பட்ட அரசியல் உண்மைகளால் எப்போதும் ஏற்றமும் இறக்கமும் கொண்ட வாழ்வுச் சூழலில்தான் அவர்கள் வளர்ந்துள்ளனர். பருவகாலங்களைப் போலவே விதிக்கப்பட்ட ஒன்றைத் தயக்கத்தோடே பின்பற்றுவதைப் போலேதான்

அவர்கள் கட்சியையும் பின்பற்றினர். முத்தாய்ப்பாக, என் பெரிய அண்ணன் தன் இருபது வயதுகளில் இருந்தபோது அது கலாச்சாரப் புரட்சிக் காலகட்டமாக இருந்தது, அச்சமயம் கட்சி உறுப்பினர்களாக இல்லாத பெண்கள் அவரை காதலுடன் நெருங்குவதையே மறந்துவிடவேண்டியிருந்தது, அண்ணன் அத்தனைத் தீவிரப் புரட்சியாளராக இருந்தார். பின்னர், கட்சிக்கிளையொன்றில் இருந்த பெண்ணொருத்தியின் மேல் அவர் காதல்விருப்பம் கொள்ளத் துவங்கினார். அவர்கள் சந்தித்த ஒவ்வொருமுறையும் புரட்சியாளராகத் தம் அனுபவங்களை பகிர்ந்துகொள்ளும் முன்னர் தலைவர் மாவோவின் தேர்ந்தெடுக்கப்பட்ட ஆக்கங்கள் சிலவற்றை வாசிப்பதை வழக்கமாகக் கொண்டிருந்தனர். அவர்கள் இருவரும் மணமுடித்துக் கொண்டபோதும் கூட, 'கடல்கள் மீதான பயணம் மாலுமியை நம்பியுள்ளது' எனும் பிரபல புரட்சிப்பாடலைத் தழுவியே தம் திருமணபந்த பிரமாணத்தை ஏற்றுக்கொண்டனர். அப்பாடல் பின்வருமாறு:

'கடல்கள் மீதான பயணம் மாலுமியை நம்பியுள்ளது,
வாழ்வும் வளர்ச்சியும் சூரியனை நம்பியுள்ளது.
இத்திருமணம் கட்சியை கௌரவிக்கட்டும்,
இம்மரபு அழியாமல் தொடரட்டும்.'

அவருடைய மனைவி, அதாவது என் அண்ணனின் மனைவி, ஒருமுறை என்னிடம் ரகசியமாக கூறியது:

"நாங்கள் இளைஞர்களாக இருந்தபோது, எங்களில் பெரும்பகுதியினர் பேய்பிடித்தாற்போல வெறியுடன் புரட்சியில் ஈடுபட்டோம். மாவோவின் சிறு சிவப்புப் புத்தகத்தை நாள்முழுவதும் எங்களோடே வைத்திருப்போம்; உணவுவேளையின் போது எங்களின் உண்குச்சிகளைத் தொடுவதற்கும் முன்னர், மாவோவின் புகைப்படத்திற்கு மரியாதை செலுத்துவோம். இரவில் விளக்கை அணைப்பதற்கு முன்னர், மாவோவின் புகைப்படத்திற்கு எதிரே தரையில் விழுந்து தொழுவோம், எங்களுக்குத் தீங்கிழைத்தவர்களை தண்டிக்கச் சொல்லியோ அல்லது எங்களை மன்னிக்கச் சொல்லியோ அவரிடம் அச்சமயங்களில் மன்றாடுவோம். தலைவர் மாவோவிடமிருந்து ஏதேனும் செய்தி கிட்டிவிட்டாலோ, சடாரெனப் படுக்கையில் இருந்து

துள்ளியெழுந்து, தெருவெங்கும் திரிந்தபடி உற்சாகமாக அவர் கூறியவற்றைப் போற்றிப் பாடுவோம். அப்போதெல்லாம் உன் அண்ணன் வெகு உற்சாகமாக இருப்பார், ஆனால் மற்றவர்களோடு அவர் இணக்கமாக இருந்ததேயில்லை!

பின்னர் ஒருமுறை, வெளிநாட்டுத்தூதர் ஒருவர், அவர் எந்நாட்டைச் சேர்ந்தவர் என நினைவில்லை, அவர் தலைவர் மாவோவிற்கு ஒரு பெட்டிநிறைய மாம்பழங்களைப் பரிசளித்தார், ஆனால் மாவோ அவற்றை பீஜிங்கின் தொழிலாளர்கள் சிலருக்கு அன்பளிப்பாக வழங்கிவிட்டார். அவருடைய இந்நற்செய்கையால் மனம் மகிழ்ந்துபோயினர் தொழிலாளர்கள், ஏனென்றே தெரியாமல் மாம்பழங்களை கையிலேந்தியபடி நாடு முழுவதும் இருந்த தொழிலாளர்கள் அனைவரும் நகரத்தெருக்களின் வழியாக ஊர்வலம் சென்றனர். அத்தகையதொரு ஊர்வலத்தின்போது மாம்பழத்தை கையிலேந்திட தேர்ந்தெடுக்கப்பட்டவர்களில் உன் அண்ணனும் ஒருவர். அந்த வெளிநாட்டவர் ஏன் அத்தனை அதிகளவு மாம்பழங்களை நமக்குப் பரிசளித்துள்ளார், அவையெல்லாம் வெகுசீக்கிரமே கெட்டுப் போய்விடுமல்லவா? என உன் அண்ணனிடம் கேட்டேன். அவரோ என்னை வெகு தீவிரமாகப் பார்த்து, "மாபெரும் மாலுமியின் மாம்பழங்கள் கெட்டே போகாது!" எனக் கூறினார். அது உண்மையாகவும் கூட இருக்கலாம், ஆனால் மெழுகால் செய்த நூற்றுக்கணக்கானப் போலி மாம்பழங்கள் பல்வேறு நகரங்களையும் சேர்ந்த தொழிலாளர்களுக்கு அனுப்பப்பட்டன என்பதும் உண்மைதான்.

ஆம், தலைவர் மாவோவை கடவுளைப் போல வழிபட்டவர்களுள் உன் அண்ணனும் ஒருவர். தலைவரோடு சேர்த்து எங்கள் இருவரின் உறவுக்குள் மூன்று பேர் இருந்ததாகத்தான் எனக்குத் தோன்றியது. எங்களின் முதலிரவின்போது, மாவோவின் புகைப்படத்தின் எதிரே உடைகளைக் களைவது அவரை அவமதிப்பது போலாகும் எனக் கூறிவிட்டு, உன் அண்ணன் கட்டிலின் மேலேறிய உடனே விளக்கை அணைத்துவிட்டார்!" என்றார்.

ஆனாலும் பெரிய அண்ணன் கட்சியின் மீது கொண்டிருந்த விசுவாசம் அப்படியொன்றும் உறுதியானதல்ல. அல்லது குறைந்தபட்சம் குடும்பத்தின் நன்மைக்காக, அவர் தனது அதிகாரத்தை உபயோகித்து தன் சகோதர சகோதரிகளுக்கு

உதவினார் எனலாம். எனக்கும் இரண்டாம் அண்ணன் ஓநாயனுக்கும் அவர் தயவாலேயே வேலை கிட்டியது, மேலும் குட்டித்தங்கை வாத்தியும் அவள் கணவரும் மிக இளம் வயதிலேயே திருமணம் செய்துகொண்டது கண்டுபிடிக்கப்பட்டபோது, அவர்களின் வீட்டுப்பத்திரத்தில் சில 'மாறுதல்கள்' செய்ய பெரியண்ணன் உதவி செய்ததால்தான் அவர்கள் இருவரும் பெரும் அபராதத்தொகையில் இருந்து தப்பிக்க முடிந்தது.*

எங்கள் இரண்டாம் அண்ணன் ஓநாயன் பெரியளவில் புரட்சி சிந்தனை கொண்டவராக இருந்தார். தேவதைகளும் பிசாசுகளும் கலந்த கலவைதான் ஓநாயனின் குணமென என் தாய் கூறுவார். அவரும் இராணுவத்தின் விசேஷப்படையில்தான் பணிக்குச் சேர்ந்தார் எனும்போதும் பெரியண்ணனைப் போலே விதிமுறைகளுக்கு உட்பட்டு நடப்பவராக அவரில்லை. ஓநாயனின் அரசியல் பொறுப்பாளர் என் தந்தையின் கீழ் பணிபுரிந்தவராவார். அவர் ஓநாயனை மிகுந்த கவனத்தோடு பார்த்துக்கொண்டார். எனினும் ஓநாயன் அவரின் பணிமூப்பை ஏற்றுக்கொள்ளாமல் அவரை மதியாமல் நடந்துகொண்டார். அநீதியின் சிறு சுவடு தெரிந்தாலும் கூட, அங்கு விரைந்து சென்று அவற்றைத் தட்டிக் கேட்பதே அவர் விருப்பமாகவிருந்தது.

வேறுவழியேயின்றி ஓநாயனின் இச்செயல்களை அந்தப் பொறுப்பாளர் எங்களின் தந்தையிடம் தெரிவிக்க வேண்டிவந்தது. தந்தையார் ஓநாயன் மீது கோபமடைந்தார். உண்மையில், செங்குடுவில் இருந்து குன்மிங் வரையிலான ரயில்பாதை கட்டுமானப் பணிக்கு ஓநாயனை அனுப்பிவைத்தது குறித்து என் தந்தையார் அவர்மீது கோபம்தான் கொண்டிருந்தார். என் தந்தையோடு மிக அரிதாகவே வாதிடும் என் தாயோ அவர் மீது உண்மையிலேயே மிகுந்த கோபம் கொண்டிருந்தார். தன் மகன் அத்தனைக் கடினமானப் பணியில் ஈடுபடுவதை அவரால் பொறுத்துக்கொள்ளவே முடியவில்லை.

★ 1981க்கு பிறகு, 'தாமதமான திருமணம்' மற்றும் 'தாமதமான குழந்தைப்பிறப்பு' ஆகியவற்றை வலியுறுத்திய சீனக் குடும்பக் கட்டுப்பாடு கொள்கையின்படி, ஆணுக்குரிய திருமணவயது இருபத்தைந்து, பெண்ணுக்குரிய திருமணவயது இருபத்து மூன்று என வரையறுக்கப்பட்டது. விதிகளை மீறுபவர்களுக்கு அபராதம் விதிக்கப்பட்டது.

என் தாயை முற்றத்திற்கு அழைத்த என் தந்தை, தமது இரண்டாவது மகன் எத்தனை தான்தோன்றித்தனமாக நடந்துகொள்கிறான் என்பதையும் வெகு விரைவிலேயே அவனுக்குப் பாடம் கற்பிக்கவேண்டியதையும் குறித்து கூச்சலிட்டது இப்போதும் என் நினைவில் உள்ளது: "அவன் இப்போதே அந்தப் பாடத்தை கற்றுக்கொள்ள வேண்டுமென எண்ணுகிறாயா அல்லது அவன் சிறைக்குச் செல்லும்வரை காத்திருக்கலாம் என்கிறாயா?" எனக் கேட்டார். அதன்பிறகு இவ்விஷயத்தில் என் தாய் தன் வாயைத் திறக்கவேயில்லை.

விளைவாக ஓநாயன் அடுத்துவந்த மூன்றுவருடங்களும் ரயில்துறையில் பணியாற்ற நேர்ந்தது. ஓநாயனின் வார்த்தைகளில் இதைக் கூறுவதானால், மலைகளைக் குடைந்து, குழிகளைப் பறித்து, இருப்புப்பாதைகளைச் செப்பனிட்ட செயல்கள்தான் தன்னை உண்மையான ஓநாயாக மாற்றிவிட்டது எனக் கூறினார். மனதளவில் எங்கள் தந்தையார் மிகுந்த அன்பும், பாதுகாப்பும் அளிப்பவர், மூன்று ஆண்டுகளுக்குள் – அதாவது ஆயிரம் தினங்களுக்குள் எத்தனைக் காட்டுத்தனமான ஓநாயும் அடங்கி சாதுவாகிவிடுமென அவர் நினைத்தார், எனவே தொழில்நுட்பம் பயில ஓநாயனை அவர் ஷாங்காய்க்கு அனுப்பிவைத்தார்.

ஹூ லிஜியாவோவின் மகன் ஹூ சியாவோயாங்கோடு★ சேர்த்து ஓநாயனுக்கும் மரணதண்டனை விதிக்கப்படவிருந்தது குறித்து நீங்கள் அறிவீர்களா? 1977இல் கலாச்சாரப் புரட்சி முடிவடைந்ததும், மேற்குலகிற்கு சீனா தன் கதவுகளை திறந்துவிட்டது. சீனாவின் முக்கிய நகரங்களாகிய பீஜிங், ஷாங்காய், குவாங்சௌகில் மெக் டொனால்ட்சின் துரித உணவுக் கலாச்சாரமும், பாலியல் சுதந்திரமும் கட்டற்றுப் புகுந்தன. ஆனால் ஐந்தாயிரம் வருடப் பழமைவாய்ந்த சீனக் கலாச்சாரத்தின் முகத்திலறைந்தாற்போல நுழைந்த இந்தப் பாலியல் சுதந்திரத்தை சீனர்கள் பலராலும் ஏற்றுக்கொள்ள முடியவில்லை. சீனா தன் கட்டுப்பாட்டை இழந்துவிட்டதாகவும், மேற்குலகக் கலாச்சாரம் விஷம்போல்

★ ஷாங்காய் நகராட்சி மக்கள் காங்கிரசின் முன்னாள் தலைவராகிய 'ஹூ லிஜியாவோ'வின் மகன் 'ஹூ சியாவோயாங்'. ஐம்பதுக்கும் மேலான பெண்களை பாலியல் வன்கொடுமை செய்ததாகக் குற்றஞ்சாட்டப்பட்ட கும்பலில் அவனும் அங்கம் வகித்ததால், 1986 பிப்ரவரி மாதத்தில் அவனுக்கு மரணதண்டனை நிறைவேற்றப்பட்டது.

பரவுவதாகவும் பதறினர். விளைவாக, புதிதாகத் துவங்கிய பாலியல் சுதந்திரங்களோடு தொடர்புடைய கும்பல்கள் சிலவற்றைக் கைது செய்து சீன அரசு தண்டித்தது. அந்த கும்பலில் ஓநாயனும், மக்கள் விடுதலைப்படையின் முன்னாள் படைத்தளபதியான ‘சூ டே’வின் பெயரனும், ஷாங்காய் நகராட்சி மக்கள் காங்கிரசின் முன்னாள் தலைவராகிய ‘ஹூ லிஜியாவோ’வின் மகனுமாகிய ‘ஹீ சியாவோயாங்’கும் இருந்தனர்.

இதைக் கேள்விபட்டதும் தந்தையாருக்கு மிகுந்த ஆத்திரமும் பீதியும் உண்டாகின. உடனடியாக ஓநாயனை பீஜிங்கிற்கு திரும்ப வரவழைத்து, பெரிய அண்ணனின் கட்டுப்பாட்டில் ஊழியராகப் பணியாற்ற வைத்தார். இது ஓநாயனின் தன்மானத்தை பதம்பார்த்தது. சிறு வயதில் ஓநாயன் எப்போதுமே தன் மூத்த சகோதரனை வியப்புடன் பெருமிதமாகத்தான் பார்ப்பார், ஆனால் நாளடைவில் அனைத்து விஷயங்களிலும் இருவரும் போட்டியிடத் துவங்கியதும், அந்த வியப்பு மெல்லமெல்லப் பொறாமையாக மாறத்துவங்கியது, வேங்கையனை விடவும் அறிவாற்றலில் சிறந்தவராகத் தன்னைக் காட்டிக்கொள்ள வேண்டுமென ஓநாயன் வெறிகொண்டார். இப்போதோ தன் பெரிய அண்ணனாலேயே தான் ஒழுங்குபடுத்தப்பட்டு, கட்டுப்படுத்தப்படுகிறோம் என்பது ஓநாயனுக்கு படுதோல்வியான விஷயமாயிற்றே?

இத்தகைய பெரும் வீழ்ச்சியை அவரால் தாங்கிக்கொள்ளவே முடியவில்லை, ஆத்திரத்தில் கொதித்துப்போன ஓநாயன் தந்தைக்கு ஒரு கடிதத்தை எழுதிவைத்துவிட்டு வீட்டைவிட்டு வெளியேறிவிட்டார். சிறுவர்களாக இருந்த எங்களிடம் அப்போது இதுபற்றி எவருமே சொல்லவில்லை; நீண்டகாலம் கழித்துதான் இவ்விஷயமே எங்களுக்குத் தெரியவந்தது. அந்தக் கடிதத்தில் என்ன எழுதப்பட்டிருந்தது என்பதை இன்றுவரை எங்கள் தந்தையார் எவரிடமும் கூறவில்லை.

ஓநாயன் தன் இராணுவச் சீருடையை தூக்கியெறிந்துவிட்டு, மங்கோலியாவின் உட்பகுதியில் இருந்த பெரும் புல்வெளிகளில் குதிரைவணிகம் செய்யச் சென்றுவிட்டார். இராணுவத்தில் அவர் ஈட்டிய பணத்தை முழுவதுமாய் செலவு செய்ததும், ஷான்சி மாகாணத்தில் நிலக்கரி கொண்டுசெல்லும் பணியில் இறங்கினார். இன்றைய நிலக்கரி வியாபாரிகள் ஈட்டுவதைப்

போன்ற பெரும் லாபத்தை அன்றைய வியாபாரிகளால் ஈட்டமுடிந்ததில்லை; இரவுபகல் பாராமல் ஓநாயனும் அவன் குழுவினரும் நிலக்கரிச் சுரங்கங்களுக்கும் ரயில்நிலையத்துக்கும் நிலக்கரியை ஏற்றிச்செல்லும் பணியை செய்தனர்.

ஒரு வருடம் கழித்து வீட்டிற்கு வந்த ஓநாயன், ஊழல் நிலக்கரி வியாபாரி ஒருவனுடன் தனக்குத் தொடர்பு ஏற்பட்டு விட்டதாகவும், சட்டத்திற்குப் புறம்பான செயல்கள் செய்யும் கும்பலில் தானும் இணையவிருந்ததாகவும், ஆனால் நீதிக்கான தன் மனசாட்சி குறுக்கிட்டு அதைத் தடுத்துவிட்டதாகவும் கூறினார். அதன்பிறகுதான் அவர் தன் உள்ளுணர்வுகளின்படி நடந்து, பணத்தைத் தேடி ஷேஜியாங் மாகாணத்திற்குச் சென்றுள்ளார். எப்படி வியாபாரம் செய்யவேண்டுமென்பதை ஷேஜியாங் மக்கள் உண்மையிலேயே நன்கு அறிந்து வைத்திருக்கின்றனர் என்றும், அங்கு வியாபாரத் தொடர்புகள் பெருமளவில் உள்ளன என்றும் ஆறு மாதங்கள் கழித்துத் தொலைபேசியில் என்னிடம் ஓநாயன் கூறினார். நாமும் ஷேஜியாங்கின் பேச்சுவழக்கில் உரையாட வேண்டுமென்பதுதான் அவர்களோடு தொடர்பில் இணைய தடையாய் இருந்தது. அப்பேச்சுவழக்கில் உரையாடாவிட்டால், மனிதர்களால் வேட்டையாடப்பட்டு விடக்கூடிய அபாயத்தில் இருந்த ஒரு ஓநாயைப் போலத்தான் தான் உணர்ந்ததாகக் கூறினார்.

ஷாங்காயினுள் நுழைந்ததுமே அங்கிருந்து வெளியேற்றப்படுமளவிற்கு அவர் அப்படி என்னதான் கேடு செய்தார் என ஒருமுறை ஓநாயனிடம் வினவினேன். உள்ளொடுங்கிய கின்லிங் மலைகளில் ரயில்பாதைப் பணிகளுக்காய் ஓநாயன் பணியாற்றிய அந்த மூன்று வருடங்களும் தான் செய்தித்தாளை வாசித்ததோ அல்லது வானொலி அறிக்கையை கேட்டதோயில்லை என அவர் கூறினார். மலையில் கழித்த ஒவ்வொரு நாளும் மற்றுமொரு போர்க்களம்தான். அங்கு பயிற்சிவீரர்களின் பட்டாளத்தில் இருந்த வீரர்கள் அனைவருமே தம் இளமையின் உச்சத்தில் இருந்ததால், பெண்களைப் பற்றி வக்கிரமாகப் பேசியபடியும் அரட்டையடித்தபடியும் திரிந்துள்ளனர்.

அத்தகையப் பேச்சுக்களெல்லாம் ஓநாயனுக்கு அப்போது பழக்கமில்லை. அதாவது, ஓர் இளம்பெண்ணின் ஓவியத்தை

அவர் கண்டு, தன்னுள்ளே உடல்ரீதியான மாற்றங்களை உணரத்துவங்கிய வரை, அவர் அவ்வாறிருந்தார் எனலாம். எனவே சமீபத்தில் முடிந்திருந்த கலாச்சாரப் புரட்சியையும் கடந்து, தீயொழுக்கங்களால் நிறைந்து அழுகி துர்நாற்றம் வீசிய பரபரப்பான ஷாங்காய் நகருக்குள் ஓநாயன் நுழைந்ததுமே அவர் அதன் பொறியில் சிக்கிக்கொண்டார். நகர வாழ்வு அவருக்கு போதையளித்துள்ளது. வெகு விரைவிலேயே இரவுநேர கேளிக்கை விடுதி கும்பல் ஒன்றோடு சேர்ந்து விட்டுள்ளார், அக்கும்பலை சேர்ந்த இளம்பெண்களும் இளைஞர்களும் ஷாங்காயின் உயரதிகாரிகளின் வாரிசுகளாக இருந்தனர். போக்கிரிகளெல்லாம் கும்பலாக ஒன்றுகூடும் இடத்திற்கு இன்னொரு பெயர்தான் 'இரவுநேர கேளிக்கைவிடுதி' என்பதாகும்.

இந்தப் புது வாழ்க்கையினுள் ஓநாயன் முற்றிலுமாய் மூழ்கிப்போனார், வீட்டிற்கு வரும் ஒவ்வொரு முறையும் ஒவ்வொரு பெண்ணை அழைத்துவரத் துவங்கினார். இதைக்கண்டு எங்களின் தாய் பீதியடைந்தார், போக்கிரியாக மாறிவிடவேண்டாமென அவர் ஓநாயனை எச்சரித்தார். "பலதார மணம் குற்றமாகும்!" என இரைந்தார். இதைக் கேட்டதும் ஓநாயன் என் தாயின் தோள்மீது ஆதுரமாகத் தன் கரத்தை வைத்தபடி, "பாவப்பட்ட என் அம்மாவே, நீங்கள் அளவிற்கதிகமாக கவலைப்படுகிறீர்கள்! இது சீர்திருத்தம் மற்றும் வெளிநாட்டுத் திறப்புக்கொள்கையின் காலம், முன்னேற்றத்தை நோக்கிய காலமிது. ஆணுக்கும் பெண்ணுக்கும் இடையேயான உறவுகளை இனியும் போக்கிரித்தனமாகக் கருதக்கூடாது. நானொரு புரட்சியாளப் பெண்ணை திருமணம் செய்து கொள்ளமாட்டேன், அதேசமயம் புரட்சியை எதிர்க்கும் பெண்ணையும் திருமணம் முடிக்க மாட்டேன். அவர்கள் என்னை காதலிக்கவில்லையென்றால் எங்களால் சேர்ந்து வாழ முடியாது. அவர்கள் என்னைக் காதலித்தாலுமே கூட, என் குடும்பம் அதை ஒப்புக்கொள்ளாவிட்டால், அப்போதும் எங்களால் சேர்ந்து வாழ முடியாது போய்விடும். திருமணம் செய்துகொள்வதா? பொருட்களை இடம் மாற்றியோ அல்லது மனிதர்கள் பணிகளை மாற்றிக்கொண்டோ, அனைத்தையும் நல்லபடியாக முடித்துவைக்க குடும்பமொன்றும் வியாபாரமல்லவே. எனக்கென ஒரு குழந்தை பிறந்தபிறகு, என் வாழ்வில் நான் எதையும் சாதிக்காமலேயே இருந்தால்,

எனது மகனுக்கும் அவனது குழந்தைகளுக்கும் அது பெருத்த அவமானமாகிவிடுமல்லவா!" என்றார்.

ஓநாயன் வீட்டிற்கு அழைத்துவந்த பெண்களிலேயே இளம் மங்கோலியப் பெண்ணொருத்தியை என் தாய்க்கு மிகவும் பிடித்துப் போயிற்று. தன் வேலைகளில் அந்தப் பெண் காட்டிய ஒழுங்குமுறையும், அவளது நல்ல அன்பான குணமும் காரணமாகியதால், ஓநாயனுடன் அவள் வீட்டிற்குள் நுழைந்தது முதலே என் தாய்க்கு அவளைப் பிடித்துப்போயிற்றாம். ஆனால் மலைப்புற மக்களுக்கே உரித்தான அவளுடைய அந்த உரத்தகுரல்தான் எங்களை மிகவும் சங்கடப்படுத்தியது. அவள் வாயைத் திறந்ததுமே, கூரையே பெயர்ந்துவிடுமளவு அவள் குரல் ஓங்கியொலிக்கிறது என நாங்கள் கூறுவோம்!

ஆனால் அந்த மங்கோலியப் பெண்ணோ பின்னர் நாடோடிகள் குழுவொன்றோடு சென்றுவிட்டாள், அதன்பின்னர் அவள் ஓநாயனின் பக்கமே எட்டிப்பார்க்கவில்லை. இப்போதா? ஷென்சென்னில் வியாபாரம் செய்ய ஓநாயன் சென்றுவிட்டார். தற்போது அவர் யாருடன் இருக்கிறார் என எவருக்குமே தெரியாது. "வீட்டிற்கு வரும்போது ஓநாயன் நம் குடும்பத்தில் ஒருவனாக இருக்கிறான். வீட்டிற்கு வராதபோது அவன் முற்றிலும் அந்நியனாகி விடுகிறான், அப்போது அவனைப் பற்றி நாம் கவலைகொள்ள வேண்டியதேயில்லை" என எங்கள் பெரிய அண்ணன் கூறுவார்.

எங்கள் தலைமுறை குறித்த ஓநாயனின் பார்வை என்னவாக இருந்தது? கட்சியின் விதிமுறைகளை கண்மூடித்தனமாகப் பின்பற்றும் நாங்கள் அனைவருமே ஏமாளிகளே என அவர் எங்களை கேலி செய்வார், ஏனெனில் எங்களின் மூத்த தலைமுறையினரோடு சேர்த்து, 1980கள் மற்றும் 1990களின் சின்னஞ்சிறு மன்னர்களையும் பராமரிக்கும் பொறுப்பினையும் ஏற்றுக்கொண்டிருந்தோம், ஆனால் அதற்காய் எங்களுக்கு வழங்கப்பட்டதோ மிகக்குறைந்த ஊதியமே. *Xiao Kang* எனப்படும் ஓரளவு வசதிபடைத்த சமூகமாகக் கூட முன்னேற முடியாமல், பெரும் வேதனைகளோடு நாங்கள் கடினமாக உழைத்தோம். ஆனால் இப்போதோ *நாங்கள் தான் 'சீனக் கனவுகளை'* தடுத்து நிறுத்தியவர்கள் எனப் பழிகூறுகின்றனர். இறுதியாக, நாங்கள்தான் குற்றவாளிகள் ஆக்கப்பட்டுள்ளோம்...

காலத்தின் கோலத்தால், எங்கள் விதியை நாங்களே தீர்மானிக்கவேண்டிய எஜமானர்களாக உருவாக வேண்டுமெனும் விருப்பம் எங்களுள் பற்றியெரியும் தலைமுறையாக நாங்கள் இருந்தோமென ஓநாயன் கருதினார். எங்களுக்கு முந்தைய தலைமுறையினர் வாழ்வில் போரையும் அமைதியையும் கடந்துவந்ததாலும், நாங்கள் பெருங்குழப்பத்திலும் அறியாமையிலும் வளர்ந்திருந்ததாலும், எங்கள் பிள்ளைகளோ – பொறுப்பின்மை, மதிப்பின்மை, உணர்வின்மை ஆகிய மூன்று ‘இன்மை’களால் நிறைந்த உலகில் தற்போது வாழ்கின்றனர். அவர்களுக்கு வரலாறு குறித்த புரிதல்களில்லை, தம் குடும்பம் குறித்த பொறுப்புமில்லை, நிஜ உலகைப் பற்றி ஏதுமறியாமல் அறியாமையில் திளைத்துள்ளனர்.

மூன்றே மூன்று தலைமுறைகளின் காலத்திற்குள், இத்தனைப் பெரிய சமூக எழுச்சி ஏற்பட்டிருப்பதென்பது, மனிதவரலாற்றிலேயே ஒரு முன்மாதிரி சம்பவம்தான் என நான் எண்ணுகிறேன். எனவே நாங்கள் பின்பற்றி நடக்க வேறெந்த சான்றுகளும் இல்லாததால், இந்த விதியை எதிர்த்துப் போரிடுவதென்பது சீனர்களுக்கு மிகக் கடினமானச் செயலாகவே இருந்தது. கற்களில் பாதம்பதித்து தான் ஆற்றைக் கடந்துசெல்ல வேண்டுமென சீனத் தலைவர்கள் கூறுவர். ஆனால் ஆற்றின் ஆழத்தையும் அகலத்தையும் கண்டறிய எங்களிடம் அப்போது நேரம் இருந்ததா? ஆற்றைக் கடக்க எந்த கற்கள் எங்களுக்கு உதவக்கூடும் என்பதையேனும் நாங்கள் அறிந்திருந்தோமா? எங்களின் எடையைத் தாங்கக்கூடியவாறு எந்தெந்த கற்கள் பெரிதாக இருந்தன என்பதேனும் எங்களுக்குத் தெரிந்திருந்ததா? ஒருவேளை, ஓநாயன் வாழ்ந்த காலத்தில் விரவியிருந்த இந்தப் பதட்டம் மற்றும் கிளர்ச்சியின் காரணமாகத்தான், தன்னைச் சுற்றியிருக்கும் உலகின்மீது எவ்வகையிலும் நம்பிக்கை கொள்ளாமல் அவர் தொடர்ந்து கேள்வி கேட்டபடியே இருந்தார் என எண்ணுகிறேன்.

鶴

தனக்குத்தானே இந்தக் கேள்வியை கேட்டபடியே ஓநாயனின் கதையை சொல்லி முடித்தார் நாரையாள். அலையலையாகப் பொங்கிப் பெருகிவரும் கேள்விகளை எதிர்த்து நீச்சல்போடும் மத்திம வயது ஆணொருவரின் வாழ்வைத் தன் விளக்கங்களின்

வழியாகத் தத்ரூபமாக என் கண்முன்னே படம்பிடித்துக் காட்டிவிட்டார் நாரையாள்.

அதற்காய் நான் எதிர்வினையாற்றக் கூட நேரமளிக்காமல், தன் தம்பி குரங்கனின் கதையைத் தொடர்ந்து கூறத் துவங்கினார் நாரையாள்.

鶴

என் சின்னத்தம்பி குரங்கன் எங்கள் வீட்டில் நான்காவது பிள்ளையாகப் பிறந்தான். எங்கள் எல்லோரையும் விட கவலையேயில்லாத வாழ்வை அவன் தான் வாழ்ந்துள்ளான். தன் வாழ்வைத் தன் விருப்பப்படி வாழும் வழக்கம் கொண்டவன், தனக்கு எதிலும் நம்பிக்கையில்லை, தனக்கு எந்த வர்க்கமுமில்லை, தனக்கென எவ்வித விருப்பமுமில்லை எனக் கூறும் அவன் தன்னைத்தானே 'ஒன்றுமில்லாதவன்' எனப் பெருமிதமாக விளித்துக்கொள்வான். 'நம்பிக்கையில்தான் போர் துவங்குகிறது. வர்க்கமென்பது சுரண்டலின் மறுமுகம். விருப்பமோ தீமையின் ஊற்றுக்கண்' என அவன் கூறுவான். அனைவரின் கண்களுக்கும் அவன் '100 சதவீதக் குரங்கு' மட்டுமே, என் தாய் குறிப்பிடுவதைப் போல எப்போதும் துறுதுறுவென, அதிகமாய் பேசிக்கொண்டு, வேடிக்கைகள் காட்டும் குரங்கு அவன்.

உண்மையில் எங்கள் அனைவரையும் விட குரங்கன் நன்கு கல்வி பயின்றவனாய் இருந்தான், வானவியல் துவங்கி புவியியல் வரை, வரலாறு துவங்கி அறிவியல் வரை அவன் நன்கு கற்றவனாயிருந்ததோடு, நடைமுறை வாழ்விலும் நன்கு தேர்ந்தவனாகவே இருந்தான். மேஜைகள், நாற்காலிகள், ஜன்னல்கள் மற்றும் கதவுகளை சரிசெய்வான், மிதிவண்டிச் சக்கரங்களை மாற்றுவான், தொலைக்காட்சியில் சேனல்களை ஒழுங்குபடுத்தி ஆண்டென்னாவை சரியாக அமைத்துத் தருவான், கண்ணிமைக்கும் நேரத்திற்குள் பாத்திரங்களைக் கழுவிக் கவிழ்த்துவிடுவான், இப்படி பலப்பல செயல்களும் புரிவதில் வல்லவன் அவன். ஆனால் இதையெல்லாம் எங்கிருந்து கற்றுக்கொண்டான் எனத்தான் எனக்குத் தெரியவில்லை.

குரங்கன் மேல்நிலை வகுப்பில் தேர்ச்சி பெற்ற அதே ஆண்டுதான், கலாச்சாரப் புரட்சிக்குப் பின்னான *Gaokao*

தேர்வுகள் மீண்டும் அறிமுகப்படுத்தப்பட்டன, ஆனால் தொடர்ந்து மூன்று வருடங்கள் குரங்கன் அத்தேர்வில் தோல்வியையே தழுவினான். அவன் ஒன்றும் முட்டாளில்லை; அவனால் 'தரநிலைப்படுத்தப்பட்ட' பதில்களை ஒப்புக்கொள்ள முடியவில்லை என்பதுதான் அத்தோல்விகளுக்குக் காரணம். தான் சொந்தமாகக் கொண்டிருக்கும் கருத்துக்களைக் கொண்டு, அறிஞர் பெருமக்கள் உண்டாக்கி வைத்திருக்கும் கோட்பாடுகளை எதிர்ப்பதென்பது, கற்களை எதிர்த்து முட்டைகளை வீசுவதைப் போல என என் தாய் அவனுக்கு அறிவுரை கூறினார்.

'தரநிலைப்படுத்தப்பட்ட' பதில்கள் நமக்குக் கூறும்படி மட்டுமே நாம் சிந்திக்கத் துவங்கிவிட்டோமானால் அது 'ஓருயிர் இனப்பெருக்கம்' போலாகிவிடும், ஆனால் 'வீரியக் கலப்பினக் கோட்பாடு'தான் மனித நாகரிகத்தின் பரிணாம வளர்ச்சிக்கு வழிவகுக்குமென குரங்கன் அதற்கு பதிலளித்தான்.

அச்சமயத்தில் தாங் ஹாயின் கல்விக்காக தகவல்கள் திரட்டுவதில் நான் உதவி செய்துகொண்டிருந்தேன், அவருக்குத் தேவையான சில பாடங்களைக் குறிப்பெடுத்து அனுப்புவதில் அப்போது குரங்கன் எனக்குப் பலமுறை உதவியுள்ளான். ஒளி அலகிடும் கருவிகளான ஸ்கேனர்களோ, தற்போது இருப்பதைப் போன்ற டிஜிடல் ஸ்கேனர் சேவை மையங்களோ அப்போது ஏதுமில்லை. கையால் அனைத்தையும் எழுதி, அதை தாங் ஹாயுக்கு அனுப்பி வைப்பதுதான் எங்களுக்கு இருந்த ஒரே வழிமுறையாகும்.

ஒருநாள், அதேபோன்று பக்கம் பக்கமாகக் குறிப்புகளை எழுதிக்கொண்டிருந்த குரங்கன், என்னிடம் திரும்பி "தொலைத்தொடர்புகளின் வளர்ச்சி மனித சமூகத்தையே 'ஒன்றுமில்லாத்தனம்' நோக்கி இழுத்துச் சென்றுவிடுமோ?" எனக் கேட்டான்.

பின்னர் உண்மையாகவே 'ஒன்றுமில்லாத' வேலையொன்றைத் தான் குரங்கன் மேற்கொண்டான். தனக்கான தொழிற்துறையாகக் கணினியை தேர்வுசெய்து அதனுள் நேரடியாகப் பாய்ந்தான், பின்னர் இணையம் சார்ந்த பணியிலும் ஈடுபட்டான். தற்போது கணினித் திறனை இணையம் ஊடாகப் பெறுவதற்குரிய ஏற்பாடாகிய மேகக் கணிமையில் பணிபுரிகிறான். அவனுக்கு வேலையில்லை, திருமணமாகவில்லை, கணினிகளைத்

தவிர வேறெதிலும் ஆர்வமுமில்லை என்பதால் அவன் 'ஒன்றுமில்லாதவன்' தானென என் தாய் கூறுவார். ஆனால், தொலைத்தொடர்பு வளர்ச்சி குறித்தான தகவல்களையெல்லாம் தனக்கும் முன்னரே குரங்கன் அறிந்துவைத்திருக்கிறான் என தாங் ஹாய் எப்போதுமே பெருமிதமாய் குறிப்பிடுவார்.

அப்படியானால் குரங்கன் எப்படி வாழ்வை ஓட்டினான்? எங்கள் அனைவரையும் விட எப்போதுமே அவன் அதிகமாகத்தான் சம்பாதித்தான். அவன் தன்னைத்தானே 'பகுதிநேரப் பணியாளன்' என விளித்துக்கொண்டாலுமே கூட, நிலையான வேலையற்ற ஒரு நாடோடி எனத்தான் அவனைப் பலரும் கருதினர். நகரத்தின் போக்குவரத்தைக் கட்டுப்படுத்தும் கணினிகளை அமைப்பது, பல்கலைக்கழகக் கணினிக்கூடங்களில் வேலை செய்வது, நிறுவனங்களின் உயரதிகாரிகளுக்கு கணினிப் பயிற்சியளிப்பது, திரைப்படங்களுக்கு கணினிவழி சிறப்புத் திரைக்காட்சிகளை உருவாக்கித் தருவது போன்ற வேலைகள் அவனுக்குத் தரப்பட்டன; இவற்றைப் போல மேலும் பல வேலைகளையும் செய்தான், அவை என்னவென என் நினைவில் கூட இல்லை. எப்படிப்பார்த்தாலும், தன் தொழிற்துறைப்பணி எனும் மரத்தில், ஒரு கிளையில் இருந்து இன்னொரு கிளைக்கு மும்முரமாகத் தாவியபடியே இருந்த ஒரு குரங்காகத்தான் அவன் இருந்தான். அங்கு நிஜமாகவே நம்பிக்கையோ, வர்க்கமோ, விருப்பமோ இருக்கவில்லைதான்.

எங்கள் தலைமுறையினரை குரங்கன் எவ்வாறு கண்டான்? அதைப்பற்றி எண்ணிப்பார்க்கக் கூட அவன் விரும்பவில்லை! தம் நாட்டின் வரலாற்றை மற்றவர்கள் 'சுத்தப்படுத்தவும்', அதற்கேற்றார் போல் தம்மைத்தாமே 'தகவமைத்துக்கொள்ளவும்' சீனர்கள் வெகுவாய் பழக்கப்பட்டுப் போனவர்கள் என்பதுதான் குரங்கனின் எண்ணம். தமக்களிக்கப்பட்ட வரலாற்றை அவர்கள் பணிவுடன் ஏற்றுக்கொள்கின்றரே தவிர, தமது உண்மையான வரலாறு என்னவென்பதை தேடிக்கண்டடைவதில் அவர்களுக்கு ஆர்வமேயில்லை. கடந்த நூற்றாண்டின் வரலாற்றில் ஒரு சிறு பகுதி மட்டுமே உண்மையானது, அதாவது சமுத்திரத்தின் ஒரு துளி மட்டுமே உண்மையென்பதைப் போல. நமது புராதனங்களின் புகழாரங்கள், கம்யூனிசக் கட்சியின் பெரும் திறமை, லோயஸ் பீடபூமியில் இருந்தும், வடக்கின் பெரும் வனப்பகுதிகளில் இருந்தும் பிரபலமான நமது இலக்கிய

இயக்கங்களில் காணக்கிடைக்கும் சோகக் கதைகள், மோசமான கவிஞர்கள் எழுதிய ஊளையிடும் ஓநாய்களையும் கனைக்கும் ஆடுகளையும் தவிர நம் வரலாற்றில் வேறெதுவுமில்லை.

இத்தனைப் போதாமையுடன் கூடிய வரலாற்றுப் புத்தகங்களைத்தான் நாம் நம் அடுத்தத் தலைமுறையினருக்கு விட்டுச்செல்கிறோமெனில், அபத்தமான அரசியல் போராட்டங்களைப் பற்றியும் அவற்றில் தொலைந்துபோன வாழ்வுகளைப் பற்றியும் இவற்றுள் எத்தனைப் புத்தகங்கள் அவர்களுக்கு உரைக்கக்கூடும்?

கலாச்சாரப் புரட்சியின்போது, ஐவகைக் கருப்பு வகைமையினராக முத்திரைக் குத்தப்பட்ட குடும்பத்தினரின் சின்னஞ்சிறு குழந்தைகளெல்லாம், புகையும் அழுக்கும் மண்டி அடர்கருப்பாய் மாறியிருந்த சுவர்களையொட்டி குத்துக்காலிட்டு அமர்ந்திருந்தார்களே, அவர்கள் இருந்த அந்த அருவருப்பான குடியிருப்புகளைப் பற்றி அப்புத்தகங்களின் எத்தனை அத்தியாயங்கள் பேசக்கூடும்?

நம் நாட்டைக் காப்பதற்காக போர்க்களங்களில் காயம்பட்ட முன்னாள் படைவீரர்கள், இப்போது மருத்துவரைக் காணச் செல்வதற்கும்கூட பணம் கடனாகப் பெற்றுச் செல்லவேண்டிய நிலையிலேயே இருக்கின்றனரே, அவர்களைப்பற்றி அப்புத்தகங்களின் எத்தனைப் பத்திகள் விளக்கக்கூடும்?

உறையவைக்கும் குளிர்காலநாட்களிலும் கூட தெருவோரங்களில் சிற்றுண்டி விற்றுப் பிழைப்புநடத்தும் தம்பதியர்களைப் பற்றி, தமக்கென ஒரு நாளின் சில நிமிடங்களைக் கூட ஒதுக்கிக்கொள்ள முடியாத அளவு கடுமையாக உழைக்கும் அவர்களைப் பற்றி அப்புத்தகங்களின் எத்தனைப் பக்கங்கள் எடுத்தியம்பும்?

பெருநகரங்களுக்குப் பெருவாரியாக இடம்பெயர்ந்து சென்றுவிட்ட மக்களால் கிராமங்களிலேயே கைவிடப்பட்ட முதியவர்கள் குறித்தும் குழந்தைகள் குறித்தும் அப்புத்தகங்களின் எத்தனை வரிகள் சொல்லும்?

நம்பிக்கையை புனரமைப்பது, வர்க்க பேதங்களை முற்றிலுமாக அழித்தொழிப்பது, விருப்பங்களை புறந்தள்ள பாடுபடுவது போன்றவையெல்லாம் சீனாவைக் காப்பாற்ற உதவாது, ஏனெனில் நம்பிக்கை, வர்க்கம், விருப்பமென்றால் உண்மையில்

என்னவென சீனர்கள் இனிதான் அறிந்துகொள்ளவே வேண்டியுள்ளது.

இன்றைய தேதிவரை குரங்கன் தனியனாகத்தான் இருக்கிறான், அவனுக்கென ஒரு காதலியோ அல்லது காதலனோ கூட இல்லையென அறிகிறேன். அடுக்ககக் குடியிருப்பொன்றில் அவன் வாடகைக்கு இருந்தகாலங்களில், அவ்வப்போது வீட்டிற்கு வந்து செல்வதை வழக்கமாகக் கொண்டிருந்தான். ஆனால் சில வருடங்களுக்கு முன்னர் அவன் தனக்கென ஒரு இரட்டைப் படுக்கையறை கொண்ட அடுக்ககவீட்டை வாங்கியதில் இருந்து, அவன் எங்கள் வீட்டிற்கு வருவதேயில்லை. கணினிகளுக்கும் கணினி விளையாட்டுகளுக்கும் அடிமைப்பட்டுக் கிடப்பவர்களான *'otaku'*வாக அவனும் மாறிவிட்டானென எண்ணுகிறேன். கணினிகள்தான் அவன் வாழ்க்கை, அவன் மனைவி மற்றும் அவன் உலகம் என எங்கள் அண்ணன் கூறுவார்.

எப்படிப் பார்த்தாலும் "மூன்று இல்லாமை"களோடுதான் குரங்கன் உண்மையிலேயே வாழ்ந்து வருகிறான்.

鶴

அவர் இதைக் கூறியபோது, சீனர்கள் தங்களுக்கான விருப்பங்களை பலவகைகளில் உருவாக்கிக்கொள்ளவும், அவ்விருப்பங்களை நிறைவேற்றிக்கொள்ளவும் கூடியதொரு இடமாக இணையம் இருக்கிறது என எண்ணிக்கொண்டேன். ஆனால், நாரையாள் தொடர்ந்து தன் தங்கையின் கதையைக் கூறத்துவங்கிவிட்டதால், அவரை இடைமறிக்க வேண்டாமென நான் இதை வாய்விட்டுக் கூறவில்லை.

鶴

எங்களின் கடைக்குட்டித் தங்கை வாத்திதான் எங்கள் குடும்பத்திற்கான செய்திகளை வழங்கும் மையமாக இருந்தாள். பெரிய வாயையுடைய சிறிய வாத்து அவளென என் பாட்டனார் கேலி செய்வார். அவள் உடலின் மற்ற எந்த பாகத்தை விடவும் அவளுடைய வாய்தான் நிறைய வேலை செய்கிறது என என் பாட்டி கிண்டல் செய்வார்!

அவள் பேசத் துவங்கியதுமே, இது ஏன் இப்படி இருக்கிறது அது ஏன் அப்படி உள்ளது போன்ற முடிவேயில்லாத கேள்விகளால் வீட்டிலிருந்த அனைவரையும் துளைத்தெடுக்கத் துவங்கினாள். அவள் கேட்கும் கேள்விகளுக்குத் தவறான பதிலளிப்பதன் மூலம் அவளிடம் அறியாமையை விதைத்துவிடக்கூடாது என என் பெற்றோர்கள் கூறியிருந்தபடியால், எங்கள் கைகளில் எப்போதும் என்சைக்ளோபீடியாவை வைத்துக் கொள்ள வேண்டியது அவளால் அவசியமாகியது. அவள் நடக்கத் துவங்கிய அந்த நொடியில் துவங்கி எங்கள் அனைவரின் தனிமையும் பறிபோனது.

பாலகர் பள்ளிக்கு அவள் சென்ற முதல் நாளிலேயே, எங்கள் குடும்பத்தினர் அனைவரின் விசித்திரப் பழக்கவழக்கங்களையும் அவளுடைய ஆசிரியரிடம் ஒப்பித்து விட்டிருந்தாள்.

"தாத்தாவின் பாதங்கள் துர்நாற்றம் வீசும், எனவே அவர் குளிக்கும் நீரில் என் பாட்டி பூக்களைப் போடுவார்" - உண்மையில், அவருடைய இரத்த ஓட்டம் சீராக குங்குமப்பூக்களைத் தான் பாட்டி போடுவார்.

"என் பாட்டிக்கு விதைகளின் கூடுகளைப் பிடிக்காது, விதைக் குழந்தைகளைத்தான் அவர் விரும்பிச் சாப்பிடுவார்" - பாட்டிக்கு சோளத்தின் மேல் ஓடுகள் பிடிக்காது, அவர் சோள விதைகளை மட்டுமே உண்பார்.

"அப்பாவிற்கு கண்ணாமூச்சி விளையாட்டென்றாள் அவ்வளவு பிடிக்கும், எவ்வளவென்றால் இரவு வெகு நேரமானாலும் கூட அவர் வீட்டிற்குத் திரும்பிவரவே மாட்டார்" - அலுவலகத்தில் அவருக்கு ஓய்வேயில்லாத பணியிருந்தது.

"அம்மா தன் புத்தகங்களை தன் காற்சராயுக்குள் வைத்துக்கொள்வார்" - இதைக் கேட்டதும் எங்களின் தாய் விக்கித்துப் போனார்; சில கவிதைப் புத்தகங்களை அவர் தன் துணி அலமாரியில் மறைத்து வைத்திருந்தார், அவ்வளவே. நல்லவேளை மூன்றுவயது வாத்தியின் வார்த்தைகளை யாரும் அத்தனைத் தீவிரமாக எடுத்துக்கொள்ளவில்லை. எனினும் தன்னிடமிருந்த அந்தக் கவிதைப்புத்தகங்களை எரித்துவிட வேண்டுமென என் தாய் விரும்பினார், ஏனெனில் முதலாளித்துவ, நிலப்பிரபுத்துவ, அரசியல்

திருத்தல்வாதம் செய்யத்தக்க எதையும் அக்காலத்தில் வைத்துக்கொண்டிருப்பதென்பது கடுமையான குற்றமாகும்.

"பெரிய அண்ணனுக்கும் அண்ணிக்கும் சின்னஞ்சிறு அண்ணன் மகளோ அல்லது அண்ணன் மகனோ தான் பிறக்கக்கூடும், அவர்களுக்கு குட்டித்தம்பியோ அல்லது குட்டித்தங்கையோ பிறக்கமாட்டார்கள்" – ஒரு குழந்தை திட்டம்.

"இரண்டாவது அண்ணன் வீட்டிற்கு வரும்போதெல்லாம் நெருப்பைப் பற்ற வைத்துவிடுவார். ஒட்டுமொத்தக் குடும்பமும் வியர்க்கத் துவங்கிவிடும்" – இது என்னவோ மிகச்சரிதான்.

"பெரிய அக்காவிற்கு மீன்களுடன் பேசுவது பிடிக்கும், ஆனால் மீன் முட்கள் மட்டும் பிடிக்காது" – ஒருமுறை என் தொண்டையில் மீன்முள் சிக்கிக்கொண்டது, அதிலிருந்து உன் கையில் எனக்கு அவற்றைக் கண்டாலே பயம்.

"மூன்றாவது அண்ணன் குரங்கு மன்னன் சுன் வூகோங் போன்றவர், அனைத்தையும் உடைத்துப் பார்ப்பதுதான் அவர் வழக்கம்" – *Journey to the West* நூலில் வரும் கதாபாத்திரத்தோடுதான் நாங்கள் எப்போதும் குரங்கனை ஒப்பிடுவோம்.

வாத்தி துவக்கப்பள்ளியில் சேர்வதற்கு முன்னர் என் தாயும் தந்தையும் எப்போதும் ஒருவித பீதியிலேயே இருந்ததாக என் தாய் பின்னரொரு நாள் என்னிடம் கூறினார். எப்போதும் போல அவள் எதையேனும் யாரிடமேனும் உளறிக்கொட்டிவிட்டால், அதன்மூலம் நாங்கள் வலதுசாரி பிற்போக்காளர்களாக அடையாளப்படுத்தப்பட்டு விடுவோம், அது ஒட்டுமொத்தக் குடும்பத்துக்குமே அரசியல் கேட்டினை உருவாக்கிவிடக்கூடுமென அவர்கள் பயந்தனர்.

நினைத்ததைப் போலவே, வாத்தி தன் முதல் மாதப் பள்ளிவகுப்பை முடிக்கும் முன்னரே, புதிதாக மாற்றலாகி வந்திருந்த புரட்சிக்குழு இயக்குநர் என் தாயை சந்திக்கவேண்டுமென அழைத்திருந்தார்.

மிகக் கடுமையான குரலில் அவர் என் தாயைப் பார்த்து, "சிறிதளவேனும் பச்சை கலந்தால்தான் சிவப்பு அழகாகவிருக்கும் எனும் வரிக்கு என்ன அர்த்தம், சொல்லுங்கள்? புரட்சிகரமான சிவப்பு அழகாகத் தோன்ற

பச்சை எதற்காய் தேவைப்படுகிறது? சிவப்பு அழகாயில்லை என மட்டும் என்னிடம் கூறிவிடாதீர்கள்!" எனக் கூறியுள்ளார்.

என் தாய் வாயடைத்துப் போனார். இயக்குநர் எதைப்பற்றிப் பேசுகிறார் எனக்கூட என் தாய்க்குப் புரியவில்லை!

"உங்கள் குழந்தை மொங் லிகுவோ – வாத்திதானே அவள் செல்லப்பெயர்? – அவள் அப்படித்தான் கூறினாள். குழந்தைகள் பொய் கூற மாட்டார்கள், வீட்டில் இப்படியான எதிர்ப்புரட்சிக் கருத்துகளை நீங்கள் அவள் மனதுக்குள் ஏற்றிவைத்துள்ளீர்களா? புரட்சிகரமான சிவப்பு அழகில்லை என அவள் எண்ணும்படி செய்துள்ளீர்கள்!"

பாவம் என் தாய், இதை வாத்தி எங்கிருந்து கற்றிருப்பாள் என அவருக்கு உண்மையிலேயே தெரியவில்லை.

"இதை எப்போது வாத்தி கூறினாள் எனக் கூற முடியுமா?" வெளியே உறையவைக்கும் குளிர் இருந்தபோதும், வியர்த்துக்கொட்டியபடியே உடலெல்லாம் நடுநடுங்க என் தாய் இக்கேள்வியை அவரிடம் கேட்டார்.

இயக்குநர் தன் மேஜையைத் திறந்து ஒரு சிறு துண்டு காகிதத்தை எடுத்தார். அதை ஒருமுறை பார்த்துவிட்டு என் தாயை நோக்கி, "இன்று எங்கள் புரட்சியாள மாணவர்கள் அனைவரும் 'என் குடும்பத்தைப் பற்றிய அறிமுகம்' எனும் பாடத்தை கற்றிருக்கின்றனர். அப்போது மாணவி மொங் லிகுவோ தன் தாய் பெயர் ஹான் ஆன்பி எனவும் அவருடைய செல்லப்பெயர் பச்சையாள் எனவும் குறிப்பிட்டுவிட்டு, 'சிறிதளவு பச்சை கலந்தால்தான் சிவப்பு அழகாக இருக்கும்' என எழுதியிருக்கிறாள். இதற்கு என்ன அர்த்தம்?" எனக் கேட்டுள்ளார்.

இதைக்கேட்டதும் என் தாய் நிம்மதியில் நீண்ட பெருமூச்செறிந்தார். "இயக்குநர் அவர்களே, எங்கள் குடும்பம் பெரியது. மொங் லிகுவோ தன் பள்ளிப்படிப்பைத் துவங்குவதற்கு முன்னர், அவளுக்கு எங்களின் உறவினர்களை அறிமுகம் செய்வதற்காக, கல்வியறிவு பெறாத அவளுடைய பாட்டியார்தான் இம்முறையைக் கையாண்டிருக்க வேண்டும் – அவருக்கு எழுதப் படிக்கத் தெரியாது, எனவே இதுபோன்ற சிறுசிறு வரிகளை அவர் கூறியிருக்கலாம். உதாரணத்திற்கு, மொங் லிகுவோவின் தந்தை பெயர் மொங் தாபூ என்பதாகும்,

அதை அவளது பாட்டியார் 'ஃபூ' என்றால் செல்வம் எனப் பொருள்படும்படி சொல்லித்தந்திருக்கிறார், ஏனெனில் கம்யூனிசக் கட்சி எங்கள் அனைவரையும் செல்வந்தர்களாக்கி விடுமென அவர் நம்பியிருக்கிறார்" என்றிருக்கிறார் என் தாய்.

என் தந்தையின் பெயரைக் கேட்ட அடுத்த நொடி இயக்குநரின் முகம் மாறியது. சட்டென அவர் முகத்தில் உற்சாகமும் மகிழ்ச்சியும் தொற்றிக்கொண்டது.

"*அய்யா!* நீங்கள் ஆணையர் மொங் தாபூவின் மனைவியா? ஏன் இதை முன்னரே கூறவில்லை?"

மீண்டும் என் தாய் வாயடைத்துப் போனார். 'நான், நான் ---"

"பிரமாதமான விஷயம்! ஆணையர் மொங் தாபூ அவர்களின் துறையில் தான் என் கணவர் பணிபுரிகிறார். நாம் இனி ஒருவருக்கொருவர் உபயோகமாய் இருக்கலாம்."

என் தாய் புன்னகைத்தபடியே, "இங்கு எங்கள் குழந்தைகள் மேலும் இருவர் பயில்கின்றனர். மொங் லிகுவோவின் அக்காள் மொங் ஆய்குவோ மற்றும் அவளுடைய அண்ணன் மொங் பாவோகுவோ" என்றிருக்கிறார்.

"அற்புதம், அற்புதம்! எவ்வளவு பிரமாதமான புரட்சிகரப் பெயர்கள்! அப்பெயர்கள் நிச்சயம் அக்குழந்தைகளை புரட்சியின் பொன்பாதையில் நடைபோடச் செய்யும்!"

"ஒருவருக்கொருவர் உபயோகமாய் இருப்பது" என்பது எழுதப்படாததொரு அரசியல் ஒப்பந்தம் என்பதை இரு பெண்களுமே மனதார அறிந்திருந்தனர். அதாவது: 'கட்சியாளர் 'பி'யின் கணவருக்கு பணியிடத்தில் கட்சியாளர் 'ஏ'வின் கணவரது ஆதரவு கிட்டவேண்டும். அப்படி கிட்டும் பட்சத்தில், பிரிதியுபகாரமாகக் கட்சியாளர் 'ஏ'யின் குழந்தைகளை கட்சியாளர் 'பி' பள்ளியில் பத்திரமாக கவனித்துக்கொள்வார்."

'சிறிதளவு பச்சை கலந்தால்தான் சிவப்பு அழகாக இருக்கும்' என்பதைக் கூறி நாங்கள் கேலி செய்யும் போதெல்லாம், 'நல்லவேளை, அன்று அந்த இயக்குநருக்கும் எனக்கும் இடையே நல்ல புரிந்துணர்வு ஒப்பந்தமொன்று உருவானது, இல்லாது போயிருந்தால் வாத்தி நம் எல்லோரையும் சிறைக்குதான் அனுப்பியிருப்பாள்!' என என் தாய் கூறுவார். இதைக்கேட்டு ஆத்திரம்கொள்ளும் வாத்தி, "மறுபடியுமா!

நான் எத்தனையோ முறை உங்களிடம் கூறியிருக்கிறேன்: 'நீங்கெளெல்லாம் புரட்சியின் குழந்தைகள், உங்களுக்கென காதலோ ஆசையோ இருக்கக்கூடாது!" என முணுமுணுப்பாள்.

'வாழ்க்கை தன் பாதையில் செல்லும்' எனும் வழக்காறுக்கு ஏற்ப, பல்கலைக்கழகத்தில் நுழைந்ததுமே வாத்தி வணிக நிர்வாகத்துறையைச் சேர்ந்த இளைஞர் ஒருவர்மேல் காதலில் விழுந்துவிட்டாள். அவரோ ஒரு பேசாமடந்தை, நாட்கணக்காகக் கூடப் பேசாமல் இருக்க அவரால் முடியும். அவர்கள் இருவரும் நான்கு வருடங்கள் காதலித்தனர், பட்டப்படிப்பை முடித்ததும் ஷுஹாயில் பணிபுரிய இருவரும் ஒன்றாகவே சென்றனர். இருவரும் இருவேறு துருவங்களாக இருந்தபோதும் எப்படி அத்தனையாண்டு காலம் ஒன்றாக இருந்தனர் என அவர்களின் திருமணத்தன்று அவர்தம் நண்பனொருவன் கேட்டான்.

இதைக் கேட்டதும் வெட்கத்தில் சிவந்து போன மணமகன், அதாவது என் மைத்துனர், மணப்பெண்ணை ஏறிட்டுப் பார்த்தார். அவளோ, "இந்தமுறை நீங்கள் ஏன் எதாவது கூறக்கூடாது? நம் திருமணநாளின் நினைவுக்குறிப்பாக அது இருக்கட்டும்" எனக் கூறிவிட்டாள்.

சிறிய இடைவெளிக்குப் பிறகு, ஒவ்வொரு வார்த்தையாக எண்ணியெண்ணி மணமகன் பேசினார், "அவளுக்குப் பேசுவதில் விருப்பம், எனக்கு அவள் பேசுவதைக் கேட்பதில் விருப்பம், எனவே நாங்கள் இருவரும் 'காதல் பேசினோம்!" என்றார்.

இந்த பதிலைக் கேட்டதும் என் தந்தையார், 'மிக நன்றாகச் சொன்னீர்கள்!" என ஆரவாரித்தார்.

இந்த சமூகம் ஒரு கடலைப் போலென்றால், வாத்திக்கு அதன் அலைகளுடன் விளையாடத் தெரியும். தமக்குள்ளே நடக்கும் போட்டியில் எப்படி மிதப்பது, மூழ்குவது என மற்றவர்கெளெல்லாம் போராடிக்கொண்டிருக்கும்போது, எவ்விதத்திலும் ஆபத்தில் சிக்கிக்கொள்ளாமல் நீரில் எப்போது தன் கால்களை நனைக்கவேண்டுமென்பதை வாத்தி அறிந்திருந்தாள். அதிகபட்சம் தன் இடை நனையும்வரைதான் அவள் கடலுக்குள் செல்வாள். இவ்வகையில் அடுக்கடுக்காய் வரும் அலைகளில் எப்படி விளையாட வேண்டுமென்பதை அறிந்திருந்த வாத்தி, ஆபத்தான பேரலைகளில் இருந்து எப்போதும் விலகியே இருந்தாள்.

இதை மேலும் எப்படி விளக்குவேன்? ஷூஹாயுக்கு அவர்கள் சென்றபோது, அவர்கள் பணிபுரிந்த நிறுவனம் அரசாங்கத்தோடு இணைக்கப்பட்டிருந்தது. அதாவது வளர்ச்சித் திட்டங்களை செயல்படுத்தியதோடு, அரசாங்க ஊக்கத்தொகைகள் மூலமாக அவர்களால் நிலையான வருமானத்தையும் ஈட்ட முடிந்தது. ஓநாயனுக்கும் முன்னர் இருந்தே வாத்தி பங்குவர்த்தகங்களில் ஈடுபட்டிருந்தாள், ஆனால் அவள் தனக்கு என்ன தேவையோ அதை மட்டும் அதிலிருந்து ஈட்டிக்கொண்டாள், பெரும் லாபம் வேண்டி பேராசை கொண்டதில்லை, தனக்கென ஒரு திட்டம் தீட்டி வைத்துக்கொண்டு அதையொட்டியே செயலாற்றினாள். பின்னர் அவர்கள் வெற்றிக்கான இடமான யுனான் நோக்கிச் சென்று, அங்கு தம் இரண்டாம் வீட்டை அமைத்துக்கொண்டனர். எனது பெற்றோர்களின் வீட்டையும் சேர்த்துக்கொண்டால், பீஜிங்கில் அவர்களுக்கு சொந்தமாக உள்ள மூன்றாம் வீடு அது.

வியாபாரம் செய்ய விரும்பும் ஆண்களும் பெண்களும் பெரும்பாலும் மக்கள் சந்தடிமிக்க பிரதான சாலைகளையே விரும்புவர், ஆனால் ஆற்றங்கரையோரம் அமைந்திருந்த ஒரு அமைதியான பழைய வீதியொன்றில் வாத்தியும் அவள் கணவரும் தம் கடையை அமைத்துக்கொண்டனர். உள்ளூரைச் சேர்ந்த முதியவர் ஒருவருக்குச் சொந்தமான ஒரு எளிமையான மூங்கில் வீட்டை வாடகைக்கு எடுத்து, அதன் மேற்தளத்தில் சில மேஜைகளையும் நாற்காலிகளையும் அமைத்து, தேநீர், காப்பி, எளிய உணவு வகைகளை விற்கத் துவங்கினர். அதன் அமைதியும் அழகும் நிறைந்த சூழல் பல வெளிநாட்டுப் பயணிகளை ஈர்க்கத் துவங்கியது, ஐரோப்பிய அமெரிக்கப் பயணிகள் சந்திக்கும் இடமாக நாளடைவில் அது மாறிப்போனது. இதன்மூலம் கிடைத்த பணத்தைக் கொண்டு வாத்தியும் அவள் கணவரும் முதியவரின் அந்த இல்லத்தை புனரமைத்தனர், உட்கழிவறை வசதி, சமையலறை, சுடுநீர் அமைப்பு போன்றவற்றை கட்டிக்கொடுத்தனர்.

பின்னர் யுனான் பயணிகளின் பிரதான கேளிக்கைப்பகுதியாக மாறியதும், சீனமொழி பேசக்கூடிய டச்சு புகைப்படக்கலைஞர் ஒருவரை அம்முதியவரின் கடையை மேற்பார்வை செய்ய வாத்தியும் அவள் கணவரும் நியமித்தனர். அந்த டச்சுக்காரர் அதன்பிறகு ஒன்பது வருடங்கள் யுனானிலேயே தங்கியிருந்தார்

என வாத்தி என்னிடம் கூறினாள். அவர் உலகம் முழுதும் சுற்றி வந்திருக்கிறார், ஆனால் இத்தனை அதிசயத்தக்க நிலவமைப்புகளையோ செறிவான கலாச்சாரத்தையோ தான் வேறெங்கும் கண்டதில்லை எனக் கூறியுள்ளார்.

கடந்த இரு வருடங்களாக வாத்தியும் அவள் கணவரும் பழம்பொருட்கள் வாங்கிவிற்கும் வியாபாரத்தில் ஈடுபட்டு வந்துள்ளனர். ஒருநாள் இரண்டு பழைய ஜாடிகளை அவர்கள் வீட்டிற்குக் கொண்டுவந்தனர். அவற்றைப் பார்த்ததும் என் தந்தை, "அப்போதெல்லாம் என் கிராமத்தின் ஒவ்வொரு வீட்டின் வெளியறையிலும் இதுபோன்ற ஜாடிகள் இருக்கும், ஊறுகாய்களை பாதுகாக்கவும், ரொட்டிகளை உலர்வாக வைத்துக்கொள்ளவும், வைனை நொதிக்க வைக்கவும் அவை பயன்படும். ஆனால் இக்கால மனிதர்கள் செய்வது வேடிக்கையாகத்தான் இருக்கிறது, எதற்கு ஒரு பொருள் உபயோகப்படும் என்பதைத் தெரிந்துகொள்ளாமலேயே அதை வைத்து பணம் பண்ணுகிறார்கள்" என்றார்.

சென்ற வருடம், அவர்கள் இணையவழி வர்த்தகமொன்றைத் துவங்கினார்கள், என் பெற்றோர்களின் வீட்டில் ஒரு அறையை மட்டும் அதற்கான கிடங்காக உபயோகித்துக்கொள்ள அனுமதிக்குமாறு கெஞ்சிக்கேட்டு வாங்கிக் கொண்டனர். வெகுவிரைவிலேயே வியாபாரம் சூடுபிடிக்கத் துவங்கியதும், பொருட்களை அஞ்சல்வழியாக வாடிக்கையாளர்களுக்கு அனுப்பிட எண்பது வயதுநிரம்பிய என் பெற்றோர்களும் கூட மும்முரமாக அவர்களுக்காகப் பணிபுரியத் துவங்கினர். எங்கள் வளாகத்தினுள்தான் அஞ்சலகம் இருந்ததென்றபோதும், ஒரு மகளாக மகப்பண்பிற்கு ஒவ்வாத செயல்களை வாத்தி செய்வதாக எண்ணி என் பெரிய அண்ணன் அவள் மேல் சினம் கொண்டார். வாத்தியோ, "நம் பெற்றோர்களுக்கு மதிப்பளிக்க வேண்டுமென்றால், அவர்களை போதிசத்துவர்களைப் போலப் போற்றிப்பாதுகாக்க வேண்டுமென அர்த்தமில்லை. அவர்களின் பிள்ளைகள் எதில் விருப்பம் கொண்டிருக்கிறார்களோ அதைப் பெற்றோர்களும் புரிந்துகொண்டு அதில் அவர்களை உதவிபுரிய வைப்பதேயாகும். அத்தகைய செயல்களைச் செய்யும்போது அவர்கள் தம் கால்களை நீட்டி மடக்கவும் முடிவது மேலும் நல்லது. ஏனெனில் முதலில் முதுமையடைபவை கால்கள்தான் அல்லவா?" எனப் பதிலடி கொடுத்தாள்.

வாத்தி சொன்னது உண்மைதான் என்பதைப்போல, அதன் பின்னர் எங்கள் பெற்றோர்களின் உடல்நலம் நன்றாகவே தேறியது.

அவளது குழந்தைகளா? வாத்தியின் மகள் யோயோவை என் பெற்றோர்கள்தான் வளர்த்தனர் ஏனெனில் வாத்தியும் அவள் கணவரும் ஓரிடத்தில் நிலையாக நிற்காமல் எப்போதும் பயணித்தபடியே இருந்தனர், ஒரு அலைபோல் யோயோவின் வாழ்வினுள் அவ்வப்போது அவர்கள் வந்து சென்றனர், முழுநேரப் பெற்றோராய் அவர்கள் அவளை கவனிக்கவேயில்லை. ஆஸ்திரேலியாவில் படித்துமுடித்துவிட்டு யோயோ திரும்பியதும், அவளுக்கு ‘சுதந்திரம்’ அளிக்கவேண்டுமென அவர்கள் அவளுக்கெனத் தனியாக இரட்டைப்படுக்கையறை கொண்ட அடுக்கக வீட்டையும் கூட வாங்கிக்கொடுத்தனர். வசந்தவிழாவின் போது என் பெற்றோர்களின் வீட்டிற்கு வாத்தி தம்பதியர் வருகை தரும்போதுதான் யோயோ தன் பெற்றோர்களையே காண்பாள். தற்போது, சிங்காய் - திபெத்திய பீடபூமியின் ஏதோவொரு மூலையில் அவர்கள் இருவரும் இயற்கையழகில் லயித்துக் கிடக்கின்றனர் என்பது மட்டும் தெரியும்.

வாத்தி எப்படி அனைத்தையும் பார்த்தாள்? நேர்மையாகச் சொல்வதானால் அவள் பலவற்றையும் பார்த்தாள், அவள் பார்ப்பவை எப்போதும் மாறிக்கொண்டே இருந்தன. இடர்களை எதிர்கொள்ளும் துணிவுகொண்டவள் தானென அவள் கூறுவாள், அவள் தனக்கென கொண்டிருந்த தரநிலைகளினாலேயே தனது அனைத்து சிறுசிறு செயல்களிலும் கூட அவளால் வெற்றிபெற முடிந்தது. ஆனால் அவை எதையும் அவளால் தொடர்ந்து பின்பற்ற முடிந்ததில்லை.

பல கைகளும் இணைந்து பெரும்பலம் உண்டாக்கிய காலத்தில்தான் நாங்கள் பிறந்தோம். எங்களுக்குப் பல சகோதர சகோதரிகள் இருந்ததால் ஒவ்வொரு வீடும் ஒரு முப்பட்டைக் கண்ணாடியைப் போலவே காட்சியளித்தது, ஒவ்வொருமுறை சீனாவில் ஏதேனும் மாற்றம் நிகழும்போதும், அது எத்தனைச் சிறியதாக இருப்பினும்,

அதற்கான பல்வேறுவிதமான எதிர்வினைகளையும் அந்த சிறு வெளியில் உண்டாவதைக் காணமுடியும். தற்போது நம் நாட்டின் கதவு அகலத் திறக்கப்பட்டுவிட்டது, நாம் பல்வண்ணக்காட்சிகளையும் அதன்மூலம் காணமுடிகிறது. உலகின் ஐந்து கண்டங்களிலும் நிகழும் கலாச்சாரப் பேரலைகள் நம் மீதும் விழுகின்றன, இதனால் வயதையோ பாலினத்தையோ மட்டும் வரையறையாகக் கொண்டு காதலில் விழும் காலம் மலையேறிவிட்டது. தமது ஐம்பதுகளிலும் அறுபதுகளிலும் இருக்கும் எங்களுடைய தலைமுறையினர் பலரும், தற்போது தம் கூண்டுகளைத் தகர்த்து வெளியேறும் புலிகளைப் போலுள்ளனர். எங்களுள் பணம் படைத்தவர்கள் ஐரோப்பாவின் திராட்சைத் தோட்டங்களை விலைக்குவாங்கி தம் காதற் ருசிகளை தணித்துக்கொள்கின்றனர். மீதமுள்ளவர்களோ, பொதுச் சதுக்கங்களில் அலறவிடப்படும் இசைக்கு ஏற்றபடி நடனமாடியபடியே எங்களின் நினைவுகளை அசைபோட்டுக் கொள்கிறோம்.

இறுதியாக நாரையாள், "காதலென்பது வாழ்வின் ஆதார உணர்வாகும், நம்பிக்கை, அரசியல், கலாச்சாரம், நாட்டுப்புறவியல் மற்றும் பொருள் சார்ந்த எதுவும் அவ்வுணர்வைக் கட்டுப்படுத்த முடியாது. இருப்பினும், சீனாவின் எங்கள் தலைமுறையினர் கடந்துவந்த அனுபவங்களையெல்லாம் பார்க்கும்போது, நான் கூறுவது தவறோ எனவும் எண்ணுகிறேன்" என்றார்.

நாரையாள் இவற்றைக் கூறியபோது நான் அவரையே பார்த்துக் கொண்டிருந்தேன், என் மனதிலோ வேறொன்று ஓடியது: *"நீங்கள் கூறிய அனைத்தையும் காதலின் மூலம் அடைந்துவிடக்கூடிய தேசமென ஒன்று இப்புவிமீது இல்லை. உண்மைக்கும் யதார்த்தத்திற்கும் எப்போதுமே இடைவெளியென்பது உண்டு. அதனாலேதான் அதை அடைவதற்கு மனிதர்கள் தொடர்ந்து ஆசைப்படுகிறார்கள், அவதிக்குள்ளாகிறார்கள்!"*

பிறகு, நான் மேற்கொண்ட தொடர் விசாரணைகளின் மூலம், ஆரஞ்சாளின் மகள் காங்மெயின் பால்யகால அனுபவங்களையும் கேட்டறிந்து கொண்டேன். எனது பால்யகாலத்தை விடவும் அவளுடையது துயர் மிகுந்தது. அவளுடைய தந்தையார் செம்படை வீரர்களால் அடித்துக் கொல்லப்பட்டுவிட்டார்,

அவளது தாயார் ஆரஞ்சாளின் உற்சாகமும் மனநலமும் அவரது கணவரின் துர்மரணத்திற்குப் பிறகு சீரழிந்து போனது. குழந்தைகள் இருக்கிறார்கள் எனும் ஒரே காரணத்திற்காக ஆரஞ்சாள் தற்கொலை செய்துகொள்ளவில்லையே தவிர, தன் வாழ்வின் ஒவ்வொரு நொடியும் அவர் மரணத்தின் நிழலிலேதான் வாழ்ந்துவருகிறார்.

ஆரஞ்சாள் வீட்டைவிட்டு வெளியே செல்வதை முற்றிலுமாய் நிறுத்திக்கொண்டார், முதுமைக்குரிய மறதியும் அவரைச் சூழத் துவங்கியதும், பனிரெண்டே வயது நிரம்பிய காங்மெய் தன் தாயை கவனித்துக்கொள்ளத் துவங்கினாள். உடல்ரீதியாகவும் மனரீதியாகவும் பள்ளியில் அவள் சந்தித்த துன்பங்களையெல்லாம் அச்சிறு பெண் வெளியே யாரிடமும் சொன்னதேயில்லை; சில சமயங்களில் அவளுடைய மதிய உணவுக் கூப்பன்கள் திருடுபோய்விடும், தான் பசியோடு இருந்தபோதும் காங்மெய் வீதியில் சோற்றைப் பிச்சையெடுத்தேனும் தன் தாய்க்கு கொண்டுவந்து தருவாள்.

காங்மெய்க்கு பதினைந்து வயதாகியபோது, ஒருநாள், மத்திம வயதுடைய செம்படை வீரனொருவனால் வீதியில் இருந்து கடத்தப்பட்டிருக்கிறாள். ஆளரவமற்ற தொழிற்சாலையொன்றுக்கு அவளை இழுத்துச் சென்று அவளை அவன் பாலியல் வன்புணர்வு செய்துள்ளான். இதற்குமேலும் வாழ்வின் கொடுமைகளைப் பொறுக்கமுடியாத காங்மெய், மனவிரக்தியில் தற்கொலை செய்துகொள்ள முடிவுசெய்து அவளிருந்த கட்டிடத்தின் உச்சியில் ஏறி நின்றிருக்கிறாள். ஆனால் அவள் அங்கு நிற்பதைக் கண்ட தொழிலாளியொருவர், அவளைச் சமாதானம் செய்து அவளது வீட்டிற்கு அழைத்துச் சென்றிருக்கிறார். காங்மெயும் அவள் தாயும் வாழ்ந்த அவலவாழ்வைக் கண்ட அந்த தொழிலாளி, கலாச்சாரப் புரட்சியிலிருந்து அவர்கள் வெளிவர அமைதியாக அவர்களுக்கு ஆதரவளித்துக் காப்பாற்றியுள்ளார்.

1979இல் அரசால் மறுவாழ்வும் புனர்வாழ்வும் அளிக்கப்படவேண்டிய அரசியல் தூதர்களின் முதல் குழுவில் காங்மெயின் தந்தையின் பெயரும் சேர்க்கப்பட்டது. அதே வாரத்தில், அவள் தந்தைக்கு உண்டான இழப்பை ஈடுசெய்யும் விதமாக அரசால் காங்மெய்க்கு வழங்கப்பட்ட புது வீட்டிற்கு அவள் குடிபுகுந்தாள், அப்போது அவளுக்கு 23

வயதாகியிருந்தது, தன்னை முன்னர் தற்கொலையில் இருந்து காப்பாற்றிய அந்தத் தொழிலாளரான 'திருவாளர். லூ'வையே அவள் திருமணமும் செய்து கொண்டாள். ஒரு வருடம் கழித்து அத்தம்பதியினருக்கு ஒரு மகள் பிறந்தாள்.

பிறந்த மகளின் தாயாரும் பாட்டியாரும் அனுபவித்த அல்லல்களை அம்மகளும் அனுபவிக்கக் கூடாது எனும் நம்பிக்கையில், 'தழும்புகளற்றவள்' எனப் பொருள்படும்படி அக்குழந்தைக்கு லூகென் எனப் பெயரிட்டனர். ஆரஞ்சாளின் இதயத்தைக் கீறிப்போட்டிருக்கும் தழும்புகள் இன்றளவும் கூட ஆறவில்லை.

மேற்கூறிய இந்தப் பத்தியை எழுதியபோது என் பாட்டனார் கூறிய, 'ஆடையின் கறைகளைக் கழுவும்போது, அதன் வண்ணங்களும் கரைந்தோடிவிடும்' எனும் வரிகள்தான் என் நினைவிற்கு வந்தன. நாட்டின் கறைகளென கம்யூனிசக் கட்சியால் அடையாளம் காணப்பட்ட நிலப்பிரபுத்துவம், முதலாளித்துவம், திருத்தல்வாதம் முதலானவை கழுவப்பட்டபோது, சீனாவின் வண்ணமாகிய காதலும் அவற்றோடு சேர்ந்து கரைந்தோடிவிட்டது.

பகுதி – 4

பலவகைக் “காதலர்கள்”

முப்பரிமாணத் தலைமுறையினர்

லிலீ

.பிறப்பு – 1988, நாரையாளின் மகள், பச்சையாளின் பெயர்த்தி.

யோயோ

.பிறப்பு – 1984, வாத்தியின் மகள், பச்சையாளின் பெயர்த்தி.

வூகென்

.பிறப்பு – 1980, காங்மெயின் மகள், ஆரஞ்சாளின் பெயர்த்தி.

செந்நிறத்தாள், பச்சையாள், நாரையாள் ஆகிய மூவரும் தம் குடும்பத்தைச் சேர்ந்த மூன்று தலைமுறைப்பெண்களின் கதைகளையும் கூறியதைக் கேட்டபிறகு, என்னால் அத்துடன் நிறுத்திக்கொள்ள முடியவில்லை. மரபு விலங்குகளை உடைத்தெறிந்துவிட்டு, மேலைநாட்டுக் கலாச்சாரங்களை நோக்கி அதிவேகமாக ஓடிக்கொண்டிருக்கும் இக்காலத் தலைமுறையினரிடம், சமூகத்தில் ஒரு தனிமனிதன் செல்லக்கூடிய எல்லைகளை விரிவாக்கிச் சீனாவை முப்பரிமாண யுகத்தை நோக்கி செலுத்திக்கொண்டிருக்கும் அடுத்த தலைமுறையினரிடமும் பேசவேண்டுமென என் ஆர்வம் என்னை உந்தித்தள்ளியது. தமது பெற்றோர்கள் மற்றும் பாட்டி பாட்டனார்கள் வாழ்ந்த உலகங்களில் இருந்து இவர்களுடைய உலகம் வெகுவாய் மாறுபட்டிருந்தது.

செந்நிறத்தாளிடமும் பச்சையாளிடமும் இந்த யோசனையைக் கூறியதுமே அவர்கள் இருவருமே அது சாத்தியமேயில்லை என அடித்துக் கூறிவிட்டனர். வேறுவேறு காலத்தில், வேறுவேறு இடங்களில் வைத்துதான் இக்கேள்வியை அவர்கள் இருவரிடமும் தனித்தனியாகக் கேட்டிருந்தேன், ஆனாலும் இருவரும் ஒரே பதிலைத்தான் கூறினர்:

"சின்ரன், அவர்கள் அனைவரையும் உங்களால் ஒரே இடத்தில் சந்தித்துப் பேசவே முடியாது! அவர்களுள் எவரேனும் ஒருவருடன் நீங்கள் பேசவிரும்புகிறீர்களெனில், அதுவேண்டுமானால் நடக்க வாய்ப்புள்ளது. ஆனால் ஐவரையும் ஒருசேரப் பேட்டியெடுக்க விரும்பினீர்களானால், அடுத்துவரும் மூன்று அல்லது நான்கு ஆண்டுகளும் அந்தப் பேட்டிக்காக நீங்கள் அவர்களை விரட்டியபடியே இருக்கவேண்டிவரும். அதன்பிறகு, எங்கள் கதைகளை கேட்டதைப்போலவே அவர்கள் கதைகளையும் கேட்டறிய உங்களுக்கு மேலும் பத்து ஆண்டுகளேனும் தேவைப்படும். அதையெல்லாம்

நீங்கள் எழுதிமுடிக்கும்வேளை அவர்களுக்கே கூட பெயரன் பெயர்த்திகள் பிறந்துவிடுவர்!" என்றனர்.

"கணினியால் அவர்களின் வாழ்வே துரிதமயமாகிவிட்டது – அவர்கள் காதல்விருப்பம் கொள்ளும் காதலர்களைக்கூட மின்னற்பொழுதில் மாற்றிவிடுகின்றனர். புவியியல் எல்லைகளையும் மொழியெல்லைகளையும் கடந்து அவர்களால் தொடர்புகொள்ள முடிகிறது, பணிபுரியமுடிகிறது. இந்தக்காலப் பிள்ளைகளுக்கு கட்டுப்பாடுகளேயில்லாது இணையவசதி கிடைத்துள்ளது, ஒரு நாளின் இருபத்துநான்கு மணிநேரமும், வாரத்தின் ஏழுநாட்களும், வருடத்தின் 365 நாட்களும், எல்லையில்லா தகவல்கள் இவர்களை வந்தடைந்தவண்ணமே உள்ளன, அந்தத் தகவல்கள்தான் இவர்களின் சிந்தனைகளையும், இவர்களின் முடிவுகளையும் நிர்ணயிக்கின்றன. நாங்கள் இவர்களோடு சிறிது நேரம் செலவிடுவதோ, முகத்தோடு முகம் பார்த்தபடி அமர்ந்திருப்பதோ, குடும்பத்தைப்பற்றிப் பேசுவதோ இவர்களின் புத்திக்கு எட்டாதவையாக மாறியுள்ளன" என்றனர்.

ஆனால் நாரையாள் இதற்கு ஒரு யோசனை கூறினார்: "சின்ரன், இக்காலத் தலைமுறையினர் தம்மிடையே நட்பை ஏற்படுத்திக் கொள்வதைப்போலவே நீங்களும் என் மகளுடன் நட்பாகிக்கொள்ள முயன்று பாருங்களேன். சமூகத்தின் முன்னேற்றத்தையும் வரலாற்றின் நீட்டிப்பையும் அடிப்படையாக வைத்துப்பார்க்கும்போது, எங்களைப் போன்ற மூத்த தலைமுறையினரால் இக்காலத்திய பிள்ளைகளின் வேகத்திற்கு ஈடுகொடுத்து வாழமுடிவதில்லை. என் மகளுடன் தொடர்ந்து தொடர்பில் இருப்பதற்காகவே நான் அலைபேசியை உபயோகிக்கவும், கணினியை கையாளவும், காணொளித் தகவல்களை அனுப்பவும் கற்றுக்கொள்ள வேண்டியிருந்தது. அவர்களைப் போலவே நாமும் வாழப் பழகிக்கொண்டால்தான், இதுவரை வரலாற்றில் மற்ற எந்த இரு தலைமுறையினரிடையே இருந்ததை விடவும் பலமும் ஆழமும் மிக்க உணர்வுப்பூர்வமானதொரு உறவு நம்மிரு தலைமுறைக்குமிடையே உண்டாகுமென என் மகள் கூறினாள். இல்லாதுபோனால், அவர்கள் வாழ்ந்துகொண்டிருக்கும் டிஜிட்டல் காலத்தை வெறிக்க வெறிக்கப் பார்த்தபடி, கற்காலத்தில் நாம் சிக்கித்தவிக்க வேண்டியதுதான் எனவும் கூறினாள்.

அவள் கூறுவதும் சரிதான் – எப்போதிருந்து நான் 'வீ சாட்'★ செயலியைப் பயன்படுத்தத் துவங்கினேனோ அப்போதிருந்து என்னால் எந்நேரத்தில் வேண்டுமாயினும் அவளைத் தொடர்பு கொள்ளமுடிகிறது; அவளை காணொளியிலும் பார்த்துப் பேச முடிகிறது. உலகின் எந்தப் பகுதிக்கு அவள் சென்றிருந்தாலும் சரி, நாங்கள் விரும்பும்போதெல்லாம் எங்களால் தொடர்புகொள்ள முடிகிறது, அதுவும் இலவசமாக. நீங்களும் வீ சாட்டை உபயோகப்படுத்த அறிந்துகொண்டீர்களானால் என் மகள் லிலீ உங்களுக்கு நேர்காணல் அளிக்க சம்மதித்துவிடுவாளென எண்ணுகிறேன்." என்றார்.

பாரம்பரியமான முறைகளிலேயே எதையும் செய்யவேண்டுமென விரும்புபவள் நான், நவீனத் தொழில்நுட்பத்திற்கு அடிமையாவதை மறுதலிக்கிறேன். நவீன தொலைத்தொடர்பு சாதனங்களின் மூலம் மக்கள் அடைந்துள்ள பயன்களை நான் கண்கூடாகக் காண்கிறேன்தான், ஆனால் நான் வீ சாட்டில் இணைந்துவிட்டால் அளவிற்கதிகமான தகவல்களும் செய்திகளும் என்னைச் சூழ்ந்துவிடுமோ எனவும், எங்கே அந்த செய்திவெள்ளத்தில் நான் சிக்கிக்கொள்வேனோ எனவும் அஞ்சுகிறேன். ஒருவேளை நான் பயணித்திலோ ஓய்விலோ வேலையிலோ அல்லது வேறு ஏதேனும் முக்கியமான விஷயத்திலோ மும்முரமாக இருக்கும்போது, எனது நண்பர்களும் உறவினர்களும் அனுப்பிய செய்திகளுக்கு என்னால் பதிலளிக்க முடியாமல் போய்விட்டால் அவர்கள் வருத்தம் கொள்வார்களே என அஞ்சினேன். காத்திருத்தல் என்பது இனிமையானதுதான் ஆனால் எப்போதும் அப்படியல்லவே. காத்திருக்கும் உணர்வு கசப்பானது, பயங்கரமானது, மனவருத்தத்தைக்கூட உண்டாக்கவல்லது.

ஆனால் கடந்த நூற்றாண்டில் சீனா எந்தளவிற்கு மாற்றமடைந்துள்ளது என்பதையும், ஒரு குடும்பத்தின் கதை எவ்வாறு அம்மாறுதல்களைப் பிரதிபலிக்கிறது என்பதையும் அறிந்துகொள்ள வேண்டுமென்பதில் நான் மிக உறுதியாக இருந்தேன். இளைய தலைமுறையினரினிடமிருந்து கதைகளைக் கேட்டறியாவிட்டால், இக்குறிப்பிட்ட

★ வீ சாட் – மக்கள் தங்களிடையே பல்வகையிலும் செய்திகளைப் பரிமாறிக்கொள்ளவென சீனாவில் பிரபலமாக இருக்கும் சமூக வலைதளச் செயலி.

குடும்பத்தின் நிகழ்காலமும் எதிர்காலமும் எப்படியிருக்கும் என்பதைப்பற்றி என்னால் அறிந்துகொள்ள முடியாமலேயே போய்விடக்கூடும். இந்தக் காரணத்தினாலேதான் என் தனிப்பட்ட விருப்பத்திற்கு மாறாக, எனது அலைபேசியில் வீ சாட் செயலியை பதிவிறக்கம் செய்துகொண்டேன். இந்தக்காலத்து இளைய தலைமுறையினரிடம் அவர்கள் பாணியிலேயே சென்று உரையாடினால்தான் அவர்கள் கூறும் கதைகளைப் புரிந்துகொள்வது எளிதாகவிருக்கும்.

லிலீ 2005: சர்வதேசக் காதலி

என் கணினித்திரையில் தெரிந்த லிலீயின் உருவத்தைக்கண்டதும் அவர் மிகச்சிறியப்பெண் போல் தோற்றமளிப்பதாகத்தான் தோன்றியது. அவருடைய இனிமையானக் குரலையும் சேர்ந்துகொண்டால் அவரை பதினாறுவயதுப் பருவமங்கையாகத்தான் எவரும் எண்ணக்கூடுமே தவிர அவர் தன் இருபதுகளின் இறுதிக்கட்டத்தில் இருக்கிறார் என்பதை எவராலும் யூகிக்கக்கூட முடியாது.

சீனாவில் அவர் வயதுடைய மற்ற இளம்பெண்கள் செய்வதைப் போலவே, கண்கள் பெரிதாகவும், மூக்கு உயர்த்தப்பட்டும், தாடைப்பகுதி கூர்மையாகவும், வாய் சிறியதாகவும் இருக்குமாறு அவர் தன் அலைபேசியில் தன் 'சுயமிப்படக் கோணத்தை' அமைத்திருந்தார், இன்றைய சீனாவின் இளைய தலைமுறையினரிடையே இந்தக் கூறுகளெல்லாம்தான் "பெண்ணழகுக்குரிய தரக்குறியீடு"களாக நிர்ணயிக்கப்பட்டுள்ளன.

ஆனால், அந்த முகத்தின் பின்னே, தனது வேர்கள் குறித்து மிகுந்த விழிப்புணர்வு கொண்டிருக்கும் மனதையும், காதல் இனிமையின் மேல் மிகுந்த விருப்பம்கொண்டுள்ளதொரு இதயத்தையும் அவர் கொண்டிருந்தார் என்பது அவருடைய பேச்சிலிருந்து விளங்கியது.

என் குடும்பத்தைப் பற்றி, அதாவது, சென்ற தலைமுறையினர் பற்றியேனும் அனைத்தையும் அறிந்துகொண்டிருப்பீர்கள்

என நம்புகிறேன். எனது கொள்ளுப்பாட்டனார்கள் ஏதோ தேவதைக்கதைகளில் வாழ்ந்தவர்களைப்போலத் தோன்றுகின்றனர் அல்லவா? என்னசெய்வது, என் குடும்ப வரலாறு அப்படித்தான் உள்ளது. சீனப் புரட்சியில் வார்த்தெடுக்கப்பட்டச் செப்புச்சிலைகளைப் போலத்தான் என் பெற்றோர்களின் பெற்றோர்கள் வாழ்ந்துள்ளனர், அதாவது அவர்களிடமிருந்து எவ்விதமான உணர்ச்சிவெளிப்பாடுகளையும் உங்களால் எதிர்ப்பார்க்க முடியாது. எனது தாயும் அவருடன் பிறந்தோரும் அரசியல் வனவிலங்குக் காட்சியகத்தில் வாழ்ந்து வந்ததாகத்தான் கூறுவர், அந்தக் காட்சியகத்தில் அச்சுறுத்தும் வேங்கை, முரட்டு ஓநாய், ஞானிபோன்ற நாரை, குறும்புத்தனம் நிறைந்த குரங்கு, துணிச்சல்மிக்க வாத்து இருந்தனவாம்! ஒரு குட்டி ஐக்கியநாடுகள் சபை போலத்தான் எங்கள் தலைமுறை உள்ளதென எண்ணுகிறேன், உலகைப்பற்றி அத்தனை விதவிதமான பார்வைகள் கொண்டிருக்கிறோம் நாங்கள்.

பச்சையாள் பாட்டி பெற்றெடுத்தக் குழந்தைகளில், வேங்கையன் மாமாவிற்கு ஒரு மகன், ஒரு மகளென இரு குழந்தைகள் பிறந்தனர். அவர்களுக்காகவே ‘ஒரு குழந்தைத் திட்டம்’ தாமதமாகக் கொண்டுவரப்பட்டதாக பாட்டி சொல்லிக்கொள்வார். இரண்டாம் மாமா ஓநாயனுக்கும், மூன்றாம் மாமா குரங்கனுக்கும் குழந்தைகள் இல்லை. நாரையாளுக்கு நான் ஒரே மகள் தான், வாத்தி சித்திக்கும் ஒரு மகள் உண்டு. பாட்டியுடன் பிறந்த சகோதர சகோதரிகளுக்கும் பிறந்த குழந்தைகளையும் கணக்கில் எடுத்துக்கொண்டோமானால் இந்தப்பட்டியல் மேலும் நீளும். அமெரிக்காவிலும் ஹாங்காங்கிலும் எங்கள் உறவினச் சகோதர சகோதரிகள் உள்ளனர் ஆனால் அவர்கள் அனைவரும் அங்கேயே திருமணமாகிக் குடியேறிவிட்டனர், எனவே நாங்கள் இருவேறு கோள்களில் வாழ்வதைப்போல்தான் எங்களின் இப்போதைய நிலை உள்ளது, எங்களுக்குள் நாங்கள் பேசிக்கொள்வது கூடக் கிடையாது. சீனாவின் பிரதானநிலத்தில் வாழ்ந்துவருவோரில், காங்மெய் சித்தியின் மகள் வூகெனுடன் மட்டும்தான் நாங்கள் இப்போதும் தொடர்பில் உள்ளோம்.

முதல் மாமா பெற்ற இரு பிள்ளைகளும்கூட அதே தலைமுறையைச் சேர்ந்தவர்கள்தாம், ஆனால் அவர்கள் இருவருமே எங்களைவிட வயதில் மூத்தவர்கள். அவர்கள்

இருவரும் ட்ராம் வண்டிகளைப் போன்றவர்கள் என நாங்கள் கேலி செய்வோம் ஏனெனில் நாடும் கட்சியும் கம்பிவடங்களைப் போலே மேலிருந்து அவர்களை வழிநடத்துகிறது, அவர்கள் பயணிக்கும் திசையைத் தீர்மானிக்கும் தண்டவாளங்களாக எங்கள் மூதாதையர்கள் இருக்கின்றனர். தீர்மானிக்கப்பட்ட இந்தப் பாதையைக் கடந்து அவர்களால் தம் சொந்தவிருப்பங்களோடு வாழவே முடியாது.

முதல் மாமா தனது பிள்ளைகளுக்கு இணையராக வரப்போகின்றவர் கொண்டிருந்த அரசியல் பின்னணிகளையும் கூட ஆராயும் தன்மைகொண்டவர். நாங்கள் சிறுவர்களாக இருந்த காலத்தில், வசந்தகால விழாக்கொண்டாட்டங்களுக்காக நாங்கள் அனைவரும் ஒன்றுகூடும்போது, பள்ளியிலோ அல்லது வேலையிலோ தங்கள் பிள்ளைகள் எவ்வளவு நன்றாகச் செயல்படுகின்றனர் என்பதைத் தம் பாட்டி தாத்தாவிடம் கூறவேண்டுமென மாமா வலியுறுத்துவார். அவர் இவ்வாறு செய்வது எனக்கும், யோயோவிற்கும், வூகெனுக்கும் சங்கடமாக இருக்கும்; எனினும், இந்தச் சாதனைகளுக்காக தமது கனவுகளையெல்லாம் அவர்கள் தியாகம் செய்யவேண்டியிருந்தது என்பதை நான் அறிவேன். அவர்கள் சார்ந்த தொழிற்துறைகளில் அவர்கள் எந்தளவு வெற்றிபெற்றார்கள் என்பதை மட்டும் பார்க்காதீர்கள்; தம் குடும்பங்களின்மீது அவர்கள் எப்போதும் குற்றஞ்சாட்டியபடியே இருப்பதையும் பாருங்கள். அவர்களின் வாழ்வில் ஏதோவொரு சோகமிருப்பதாகவே எனக்கு எப்போதும் தோன்றும்.

இதனாலேதான் நானும் யோயோவும் வூகெனும் மட்டுமே ஒரே தலைமுறையைச் சேர்ந்தவர்கள் என எண்ணுகிறேன். ஏன் நாங்கள் மட்டும்? நீங்கள் சீனப் பெண்கள் குறித்தும், சீனக் குடும்பங்கள் குறித்தும் புத்தகங்கள் எழுதுவதாய் என் பாட்டி கூறினார், சீனாவில் தலைமுறை இடைவெளி எத்தனைப் பெரிதாய் உள்ளது என்பதையும் ஏதேனும் ஒரு புள்ளியில் நீங்கள் எழுதியிருப்பீர்கள்தானே? மிகச்சரியாகக் கூறுவதானால் அந்த இடைவெளி மிகப்பிரம்மாண்டமாய் உள்ளது! உதாரணத்திற்கு, சீனர்களின் காதற்வாழ்வை எடுத்துக்கொள்வோம். இவ்விஷயத்தைப் பொறுத்தவரை, இந்தக் குடும்பத்தின் பெண்களைப் பற்றி மட்டும்தான் என்னால் பேச முடியும் என்பதையும் உங்களிடம்

தெரிவித்துக்கொள்கிறேன். ஏனெனில் ஆண்கள் அனைவருமே இதுவரை மிக அமைதியாகவே இருந்துவந்துள்ளனர், குடும்ப விவகாரங்கள் என வரும்போது அவர்கள் எந்த எதிர்ப்புமின்றி எதையும் ஏற்றுக்கொள்ளும் மனப்பாங்கோடே இருந்தனர், குடும்ப வரலாற்றைத் தம் பிள்ளைகளுக்குக் கடத்துவதில் பெண்களே மிகுந்த அக்கறைகொண்டிருந்தனர். இருவேறு நபர்கள் கூறும் ஒரே கதை சில நேரங்களில் வேறுபடவும்கூடும், ஆனால் சிலசமயங்களில் இரண்டுமே துல்லியமாகப் பொருந்திப்போகவும் செய்யும். அனைவருமே பெண்களின் கதைகளைப் பற்றிப் பேசுவதைத்தான் விரும்பினர் என்பது மட்டும் நிச்சயம். ஆண்களைப் பற்றி என்ன கூறுவதென அவர்களுக்குத் தெரியவில்லை என நினைக்கிறேன்.

என் கொள்ளுப்பாட்டியின் காலத்தின்போது பெற்றோர்கள்தான் தங்கள் பிள்ளைகளின் திருமணத்தை நிச்சயித்தனர் என என் பாட்டி கூறியிருக்கிறார். அந்தக் காலங்களில் ஒருவரையொருவர் காதலித்துத் திருமணம் புரிந்துகொண்ட ஜோடிகளைக் காண்பதே அரிதாக இருந்துள்ளது, மேலும், பிள்ளைகள் பெற்றோர்களுக்குத் தாம் ஆற்றவேண்டிய மகப்பண்பை மதித்த காரணத்தினாலேயே பெரும்பான்மையானோரின் திருமண வாழ்வு நீடித்து நிலைக்கச் செய்திருக்கிறது. மிக அரிதாக ஒரு சிலர் மட்டும் துணிச்சலோடு தம் காதலையும், உடற்விருப்பங்களையும் நிறைவேற்றிக் கொண்டிருந்துள்ளனர். அவர்களுள் அதிர்ஷ்டம் மிக்கோர் குடும்பச் சட்டங்களால் தண்டிக்கப்பட்டுள்ளனர், அதிர்ஷ்டம் கெட்டவர்களோ மரக்கழுதை மேல் சவாரி செய்யவைக்கப்பட்டுள்ளனர்.★ இதைப்பற்றி முதன்முதலாக அறிந்துகொண்டபோது என் பாட்டி என்னை பயமுறுத்தவே அவ்வாறு கூறுகிறார் என எண்ணிக்கொண்டேன். ஆனால் “ஒழுக்கக்கேடு குற்றவியல் சட்டம்” எனத் தலைப்பிட்டிருந்த கட்டுரையொன்றைப் படித்தபிறகுதான் இதுநாள்வரை என் பாட்டி கூறிவந்தது உண்மையெனப் புரிந்துகொண்டேன்.

★ *‘இருபத்துநான்கு வரலாறுகள்’* நூலின் கூற்றின்படி, ஒரு பெண் பிறன்மனைக் கூடல் புரிந்தாலோ அல்லது தனது காதலனுடன் சேர்ந்து தன் கணவனைக் கொல்ல முயற்சித்தாலோ அவளுக்கு ‘மரக்கழுதை’ எனும் தண்டனை சில சமயங்களில் வழங்கப்பட்டுவந்தது. மரத்தாலான கூர்முனையுடன் ஒரு விசித்திர மர எந்திரம் வடிவமைக்கப்பட்டிருக்கும், அந்தக் கூர்முனை பலவந்தமாக அந்தப்பெண்ணின் பெண்குறியில் குத்தப்படும், குருதி பெருகியோடி அவள் இறக்கும்வரை இக்கொடூரதண்டனை தொடரப்படும்.

என் பாட்டியின் தலைமுறையில்தான் அனைத்து விதமான புரட்சிகளும் அரங்கேறின, அவை கொண்டுவந்த புத்தம்புது சிந்தனைகளால் என் பாட்டியின் சகோதர சகோதரிகள் அனைவரின் தலைவிதியும் மாறிப்போனது, நாட்டில் நடக்கும் மாற்றங்களையெல்லாம் அவருடைய சகோதரர்கள் அயல்நாடுகளிலிருந்து கவனித்துக்கொண்டிருந்தபோது, என் பாட்டியும் அவருடைய சகோதரிகளும் புரட்சியில் தங்களைத் தாங்களே ஈடுபடுத்திக்கொண்டனர்.

பாட்டியின் ஐந்து பிள்ளைகளில் என் தாயும் ஒருவர். எங்கள் நாட்டின் வரலாற்றிலேயே உணர்ச்சிகளேயற்ற ஒரு காலகட்டம் எனவொன்று இருந்ததென்றால் அது கலாச்சாரப் புரட்சிக்காலம்தான், முத்தமிட்டுக்கொண்ட குற்றத்திற்காகவெல்லாம் காதலர்கள் சிறைக்குள் தள்ளப்பட்ட அந்தக் குறிப்பிட்டக் காலத்தில்தான் என் பாட்டியின் முதல் மூன்று பிள்ளைகளும் தங்களின் பதின்பருவங்களில் இருந்தனர், சீர்திருத்தம் மற்றும் வெளிநாட்டுத் திறப்புக்கொள்கையின் போதுதான் கடைசி இரண்டு பிள்ளைகள் பிறந்தனர். உயிர்ப்பும், வசீகரமும், உற்சாகமும், வேட்கையும் நிறைந்திருந்த காலம் அது என குரங்கன் மாமா கூறுவார். அதுவொரு சர்வதேச விருந்துக்காலம் என்பார் வாத்தி அத்தை.

எங்கள் தலைமுறையைப் பொறுத்தவரை ஒரு பெண்ணுக்கு உடன்பிறந்தோர் இருக்கின்றனர் என்பதுதான் விசித்திரமான செய்தியாக இருக்குமேதவிர, அவள் தன் பதினாறு அல்லது பதினேழு வயதிற்குள் டஜன் பையன்களுடன் படுத்திருக்கிறாள் என்பது வெகு இயல்பான விஷயமாகவே எடுத்துக்கொள்ளப்படும். தலைமுறை இடைவெளி எப்படியிருக்கிறது பார்த்தீர்களா? குடும்பம்தான் அனைத்திற்குமான ஆணிவேர் என நம்பும் சீனப் பெற்றோர்கள் இருக்கின்றனர், மகப்பண்பை பின்பற்றுவதை முற்றிலுமாய் துறந்துவிட்ட பிள்ளைகளும் இருக்கத்தான் செய்கிறார்கள். தலைமுறை இடைவெளியைக் கடந்துவர அவர்களால் முடியவில்லை என்பதில் எந்த ஆச்சரியமுமில்லை. உண்மையைச் சொல்வதானால், அனைவரையும் திருப்திபடுத்திவிட வேண்டுமெனும் எண்ணத்துடன் இந்த இடைவெளியைக் கடக்க முன்னும் பின்னுமாக

தாவிக்கொண்டிருந்த நம் நாட்டின் தலைவர்களேகூட ஒரு கட்டத்தில் சோர்வடைந்துவிடவில்லையா?

யோசித்துப் பார்த்தால், யோயோ, ஷூகென் நானுமேகூட ஒரே தலைமுறையைச் சேர்ந்தவர்களென திட்டவட்டமாய் கூறிவிடமுடியாது. எங்களிடையே சில வருடங்களே வயது வித்தியாசம் இருந்தபோதும், திருமணம், சமூகம், எதிர்காலம் குறித்த எங்கள் மூவரின் பார்வைகளும் வெவ்வேறாகவே இருந்தன.

நானும் என் தாயும் ஒரு விஷயம் குறித்து எப்போதும் விவாதித்துக்கொண்டே இருப்போம், காதலிப்பதென்பது வாழ்க்கையின் அடிப்படையுணர்வாகும், நம்பிக்கை, அரசியல், கலாச்சாரம், நாட்டார் வழக்காற்றியல் உள்ளிட்ட பொருட்படுத்தத்தக்க எதையும் காதல் விஞ்சி நிற்கிறது. ஆனால் அதை எப்படி சாத்தியமாக்குவது? சீனர்கள் பொதுவாகக் கூறும் கூற்றின்படி “காதலைப் பேசுவதற்கு” முன் நாம் முதலில் “நிஜத்தைப் பேசவேண்டும்” அல்லவா? எனவே, காதலோ அல்லது வேறெந்த உணர்வையுமோ வளர்த்துக்கொள்வதற்கு முன்னர் அவர்கள் இருவரும் ஒன்றாக வாழ்வது நடைமுறையில் சாத்தியமா என்பதை முதலில் ஆராயவேண்டும். வாழ்க்கைத்துணையை அதற்காகத்தானே நாம் உண்மையில் தேடுகிறோம்? 1950களில் வாழ்க்கைத்துணையாய் வரப்போகிறவருக்கு சரியான அரசியல் பின்னணி உள்ளதா என ஆராய்ந்தனர்; 1960களில் சமூக அந்தஸ்தைப் பார்த்தார்கள்; 1970களிலோ ஊழியர் - விவசாயி – இராணுவவீரர் எனப் பிரிக்கப்பட்டது, விவசாயிகள் ஏழ்மையானவர்களாய் இருந்ததால் ஊழியரையோ அல்லது இராணுவ வீரரையோ தேர்வு செய்வது வழக்கமாக இருந்தது. 1980களில் கல்வியில்லாது எதிர்காலமேயில்லை என்ற நிலை உருவாகியிருந்ததால், பல்கலைக்கழக மாணவர்கள் வசீகரமானவர்களாய் தெரிந்தனர். 1990களில், பல்வேறு புரளிகளின் இடையே உண்மைநிலை மறைந்துகொண்டதால், வேறுவழியே இல்லாது நாம் நம் உள்ளுணர்வை மட்டுமே நம்பவேண்டிவந்தது!

“இப்பொழுதா? இணையச்சேவையின் வருகைக்குப்பின்னர் உலகளாவிய உண்மை எனவொன்று இல்லாமலேயே போய்விட்டது. அனைவருக்கும் அவரவர்கென புது அடையாளமொன்றை இணையத்தில் உருவாக்கிக்கொள்வது எளிதாகிவிட்டது, தமக்குத் துணையாய் வரப்போகிறவரின் உயரம், ஊதியம் மற்றும் பல விஷயங்களையும் கறாராகக்கூறி அனைவரும் தம் துணைவரைத் தேடத்துவங்கிவிட்டனர். இதை மனதில் வைத்துக்கொண்டுப் பார்த்தால், நம்பிக்கை, அரசியல், கலாச்சாரம், நாட்டுப்புற வழக்காற்றியல் அல்லது பொருள்கொண்ட வேறெதையும் விஞ்சி நிற்கக்கூடியதே காதல் என நீங்கள் மெய்யாகவே நம்புகிறீர்களா? இல்லவே இல்லை! என் தாய் எப்படிப்பட்டவரென்றால், அதற்கென ஒரு சொல் இருக்கிறதே - கனவுகள் காண்பவர். அவர் ஓரளவிற்கேனும் கனவுகாண்பவராகத்தான் எனக்குத் தெரிகிறார். சின்ரன், நான் அவரை இவ்வாறு குறிப்பிட்டேன் என அவரிடம் கூறிவிடாதீர்கள்!”

“நிச்சயமாகக் கூறமாட்டேன், ஆனால் அவர் இந்தப் புத்தகத்தைப் படிக்கமாட்டார் என உங்களுக்கு உறுதியளிக்க முடியாது!”

‘ஆம், அது உண்மைதான். ஆனால் எத்தனைப்பேரால் தாம் படித்த புத்தகங்களில் குறிப்பிடப்பட்டிருக்கும் குறிப்பிட்டச் சில வரிகளை மட்டும் நினைவில் வைத்துக்கொள்ள முடிகிறது? கதையின் சுருக்கத்தை அவர்களால் நினைவில் வைத்திருக்க முடிந்தாலுமேகூட அது வியப்பான விஷயம்தான். நூலகமெனும் கடலுக்குள் உள்ள துளிகள்தான் புத்தகங்கள்.

லிலீயின் காதற்வாழ்வு அவருடைய தாய் கூறியதைப்போலவே நம்பிக்கை, கலாச்சாரம் மற்றும் பல கூறுகளையும் அடிப்படையாகக்கொண்டே முடிவுசெய்யப்பட்டதா என அவரைக் கேட்டேன். அவர் கூறியது கணினித்திரையில் இரைச்சலாகக் கேட்டது.

“சரி சின்ரன், நான் இந்த நேர்காணலில் பங்குகொள்ள சம்மதிக்கிறேன். நான் என்ன கூறவிரும்புகிறேனோ அதை கண்டிப்பாகக் கூறிவிடுவேன் எனவும் நம்புகிறேன்.”

நாரையாளுடனான பேட்டியின்போது அவரிடமிருந்து நான் எதைக் கேட்க விரும்புகிறேன் என அவர் என்னிடம் கேட்டார்,

ஆனால் அவர் மகளோ தான் என்ன கூறவிரும்புகிறாளோ அதைக் கண்டிப்பாக என்னிடம் கூறிவிடுவதாகச் சொல்கிறாள். லிலீ தன் கதையைக் கூறத்துவங்கியதுமே, தலைமுறை இடைவெளியைக் குறிக்கும் மற்றுமொரு சமிக்கையோ இதுவென எனக்குத் தோன்றியது.

பல்கலைக்கழகப்பட்டம் பெறும்வரையிலும் என் தாயுடன் அப்படியொன்றும் எனக்குப் பெரிதாக ஒட்டுதலில்லை. அதற்குமுன்னர்வரை, என் தேர்வுகளில் நான் தோல்வியடையாத வரையிலும், ஏதேனும் உயிர்க்கொல்லி நோய் என்னைப் பீடிக்காதவரையிலும் நான் என்ன செய்கிறேன் என்பது குறித்து என் பெற்றோர்கள் அக்கறை கொண்டதேயில்லை. என்னோடு படித்த சகமாணவிகளின் வீடுகளிலும் இதே கதைதான். பருவகாலத்தில் எங்கள் உடல்களில் நிகழ்ந்த மாற்றங்களையும், நாங்கள் அனுபவித்த உணர்வுகளையும் எப்படியோ தட்டுத்தடுமாறிக் கடந்துவந்தோம். அனுதாபம்கலந்த அறிவுரைகளை எவரெவரிடமிருந்தோ கேட்கவரும்போதெல்லாம், நல்லவேளையாக அவற்றிலிருந்து தப்பி எங்கள் கவனத்தை இணையத்தின்பக்கம் திருப்பிக் கொண்டோம். உங்களைப்போன்ற வயதானவர்களைக்கண்டால் எனக்குப் பாவமாக இருக்கிறது. எப்படி நீங்கள் வாழ்வில் இதையெல்லாம் தாங்கிக்கொண்டீர்களோ தெரியவில்லை.

என் வாழ்வு வளர்ந்துகொண்டே வந்தபோது பின்னணியில் தொங்கிக்கொண்டிருந்த ஓவியத்திரையைப்போலத்தான் என் காதற் அனுபவங்களைக் குறிப்பிடவேண்டியிருக்கும், ஆனால் 'கண்கவர் இயற்கைக்காட்சிகளாக' அவை இருந்ததில்லை என்பதையும் கூறிவிடுகிறேன். நெஞ்சைப்பிசையும் கதைகள் எதுவும் என்னிடமில்லை. அந்த "இயற்கைக்காட்சிகள்" எல்லாமே நம்பிக்கை, அரசியல், கலாச்சாரம், நாட்டுப்புற வழக்காற்றியல் மற்றும் பொருட்கூறுகள் கொண்டே நிர்ணயிக்கப்பட்டன என்பது மட்டும் எனக்குத் தெரியும்.

நான் கொண்ட முதல்காதல், ஒருதலைக்காதல் ஆகும். ஒருதலைக்காதல் குறித்து நீங்கள் அறிவீர்களா? ஒருவர் மீது வெறித்தனமான ரசனை கொள்வது போன்ற தற்காதல்

வகைமையல்ல அது. ஒருதலைக்காதல் என்பது அதற்கும் மேலே... எப்படி அதை நான் உங்களுக்கு விளக்குவேன்? நான் அவ்வாறு காதற்வயப்பட்டது பிரபல சீனப்பாடகர் ஒருவரின்மீது, கண்டிப்பாக நீங்கள் அவரை அறிந்திருப்பீர்கள். அவருடைய ஒவ்வொரு பாடலைக் கேட்கும்போதும் நான் கதறி அழுதுவிடுவேன். ஒருவருடைய குரல் எப்படி அத்தனை மனவலியை உண்டாக்கவல்லது என எனக்குத் தெரியவேயில்லை. அப்போது எனக்கு பதினான்கு வயதுதான் ஆகியிருந்தது, வீட்டில் ஒரு இளவரசியைப் போல வலம்வந்துகொண்டிருந்தேன், பள்ளியிலும் முதன்மதிப்பெண்கள் பெற்றுக்கொண்டிருந்தேன்.

நீங்கள் என் தாயை சந்தித்திருப்பீர்கள், இப்போது என்னையும் பார்த்துவிட்டீர்கள், இதிலிருந்து என் தந்தையும் மிக அழகானவர் என்பதைக் கண்டுகொண்டிருப்பீர்கள். அவலட்சண வாத்துக்குட்டியாக நான் இருந்ததேயில்லை; எவ்வித மனவருத்தமும் அப்போது எனக்கு இருக்கவுமில்லை. எனினும் ஏதொவொரு வினோத காரணத்திற்காக அவரது பாடல்கள் நானறியாமல் என்னுள்ளே வாழ்ந்துகொண்டிருந்த சோகத்தை வெளிக்கொணர்ந்தது. ஒருமுறை அவருடைய பாடல்களைக் கேட்டுக்கொண்டிருந்தபோது, என் முழு உடலும் மரத்துப்போய் நான் அப்படியே மயங்கிவிழும் நிலைக்குச் சென்றுவிட்டேன். உங்களால் இதை நம்ப முடிகிறதா?

புணர்ச்சியின்போது அடையும் பரவசத்தை முதன்முதலாக அவர் பாடலைக்கேட்டுத்தான் அடைந்தேன், அந்த சில நொடிகளுக்கு வேறொரு உலகின் இறைவியைப்போல என்னை நானே உணர்ந்தேன். அது முடிந்ததும் நான் மிரண்டுபோனேன், என்ன நடந்தது எனப் புரியவேயில்லை! பள்ளியில் எனது மதிய உணவில் எவரேனும் போதைப்பொருளைக் கலந்து கொடுத்துவிட்டார்களோ எனக்கூட சந்தேகம்கொண்டேன், ஏனெனில் போதைப்பொருள் உட்கொண்டவர்கள் அவ்வாறு நடந்துகொள்வதை நான் திரைப்படங்களில் கண்டுள்ளேன். நீங்கள் சிரிக்கமாட்டீர்கள் என நம்புகிறேன்! போகட்டும், விட்டுத்தள்ளுங்கள், நான் பாடகர் லெஸ்லி சியூங்கை பற்றித்தான் பேசுகிறேன், அவர் என் தந்தையைவிடவும் வயதானவர். பரவாயில்லை, இப்போது அவர் இறந்துவிட்டார்;

தற்கொலை செய்துகொண்டார். ஆனால் அவர் குரல் தற்போதும் இளமையோடே இருக்கின்றது!

பிறகு, பள்ளியிலிருந்த கணித ஆசிரியர் ஒருவர்மீது மையல் கொண்டேன். அவர் பார்ப்பதற்கு லெஸ்லி சியூங் போலவே இருந்ததோடு, மற்ற எல்லா ஆண் ஆசிரியர்களைவிடவும் மிக நேர்த்தியாக உடையணியவும் செய்தார். அவர் என் வகுப்பு ஆசிரியர் இல்லையாதலால் அவரோடு என்னால் நீண்ட நேரம் செலவிட முடிந்ததில்லை, இருந்தபோதும் அந்த மையல் நீடிக்கவில்லை. ஒருமுறை ஆசிரியை ஒருவருடன் அவர் வாக்குவாதத்தில் ஈடுபட்டிருந்தார், அப்போது ஒரு காட்டுமிராண்டியைப்போல அந்த ஆசிரியையினை பிடித்து இவர் தள்ளிவிட்டார். ஒரு படித்த மனிதனுக்கு உண்டான எந்த பண்பும் அவரிடமில்லை என்பதை அப்போது அறிந்துகொண்டேன்.

அதன்பிறகு நீண்ட காலத்துக்கு எனக்கு எந்த ஆண்மீதும் விருப்பம் எழவேயில்லை. மேல்நிலைப்பள்ளியில் என்னோடு படித்த பலரும் காதல்விருப்பம் கொள்ளத் துவங்கியிருந்தனர், நான் மட்டும் அவர்களையெல்லாம் வேடிக்கைப்பார்த்துக்கொண்டு தனியளாகவே இருந்தேன். அந்தப் பையன்களில் எவருமே என்னை எனக்குப்பிடித்த வகையில் கவரவில்லை.

ஆனால் முன்னரே அனைத்தும் தீர்மானிக்கப்பட்டுள்ளது எனும் சித்தாந்தத்தை நாம் பெரிதும் நம்பினேன். 'எனக்கானவன்' எங்கோ காத்துக்கொண்டிருப்பதாக நம்பிக்கொண்டிருந்தேன். அமெரிக்கப் பல்கலைக்கழகத்தில் என் பட்டப்படிப்பை மேற்கொள்ளச் செல்லவிருந்ததால், அங்கு அவனைக் காண்பேன் என எண்ணிக்கொண்டேன்.

நான் அங்கு சென்றபோது எனக்கு வயது பத்தொன்பது மட்டுமே. பழக்கமற்ற உணவு, மொழி, பழக்கவழக்கங்கள் என அனைத்தும் ஒருவிதமான தனிமைக்குள் என்னைத் தள்ளிவிட்டிருந்தன, லெஸ்லி சியூங்கின் இசையைக் கேட்டுக்கொண்டிருப்பது மட்டும்தான் எனக்கு அந்தத் தனிமையிலிருந்து ஆறுதல் அளித்த ஒரே விஷயம். வெளிநாடொன்றில் தனியாக வசித்துவருகையில் அந்த மாதிரியானதொரு இசை நமக்குள் அதிர்வுகளை உண்டாக்குவதை நம்மால் நன்றாகவே உணரமுடியும்.

ஒருநாள், வளாகப் புல்வெளியில் அமர்ந்துகொண்டு, 'I am What I Am' பாடலைக் கேட்டுக்கொண்டிருந்தேன். எத்தனைக் கொடுமையான மேற்கத்திய உணவை அடுத்தவேளைக்கு நான் உண்ணவேண்டியுள்ளது என்பதையெண்ணி அப்போது என் விழிகளிலிருந்து கண்ணீர் தாரைதாரையாக வழிந்தோடியது.

"உங்களுக்கு ஏதும் பிரச்சினையா? ஏதேனும் உதவி தேவையா?' என அருகில் ஒரு சீனக்குரல் கேட்டது, புல்வெளியின் அந்தப்பக்கமிருந்து ஒரு இளைஞர் என்னைநோக்கி வருவதைக் கண்டேன்.

"நான்... நான் நன்றாகத்தான் இருக்கிறேன். நான் இப்போது கேட்டுக்கொண்டிருக்கும் பாடலில் மூழ்கிவிட்டேன்; கொஞ்சம் அதிகப்படியாய் உணர்ச்சிவயப்பட்டுவிட்டேன் போலிருக்கிறது" என எதையோ உளறிக்கொட்டினேன்.

"கேட்பதற்கு நன்றாக உள்ளது. இங்கு படிக்க வந்துள்ளீர்களா? நாமிருவரும் இதுவரை சந்தித்ததில்லை, ஆனால் உங்களை சிற்றுண்டி விடுதியில் பார்த்திருக்கிறேன். நீங்கள் எப்போதும் ஏதோவொரு தயக்கத்துடனேயே இருப்பதாகத் தோன்றும், கூட்டத்தில் இருந்து விலகியே இருப்பதைப் பார்த்திருக்கிறேன். உங்களுக்கு ஏதேனும் உதவி தேவையாக இருக்கலாமோ என இங்கிருக்கும் சில சீன மாணவர்களான நாங்கள் நினைக்கிறோம்" என்றபடியே அங்கு புல்வெளியில் அமர்ந்து அரட்டையடித்துக்கொண்டிருந்த மாணவர் கூட்டமொன்றை அவர் திரும்பிப் பார்த்தார். அவர்கள் அங்கிருந்தே என்னை நோக்கிக் கையசைத்தனர்.

அவர் பெயர் காவோ மிங்; நிதிமேலாண்மை பட்டப்படிப்பில் இரண்டாமாண்டு மாணவர், கல்லூரியின் சீன மாணவர்கள் கூட்டமைப்பின் தலைவராகவும் இருந்தார்.

காவோ மிங்கின் இந்தத் திடீர்ப் பிரவேசத்தால், பாலைவனத் தீவொன்றில் தனிமையில் தவித்துக்கொண்டிருந்த நான் மீண்டும் என் பிரதான சீனநிலத்துக்கே போய் சேர்ந்ததைப்போலிருந்தது. அவர் என்மீது பொழிந்த அன்பும் அக்கறையும், லெஸ்லி சியூங்கின் பாடலில் இருந்து நேரடியாக எனக்கென இறங்கிவந்திருக்கும் மனிதர் இவர்தான் என என்னை எண்ணச்செய்தது! நானும் அவரிடம் மனம்விட்டுப் பேசத்துவங்கினேன், அவரும் எங்களிடையே முகிழ்த்த

நேசத்தை விரும்பினார் என்பதை நாட்கள் செல்லச் செல்ல அறிந்துகொண்டேன். ஆனால் அந்த நேசத்திற்கு இரு பக்கங்கள் இருந்தன சின்ரன், அவர் எனக்களித்த ஆதரவிற்கும், என்னைக் காக்கவேண்டுமென அவர் கொண்டிருந்த ஆர்வத்திற்குமான என் நன்றியுணர்வே அந்த நேசமாக இருந்தது. அப்போது நாங்கள் காதலிக்கத் துவங்கியிருக்கவில்லை. நேர்மையுடன் கூறுவதானால், நான் அவருக்குப் பொருத்தமானவள் என நான் எண்ணவுமில்லை.

காவோமிங் கொடுத்த உற்சாகத்தால், மாணவர் கூட்டமைப்பின் செயற்பாடுகளில் அதிகமாகப் பங்கேற்கத் துவங்கினேன். எனது திறனும் ஆற்றலும் பல ஆண் மாணவர்களின் கவனத்தைக் கவர்ந்தன, விளைவாக சிறிது காலத்திற்குள்ளாகவே நான் தங்கியிருந்த விடுதியறை, மாணவர்கள் பலரும் வந்து சந்தித்துப்பேசி, இணையத்தில் திரைப்படங்கள் காணும் இடமாக மாறிப்போனது. அவர்களில் பெரும்பான்மையானோர் ஆண் மாணவர்களாக இருந்தனர்.

நானும் காவோமிங்கும் சேர்ந்து கூட்டமைப்பிற்காகப் புதுப்புது யோசனைகள் கூறினோம். சீன மாணவர்களுக்காக ஒரு கோஷத்தைக்கூட உருவாக்கியிருந்தோம்: "உங்கள் வாழ்வில் அமைதியும், படிப்பில் பெருமையும் உண்டாகுக: அமைதியாக வாழுங்கள், மகிழ்ச்சியாக உழையுங்கள்!" கூட்டமைப்பின் தலைவராக காவோமிங் இருந்ததை சாதகமாகப் பயன்படுத்திக்கொண்டு அவரையே விடுதியின் தலைவராகவும் அறிவித்துவிட்டோம், இதனால் அவர் என் அறையில் நீண்ட நேரம் செலவழித்ததையும், இந்த நெருக்கத்தினால் அவர் மகிழ்வாக இருந்ததையும் நான் உள்ளூர மிகவிரும்பினேன்.

அடுத்தவருடம் வந்த ஈஸ்டர் திருநாள் சமயத்தில், அந்த விடுமுறையைக் கழிக்க நானும் என் நண்பர்கள் சிலரும் கிராண்ட் கான்யானுக்கு செல்லத் திட்டமிட்டோம். அந்த சுற்றுலா குறித்து உணவுவிடுதியில் நாங்கள் மகிழ்ச்சியுடன் திட்டம்தீட்டியபடியே அரட்டையடித்துக் கொண்டிருக்கையில், காவோமிங்கும் வந்து எங்கள் மேஜையில் அமர்ந்துகொண்டார்.

"எதைப் பற்றிப் பேசிக்கொண்டிருக்கிறீர்கள்? உங்களைப் பார்த்தால் மிகுந்த உற்சாகமாக இருப்பதைப்போல் தோன்றுகிறதே!" அவரது அந்தக் கேள்வி எனக்கானதாகத்தான் இருந்தது.

வாக்குறுதி | 347

“கிராண்ட் கான்யானை காண நாங்கள் காரில் செல்லப் போகிறோம். அதற்காக இப்போதுதான் 4X4 வாகனமொன்றை ஏற்பாடு செய்துள்ளோம்!” எங்களின் நண்பர் ஒருவர் இடையே புகுந்து கூறினார்.

“லிலீ, நீயும் அவர்களுடன் செல்கிறாயா?” காவோ மிங் ஆச்சர்யத்துடன் வினவினார்.

“ஆம், நாங்கள் நால்வருமே செல்கிறோம்” வாய்நிறைய உணவுடன் பதிலளித்தேன்.

“நல்லது, ஏன் இதை என்னிடம் நீ முன்னரே கூறவில்லை?” காவோ மிங்கின் குரல் திடீரெனக் கடுமையாகியது.

“நீங்கள்... நீங்கள் விடுமுறையைக் கழிக்கச் சீனாவிற்கு செல்லப் போவதாக கூறியிருந்தீர்களே?” அவருக்கு என்னவாயிற்று என எனக்குப் புரியவேயில்லை.

“அப்படியானால் நான் எப்போது இங்கிருந்து செல்வேன் எனக் காத்திருந்து, நீ இந்தத் திட்டத்தை மற்றவர்களுடன் தீட்டியுள்ளாய் அல்லவா?” அவர் விழிகள் கனன்றன.

“நான்... நான் ஏன் அவர்களுடன் செல்லக்கூடாது? இதில் என்ன தவறு உள்ளதென எனக்குத் தெரியவில்லை.” எங்கள் நண்பர்கள் எங்களிடமிருந்து விலகி வேறு மேஜைநோக்கிச் சென்றனர்.

“நீ எப்படி என்னை இப்படி நடத்தலாம்? உனக்கு நம்மைப் பற்றி எந்த அக்கறையுமில்லை!” இதைக்கூறும்போது காவோ மிங் கத்தியேவிட்டார், அங்கிருந்த அனைவரும் எங்களையே பார்த்தனர்.

அந்நொடியில் எனக்கும் கூட அவர்மீது எரிச்சலேற்பட்டது. “ஏன் இத்தனைக் கோபப்படுகிறீர்கள்? உங்களுக்கு என்னவாயிற்று? உங்கள் குடும்பத்தைக் காண நீங்கள் சீனாவிற்கு செல்கிறீர்கள், நான் என் நண்பர்களுடன் ஊர்சுற்றச் செல்கிறேன். கிணற்றுநீரை ஆற்றுவெள்ளம் கொண்டுசென்றுவிடாது - இதில் நீங்கள் கவலைகொள்ள எதுவுமில்லை!”

“அதெப்படி... அதெப்படி நீ என்னிடம் கூறாமல் மற்றவர்களோடு சேர்ந்து நீயாகவே திட்டங்கள் தீட்டலாம்?” தன் கையிலிருந்த முட்கரண்டியை காவோமிங் ஆத்திரத்துடன் மேஜைமீது ஓங்கியறைந்தார்.

"ஏன், அதனால் என்ன? இதுவொன்றும் மாணவர் கூட்டமைப்பு நிகழ்வு அல்லவே." அவர் செய்வது நியாயமற்ற காரியமாக எனக்குத் தோன்றியது.

"கூட்டமைப்போடு இதற்குத் தொடர்பில்லை, ஆனால் நமக்கும் இதற்கும் தொடர்புள்ளது!"

இதைக்கேட்டதுமே நான் எழுந்துநின்றேன். ஒரு தோழி என்பதையும் கடந்து அவர் என்னை வேறுவிதமாக பாவிக்கிறாரென எனக்குச் சட்டெனப் புரிந்தது.

பேச்சடைத்து நிற்குமென்னை காவோமிங் கண்டார். என் கையைப்பிடித்து அமரவைத்து என்னிடம் ஏதோ கூறினார், அவர் கூறியது எதுவும் என் மனதில் பதியவேயில்லை, என்னைச்சுற்றி என்ன நடக்கிறது என்பதைக்கூட அறிந்துகொள்ள முடியாவண்ணம் என் மூளை முழுவதும் பல்வேறு எண்ணங்களால் குழம்பிக்கிடந்தது. காவோமிங் என்னைக் காதலிக்கிறாரா? இந்த "திருவாளர். நிறைபண்பாளர்" நிஜமாகவே என்னைக் காதலிக்கிறாரா? அவர் என்மீது மிகுந்த அக்கறை கொண்டிருந்தார், அதற்கு பதிலாக அவர்மீது நான் கொண்டிருந்த உணர்வுதான் காதலாக இருந்திருக்குமோ? அவர் எனக்கு செய்த அனைத்திற்காகவும் நான் நன்றியோடுதான் இருந்தேன், ஆனால் இதெல்லாம் காதலாகுமா?

அன்றைய இரவு முழுவதும் நான் குழம்பித்தவித்தேன். பின்னர், இருவரும் ஒன்றாகவே விடுதிக்குச் செல்லலாம் எனக்கூறினாரே தவிர, அவர் என்னோடு விடுதிக்குள்ளே வரப்போவதில்லை எனக்கூறிவிட்டார். அவர் நடந்துகொண்ட விதம் என்னை பயமுறுத்தியிருந்தது, பாதித்திருந்தது என்பதை என் செயல்கள் மூலம் அவர் கண்டுகொண்டுவிட்டார், அவருமே கூட பயந்துபோயிருந்தார்.

ஜிங்சி எனும் சொல் 'ஆனந்த அதிர்ச்சி' எனும் பொருள் தருவதைப்போலவே, *சிஜிங்* எனும் சொல் 'அதிர்ச்சிகரமான ஆனந்தம்' எனப் பொருள் தருமென்பதை நீங்கள் அறிவீர்களா? நல்லது, எது எப்படியாகினும், நாங்கள் இருவரும் உண்மையாகவே காதலர்கள் ஆகிவிட்டோம். அந்த வருட ஈஸ்டர் விடுமுறைக்காக அவர் சீனாவுக்குச் செல்லவுமில்லை, நான் கிராண்ட் கான்யானுக்கு செல்லவுமில்லை. அதற்குபதிலாக நாங்கள் இருவரும் சேர்ந்து நியூயார்க் சென்றோம். அதற்கு யார்

செலவுசெய்தது? செலவுகளை இரண்டாகப் பிரித்து நாங்கள் இருவருமே செலவுகளை ஏற்றுக்கொண்டோம். காதல்கொள்ள நாங்கள் செலவழித்த காலம் முழுவதும் பணப்பற்றாக்குறையால் நாங்கள் வாடவேயில்லை. நாங்கள் இருவருமே "ஒரு குழந்தைத் திட்டத்தை" கடைபிடித்த குடும்பங்களில் இருந்து வந்திருந்ததால், என் பெற்றோர்களிடமிருந்து மட்டுமல்லாது எங்களின் பாட்டனார்களிடமிருந்தும் எங்களுக்குப் பணம் அனுப்பப்பட்டது, ஆனால் முழுக்கமுழுக்க எங்கள் பெற்றோர்களின் பணத்தையே நம்பியிருக்கும் பிள்ளைகளாகவும் நாங்களிருக்கவில்லை.

அப்படியானால், ஏன் நாங்கள் பிரிந்தோம்? நாங்கள் இருவரும் அதிகாரப்பூர்வமாகக் காதலிக்கத் துவங்கியபிறகு, காதற் மனஅழற்சி நோய்க்கு காவோமிங் ஆளாகிவிட்டிருந்தார். நாள்முழுவதும் இடைவிடாது எனக்கு அவர் செய்திகளை அனுப்பத்துவங்கியதில் இருந்து இது தொடங்கியது, அப்போது 'வீ சாட்' செயலி இல்லை.

"இப்போது என்ன செய்துகொண்டிருக்கிறாய்?"

"எப்போது விடுதிக்குத் திரும்புவாய்?"

"யாருடன் இருக்கிறாய்?"

இதுபோன்று 24 மணிநேரமும் இடைவிடாத விசாரணை நடந்தது. எத்தனை மணிக்கு நான் தூங்கச் செல்லப்போகிறேன், என்ன தேர்வுகளை எழுதப்போகிறேன் போன்று அனைத்தையும் நான் அவருடன் பகிர்ந்துகொள்ள வேண்டியிருந்தது. அவருக்கு நான் உடனடியாக பதிலளிக்காவிட்டால், நான் எந்த வகுப்பறையில் இருந்தாலும் அதன் வாசலில் வந்து நின்றுவிடுவார். வாசலில் அவர் நிற்பதை வகுப்பறையின் ஜன்னல் வழியாகக் காணும் சக மாணவிகள், "என்ன மீண்டும் உன்னை வேவுபார்க்க உன்னவர் வந்துவிட்டாற் போலிருக்கிறதே!" எனக் கேலிசெய்வர்.

பிற ஆண்மாணவர்களுடன் பேசுவதை அவர் தடுத்தபோதுதான் அவர் என்னைக் கூண்டுக்குள் அடைப்பதைப் போன்று உணரத்துவங்கினேன். நாங்கள் இருவரும் ஜோடியாக கல்லூரிவளாகம் முழுவதும் சுற்றித்திரிவதை அவர் விரும்பினார்தான் எனும்போதும், நான் சுதந்திரமாக வாழவோ கட்டுப்பாடின்றி சுற்றித்திரியவோ அவர்

அனுமதிக்க விரும்பவில்லை. வேறு ஒரு ஆணுடன் நான் பேசிவிட்டேன் எனத் தெரிந்தாலே அவர் மூர்க்கமாகிவிடுவார், எனது எந்த விளக்கமும் அப்போது அவரிடம் எடுபடாது. அலைபேசியில் எனது உள்பெட்டியில் இருந்த செய்திகளையும் என் மின்னஞ்சல்களையும் எனக்குத்தெரியாமல் அவர் பார்த்துபோதுதான் காதலை முறித்துக்கொள்ளலாம் என நான் முடிவு செய்தேன். என்னை சொந்தம்கொண்டாடும் அவரது இந்த மனநிலையை என்னால் பொறுத்துக்கொள்ள முடியவில்லை எனக் கூறினேன்; அவர் மேல் நான் கொண்டிருந்த அத்தனை மரியாதையும் காணாமல்போயிருந்தது.

காவோமிங்கிற்கு இந்த முறிவை ஏற்றுக்கொள்வது கௌரவப்பிரச்சினையாகத் தோன்றியது. இந்த முறிவுக்கு அவருடைய காதல் உணர்வுகள் தடையாக இருந்தது என்பதை விடவும், ஒரு பெண் அவரது காதலை நிராகரிப்பதென்பது அவருடைய சுய கௌரவத்திற்கு விழுந்த பலத்த அடியாக இருந்தது. "நான் சிறுவனாக இருந்தபொழுதிலிருந்தே நான் வைப்பதுதான் சட்டமாக இருந்துவந்துள்ளது. என் பெற்றோர்களுமே கூட நான் சொல்வதைத்தான் கேட்பார்கள். அப்படியிருக்கும்போது, நாம் காதலை முறித்துக்கொள்ளலாம் என நீ எப்படி கூறலாம்! அதை நான்தான் முடிவுசெய்யவேண்டும்!" என ஆத்திரத்தோடு கூறினார்.

மாணவர் கூட்டமைப்பின் தலைவர், அன்பான இளைஞன், மென்மையான காதலன் காவோமிங். அவரைப்பற்றி நான் கொண்டிருந்த இந்த பிம்பங்களெல்லாம் என் கண்முன்னாலேயே நொறுங்கி விழுந்தன.

உணர்ச்சியற்று அவரை வெறித்தேன்: "சரி, கூட்டமைப்பு சார்பாக ஒரு கூடுகையை ஏற்பாடு செய்து நம் பிரிவை நீங்களே அறிவித்துவிடுங்களேன். அல்லது உணவுவிடுதிக்குச் செல்வோம், அங்கு இரவு உணவு உண்ணும் அனைவர் எதிரிலும் வைத்து என்னை அவமானப்படுத்தி விடுங்களேன். இதையெல்லாம்விட வேறொரு நல்ல யோசனையும் உள்ளது, கல்லூரியின் புல்வெளிக்குச் சென்றுவிடுவோம், அங்கு எல்லோர் முன்னிலையிலும் நானொரு ஒழுக்கங்கெட்டவள் எனக் கூறிவிடுங்களேன்! இதில் நீங்கள் எதைத் தேர்வு செய்தாலும் நான் அதற்கு உடன்படுகிறேன். முன்னொரு காலத்தில் நீங்கள் எனக்கு உதவிசெய்தவர் என்ற ஒரே காரணத்திற்காக நான் அதற்கு

உடன்பட சம்மதிக்கிறேன். ஆனால் அதற்குப்பிறகு உங்கள்மேல் எனக்கு எவ்விதமான உணர்வும் இருக்காது என்பதையும் தெரிவித்துக்கொள்கிறேன்."

அவற்றுள் எதையும் காவோ மிங் செய்யவில்லை. சொல்லப்போனால் அதன்பிறகு அவர் கல்லூரியைவிட்டுப் பாதியிலேயே வெளியேறி சீனாவிற்கே சென்றுவிட்டார். அங்கு அவருக்கு அரசுப்பணி கிட்டிவிட்டதாகப் பின்னர் அவரின் பெற்றோர்கள்மூலம் அறியவந்தேன்.

அப்போது என் மனநிலை எப்படி இருந்தது? அவர் படிப்பை பாதியிலேயே விட்டுச்செல்கிறார் எனக் கேள்விபட்டதுமே என்னுள்ளே லேசான வலியும், சிறிதளவு குற்றவுணர்வும் எழுந்ததுதான். அவர் தன் படிப்பை முடிக்க இன்னும் ஆறுமாதங்களே மீதமிருந்தன; அவர் படிப்பை முடிக்கும்வரையேனும் நான் எங்களின் உறவைத் தொடர்ந்திருக்க வேண்டும். ஒருவேளை அவர் கூறியவற்றுக்கெல்லாம் நான் உடன்படிந்திருந்தால் இந்நேரம் எங்கள் நாட்டின் மிகமுக்கியத் தூண்களில் ஒன்றாக அவர் உருவாகியிருக்கவும்கூடும்.

ஆனால் இப்போது அவ்வாறு தோன்றவில்லை. வரைமுறை இல்லாத சுயநம்பிக்கை ஆணவத்திற்கே வழிவகுக்கும்; இரக்கமேயில்லாத லட்சியம் வெறும் சுயநலம்தான். ஒருவரையொருவர் கண்ணோடு கண் காணவில்லையென்றால் அந்த உறவு வாழாது. அவர்கள் நம்மோடு இல்லாத ஒவ்வொருநொடியும் அவர்களை எண்ணிநாம் ஏங்க முடியவில்லையென்றால், அந்த உறவு நிலைக்காது.

ஒருவரோடு நாம் வெளியே செல்லும்போது, அவர்கள் செய்ய விருப்பப்படுவதையெல்லாம் நாம் செய்வதிலும், அவர்களுக்குத் தேவைப்படுவதையெல்லாம் நாம் கொடுப்பதிலும் நமக்கு இன்பம் உண்டாகிறது. மற்றவர்களைத் திருப்திபடுத்தவேண்டும் என்பதிலும் அதற்கான நன்றிக்கடனைப் பெறவேண்டும் என்பதிலும் நாம் வெகு ஆர்வமாய் இருக்கின்றோம். ஆனால் நாட்கள் செல்லச்செல்ல காதல் நம் மனதில் பொறாமையை வளர்த்துவிடுகிறது, அடுத்தவரை நம் கட்டுப்பாட்டிற்குள் வைத்துக்கொள்ள முயல்கிறோம். முதிர்ச்சியான காதல் இருபக்கங்களின் தேவைகளையும் தனித்துவத்தையும்

நிறைவேற்றித் தரும். இருபக்கமும் சமமாய் இருந்தால்தானே அது உண்மைக்காதலாய் இருக்கமுடியும்?

காதலில் தியாகமும்கூட தேவையேயில்லை எனத்தான் நான் எண்ணுகிறேன். காதலிக்கும் இருவர் தம் மகிழ்ச்சியைப் பகிர்ந்துகொள்வது போலவே அவர்களின் துன்பங்களும் பகிர்ந்துகொள்ளப்படவேண்டும். நீங்கள் உங்கள் காதலருக்காய் எதையேனும் செய்துவிட்டு அதைத் தியாகம் என அழைக்கக்கூடாது. மேலும், ஒருவருக்கொருவர் நம்பிக்கையும் மரியாதையும் கொண்டிராவிட்டால் அந்தக் காதலுக்கு எதிர்காலமே இல்லாமல் போய்விடும். சரிதானே சின்ரன்?

நான் இரண்டாமாண்டு பயின்றுகொண்டிருந்தபோது என் பெற்றோர்களின் சார்பாக எனக்கு நானே பிறந்தநாள் பரிசொன்று வழங்கிக்கொள்ள எண்ணி, அதற்காக ஐபோன் ஒன்றை வாங்கிக்கொண்டேன். உடனே, இணையம்வழியாகப் புதுப்புதுக் காதலர்களை கண்டுபிடிப்பதற்கான அளப்பரிய வாய்ப்புகளை வேடிக்கையும் வசதியும்மிக்க அந்தத் தொடர்புக்கருவி வாரிவழங்கியது. அன்றிலிருந்து இன்றுவரை நான் அதைத் தொடர்ந்து உபயோகித்து வருகிறேன், அதன்மூலம் பலரையும் சந்தித்திருக்கிறேன் எனும்போதும் இணையவழியில் இரண்டு காதலர்களை மட்டுமே அடைந்திருக்கிறேன். அவர்கள் இருவருமே எனக்கு வழிகாட்டிகளாகவும் நண்பர்களாவும் இருந்து தமது அனுபவங்களையும் வாழ்வைப்பற்றிய தத்துவங்களையும் என்னோடு பகிர்ந்துகொண்டுள்ளனர். நாங்கள் இன்றுவரை சந்தித்துக்கொள்ளவில்லை என்பதுதான் ஒரே வருத்தம்!

அவர்களை என்னுடைய காதலர்கள் எனக்கூறிவிட முடியாது; அவர்களும் அவ்வாறே எண்ணுகின்றனரா என என்னால் திட்டவட்டமாகக் கூறவும்முடியாது. சில நேரங்களில் அவர்கள் என்னிடம் மிக சரசமாகப் பேசுவர், இணையவழிக் காதலர்களில் உண்மையானவர்களும் உள்ளனர், போலிகளும் உள்ளனர். அவர்களை நேரில் சந்திக்காவிடில் எப்படி அவர்களை அடையாளம் காண்பது? ஒருவேளை நாங்கள் சந்தித்திருந்தால் எங்களிடையே இப்போதைப்போல எந்த உணர்வுகளும் உருவாகியிருக்காது போயிருக்கவும்கூடும்.

என்றேனும் ஒருநாள் அவர்களைச் சந்திக்க வேண்டுமென விரும்புகிறேன். உண்மையைச் சொல்வதானால், ஒரே

சமயத்தில் பல சிநேகிதர்களுடன் பழகுவதில் எனக்கு எந்த மறுப்புமில்லை. இந்தக்காலத்தில் ஒரு பெண்ணிற்கு ஒரே ஒரு காதலர்தான் உண்டெனக் கூறினாளானால் அவள் மற்றவர்களால் இழிவாகப் பார்க்கப்படும் நிலைதான் நிலவுகிறது.

爱

பல காதலர்களா? எப்படி இவர்களால் சமாளிக்க முடிகிறது? என் காலத்திய சீனாவை விட இந்தப் புதிய தலைமுறை இளைஞர்களின் சீனா வெகு வித்தியாசமாக இருப்பதை உணர்ந்துகொண்டேன். நான் கொண்டிருக்கும் அறியாமையின் காரணத்தால் அவர்களின் காலத்தை என்னால் எட்டிப்பிடிக்கவே முடியாது.

நான் என் காலத்தின் சீனாவைப்பற்றி யோசித்துக் கொண்டிருக்கையில், லிலீ தன் காலத்தைய சீனாவைப் பற்றித் தொடர்ந்து பேசிக்கொண்டே போனார்.

爱

எனக்கென "சரியான" காதலனை இப்போது கண்டுபிடித்துவிட்டேன். நாம் காதல் உறவில் இருக்கும்போது நம்மைச் சுற்றி இருப்பவர்கள் நிம்மதியாக இருப்பார்கள். அவ்வாறு இல்லாதுபோனால், நமக்குத் திருமணம் நடைபெறுமோ நடைபெறாதோ என நம் பெற்றோர்கள் வருத்தம் கொள்ளத் துவங்கிவிடுவர், எப்படியாவது நம்மை எவருடேனும் காதல்கொள்ள வைக்க நம் நண்பர்கள் தொடர்ந்து பாடுபடவும் வேண்டிவரும். "என் வாழ்வே பெரிய குழம்பிய குட்டையாக மாறிவிட்டதோ?" "எவருமே என்னை விரும்பவில்லையே, நானென்ன அத்தனை மோசமானவளா?" என்பதுபோன்று உங்களைப்பற்றி நீங்களே தாழ்வுமனப்பான்மை கொள்ளத் துவங்கிவிட நேரிடும்.

அமெரிக்காவில் படித்துக்கொண்டிருந்தபோதுதான் எனது தற்போதைய காதலரைச் சந்தித்தேன். அவர் பெயர் பென், ஆங்கிலேயர். உயரமாய், ஒல்லியாய், பழகுவதற்கு இனிமையானவராய் இருப்பார். அவரிடம் ஆங்கிலேயத்தனம் மிகுதியாய் இருப்பதாகத் தோன்றும். எங்களிருவருக்கும்

பொதுவான ஒரு நண்பரின் மூலம் முதன்முதலாக மாணவர் கொண்டாட்டக்கூட்டமொன்றில் சந்தித்துக்கொண்டோம். அனைவரும் கொஞ்சமாகக் குடித்துவிட்டு நிறைய அரட்டையடித்து குதூகலித்தோம். நாங்கள் நால்வர் இணைந்து பயணங்கள் சென்றோம், ஊர் சுற்றினோம், நிறைய மகிழ்ந்தோம்.

அச்சமயம் நான் மூன்றாமாண்டு இளங்கலை பட்டப்படிப்பு படித்துக்கொண்டிருந்தேன், மற்ற மூவரும் முதுகலை படித்துக்கொண்டிருந்தனர். அவர்களுள் இருவர் பட்டப்படிப்பை முடித்துவிட்டனர், பென் மட்டும் முனைவர் பட்டப்படிப்பிற்காய் அங்கேயே தங்கிவிட்டார், எனது முதுகலைப்படிப்பிற்காய் அவரிடமிருந்து நான் ஆலோசனை பெற்றேன். குடும்பத்தின் ஒரே வாரிசு நான் மட்டுமே என்பதால் என் படிப்பை முடித்ததும் என்னை சீனாவிற்குத் திரும்பிவரச்சொல்லி என் தாயும் தந்தையரும் வற்புறுத்தினர்.

எனவே நான் திரும்பிச்சென்று, அங்கேயே ஒரு அயலக நிறுவனத்தில் பணிபுரியத் தொடங்கினேன். என்னைத் தொடர்ந்தபடி பென்னும் சீனாவிற்கு வந்துசேர்ந்துவிடுவார் என நான் எதிர்பார்க்கவேயில்லை, ஆனால் சீன இணையம் பற்றிய ஆராய்ச்சியை தனது முனைவர்பட்ட ஆராய்ச்சியின் ஒருபகுதியாக எடுத்துக்கொண்டு அவர் சீனாவில் பணியில் சேர்ந்துவிட்டார். என் வாழ்வில் நான் எதிர்கொண்ட சிறிய மாற்றுப்பாதையாகத்தான் முதலில் பென்னை எண்ணியிருந்தேன், ஆனால் அவர் சீனாவில் பணிபுரிய வந்துசேர்ந்துவிட்டதைக் கண்டதும் எங்கள் இருவரின் தலைவிதிகளும் பின்னிப்பிணைந்திருப்பதாகவே எனக்குத் தோன்றியது.

என்னைச் சந்தித்த முதல் நொடியிலிருந்தே அவர் என்னை விரும்பத்துவங்கி விட்டதாகக் கூறினார். என்னோடு இருப்பதற்காகவே முனைவர் பட்டப்படிப்பை மேற்கொண்டுள்ளார். கேட்பதற்கு ஏதோ திரைப்படத்தில் வரும் கதைபோல் இருக்கிறது அல்லவா? அவர் அனைத்தையும் வேடிக்கையாகப் பேசித்திரிபவர், நானோ எதையும் பெரிதாக எடுத்துக்கொள்ளாதவள், எனினும் நாங்கள் ஒருவரையொருவர் காதலன், காதலி என அழைத்துக்கொள்ளத் துவங்கினோம்.

நாங்கள் இருவரும் வேறுவேறு நகரங்களில் வசித்துவந்த போதும், புல்லட் ரயிலின் உதவியால் எங்களால் அடிக்கடி சந்தித்துக்கொள்ள முடிந்தது, நான்ஜிங்கில் இருந்து பீஜிங் சென்றடைய நான்கு மணிநேரங்களே ஆனது. அத்துடன் வீ சாட்டும் சேர்ந்து எங்கள் சந்திப்பை எளிதாக்கியது. இணையவழிக் காதலர்களைப் போலவேதான் நாங்களும் பெரும்பான்மை நேரம் இணையம் மூலமே காதலித்துக்கொண்டோம், எனினும் எனது மற்ற இரு இரகசிய ஆண் சினேகிதர்களிடம் நான் கொண்டிருந்த உறவைப் போலல்லாது இது முற்றிலும் வேறுமாதிரியாக இருந்தது.

எனக்கு அவரிடம் பிடித்த விஷயங்கள் என்ன? நம்பிக்கையானவர், ஆர்வம் மிக்கவர், நகைச்சுவை உணர்வு கொண்டவர். அவரோடு இருக்கும்போது நான் மிக ஆசுவாசமாகவும், பாதுகாப்பாகவும் உணர்கிறேன். பென்னைப் பொறுத்தவரை அவர் எதைக்குறித்தும் கவலைப்படவே மாட்டார். அவருடைய பை திருடுபோனாலோ அல்லது அவருடைய பாஸ்போர்ட்டோ பர்சோ தொலைந்துபோனாலோ கூட, அவர் "ஓ பரவாயில்லை, பணத்தேவையுள்ள யாரோ ஒருவருக்கு அந்தப்பணம் சென்று சேர்ந்திருக்கிறது!" எனத்தான் கூறுவார். அவரது குணத்தைப் பார்த்தால் கொஞ்சம் *'ஆஹ் கியூ'*★ போலிருக்கிறது இல்லையா? கவலையேயில்லாதவர். அவருக்கு மிகப்பிடித்தமான விஷயத்தைப் பற்றிப் பேசும்போது மட்டும் மிகுந்த வேட்கையோடு இருப்பார்.

நாங்கள் இருவரும் வாதிட்டுக்கொள்ளும் போக்குதான் எங்களிடையே பெரும் ஈர்ப்பை உண்டாக்கியிருந்தது. குழப்பமாக இருக்கிறது அல்லவா? தான் கூறுவதுதான் சரியென நிரூபிக்க நாங்கள் இருவருமே எந்த எல்லைகள் வரையும் சென்று விவாதிப்போம், மிக அரிதாகவே ஒருவர் கருத்தை

★ ஆஹ் கியூ: 'லூ சுன்' எனும் எழுத்தாளர் 1921இல் எழுதிய 'ஆஹ் கியூவின் உண்மைக்கதை' எனும் நாவலின் மையக்கதாப்பாத்திரம்தான் ஆஹ் கியூ. அந்தக் காலத்திய சீனர்களிடையே பரவலாகக் காணப்பட்ட அறியாமை, ஆணவம், தற்பெருமை போன்ற இழிகுணங்களெல்லாம் கொண்ட ஒரு நாயகனாக ஆஹ் கியூவை லூ சுன் படைத்திருந்தார். தான் கூறுவதுமட்டும்தான் சரியென எண்ணிக்கொண்டு சுயவிமர்சனத்திற்கு தன்னை ஒருபோதும் ஆளாக்கிக்கொள்ளாதோர், இழிந்த செயல்களுக்கும் இன்னல்களுக்கும் பாராமுகம் காட்டிச்செல்வோர் ஆகிய இருவிதமானோரைக் குறிக்க இன்று அந்தக் கதாபாத்திரம் உபயோகப்படுகிறது.

மற்றொருவர் ஆமோதிப்போம். முடிவேயில்லாமல் செல்லும் அந்த வாக்குவாதங்களை உண்மையில் நாங்கள் பெரிதும் விரும்பினோம் எனலாம்.

அப்படி என்னதான் நாங்கள் விவாதித்துக் கொள்வோம்? அமெரிக்காவில் இருந்தபோது நாங்கள் உலக அரசியல் குறித்து விவாதித்தோம்.

அமெரிக்க ஜனநாயகக் கட்சியையும், ஐக்கிய ராஜ்ஜியத்தின் தொழிற்கட்சியையும், சீன ஜனநாய முன்னேற்றக் கூட்டமைப்பையும் நான் ஆதரித்தேன். அமெரிக்கக் குடியரசுக் கட்சியையும், ஐக்கிய ராஜ்ஜியத்தின் பழமைவாதக் கட்சியையும், சீனப் பொதுவுடைமைக் கட்சியையும் அவர் ஆதரித்தார், சீனப் பொதுவுடைமைக் கட்சியை அவர் வலதுசாரியாகக் கண்டதன் அர்த்தம் மட்டும் எனக்கு விளங்கவேயில்லை.

உழைக்கும் வர்க்கத்திற்கு நன்மைபயக்கக்கூடிய ஜனநாயகத்தையே நான் ஆதரிக்கும் கட்சிகள் யாவும் பரிந்துரைக்கின்றன என அவரிடம் கூறுவேன். ஒரு சமூகம் பல்வகை வர்க்கங்களிலிருந்தும் வரும் குரல்களையும் எதிரொலிப்பதாக இருந்தாலேயொழிய அங்கு சமூக சமத்துவம் சாத்தியமாவதில்லை. வலதுசாரிக்கட்சிகள் யாவும் தம் சொந்த அனுகூலங்களுக்காக சிறுபான்மையினரையும், விளிம்புநிலை மக்களையும் சுரண்டிப் பிழைக்கின்றன.

முறையான அமைப்பு என ஒன்று இல்லாதுபோனால், மக்கள்திரள் முழுவதுமே வெறும் தொண்டர்களாக மாறிவிடுவர், அதிகாரம் எங்கிருந்து உருவாகிவந்தாலும் பரவாயில்லை, அது தம்மைக் காப்பாற்றிவிடும் எனும் மனநிலைக்கு அவர்கள் தள்ளப்பட்டுவிடுவார்கள் என பென் கூறுவார். சமூக முன்னேற்றத்திற்குத் தேவையான பலமோ மூலதனமோ அவர்களிடம் இல்லை எனவும், சமத்துவத்தை நோக்கிச் செல்லும் எந்தவொரு சமூகமும் மூலதனத்தை அடிப்படையாகக் கொண்டே உருவாக்கப்படவேண்டுமெனவும் அவர் கூறுவார். அவர் குறிப்பிட்டக் கட்சிகள் யாவும், சமூக வளங்களை ஒருங்கிணைத்து, சமூகத்தின் ஸ்திரத்தன்மையை உறுதிப்படுத்தியதோடு, அவையாவும் தத்தம் நாட்டிற்கு ஏற்றவாறு தனித்தன்மையோடும் விளங்கின எனவும் அவர் கூறினார்.

அத்துடன், "கம்யூனிஸ்ட் கட்சி என அழைக்கப்படுவதாலேயே அதன் அரசியல் முழுவதும் சமத்துவத்தையும் பொதுவுடைமையையும் பிரச்சாரிப்பதைச் சுற்றியே அமைந்திருக்கும் என எண்ணிவிடாதே. நேர்மறைகளைப் பற்றியும் பேசவேண்டாமா? நாட்டின் ஒட்டுமொத்த மக்களும் தாம் உயிர்வாழ அரசாங்கம் அளித்த உணவுக்கூப்பன்களை மட்டும் நம்பியிருந்த காலத்தில் இருந்து, வெறும் முப்பது நாற்பது வருடங்களுக்குள்ளாகவே உலகத்தில் உள்ள பல நிறுவனங்களையும் விலைக்கு வாங்குமளவு பொருளாதார ரீதியாக இந்த நாடு வல்லமைபெற்றுள்ளதை எண்ணிப்பார்க்கும்போது, கடும் கட்டுப்பாடுகள் இல்லாது இது சாத்தியமாகியிருக்கக் கூடுமென எண்ணுகிறாயா?" எனவும் கேட்டார். இதை என் தந்தையும் முன்னரே கூறியிருக்கிறார். சொன்னாற்போல, என் தந்தை கம்யூனிசக் கட்சியின் அதிகாரியாவார்.

குறிப்பாக, மத்திய கிழக்கு நாடுகளில் அமெரிக்கா கொண்டுவந்த திட்டங்களையும், அது உலகநாடுகளுக்கெல்லாம் காவல்துறை அதிகாரிபோல் நடந்துகொள்வதையும் நான் அறவே வெறுத்தேன். ஆனால் இந்தத் திட்டங்களெல்லாம் நல்லவையா தீயவையா என்பதை இப்போது உடனடியாகக் கூறமுடியாது, வரலாற்றில் அவை எவ்வாறு மதிப்பிடப்படுகிறது என்பதை வைத்தே தீர்மானிக்கமுடியும் என பென் கூறினார். இதை நியாயப்படுத்தும்பொருட்டு, 'லிங்கன் அமெரிக்க அதிபராக இருந்தபோது பாதியளவுக்கும் மேற்பட்ட அமெரிக்கர்கள் அவருக்கு எதிராகவே இருந்தனர், ஆனால் இன்றோ அவர்தான் அமெரிக்காவின் தலைசிறந்த அதிபரென அந்நாட்டு மக்கள் கொண்டாடுகின்றனர்!' என்பதையும் கூறுவார்.

நாங்கள் இருவரும் ஒத்துப்போகும் விஷயங்கள் சிலவும் இருக்கின்றன. நிறைய அல்ல, சில மட்டும்... உலகம் முழுவதும் நிகழும் துப்பாக்கி விற்பனையை அமெரிக்கா தடை செய்யவேண்டும், மற்றநாடுகளுக்கு ஆயுதங்கள் விற்பதை நிறுத்த வேண்டும், இளைஞர்களுக்கு வன்முறையைப் படமெடுத்துக் காட்டி கொள்ளைலாபம் ஈட்டும் ஹாலிவுட் திரைப்படங்களைக் கட்டுப்படுத்தவேண்டும் என நாங்கள் இருவருமே எண்ணினோம்.

சீனாவைப் பொறுத்தவரை சீன சமுதாயத்தைப் பற்றித்தான் எங்கள் விவாதங்கள் இருக்கும். என்னைவிடவும் சீனாவை பென் மிகவும் நேசிக்கிறார் என்பது மட்டும் திட்டவட்டமாகத் தெரியும். கடந்த காலத்தின் தவறுகள் அனைத்தையும் எளிய காரணங்கள் மூலம் விளக்கிவிடலாமென அவர் எண்ணினார்.

உதாரணத்திற்கு, சீன உயர்தட்டு மனிதர்களின் பாசாங்குகளை நான் எத்தனை வெறுத்தேன் என அவரிடம் கூறியுள்ளேன். தமக்குத் தேவையானபோது தமக்குச் சாதகமாகப் பயன்படுத்திக் கொள்ளலாமென அவர்களையெல்லாம் வேட்டைநாய்கள் போல சீன அரசு வளர்த்து வருகிறது. ஆனால் அது அத்தனை எளிய காரியமில்லை எனவும், உயர்வகுப்பினருக்கே கூட அது அத்தனை எளிய விஷயமில்லை எனவும் பென் கூறினார். "இந்நாடு தன்னைத்தானே ஒரு பெட்டிக்குள் பூட்டி வைத்திருந்து வெளியாகியது, அவ்வாறு வெளியாகியபோது, அடுத்து வந்த நூற்றாண்டில் தொடர்ந்து பலவருடங்கள் இங்கு குழப்பங்கள்தான் நிலவின. கல்விரீதியாகவும், ஆன்மரீதியாகவும் சீனாவிற்கும் மற்ற உலகநாடுகளுக்கும் இடையே பெரிய இடைவெளி இருந்தது. அக்காலத்தில் வாழ்ந்த எவருக்கும் எந்தவொரு வெளிநாட்டு மொழியையும் பேசத் தெரிந்திருக்கவில்லை, அதேசமயம் மக்களைத் துரிதமாக முன்னேற்றவும் வேண்டியிருந்தது, அப்போதுதான் உயர்வர்க்கத்தைச் சேர்ந்த பலரும் அந்தக் குழப்பமான காலம் தோற்றுவித்த நாயகர்களாக மின்னினர்." என்றார்.

கடந்த காலத்தைச் சேர்ந்த மற்ற நாயகர்களைப் போலவே அந்த நாயகர்களும் இதுநாள்வரை இத்தனைப் புகழோடு விளங்கக்காரணம், பலர் அவர்களுக்காகத் தம் குருதியையும், வியர்வையையும் கண்ணீரையும் சிந்தி உழைத்ததால்தான் என்பதை மட்டும் அவர் ஒப்புக்கொள்வார். இன்றைய நாயகர்கள் கத்திகளைத் தூக்கிக்கொண்டு அலைவதில்லை என்பது மட்டும்தான் அவர்களுக்கும் இவர்களுக்கும் உள்ள ஒரே வேறுபாடு.

சீனக்கல்வியும் சுகாதாரத்துறையும் சட்டத்துறையும், இன்று வணிகமாக மாறிவிட்டிருப்பதுதான் என்னால் பொறுத்துக்கொள்ள முடியாத அடுத்த விஷயம், இதே ரீதியில் இந்நாடு சென்றுகொண்டிருக்குமானால், பணத்தினால் நல்லொழுக்கத்தின் மீதான நம்பிக்கையும், அதன் தரமும்

மக்களிடையே காணாமல் போய்விடக்கூடும் எனவும் வருந்தினேன். ஆனால் இவையாவுமே மேற்கின் தவறுதான் எனவும், அவர்கள்தான் சீனாவை கெடுத்துவிட்டனர் எனவும் பென் கூறுவார். அரசின் ஊழல்கள் குறித்தும் மற்ற அவதூறுகள் குறித்தும் அறிக்கைகள் இருந்தபோதும், திரைமறைவு காரியங்கள் பல நடந்தேறியவண்ணமே இருந்தாலும்கூட, அமெரிக்க வங்கிகள், மருந்து உற்பத்தித் தொழிற்சாலைகள், தொலைத்தொடர்புகள் மூலமாக நாங்கள் தொடர்ந்து ஏமாற்றப்பட்டு வருவதாக பென் பிடிவாதமாகக் கூறுவார். "உலகின் வேறெந்த நாடுகளைவிடவும் அமெரிக்காவில்தான் வழக்கறிஞர்களின் எண்ணிக்கை அதிகளவில் உள்ளது, எனினும் அவர்களால் ஏமாற்றுவேலைகளைத் தடுக்க முடியவில்லையே, ஏன் என எண்ணிப்பார்த்திருக்கிறாயா?" எனக் கேட்பார். அமெரிக்காவில் கொள்ளை லாபம் ஈட்டும் நிறுவனமாக சட்டம் இருக்கிறது என்பதுதான் அவருடைய எண்ணம். பென்னை பொறுத்தவரை அனைவரையும் விட வழக்கறிஞர்கள் மிக மோசமானவர்கள்!

அப்படிப்பார்த்தால், நாங்கள் அனைத்து விஷயங்களிலுமே முரண்பட்டோம் எனலாம். நான் எண்ணுவதற்கு எதிராகத்தான் அவர் யோசிப்பார்; உதாரணத்திற்கு, ஆணுக்கும் பெண்ணுக்கும் இடையே உள்ள வேறுபாடுகள் குறித்து நாங்கள் பேசிக்கொண்டிருந்தோமானால், என்னைவிடவும் பெண்களைப் பற்றி அவர்தான் அதிகம் அறிவார் எனக் கூறுவார்!

பெண்களைப் பற்றி பென் உதிர்த்த முத்துக்கள் சில:

"பெண்கள் உணர்ச்சிவசப்படுபவர்கள், எந்தவொரு சூழ்நிலையையும் மிக மோசமாகக் கையாளக்கூடியவர்கள் அவர்கள். ஆண்களை விடவும் நூறுமடங்கு பிடிவாதம் கொண்டவர்கள்."

"தான் காதலிக்கும் ஆணால் ஒரு பெண் காயப்பட்டுவிட்டால், அவள் உடனே அனைத்தின் மீதும் நம்பிக்கையை இழந்துவிடுவாள், சில சமயங்களில் அவள் தன் உயிரையே கூட மாய்த்துக்கொள்வாள்."

"பெண்களுக்கு இருமுகங்கள் உண்டு - உள்ளே அழுதுகொண்டிருந்தாலும் வெளியே சிரிப்பதாய் நடித்துக்கொண்டிருப்பார்கள்."

“சோகப்பாடல்கள் கேட்பதை ஆண்களைவிடவும் பெண்களே அதிகம் விரும்புகின்றனர், ஏனெனில் அவர்கள் மிக எளிதாகக் காயப்பட்டுவிடுகிறார்கள்.”

கடைசியாக சொன்னதைக் கேட்டதும் நான் பொறுக்கமுடியாமல் வெடித்துவிட்டேன். “நானும் கூடத்தான் சோகப்பாடல்களை விரும்பி கேட்கிறேன், ஆனால் எவரும் என்னைக் காயப்படுத்தியதில்லை. நான் அழுவதும் கூட மற்றவர்கள் மீது நான் கொள்ளும் பரிவினாலேதான்.”

“வெளிக்காயங்களை எளிதாக அடையாளம் கண்டுவிடமுடியும், ஆனால் மனக்காயங்கள் அப்படியல்ல. தம்மைச் சுற்றியிருக்கும் உலகில் இருந்து நாம் அனைவரும் நம்மையுமறியாமல் தகவல்களை சேகரித்துக்கொண்டே இருக்கிறோம். இந்தச் சிறுசிறு தகவல்கள்தாம் சேர்ந்து நம் ஆழ்மன எண்ணங்களாக உருக்கொள்கின்றன, ஏன் இவ்வாறு எதிர்வினையாற்றுகிறோம் எனக்கூடத் தெரியாமல் நாம் உணர்வுப்பூர்வமாகவோ உடல்ரீதியாகவோ எதிர்வினையாற்றுவது இந்த எண்ணங்களால்தான். உதாரணத்திற்கு, முன்பின் தெரியாத ஒரு ஆணை ஒரு பெண் முதன்முதலாக சந்திக்கும்போது அவள் நாணப்படக்கூடும். ஏன் எனத் தெரியுமா? அந்தப் பெண்ணின் ஆழ்மனதை ஈர்க்கக்கூடிய ஏதொவொன்று அந்த ஆணிடம் இருந்துள்ளது என அர்த்தம்.”

இந்தக் கருத்தை நிரூபிப்பதற்காய், உணர்வுப்பூர்வமான தொலையுணர்வு குறித்த ஹார்வர்ட் பல்கலைக்கழக ஆராய்வைப்பற்றி பென் கூறினார். மிக ஆழமாகக் காதலிக்கும் ஜோடியொன்று ஒருவரையொருவர் தொடர்ந்து மூன்று நிமடங்கள் உற்றுப்பார்த்துக்கொண்டிருந்தால், மருத்துவர் ஒருவரால் ஒருங்கிணைத்து நடத்திவைக்கப்படுவதைப் போல அவர்கள் இருவருடைய இதயங்களும் ஒத்திசைந்து துடிக்கத் துவங்கிவிடுமாம். அனைவரும் கூறுவதைப்போல காதல் உறவில் இருக்கும் தம்பதியினர் காலப்போக்கில் ஒருவர் மற்றவரைப்போலத் தோற்றமளிக்கத் துவங்கிவிடுவர் என்பதையும் அவர் அடிக்கடி கூறியபடியே இருப்பார்.

இதைக்கேட்டதும் நான் வாய்விட்டுச் சிரித்துவிட்டேன்: “உங்களைப் போன்று கூர்ந்த முகவாயுடனும் பெரிய மூக்குடனும் என்னால் மாறவே முடியாது!”

பென்னும் இதைக்கேட்டு சிரித்தார், "அதைப்பற்றி எனக்குத் தெரியாது. கூர்ந்த மோவாயும் பெரிய மூக்கும் வேண்டுமென பல சீன இளம்பெண்கள் பிளாஸ்டிக் அறுவைசிகிச்சை செய்துகொள்கின்றனர். ஆனால், நாமிருவரும் சேர்ந்திருந்தால், நீ அந்த வலியையெல்லாம் அனுபவிக்க வேண்டியதில்லை, இயற்கையாவே அவை உனக்கு என்மூலம் அமைந்துவிடக்கூடும்!"

பொதுவாக நாங்கள் ஆங்கிலத்தில்தான் உரையாடிக்கொள்வோம் என்றாலும் சீனமொழியில் பேசுவதற்கு அவ்வப்போது நான் பென்னுக்கு உதவிபுரிவேன். நான்கு தொனிகள், பல்வேறு பிராந்தியங்களின் பேச்சுவழக்கு, நவீன கொச்சைப்பேச்சு, முடிவேயில்லாத சொற்குவியல்கள் என எல்லாம் சேர்ந்து அவரை மிகவும் குழப்பிவிட்டிருந்தன, ஆனால் இந்த விஷயத்தில் பென்னிற்கு உதவிபுரிவது எனக்குமேகூட எளிதான காரியமாக இருக்கவில்லை. எனக்கென இருந்த மொழியுலகிலேயே நீண்டநாட்களாய் நான் சஞ்சாரித்துக் கொண்டிருந்ததால், சீனமொழியின் மாயாஜாலங்களை அறிந்துகொள்ள நான் தவறியிருந்தேன்.

எங்களின் சொல்வளம் கடந்த ஐந்தாயிரம் வருடங்களில் வெகுவாய் பரிணாம வளர்ச்சியடைந்திருந்தது. ஒவ்வொரு வார்த்தையையும் உருவாக்கும் ஒவ்வொரு சொல்லும் தன்னளவில் தனித்துவமானப் பொருளைக் கொண்டிருந்தன. உதாரணத்திற்கு, *ஃபூ குயி (富贵)* என வரும் இரு சொற்கள் மூன்று வெவ்வேறு பொருள்களைத் தரவல்லவை. *ஃபூ (富)* என்றால் வளம் என்றும், *குயி* (贵) என்றால் விலைமதிப்புள்ளது என்றும், *ஃபூ குயி* எனச் சேர்ந்து வந்தால் 'வளமானவர், சமூகத்தில் உயர்ந்த நிலைக்கு உரியவர்' என்றும் பொருள்படும். ஆனால் பென்னிற்கு *ஃபூ*விற்கும் *குயி*வுக்கும் இடையே வேறுபாடு தெரிந்திருக்கவில்லை. இதனை "சீர்திருத்தம் மற்றும் வெளிநாட்டுத்திறப்புக் கொள்கைக்குப்பிறகு சீன விவசாயிகளின் விலைமதிப்பு உயர்ந்தது" என பென் சீனமொழியில் எழுதியிருந்தார்.

இதேபோல் *கு நியாங் (姑娘)* என ஒரு சொல் உண்டு, இதன் பொருள் 'இளம்பெண்' என்பதாகும். *நியாங்* எனும் சொல்லை தனியாகப் பார்த்தால் அது *மா (妈)* எனப் பொருள்தரும், அதாவது "அம்மா", ஆனால் அதற்காக அவற்றை மாற்றி

எழுத முடியாது அல்லவா? சீனப்பெண் ஒருத்தியின் மீது மையல் கொண்ட தனது பிரெஞ்சு நண்பன் ஒருவனைப் பற்றி பென் கூறினார். அவன் அவளுக்கு எழுதிய காதல் கடிதத்தில் *நியாங்* எனும் சொல்லை எப்படி எழுதுவது என மறந்துவிட்டான், எனவே புத்திசாலித்தனமாக செய்வதாக எண்ணிக்கொண்டு, அதற்கு பதிலாக *மா* எனும் சொல்லை எழுதிக் கொடுத்திருக்கிறான். அவ்வாறு செய்ததன்மூலம், "அன்புள்ள இளம்பெண்ணிற்கு" எனக் குறிப்பிடுவதற்கு பதிலாக "அன்புள்ள அத்தைக்கு" எனக் குறிப்பிட்டுவிட்டான்.

சீன ராசிபலன்களில் வரும் பனிரெண்டு ராசிபலன்களின் மீது மேற்கத்தியர்களுக்கு ஓர் ஈர்ப்பு உண்டு. தமது ராசி குறித்தும் அது என்ன கூறுகிறது என்பது குறித்தும் சீனர்களிடம் கேட்டறிந்து கொள்வதில் அவர்களுக்கு மிகுந்த விருப்பமுண்டு. இதில் வருந்தத்தக்க விஷயம் என்னவென்றால், *'ஷு யூ'* (属于 ஏதொவொரு குறிப்பட்ட வகையை சேர்ந்த) என்பதும் *'ஷூ'* (属, அந்த குறிப்பிட்ட வருடத்தில் பிறந்த) என்பதும் முற்றிலும் வெவ்வேறு அர்த்தங்களைக் கொண்டவை என்பதை அவர்கள் அறிவதில்லை. இதனால் அவர்கள் மொழியை தப்பும் தவறுமாகக் கற்றுக்கொள்கிறார்கள், உதாரணத்திற்கு, பென்னின் கனடா நாட்டு நண்பன் "நான் பன்றியை சேர்ந்தவன்!" என உற்சாகமாகக் கூறியிருக்கிறான்.

சீனத்தைக் கற்க முயலும் மேற்கத்திய நாட்டினருக்கெல்லாம் எங்கள் மொழியிலுள்ள நான்கு தொனிகள் தான் "முக்கிய எதிரி" என பென் கூறினார்.

என்னால் முடிந்தவரை பென்னை சமாதானப்படுத்த முயல்வேன். சீனாவில் பல்வேறுவகையான சடங்குமுறைகள் இருப்பதனால், நன்கு அனுபவம்மிக்க சீன சமூகவியலாளர்களே கூடத் தவறுகள் செய்துவிடுவதுண்டு என அவரிடம் கூறினேன். தன் வாழ்நாளில் பாதிநேரம் சீனமொழியை படித்திருந்த ஜெர்மானிய தொழிலதிபர் ஒருவர் ஜெர்மன் தொத்திறைச்சியை 250 யுவான் பணத்திற்கு விற்பனை செய்யலாம் என்ற யோசனையை பீஜிங்கை சேர்ந்த தன் வணிகப் பங்குதாரரிடம் கூறியிள்ளார், ஆனால் அதைக்கேட்டதும் அந்த நண்பர் மிகுந்த மனவருத்தம் கொண்டது ஏனென அந்த ஜெர்மானியருக்குப் புரியவேயில்லை. பீஜிங்கில் *'ஏ பை வூ – 250'* என்பதும், ஷாங்காயில் *'ஷி சான் டியான் – 13ஆம் மணிநேரம்'* என்பதும்

“முட்டாள்!” என்பதைக் குறிக்குமென உள்ளூர்வாசி ஒருவர் விளக்கியபின்னரே அவருக்கு தன் நண்பரின் வருத்தம் புரிந்தது.

பென்னும் அவரது மற்ற வெளிநாட்டு நண்பர்களும் சீனாவிற்கு ஒருமுறை வருகைதந்திருந்தனர், சீன நாட்டுப்புறவியல் குறித்து அவர்களுக்கு எதுவும் தெரியாமலிருந்ததால் அங்கு பல நகைச்சுவைக்காட்சிகள் அரங்கேறியுள்ளன. அவருடன் வந்திருந்த பெண் தோழிகள் சிலர் இறுதிச்சடங்கில் பிணத்திற்கு உடுத்தும் உடைகள் விற்கும் கடைக்குள் தெரியாமல் புகுந்துவிட்டனர், அங்கு பார்வைக்கு வைக்கப்பட்டிருந்த “அழகு மிகுந்த” உடைகளைக் கண்டு சொக்கிப்போய், அவற்றை வாங்கி அணிந்துகொண்டு அன்றைய இரவு நடந்த விருந்தொன்றுக்குச் சென்றுள்ளனர். பிரேதங்களுக்கு அணிவிக்கப்படும் பாரம்பரியச் சீன உடைகளை அணிந்துகொண்டு வெளிரிய உடல்களுடன் திரிந்த இந்த ‘இறப்பில்லா ஆன்மா’க்களைக் கண்டு அங்கு வந்திருந்த விருந்தினர்கள் அனைவரும் பீதியடைந்துள்ளனர்.

இறந்துபோனவர்களின் ஆன்மாக்களை வழிபடும்பொருட்டு சீனர்கள் மஞ்சள்நிறக் காகிதங்களை எரிப்பர், அந்த வழக்கத்தையும் கூட வாழ்த்துஅட்டைகள் அனுப்பும் சடங்காக மேற்கத்தியர்கள் தவறாகப் புரிந்துகொண்டுள்ளனர் என அறிந்துகொண்டேன். “கிறித்துமஸ் வாழ்த்துகள், இனிய புத்தாண்டு நல்வாழ்த்துகள்” என வாழ்த்து அட்டைகளில் எழுதித் தம் சீன நண்பர்களுக்கு அனுப்பிவிடுவர், மேலுலகத்தில் இருந்து தமக்கு வாழ்த்துச்செய்திகள் வந்துள்ளதாகத்தான் பாவம் அந்த நண்பர்கள் எண்ணிக்கொள்ள வேண்டியிருக்கும்.

உலகத்தோடு ஒட்டி உறவாடத் துவங்கிவிட்டதால் சீன மொழி மற்ற மொழியோடு மேலும் மேலும் கலந்தாடுவதாக எனக்குத் தோன்றுகிறது. சீனத்தின் மெய்யான சாரத்தை அறிந்தவர்கள், இந்த மாற்றங்களின் பின்னுள்ள காரணிகளை அறிந்தவர்கள் மிகக் குறைவானவர்களே. சீனர்களாகிய எங்களாலும் கூட இந்த மாறுதலை பல சமயங்களில் அறியமுடிவதில்லையோ எனத்தான் தோன்றுகிறது. ஒருசில வார்த்தைகளைப் பற்றி அவ்வப்போது பென் என்னிடம் சந்தேகங்கள் கேட்பார், அவை மிக எளிமையானவையாக இருந்தபோதும், தொடர்ந்து நாம் உபயோகிக்கும் வார்த்தையாகவே இருந்தபோதும், அவை எவ்வாறு உபயோகிக்கப்படுகின்றன என்பதை விளக்க நான் மிகுந்த சிரமப்படுவேன். அதற்கான விடைகளைத்

தேடி இணையத்தில் உள்ள தகவல் செயலிகளின் உதவியை நாடிச்சென்றால், அங்கு மேலும் குழப்பம்தான் மிஞ்சும்!

“சின்ரன், கீழ்திசை மற்றும் ஆப்பிரிக்க ஆராய்ச்சிப்பள்ளியில் நீங்கள் சீனம் கற்பிக்கிறீர்கள் அல்லவா? நல்ல விஷயம், நான் என்ன சொல்லவருகிறேன் என்பதை உங்களால் புரிந்துகொள்ளமுடியுமென நம்புகிறேன். அதிலுள்ள தவறுகளும், தவறான மொழிபெயர்ப்புகளும் எத்தனை நகைச்சுவையானது அல்லவா?

“சீனர்கள் விருந்தோம்பலில் மிகச் சிறந்தவர்கள். பெரிய விருந்தையே சமைத்துப் பரிமாறினாலும் அவர்கள் தம் விருந்தினர்களிடம் அவ்வுணவை *‘Bian Fan’* – அதாவது, வீட்டில் தயாரித்த எளிமையான உணவு இது எனத்தான் கூறிப்பரிமாறுவர். இதுபோல் பரிமாறப்பட்ட விருந்தொன்றில் அயல்நாட்டு விருந்தினர் ஒருவர் கலந்துகொண்டார், சீனமொழியில் தனக்கிருந்த சரளத்தையெண்ணி அளவுகடந்த நம்பிக்கைகொண்டிருந்த அவர் தனக்கு விருந்தளித்தவரைப் பார்த்து தன் கட்டைவிரலையுயர்த்தி, *“Hen hao de da bian fan”* எனக் கூறினார், அதன் பொருள் “எத்தனைப் பெரிய மலக்குவியல்!” *‘bian fan’* எனும் வார்த்தையுடன் அவர் *‘da’* எனும் வார்த்தையையும் தவறாகப் பயன்படுத்தியால்தான் வந்த வினைதான் அது...”

பென்னை என்றேனும் திருமணம் செய்துகொள்ளும் எண்ணம் லிலீக்கு இருந்ததா என்பதுதான் அவருக்கான என் இறுதிக்கேள்வியாக இருந்தது.

பென்னை தன் பெற்றோர்களிடம் எப்படி அறிமுகப்படுத்துவது எனத்தெரியவில்லை, ஏனெனில் அவர்கள் இத்திருமணத்திற்கு எதிர்ப்பு தெரிவிப்பார்கள் எனத் தான் வருந்துவதாக லிலீ கூறினார். கல்விகற்க லிலீ அமெரிக்காவிற்குச் சென்றபொழுது, மேற்கத்தியர்களை எக்காரணம்கொண்டும் நம்பிவிடக்கூடாது என அவரது பெற்றோர்கள் எண்ணற்றமுறை அவரிடம் வலியுறுத்தினார்களாம், மேற்கத்தியரோடு திருமணம் என்றால் சொல்லவே வேண்டாம். அயல்நாட்டு மருமகனால்

தம் அரசியல் பின்னணி விசாரணைக்கு உட்படலாம் எனவும், இதனால் குடும்பத்தினரின் மறுஇணைப்புகள் கடினமாகிவிடலாம் எனவும் இராணுவ அந்தஸ்து கொண்டிருந்த தம் பெற்றோர்கள் வருந்துவதை லிலீயால் புரிந்துகொள்ளமுடிந்தது.

லிலி தன் பெற்றோர்களை உண்மையாக விரும்பினார், அவர்களின் கருத்துகளை மதித்தார்தான், எனினும் சீன ஆண்களின் அத்தகைய போக்கை அவர் விரும்பவில்லையென என என்னிடம் ரகசியமாகக் கூறினார். கடந்தகாலங்களில் அவர் குடும்பத்தின் ஆண்கள் நடந்துகொண்டவிதமும் அவர் அவ்வாறு எண்ணுவதற்கான ஒரு காரணமாக இருந்துள்ளது, உதாரணத்திற்கு, அவருடைய தந்தைவழிப் பாட்டனார் லிலீயின் தந்தையை ஒரு அனாதையைப்போல வளர வற்புறுத்தியுள்ளார், அவருடைய தாய்வழிப் பாட்டனாரோ தன் மனைவியை ஒரு வேலைக்காரியைப்போலத்தான் நடத்தியுள்ளார், அவர் நாள்முழுவதும் ஒரே இடத்தில் அமர்ந்து படித்துக்கொண்டும் மூன்றுவேளை உணவை எதிர்பார்த்துக்கொண்டும் இருக்கையில் பாவம் லிலீயின் பாட்டி கடுமையான வீட்டுவேலைகளை செய்து ஓடியாடிக்கொண்டிருப்பார். லிலீயின் தந்தை தன் பணியின்மீது ஆழ்ந்த பற்றுகொண்டிருந்தார் என்பது உண்மைதான், ஆனால் இது அவர் மனைவியின் மீதும் மகளின் மீதும் எத்தகைய தாக்கத்தை ஏற்படுத்தியிருந்தது என்பதை அறிவாரா? இரவு உணவுக்குப் பிறகு, தொலைக்காட்சியில் செய்திகளோ கொரிய நாடகங்களோ காண்பதில் லிலீயின் தாயார் மூழ்கிவிடுவார். லிலீயின் குடும்பத்திலேயே மிகச்சிறந்தவராக மதிக்கப்பட்ட லிலீயின் கொள்ளுப்பாட்டனாரும் கூட அவர் காலத்தின் ஆணாதிக்கக் கலாச்சாரத்திற்கு அடிமையாகத்தான் இருந்திருக்கிறார்.

லிலீயின் தந்தையார் கூறியதாக லிலீ என்னிடம் ஒன்றைக் கூறினார், “ஒரு சிறந்த ஆண் தன் பணியில் உறுதியானவனாகவும் சமரசமற்றவானகவும் இருத்தல் வேண்டும். இரும்புக்கழியை ஊசியாகக் கடைந்தெடுக்குமளவு அவன் உறுதிபெறும்வரை பல நாட்களும் வாரங்களும் வருடங்களுமாக இத்தகைய தகுதிகள் அவனுள் வேரூன்ற வேண்டும். அப்போதுதான் அவன் தன்னை இரும்பு மனிதன் என அழைத்துக்கொள்ள முடியும்!” ஆனால் ‘இரும்பு மனிதன்’ ஆவதற்காய் அவர் முயலும்வேளையில்,

குடும்பத்திற்கென அவரால் நேரம் ஒதுக்க இயலாமல் போகிறது. அப்படியானால் அவருக்கு குடும்பமென்ற ஒன்று எதற்கு என லிலீ கேட்டார்.

2016இல், புக்வர்ம் இலக்கிய விழாவில் பங்கேற்க பீஜிங்கிற்கு நான் சென்றபோது பென்னை எப்படியேனும் சந்தித்திவிடவேண்டுமென எண்ணினேன். உயரமாய், மெலிந்த உடலும், கலைந்த பழுப்புநிறக் கேசமுமாய், லிலீ கூறியதைப் போல அவர் மிகுந்த "ஆங்கிலேயத்தன்மை" கொண்டவராகத்தான் தோற்றமளித்தார். வெளிரிய நீலத்தில் மேற்சட்டையும், முட்டிப்பகுதிகளில் கிழிந்திருந்த ஜீன்சும், நைந்த தோல் ஷூக்களும் அணிந்திருந்தார். மிக கண்ணியமாக காட்சியளித்தார், கவர்ந்திழுக்கும் குரலில் உரையாடினார். நேரம் குறைவாக இருந்ததால் லிலீயுடனான அவரது உறவைப்பற்றி அவர் என்ன எண்ணுகிறார் என நேரடியாகவே கேட்டுவிட்டேன்.

பென் உடனடியாக, "எனக்கு அவளை உண்மையிலேயே மிகப் பிடிக்கும்" என்றார்.

"ஏன்?" அவருடைய வெளிப்படையான பதிலைக் கேட்டு நான் கொஞ்சம் திகைத்துதான் போனேன்.

"ஏனென்றால் அவள்தான் நான் சீனாவை விரும்பக் காரணமாய் இருப்பவள்! நாங்கள் இருவரும் முற்றிலும் வெவ்வேறானப் பின்னணிகளில் இருந்து வருபவர்கள்தான் ஆனால் எங்களுக்கெனப் பொதுவாக பல விஷயங்கள் உள்ளன, எங்கள் இருவருக்கும் ஒரே வயது, எங்கள் மொழி மற்றும் கலாச்சாரம் குறித்த எங்கள் ஆர்வங்களை ஒருவருக்கொருவர் பகிர்ந்துகொள்கிறோம், நாங்கள் இருவருமே நன்கு படித்தவர்கள். எங்களிடையே உள்ள எல்லைகளான நம்பிக்கை, அரசியல், கலாச்சாரம், நாட்டுப்புறவியல் மற்றும் பல்வேறு வேற்றுமைகளையும் கடந்துவர இணையம் பேருதவி புரிகிறது. நாங்கள் இருவரும் எப்போதும் விவாதிக்கொண்டே இருப்போம், அது எனக்கு மிகப் பிடித்தமானதும் கூட, ஒருவருடைய எண்ணங்களை தெளிவாகப் புரிந்துகொள்வதற்கு விவாதம் உதவிபுரிகிறது. சீனர்கள் கூறுவதைப்போலே, *'நம் கண்கள் ஆறுவழிச்சாலையைப் பார்த்துக்கொண்டிருந்தாலும், நம் காதுகள் அனைத்துத் திசைகளிலும் திறந்திருக்க வேண்டும்'* என்பதைப்போலத்தான் இதுவும்."

“சரி-தவறு என வரும்போது ஐரோப்பியர்களையும் அமெரிக்கர்களையும் விடவும் சீனர்கள் தம் எண்ணங்களில் வெகு தீவிரமாக இருக்கின்றனர். தற்சமயம் நான் சீன சமூக வலைத்தளங்களின் போக்குகள் குறித்து ஆராய்ச்சி செய்கின்றேன், அதன்மூலம் அனைத்து சீன இணையவாசிகளும் அப்போதைக்கு பிரபலமாக இருக்கும் கருத்துகளையே பின்பற்றுவதைக் காண்கிறேன். 1980கள், 1990களைச் சேர்ந்த, சக்திவாய்ந்த, கொள்கை பிடிப்புமிக்க, உயிர்ப்புமிகுந்த இளைய தலைமுறையினரும் கூட, அப்போதைக்கு நிலவும் இரு எதிர் கருத்துகளில் இருந்து ஒன்றைத் தேர்வு செய்து அதையே தம் “தனிப்பட்ட கருத்தாக” வெளியிடுகின்றனர். மிக அரிதாகத்தான் முழுவதும் தனித்துவமான கருத்துகளைக் கூறுகின்றனர். சுதந்திரமான, முற்போக்கு எண்ணங்கள் கொண்ட மக்களைக் காணவே முடிவதில்லை.

“அவளது வயதையொத்தப் பெண்களுடன் ஒப்பிடுகையில், அவள் மிக புத்திசாலியானப் பெண், நாங்கள் இருவரும் விவாதித்துக்கொள்ளும் விஷயங்களெல்லாம் என் மனதில் நீண்டநாட்களுக்கு ஓடிக்கொண்டேயிருக்கும். எனக்கு அவள் மிகக்கச்சிதமான துணை. ஒன்றை விரும்பவேண்டுமென அவள் மனதுவைத்துவிட்டால், அந்தக் காதலை வளர்க்கவும் பாதுகாக்கவும் அவள் எதைவும் செய்வாள். ஆனால் அவளைப் பொறுத்தவரை, நான் அவளுடைய முழுநேரக் காதலன் தானா, அல்லது எத்தனை சதவீதக் காதலனாக இருக்கிறேன் என்பது கூட இன்னும் திட்டவட்டமாக எனக்குத் தெரியவில்லை!”

“அப்படியானால் திருமணத்தைப் பற்றி யோசித்துவிட்டீர்களா என்ன?” அவரைக் கிண்டல் செய்தேன்.

பென் தூரப்பார்வை பார்த்தார், “எனக்கு அவள் மீது உண்மையாகவே அக்கறையுள்ளது, ஆனால் முன்னரே நான் சொல்லியதுபோல அவளுக்கு நான் என்னவாக இருக்கிறேன் எனத் தெரியவில்லை. சமூக வலைதளங்களில் பல “காதலர்கள்” கொண்டிருக்கும் இளம்பெண்களில் அவளும் ஒருத்தியோ எனக்கூட சில சமயங்களில் தோன்றுவதுண்டு. இதனால் அவளுக்கு தற்போது பல காதலர்கள் இருப்பார்களோ என நான் வருந்துவதாக அர்த்தமாகாது; அப்படியே இருந்தாலும், அவர்கள் அனைவரையும்விட என்னைதான் அவளது காதலனாகத் தேர்ந்தெடுப்பாள் என எனக்கு நம்பிக்கையுள்ளது. காதல்

விருப்பத்திற்கென விதிமுறைகளென எதுவும் தற்போதைய சீனர்களுக்கு இல்லை.

“காதல் விருப்பம் கொள்ளவென, *‘If You’re the One’* எனவொரு பிரசித்திபெற்ற தொலைக்காட்சி நிகழ்ச்சியொன்று உள்ளது, காதலனுக்கு வீடும் காரும் அதிகப்படியான ஊதியமும் இருப்பதுதான் காதலை நிரூபிப்பதற்கான ஒரே வழியென பல சீன இளம்பெண்களும் விரும்புகிறார்கள் என்பதை இந்நிகழ்ச்சியின் மூலம் காணலாம். சில வருடங்களுக்கு முன்னர் இந்நிகழ்ச்சியில் கலந்துகொண்ட ஒரு பெண் கூறிய சர்ச்சைக்குரிய வரிகள், “பைக்கொன்றின் பின்னால் அமர்ந்து சிரிப்பதற்கு பதில் பிஎம்டபிள்யூ காரொன்றின் பின்னிருக்கையில் அமர்ந்து அழவே விரும்புகிறேன்” என்பதாகும்.

“நானோ ஓர் ஏழை மாணவன்; என் மனம்தான் என் நிஜமான சொத்து. எனக்குப் பல சகோதரர்களும் சகோதரிகளும் உள்ளனர், என் பெற்றோரிடமிருந்து எனக்கெனப் பெரிதாய் ஒன்றும் பொருளாதார ஆதாயமும் கிடைக்காது. இன்றைய சீனாவின் பாஷையில் கூறுவதானால் நானொரு ‘வெற்று மணமகன்’ மட்டுமே. சமூகப் பழக்கவழக்கங்களையெல்லாம் எதிர்த்து என்னை லிலீ மணமுடித்துக்கொள்வாளா? அதைப்பற்றி என்னால் தீர்மானமாகக் கூறமுடியவில்லை, ஆனால் அது நிகழ என்னால் முடிந்தவரை பாடுபடுவேன். அப்படியில்லையெனில் சீனர்கள் கூறுவதைப்போல எனது வீரத்தை இதற்காக ஒருமுறை பதம்பார்த்துவிட வேண்டியதுதான்.”

பென் பேசிய சீனம் நன்றாகவே இருந்தது.

“நன்றி, அப்படியானால் எப்போது லிலீயிடம் உங்கள் திருமண விண்ணப்பத்தை வைக்கப்போகிறீர்கள்?”

“புது அமெரிக்க அதிபர் பதவியேற்றதுமே நான் அவளிடம் இதைக் கூறிவிடுவேன். தேர்தல் பிரச்சாரத்தின்போது கூறினால் லிலீ மறுத்துவிடுவாள்.”

“ஏன் அப்படி?”

“ஏனெனில் நாங்கள் இருவரும் எப்போதும் எதிரெதிர் நிலைகளிலேயேதான் இருக்கவேண்டும்.”

2016இல் அமெரிக்காவில் நடைபெறவிருந்த தேர்தல் கொஞ்சம் கொஞ்சமாக வேறு தளத்திற்கு நுழைந்துகொண்டிருந்தது.

வெளிப்படையான பேச்சைக்கொண்ட தொழிலதிபரான டொனால்டு டிரம்பும், அமெரிக்காவின் சிறந்த அரசியல்வாதிகளில் ஒருவரான ஹிலாரி கிளிண்டனும் வெள்ளைமாளிகையில் குடியேறப் போட்டியிட்டனர். பென் மற்றும் லிலீ போன்ற இளைஞர்கள் கொண்டிருந்த உலகப்பார்வைகள் குறித்து அறிந்துகொள்வதற்கான ஒரு வாய்ப்பு, அந்த சமயத்தில் எவர் தேர்ந்தெடுக்கப்பட்டிருந்தாலும் அவருக்குக் கிடைத்திருக்கும் என நம்பினேன். அனைத்திற்கும் மேலாக, உலகின் இரு மிகப்பெரும் மொழிகளையும், கலாச்சாரங்களையும் அளந்திடும் காதலல்லவா அவர்களின் காதல்!

யோயோ, 2016 : குறுங்காலக் காதற்பயணி

அடுத்து, பச்சையாளின் பெயர்த்தியும், நாரையாளின் தங்கை மகளும், வாத்தியின் மகளுமான யோயோவை பேட்டிகண்டேன்.

முதன்முறை அவரை ஸ்கைப்பில் தான் சந்தித்தேன். மிக நேரிடையாகவே ‘குறுங்காலக் காதற்பயணி’ என அவர் தன்னை அறிமுகப்படுத்திக்கொண்டார், இதைக்கூறும்போது கேமராவின் மிக அருகில் தன் முகத்தை கொண்டுவந்தார், அப்போதுதான் என்னால் அவர் ‘மொழியை மிகத்துல்லியமாகப் பதிவு செய்துகொள்ள முடியும்’ என எண்ணிக்கொண்டார்.

ஆயிரம் வார்த்தைகள் பேசும் கண்களையும், பொதுவாக சீனர்கள் பலரும் கொண்டிருக்கும் மூக்கின் அளவைவிடவும் சற்றே பெரிய மூக்கையும் யோயோ கொண்டிருந்தார். அவரது வாய்ப்பகுதி சற்றே மேனோக்கி இருந்ததனால் திரைநடிகை கேத்தரின் சேடா ஜோன்சை நினைவுபடுத்தினார், யோயோ புன்னகைத்தபோது இவ்வுலகிலுள்ள அனைத்தும் புன்னகைக்குத் தகுதியானவைதான் என எண்ணத்தோன்றும்.

ஒவ்வொருமுறை அவரோடு நான் திரைவழியாய் உரையாடுகையிலும், அவர் பேசும் வார்த்தைகளுக்கு அழுத்தம் கொடுப்பதைப்போல அவர் முகபாவங்களும் இருந்தன, நூற்றுக்கணக்கான கூத்துக்கலை முகமூடிகளை கண்டாற்போலத்தான் என் நினைவில் அவர் முகம் பதிந்துள்ளது. ஆனால் அடிப்படையில் யோயோ தன் உணர்வுகளை கட்டுப்படுத்திக்கொள்வதில் வல்லுனர், நான்

கேட்பதற்கும் முன்னர் அவராகவே தன் வண்ணமயமானக் காதல் அனுபவங்களை கூறத்துவங்கினார்.

愛

என் வாழ்வில் கணிசமான அளவு காதல் அனுபவங்களை நான் பெற்றுவிட்டேன். அவற்றைப் பற்றி என் தாய் முழுவதுமாக அறிந்துகொண்டால் அவ்வளவுதான், மகிழ்ச்சியில் வானுக்கும் பூமிக்குமாய் துள்ளிக்குதிப்பார்! தவறாக எண்ண வேண்டாம், உண்மையில் நான் என் தாயை மிகவும் நேசிக்கிறேன். என் தாய் எத்தனைச் சிறந்தவர் என என் பாட்டி எப்போதும் கூறியபடியே இருந்ததால் மட்டுமல்ல, என் தாய் தன் வாழ்வில் என்னவெல்லாம் செய்துள்ளார் என்பதையும் அறிந்தே நான் அவரை அத்தனை நேசித்தேன். தான் மனதில் எதை நினைத்தாலும் அதை சாதித்துக்காட்டுபவராகவே அவர் விளங்கினார், அதற்காக நாடு முழுவதும் அவர் பயணம் மேற்கொண்டிருக்கிறார். அவர் வயதை ஒத்திருந்த மற்றப் பெண்களெல்லாம் தேவையற்ற ஊர்வம்புகள் பேசிக்கொண்டு, பிரமிட் திட்டங்கள், பொதுச்சதுக்க நடனங்கள், கொரிய நாடகங்கள் எனத் தம் நாட்களை கடத்திக்கொண்டிருக்கையில் என் தாய் அவர்களிடமிருந்து முற்றிலும் மாறுபட்டிருந்தார். என் தாயை எந்த சக்தியாலும் தடுக்க முடிந்ததில்லை, புதிதான சாகசங்கள் எதுவாக இருந்தாலும் என் தாய் உற்சாகத்தோடு அதனுள் தலைகீழாக குதிப்பவராகத்தான் இருந்தார், என் தந்தையையும் அந்த சாகசப் பயணத்தில் என் தாய் இழுத்துச்சென்றிருக்கிறார்.

புத்தியற்ற, வாயாடி வாத்தியாக என் தாயை எவர் குறிப்பிட்டாலும் நான் அதை என் காதில் போட்டுக் கொள்வதேயில்லை. என் தாய் விரும்பும் பட்சத்தில் அவரால் மிக அறிவுப்பூர்வமாகவும் பேச இயலும்.

என் தாயின் வயதை ஒத்தவர்களுள் எத்தனைப் பேரால் என் தாய் தன் குழந்தைகளின் தலைமுறையோடு ஒட்டி உறவாகமுடிந்ததைப்போல் உறவாட முடிந்திருக்கும் என்பது கேள்விக்குறியே. இருக்கட்டும், இப்போது நான் என்னைப்பற்றித்தான் பேசவேண்டுமல்லவா! தன் வாழ்வில் எதை அடையவேண்டும் என மிகத்தெளிவான சிந்தனை

கொண்டிருந்த ஒரு மேதாவிக்கோ அல்லது உயர்குடியினருக்கோ நான் மகளாகப் பிறக்கவில்லைதான், எனினும் தன் பெற்றோர்களின் பின்னே ஒளிந்துகொள்ளும் பலவீனமான, பாழாய்போன பெண்ணாகவும் நான் இருக்கவில்லை. பள்ளியில் நடைபெறும் பெற்றோர் ஆசிரியர் சந்திப்பு நாட்களின்போது ஒவ்வொரு மாணவருக்குமென வழங்கப்படும் தனிப்பட்ட குறிப்புகள் இப்போதும் இருக்குமானால், எனக்கான அடையாளத்தில், "*குறுங்காலக் காதற்பயணி, ஷெங்குனு*★" எனத்தான் எழுதப்பட்டிருக்கும்."

ஆனால் வழக்கமான போக்கைப்போல் இருப்பதில்லை என்னுடைய குறுங்காலக் காதற்பயணம். நான் புதுப்புது இடங்களைத் தேடிக்கண்டடையவில்லை, எது உண்மையான மகிழ்ச்சி, என் வருங்கால இல்லம் எங்கு அமையக்கூடும் என்பதையெல்லாம்தான் நான் காதல்மூலம் தேடிக்கண்டடைந்தேன். மின்னற்பொழுதுக் காதல், மின்னற்பொழுது திருமணம், வாடகைத்திருமணம், இணையவழிக்காதல் என நவீனகாலப்போக்கில் பிரபலமாகு உள்ள அனைத்து விதமான காதல்களையும் நான் முயன்றுபார்த்துவிட்டேன், யாருக்கேனும் '*சியோ சான்*'★ ஆக இன்னும் நான் ஆகவில்லை என்பதுமட்டும்தான் இப்போதைக்கு என் ஒரே குறை. '*If You're the One*' காதல் விருப்பம் கொள்ளும் நிகழ்ச்சியில் நான் கலந்துகொண்டதுமில்லை, கல்யாணச்சந்தை நடக்கும் பூங்காவிற்கு என் தாயோடு சேர்ந்து சென்றதுமில்லை. அடுத்து என்ன புதிய காதற்விளையாட்டு எனக் காத்திருக்கும் நான் தற்போதைக்கு ஒரு பாவப்பட்ட ஷெங்குனு மட்டுமே. இதை நான் நகைச்சுவைக்காகக் கூறவில்லை, இது முற்றிலும் உண்மை! நூற்றுக்கணக்கில் மலர்கள் பூத்துக்குலுங்கும் ஒரு விளையாட்டு மைதானம்போலத்தான் நான் காதலைக் காண்கிறேன், நான் ஏன் அவற்றைப் பறித்து நுகர்ந்துபார்க்கக்கூடாது? நீங்கள் யார் என்பதுகுறித்து நீங்கள் தெளிவாக இருந்தீர்களானால், உங்களுக்கு ஒரு

★ ஷெங்குனு: முப்பது வயதை நெருங்கிக்கொண்டிருக்கும் திருமணமாகாத பெண்களைக் குறிக்கும் இழிவான சொற்பிரயோகம். இதற்கு 'உபயோகமற்று எஞ்சிப்போனவள்' எனவும் அர்த்தமாகும்.

★ சியோ சான்: சீனாவில் இந்த சொல் 'காமக்கிழத்தி' என்பதைக் குறிக்கிறது, அதாவது ஒரு ஆணின் வாழ்வில் மனைவியல்லாத உறவுமுறையில் வாழும் பெண்.

பிரச்சினையுமில்லை. மற்றவர்கள் கூறுவதைப்பற்றி எனக்கென்ன கவலை?"

நான் முதன்முதலாக "காப்பி ஷாப் காதலனோடுதான்" என் காதலைத் துவங்கினேன். எனக்கு இப்போது முப்பது வயதிற்கும் மேல் ஆகின்றது, நாற்பதை நோக்கி விரைந்துகொண்டிருக்கிறேன். நான் என் பதின்மத்திற்குள் நுழைந்துகொண்டிருந்தபோதுதான் உலகிற்கு சீனா தன் கதவுகளைத் திறந்துவிட்டிருந்தது, மேற்கத்திய கலாச்சாரங்கள் சீனாவின் உள்ளே விரைந்து புகுந்தன. ஏதேனும் விசேஷ நிகழ்வுகளோ அல்லது விழாவோ வந்துவிட்டால் போதும், நாங்கள் அனைவரும் கத்தி ஆர்ப்பாட்டம் செய்தபடி மெக் டொனால்ட்ஸ் உணவகத்திற்குச் சென்று உண்போம். அந்தக் காலகட்டத்தில் அங்கு சென்று உணவருந்துவது அதி நவீனமாக இருப்பதன் உச்சபட்ச வெளிப்பாடு என எண்ணியிருந்தோம்! அங்கு காப்பி குடிப்பதென்பதும் கூட ஆடம்பரம்தான், ஏனெனில் அங்கு விற்கப்படும் ஒரு கோப்பை காப்பி என் பெற்றோர்களின் ஒரு மாத ஊதியத்தில் பாதியளவு விலையிருக்கும். நானும் என் நண்பர்களும் பாடநூல்களிலும் பள்ளிவழங்கும் பொருட்களிலும் பணம் சேமித்துவைத்து, அந்தப் பணத்தில் காப்பி வாங்கிப் பருகுவோம், அவ்வாறு பருகச்செல்லும்போது கண்டிப்பாக எங்களோடு ஒரு புகைப்படக்கருவியையும் எடுத்துச்செல்வோம்.

சீனர்களுக்கு காப்பியின் கசப்புச்சுவை பழக்கமில்லை, எனினும் ஒரு உயர்தர காப்பிஷாப்பில் அமர்ந்து காப்பியைப் பருகும்போது நாம் அடையும் புளகாங்கிதமான உணர்வுதான் எங்களுக்கு முக்கியமாகப்பட்டது. அங்கு எடுத்த புகைப்படங்களை நம் விடுதியறையின் சுவரில் ஒட்டிவைத்துக்கொண்டால், மாணவக்காலத்தில் நாம் வெல்லும் எந்தவொரு பரிசும் உண்டாக்குவதை விடவும் அதிகப்படியான பொறாமையை அப்புகைப்படம் சகதோழிகளிடமிருந்து ஈட்டித்தரும். அதுபோன்ற பல புகைப்படங்களை நான் விடுதியறையில் ஒட்டிவைத்திருந்தேன், அவையாவும் சகதோழிகளின் கவனத்தை வெகுவாய் ஈர்த்தன. நான் பள்ளியில் வாங்கிய மதிப்பெண்களுக்காக அல்ல, அந்தப் புகைப்படங்களில் கவர்ச்சியாக நான் கொடுத்திருந்த போஸ்களுக்காகத்தான் அத்தோழிகள் என்னை உயர்வாகப்

பார்த்தனர். அக்காலத்தில் இணையம் இல்லையென்பது பெரும் சோகம், அப்படி இருந்திருந்தால் இணையத்தின் கவர்ச்சிப்பதுமையாக நான் பிரபலமடைந்திருப்பேன்!

என் காப்பி ஷாப் காதலன் என்னைச் சந்திக்க வருகையில் அவனோடு தன் தாயையும் அழைத்துவந்திருந்தான். இன்றுவரை அவன் ஏன் அன்று அப்படிச் செய்தான் என எனக்குப் புரியவேயில்லை. நாங்கள் இருவரும் ஒரே பள்ளிவகுப்பைச் சேர்ந்தவர்கள், இளைஞர்களாகிய நாங்கள் காப்பி குடிக்கச் செல்லலாம் என முடிவு செய்திருந்தோம், அப்படியிருக்கும்போது எதற்கு அவன் தன் தாயையும் அழைத்து வந்திருந்தான்? அவன் தாய்தான் அந்த முதல் சந்திப்பின்போது காப்பிஷாப்பிற்கு பணம் செலுத்தினார், ஒருவேளை அதனால் இருக்குமோ? ஒருவேளை அது அவரின் முடிவாகக்கூட இருந்திருக்கலாம், எனக்கு அதுபற்றித் தெரியவில்லை. ஒருவேளை நான் அவனை தவறான வழியில் அழைத்துச்சென்று விடுவேனோ என அவர் அஞ்சினாரோ என்னவோ?

ஆனால் இரண்டாம் முறை நாங்கள் மட்டுமே சந்தித்துக்கொண்டோம். அங்கு வந்திருந்த மற்ற ஜோடிகள் முத்தமிட்டுக்கொண்டும், கட்டிப்பிடித்துக்கொண்டும் இருந்ததைக்கண்டு நாங்களும் அவ்வாறு செய்ய முயன்றோம். என் வாழ்வில் முதன்முறையாக அப்போதுதான் ஒரு ஆணைத் தொட்டேன், அவன் உடல் முழுவதையும் என்மீது உணர்ந்தேன். மின்சாரம் பாய்ந்தாற்போல் இருந்தது. ஒருவேளை அதுதான் பாலியல் கல்வி குறித்த என் முதல் பாடமோ? ஆனால் காப்பி ஷாப் எங்கள் வசதிக்கு மீறிய ஒன்றாக இருந்ததை இருவரும் கூடிய விரைவிலேயே உணர்ந்துகொண்டோம். உயர்பதவியில் இருந்த அதிகாரிகளின் பிள்ளைகளால் கூடப் பணம் செலவழிக்க முடியாத அக்காலத்தில், இரு ஏழை மாணவர்களாகிய எங்கள் நிலைகுறித்து கூறவேண்டியதேயில்லை.

ஆனால் நாங்கள் செல்ல வேறெந்த இடமுமில்லை. பூங்காவிற்கு சென்றோமானால், பகல்வேளைகளில் அங்கு ஆட்கள் நடமாட்டம் அதிகமாக இருக்கும், முன்னர் அனுபவித்த அதே 'மின்சாரத்தை' உணர இருள்கவியும் வரை நாங்கள் காத்திருக்க வேண்டியிருந்தது. இறுதியில், அனைத்தையும் சிறிது நாட்கள் ஆறப்போடலாம் என முடிவுசெய்தோம். எங்கள் சந்திப்பிற்கு வாகான இடங்களைத் தேடி இருவருமே தனித்தனியாகச்

சுற்றினோம், அப்படியேதேனும் இடம் அமைந்தால் நாங்கள் மீண்டும் சந்தித்திக்கொண்டோம். அச்சமயம் எங்களிடம் அலைபேசிகள் இல்லை, ஆனால் செய்திகள் மட்டும் அனுப்ப இயலக்கூடிய பேஜர்கள் சில பணக்கார மாணவர்களிடம் இருந்தன, அவர்களின் உதவியோடு நாங்கள் செய்திகளைப் பரிமாறிக்கொண்டோம். செய்திகள் அனுப்பிக்கொள்வதிலும் ஒருகட்டத்தில் ஆர்வமிழந்து போனோம். கடைசியாக சந்தித்தபோது, நாங்கள் அலுப்புற்று எங்களின் காதலை முறித்துக்கொண்டோம்.

பின்னர் நண்பர்கள் கேளிக்கைக்கூடம் ஒன்றிற்கு நான் அறிமுகமானேன். இளைஞர்கள் ஒருவரையொருவர் சந்தித்து அறிமுகப்படுத்திக்கொள்ள உதவ இக்காலத்தில் நடக்கும் ஒற்றையர்கள் கொண்டாட்டங்கள் போல்தான் அதுவும் இருந்தது. ஆனால் மற்ற கேளிக்கைக்கூடங்களில் இருந்து இது மிக வித்தியாசமாய் இருந்தது. எளிமையாக புதுப்பாணியில் அக்கூடம் வடிவமைக்கப்பட்டிருந்தது, உள்ளே நுழைந்ததும் தென்படும் கூடத்தில் இருந்து துவங்கி நீண்டு சென்ற நடைக்கூடத்தின் பக்கங்களில் சிறுசிறு பெட்டி போன்ற அறைகள் அடுத்தடுத்து அமைக்கப்பட்டிருந்தன. பெட்டி அறைகளுக்குள் விளக்குகள் ஏதுமில்லை, ஒரு சிறிய மேஜையும் இரு நாற்காலிகளும் மட்டுமே அங்கிருந்தன. அளவில் பெரிதாக இல்லாத கூடத்தினுள் நுழையும் மக்கள் சிறிதுநேரம் அங்கேயே ஒருவரோடொருவர் அரட்டையடித்துக் கொண்டிருப்பர். யாரேனும் நம்மை நோக்கி வந்து, நாமிருவரும் பேசலாமா எனக் கேட்டால், உடனே கூடத்தில் நடந்துசென்று அங்கிருக்கும் ஏதேனுமொரு பெட்டி அறைக்குள் நுழையவேண்டும். உள்ளே சென்றதும், முன்னரே அங்கு வைக்கப்பட்டிருக்கும் மெழுகுவர்த்தியை ஏற்றவேண்டும். படபடக்கும் அந்த மெழுகின் ஒளி உங்கள் முகங்களில் விழுந்ததுமே, ஒருவரையொருவர் தொட வேண்டுமெனும் இச்சை இருவருக்குள்ளும் கட்டுக்கடங்காமல் எழும். எனினும் அக்காலத்தில் மக்கள் வெகு எச்சரிக்கையாவே இருந்தனர். அல்லது நாங்கள் வெட்கத்தினால் எதையும் செய்யாதிருந்தோம் என வேண்டுமானால் சொல்லிக் கொள்ளலாம்.

அதனாலேதான் அருகிலிருக்கும் பெட்டியறையில் இருந்து பெரும் சப்தங்களேதும் எழுவதை நம்மால் கேட்கமுடியாது.

குறைந்தபட்சம் சிறு முணுமுணுப்போ அல்லது மெல்லிய முனகலோ எழும், அவ்வளவுதான். ஒருமுறை, கண்ணீர்வழிய ஒரு பெண் பெட்டியறைக்குள் இருந்து வெளியேறிவிட்டு, "போக்கிரி!" எனக் கத்திவிட்டுச் சென்றாள். நான் பலமுறை அங்கு சென்றிருக்கிறேன், ஒவ்வொருமுறையும் வேறுவேறு ஆணால் 'பொறுக்கியெடுக்கப்பட்டுள்ளேன்.' இந்த விஷயத்தில் நாங்கள் முழுமையான சீனத்தனத்தோடுதான் செயல்பட்டோம், அதாவது ஆண்கள்தான் பெண்களைத் தேர்வு செய்யவேண்டும். ஒரு ஆணுடனான நெருக்கம் எப்படியிருக்குமென எனக்கு முன்னரே கற்றுத்தந்திருந்த "காப்பி" அனுபவத்திற்குத்தான் நன்றிகூறவேண்டும், ஏனெனில் அதனாலேதான் எந்தவொரு ஆணையும் போக்கிரி என அழைக்கும் நிலைக்கு நான் தள்ளப்படவில்லை. அங்கு நான் சந்தித்த 'ஒருமுறைசந்திப்புக் காதலர்கள்' எவரும் என்னை மிக அந்தரங்கமாகத் தொட நான் அனுமதித்ததேயில்லை.

'பாலுணர்வு ஊக்க எதிர்ப்பு' பிரச்சாரத்தின் ஒரு பகுதியாக இந்தக் கேளிக்கைக்கூடம் பின்னர் இழுத்துமூடப்பட்டது. அன்று அந்த கேளிக்கைகூடத்தில் நிகழ்ந்தவையின் நீட்டிக்கப்பட்ட வடிவம்தான் இன்று நாம் குறிப்பிடும் "குறுகியகாலக் காதல்" எனவெண்ணுகிறேன், அல்லது ஒருவேளை அதன் மறுபிறப்பாக இது இருக்கக்கூடும். எப்படிப்பார்த்தாலும், எங்கள் வீட்டிலோ அல்லது நாங்கள் வளர்ந்த சமூகத்திலோ பாலியல் கல்வி கற்பதற்கான வாய்ப்புகளற்ற எங்களைப் போன்றோருக்கு, இந்த "குறுகியகாலக் காதல்கள்" நிறைய கற்றுத்தந்தன. எதிர்காலத்தில் தமக்கென குடும்பம் அமைத்துக்கொள்ள விரும்புபவர்களுக்கு இது மிக உபயோகமாய் இருக்குமல்லவா, என்ன சொல்கிறீர்கள்?

யோயோவின் கேள்விக்கு நான் பதிலளிக்கவில்லை, ஏனெனில் எனக்கு பதில் தெரியவில்லை. அதுபோன்ற கேளிக்கைக்கூடங்களைப் பற்றி நான் முன்னரே அறிந்திருந்ததோடல்லாமல், அவை குறித்து ஆராய்ச்சியும் செய்துள்ளேன்தான். உடலுறவு கொள்ள விரும்பும் மக்கள் சந்திப்பதற்கான இடமாகத்தான் அவற்றை நான் எழுதிய 'சீனாவின் நன்மகளிர்' நூலில் குறிப்பிட்டிருந்தேன். 1997இல்

நான் சீனாவை விட்டு வெளியேறும் முன், பாலியல் தொழிலுக்கு எதிர்ப்பு தெரிவித்த நகர ஒழுக்கவாதப் பாதுகாவலர்கள் அக்கேளிக்கைக் கூடங்களையெல்லாம் மூடிவிட்டனர், உண்மையில் சீனக்கலாச்சாரத்தில் இதுபோன்ற இடங்களுக்கு இருந்த முக்கியத்துவத்தையே அவர்கள் அறியாதிருந்தனர் எனத்தான் சொல்லவேண்டும். சமூகத்தால் ஒதுக்கப்பட்டுள்ள புதிய வழக்கங்களை கட்டுப்படுத்தவென சுயாதீனமாக இயங்கக்கூடிய சட்டமுறைமைகள் சீனாவில் எப்போதுமே இருந்ததில்லை என்பதுதான் பிரச்சினை.

காதல் விருப்பம் தெரிவிக்க உதவும் இணையதளங்கள் இப்போதெல்லாம் 'ஜோடியர் போட்டிகள்', 'எட்டு நிமிடக் காதல் அவாவல்கள்' போன்றவற்றை அறிமுகப்படுத்தியுள்ளன, இவற்றின்மூலம் மக்களின் உணர்வுகளைத் தூண்டிலிட்டு இழுத்து, அவர்களைப் பல தொடர் விளையாட்டுகளுக்குள் தள்ளிவிடுகின்றனர். இவை பாதகமேதும் விளைவிக்காத நிகழ்ச்சிகள் எனவும், இந்நிகழ்ச்சிகள் கூச்ச சுபாவம் கொண்ட இளைஞர்களை சமூகத்தில் உயிர்ப்புடன் செயல்பட வைக்க உதவுகின்றன எனவும் சிலர் கூறினர், ஆனால் இதுபோன்ற நிகழ்ச்சிகளில் பங்கேற்போரின் இதயங்கள் வெறுமைநிறைந்து உள்ளன அல்லது நிகழ்ச்சிதாரர்கள் தங்களை உபயோகித்துக்கொள்ள அவர்கள் அனுமதிக்கிறார்கள் எனவும் வேறு சிலர் கூறினர். இதனை மிகச்சரியாக விளக்க எவருக்குமே தெரியவில்லை.

முதற்பார்வையிலேயே கண்டதும் காதல்கொள்வதை அனுபவிக்க வேண்டும் எனும் என் உந்துதல்தான் என் 'குறுகியகாலத் திருமணத்தை' நடத்திவைத்தது. கண்டதும் காதற்வயப்படுதலை ஏதோவொரு மாயவித்தை போலவே நான் கண்டேன். நாமொன்றும் இனப்பெருக்கத்திற்காய் மட்டுமே ஆண் துணையை கலவிக்கு அழைக்கும் மிருகங்கள் அல்லவே, நாம் மனிதர்கள் அல்லவா? மூளை கூறும் சரி தவறைப் பொறுத்துதான் நம் உணர்ச்சிகள் கட்டுப்படுத்தப்படுகின்றன. அதனாலேதான், ஒருவரைக் கண்டதும் காதல்கொள்ள நேர்ந்தால் அது நிச்சயம் விசேஷத்தன்மை கொண்டதாகத்தான் இருக்கவேண்டுமென எண்ணிக்கொண்டேன்.

எனது பாட்டிதான் என்னை வளர்த்தார். என் வாழ்வை அப்போது கட்டுப்படுத்திய ஆணாக என் தந்தையார் இல்லை, என் பாட்டனார்தான் இருந்தார். கடவுளே, அவர் என்ன ஒரு பாட்டனாரைப் போன்றா நடந்துகொண்டார் - என்னிடம் கண்டிப்பும் கடுமையும் அதட்டலுமாகத்தான் இருந்தார். மிக அரிதாக எப்போதேனும் அவர் எதையேனும் நகைச்சுவையாகக் கூறிவிட்டால், ஏதோ எங்களுக்கு லாட்டரியில் பரிசு கிடைத்தாற்போல அதைக் கொண்டாடுவோம் என்றால் பார்த்துக்கொள்ளுங்களேன்!

தாங்கள் இளஞ்ஜோடிகளாக இருந்தபோது எப்போதும் கேலியும் கிண்டலுமுமாகத்தான் வளைய வருபவராகத்தான் என் பாட்டனார் இருந்தார் என என் பாட்டி கூறினார். அதன் பிறகு பொழிந்த அரசியல் இயக்க மழைகளில் சிக்கிக்கொண்டதும் அவர் முற்றிலுமாக மாறிப்போய்விட்டார். எதையேனும் தான் தவறுதலாகக் கூறிவிட்டால் எங்கே அது தன் குடும்பத்திற்கு அழிவைக் கொண்டுவந்துவிடுமோ, எங்கே தான் கூறுவது தவறான அர்த்தத்தில் தொனித்துவிடுமோவென அவர் மிகுந்த அச்சத்திற்கு உள்ளாகியிருக்கிறார். எது எப்படியோ, ஏனைய பாட்டனார்களெல்லாம் தம் பெயர்த்திகளைத் தம் முதுகில் சுமந்து தெருவில் செல்வதைக் காணும்போதெல்லாம் நான் மிகுந்த பொறாமை கொள்வேன். என் பாட்டனார் என்னை அப்படித் தூக்கிச்சென்றதேயில்லை!

பல்கலைக்கழகப்படிப்பை நிறைவு செய்ததுமே நான் ஒரு ஆணைச் சந்தித்தேன். என்னைவிட வயதில் மூத்தவர் எனத்தான் சொல்லவேண்டும். அவர் ஒரு பேராசிரியர், என் பாட்டனாரை விடவும் வயது குறைவானவர், என் தந்தையாரை விடவும் வயது முதிர்ந்தவர். அவருக்குத் திருமணமாகி இரு பிள்ளைகள் உள்ளனர், அவர்கள் அமெரிக்காவில் வசிக்கின்றனர், அவரது மனைவியோ சில வருடங்களுக்கு முன்னர்தான் இறந்துபோனார். வாங்பூஜிங்கில் இருந்த சின்சுவா புத்தகக்கடையில்தான் நாங்கள் முதன்முதலாக சந்தித்தோம். அச்சமயம் நான் என் பட்டப்படிப்பைத் தொடர எண்ணியிருந்தேன், வெளிநாட்டிற்குச் சென்று பயிலக்கூடிய வகையில் ஒரு பாடத்தைத் தேர்வுசெய்து சென்று, உலகைச் சுற்றிப்பார்க்க விரும்பினேன்.

எனவே அந்தப் புத்தகக்கடையில் உலக வரலாற்றுப் புத்தகங்கள் வைக்கப்பட்டிருந்தப் பகுதியில் நின்றுகொண்டு, என் புத்திக்குத்

துளியும் எட்டாத அந்தப் புத்தக அடுக்கை வெறித்துப் பார்த்துக்கொண்டிருந்தேன். மிக நாகரிகமாகத் தோற்றமளித்த பெரியவர் ஒருவர் என்னருகே நீண்ட நேரமாய் நிற்பதைக் கண்டேன். இருவரும் ஒரே நேரத்தில் ஒருவரையொருவர் பார்த்துக்கொண்டோம், புன்னகைத்தபடியே 'என்ன புத்தகத்தைத் தேடுகிறீர்கள்?" என ஒரே சமயத்தில் ஒருவரையொருவர் கேட்டுக்கொண்டோம். நாங்கள் இருவருமே எந்தவொரு குறிப்பிட்ட புத்தகத்தையும் தேடி அங்கு வரவில்லை என்பதும், மேலோட்டமாகப் புத்தகங்களைப் பார்த்துவிட்டுப் போகத்தான் வந்துள்ளோம் எனவும் அறிந்துகொண்டோம்.

பின்னர், நான் சோர்ந்துபோய் புத்தக அலமாரிக்கு அருகில் இருந்த இருக்கைக்குச் சென்று அமர்ந்துகொண்டேன். அந்த மனிதர் முன்னரே அங்கு அமர்ந்திருந்தார், என்னைக்கண்டதும் இருக்கையின் ஒருபக்கமாக ஒதுங்கிக்கொண்டு என்னையும் தன்னருகே வந்து அமர்ந்துகொள்ளும்படி அழைத்தார். அப்போதிருந்துதான் நாங்கள் பேசத்துவங்கினோம். உலகவரலாறு தொடர்பான புத்தகமொன்றைத் தேடுகிறேன் என அறிந்துகொண்டதுமே, அவர் எனக்கு உதவமுடியுமென கூறினார் ஏனெனில் அவர் பல்கலைக்கழகத்தில் வரலாற்றுப் பேராசிரியராக பணிபுரிந்துள்ளார்.

சில நாட்கள் கழித்து, சில புத்தகங்கள் இரவல் வாங்குவதற்காய் நான் அவர் வீட்டிற்குச் சென்றேன். அவர் வீடே ஒரு நூலகத்தைப் போல்தான் காட்சியளித்தது, சுவர்களில் இருந்த அலமாரிகளில் எல்லாம் புத்தகங்கள் நிறைந்துகிடந்தன. வெகு நாகரிகமாக என்னை வரவேற்று அமரவைத்துத் தேநீர் கொடுத்து உபசரித்தார், இறந்துபோன அவரது மனைவியின் புகைப்படத்தைக் காட்டி, தம் இளமைக்காலக்கதைகளை என்னிடம் கூறினார். மேஜைமீது அவர் மகன் மற்றும் மகளின் புகைப்படங்கள் இருந்தன. மற்றொரு புகைப்படத்தில் பிறந்த சிசுவான தனது பெயர்த்தியை கையிலேந்தியபடி இருந்தார், அவர் முகத்தில் அன்பும் அரவணைப்பும் பொங்கிப்பெருகியோடியதை அப்புகைப்படத்தில் கண்டேன்.

அன்று அவர் வீட்டை விட்டுக் கிளம்பிவந்ததும் எனக்கு அழுகை பொங்கியது. ஏன் எனக்கு அதுபோன்றதொரு குடும்பம் அமையவில்லை? அதன்பிறகு தொடர்ந்து பல நாட்களுக்கு என்னால் உறங்கவே முடியவில்லை;

பேராசிரியர் பற்றியும், அவர் குடும்பத்தைப் பற்றிய எண்ணங்களுமே என்னைச் சுற்றிச்சுற்றி வந்தன. என்னை நானே பலப்படுத்திக்கொண்டு அவர் இரவல் கொடுத்தனுப்பியிருந்த புத்தகத்தைப் பித்துபிடித்தாற்போலப் படித்துமுடித்தேன், அப்போதுதானே மீண்டும் அவர் வீட்டிற்குச் சென்று மற்றொரு புத்தகம் இரவல் வாங்கமுடியும். என்னை எது தொந்தரவுபடுத்திக் கொண்டிருந்தது என்பதை, எந்த விருப்பம் என்னை ஆட்டிப்படைத்துக் கொண்டிருந்தது என்பதை வெகு விரைவிலேயே அறிந்து கொண்டேன் – நான் அவர் வீட்டில் வாழ விரும்பினேன்.

அந்த நொடியில் இருந்துதான் அவரைக் கவர்ந்திழுக்கத் துவங்கினேன். உண்மையைச் சொல்வதானால், அதைத்தான் நான் செய்தேன். உடலை அப்பட்டமாகக் காட்டும் உடைகளை அணிந்தேன், பாலியல் இச்சையை உண்டாக்கக்கூடிய அனைத்து வழிமுறைகளையும் கையாண்டேன். ஆம், அது வேலையும் செய்தது. என்னைத் தொடாமல் அவரால் கட்டுப்படுத்திக் கொள்ளவே முடியவில்லை, என்னாலும் என்னை தடுத்துக்கொள்ள இயலவில்லை.

நானொரு கன்னி என அறிந்ததும் அவர் பீதியடைந்தார். "உனது கன்னித்தன்மையை எனக்கு நீ வழங்கிவிட்டால், எதிர்காலத்தில் என்ன செய்வாய்?"

அதைக்கேட்டதும் நான் சிரித்தேன். "என் வாழ்நாள் முழுவதும் உங்களுக்கே என்னை வழங்கிவிடுவேன்."

இதைக்கேட்டு அவர் மகிழ்ச்சியடையவேயில்லை, அதுகுறித்து நான் கவலைகொள்ளவுமில்லை. அந்த வீட்டில் அவரோடு நான் வாழும் நாள்வரை நான் மகிழ்ச்சியோடுதான் இருப்பேன். அச்சமயத்தில் அப்படித்தான் எண்ணினேன் ஏனெனில் நாங்கள் இருவருமே கண்டதும் காதல்வயப்பட்டுவிட்டோம் எனத்தான் நம்பினேன்.

எங்களின் திருமணத்தைப் பதிவு செய்துகொள்ள இருவரும் ஒப்புக்கொண்டோம், ஆனால் அவருடைய பிள்ளைகள் அமெரிக்காவில் இருந்து வரும்வரை திருமண அறிவிப்பைத் தள்ளிவைக்கவேண்டும் எனவும் முடிவு செய்திருந்தோம். நான் உடனடியாக அவர் வீட்டிற்குச் சென்று அவரோடு சென்று வாழ்ந்திடவில்லை; முதற்காரணம், அக்கம்பக்கத்தினர் தன்னை

கேடுகெட்ட முதியவன் என எண்ணிவிடுவார்களோ என அவர் பயந்தார், இத்தனைக்கும் அவருக்கு அப்போது நாற்பத்தாறு வயதுதான் ஆகியிருந்தது, இரண்டாவது காரணம் இந்த விஷயம் தெரியவந்தால் என் பாட்டியும் பாட்டனாரும் ஆத்திரத்தில் இறந்துபோய்விடுவார்களோ என நான் அஞ்சினேன். இதில் எங்குமே என் பெற்றோர்களை நான் கணக்கில் எடுத்துக்கொள்ளவே இல்லை; ஏனெனில் அவர்களுக்கு என்மேல் எந்த அக்கறையுமில்லை.

இதையெல்லாம் கேட்டால் அபத்தமாக உள்ளது இல்லையா? ஆனால் எங்களின் பந்தத்தின்மூலம் நான் அப்போது மிகுந்த கிளர்ச்சியடைந்திருந்தேன் – அந்த வீடு இப்போது என்னுடையது, எனது தந்தையிடமிருந்தோ அல்லது என் பாட்டனாரிடமிருந்தோ எனக்குக் கிடைக்கப்பெறாத அன்புமிகுந்த பராமரிப்பை அவர் எனக்கு வழங்கினார்.

எங்கள் திருமணம் முடிந்து ஒரு மாதம் ஆவதற்குமுன்னர் என் புதுக்கணவர் என்னிடம் சில விஷயங்களைப் பேச அமர்ந்தார். கிட்டத்தட்ட நான்குமணி நேரங்கள் நாங்கள் பேசினோம் – சரியாகச் சொல்வதானால் பெரும்பான்மை நேரம் அவர்தான் பேசினார், நான் வெறுமனே கேட்டுக்கொண்டிருந்தேன். அவர் கூறியதை சுருங்கக்கூறுவதானால், அவருக்கு என்னைவிடவும் இருமடங்கு வயது ஆகின்றது, தன்னிடம் மீதமுள்ள கொஞ்சநஞ்ச இளமையின் மெல்லிய சுவடுகளையும் அவர் வேகமாக இழந்துவருகிறார், நானோ என் இருபதுகளில் இருப்பவள், எனக்கென இன்னும் வாழ்க்கை மீதமிருக்கிறது. நாங்கள் இருவரும் இணைந்திருப்பது என் எதிர்காலத்தை பாதிக்கும். அவர் மீது நான் கொண்டிருக்கும் காதல் உணர்வெல்லாம், பாட்டனார் மற்றும் தந்தையின் அன்பு கிடைக்கப்பெறாத வெறுமையினால் உருவாகியுள்ளதாக அவர் புரிந்துகொண்டார். நாங்கள் திருமணம் செய்யாமலேயே அதே போன்ற அன்பை அவரால் எனக்கு வழங்கமுடியுமென்றார், நான் விரும்பியபோதெல்லாம் அவருடைய இல்லத்தில் வந்து தங்கிக்கொள்ளலாம், வேண்டுமானால் என் எதிர்காலக் குடும்பத்தைக் கூட அங்கு குடியமர்த்திக்கொள்ளலாம் என அவர் கூறினார். எங்களுடைய உறவு இரு குடும்பங்களுக்கும் ஆபத்தை விளைவிக்கக்கூடியது எனவும் உடனடியாக அதை நிறுத்தியாக வேண்டுமெனவும் கூறினார். அதைக்கேட்டதும்

நான் கதறியழுதேன், ஆனால் அவர் கூறியதெல்லாம் முற்றிலும் உண்மை. நல்லவேளையாக, எங்களுக்கு மணவிலக்கு பெற்றுத்தரக்கூடிய ஒருவரை அவர் அறிந்திருந்தார். அந்நாட்களில் மணவிலக்கு பெறுவது அத்தனை சுலபமான காரியமில்லை.

கண்டதும் காதல்கொள்ளும் ஆணும் பெண்ணும் பைத்தியக்காரர்கள் எனக் கூறுவர். நம்மிடமிருக்கும் புத்திசாலித்தனமும் பகுத்தறியும் தன்மையும் காற்றில் போய்விடும், விளைவாக இருவரும் இறுதிவரை ஒன்றாக வாழ்வோம் எனக் அக்காதலர்கள் எண்ணிக்கொள்வர். 'வெற்றுத் திருமணமாக' அது இருந்தாலும் கூட அதுகுறித்து கவலைப்படமாட்டர். பிறகு, புதிதாய் திருமணமான வேட்கையெல்லாம் வடிந்துபோனதும், நாம் மிகப்பெரிய தவறு செய்துவிட்டோம் என அப்போதுதான் உணரத்துவங்குவர்.

ஆனால் நான் அப்படி அதைப் பார்க்கவில்லை. இவ்வுலகின் இயற்கைநியதிகளுக்கு உட்பட்டே மக்கள் வாழ்கின்றனர், மற்ற உயிரினங்களைப்போலவே நமது செயல்களுக்கும் ஒரு காரணமும் விளைவும் இருக்கும். அதாவது, அனைத்துமே ஏதோவொரு காரணகாரியத்திற்காகத்தான் நடைபெறுகின்றன என்பதை முடிவில் அறிந்துகொள்வோம். அறிவுத்திறனையும் பகுத்தாயும் தன்மையும் கடந்து வேறுசிலவும் மனிதர்களுக்குத் தேவையாய் உள்ளன – அவர்களின் விருப்பங்களை என்ன செய்வது?

நாங்கள் மீண்டும் சந்தித்தோமா? ஆம், ஆனால் இரு நிபந்தைனைகளுடன். முதலாவதாக, எங்கள் சந்திப்பின்போது அவருடைய மாணவர்களில் ஒருத்தியைப் போலத்தான் அவர் என்னை நடத்தவேண்டும், இரண்டாவது நிபந்தனை, இனியெப்போதும் அவர் இல்லத்தில் நாங்கள் சந்திக்கப்போவதில்லை. இனியும் அவர் குடும்பத்தை எவ்விதத்திலும் தொந்தரவு செய்ய நான் விரும்பவில்லை.

பேராசிரியருடன் என் படுக்கையைப் பகிர்ந்துகொண்டதன் மூலம் பாலியல்சார்ந்த விழிப்புணர்ச்சி எனக்கு ஏற்பட்டது எனலாம். ஆனால் அதற்குப்பிறகு பாலியல் இன்பத்திற்காக மட்டும் என்னால் வேறு எவருடனும் பழக இயலவில்லை – அதற்கும் மேலே ஏதோவொன்று தேவைபட்டது. அதன்பிறகுதான் இணையவழிக் காதல் விருப்பங்கள்

புகழ்பெறத் துவங்கின, ஒளித்திரையில் பளீரிட்டச் சில அன்பான வார்த்தைகளுக்கே நான் உணர்ச்சிவசப்படத் துவங்கினேன். ஆனால் அவ்வாறு உரையாடியவர்களை நான் நேரில் சந்திக்க நேர்ந்தபோதெல்லாம் பெரிய ஏமாற்றமே மிஞ்சியது. எனது பேராசிரியரிடம் இருந்த அதே குணநலன்களோ அல்லது சீரிய மிடுக்கோ அவர்கள் எவரிடமும் இல்லை.

முப்பது வயதில் துவங்கி ஐம்பது வயதுவரையிலான பெண்கள் பலரும் வாழ்வில் பெரிய அடிபட்டதன் பிறகு வேறு ஒரு ஆணின் துணையைத் தேடிச்செல்வதையே விட்டுவிடுவதை நான் கண்டிருக்கிறேன். குறைந்தபட்சம் மற்றுமொரு நிஜ ஆணையேனும் என வேண்டுமானால் சொல்லலாம். இணையத்தில் அவர்கள் தன்னைப்பற்றி எதையும் வெளிப்படுத்தத் தேவையில்லை, இணையத்தில் தனக்கு விருப்பமான சிறந்த ஆணைத் தேர்வு செய்ய தமக்கென ஒரு சிறந்த வடிவத்தையும் அப்பெண்களால் உருவாக்கிக்கொள்ள முடிகிறது. அப்பெண்களில் சிலருக்கு "கச்சிதமான" திருமணமும் கூட நடைபெற்றுவிடுகிறது, யாரோ ஒருவரின் கற்பனை மனைவியாகவே மகிழ்ச்சியாக வாழ்கின்றனர். இதெல்லாம் சீனாவில்தான் நடக்க முடியும் அல்லவா? நானா? நான் சீனாவின் முப்பரிமாணத் தலைமுறையை சேர்ந்தவள்; ஆம், என்னால் காலத்தில் பின் தங்கி இருக்கமுடியாது. ஒரே சமயத்தில் எனக்கு நான்கு இணையவழி காதலர்கள் இருந்துள்ளனர்!

இணையவழி காதல்கொள்ளும் தளங்களையெல்லாம் நான் தொடர்ந்து உபயோகித்துவந்த காலத்தில், எனக்காக ஒரு ஆண்கள் குழுவே காத்திருந்த சம்பவம்கூட நடந்துள்ளது. வெள்ளமெனப் பாய்ந்துவரும் அவர்களை தடுக்கவென நான் 'வடிகட்டி அனுப்பும் கேள்விகள்' சிலவற்றைத் தயார் செய்திருந்தேன், அக்கேள்விகள் கேட்கப்படும் முதற்சுற்றிலேயே 85% ஆண்கள் காணாமல் போய்விடுவர். மீதமிருந்தவர்களுக்கென அடுத்தச் சுற்று கேள்விகள் கேட்கப்படும், அப்போது மேலும் சிலர் விலகிவிடுவர். இறுதியாக, யார் மிக புத்திசாலித்தனமான பதில்களை அளித்திருந்தனரோ அவர்களைத்தான் தேர்வுசெய்வேன்.

நாங்கள் நிறையப் பேசினோம், பெரும்பாலும் காதல் பற்றியும் உறவுகள் குறித்தும் பேசினோம் என்றபோதும் மற்ற விஷயங்களையும் பேசினோம்தான். என் நான்கு இணையக்

காதலர்களுள் ஒருவன் மிகச்சிறந்த சொல் விற்பன்னன், அவனுக்கு விவாதிப்பதில் மிகுந்த விருப்பமிருந்தது, அவன் பேச்சால் என்னை அசரடித்துவிடக்கூடியவன். மற்றொருவன் மிகுந்த அன்பானவன், பொறுமைமிகுந்தவன், அவனிடம் பேசும் பெரும்பான்மையான பொழுதுகளில் எனக்கு அழுதுவிடத்தோன்றும். மற்றொருவன் என் குடும்பப் பிரச்சினைகளைப் புரிந்துகொள்ளும் விதம் அப்படியே அந்தப் பேராசிரியைரைப் போலவே இருக்கும். அதனாலேயே அவன் எனக்கு மிகவும் விருப்பமானவனாய் ஆகிப்போனான் - சமநிலையான மனம் கொண்டவன், லட்சியவாதி, பேச்சில் விஷய ஞானம் உடையவன்.

ஒரேசமயத்தில் ஏன் இத்தனைப் பேரைக் காதலிக்க வேண்டும்? எனது சொந்த அனுபவத்தைப் பொறுத்தவரை, நாமல்லாத ஒருவராக - நம்மால் புனையப்பட்டக் கதையொன்றின் நாயகராக நம்மைக் காட்டிக்கொள்ளத்தான் இணையத்தில் நுழைகிறோம். பிறகு போதுமானவரை இதை நடத்திமுடித்ததும், கணினியை அணைத்துவிடுகிறோம். விளக்குகள் ஒளிர்ந்ததும் நாம் மீண்டும் பழைய நாமாக மாறிவிடுவோம், நிஜ வாழ்வின் உறவுகள் மூலம் வரும் பாரங்கள் ஏதும் இணைய உறவில் இருப்பதில்லை. இணையப் பயன்பாட்டாளரின் நிஜப் பெயர்களை அறியும் வசதியேதும் அப்போது இருக்கவில்லை, எனவே ஒருவரே பல இணையக் கணக்குகளையும் தனக்காகத் துவங்கிக்கொள்ள முடிந்தது. அதனாலேதான் மத்திய வயது ஆணாக, மத்திய வயதுப் பெண்ணாக, பதின்பருவப் பெண்ணாக, பதின்பருவ ஆணாக என என்னால் நான்கு கணக்குகளை ஒரேசமயத்தில் துவங்கமுடிந்தது.

ஆனால் என் நடிப்பு சரியாகப் பொருந்தி வரவில்லை. ‘மத்திய வயது ஆணாக’ நான் துவங்கிய முதல் கணக்கு, இரண்டாவதாக நான் துவங்கிய ‘மத்திய வயது பெண்’ போலவே இருந்தது. இதை நான் முன்னரே உணர்ந்திருக்க வேண்டும், உண்மையில் மத்திம வயதுக்காரர்களைப் பற்றி எனக்கு என்ன தெரியும்? ஆனால் இதன்மூலம் எனது பெற்றோர்களின் தலைமுறையைச் சேர்ந்தவர்களோடு உரையாடக் கற்றுக்கொள்ளுமளவு அவர்களைப்பற்றி அறிந்துகொண்டேன் என்பது மட்டும் உண்மை. ஆனால் என் தலைமுறையினர் உபயோகிக்காத

வார்த்தைப்பிரயோகங்களையும் உருவகங்களையும் அவர்கள் பேச்சில் உபயோகித்தபோது எனக்குத் தலைசுற்றிப்போனது.

இணையவழிக்காதல் என்பது பாதுகாப்பானதுதானா எனப் பலரும் இந்நாட்களில் விவாதித்துக்கொள்கிறார்கள். இது ஒரு பிரச்சினையா என்ன? இணையவழிக்காதல் விருப்பம் மட்டுமே மேற்கொண்டிருந்து, திருமணத்தை எதிர்பாராமல் பழகிவந்தால், கண்டிப்பாக அது பாதுகாப்பானதாகத்தான் இருக்குமென எண்ணுகிறேன். தொலைவு பாதுகாப்பை அளிக்கிறது; முகமறியாத்தன்மை அந்தப் பாதுகாப்பை மேலும் பலப்படுத்துகிறது. இணையத்தில் பழகும் பல 'ஜோடியர்களும்' ஒருவரையொருவர் பற்றி எதுவுமே அறிந்துகொள்வதில்லை, பல காதல் உறவுகளிலும் கணினி மென்பொருள் உருவாக்கிய 'உங்களின் விருப்பங்கள் என்ன?' 'உங்கள் விருப்ப உணவு எது?' போன்ற கேள்விகளே ஜோடிகளை இணைத்துவைக்கின்றன என இணைய வல்லுநர்கள் கூறக்கேட்டிருக்கிறேன். நம் இணையக்கணக்கினுள் செல்ல உதவும் விபரங்களோ அல்லது சேமித்துவைக்கப்பட்டுள்ள அலைபேசி எண்களோ நொடியில் தொலைந்துபோகக்கூடிய வாய்ப்பிருப்பதால், இணையத்தில் நாம் தொடர்பில் உள்ள ஒருவரின் தொடர்பு எண்ணை தொலைத்துவிட்டோமானால் அதன்பிறகு அவரைத் தொடர்புகொள்ளவே முடியாத நிலை ஏற்பட்டுவிடலாம் என்பதுதான் நானறிந்து இதில் இருக்கக்கூடிய பெரிய ஆபத்து. வேண்டுமென்றோ அல்லது தெரியாமலோ ஒருவருடனான தொடர்பு அறுந்துபோனால், அது மிக மோசமான உளரீதியான பாதிப்பை ஏற்படுத்திவிடக்கூடும்.

இந்த இணையவழி 'விளையாட்டை' பலரும் பல்வேறு காரணங்களுக்காக விளையாடுவதை அறிந்துகொண்டேன். ஒருசிலரால் வெளியே சென்று தமக்கென நண்பர்களை உருவாக்கிக்கொள்ளமுடிவதில்லை, ஒரு சிலர் தம் திருமண வாழ்வில் தனிமையை உணர்ந்தனர், வேறு சிலரோ மற்றவர்களுடைய உணர்ச்சிகளில் விளையாடிப் பார்க்கவேண்டுமென்ற ஆசையினால்கூட இதைச் செய்தனர். மகிழ்வோ அல்லது துக்கமோ, இணையவழிக்காதலின் முடிவு எப்படியிருந்தாலும் அது தனிமனிதர் சார்ந்தது மட்டுமல்ல, ஒட்டுமொத்த சமுதாயத்திற்குமானது என்பது என் கருத்தாகும், ஏனெனில் ஒரு தனிமனிதன் அறநெறிகளை

அறிந்துகொள்வதற்கான தகுதியை இங்கிருந்துதான் பெறுகிறான். அதேசமயம் எது நிஜம், எது போலி என்பதைக் கண்டறியவும் நமக்கு இது உதவுகிறது. நான் கூறுவது தவறாகக் கூட இருக்கலாம், ஆனால் நவீன தொழில்நுட்பத்தை மட்டுமே நாம் பழிகூறிக்கொண்டிருக்கக்கூடாது என்பதுதான் என் வாதம்.

எனது எந்தவொரு இணையக் காதலரையும் நான் இதுவரை சந்தித்ததில்லை. ஆனால் என் வருங்காலக் கணவரை நான் இணையத்திலேயே சந்தித்துவிடக் கூடுமல்லவா? அதற்காய் எனது நேரத்தை மிகக் கவனமாகப் பயன்படுத்தி, குப்பைகளை வடிகட்டிக் கண்டுபிடிக்க வேண்டியிருக்கும். இணையவழியாக நட்புகொண்ட சில ஆண்களை நான் நேரில் சந்தித்திருக்கிறேன், ஆனால் அவர்கள் எவருமே என் காதலராகவில்லை; எங்களுடைய இணைய விளையாட்டின் நீட்டிப்பாகத்தான் அந்தச் சந்திப்புகள் திகழ்ந்தன. நிறைய மனிதர்கள் குழுமியிருக்கக்கூடிய காப்பி ஷாப் போன்ற பொதுவிடங்களில்தான் எங்கள் சந்திப்பு நிகழுமாறு பார்த்துக்கொண்டேன். இதன்மூலம் என்ன மாதிரியான வாழ்க்கைத்தரத்தை நான் எதிர்பார்க்கிறேன் என்பதை அவர்கள் அறிந்துகொள்வதோடு, மிக எளிதாக அவர்கள் வலையில் சிக்கிவிடக்கூடிய மீன் நானல்ல என்பதையும் உணர்த்திவிடுவேன்.

ஆண்களில் தொண்ணூற்றொன்பது சதவீதத்தினர் என்னை ஏதேனும் விடுதியில் சந்திக்கவே விரும்பினர், ஆனால் அவர்கள் அவ்வாறு அணுகும் ஒவ்வொருமுறையும் அவர்கள் கோரிக்கைக்கு "பை-பை" கூறிவிடுவேன். உங்களுக்குத் தெரியுமா, இணையக் காதலர்கள் சந்தித்துக்கொள்ளவெனவே இப்போதெல்லாம் விசேஷக் "காதல் விடுதிகள்" திறக்கப்பட்டுள்ளன. அவை முதலில் ஜப்பானில்தான் உருவாகின, பின்னர் சீனாவில் வெகு பிரபலமடைந்துவிட்டன. "கண்டதும் காதல்", "நான் காதலிக்கிறேன் விடுதி" போன்ற வினோதப் பெயர்கள் அவ்விடுதிகளுக்கு சூட்டப்பட்டிருக்கும். நான் அங்கு சென்றதேயில்லை; அங்கெல்லாம் சென்றால் எய்ட்ஸ் வந்துவிடுமோ என அஞ்சினேன்.

யோயோவின் கதையைக் கேட்டதும், 1976இல் நிகழ்ந்த மாவோ சேதுங்கின் மரணத்திற்குப் பிறகு சீனாவில் பொருளாதாரப் புரட்சி ஏற்பட்டதோடு அன்றி பாலியல் புரட்சியும் உண்டாகியிருந்ததைக் குறித்து *'கார்டியன்'* இதழில் நான் படித்திருந்த ஆராய்ச்சிக்கட்டுரைதான் எனக்கு நினைவுக்கு வந்தது. 2008இல் நான்னிங் மாநிலத்தின் தென்மேற்கு நகரமொன்றில்தான் சீனாவின் முதல் "காதல் விடுதி" துவங்கப்பட்டது, அதன்பிறகு, வசந்தகால மழையில் துளிர்க்கும் மூங்கில் குருத்துகள் போலே ஆயிரமாயிரம் காதல் விடுதிகள் சீனாவெங்கும் முளைக்கத்தொடங்கின.

爱

கடந்த பல வருடங்களாகவே, *சியோ சான்* எனவழைக்கப்படும் முறையற்ற உறவில் இருக்கும் பெண்கள் இணையத்தில் வெகு இழிவாக நிந்திக்கப்பட்டு வந்துள்ளனர். இதில் விசித்திரம் என்னவென்றால், எத்தனை அதிகமாக அவர்கள் நிந்தனைக்கு ஆளாகின்றார்களோ, அத்தனை அதிகமாக அவர்களின் எண்ணிக்கை பெருகிவருகிறது. அதுமட்டுமல்லாது, சியோ சான்களின் தரம் நாளுக்குநாள் உயர்ந்துகொண்டே போகும் அதேசமயம், அவர்களின் வயதுவரம்பு குறைந்துகொண்டே செல்கின்றது. இணையத்தில் பெருகிவந்த இந்தக் கிளர்ச்சியை பலரும் கண்டுகளித்தனர், அதில் நானும் ஒருத்தி, அதனாலே எனக்கும் அங்கு நடக்கும் அமளிகளை அங்கேயே சென்று காணும் ஆவல் எழுந்தது. யாரேனும் ஒரு ஆணுக்கு நான் சியோ சானாக ஆகிவிட்டால், அவனது மனைவி தன் ஒட்டுமொத்தக் குடும்பத்தையும் அழைத்துவந்து என்னை அடித்துவிடுவாளோ எனும் அச்சம் மட்டும்தான் வேறெதையும்விட என்னை மிகவும் கலவரப்படுத்தியது.

சில வருடங்களுக்கு முன்னர், ஒரு விளம்பர நிறுவனத்தின் மக்கட்தொடர்பு அதிகாரியாகப் பணியாற்றினேன். அந்த நிறுவனத்தின் மேலாளர் மிகுந்த வசீகரமானவராய் இருந்தார் – சினிமாநடிகரைப் போன்ற வசீகரம். அவருடைய முக அழகோடு சேர்ந்து, அவரது அக அழகும் என்னைக் கவர்ந்தது எனலாம், அவரைப் போன்ற மிகச்சிறந்த மனிதரை என் வாழ்விலேயே நான் சந்தித்ததில்லை. அவருக்குத் திருமணமாகிவிட்டது எனவும், அவர் மனைவி அசரடிக்கும் பேரழகி எனவும்

பிறகுதான் அறிந்துகொண்டேன், ஆம், உடனே சாகசத்திற்கான உணர்வுகளும், உற்சாகமும் என்னுள்ளே கரைபுரளத் துவங்கின, அவருடைய காதலின் ஆழத்தை சோதிக்க முடிவுசெய்தேன்.

பணிதொடர்பாகப் பேசவேண்டுமெனக் கூறி, அந்த வாய்ப்பைப் பயன்படுத்தி அவரை ஒரு உயர்ரகக் காப்பி ஷாப்பிற்கு வரச்செய்தேன், இதன்மூலம் நான் எத்தனை உயர்தரமானவள் என அவரிடம் காட்டிட முயன்றேன். அடுத்ததாக, அலுவலகத்தின் அருகே இருந்த ஒரு பிரெஞ்சு பாரில், நிறுவனத்தைச் சேர்ந்த சில நண்பர்களை மட்டும் அழைத்து ஒரு சிறிய சந்திப்பை ஏற்பாடு செய்தேன். என் சேமிப்புகளிலிருந்து கணிசமானத் தொகையை இதற்காகவெல்லாம் செலவு செய்தேன், அதற்கு கைமேல் பலனும் இருந்தது. இதேபோன்று நான் அளித்த சில சிறுசிறு விருந்துகளுக்குப் பின்னர், அவருடைய உதவியாளராகப் பணிபுரிய நான் அவரது அலுவலகத்திற்கு மாற்றப்பட்டேன், சியோ சான் ஆவதற்கான முதற்படி இதுதான். கொஞ்சம் கொஞ்சமாக எங்களின் உரையாடல்கள் பணியில் இருந்து விலகி எங்களின் பொழுதுபோக்குகள் பக்கம் திரும்பியது, பின்னர் தங்குதடையின்றி நேரடியான உல்லாசப்பேச்சை நோக்கி அது சென்றது.

ஆனால், அவருடைய சியோ சானாக ஆகலாமென முடிவெடுத்த நொடியில் எனக்குப் பணிவுயர்வு வழங்கப்பட்டது. பொதுமேலாளரின் அலுவலகத்திற்கு மாற்றப்பட்டேன், பொதுமேலாளராக இருந்தவர் நான் விரும்பியவரின் மனைவி! அப்பெண்ணொன்றும் முட்டாளில்லை, நான் எதை நோக்கி சென்றுகொண்டிருந்தேன் என்பதை மிகச்சரியாகக் கணித்துவிட்டிருந்தார். விளைவாக, அப்பெண் என்னை அவர் நேரடிப்பார்வையின் கீழ் கொண்டுவந்துவிட்டிருந்தார். அவர் மிகுந்த தோழமையானவர், மிக அன்பானவர், எப்போதும் என்மீது அக்கறைகொண்டவராய் இருந்தார். இதனாலேயே நான் மிகுந்த அவமானத்திற்கு உள்ளானேன், அவர் கணவருடன் முறையில்லாத உறவில் இருப்பதற்கான என் விருப்பத்தை அந்த நொடியே கைவிட்டேன்.

தனியளாக இருப்பது என்னை வெகுவாய் பாதித்தது, எனவே கொஞ்சம் கொஞ்சமாக காதலை நானொரு பயணமாக பாவிக்கத்துவங்கினேன். இந்தப்பயணம் அயர்வளிக்கக்கூடியது,

ஆனால் பயணம் முடியும் தருவாயில் மிகச்சிறந்த நொடிகளை அனுபவிக்க இயலும், மிகக்குறுகிய அந்த காலகட்டத்தில் நம்மைச்சுற்றியிருக்கும் காட்சிகளையெல்லாம் ரசித்து, அங்கிருந்து விலகும்முன் சில புகைப்படங்களை எடுத்துக்கொள்ளலாம். மறுபடியும் முதலில் இருந்து அனைத்தையும் துவங்கிட அடுத்து எங்கு செல்லவேண்டுமென அடுத்ததாய் சிந்திக்கத் துவங்கிவிடுவோம்.

ஒருவனுக்கு உதவிபுரிவதற்காய் ஒருமுறை நான் "வாடகைத் திருமணத்தையும்" கூட முயற்சி செய்திருக்கிறேன். சாங்சுன்னில் வசித்துவந்த அவனுடைய குடும்பத்தினர் திருமணம் செய்துகொள்ளச்சொல்லி அவனை வற்புறுத்திவந்தனர். வசந்தகால விழாவுக்காக தன் வீட்டிற்கு அவன் செல்லும் கடந்த நான்கு வருடங்களிலும், தன் திருமணப்பிரச்சினையால் அங்கு அவன் குத்துவாள்கள் நிறைந்த மலையையும், தீப்பிழம்புகள் நிறைந்த கடலையும் கடக்கவேண்டியுள்ளது என்றான். அவன் வசித்த தெருவில் வசித்துவந்த அக்கம்பக்கத்தினர் உட்பட அவனது குடும்பத்தினர் அனைவராலும் அவன் ஒவ்வொருநாளும் கேள்விகள் கேட்கப்பட்டு, தொல்லைப்படுத்தப்பட்டு, விமர்சிக்கப்பட்டு அவர்களிடையே சிக்கி அல்லல்பட்டிருக்கிறான்.

அதனாலேதான் அவனுடன் சேர்ந்து திருமணப்புகைப்படம் எடுத்துக்கொள்ள விரும்பும் ஒரு பெண்ணை, வசந்தவிழாவின் போது அவன் குடும்பத்தினருடன் சேர்ந்து மூன்றுநாட்கள் தங்கிச்செலவிடவும் விரும்பும் பெண்ணொருத்தியை நாங்கள் இணையத்தில் தேடினோம். வாடகைத் திருமண செலவுகளோடு சேர்த்து, போக்குவரத்துச் செலவுகள் மற்றும் இந்த வருகையின்போது அவளுக்கு உண்டாகக்கூடிய அனைத்துச் செலவினங்களுக்கும் சேர்த்து அவன் 3,000 யுவான்கள் பணம் செலுத்தவும் தயாராக இருந்தான். அவனுடைய காதலியெனக் கூறி யாராவது ஒரு பெண்ணை அவன் அருகில் நிற்கவைக்கலாமே, எதற்கு வாடகைத் திருமணமெல்லாம் எனப் பலரும் இணையத்தில் சந்தேகங்கள் கேட்டனர். என்றேனுமொருநாள் தங்கள் கொள்ளுப்பேரனை கைகளில் ஏந்திவிடுவோம் என அவனுடைய தாத்தாவும் பாட்டியும் நம்பிக்கை கொண்டுள்ளதாகவும், குறைந்தபட்சம் தம் பேரனின் கல்யாணப் புகைப்படத்தையேனும் தம் வீட்டு மாடத்தில்

மாட்டிவைக்கவேண்டுமென அவர்கள் விரும்புவதாகவும் அவன் கூறினான். அப்போதுதான் அவர்கள் ஆன்மா சாந்தியடையும். ஆனால் முன்பின் தெரியாதவனோடு சேர்ந்து திருமணப்புகைப்படம் எடுத்துக்கொள்ள எந்தப்பெண்தான் சம்மதிப்பாள்? அது சாத்தியமில்லை என இணையநண்பர்கள் கூறிவிட்டனர். அவர்கள் உண்மையாகவே திருமணம் செய்துகொள்ளவேண்டுமெனப் பின்னர் முடிவுசெய்துவிட்டால் அப்போது என்னவாகும்? அவர்களின் இந்தக் ஏமாற்றுக்காரியம் கண்டுபிடிக்கப்பட்டுவிட்டால் என்ன செய்வார்கள்?

ஆனால் நான் அதற்கு ஒப்புக்கொண்டேன். அடிப்படையில் நானொரு காதற்பயணிதானே, எனது பயணத்தில் இது மற்றுமொரு நிறுத்தம் என எண்ணிக்கொண்டேன். எனது வாழ்நாளில் ஒருநாளைக்கூட ஒரு ஆணை நம்பிவாழ்வதிலோ அல்லது எனது மாமியாருக்கு அடிபணிந்து வாழும் மருமகளாக இருக்கவோ நான் விரும்பியதேயில்லை. ஒரு பழமொழி உள்ளதே, *‘வடக்கு நோக்கிச்செல்லும் புத்தருக்கு நீங்கள் உதவிபுரிந்தீர்களானால், அவரது முழு பயணத்தையும் கடக்க உங்களால் உதவமுடிந்ததாக அர்த்தம்’* என, அதேபோல் காதல் தரும் அனைத்தையும் நீங்கள் அறிந்துகொள்ளவிரும்பினால், அதைச் சரியாகச் செய்யவேண்டும்! ஆனால், எங்கள் திருமணப் புகைப்படம் தயாராகி வந்ததும், நான் துளியும் எதிர்பாராதவொன்று நிகழ்ந்தது. அந்தப் புகைப்படத்தில் இருந்து என்னைப் பார்த்துக்கொண்டிருந்த மணப்பெண் நிஜமாகவே அத்தனை அழகாகவிருந்தாள்.

எது எப்படியோ, வாடகை மனைவியாக நான் நடித்ததைப் பற்றிக் கேள்விபட்டு *‘If You’re the One’* நிகழ்ச்சிக்குழுவினர் என்னைத் தொடர்பு கொண்டனர், என்னுடைய அனுபவம் குறித்து அவர்கள் நிகழ்ச்சியில் பகிர்ந்துகொள்ள முடியுமா எனக் கேட்டுக்கொண்டனர், ஆனால் நான் அதற்கு மறுத்துவிட்டேன். நான் ஒழுக்கமில்லாதவள் என முன்னரே மக்களிடையே ஒரு இரகசியப் பேச்சிருக்கிறது, இதெல்லாம் வெட்டவெளிச்சமாகிவிட்டால் மிக உயர்ந்த பாரம்பரியம்கொண்ட என் பாட்டியும் பாட்டனாரும் எப்படி அதைத் தாங்கிக்கொள்வார்கள்? என் தாயைப்பொறுத்தவரை, காலத்திற்கு ஏற்றார்போல மாறிக்கொள்வதில் அவருக்கும் உடன்பாடு உண்டுதான் என்றாலும், தன்னைப் போலவே தன்

மகளுக்கும் அதில் விருப்பமுண்டு என இதுவரை அவருக்குத் தெரியாது. எங்களிடையே இருந்த மிகப்பெரிய வித்தியாசம் என்னவெனில், நாங்கள் இருவரும் இருவேறு கடல்களின்மீது பயணித்துக்கொண்டிருந்தோம், அவர் வணிகத்திலும் நான் காதலிலும் பயணித்தோம்.

எனது குடும்பம் என்னைப்பற்றி என்ன நினைத்துக் கொண்டிருந்தது? அது நாம் எந்த ஆளைப் பற்றிப் பேசப்போகிறோம் என்பதைப் பொறுத்து மாறுபடும்! என் பாட்டியின் வார்த்தைகளில் கூறுவதானால் 'நான் ஒரு ஆணிடம் இருந்து இன்னொருவனுக்கு தாவிக்கொண்டே இருந்தால்' என்னால் குழந்தை பெற்றுக்கொள்ள முடியாமல் போய்விடும் என அவர் வருந்தினார். 'பெண்களும் திருமணமும் தொடர்பாக சீன ஒழுங்குமுறைச் சட்டப்புத்தகங்களில் தரப்பட்டிருக்கும் அனைத்துத் தகவல்களையும் சமீபத்தில் ஆராய்ந்து பார்த்துவிட்டேன், அவை எதிலுமே ஒரு பெண் கட்டாயம் குழந்தை பெற்றுக்கொள்ள வேண்டுமென குறிப்பிடப்படவில்லை!' எனக் கூறி அவரை கேலி செய்வேன். என் பாட்டி கலாச்சாரத்தோடு ஒன்றியவர், மிகுந்த நாகரிகமாக உரையாடுபவரும் கூட, இருந்தபோதும் அவசியப்பட்டால் அவர் வெகு வெளிப்படையாகப் பேசவும் செய்வார்.

"ஆம், அது உண்மைதான், ஆனால் மனித இனத்திற்கான அடிப்படைவிதியின்படி பார்த்தால் ஒரு பெண் கட்டாயம் குழந்தை பெற்றுக்கொள்ள வேண்டும். உடல் ரீதியானக் குறைபாடு எதுவும் இல்லாதபட்சத்தில், ஒரு பெண் குழந்தைப்பேற்றை மறுதலிப்பதன் மூலமாக சமூக ஒழுங்கை மீறுகிறாள் எனத்தான் அர்த்தமாகிறது. நான் சொல்வதை நீ கேட்காதுபோனால், வருங்காலத்தில் அனைவரும் உன் முகத்திலேயே காறி உமிழ்வார்கள்!" என்றார். அவர் கூறியது சிறிது மிகைப்படுத்தப்பட்டதைப் போலத் தோன்றினாலும், அவர் உண்மையைத்தான் கூறினார். இதுபோன்ற எண்ணங்கள் அனைவரின் மனதிலும் பதிந்துள்ளதுதான், குறைந்தபட்சம் அனைத்துச் சீனர்களின் மனதிலேனும் இவ்வெண்ணம் உள்ளதுதான்.

பெண் என்பதாலேயும், அவளுக்குக் கருப்பை இருக்கிறது என்பதாலேயுமே அவள் குழந்தை பெற்றுக்கொண்டே ஆக வேண்டுமென்பது எனக்குச் சிரிப்பைத்தான்

வரவழைக்கிறது. குழந்தைபிறப்பு வலியையும் வேதனையையும் உண்டாக்கக்கூடியதாகவும், சில சமயங்களில் இறப்பே கூட அதனால் சம்பவிக்கலாம் எனும்போதும், அதையெல்லாம் நாம் அனுபவித்தே ஆகவேண்டியக் கட்டாயத்தில் இருக்கிறோம். ஒரு வருடத்தில் உண்டாகக்கூடிய மகப்பேறு இறப்புகளுக்காக ஐக்கிய நாடுகள் சபை நிர்ணயித்திருக்கும் அளவைவிடவும் சீனாவில் குறைந்த சதவீத இறப்புகளே உண்டாகின்றன எனவொரு கட்டுரையில் வாசித்தேன். ஆனால், இந்தக் கணக்கெடுப்புகளெல்லாம் உண்டாவதற்கும் முந்தைய காலங்களில் மகப்பேற்றின்போது இறந்துபோனவர்களுக்கு இந்தக் கணக்கெடுப்புகளால் என்ன பயன்?

நான் என் வாழ்வில் எப்போதும் என் சொந்தக் கால்களிலேயே நிற்பதையெண்ணி என் தாயும் தந்தையும் பெருமிதம் கொண்டிருந்தனர் என்றே எண்ணுகிறேன். 'உன் வாழ்வை நீ கவனித்துக்கொள், உன் குடும்பம் தன்னைத்தானே கவனித்துக்கொள்ளும்' எனும் என் போக்கின் விளைவாக உலகைச் சுற்றவேண்டுமெனும் அவர்களின் விருப்பத்திற்குக் குறுக்காக நானும் நிற்கவில்லை, என்னை கவனித்துக்கொள்ள வேண்டிய பொறுப்பின் பாரமும் அவர்களுக்கு ஏற்படவில்லை. அவர்களின் பாலுறுப்புகள் எவ்விதக்குறையுமின்றி செயல்படுகின்றன என்பதை நிரூபித்ததற்கானச் சான்றாகத்தான் என் பிறப்பு நிகழ்ந்துவிட்டதோ எனக்கூட நான் சமயங்களில் எண்ணிக்கொள்வதுண்டு. நான் எப்படி வளர்ந்தேன் எனக்கூட அவர்களுக்குத் தெரியாது!

அனுபவப்பட்டதொரு ஷெங்குனுவாக நான் எப்போதோ உருவாகிவிட்டேன் எனப் பலரும் கூறக்கூடும், ஆனால் இன்றைய சீனாவின் புரிதலின்படி பார்த்தால் நான் ஒரு "பெண் துறவி"யைப் போன்ற ஷெங்குனுவாகத்தான் இருக்கிறேன். அதற்கான முதல் காரணம், ஆண்களோடு காதலாடும்போது நான் அவர்களிடமிருந்து சில தகுதிகளை எதிர்பார்க்கின்றேன்; அவர்களிடம் அடிப்படைத்தரம் இருக்க வேண்டுவேன். இரண்டாவது காரணம், சீன வரலாற்றுப் பேராசிரியர் ஒருவரிடம்தான் என் கன்னித்தன்மையைக் கொடுத்திருந்தேனே தவிர ஏதோவொரு முட்டாளிடம் அல்ல. மூன்றாவதாக, என் இதயம் பரிவுமிக்கது. நான்காவதாக, அந்த உறவு கோரமாகிவிடுவதற்கு முன்னரே எங்கே அதை நிறுத்திக்கொள்ள

வேண்டுமென நானறிவேன். ஐந்தாவதும் முடிவானதுமாக உள்ள காரணம், எனது இந்தக் காதற்பயணத்தின் மூலம் என் குடும்பத்திற்கு நான் எவ்விதத்திலும் தீங்கிழைக்கவில்லை.

வூகென், 2016 : காயமுற்றக் காதலி

செந்நிறத்தாளின் சகோதரிகளின் பேரப்பிள்ளைகளை பேட்டி கண்டபோது, ஆரஞ்சாளின் பெயர்த்தியான வூகெனையும் நான் பேட்டிகண்டேன்.

தொலைபேசி வழியாகத்தான் எங்களின் முதல் உரையாடல் நிகழ்ந்தது. தன் குடும்பப் பெரியவர்களின் சொல்லுக்குக் கட்டுப்பட்டு அவர்களுக்கு ஆற்றும் ஒரு கடமையாகத்தான் வூகென் என்னுடன் பேச ஒப்புக்கொண்டார் என்பது அவர் குரலில் தொனித்த வேதனையின் மூலம் அறிந்துகொண்டேன். பற்பசை ட்யூபினுள் ஒட்டிக்கொண்டிருக்கும் இறுதித்துளியையும் பிதுக்கியெடுப்பதைப் போலத்தான் மிகுந்த சிரமப்பட்டு அவரிடமிருந்து என்னால் வார்த்தைகளை வாங்கமுடிந்தது. ஏறக்குறைய அவரிடம் நான் மன்றாடிக்கேட்டுக்கொண்ட பிறகுதான் காணொளி பேட்டிக்கு அவர் ஒப்புக்கொண்டார், ஆனால் கேமராக்களை உபயோகப்படுத்தக்கூடாது என நிபந்தனையும் போட்டுவிட்டார். அப்படியானால் தொலைபேசி உரையாடலுக்கும், காணொளிப்பேட்டிக்கும் எந்த வேறுபாடும் இல்லாமல் போய்விடுமே? இதுதொடர்பாக பலமுறை அவரைத் தொடர்புகொண்டபோதும் அது தோல்வியிலேயே முடிந்ததால், செந்நிறத்தாளிடமும் பச்சையாளிடமும் உதவிகோரினேன்.

செந்நிறத்தாள் தன் தங்கையின் பெயர்த்தியான வூகெனை வற்புறுத்திக் கேட்டுக்கொண்டார், அவருடைய உதவியால் 2016ஆம் ஆண்டின் வசந்தகாலத்தின்போது நான் மீண்டும் சீனாவிற்குத் திரும்பியநேரம், நான்ஜிங் ஓட்டலின் தேநீர்விடுதியில் அமர்ந்து நானும் வூகெனும் மூன்றுமணிநேரங்கள் உரையாடினோம். அவரை முதன்முறையாகப் பார்த்தபோது என் கவனத்தில் முதலில் இடம்பிடித்தது அவருடைய சரிந்த தோள்கள்தாம், வாழ்வில் பெரும் பாரங்களை அவர் சுமந்துள்ளார் என அவை

கூறுவதைப்போலவே சரிந்திருந்தன. அவருடைய பெயரையும் கடந்து, இளமையிலேயே அவர் முகத்தில் சுருக்கங்கள் விழுந்திருந்தன, கண்களைச்சுற்றியும் கன்னங்களிலும் இருந்த கோடுகள் அவரது மெய்யான இளம்வயதை பொய்யாக்கிக் காட்டின. அவற்றுள் அவருடைய புருவங்களிடையே நெரித்த மூன்றுகோடுகள் மட்டும் சுவான் (川) எனும் சீன சொல்லைப் போல் தோன்றின. அவர் தன் கதையை கூறத்துவங்கியதும், அவர் இதயத்தின் வேதனைகளைத் தாமும் விவரிப்பதைப் போலே அந்தப் பள்ளங்களும் சுருக்கங்களும் சுருங்கி விரிந்தன.

ஷூகெனின் உறவினத் தங்கைகளாகிய லிலீயிடம் இருந்ததைப் போன்ற இளமைத்துடிப்பும் குறும்புத்தனமும் நிறைந்த சிரிப்போ அல்லது யோயோவின் துணிபும் கட்டற்றச் சுதந்திரமும் கொண்ட பேச்சோ ஷூகெனிடம் இல்லை. ஆனால், அவர் சிந்திய கண்ணீர்த்துளிகளால் உருவான ஒரு தெளிந்த நீரூற்றைப் போலத்தான் அவர் இதயம் இருந்ததென உள்ளூர ஆழமாக உணர்ந்தேன், தனது இளமைக்காலத்தில் அவர் கடந்துவந்த துயரங்களையெல்லாம் மறைத்துவைத்திருக்கும் அவரது முகத்தைப் போலவே அந்த நீரூற்றின் மேற்புறமும் மிக அமைதியாகவே காட்சியளித்தது.

என்னிடம் என்னவெல்லாம் கூறவேண்டுமென்பதை முன்னரே அவர் மிகத்துல்லியமாக முடிவுசெய்துவிட்டே என்னைச் சந்திக்க வந்திருந்தார். அவர் கூறிய ஒவ்வொரு வரியினையும் செங்கற்களை அடுக்குவது போலே ஒன்றன்மீது ஒன்றாக கவனமாக அடுக்கி, தன் வாழ்வின் கதையைக் கட்டமைத்துக் கூறினார். நேர்காணலிற்காக நான் முன்னரே தயாரித்து வைத்திருந்த வினாக்களெல்லாம் காற்றோடு போயின, அவர் கூறியதை மட்டும் நான் எழுதிக்கொண்டேன்.

爱

நான், லிலீ, யோயோ ஆகிய மூவருமே ஒரே குடும்பத்தின் வேர்ப்பகுதியில் இருந்து தோன்றியவர்கள்தாம். எங்கள் அனைவருக்கும் ஒரே கொள்ளுப்பாட்டனார்கள்தாம், நாங்கள் அனைவரும் ஒரே தலைமுறையை சேர்ந்தவர்களும் கூட. ஆனால் 1940களில் நிலவிய அரசியல்சூழல் எங்கள் கொள்ளுப்பாட்டனார்களின் ஆறு குழந்தைகளையும் பிரித்து இரு

முக்கிய அரசியல் முகாம்களுக்கு அனுப்பிவிட்டது, மேற்கின் முதலாளித்துவத்தோடு இயைந்துபோன அவர்களின் இரு மகன்கள் குடும்ப வணிகத்தை மேற்கொண்டனர், மூத்தமகள்கள் மூன்றுபேரும் புரட்சியாளர்களை மணந்துகொண்டனர்.

1960களின் பிற்பகுதியில் கலாச்சாரப் புரட்சியின் காரணமாக மகள்கள் மீண்டும் பிரியநேர்ந்தது. அப்போது நிகழ்ந்த சம்பவங்களின் வாயிலாக, ஆளும் பாட்டாளிவர்க்கத்தின் அங்கத்தினர் ஆனதன்மூலம் லிலீ மற்றும் யோயோவின் பாட்டிமார்களாகிய செந்நிறத்தாளும் பச்சையாளும் ஆதாயம் அடைந்தனர். ஆனால் என் பாட்டி ஆரஞ்சாளின் வாழ்வோ துன்பகரமாகத்தான் மாறியது. முன்னாள் சோவியத் யூனியனுடனான அரசியல் பிரச்சினைகளில் என் பாட்டனார் சிக்கிக்கொண்டதால் எங்கள் குடும்பம் புறக்கணிப்பிற்கு உள்ளானது, இறுதியாக உடைந்தும் போனது.

என் பாட்டியின் சகோதரர்களும் பாதி நூற்றாண்டிற்கும் மேலாக இந்தப் பூமியின் எதிரெதிர் பக்கங்களில் வாழ்ந்து, தம் குழந்தைகளை வளர்த்தெடுத்துள்ளனர், ஆனால் சீர்திருத்தம் மற்றும் வெளிநாட்டுத்திறப்புக் கொள்கை அமலுக்கு வந்திருந்த 1980களின்போது கடந்தகாலத்தின் தவறுகள் யாவும் இறுதியாக நேர்செய்யப்பட்டு, பெருங்குழப்பம் நிலவிய ஒரு காலத்திற்கு முற்றுப்புள்ளி வைக்கப்பட்டது. என் பாட்டியின் அரசியல் நிலைப்பாடு மீட்டெடுக்கப்பட்டு, எங்களுடைய பெரிய குடும்பம் மீண்டும் ஒன்றிணைந்தது, எனினும் நாங்கள் வளர்ந்த அந்த அரசியல், கலாச்சாரச் சூழலால் வாழ்வின்மீதான எங்களின் பார்வையே முற்றிலுமாய் மாறிப்போனது.

கி.மு. 475 – 221இல் எழுதப்பட்ட பிரபல *'யான்சியின் கதைகள்'* நூலில்,

> "ஹூவாய் நதியின் தெற்கே ஆரஞ்சுமரத்தை வளர்த்தால், தித்திப்பும் சுவையும் நிறைந்த 'ஜூ' பழங்கள் கிடைக்கும். ஆனால் ஹூவாய் நதியின் வடக்கே ஆரஞ்சுமரத்தை வளர்த்தால், கசப்பும் அருசியும் கொண்ட 'ஸீ' பழங்களே கிடைக்கும். ஒரே பழம்தான், ஆனால் அவை வளர்ந்த சூழல் அவற்றை மாற்றிவிடுகின்றன"

எனக் குறிப்பிடப்பட்டிருப்பதைப் போலத்தான் எங்கள் கதை ஆகிப்போனது.

பெயர்த்திகளாகிய நாங்கள் மூவரும் ஒரே தலைமுறையைச் சேர்ந்தவர்களாக இருந்தபோதும் நாங்கள் சமூகத்தை வெவ்வேறு விதமாகவே புரிந்துகொண்டோம், அதன் போக்கிற்கு ஏற்றார்போல எங்களை நாங்களே தகவமைத்துக்கொண்ட வேகமும் கூட வெவ்வேறுவிதமாகவே இருந்தது.

என் பாட்டி ஆரஞ்சாள் பல்வேறு விதங்களிலும் நல்வாய்ப்பு கிட்டியவர் என எண்ணுகின்றேன். அவருடைய கணவரின் கொடூர, அகால மரணத்தோடு பாட்டியின் வாழ்வே முடிந்துபோய்விட்டது எனத்தான் பலரும் கருதினர். ஆனால் என்னைப்பொறுத்தவரை, அவரைத் துன்புறுத்திய அந்த மனநோய்தான் அவரைக் காப்பாற்றவும் செய்தது என எண்ணுகிறேன். அந்நோய் மட்டும் இல்லாதுபோயிருந்தால் அவர் என்றோ இறந்துபோயிருப்பார். அவர் தன் கணவரின் உடலை நேரில் காணும் நாளில் மீண்டும் 'விழித்தெழுந்து' விடுவார் எனச் சிலர் கூறுவதுண்டு, அவ்வாறு நடந்தால் அவரால் அதை ஒப்புக்கொள்ள முடியுமா? இன்றைய சமூகத்தை அவரால் புரிந்துகொள்ள முடியுமா? அவ்வாறு விழித்தெழுந்ததும், கடந்த நாற்பது வருடங்களாக தன்னால் தன் மகள் மௌனமாக அனுபவித்துவரும் வேதனையைக் கேட்டறியும்போது, அவரால் அதைத் தாங்கிக்கொள்ள முடியுமா? அச்சமயம் அவரால் தன் பெயர்த்தியை அடையாளமேனும் காணமுடியுமா?

என் தாய் காங்மெயும் என் தந்தை வூ பிங்கும் 1950களை சேர்ந்தவர்கள், 'கருப்பு வகைமையினர்' எனக் குறிப்பிடப்படும் குடும்பத்தைச் சேர்ந்தவர்கள், விவசாயிகள் மற்றும் உழைக்கும் வர்க்கத்தினரிடமிருந்து மறுகல்வி கற்று வளர்ந்தவர்கள். அரசியல் ஒடுக்குமுறையாலும் புரட்சி தந்தளித்த அவமானங்களாலும் துயரடைந்ததோடல்லாமல், கொடும் வறுமையிலும் பட்டினியிலும் உழன்றிடவும் செய்தனர். சீனாவின் அடிமட்ட நிலையில் வாழ்ந்தபோதும், பெரும் அரசியல் சூறாவளியின் இடையேயும் தமது கடும் உழைப்பின் மூலம் சீனாவை ஆதரித்த தொழிலாளர்களையும் விவசாயிகளையும் போலவேதான் என் பெற்றோரும் வாழ்ந்து வந்துள்ளனர். அப்போது என்னவெல்லாம் நிகழ்ந்தது என்பதையும் என்னவெல்லாம் சொல்லப்பட்டது என்பதையும் நேரிடையாகக் கண்ட சாட்சியாக நானிருக்கிறேன், அவையெல்லாம் என் மனதில் அழியாமல்

பதிந்துள்ளன. அவர்கள் அனுபவித்த வலிகளெல்லாம் என் வாழ்வில் எனக்கு ஏற்படக்கூடாது எனும் நம்பிக்கையில்தான் ‘தழும்புகளற்றவள்’ எனப் பொருள்படுமாறு என் பெற்றோர்கள் எனக்கு ஹூகென் எனப் பெயரிட்டனர். ஆனால் தழும்பேறிய குடும்பத்தில்தான் நான் பிறந்துள்ளேன் என்பதை அவர்கள் மறந்துவிட்டனர்.

爱

ஹூகென் கூறிய வார்த்தைகள் நீண்டநேரம் என் செவிகளில் எதிரொலித்தபடியே இருந்தன. என் பெயர் சின்ரன், ‘தன் பணியிலும் செயலிலும் எப்போதும் மகிழ்வாகவே இருப்பவள்’ என அதற்குப் பொருளாகும். ஆனால் இந்த அறுபது வருடவாழ்வில், நான் எப்போதும் மகிழ்வாகத்தான் இருந்துள்ளேனா? என் நாற்பதாம் வயதில் இங்கிலாந்துக்கு குடிபெயரும்வரை உண்மையான மகிழ்ச்சியென்றால் என்னவென்றே நான் என் வாழ்வில் அறிந்ததில்லை. ஐம்பது ஆண்டுகளுக்குப் முன்னர் மூடித் தழும்பாகி விட்டிருந்த என் காயமொன்றை அவரது வார்த்தைகள் மீண்டும் திறந்துவிட்டன, ஹூகெனின் தாயும் இதே தழும்போடுதான் இருப்பார் எனத் தோன்றுகிறது. அரும்பாடுபட்டு நாங்கள் வளர்த்தெடுத்த, கடும் துன்பங்களுக்கிடையே நாங்கள் கவனமாக பராமரித்த எங்களின் எதிர்காலத் தலைமுறையினரும், நாங்கள் சுமந்த அதே வேதனையை தங்கள் இதயங்களில் சுமக்கின்றனரே என இப்போது அறிந்துகொண்டதுதான் எனக்கு மேலும் வலியைத் தருகிறது.

爱

எனது மூதாதையர்களின் வலிக்கு நிவாரணம் அளிப்பதும், ஈடுசெய்வதும் மட்டுமே என் வாழ்வின் முழுமுதல் குறிக்கோளாக இருக்கவேண்டுமென்பதை உணர்ந்துகொண்டேன். நான் பிறந்ததுமே, மூன்று தலைமுறைகளைச் சேர்ந்த பெண்களாகிய என் பாட்டி, என் தாய் மற்றும் என்னை பிரிய மனமில்லாமல் பிரிந்துதான் என் தந்தை வணிகம் செய்ய தெற்கிற்கு சென்றார். தான் ஒரு ஆண்மகன், நெடுங்காலம் இருளிலேயே வாழ்ந்துவந்த தன் குடும்பத்தை ஒளிபொங்கும்

நல்லதொரு எதிர்காலம் நோக்கி அழைத்துச்செல்வது தன் கடமையென எண்ணினார். நாட்டின் அரசியல் இயக்கங்கள் அவரிடமிருந்து பறித்துக்கொண்ட முப்பது வருடங்களையும் மீட்டெடுக்க விரும்பினார். ஆக்ரோஷம் கொண்ட ஆத்மாவொன்றால் பீடிக்கப்பட்டதைப்போல அவர் எங்களுக்காக வெறியோடு தன் வாழ்வில் போராடினார்.

எனக்கு நினைவுதெரிந்த நாளில் இருந்தே, என் தாய் காங்மெய் ஒரு நொடிகூட ஓய்வெடுத்து நான் கண்டதேயில்லை. காலையில் கண்விழித்தது முதல் அவர் வேலைசெய்தபடியேதான் இருப்பார். லேத்பட்டறையில் கடுமையாக உழைத்தபடியே, நெடுநாள் நோயாளியான தன் தாயையும் கவனித்துக்கொண்டு, கைக்குழந்தையான என்னையும் பராமரித்தபடி, தன் தந்தையின் உடலையும் என் தாய் தேடியபடி இருந்தார். நான் சிறுமியாக இருந்தபொழுது, என் தாய் உறங்கி நான் கண்டதேயில்லை, எனவே வேறொரு உலகில் இருந்து பூமிக்குவந்த தேவதை எனத்தான் அவரை நினைத்திருந்தேன். பணிநிமித்தமாக என் தந்தை தெற்கிற்குச் செல்வதற்கு முன்னர்வரை, அவர்களிருவரும் தபால்வழி கற்றுவந்த மேற்கல்விக்காக ஒவ்வொரு நாளிரவும் ஒன்றாகப் படிப்பர், ஒருவர் இயற்பியலும், மற்றொருவர் ஆங்கிலமும் பயின்றனர்.

ஒரு குடும்பம் எத்தனை ஏழ்மையாக இருக்கிறதோ, அத்தனை விரைவாக அதன் உறுப்பினர்கள் அதிகாலையில் கண்விழித்து எழுந்து வீட்டுவேலைகளைச் செய்ய வேண்டியிருக்கும், எனக்கு எட்டு வயதிருக்கும்போதே என் பாட்டியை கவனித்துக்கொள்வதில் என் தாய்க்கு நான் உதவிபுரியத் துவங்கிவிட்டேன். பத்துவயதில் சமைக்கத் துவங்கினேன். பனிரெண்டு வயதானபோது நானே தனியாளாக என் பாட்டியை கவனித்துக் கொள்ளத்துவங்கிவிட்டேன். இதனால் படிப்பதற்கு எனக்கு மிகக்குறைந்த நேரமே கிடைத்தது, எனினும் நான் பள்ளியில் தொடர்ந்து நல்ல மதிப்பெண்களையே பெற்றுவந்தேன். மேல்நிலை வகுப்பை அடைந்தபோது, இரவுவேளைகளில் என் பெற்றோர்கள் படித்தவற்றையெல்லாம் உடனுக்குடன் என்னால் மனனம் செய்யமுடிந்தது. பல்கலைக்கழக நுழைவுத்தேர்வுகளுக்காய் பதிவுசெய்ய முயன்றபோது, நான் சிங்குவாவிற்கு செல்லத்தான் விரும்பினேன். ஆனால் நான் சென்றுவிட்டால், என் பாட்டியை

என் தாய் தன்னந்தனியாக கவனித்துக்கொள்ள நேருமே என வருந்தினேன். என் தாய் தனது வாழ்நாளின் பெரும்பாலான நாட்கள் அயராது உழைத்து களைத்து விட்டார், என் பாட்டி கூடியவிரைவில் குணமடைந்துவிடுவார் எனும் நம்பிக்கையும் அப்போது எங்களுக்கில்லை.

அதனாலேதான் ஃபூடான் பல்கலைக்கழகத்தில் சேர்ந்து ஊடகத்துறைக்கல்வியை பயிலத் துவங்கினேன். பத்திரிகை நிருபராகிவிட்டால் பல்வேறுவகையான மக்களுடன் பழக முடியும், பல்வேறு வகையானப் பிரச்சினைகளை அறிந்துகொள்ளவும் முடியுமென நம்பினேன், அதேநேரம் நான் இத்தனைக்காலமும் கலந்துபழகிடாத சமூகத்தைப் பற்றி நன்கு அறிந்துகொள்ளவும் முடியும் என எண்ணினேன். நான் பட்டப்படிப்பை முடித்தபோது, என் தந்தையும் தன் வியாபாரத்தில் ஓரளவு வெற்றிபெற்றிருந்தார், எனவே அவர் ஷாங்காய்க்கு திரும்பிவந்து, நானும் என் தாயாரும் பணிபுரிவதற்கெனவே நாங்கள் வாழ்ந்த வீட்டிற்கு எதிரேயிருந்த கடையொன்றை வாடகைக்கு எடுத்து, அதில் சிறிய ஊடக நிறுவனமொன்றைத் தொடங்கினார். எங்களை மகிழ்ச்சிபடுத்த எதையேனும் செய்யவேண்டுமெனும் விருப்பம்தான் அப்போது அவரிடம் மேலோங்கியிருந்தது.

எங்கள் நிறுவனம் மிகச்சிறியதாக இருந்தபோதும், அனைத்து வேலைகளும் நல்லபடியாகவே துவங்கின. கூடிய விரைவிலேயே அனிமேஷன் வல்லுநர்களையும், வரைகலை வடிவமைப்பாளர்களையும் வேண்டி பல ஊடக நிறுவனங்களும் எங்களைத் தொடர்புகொண்டன. ஓய்வின்றி நானும் என் தாயும் வேலைதொடர்பாக ஓடிக்கொண்டே இருந்தோம், எனவே தகவல்தொழில்நுட்பம் பயின்ற இளைஞர் ஒருவரை எங்களுக்கு உதவியாளராகப் பணியமர்த்திக் கொண்டோம். அவர் பெயர் வாங் பெங். புத்திக்கூர்மை கொண்டவர், எத்தனைப்பெரிய கஷ்டத்தையும் சமாளிக்கக்கூடியவராகவும் அவர் இருந்தார்.

ஜியாங்சி மாகாணத்தை சேர்ந்த மிக வறுமையான விவசாயக் குடும்பத்தைச் சேர்ந்தவர் வாங் பெங். அவருடைய கிராமத்தைச் சேர்ந்த குழந்தைகள் நடுநிலைப்பள்ளி வகுப்புகளைக் கூடக் கடந்திராத நிலையில், தொழிற்சார் கல்லூரிப்படிப்பைக் கற்க இவர் ஷாங்காய் வந்து சேர்ந்தபோது, வீட்டின் பஞ்சாரத்தைவிட்டு வெளியேறி வானிலேகும் பீனிக்ஸ்

வாக்குறுதி | 399

பறவையைப் போலத்தான் அவரை அவர் குடும்பத்தினர் வியப்புடன் பார்த்தனர். உண்மையில் அவர் தன் பணியில் கடுமையாக உழைத்ததோடல்லாமல் எங்களின் வீட்டுவேலைகளிலும் மிகுந்த உதவிபுரிந்தார்.

என்னோடு பயின்ற பல மாணவர்களும் அப்போது ஷாங்காயில் இருந்தனர், இணையவழியாகவும் நான் பலரை அறிந்திருந்தேன், ஆனால் அவர்களெல்லாம் எனக்குப் பெரிய பொருட்டாகவேயில்லை; வெளிநாட்டிற்குச் சென்று கல்வி கற்பதற்கான வாய்ப்புக்காகத்தான் நான் காத்திருந்தேன். வெளியுலகைக் காண விரும்பினேன்.

ஒருநாள் என் பாட்டி கீழே தவறிவிழுந்துவிட்டார். விழுந்துகிடந்த அவரை நானும் என் தாயும் சேர்ந்து தூக்க முயன்றோம், ஆனால் எங்களால் முடியவில்லை. நாங்கள் பதட்டமடைந்தோம், என்ன செய்வதெனப் புரியாமல் தவித்தோம். அப்போது அங்குவந்து சேர்ந்தார் வாங் பெங். மருத்துவர் வரும்வரை பாட்டியை அசைக்க வேண்டாமெனக் கூறிவிட்டு, உடனடியாக அவசர சிகிச்சை ஊர்தியை வரவழைத்தார், இவையனைத்தையும் நல்ல நிதானத்தோடே அவர் செய்தார்.

மருத்துவர் வந்து சென்றபிறகு, பாட்டியை மீண்டும் பழைய நிலைக்குக் கொண்டுவர எங்களோடே இருந்து வாங் பெங் உதவினார். உணவுகூட உண்ணாமல் அன்றிரவு ஒன்பது மணிவரையிலும் அவர் எங்களுடனேயே இருந்தார். என் நினைவுதெரிந்த நாளாய் எங்கள் வீட்டில் எரியாமல் கிடந்த மின்விளக்குகளையெல்லாம் மாற்றிப் புதியனவற்றைப் பொருத்தித்தந்தார்.

அவர் சென்றதும் வீட்டுக்கூடத்தில் இருந்த சோபாவில் நானும் என் தாயும் அயர்ச்சியுடன் விழுந்தோம், வீடு முன்னெப்போதையும்விட இப்போது புதுப்பிரகாசத்துடன் ஒளிர்ந்தது. அப்போது என் தாய், “உன் தந்தை இளவயதில் இருந்ததைப் போன்றே வாங் பெங்கும் அனைவருக்கும் உதவும் மனப்பான்மையுடன் இருக்கிறார்” என்றார்.

அன்றைய இரவு ஆழ்ந்த சிந்தனையோடு விழித்திருந்தேன். என் தாய் கூறியதற்கு வேறு ஏதேனும் அர்த்தங்கள் இருந்தனவா? என் தந்தையின் கடின உழைப்பின்மூலம் எங்களின் வாழ்க்கை

மேலும் மகிழ்வாகவும் வசதியாகவும் மாறியுள்ளதுதான். எனினும் நான் வெளிநாட்டிற்குச் சென்றுவிட்டால் அவர்கள் எப்படி சமாளிப்பார்கள்?

அன்றைய தினத்திலிருந்து வாங் பெங் மீதான என் பார்வையே மாறிப்போனது; ஒரு பெண்ணின் பார்வையிலிருந்து அவரை நோக்கத் துவங்கினேன். சிறிய மெலிந்த உடல்வாகு, வெகு அமைதியான குணம், வேலையென வந்துவிட்டால் மிகத் தீவிரமாக இயங்குவது, மற்றவர்களிடம் வெகு அன்பாகப் பழகுவது என அவர் ஒரு அப்பட்டமான தென்சீனராக இருந்தார். பொருட்களைக் கொண்டுவந்து தரும் அஞ்சல்காரரோ அல்லது மிக உயர்ந்த வாடிக்கையாளரோ, இருவரையும் அவர் சமமான மரியாதையுடன் தான் நடத்துவார். பணச்சேமிப்பிலும் அவர் சிறந்தே விளங்கினார், பெருநகரமான ஷாங்காய்க்கு தம் பெற்றோர்களை அழைத்துவந்து ஊர்சுற்றிக்காட்டவேண்டுமெனும் ஆசையில் பணம் சேர்த்துவைத்தார்.

இந்த மனிதனின் மேல் எனக்குக் காதல் தோன்றுமா என என்னை நானே கேட்கத் துவங்கினேன். இதுதொடர்பான ஆலோசனைகளைக் கேட்க என் இணையத்தோழர்களின் உதவியை நாட எண்ணினேன்; எப்படியிருந்தாலும் நான் யார் என்பதை அவர்கள் எவரும் அறிந்ததில்லைதானே. என் பெயரைக் குறிப்பிடாமல் இந்தக் கேள்வியை இணையத்தில் நான் பதிந்த அடுத்த சில நிமிடங்களுக்குள் பின்னூட்டக் கருத்துகள் குவியத் துவங்கின.

'அவர் மேல் அந்தப் பெண் கொண்டிருப்பது பரிதாபவுணர்ச்சி, இது காதலல்ல. கவனம், பரிதாபம்கொள்வது காதலின் பொறி.'

'என்னால் உன் உணர்வுகளைப் புரிந்துகொள்ள முடிகிறது, ஆனால் அவரை நீ திருமணம் செய்துகொண்டால் அதற்காக உன் வாழ்நாள் முழுவதும் நீ வருந்த நேரிடலாம்.'

'நாம் எந்தக் காலத்தில் வாழ்ந்துகொண்டிருக்கிறோம்? இதென்ன சியோங் யாவோ* படமா என்ன?'

'காதல் நாவல்கள் நிறைய வாசிப்பீர்களோ?'

★ வெற்றிகரமான தைவானிய எழுத்தாளர், இவருடைய கதைகள் அனைத்தும் இளம்பெண்களின் உணர்வுகள் சார்ந்தே இருக்கும்.

'உங்களுக்கான காதலனைத் தேடுகிறீர்களா அல்லது உங்கள் தாய்க்கு உதவிபுரிவதற்கான ஒரு ஆண் தாதியை தேடுகிறீர்களா?!'

'இதயம் சொல்லும்வழி செல்லுங்கள்!'

'ஒரு பொம்மையைப்போல அந்த விவசாயியை வைத்து விளையாடாதீர்கள். இருவரின் உணர்வுகளுக்கும் சேர்த்து நீங்கள் ஒருவரே முடிவு செய்யக்கூடாது.'

அந்தப் பின்னூட்டக்கருத்துகள் அனைத்தையும் படித்த பிறகு நான் மேலும் குழப்பம் அடைந்தேன், ஃபுடானில் நான் முதலாமாண்டு பயின்றுகொண்டிருந்தபோது இணையவழியாக நான் சந்தித்த பல்கலைக்கழக ஆசிரியரான "துருவ நட்சத்திரம்" அவர்களுடன் இதுகுறித்து ஆலோசிக்க முடிவு செய்தேன். அது எனக்குக் கடினமான காலமாக இருந்தது; எனது புதிய பல்கலைக்கழக வாழ்க்கையுடன் ஒத்துப்போவது கடினமாக இருந்ததோடு, எப்போதும் எனக்கு ஏதேனும் உதவி தேவைப்பட்டபடியே இருந்தது. அதனாலேதான் நான் அவரிடம் பேசும்படி ஆனது. என்னிடம் என்னமாதிரியான கேள்விகள் இருந்தாலும் சரி, அவர் எப்போதும் மிகுந்த அக்கறையுடனும் பொறுமையுடனும் அவற்றை விளக்கி என்னை வழிநடத்துவார், அதனாலே நான் அவருக்கு துருவ நட்சத்திரமெனச் செல்லப்பெயர் சூட்டினேன். நாங்கள் அரட்டையடிக்கத் தொடங்கியபோது, நானொரு பல்கலைக்கழக மாணவி என்பதை அறிந்துகொண்டால் அவர் என்னை முட்டாளென எண்ணிவிடுவாரோ எனக் கவலைகொண்டேன், எனவே நான் மேல்நிலைப்பள்ளியில் பயில்வதாக அவரிடம் கூறிவிட்டேன். இதன்மூலம் இனி நான் அவரிடம் எவ்விதமான கேள்விகளையும் கட்டுப்பாடின்றி கேட்கலாம் என நினைத்தேன். எல்லாவற்றிற்கும் மேலாக, அந்த வயதில் நீங்கள் அதீத ஆர்வத்துடன் இருப்பீர்கள் அல்லவா? பின்னர், எனது உண்மையான சுயத்தை வெளிப்படுத்தாமல் இருப்பதற்காக, நாங்கள் அரட்டையடிப்பதற்கு முன்பு ஒவ்வொரு முறையும் - 'நான் மேல்நிலை வகுப்பில் பயில்கிறேன், நான் மேல்நிலை வகுப்பில் பயில்கிறேன்' என எனக்கு நானே பலமுறை கூறிக்கொள்வேன், அவருடனான உரையாடலுக்கான சரியான மனநிலையைப் பெற இது மிகவும் உதவியது. நாம் கூறிய

பொய்களைக் கட்டிக்காப்பதுதான் பெரும் சித்திரவதை என்பேன்.

அன்று நான் இணையத்தினுள் நுழைந்ததும், தனக்கேற்ற வகையில் பண்பான காதலன் வேண்டி ஓர் இளம் பெண் வருந்துவதைப் பற்றிச் சமீபத்தில் இணையதளத்தில் கண்டேன் என்றும், அவரும் அதைப் பார்த்தாரா? எனவும் கேட்டேன். நான் என்னைத்தான் அங்கு குறிப்பிட்டேன் எனும்போதும் அதை அவரிடம் நேரடியாகக் கூறிடாமல், அவர் என்ன நினைக்கிறார் என்பதை அறிய விரும்பினேன்.

"பெரும்பாலும், சீனாவில் காதல் தன் யதார்த்தத்தை இழந்து நிற்கிறது 'காதல்விருப்பம் கொள்வதென்பது உயிர்வாழ்வதற்கான அவசியத்தைப் பற்றியல்ல. அரசியல், குடும்பச் சொத்து, அந்தஸ்து போன்றவை மட்டுமல்ல சீன தேசியம் கூட உறவுகளில் பேரம் பேசும் கருவிகளாகின்றன. இன்றைய சீனாவில், திருமணங்கள் பெரும்பாலும் இவற்றின் பரிவர்த்தனைகள் மூலமே நிர்ணயிக்கப்படுகின்றன. சமீபத்திய 'அதிவிரைவு காதல்விருப்பம்' துவங்கி பழைய பாணி 'திருமணச் சந்தைகள்' வரை, இவையனைத்துமே நமது சீன நாகரிகத்தின் இழப்பையே சுட்டிக்காட்டுகின்றன. அது மட்டுமல்லாது, பண்டைய காலங்களிலிருந்தே சீனக் கலாச்சாரத்தினுள் ஒரு 'நஞ்சு' ஊடுருவியுள்ளது - அனுதாபம் மற்றும் நன்றியுணர்வு எனும் நஞ்சுதான் அது.

அனுதாபமும் நன்றியுணர்வும் காதலர்களைச் சமமற்ற நிலைகளில் வைக்கின்றன, இதன் மூலம் காதல் ஒருபுறம் பழிவாங்குவதாக உள்ளது அல்லது மறுபுறம் சகிப்புத்தன்மையாக மாறுகிறது. பழியும் சகிப்புத்தன்மையும் அன்பின் கொடும் எதிரிகளாகும். சிதைந்துபோன நம் வரலாற்றிலிருந்து உருவாகிய சிதைந்துபோன காதலின் தயாரிப்புகள்தாம் நாம்.

இதனால்தான் ஆன்லைன் டேட்டிங் சீனாவில் மிகப் பெரிய அளவில் புழக்கத்தில் உள்ளது. காதலர்கள் நேருக்கு நேர் சந்தித்துப் பேச வேண்டியதில்லை, எனவே இரு தரப்பினருமே தம் காதலர் எப்படியிருக்கவேண்டுமெனத் தாம் கொண்டிருக்கும் கற்பனையை அந்த இணையக் காதலரிடம் கொஞ்சம் கொஞ்சமாக உட்புகுத்தலாம். நாம் இதைச் செய்ததுமே, நாமே

விரும்பினாலும் கூட இந்தச் செயற்கை யதார்த்ததிலிருந்து நாம் தப்பிப்பதென்பது இயலாத காரியமாகிவிடுகிறது.

இணையக் காதலென்பது மர்மமும் புதிருமானது.

இணையத்தைப் பொறுத்தவரை, மற்றவர்களை அவமதிப்பது குறித்தோ, புண்படுத்துவது பற்றியோ துளியும் கவலை கொள்ளாமல் ஒருவரால் தன் மனதில் உள்ளதையெல்லாம் வெளிப்படையாகப் பேசிவிடமுடியும். இதன்மூலமாக, மனச்சோர்வுமிக்க தமது வாழ்விலிருந்து ஒரு விடுதலையை இங்கு மனிதர்கள் கண்டடைகிறார்கள். அதனாலேதாம் சீனாவில் இணையக்காதல் கொள்வதென்பது திருவிழா விளையாட்டுகளில் ஈடுபடுவதைப் போன்றதுதான் என்பேன், அதிர்ஷ்டமிருந்தால் சில சமயங்களில் வெற்றிபெறுவோம், ஆனால் பல சமயங்களில் ஏமாற்றமே மிஞ்சும்.

எது எப்படியியாகினும், இந்தக் கேள்வியை முன்வைத்த அந்தப் பெண் மிகவும் அதிர்ஷ்டசாலி என்பேன். மிகவும் நம்பகமானவனாகவும் மரியாதைக்குரியவனாகவும் தோன்றும் ஒரு மனிதனைப் பற்றித்தான் அவள் எண்ணிப்பார்க்கிறாள், அனைத்திலும் முக்கியமான விஷயம், காதலை அவள் ஒரு வியாபாரமாகக் கருதவில்லை. இதில் கவலைப்பட வேண்டிய ஒரே விஷயம், அவளது தாய் கொண்டிருக்கும் நன்றியுணர்வு, இப்பெண்ணுடைய உண்மையான உணர்வுகளையும் பாதித்துள்ளது. அந்த வகையில் பார்த்தோமானால் இப்பெண் துரதிர்ஷ்டவசமானவள். அப்பெண்ணின் பெற்றோர்கள் காதல்மிக்க ஜோடியில்லை என்பதை என்னால் நிச்சயமாகக் கூற முடியும்" என்று துருவ நட்சத்திரம் கூறினார்.

இதற்கு முன்பு நான் ஒருபோதும் துருவ நட்சத்திரத்துடன் வெளிப்படையாக முரண்பட்டதேயில்லை, ஆனால் அன்று அவர் கூறியதைக் கேட்டதும் எனக்குக் கோபம் தலைக்கேறியது. மேம்போக்கானதொரு பின்னூட்டக் கருத்தின் அடிப்படையில் எனது பெற்றோர் மகிழ்ச்சியாக வாழ்ந்தார்களா இல்லையா என்பதைத் தீர்மானிக்க இவர் யார்? ஆனால் அப்போது அவரை எதிர்த்து என்னால் எதுவும் சொல்லவும் முடியவில்லை. ஏதேனும் எதிர்வினை புரிந்தால், அந்த பெண் நான்தான் என்பதை அவர் கண்டுபிடித்துவிடக்கூடும்.

சுருக்கமாகச் சொல்வதானால், மற்றவர்களின் கருத்துகளை அப்படியே ஏற்றுக்கொள்ளவதில் எனக்கு விருப்பமில்லை, எனவே வாங் பெங்குடன் கைகோர்க்கலாமென நம்பிக்கையுடன் முடிவுசெய்தேன். குறைந்தபட்சம் சிலவற்றை நாம் முயன்றுபார்ப்பதும் கூட நல்லதுதான், வாழ்நாள் முழுவதும் கசப்பான அனுபவங்களையே சந்தித்துவந்துள்ள என் தாயாருக்கு எனதிந்த முடிவு ஓரளவு நிம்மதியையும் ஆதரவையும் தரக்கூடும்.

கூடிய விரைவிலேயே வாங் பெங் எங்களுடன் வந்து தங்கிக்கொண்டார். அவர் எங்களோடே வந்தபிறகு, வீட்டு வேலைகள் எதுவுமே முன்னர்போல மலைப்பானவையாக இல்லை. ஆணும் பெண்ணும் பங்கிட்டுக்கொள்ளும்போது அனைத்து வேலைகளும் எளிமையாக மாறிவிடுகிறதென்பது உண்மைதான். எனது தாயின் நெற்றியில் இருந்த கவலையின் ரேகைகள் மெல்லமெல்ல மறையத் துவங்கின, அவர் தோள்களின் மீதிருந்த பாரமும் குறைந்தது.

இவையனைத்தும் சேர்ந்து வாங் பெங் மீதான என் உணர்வுகளை அதிகரித்தன, கதம்பமான உணர்ச்சிக்கலவைக்குள் நான் மூழ்கிப்போனேன். அவருடைய சொந்த கிராமத்திற்கு முதன்முறை அவரோடு சென்றபோதுதான், அவரைத் திருமணம் செய்துகொள்ளவேண்டுமென முடிவுசெய்தேன்.

ஜியாங்சி மாகாணத்தின் கிராமப்புறப்பகுதியில் வாங் பெங்கின் குடும்பத்தினர் வாழ்ந்துவந்தனர், அவ்வூரின் அருகிலிருப்பதாகக் கூறப்படும் நான்செங் நகரமே கூட அவர்களின் கிராமத்தில் இருந்து வெகுதொலைவிலேயே அமைந்திருந்தது. பிரதான ரயில் நிலையத்தில் இருந்து பேருந்தொன்றைப் பிடித்து அடுத்த நான்கு அல்லது ஐந்து மணிநேரங்கள் பயணம் செய்தால் ஒரு சிறு நகரத்தை வந்தடைவோம், அங்கிருக்கும் சந்தைப்பகுதியில் இருந்து ஒரு வேனில் அடுத்தகட்டப் பயணத்தை மேற்கொள்ள வேண்டும். மலைப்பாதையை அடைந்ததும் அங்கிருந்து மூன்றுசக்கர வாகனமொன்றைப் பிடித்து அடுத்து அதில் பயணப்பட வேண்டும், செங்குத்தான குன்றுகளைக் கடந்ததும் மிகக்குறுகலாகச் செல்லும் குண்டும்குழியுமான பாதைகள் நீண்டு வளைந்து செல்லும். இறுதியாக அவருடைய கிராமத்தைச் சென்றடையும்வரை, அந்தப்பயணம் முழுவதும் என் கால்கள் நடுங்கியபடியேதான் இருந்தன.

வாங் பெங்கின் குடும்பத்தார் உள்ளூர் பேச்சுவழக்கிலேயே உரையாடிக்கொண்டனர், அவர்கள் பேசியதில் ஒரு வார்த்தைகூட எனக்குப் புரியவில்லை. அவர்கள் தங்களுக்குள்ளே உரையாடுகையில் எல்லாம் நான் வெறுமனே அவர்களை வேடிக்கை மட்டுமே பார்த்துக்கொண்டிருப்பேன். மலைகளின் மீது இணையத்தொடர்பு இல்லாததோடு, அவருடைய கிராமத்தில் அலைபேசி சிக்னலும் கிடைக்கவில்லை. அம்மக்களின் மொழியும் புரியவில்லை, அங்கிருந்த பாதைகளைப் பற்றியும் எனக்கு எதுவும் தெரியவில்லை, எனவே நானே விரும்பினாலும் கூட அந்த மலையைவிட்டுத் தப்பிப்போக முடியாது என்பதை உணர்ந்துகொண்டேன்.

இதெல்லாம் பெரிய பிரச்சினையில்லை, அங்கிருந்த கழிவறைகளையும் குளியலறைகளையும் பயன்படுத்துவதுதான் எனக்குப் பெரும் தலைவலியாக இருந்தது. மலைக்கிராமங்களில் இருந்த கழிவறைகள் முற்றிலும் வேறுமாதிரியாக இருந்தன, மனிதக் கழிவுகளையும், விலங்குகளின் கழிவுகளையும் ஒருசேரக் கொட்டிவைக்கும் ஒரு பெரிய குழிதான் கழிவறை, அக்கழிவுகள் பின்னர் வயல்களுக்கு உரமாக உபயோகிக்கப்பட்டது, ஆனால் அந்த இடத்திற்கு கூரையோ கதவோ இல்லாததுதான் பெரும் சங்கடம். அங்கிருந்து வந்த துர்நாற்றம் சகிக்கமுடியாததாக இருந்தது. ஒவ்வொருமுறை கழிவறை உபயோகிக்க வேண்டியிருந்தபோதும், நான் மிரட்சியுடன் பெரும் அவஸ்தைக்குள்ளானேன்.

குளிப்பதைக்கூட இங்கு ஏதோ திருவிழாக் கொண்டாட்டம் போல்தான் செய்தனர். இருவருடங்களுக்கு முன்னர் நான் அங்கு சென்று திரும்பும்வரையிலுமே கூட நீரை வெப்பமாக்க அங்கு எந்த ஏற்பாடும் செய்யப்படவில்லை. கிராமத்தினர் அனைவருமே சந்திர நாட்காட்டியை அடிப்படையாகக் கொண்டு குளிர்காலத்தின் ஓரிரு முக்கிய நாட்களில் மட்டுமே குளித்தனர், கோடையில் சில நாட்கள் குளித்தனர். ஒவ்வொருமுறை குளிக்கும்போதும் ஒரு பெரிய பானையில் தண்ணீரை ஊற்றிச் சூடாக்கி, அதைப் பெரிய தொட்டியொன்றில் கொட்டி, அதனுள்ளேதான் நாம் அமர்ந்து குளிக்கவேண்டியிருக்கும். இத்தகைய கழிவறைகளாலும் குளியல்களாலும் என்னால் சரிவர உண்ணக்கூட முடிந்ததில்லை, அதனாலேயே ஒவ்வொரு முறை நான் ஷாங்காய்க்கு திரும்பிச்செல்லும்போதும் என் தாய்

என்னிடம், "ஏன் இப்படி இளைத்துப் போய்விட்டாய்?" எனக் கேட்பதும் வாடிக்கையாகிவிட்டது.

வாங் பெங்கின் கிராமத்து வீட்டிற்குச் செல்வதானால் எனக்கு உடற்ரீதியான அதிர்ச்சிகளோடு சேர்ந்து மனரீதியான அதிர்ச்சிகளும் உண்டாகின. கடும் வறுமை வாட்டிவதைத்த அந்த கிராமங்களில் ஆண்களும் குடும்பப்பெரியவர்களும் உணவு உண்ணும் அதே மேஜையில் அவர்களோடு சேர்ந்து பெண்களும் உணவு உண்பது தடை செய்யப்பட்டிருந்தது, ஒரு சில பகுதிகளிலோ ஆண்கள் உண்டுமுடிக்கும்வரை பெண்கள் காத்திருந்து உணவு உண்ணவும் வேண்டியிருந்தது.

குடும்பத்தில், மகன் தான் மிக உயர்ந்தநிலையில் வைக்கப்பட்டிருப்பார். சமையலோ பாத்திரங்கள் சுத்தம் செய்வதோ அல்லது பன்றிக்கொட்டகையிலிருந்து சாணம் அள்ளுவதோ அனைத்து வீட்டுவேலைகளும் பெண்களின் தலையிலேயேதான் விழுந்தன. ஒரு பெண்ணாக இருந்த காரணத்தினாலேயே வாங் பெங்கிற்கு நான் தேநீர் தயாரித்துத்தர வேண்டியிருந்தது, இல்லாதுபோனால் குடும்ப விதிகளை அவமதிப்பதாக குற்றஞ்சாட்டப்பட்டு விடுவேன். இதுகுறித்து வாங் பெங் தன் பெற்றோர்களிடம் பலமுறை வாக்குவாதத்தில் ஈடுபட்டபோதும் அவையாவும் வீணாய்தான் போயின.

ஷாங்காயில் வாழும் குடும்பத்தினர்கள், உண்குச்சிகளையும் கிண்ணங்களையும் உபயோகிக்கும் முறைகளில் அதீத தூய்மையைப் பேணும் பழக்கமுடையர்வர்கள். எவ்வளவு உண்கிறோம் என்பதைவிடவும் எவ்வாறு சமைக்கிறோம் என்பதே எங்களுக்குப் பிரதானமாகும், மேலும் பலவகையான உணவுவகைகள் உண்பதிலும் நாங்கள் ஆர்வம் காட்டுவோம். உணவின் சுவைக்கும், சத்துக்கும் நாங்கள் முக்கியத்துவம் அளிப்போம், ஆனால் வடக்கில் வாழ்பவர்களோ தங்கள் தட்டுநிறைக்க உணவை குவித்துவைத்து, வயிறுபுடைக்க உண்பதையே வழக்கமாகக் கொண்டிருந்தனர்.

வாங் பெங்கின் சொந்த ஊருக்குச் சென்று சேர்ந்தபோதுதான் எனது "உணவுக் கண்கள்" திறந்துகொண்டதை அறிந்துகொண்டேன். உண்பதற்கான எந்தப் பிரத்யேக வழிமுறையும் அவர்களிடமில்லை. பருவநிலைகளுக்கு தகுந்தாற்போலக் கிடைத்த காய்கறிகளையெல்லாம் உண்டனர், அவையனைத்தையும் சர்க்கரைவள்ளிக்கிழங்கு, அரிசி நூடுல்ஸ்

மற்றும் மிளகாய்களுடன் சேர்த்துப் பெரிய பானையில் கொட்டி வேகவைத்தனர், பின்னர் அந்தப்பானையைச் சுற்றி அனைவரும் அமர்ந்துகொண்டு, அரட்டையடித்துச் சிரித்தபடி, தமது உண்குச்சிகளில் உணவை அள்ளியள்ளி உண்டனர்.

குடும்பத்தில் ஏதேனும் கொண்டாட்டநிகழ்வு வந்துவிட்டாலோ, அந்த நிகழ்வுக்காய் ஒரு பன்றியைக் கொன்று, இளைஞர்கள் முதியவர்கள் எனக் குடும்பத்தைச் சேர்ந்த அனைவரும் சேர்ந்து, தேவையான நேரமெடுத்து அந்தப் பன்றியை முழுமையாக உண்டுமுடிப்பர். விருந்தினர்களும் நண்பர்களும் இறைச்சியை உண்டுமுடித்ததும், குடும்பத்தினர் பன்றியின் குடற்பகுதிகளை உண்பர். அவற்றையும் உண்டுமுடித்ததும், குளம்புகளை உண்பர். குளம்புகளும் தீர்ந்துபோனதும், பன்றித்தோலை சுண்டவைத்து உண்பர். இறுதியாக, பன்றியின் தலைப்பகுதியை குழம்பு வைத்து, அடுத்த சில நாட்களுக்கு அந்த உணவு தீரும்வரை உண்பர்.

உணவுப்பொருட்களை வீணாக்காமல் உபயோகிக்க கிராமத்தினர் எந்த எல்லைக்கும் செல்வரென்பதை அப்போதுதான் நான் முதன்முதலாக அறிந்துகொண்டேன். முதல்நாள் மீந்த உணவை இரண்டாம் நாள் உண்டனர், இரண்டாம் நாள் மீந்த உணவை மூன்றாம் நாள் உண்டனர், பானையில் இருந்த கடைசி கவளம் உணவு தீரும்வரையிலும் இம்முறை இப்படியே தொடர்ந்தது. கிராமத்து முதியவர்களிடையே இந்த வழக்கம் கட்டாயமாக கடைபிடிக்கப்பட்டது. பானைநிறைய இருக்கும் காய்கறிகளோ அல்லது கிண்ணம் நிறைக்க இருக்கும் அரிசிச்சோறோ, அவித்ததோ அல்லது பொன்னிறத்தில் வறுத்ததோ, அவை முழுவதுமாய் தீர்ந்துபோனால்தான் அவர்கள் மகிழ்வர்.

அங்கு வசிக்கும் முதியவர்கள், “நீண்டகாலம் வைத்து உண்ணக்கூடிய உணவே நல்ல உணவாகும்!” என்பர். வாங் பெங்கின் வீட்டிற்கு நான் சென்ற நாள்முதலாய் நான் கண்டதில், மீதமான உணவை நாங்கள் உண்ணாத நாட்களேயில்லை என்பேன். புதுவருடப் பிறப்பன்று மட்டும்தான் அவர்கள் மீந்த உணவை உண்பதில்லை. வருடப்பிறப்பின்போது அவர்கள் உட்கொள்ளும் முதல் உணவில் இறைச்சியை சேர்த்துக்கொள்வதில்லை, அதற்குபதிலாக அன்றைய தினம் அவர்கள் சேம்பு, சோயாத்தயிர், கொத்துமல்லி மற்றும் வேறுபல காய்கறிகளையும் உண்கின்றனர், இதன்மூலம் வரப்போகும்

வருடம் வளமாகவும் மங்களகரமாகவும் இருக்குமென அவர்கள் நம்பினர் என வாங் பெங் கூறினார்.

அந்த கிராமத்திற்கு வருகைபுரிந்த முதல் நகரத்துப் பெண் நான்தான் என்பதாலோ அல்லது அம்மக்களிடையே வாங் பெங் பிரசித்திபெற்றிருந்ததாலோ என்னவோ கிராமமக்கள் என்னிடம் மிகுந்த பரிவுடன் நடந்துகொண்டனர், புதுவருடப்பிறப்புக்காக விசேஷமாகத் தயாரித்த பன்றியிறைச்சி போன்ற சிறுசிறு அழகிய பரிசுகளை எனக்காக அம்மக்கள் கொண்டுவந்து கொடுத்தனர். பக்கத்து கிராமத்தில் இருந்த தம் உறவினர்களுக்கு கொண்டுசெல்வதற்காக வைத்திருந்த சேவலைக் கூட எனக்காகக் கொன்று சமைத்துக்கொடுத்தனர். ஏனப்படி செய்தார்கள் என வினவியபோது என்னைப்போன்ற இளம்பெண்ணின் qi சக்தியை அது அதிகப்படுத்துமெனவும், அதன்மூலம் நானொரு மகனை ஈன்றெடுப்பேன் எனவும் கூறினர். இத்தனைக்கும் அப்போது எனக்கும் வாங் பெங்கிற்கும் திருமணம் கூட நடந்திருக்கவில்லை!

உண்மையில், ஷாங்காயில் கிடைத்ததை விடவும் புத்தம்புதிதான காய்கறிகள் அக்கிராமத்தில் கிடைத்தன; அவற்றை உண்டுமுடித்தப் பின்பும் நாக்கில் இனிப்பு ஊறியபடியே இருப்பதை உணரலாம். கிராமத்துக் காற்று மிக சுத்தமாகவிருந்தது. அந்த கிராமமக்களிடமிருந்து விடைபெறும்போது எனக்கு சிறிது வருத்தமாகவும் கூட இருந்தது. ஆனால் மற்ற அனைத்து விஷயங்களையும் ஒப்பிட்டுப் பார்க்கும்போது மலைவாழ்வு மிகக் கடினமானது, எனவேதான் நான் எப்பாடுபட்டேனும் வாங் பென்னின் பெற்றோர்களை அக்கிராமத்தில் இருந்து அழைத்துவந்து நம்மோடு நகரத்திலேயே சொகுசாக வாழவைக்க விரும்புவதாக வீடுதிரும்பும் வழியெங்கும் அவரிடம் கூறியபடியே வந்தேன். அவர்கள் தம் வாழ்நாள் முழுவதும் கடுமையாக உழைத்தவர்கள்; தமது மீதி வாழ்வையேனும் அவர்கள் ஓய்வாகக் கழிக்கவேண்டும்.

எனக்கு இருபத்தைந்து வயது ஆனதும், 2005ஆம் ஆண்டின் இலையுதிர்க்கால நாளொன்றில் வாங் பெங்கை திருமணம் செய்துகொண்டேன். ஷாங்காயில் எங்களின் திருமண நிகழ்வு நடந்தேறியது. அவருடைய குடும்ப வழக்கத்தின்படி நாங்கள் ஜியாங்சியில்தான் திருமணம் செய்திருக்க வேண்டும், ஆனால்

என் பாட்டியையும் பெற்றோர்களையும் அக்கிராமத்திற்கு அழைத்துச் செல்வது இயலாத காரியம். எனவே திருமணத்தில் கலந்துகொள்ள அவருடைய பெற்றோர்களையும் இரு தங்கைகளையும் நாங்கள் நகரத்திற்கு அழைத்துவந்தோம்.

2006ஆம் ஆண்டு கிறித்துமஸ் தினத்தன்று எங்களின் மகள் டோங்டோங் பிறந்தாள். அவள் பிறந்து ஒரு மாதமானபோது, புதுவருடத்தை தன் சொந்த ஊரில் கொண்டாடச் சென்றார் வாங் பெங். நாங்களும் அவருடன் ஊருக்கு வரத்தேவையில்லை என அவர் கூறியபோது எனக்கு மிகவும் ஆசுவாசமாக இருந்தது ஏனெனில் எங்களையும் அவர் அழைத்திருந்தால் என் சின்னஞ்சிறு மகள் குண்டும் குழியுமான அந்தப் பாதைகளில் பயணிக்க மிகுந்த சிரமப்பட்டிருப்பாள்.

ஆனால், புதுவருடப்பிறப்பு வாழ்த்துகள் கூற எங்களுடன் தொலைபேசியதோடு வாங் பெங் காணாமல் போனார். ஏதேனும் விபத்தில் சிக்கிக்கொண்டாரோ என அஞ்சி அவருடைய கிராமத்திற்குச் சென்று பார்த்துவர ஒருவரை அனுப்பிவைத்தோம். புதுவருடம் பிறந்து இருவாரங்கள் கழித்து வாங் பெங் ஷாங்காயிக்கே திரும்பிவிட்டதாக செய்தி வந்துசேர்ந்தது. எங்களிடம்தான் அவர் பணிபுரிகிறார், நாங்கள்தான் அவர் குடும்பமும் கூட, எங்களிடம் வரவில்லையெனில் அவர் வேறு எங்குதான் போயிருப்பார்? பொதுப் பாதுகாப்புத்துறையில் காணாமல் போனவர்கள் பிரிவில் வழக்கொன்றைப் பதிந்தேன், மாதக்கணக்காக அங்கிருந்து எந்த செய்தியும் வராமல் காத்திருந்தேன். அவர் அப்படியே காற்றில் கரைந்துபோய்விட்டாரோ எனத்தான் தோன்றியது.

2007 கிறித்துமஸ் தினம், மிகச்சரியாக டோங் டோங்கின் முதல் பிறந்தநாளின்போது எனக்கொரு குறுஞ்செய்தி வந்துசேர்ந்தது:

> ‘டோங்டோங்கிற்கு என் மனமார்ந்த பிறந்தநாள் வாழ்த்துகள். என்னை மன்னித்துவிடு, இப்போது எனக்கு வேறொரு குடும்பம் இருக்கிறது. என் கிராமத்தைப் பொறுத்தவரை, ஒரு ஆணுக்கு வாரிசாக மகன் இருக்கவேண்டியது மிகமுக்கிய மகப்பண்பாகும். எனக்கென ஒரு மகன் இல்லாதுபோனால் என் தாய்தந்தையரை அவர்தம் கடைசிகாலத்தில் பார்த்துக்கொள்வது சிரமமாகிவிடும். டோங்டோங்கிடம்

அவளுடைய தந்தை இறந்துவிட்டார் எனக் கூறிவிடு. உங்கள் அனைவருக்கும் என் நன்றிகள்.'

பலத்த அதிர்ச்சியோடு மீண்டும் அவரை அழைத்தேன், ஆனால் அவருடைய அலைபேசி அணைக்கப்பட்டிருந்தது. அன்றிலிருந்து அவரிடமிருந்து எந்தத் தகவலும் இல்லை, டோங்டோங்கும் தந்தையில்லாமலேயே வளர்ந்துவருகிறாள். இன்றுவரை அவள் 'அப்பா' என்ற வார்த்தையை உச்சரித்ததாய் எனக்கு நினைவேயில்லை.

அச்சமயத்தில்தான் இணையவழி காதல்புரியும் வழக்கம் பிரபலமடையத் துவங்கியிருந்தது, ஆனால் இக்காலத்தைப் போல் அதிதீவிரமாகவெல்லாம் அப்போது அது இருக்கவில்லை. ஆம், அக்காலத்தில் மக்களுக்குத் தம் குடும்ப கௌரவத்தின்மேல் ஓரளவு மதிப்பும் மரியாதையும் இருந்தது. இப்போதோ எல்லாமே எல்லைமீறிப் போய்விட்டன. இணையத்தினுள் நுழைவதே ஏதோ போதைப்பொருள் உட்கொள்வதைப் போல் ஆகிவிட்டது, போதை தலைக்கேறிவிட்டால் பின்னர் அதிலிருந்து விடுபடுவது சாத்தியமற்றுப் போகிறது. ஆம், நான் என்னையும் சேர்த்துத்தான் சொல்கிறேன்.

'*Uncharted Waters*' எனவழைக்கப்படும் விளையாட்டைப்பற்றிக் கேள்விபட்டிருக்கிறீர்களா? அந்த விளையாட்டை விளையாடத் துவங்கியபிறகுதான் நான் இணையத்திற்கு அடிமையானேன். அந்த விளையாட்டில் கலந்துகொள்ள என் நண்பர்தான் எனக்கு அழைப்புவிடுத்தார், அதனுள்ளே நுழைந்ததுமே மிக அற்புதமான ஒரு தேவாலய அமைப்பைக் கண்டேன், அதைச் சுற்றிலும் நூற்றுக்கணக்கான மக்கள் அழகழகான ஆடைகளும் கோட் சூட்களும் அணிந்து குழுமியிருந்தனர். வாழ்த்துச்செய்திகளால் திரை நிறைந்திருக்க, இந்த 'திருமண நிகழ்விற்காய்' எவ்வளவு பணம் செலவழித்தனர் என மக்கள் ஒருவரையொருவர் விசாரித்துக்கொண்டிருந்தனர்.

மணமகன் 'வெனீசிய வணிகன்', மணமகள் 'ஸ்பானிய இளவரசி'. திருமணச் செலவுகளுக்காய் பணம் வாரி இறைக்கப்பட்டிருந்தது, மொத்தமாய் 4 பில்லியன் அளவு '*Navigator Dollars*' செலவாகியிருந்தது. மிக அழகான தேவாலயத்தை திருமணத்திற்காய் ஒப்பந்தம் செய்தது, பல்வேறுவகையான விருந்துகள் ஏற்பாடு செய்தது,

சிவப்புவண்ண ஹாங்பாவோ உறைகளில் பணத்தைத் திணித்து திருமணத்திற்கு வருகைபுரிந்த விருந்தினர்களுக்கு அன்பளிப்பு வழங்கியது என அனைத்துச் செலவுகளும் அதில் அடங்கும். மிக உயர்ரக இந்திய பட்டுத்துணியால் தைக்கப்பட்டிருந்த திருமண ஆடைக்கென மணமகன் 'பெருந்தொகை' ஒன்றை செலவுசெய்திருந்ததோடு, திருமணத்திற்கான சொகுசு படகை உருவாக்க நாட்டின் மிகச்சிறந்த கலைவல்லுநர்களை வரவழைத்திருந்தார். அப்பழுக்கற்ற, உயர்ரக உடையணிந்திருந்த இசைஞர்கள் ஐவர் இணைந்து 'திருமண ஊர்வலத்திற்கான' மெல்லிசைப்பாடல்களைக் குறையற இசைத்து விருந்தினர்களை வரவேற்றனர், திருமணத்தை நிகழ்த்திவைக்கும் மதகுருமாரும் அங்கு இருந்தார். அந்த இணையவழித் திருமணநிகழ்வைக் கண்டு உணர்ச்சிவசப்படாத பெண் ஒருத்திகூட சீனாவில் இருந்திருக்கமாட்டாள் என நம்புகிறேன்.

அந்த 'வெனீசிய வணிகர்' குறித்துப் பின்னர் எனக்குத் தெரியவந்தது. நிஜ வாழ்வில் சாங்சுன்னில் பணிபுரியும் அரசு ஊழியர் அவர், மூன்றுவயது குழந்தையின் தந்தையுமாவார். சில வருடங்களுக்கு முன்னர் அவர் இணைய விளையாட்டுகளுக்கு அடிமையாகிவிட்டிருந்தார், ஒவ்வொரு நாளும் குறைந்தது பத்துமணிநேரங்களை இணைய விளையாட்டுகளில் செலவழித்துவந்துள்ளார். இந்த விளையாட்டுகளின் மீதான தீராத மோகத்தால் நட்சத்திர அந்தஸ்தையும், மெய்நிகர் உலகில் பெரும் செல்வமும் பெற்றிருந்தார், எனவே அவர் 'அரங்கின் அதிபதி' ஆக உருவாகியிருந்தார்.

2006ஆம் ஆண்டு மார்ச் மாதத்தில், அவருடைய விளையாட்டு உலகினுள் 'ஸ்பானிய இளவரசி' நுழைந்தாள். இந்த மெய்நிகர் காதல் உறவினுள் மிகவும் ஆழ்ந்துபோன அவர், தனது மனதிற்கு இனிய தோழியை எண்ணியபடி இரவெல்லாம் உறக்கமின்றி கண்விழித்திருக்கிறார். அவருக்கு யாரேனும் பெண்ணுடன் கள்ளத்தொடர்பு இருக்கிறதோவென அவருடைய நிஜமனைவிகூட சந்தேகப்பட்டிருக்கிறார். அவருடைய நிஜமனைவிக்கு இந்த 'வெனீசிய வணிகர்' நிஜவாழ்வில் ஒரு பூவைக்கூட அன்பளிப்பாக அளித்ததில்லை எனும்போது அழகழகான வீடுகளையும், சொகுசுப் படகுகளையும் அவளுக்கு அவர் அளிப்பதைப்பற்றி நாம் எண்ணிக்கூடப்

பார்க்கமுடியாது, ஆனால் அவையனைத்தையும் இம்மனிதர் தன் இணையக்காதலியான 'ஸ்பானிய இளவரசிக்கு' அன்புப்பரிசாக அளித்திருக்கிறார். இந்த இணையவிளையாட்டுக்காய் அவர் மிகுதியாக நேரம் செலவழித்த போதுதான் இதுவும் ஏறத்தாழ கள்ளத்தொடர்புக்கு ஒப்பானதே என அவர் உணரத்துவங்கினார்.

ஆனால் அவர் அப்போது இதில் வசமாகச் சிக்கிக் கொண்டிருந்தார், எங்கே தன் மனைவி 'ஸ்பானிய இளவரசி' உடனான தன் தொடர்பை கண்டுபிடித்துவிடுவாளோ என அஞ்சி இவர் இணையச் சேவையகங்களுக்குச் சென்று விளையாடியுள்ளார், பிறகு வீட்டிற்குத் திரும்பும் முன் 'இளவரசி' பரிசளித்து அனுப்பியிருந்த 'முத்தங்களை' எல்லாம் தன் அலைபேசியில் இருந்து அழித்துவிடுவார். இளவரசிக்கும் பிரச்சினை முளைத்தது, 'திருமண பட்ஜெட்' குறித்த குறுந்தகவல்களை அவளுடைய நிஜக்காதலனும் பார்த்துவிட்டிருந்தான். அவனிடம் உண்மையைச் சொல்வதைத் தவிர வேறு வழியில்லை; அப்போதுதான் அவள் அவனால் மன்னிக்கப்படுவாள். 'ஸ்பானிய இளவரசி' 'வெனிசிய வணிகருக்கு' ஒரு குறுஞ்செய்தியை அனுப்பினாள்: 'விளையாட்டு விளையாட்டாகத்தான் இருக்கவேண்டும்; இணையத்தில் நாம் என்னவாக இருக்கிறோம் என்பதை நிஜவாழ்வோடு நாம் குழப்பிக்கொள்ளக்கூடாது. எனது காதலன் எதிர்ப்பு தெரிவிக்கும்பட்சத்தில், நான் இதிலிருந்து வெளியேறிவிடுவேன்.' ஆனால் உண்மையில் நடந்ததென்னவோ வேறு, அனைவரும் வியக்கும்படியாக அவளுடைய காதலனும் அந்த விளையாட்டில் இணைந்துகொண்டான், அந்தத் திருமணத்தில் அவளுக்கு மணத்தோழனாகவும் அவனே இருந்தான்.

இந்தக் கதையைக் கேட்டதும், என்னைப்பார்த்து நானே கேட்டுக்கொண்ட கேள்வி, "எனக்கு ஒரு ஆண் தேவையா என்ன? என் மகள் டோங்டோங்கிற்காக இணையத்தில் ஒரு 'கச்சிதமான குடும்பத்தை' உண்டாக்கிக்கொடுத்துவிட்டால் என்ன? ஆறிப்போன என் வடுக்களை ஏன் நான் மீண்டும் கீறித்திறக்க வேண்டும்? எனது குடும்ப வரலாற்றுக்காய் நான் ஏன் வலிசுமக்க வேண்டும்?" எனவே இதுபோன்ற இணையக்காதல் விளையாட்டுகளில் நானும் ஈடுபடத்துவங்கினேன். வெகுவிரைவிலேயே 'காதல் நதி'

வாக்குறுதி | 413

எனும் விளையாட்டில், நான் பல இணையக் ‘காதலர்களை’ சந்தித்தேன். அங்கு நாங்கள் ஒருவரையொருவர் அன்போடு கவனித்துக்கொண்டதோடு எங்கள் காதலை அமைதியாகக் கொண்டாடி மகிழ்ந்தோம்.

2015ஆம் ஆண்டின் அக்டோபர் மாதம் 28ஆம் தேதியில், சீனா தனது ஒரு குழந்தைத் திட்டத்தை முப்பத்தாறு ஆண்டுகள் கழித்துத் திரும்பப்பெற்றுக்கொண்டது. என் வயதில் இருந்த பெண்களெல்லாம் இப்போது இரண்டாவது குழந்தையைப் பெற்றுக்கொள்ளலாம், எனினும் எனக்கு இரண்டாம் குழந்தையைத் தரத்தக்க கணவனொருவனை நிஜவாழ்வில் கண்டுபிடிக்க முடியவில்லை. இணையக்காதலை நான் பெரிதும் விரும்புகிறேன், நாட்கள் செல்லச்செல்ல அதில் நான் தேறியும் வருகிறேன். சோதனைமுயற்சியாக ஒரு திருமணபந்தத்தில் நுழைந்து பார்த்துள்ளேன், ஓரினச்சேர்க்கையாளராகவும் முயன்று பார்த்துள்ளேன், இதுபோன்ற பலவற்றையும் நான் ஒத்திகை பார்த்துவிட்டேன். இணையக்காற்று எந்தத்திசையில் வீசுகிறதோ அந்தத்திசையில் பயணிக்கும் ஒரு கப்பலாக என் காதல் உருமாறிவிட்டது. எந்தக் கரையிலிருந்து என் பயணத்தைத் துவங்கினேன் என்பதுகூட எனக்கு இப்போது மறந்துபோய்விட்டது.

爱

உலகம் முழுவதிலும் 1,50,000 சீனக்குழந்தைகள் தத்தெடுக்கப்பட்டிருப்பதாக 2007ஆம் ஆண்டின் இறுதியில் எடுத்த கணக்கெடுப்பு கூறுகின்றது. இக்குழந்தைகளை இருபத்தேழு நாடுகளுக்கு தத்துகொடுக்கப்பட்டிருக்கிறார்கள், இவர்களில் பெரும்பாலானோர் பெண் குழந்தைகள். சீனக்குழந்தைகளால் எப்படி இத்தனை நாடுகளில் தமக்கான இல்லங்களையும் தாய்மார்களையும் கண்டடைய முடிந்தது என்பதையெண்ணி, இந்தத் தத்தெடுப்பு எண்ணிக்கையைக் கண்டு சீனர்களே திகைத்துப்போயுள்ளனர்.

ஏன் சீனாவில் இத்தனை அனாதைப் பெண் குழந்தைகள் உள்ளனர்? என்னைப்பொறுத்தவரை, இதற்கு மூன்று காரணங்களைக் கூறுவேன். ஒன்று, பெண்குழந்தைகளைக் கைவிடும் வழக்கம் பழங்காலத்தில் இருந்தே

சீனக்கிழக்குப்பகுதியின் விவசாயக் கலாச்சாரங்களில் இருந்துவந்துள்ளது; இரண்டு, 1980களில் உண்டான பொருளாதார ஏற்றமும் பாலின அறியாமைகளும் ஒன்றுசேர்ந்து குழம்பிப்போய் பாலினம் குறித்த பல்வேறு குளறுபடியான முடிவுகளை மக்களிடையே உண்டாக்கியிருந்தது. மூன்றாவது, சீனாவின் ஒரு குழந்தைத் திட்டத்தைக் கூறுவேன். சீனாவின் பாரம்பரியக் கலாச்சாரத்தில் இயல்பாகவே ஏதோ தவறிருப்பதாக பெரும்பான்மை சீனர்கள் உரைக்கின்றனர்; இதையே வேறு வார்த்தைகளில் கூறுவதானால், பழங்காலச் சடங்குகள் அனைத்தும் அறியாமையால் உருவாகியிருந்தன எனலாம். மேற்கத்தியர்களோ ஒரு குழந்தைத் திட்டத்தைத்தான் குறைகூறுகின்றனர்.

பிபிசி வானொலியில் ஒலிபரப்பான *'பெண்கள் நேரம்'* நிகழ்ச்சியைப்போலவே, சீனாவின் நான்ஜிங் வானொலிக்காக 1989இல் *'இரவின் மென்காற்றில் மிதந்துவரும் சொற்கள்'* எனும் நிகழ்ச்சியை நான் தொகுத்து வழங்கியபோது, இவ்வகையான 'கைவிடப்பட்டப் பெண்குழந்தைகள்' குறித்து ஆராய்ச்சி செய்யத் துவங்கினேன். இப்பணிக்காக சீனா முழுவதும் பயணம்செய்து பேட்டிகள் கண்டபோதுதான், பல பெண்களும் கட்டாயத்தின்பேரில் தம் பெண் குழந்தைகளை கைவிடநேர்ந்ததை அறிந்துகொண்டேன்.

பெண்குழந்தைகளை விடவும் ஆண்குழந்தைகளை விரும்பும்போக்கு முன்னேறிவரும் நாடுகளிடையே இன்று பிற்போக்குத்தனமான செயலாகக் கருதப்படுகிறது. பழமையான விவசாய முறைகளைக் கடைபிடிக்கும் வழக்கங்களையோ அல்லது வேட்டையாடுதல், மீன்பிடித்தல் போன்ற வழக்கங்களையோ இப்போதும் கடைபிடிக்கும் இனக்குழுக்கள் இருப்பதால்தான், முன்னேறிவரும் நாடுகளில் இன்றளவும் கூட ஆண்குழந்தைகளை விரும்பும் வழக்கம் நீடிக்கிறது என நான் எண்ணுகிறேன். உயிர்பிழைக்கக் கடுமையான உடலுழைப்பு தேவைப்படுகிறது, அதனாலேதான் உலகம்முழுவதிலும் எங்கெல்லாம் பழங்கால விவசாயமுறைகளைப் பின்பற்றும் சமூகம் இருக்கிறதோ அங்கெல்லாம் ஆண்குழந்தைகளை மக்கள் விரும்புவதும் தவிர்க்கமுடியாததாக இருக்கிறது. உடலுழைப்பைக் கோரும் கடுமையான பணிகள், பொருட்களைத் தூக்கிச் செல்வது, வேட்டையாடுவது,

தற்காப்பு போன்ற பல செயல்களுக்கும் ஆண்களின் உடல்பலம் பெண்களைக் காட்டிலும் இயற்கையாகவே விஞ்சியிருக்கக்கூடியது. பெண்ணாதிக்கச் சமூகம் கொஞ்சம் கொஞ்சமாக ஆணாதிக்கச் சமூகமாக உருமாறியதற்கான அடிப்படைக் காரணமும் இதுவாகத்தான் இருந்திருக்க முடியும்; மனித நாகரிகங்களையும் பல்வேறு மொழிகளையும் கடந்து உலகளாவியதொரு மாறுதல் 'ஆண்பாலுக்கு' உரியதாய் உண்டாகியிருப்பதும் கூட இதனாலேதான் என எண்ணுகிறேன்.

ஆனால், சீனாவில் பண்டைய காலத்தில் நிலவிவந்த நிலப்பகிர்வு முறைமைகளையே தற்போதும் கடைபிடிக்கப்படுவதும் மற்றுமொரு காரணமெனலாம். 'சியா பேரரசு' (*C.2070 – 1600BC*) காலத்தில்தான் இம்முறை துவங்கப்பட்டது, நன்முறை நிலப்பங்கீடு முறையாக இது 'சௌ பேரரசு' (*C.1045 – 256BC*) காலத்தில் முழுமையடைந்து, பின்னர் நில சமபங்கீடு முறைமையாக 'வடக்கு வேய் பேரரசர்கள்' (*AD 485*) காலத்தின்போது உருவானது. குடும்பத்தில் எத்தனை உறுப்பினர்கள் இருக்கின்றனர் என்பதை அடிப்படையாகக் கொண்டு அவர்களுக்கு நிலம் வழங்குவதே தற்போதைய நிலப்பகிர்வு முறைகளுக்கும் அப்பழைய முறைகளுக்கும் பொதுவாக இருக்கக்கூடிய ஒரே அம்சமாகும். இவ்வாறாக பாகுபாடுகள் அனைத்தும் ஆண்களுக்கு சாதகமாக அமைவது மாற்றவியலாத சட்டமாக மாறியது. *485AD* காலகட்டத்தின்போது, நில சமபங்கீடு முறைமைக்கான அரசாணையை செயல்முறைப்படுத்தியபோது, குடும்பத்தினர்கள் குறித்த ஒரு பட்டியல் தயாரானது, அதனடிப்படையில் குடும்பத்தின் நிரந்தர உறுப்பினர்களின் எண்ணிக்கையை வைத்தே நிலம் பங்கிட்டுத் தரப்பட்டது. தானியங்கள் விளைவிக்கவல்ல நன்செய் நிலங்கள், பட்டுப்புழுக்களின் உணவாகும் மல்பெரி மரங்களை வளர்க்கும் புன்செய்நிலங்கள் என நிலங்கள் இருவகைகளாகப் பிரிக்கப்பட்டன. பதினைந்து வயதிற்கு மேற்பட்ட ஆண்மகன்கள் ஒவ்வொருவருக்கும் தலா *40* மூ அளவு நன்செய் நிலம் வழங்கப்பட்டது, அடிமைகளுக்கும் வேலைக்காரர்களுக்கும் கூட நிலங்கள் வழங்கப்பட்டபோதும் பெண்களுக்கோ 20 மூ அளவு நிலமே வழங்கப்பட்டது. இந்த நிலம் அவர்களின் இறப்புக்குப் பிறகு மீண்டும் அரசிடமே சென்றுசேர்ந்துவிடும். மல்பெரி மரங்கள் வளர்க்க ஆண்களுக்கு தலா 20 மூ அளவு நிலம் வழங்கப்பட்டது,

இந்நிலம் அவர்களின் சொத்தாக பாவிக்கப்பட்டது, எனவே இதை அவர்கள் வாங்கவோ விற்கவோ செய்யலாம், அரசிடம் இந்நிலத்தை அவர்கள் ஒப்படைக்கத் தேவையுமில்லை. தாங் சாம்ராஜ்யம் நிகழ்ந்த AD 618 – 907 வரையிலான காலகட்டத்தில், பெண்களுக்கென சொந்தமாக நிலம் வழங்கப்படக்கூடாது எனத் தெளிவாக நிபந்தனை போடப்பட்டது. சீன வரலாற்றில் பல்வேறு சாம்ராஜ்யங்களும் வந்து போய்விட்டன, ஆனால் நிலப்பகிர்வு முறைமட்டும் மாறவேயில்லை, விளைவாக ஆணுக்கும் பெண்ணுக்கும் இடையேயான அடிப்படை சமத்துவமின்மை அவர்களின் மரபில் மிக ஆழமாக வேரூன்றியுள்ளது. கிராமங்களில், குடும்ப வம்சத்தை சுமப்பவர்களாகவும், இனப்பெயரை வழிவழியாகச் சொந்தம் கொண்டாடுபவர்களாகவும் ஆண்மகவுகளே இருந்தனர், மேலும் குடும்பத்தின் சொத்தாகவும், வளங்களை உருவாக்குபவர்களாகும் அவர்கள்தான் கருதப்பட்டனர்.

சீனாவின் மக்கட்குடியரசு 29 திசம்பர் 2001இல் இயற்றிய சாசனம் 22, மக்கட்தொகை மற்றும் குடும்பக்கட்டுப்பாட்டுச் சட்டத்தின்படி, 'பெண்குழந்தைகளைப் பெற்றெடுக்கும் பெண்களுக்கும், குழந்தைப்பேறின்மையால் பாதிக்கப்பட்டுள்ள பெண்களுக்கும் எதிரான பாகுபாடும் தவறான நடவடிக்கைகளும் தடைசெய்யப்படுகின்றன. பெண்சிசுக்களுக்கு எதிரானப் பாகுபாடுகளும், தவறான நடவடிக்கைகளும், ஆதரவின்றி அவர்களைக் கைவிடுவதும் தடைசெய்யப்படுகிறது' என அறிவிக்கப்பட்டது. இதையெல்லாம் கடந்து, ஒரு 'நல்ல பெண்மணி' யானவள் கண்டிப்பாக ஆண்மகவை ஈன்றெடுக்க வேண்டுமென்பது கிராமங்களின் எழுதப்படாத விதி, ஒவ்வொரு மணமான கிராமத்துப்பெண்ணும் இதை நன்கு அறிவாள். இறைவன் அவளுக்கு அளித்திருக்கும் கடமையும் அதுதான், அவளது புகுந்தவீட்டினரின் மிகப்பெரிய நம்பிக்கையும் அதுவேதான். இதனாலேதான் வறிய கிராமங்கள் சிலவற்றில் பிறக்கும் முதல் குழந்தை பெண்ணாக இருந்துவிட்டால் ஒன்று அந்த சிசுவை ஆதரவின்றி கைவிடுகின்றனர் அல்லது பிறந்த உடனேயே அக்குழந்தையை கொன்றுவிடுகின்றனர். இன்னமும் கருத்தடை முறைகள் அறிமுகப்படுத்தப்படாத அல்லது அம்முறைகள் மக்களால் புரிந்துகொள்ளப்படாத பாவப்பட்ட கிராமங்களிலெல்லாம், குழந்தைகளை அனாதரவாக விட்டுவிடுவது வாடிக்கையான

நிகழ்வாகவே உள்ளது, தொன்றுதொட்டே நடந்துவரும் இயல்பானதொரு சம்பவம்போலவே அது நிகழ்ந்து வருகிறது. குடும்பத்தில் அதிகப்படியாகப் பிறந்துவிடும் குழந்தை ஆண்மகவாக இருக்கும்பட்சத்தில் வேறொரு குடும்பம் அவனைத் தத்தெடுத்துக்கொள்ளக்கூடும், அல்லது அவன் யாருக்கேனும் விற்கப்படக்கூடும். ஆனால் அதே அந்தக் குழந்தை பெண்ணாக இருந்துவிட்டாலோ, அதன் இறப்பு தவிர்க்கமுடியாத கொடுமையாக அரங்கேறிவிடுகிறது.

2015ஆம் ஆண்டின் இலையுதிர்க்காலத்தில் நான் மீண்டும் சீனாவிற்குத் திரும்பிவந்தபோது, அவர்களின் குடும்ப வரலாற்றை எழுதிட நான் கொண்டிருந்த விருப்பத்தை லிலீ, யோயோ, வூகெனிடம் தெரிவித்தேன். நான் லண்டனுக்குத் திரும்புவதற்கான முந்தைய நாளிரவில், அவர்களுள் ஒரு பெண்மணி தனக்கும் தன் இணையக்காதலருக்கும் இடையே நடந்த ஆயிரப்பக்க உரையாடல்களை அச்சுப்பிரதியெடுத்து, பீஜிங்கில் நான் தங்கியிருந்த அறைக்கு ரகசியமாக அனுப்பிவைத்தார்.

அந்தக் காகிதக்குவியலில் இருந்து கண்களை விலக்கமுடியாமல் இரவுமுழுவதும் கண்விழித்துப் படித்துமுடித்தேன். இறுதிப்பக்கம் கூறிய கதை இதுதான் – அவர்களின் ஒன்றரை வருடக் குருட்டுத்தனமானத் தீவிர இணையக்காதலுக்குப் பின்னர், காதலர் இருவருக்கும் பொதுவான ஒரு நகரொன்றில் இருவரும் சந்திக்க முடிவுசெய்கின்றனர், இதன்மூலம் தமது காதலை அடுத்தகட்டத்துக்கு எடுத்துச்செல்லவும், அதற்கு ஒரு முழுமையான வடிவத்தை கொடுக்கவும் விரும்பியுள்ளனர்.

அடுத்துவந்த வரிகள் கைப்பட எழுதப்பட்டிருந்தன, அவை என்னை பெரும் அதிர்ச்சிக்குள்ளாக்கிவிட்டன:

> *"சின்ரன், என் இதயம் எவ்வளவு வலித்தது தெரியுமா? நாங்கள் சந்திக்கவிருந்த விடுதியறைக்குள் நான் காத்திருந்தேன், கதவைத் திறந்துகொண்டு உள்ளே வந்த மனிதர், என் தந்தை."*

2016ஆம் ஆண்டு ஏப்ரல் மாதத்தில் நான் மீண்டும் பீஜிங்கிற்கு வந்தபோது செந்நிறத்தாளையும் பச்சையாளையும் தொடர்புகொண்டேன், கல்லறையை சுத்தம்செய்யும் திருவிழாவில் கலந்துகொள்ள வீட்டிற்குவரும் அவர்களின் மூன்று பெயர்த்திகளையும் நான் ஒன்றாகச் சந்திக்க

விரும்புவதாக தெரிவித்தேன். இணையக்காதலில் ஒரு விபத்தைப்போல தந்தை மகளே காதலித்த அந்தக் கதையின் நாயகி யாரென அறிந்துகொள்ளும் ஆர்வம் எனக்கிருந்தது. ஆனால் அதில் நான் தோற்றுவிட்டேன், இவர்கள் அனைவருமே முப்பரிமாணத் தலைமுறையின் மகள்களாயிற்றே, எனவே அந்நாயகி இம்மூவரில் எவராகவும் இருக்கக்கூடும்!

அன்று, அம்மூன்று பெயர்த்திமார்களையும் நேரில் கண்டபோது, அவர்களின் காதல்வாழ்க்கைகளுக்கு இடையே இருந்த வேறுபாடுகள் வானுலகத்திற்கும் பூவுலகத்திற்கும் இடையே இருந்த வேறுபாட்டைப்போல் தோன்றியது, அவர்களின் விதியை எழுதிச்செல்லப்போகும் இறைவனை அப்போது எண்ணிக்கொண்டேன்.

அம்மூவர்களின் எதிர்கால வாழ்வு எப்படியிருந்தாலும் சரி, செந்நிறத்தாளின் பெற்றோர்கள் கொண்டிருந்த காதல் அவர்களின் எலும்புகளில் பொதிந்திருக்கட்டும், பச்சையாளும் ஆரஞ்சாளும் கொண்டிருந்த நாட்டுப்பற்று அவர்களின் இரத்தத்தில் ஊறியிருக்கட்டும், ஐந்தாயிரம் வருடச் சீனப்பாரம்பரியமான 'காதல் பேசுதலை' அவர்களின் சுவாசம் வளர்த்தெடுக்கட்டும் எனப் பிரார்த்தித்துக் கொண்டேன்.

★★★

பின்னுரை

வாழ்க்கைக் கதவின் உள்ளும் புறமும்

நீங்கள் தற்போது படித்த பெண்களில் இருவர் சமீபத்தில் காலமாகிவிட்டனர். இப்புத்தகத்தை நான் எழுதிய காலத்தில் என் அன்பு கணவர் டோபி ஈடியும் மறைந்துவிட்டார்.

12 ஜூலை 2016 அன்று அதிகாலையில் பச்சையாளிடமிருந்து எனக்கு வந்து சேர்ந்த செய்தியில், முந்தைய நாள் தன் பெரிய அக்காள் செந்நிறத்தாள் தவறிவிட்டதாக எழுதப்பட்டிருந்தது. இச்செய்தி கொண்டுவந்து சேர்த்த வேதனையிலும் துக்கத்திலும் நான் உழன்றுகொண்டிருந்தபோதே, ஐந்து மணிநேரங்கள் சென்று எனக்கு மீண்டுமொரு செய்தி வந்தது: நான்ஜிங்கில் என் தந்தையார் காலமாகி விட்டிருந்தார்.

ஏனெனத் தெரியவில்லை, இம்மரணச்செய்திகள் இரண்டுமே என்னுள் அதீத பீதியை உண்டாக்கியிருந்தன, அதன்பிறகு அன்றைய மீத நாளை கடப்பதே பெரும்பாடாக இருந்தது. பின்னர், புற்றுநோயால் பாதிக்கப்பட்டிருந்த என் கணவரை உறங்கச் செய்ததும், செந்நிறத்தாள் மற்றும் அவர் குடும்பத்தைப் பற்றி நான் எழுதி வைத்திருந்த இப்புத்தகத்தின் கையெழுத்துப் பிரதியை மீண்டும் வாசிக்க வேண்டுமெனும் ஆர்வம் எழுந்தது, அதன்மூலம் இவ்விழப்புகள் தந்த வேதனையில் இருந்து என்னால் ஓரளவு மீளமுடியும் எனத் தோன்றியது. என்னிடம் சில கேள்விகள் மீதமிருந்தன, அவை என்றென்றைக்குமாய் தொலைந்துபோகும் முன்னர் அவற்றுக்கான விடைகளை தேடிக்கண்டடைய விரும்பினேன்.

மரணம் அவர்களின் வாழ்வின் மீது தன் கதவை அறைந்து மூடிவிட்டபோதும், அவர்களின் நினைவுகளை விரட்டிச்செல்லும் என் தேடலை அது மீண்டும் உயிர்ப்பித்துவிட்டது. அன்றைய இரவு நான் கண்ட ஒரு கனவிலிருந்து விழித்தெழுந்ததும், பண்டைய சீனாவின் காதல் கதைகளையும் இப்புத்தகத்தின் ஐந்தாம் பாகமாக சேர்க்கவிருந்த என் திட்டத்தைக் கைவிட்டேன். கடந்தகாலத்தின் கதவு மூடப்பட்டு விட்டபோதும், இப்புத்தகத்தை எழுதும் என் முயல்வின்போது எனது பெற்றோர்கள் மற்றும் ஹான் குடும்பம் குறித்தான நினைவுகளின் கதவு என்னுள்ளே மேலும் மேலும் அகலமாகத் திறந்துகொண்டன.

இப்புத்தகத்தை எழுதி முடிக்க மூன்றாண்டுகளுக்கும் மேலானது, 2013ஆம் ஆண்டு வசந்தகாலத்தின் போது எழுதத் துவங்கி 2016ஆம் ஆண்டின் இலையுதிர்க்காலத்தில் முடிவடைந்தது. முதன்முதலாக நேர்காணல்களைக் காணத் துவங்கியதிலிருந்து ஆராய்ச்சிகள் செய்வது, தகவல்களின் உண்மைத்தன்மையை சரிபார்த்துக்கொள்வது, அவற்றை எழுதுவது, இறுதியாக மொழிபெயர்ப்பு செய்வது போன்ற அனைத்துமே எனக்கு மிகவும் உணர்வுப்பூர்வமான நடவடிக்கைகளாகவே இருந்தன. என்னைச் சுற்றிலும் அப்பெண்களின் கதைகள் கட்டவிழத் துவங்கியதுமே, நானும் அவர்களின் உலகினுள்ளே இழுத்துக்கொள்ளப்பட்டேன். அந்த ஒரு குடும்பத்தின் நான்கு தலைமுறைகளின் அனுபவங்களும் சேர்ந்து அடுக்கடுக்காக, துளித்துளியாக, எனது பாட்டி பாட்டனார்கள், எனது பெற்றோர்கள், நான், எனது மகன் என எனது குடும்பத்தின் மீதும் ஒளிபாய்ச்சத் துவங்கின. இதுநாள்வரையிலும் மற்றவர்களிடம் நான் கண்டிருந்த ‘சீன குணநலன்கள்’ என் குடும்பத்திலும் இருந்துவந்துள்ளதை இதற்கு முன்னர் நான் உணர்ந்ததேயில்லை.

இனிப்பு, புளிப்பு, கசப்பு, காரம் எனத் திருமணத்தில் உள்ள பல்வேறு வகைகளைப் பற்றியும் மற்ற சீனர்களைப் போல நானும் முழுவதுமாக அறிந்திருந்தேன் என்றே எண்ணியிருந்தேன், ஆனால் இத்தகைய அரசியல் திருமணங்களின் கொடுமைகளையோ, சீனர்களின் காதற்வாழ்வுகளிலும் அவர்தம் கலாச்சார மரபிலும் இந்தப் பெரும் சமூக மாற்றங்கள் உண்டாக்கியிருந்த வேதனைகளையோ, அந்தக் காலகட்டத்தில் வளர்ந்துவந்த

தலைமுறையினரிடையே கலாச்சார மொழியியலில் உண்டான மாற்றங்களையோ நான் அனுபவப்பூர்வமாக உணர்ந்ததேயில்லை.

சீன மொழியியல் கலாச்சாரமென்பது ஐந்தாயிரம் ஆண்டுகளுக்கும் மேலாக வேரூன்றியிருக்கும் மரமாகும். அந்தந்த காலகட்டத்தின் அரசியல் சூழல்களுக்கென இருந்த தனிப்பட்ட பருவங்களால் அந்த மரம் அரித்தெடுக்கப்பட்டிருந்தது, மேலும் அனைத்துவகையான அரசியல் சூறாவளிகளும் அம்மரத்தில் காயங்களையும் வேதனைகளையும் உண்டாக்கியிருந்தன. 2018வரை, வரலாற்றின் இச்சூறாவளிகளையெல்லாம் கடந்து ஏறத்தாழ 18,000 சீன எழுத்துகள் காப்பாற்றப்பட்டிருக்கின்றன என்பது கொண்டாடப்பட வேண்டிய விஷயமாகும். ஐரோப்பிய, அமெரிக்க மொழிகளின் இருபத்தாறு சொற்கள் கொண்ட கட்டமைப்போடு ஒப்பிடுகையில், உலகைப் பற்றிய மிக விரிவானதொரு பார்வையை வழங்குவதில் சீன மொழியியல் அமைப்பு மேலும் திறன்வாய்ந்ததாகும்.

இப்புத்தகத்தின் முக்கிய கதாபாத்திரங்களோடு நான் தாய்மொழியிலேயே உரையாடியதாலும், இவ்வுலகின் ஒவ்வொரு ஆறாவது மனிதரின் தாய்மொழியும் சீனமாக இருப்பதாலும், எங்களுக்குள் உரையாடிக்கொள்வது மிகவும் எளிதான விஷயமாக இருந்திருக்கக் கூடுமென நீங்கள் தவறுதலாக எண்ணிக் கொள்ளக்கூடும். 'சீனம்' எனக் குறிப்பிடும்போது, எழுத்துமொழி மற்றும் பேச்சுமொழி என இரண்டையும் சேர்த்தேதான் எங்களுள் பலரும் குறிப்பிடுவோம், அவை ஒரு நாணயத்தின் இரு பக்கங்கள் போலாகும்.

செவ்வியலில் எழுதப்பட்ட சீனத்தை *wenyanwen* எனவும், நவீன இலக்கணங்களின்படியும் சொற்வழக்கின் படியும் எழுதப்படும் சீனத்தை *baihuawen* எனவும் குறிப்பிடுவோம். செந்நிறத்தாளின் பெற்றோர்கள் வாழ்ந்த 1917இன் புதிய கலாச்சார இயக்கத்தின் காலகட்டத்தில்தான் *baihuawen* உருவானது, உடனே அது சீனம் பேசுபவர்களின் நியமமான எழுத்துவடிவமாக மாறிப்போனது. எனினும், பச்சையாள் கொண்டிருந்ததைப் போன்ற நிலைப்பாட்டை கொண்டிருந்தோர்களால் சீனா புது யுகத்தை நோக்கி நடைபோட்ட 1950களின் பிற்பகுதியின்போதுதான், *baihuawen* அதிகாரப்பூர்வமாக அங்கீகரிக்கப்பட்டது. பிரதான

நிலத்தில் வெகு எளிமையாக்கப்பட்டிருந்த பல்வேறு எழுத்துக்களும், பழங்காலத்தில் அவை பாரம்பரியமாக எழுதப்பட்டிருந்த வடிவத்தில் இருந்து வெகுவாய் மாறுபட்டிருந்தன, ஒருசிலர் இதனால் அவை 'ஊனப்பட்டு' விட்டதாகவும் குறைகூறினர், ஆனால் அவற்றில் ஒலிப்புகள் ஒன்றாகவே இருந்தன. சீன மொழிக்குடும்பத்தின் உள்ளேயே பல்லாயிரக்கணக்கான வெவ்வேறு கிளைமொழிகள் உள்ளன, மாண்டரின், கேன்டனீஸ், யூ, சியாங், கான், ஹாக்கா, ஹாக்கியன் ஆகிய ஏழு வெவ்வேறு துணைக்குழுக்களில் இருந்து அம்மொழிகள் உருவாகின, அவற்றுள் பலவும் புரிந்துகொள்ளவே முடியாதவாறு ஒன்றிலிருந்து மற்றொன்று மிகவும் மாறுபட்டிருக்கும்.

பல்லாயிரக்கணக்கான வருடங்களாக சீன மொழி தொடர்ந்து பரிணாம வளர்ச்சி அடைந்ததாலும், பல புதுப்புது வார்த்தைகளைத் தன்னுள் சேர்த்துக்கொண்டதாலும், சர்வதேசமயமாக்கலோடு சேர்ந்து சீனமொழியும் பல்வேறு மாறுதல்களை அடைந்துள்ளது. சீனாவிலேயே வளர்ந்து, சீன மொழியையே நான் பேசி வளர்ந்திருந்தாலும் கூட, இன்றைய சீன உரையாடல்களைக் கேட்கும்பொழுது இணைய மொழிபெயர்ப்பு செயலிகளின் உதவியைத்தான் நான் நாட வேண்டியுள்ளது. ஒவ்வொருமுறை நான் சீனாவிற்குப் போகும்போதும், சில 'புதிய வார்த்தைகள்' எதைக் குறிக்கின்றன, அவை எங்கிருந்து தோன்றி வந்தன என்பதை அறிந்துகொள்வதற்குள் திணறிப்போய்விடுவேன்.

இதே காரணத்தினால்தான், நாற்பது ஆண்டுகள் கழித்து செந்நிறத்தாளும் அவருடைய உடன்பிறந்தோரும் சந்தித்துக்கொண்டபோது, அவர்களால் தம் உண்மையான உள்ளக்கிடக்கையை பகிர்ந்துகொள்ள முடியாமல் போனது. வெளிநாட்டில் குடியமர்ந்துவிட்ட அந்த சகோதரர்கள் ஜனநாயகத்தாலும், சீன அரசியல் குறித்த உள்ளார்ந்த அச்சத்தோடும் கூடியக் கருத்துகளை தங்களோடு கொண்டு வந்ததோடல்லாமல், ஆங்கிலமும் கேண்டனீசும் கலந்த மொழியையும் அவர்களின் பேச்சின்மூலம் கொண்டுவந்திருந்தனர். பல்வேறு அரசியல் இயக்கங்களிடையே சீனாவின் பிரதான நிலத்தில் வசித்துவந்த மூன்று சகோதரிகளையும் பொறுத்தவரை, சமகால அரசியல்

சூழலாலும், தொலைத்தொடர்புகளின் மீது அச்சூழல் பல ஆண்டுகளாகக் கொண்டிருந்த கட்டுப்பாட்டினாலும் அவர்கள் வெளியுலகத் தொடர்பேயில்லாமல்தான் வாழ்ந்து வந்துள்ளனர். குடும்பத்தைப் பற்றியும் உலகைப் பற்றியும் தம் சகோதரர்கள் கொண்டிருந்த கருத்துகளைப் புரிந்துகொள்வதோ அடையாளம் காண்பதோ கூட அச்சகோதரிகளுக்கு கடினமாகவே இருந்தது.

அதே சமயம், காகிதங்களில் எழுதவும் வாசிக்கவும் மட்டுமே அறிந்திருந்த செந்நிறத்தாள் மற்றும் அவரது உடன்பிறந்தோர்களுக்கு, ஏதோ மாயமந்திரம் போல தொடுதிரையின் வழி தொலைத்தொடர்புகளை மேற்கொள்ளும் இன்றைய தலைமுறையினருக்கும் இடையே நாளும் வளர்ந்துவந்த மொழித்தடைகளை கடந்துவருவது பெரும்பாடாய் இருந்தது. அதேபோல், பல்வேறு தலைமுறைகளாய் போற்றிப் பாதுகாக்கப்பட்டு வழிவழியாகக் கடத்தப்பட்டுவந்த காதற் இலக்கியங்களெல்லாம் தற்போது ஒதுக்கித்தள்ளப்படுவதோடு, தம் சொந்த குழந்தைகளாலேயே அவை மறக்கடிக்கப்பட்டு, ஏளனமும் செய்யப்படும் சூழல்தான் நிலவுகிறது.

உதாரணத்திற்கு, ஆணுக்கும் பெண்ணுக்கும் இடையே உள்ள காதல் உணர்வுகளைக் குறிக்கும் சொல்லான *lian ai*, தற்போதோ காதலில் உள்ள மன, உடல் வேட்கைகளைக் குறிப்பதாக மாறிப்போயுள்ளது. பூமியின் இயற்கைச் சுழற்சிகளை பின்பற்றி வாழ்ந்த செந்நிறத்தாளும், புரட்சியை ஏற்றுக்கொண்டு வாழ்ந்த அவர் தங்கைகளான பச்சையாளும் ஆரஞ்சாளும், காலம் காலமாகக் கூறப்பட்டு வந்த செவ்வியல் காதல் கதைகளால் பெரிதும் ஈர்க்கப்பட்டிருந்தனர். காதல் குறித்த தம் கருத்தையும், தாமும் தமக்கான காதலை கண்டடைய என்ன வகையான வாக்குறுதியைப் பூணவேண்டும் என்பதையும் அக்கதைகளை அடிப்படையாக வைத்தே அத்தலைமுறையினர்கள் அமைத்துக் கொண்டிருந்தனர்.

ஆயிரமாயிரம் வருடங்களாக இக்காதல் கதைகளெல்லாம் வாய்மொழிக் கதைகளாகவும், நாடகங்களாகவும், *shuochang* வகைக் கதைசொல்லும் முறையாகவும் வழிவழியாகச் சொல்லப்பட்டு வந்தன; அதாவது, அத்தகைய 'விஷக் களைச்செடிகளின்' பரவலை கலாச்சாரப் புரட்சி தடுத்துநிறுத்தும்வரை அவை பரவலாக்கப்பட்டன. சீர்திருத்தம் மற்றும் வெளிநாட்டுத் திறப்புக் கொள்கை

அமலுக்கு வந்ததும் இத்தகைய கலைவடிவங்கள் மீண்டும் துவங்கப்பட்டதும், செந்நிறத்தாளும் அவர்தம் சகோதரிகளும் தமக்குப் பழக்கமான அந்தக் கதைகள் மூலமும் இசை மூலமும் தம் தாய் தமக்குக் கற்பித்தவைகளை மீண்டும் எண்ணிப்பார்த்தனர், தம் பால்யகாலத்திற்காய் தாம் ஏங்குவதை அப்போது அவர்கள் உணர்ந்துகொண்டனர். ஆனால் தம் வரலாற்றை மீண்டும் தாங்கள் அடைந்துவிட்டதாய் அவர்கள் எண்ணிக்கொண்டிருக்கும் போதே, அவற்றில் இருந்து விலகி அவர்களின் இளையதலைமுறையினர் எதிர்காலத்தை நோக்கித் தலைதெறிக்க ஓடுக்கொண்டிருந்ததைக் கண்டுகொண்டனர். இத்தகைய வாய்மொழி வரலாற்றை அவர்களோடு பகிர்ந்துகொள்ள இவர்களுக்கு வாய்ப்பே கிட்டவில்லை.

1980களில், பல நூறு வருடங்களாக மூடப்பட்டுக் கிடந்த சீனாவின் கதவை டெங் சியாவோபிங் திறந்துவைத்தார். மிக நீண்டகாலமாக இருண்மையிலும் வறுமையிலும் உழன்று, நல்ல உணவுக்கும் நல்ல வாழ்வுக்கும் ஏங்கித்தவித்த சீனா, அமெரிக்கா அளித்த மலிவுவிலை சொகுசுகளை அனுபவிக்கத் துவங்கியது, மெக் டொனால்ட்சும் ஸ்டார்பக்சும் சீனர்கள் உண்பதற்கான பெருமித உணவகங்களாக மாறிப்போயின, அதேசமயம் அமெரிக்காவின் பெரும்பான்மை நுகர்பொருட்களும் சீன சமூகத்தின் உயரடுக்கு மக்கள் மேற்கொள்ளும் ஊதாரித்தனமான செலவின ஈடுபாடுகளாகவும் மாறிப்போயின.

எனினும், ஐந்தாயிரம் வருடங்களாக சேகரமாயிருந்த அறிவாற்றலும், நூறு வருடங்களாக நாட்டில் நிலவிய குழப்பங்களாலும் கொந்தளிப்புகளாலும் அடக்கிவைக்கப்பட்டிருந்த ஆற்றலும் சேர்ந்து, கற்பனைக்கெட்டாத வகையில் வேகமும் வலிமையுமாக சீன வெடித்துக் கிளம்பியது. முப்பதே ஆண்டுகளுக்குள் பத்து கோடி மக்கள் வறுமையில் இருந்து மீட்கப்பட்டனர், சீனாவின் 660 நகரங்கள் அடையாளமே தெரியாதவாறு அற்புதமாகச் சீரமைக்கப்பட்டன. சீனர்கள் உலகளாவியப் பொருட்களை வாங்கத் துவங்கினர், ஐரோப்பாவிலும் அமெரிக்காவிலும் சொத்துகளையும் வாங்கிக் குவிக்கத் துவங்கினர். வெளியுலகத்தோடு தவிர்க்கவே முடியாமல் பல பரிமாற்றங்களும் நிகழ்ந்ததால், பாலுறவு குறித்த அவர்களின் வெளிப்படையான உரையாடல்களையெல்லாம் கேட்டு

பெற்றோர்களும் பாட்டி பாட்டனார்களும் சங்கடத்தில் நெளியவேண்டியிருந்தது. இதற்கிடையே, மேற்கத்திய கலையும் இசையும் பாரம்பரியமிக்க சீனக்கலாச்சாரத்தினுள் மேலும் மேலும் ஊடுருவத் துவங்கின.

செந்நிறத்தாளின் நான்காம் தலைமுறையைச் சேர்ந்த லிலீ, யோயோ, ஆகென் ஆகிய மூவரும் சீர்திருத்தம் மற்றும் வெளிநாட்டுத் திறப்புக் கொள்கையின் போது வளர்ந்துவந்தவர்கள் என்பதோடு, ஒரு குழந்தைத் திட்டத்தைப் பின்பற்றிய குடும்பங்களில் அவர்கள் பிறந்திருந்ததால் தனிமையிலேயே வளர்ந்தும் வந்துள்ளனர். அவர்களின் தலைமுறையைச் சேர்ந்த பலரும் தம் கொள்ளுப்பாட்டிகளின் காலத்தில் நடந்தேறிய பெற்றோர்களால் பார்த்துவைக்கப்பட்ட திருமணங்களை ஏதோ கற்பனைக்கதைகள் போலவே பாவித்தனர், தம் பாட்டிகளின் காலத்தில் பற்றியெரிந்த புரட்சியாளக் கடமைகளையோ அவர்கள் எள்ளி நகையாடியுள்ளனர். காதலின் மேல் அவர்களின் தாய்மார்கள் கொண்டிருந்த விடாப்பிடியான பக்தி அவர்களுக்கு முட்டாள்தனமாகவே தோன்றியுள்ளது.

கடந்த மூன்று தலைமுறைகளாக, குடும்பங்களின் மதிப்பீடுகளெல்லாம் மீண்டும் மீண்டும் மாற்றமடைந்தபடியே இருந்துள்ளன. ஆனால் பள்ளிகளில் பயிற்றுவிக்கப்பட்டும் வரலாற்று நூல்களோ நாட்டின் வரலாறு ஒரே தன்மையுடையது எனப் பிடிவாதமாக வெளிப்படுத்தின, அவர்தம் நாடு படுவேகமாக வளர்ச்சியை நோக்கிப் பாய்ந்துகொண்டிருந்த செய்திகள்தான் அவர்களைச் சுற்றிலும் பேசப்பட்டன. அதனாலேதான் அவர்களின் தலைமுறை பாரம்பரியச் சீனக் கோட்பாடுகளை கற்றுக்கொள்ள இயலாமல் போனதோடு, சீனக் கலாச்சாரத்தின் உண்மையான வரலாற்றை, அதாவது அதன் மெய்யான டி என் ஏவை அவர்கள் அறியமுடியாமலும் போனது.

சென்ற தலைமுறையினரிடம் வெறும் கனவாக இருந்த சுதந்திரமும் பொருளாதார வளமும் இத்தலைமுறையினரின் கைகளில் அபரிமிதமாகவே இருந்தன, சீனம் மற்றும் மேற்குலகக் கலாச்சாரங்களின் இடையே இருந்த வெளியில் அவர்கள் காதலின் அற்புதத்தைக் காண விழைந்தனர். இணைய உலகில் தங்களுக்கென ஒரு உயர்வான பிம்பத்தை அவர்கள் உருவாக்கிக்கொண்டனர், காதலெனத் தாங்கள் நினைத்த ஒன்றின் எல்லைகளை மேலும் மேலும் விரிவுபடுத்திக் கொண்டனர்.

ஆனால் சகோதர சகோதரிகளே இல்லாத தனிமை வாழ்விற்கே இவர்கள் பழக்கப்பட்டிருந்ததால், சீனக் கலாசாரத்தின் முதுகெலும்பாக இனியும் குடும்பங்கள் கருதப்பட மாட்டாத நிலைதான் உருவாகியுள்ளது.

அத்தகைய பாரம்பரிய மதிப்பீடுகளை லூகென் தான் அதிகளவில் கொண்டிருந்தார். தனது பாட்டியார் ஆரஞ்சாளுக்காகவும், தனது தாய் காங்மெய்க்காகவும் அவள் தன் கனவுகளையெல்லாம் தியாகம் செய்திருந்தாள், தன் தாயைப் போலவே அன்பை மட்டுமே அடிப்படையாகக் கொண்டு அவள் திருமணம் செய்துகொண்டபோது வரலாறு தன்னைத்தானே மீண்டுமொருமுறை எழுதிக்கொண்டது. ஆனால் விதி அவள் அளித்த அன்பை அவளுக்குத் திருப்பியளிக்கவில்லை, மாறாக ஆறா ரணங்களாக உணர்வுக் காயங்களைத்தான் அவளுக்கு அது அளித்துச் சென்றது. தாங்கள் அனுபவித்த காயங்கள் எதுவும் அவளுக்கு நேரக்கூடாது என அவள் பெற்றொர்கள் கொண்டிருந்த எண்ணமெல்லாம் கனவாகிப் போனது.

ஆனால் ஏன் இவ்வாறு நிகழ்ந்தது? தனது காதலை வேறொருவருக்கு பக்தியுடன் சமர்ப்பிக்கும்போது ஏன் இன்றைய சீன மக்களுக்கு வலியே மிஞ்சுகிறது, உணர்வுகளைத் தேடிய பயணத்தில் ஏன் தனிமையே வாய்க்கிறது, நம்பிக்கையை நாடும் உறவுகளில் ஏன் ஏமாற்றமே எஞ்சுகிறது?

நமக்கென ஒருகாலத்தில் குடும்பங்கள் இருந்தன என்ற புரிதலையும், அவற்றுக்கான மதிப்பையும், இத்தலைமுறையினரின் உதாசீனங்களும் பேராசைகளும் தின்றுத்தீர்த்துவிட்டன எனத்தான் நான் எண்ணுகிறேன். அனைத்து மதிப்புகளையும் சேர்த்துதான் சொல்கிறேன். சீனர்களைப் பொறுத்தவரை குடும்பம்தான் வாழ்வின் மிக அடிப்படையான அம்சமாகும். எங்களுடைய கலாச்சாரம், கருத்துருவாக்கங்கள், மெய் தத்துவங்கள், சமூகக் கட்டமைப்புகள் என அனைத்துமே குடும்பத்தோடு பிணைந்தே உருவாக்கப்பட்டிருந்தன. உதாரணத்திற்கு சீனமொழியை எடுத்துக்கொள்வோம், ஐந்தாயிரம் ஆண்டுகள் பழமைவாய்ந்த இந்த மொழியெங்கிலும் குடும்பங்களைப் பற்றிய குறிப்புகளே இறைந்துகிடக்கின்றன. மேற்குலகத்தினர் அதிர்ச்சியடையும் போதெல்லாம் ‘என் கடவுளே!’ எனத்தான் அலறுகின்றனர். ஆனால் சீனர்களோ ‘என் தாயே!’ எனத்தான் கூக்குரலிடுவோம்.

ஒருவரை ஒருவர் கீழ்த்தரமாக ஏசிக்கொள்ளும்போது, எதிராளியின் தாயையோ அல்லது பாட்டிமாரையோ குறிவைத்துதான் சீனர்கள் திட்டிக்கொள்வர்.

அதிகாரியொருவருக்கு பணிவுயர்வு கிடைக்கும்போது, 'பெற்றோர் போன்ற பாதுகாவலராய் எனக்கு வாய்த்தமைக்கு வாழ்த்துகள்!' எனத்தான் வாழ்த்து தெரிவிப்பர். எண்பது வயது மதிக்கத்தக்க ஒருவர் தன் பெயரன் வயதையொத்த அதிகாரியையும் இப்படித்தான் வாழ்த்தி வரவேற்பது வழக்கம்.

கல்வியோ குடும்ப மதிப்பீடுகளோ, இரண்டிலுமே குடும்பப் பெரியவர்களின் முடிவுகள் மீறமுடியாதவையாகும். குடும்பத்தின் அனைத்து வகையான விசேஷங்களுக்கும், அது திருமணமோ அல்லது இறப்புச் சடங்கோ அவர்கள் வரையறுத்த தரநிலைகளையும், வழிவழியாக அவர்கள் கடத்தும் விதிமுறைகளும் கொள்கைகளும் மறுக்கவே முடியாதவையாகும். இவ்விதிமுறைகளில் ஏதேனும் மாறுதல்களோ அல்லது ஒவ்வாமையோ ஏற்படுமாயின் அதுவொரு துரோகச்செயலாகவே கருதப்படும், அவ்வாறு செய்பவர் தன் வேர்களிடமிருந்து பிரிந்துசெல்லும் செடியைப் போலேதான் கருதப்படுவார்.

எனினும், கடந்த முப்பதாண்டுகளாக நான் கேட்டும் அறிந்தும் கொண்டவற்றை அடிப்படையாகக் கொண்டு பார்க்கும்போது, நவீனத்துவத்தின் அலையால் சீனக்குடும்பங்களின் விழுமியங்கள் யாவும் கொஞ்சம் கொஞ்சமாக அரித்தெடுக்கப்படுவதை நன்றாகவே உணர்கிறேன். அரசியல் பீதிகள், பொருளாதார விருப்பங்கள், சமூக நிலையில் மாற்றம், மேற்குக்கலாச்சாரத்தின் நவீன தொழிற்நுட்பங்களின் தொடர் தாக்கங்கள் ஆகியவையெல்லாம் இந்தப் புராதன நாகரிகத்தின் மீது பெரும் பாதிப்பை ஏற்படுத்திவிட்டன.

சீனாவின் இளைய தலைமுறையினரைப் பொறுத்தவரை, சீனாவின் அடையாளமாய் போற்றிப் பாதுக்காத்திட வேண்டியதொரு அமைப்பாய் குடும்பத்தை அவர்கள் கருதுவதேயில்லை. தமது இல்லங்களுக்குத் திரும்பிவந்து குடும்பத்தின் பெரியவர்களைப் பார்ப்பதற்கோ அல்லது தமது குடும்பத்தின் பாரம்பரியத்தைத் தம் குழந்தைகளுக்கு எடுத்துச் சொல்வதற்கோ அவர்களுக்கு நேரமே இருப்பதில்லை. ஒரு குடும்பத்தை உருவாக்க வேண்டும் எனும் இலக்கை நோக்கி

அவர்கள் கைக்கொள்ளும் உறவுகள் பயணிப்பதில்லை; மாறாக உறவுகளில் உடற்கவர்ச்சி மட்டுமே பிரதான பங்கு வகிக்கிறது.

செந்நிறத்தாளின் குடும்பத்தைப் பொறுத்தவரை, அவர்களின் குடும்ப வம்சாவளியைக் குறித்த பதிவுகள் யாவும் நான்காம் தலைமுறைக்குப் பிறகும் உயிர்பிழைத்திருக்குமா? செந்நிறத்தாளின் பெற்றோர்கள் கவிதைகளின் மீது கொண்டிருந்த காதலை அடுத்தத் தலைமுறையின் எத்தனை குழந்தைகள் அறிந்துகொள்வர்? பச்சையாளும் ஆரஞ்சாளும் தம் நாட்டின் மீது கொண்டிருந்த வலிமையான பற்று குறித்த கதைகளுக்கு அவர்களுள் எத்தனை பேர் செவிமடுப்பர்? தாங் ஹாயுக்கும் நாரையாளுக்கும் இடையே இருந்த நிபந்தையற்ற காதலை அவர்களுள் எத்தனைப் பேரால் புரிந்துகொள்ள முடியும்? ஹூகென் தன் குடும்பத்திற்காக செய்திட்ட தியாகங்கள் குறித்து அவர்களில் ஒருவரேனும் அறிவரா?

எனது தந்தை இறந்ததும், என் குடும்பத்தின் வரலாற்றுக்கும் இதே நிலைதான் ஏற்படக்கூடுமென்பதை அறிந்துகொண்டேன், இக்கேள்விகளில் எனது மற்றும் எனது மகனின் பங்கு முக்கியத்துவம் பெறுவதையும் அறிந்துகொண்டேன். அப்படியானால் நாங்கள் எவ்வாறு அவற்றுக்கான விடைகளை கண்டடைவது? அவற்றைக் கண்டுபிடிப்பதற்கான நேரம் எங்களிடம் தீர்ந்துவிட்டதா?

செந்நிறத்தாள் காலமாகி இரண்டு மாதங்களுக்குப் பிறகு, செப்டம்பர் மாதம் 12ஆம் தேதியின் பின்மதியத்தின்போது, பச்சையாளிடமிருந்து எனக்கொரு செய்தி வந்து சேர்ந்தது: 'இன்று ஆரஞ்சாள் தவறிவிட்டார்... நீண்ட காலம் முன்னரே அவர் தன் உணர்வுகளை இழந்துவிட்டார் என அவள் மகள் கூறினார்; எப்போதோ அவர் உணர்வால் இறந்துவிட்டார், உடலால் இன்று அந்த இறப்பு ஊர்ஜிதமாகியுள்ளது, அவ்வளவுதான்.'

ஆரஞ்சாள் 'நீண்ட காலம் முன்னரே தன் உணர்வுகளை இழந்துவிட்டார்'. இந்த வார்த்தைகள் நீண்டநேரம் என் மனதைச் சுற்றிச்சுற்றி வந்தன. நாம் உடலளவில் ஆரோக்கியமானவராக இருக்கலாம், ஆனால் நமக்கென மெய்யான உணர்வுகளேதும் இருக்கின்றனவா? நமது குடும்பத்திற்கான, நம்மைச் சுற்றியிருக்கும் மனிதர்களுக்கான, இயற்கை உலகிற்கான உணர்வுகள் நம்மிடம் உள்ளனவா?

இந்தப் புத்தகத்தை எப்படி முடிப்பதென நீண்டகாலம் எனக்குப் புரியாமலேயே இருந்தது. பின்னரொரு நாள், என் கனவில் ஒரு கடிதம் வந்தது:

அன்புள்ள செந்நிறத்தாள்,

மனிதர்கள் வாழும் இப்பூமியில் இருந்து நீங்கள் ஆன்மாவாக வாழும் உலகிற்கு இம்மடல் வந்து சேருமென நம்புகிறேன். எங்களை விட்டு நீங்கள் பிரிந்துசென்ற நாளன்று, என் இதயத்தில் வெகு நாட்களாக மூடிக்கிடந்த கதவொன்றை திறந்துவிட்டுப் போயுள்ளீர்கள்.

என் மீது நீங்கள் கொண்டிருந்த நம்பிக்கைக்கும், ஒரே கூரையின் கீழ் பாவோகாங்குடன் வாழ்ந்த வாழ்வைப்பற்றி என்னிடம் மனதாரப் பகிர்ந்துகொண்டமைக்கும் உங்களுக்கு என் மனமார்ந்த நன்றிகள். நீங்கள் விரும்பியபடியே, உங்கள் வாழ்வின் கதைகளோடு, உங்கள் பெற்றோர்களின், உங்கள் சகோதரிகளின், உங்களின் அடுத்த தலைமுறையினரின் கதைகளும் சேர்ந்து ஒரு புத்தகமாக உருவாகியுள்ளது, உலகின் பல்வேறு மொழிகளைச் சேர்ந்த நம் நண்பர்களும் இப்புத்தகத்தை வாசிக்கவுள்ளனர். சீனாவின் கூரைகள் மட்டுமே அறிந்திருந்த ஒரு பெண்ணின் ரகசியங்களைக் கொண்ட காவியக்கதையொன்றின் வழியாக, அவளுடைய குடும்பம் எவ்வாறு வரலாற்றுத் தடைவிலக்குகளை நொறுக்கி, முன்னோக்கிய பயணமொன்றை மேற்கொண்டு, உலக அரங்கினுள் நுழைந்ததை கூறிச்செல்கிறது என்பதை வாசகர்கள் அறிந்துகொள்ளப் போகின்றனர்.

பெரியம்மா செந்நிறத்தாளே, உங்கள் சகோதரி ஆரஞ்சாளை சொர்க்கத்தில் சந்தித்தீர்களா? எங்களுடன் அவர் தன் வேதனைகளைப் பகிர்ந்துகொண்டதன் வாயிலாக, போர்களின் துன்பங்களையும் அமைதியின் மோனத்தையும் எங்களுக்கு அறியத்தந்ததற்காக அவருக்கும் என் நன்றிகளைக் கூறிவிடுங்கள்.

சொர்க்கத்தில் நாம் உணர்வுகளாலும் நம் ஆசைகளாலும் துன்பப்பட மாட்டோம்; அங்கு நேசத்திற்காகவும் காதலுக்காகவும் நாம் காத்திருக்கவும் தேவையில்லை, ஏனெனில் நாம் அவற்றோடுதான் அங்கு வாழ்ந்து கொண்டிருப்போம். மனித பூமியில் அறுபத்தோரு ஆண்டுகளாக நீங்கள் மேற்கொண்ட நீண்ட காத்திருப்பின் பலனாக இப்போது உங்களுக்கு நீண்ட கால வரம் கிட்டியுள்ளது – ஆம், நீங்கள் இப்போது சுதந்திரமாகப் பறந்து திரியும் ஒரு தேவதை!

என் அன்புமிக்க செந்நிறத்தாளே, நீங்கள் முன்னரே அறிந்திருந்திருப்பீர்கள், என் கணவர் டோபி இரண்டு வருடங்களுக்கும் மேலாக நோயுடன் போராடி, 2017ஆம் ஆண்டின் கிறித்துமஸ் தினத்தன்று அதிகாலையில் எங்கள் வீட்டிலேயே அமைதியாகக் காலமானார். ஆனால் அவருடைய ஆன்மாவும் உயிரும் என்னைவிட்டோ, என் எழுத்தை விட்டோ, என் இரவு பகலைவிட்டோ பிரியவேயில்லை, அதேபோல் அவர்மீதான என் காதலும் மறையவேயில்லை. ஒருதுளி கூட அது குறையவேயில்லை.

‘சீனாவின் நன்மகளிர்’ நூல் செய்தாற்போலவே, உங்கள் குடும்பத்தைச் சேர்ந்த நான்கு தலைமுறையினரின் காதற்கதைகளும் உலகம் முழுவதும் பிரதிபலிக்கச் செய்யும், அனுதாபங்களை உண்டாக்கும் என டோபி ஒருமுறை என்னிடம் கூறினார், ஏனெனில் போர் சமயத்தில் அமைதியின் மீது நம்பிக்கைகொள்வதிலும், காலப்போக்கில் மனிதனின் குணங்களை அறிந்துகொள்வதிலும், கலாச்சார வேற்றுமைகளின் இடையேயும், ஆண் பெண்ணிடையே இருந்த அன்பிலும், குடும்ப அன்பிலும் இருந்த பொதுப்பண்புகளை அறிவதிலும் மனித இனம் ஈடுபாடு கொண்டே வந்திருக்கிறது.

இந்தப் புத்தகத்தை தன் கையில் ஏந்தியபடி, சீனக் கலாச்சாரம் குறித்தும், சீன வரலாறு தனக்களித்த அதிர்வுகள் குறித்தும், சீன மக்கள் மீதான தன் உணர்வுகள் குறித்தும், சீன மனைவி மீதான தன் தீராக் காதல் குறித்தும் தன் நண்பர்களுடனும் குடும்பத்தாருடனும்

மணிக்கணக்காகப் பேசவேண்டுமென அவர் விரும்பினார். அவருடைய எதிர்பார்ப்புகள் இன்று நிஜமாகி விட்டன. அவரை நீங்கள் சொர்க்கத்தில் சந்திக்க நேர்ந்தால் கீழ்கண்ட என் செய்தியை அவரிடம் தயவுகூர்ந்து தெரிவித்து விடுங்கள்:

'என் அன்பிற்கினிய டோபி, நல்லதொரு கணவராகவும் தந்தையாகவும் இருந்து மிக இனிய குடும்பமொன்றை நீங்கள் உருவாக்கித்தந்துள்ளீர்கள். நாமிருவரும் காதலர்களாகவும் ஆத்மார்த்தமான ஜோடிகளாகவும் இருந்து காதலைப் பகிர்ந்து, காதலைப் பேசி, காதலை எழுதி, காதலைச் செய்து ஏறத்தாழ இருபது வருடத் 'தேனிலவை' கொண்டாடியிருக்கிறோம் என அனைவரிடமும் கூறுவீர்கள்...

நான் இப்போதும் உங்களுடன் பேசுகிறேன், உங்களுக்கு வாசித்துக் காட்டுகிறேன், என் கண்ணீரால் நம் காதலுக்கு நீர் வார்த்து வருகின்றேன். உங்களுக்கு நான் பிரியாவிடையளிக்க இயலாது ஏனெனில் என் உள்ளத்திலும் என் வாழ்விலும் நீங்களே நீக்கமற நிறைந்துள்ளீர்கள். 'சான் லூயி ரே' நூலில் பின்வருமாறு தார்ண்டன் வில்டர் சொல்வதுதான் உண்மை:

'நாம் சிறிது காலம் காதலிக்கப்பட்டு பின்னர் மறக்கடிப்படுவோம். ஆனால் காதலே போதுமானதாய் இருக்கிறது; காதலின் உணர்ச்சிவேகமெல்லாம் அதை செய்வித்த காதலிடமே திரும்பிச்சென்று சேர்ந்துவிடும். நினைவுகள் கூட காதலுக்கு அவசியமில்லை. உயிர்வாழ்பவர்களின் நிலத்தையும் இறந்துபோனவர்களின் நிலத்தையும் இணைக்கவே காதலெனும் பாலம் உள்ளது, இந்த வ்ாழ்வில் உய்யவும், அர்த்தம் கொள்ளவும் அதுதான் ஒரே வழி.'

என் அன்பே டோபி, நான் உங்களின் இன்மையால் தவிக்கிறேன், நீங்கள் என்னிடம் பேசும் காதலை இழந்தும், என் மீதும் சீன மக்களின் மீதும் நீங்கள் கொண்டிருந்த அன்பை இழந்தும் தவிக்கிறேன்!

சின்ரன்

11 பிப்ரவரி 2018 (டோபியை நான் மணந்துகொண்ட நாள்)